फली एस. नरीमन

आंतरराष्ट्रीय कीर्तीचे आदरणीय व्यक्तिमत्त्व फली नरीमन यांचा जन्म १० जानेवारी, १९२९ रोजी झाला. ते सर्वोच्च न्यायालयातील एक ख्यातनाम, ज्येष्ठ वकील आहेत. त्यांच्या व्यावसायिक कारकिर्दीचा प्रारंभ (१९५०साली) त्यांनी मुंबई उच्च न्यायालयात केला आणि आजतागायत ते त्या व्यवसायात कार्यशील आहेत. त्यांच्या प्रदीर्घ कार्यकालात त्यांनी अनेक राष्ट्रीय आणि आंतरराष्ट्रीय स्तरांवरील मानाची पदे भूषविली आहेत. नोव्हेंबर, १९९९मध्ये त्यांची राज्यसभेचे सदस्य म्हणून नियुक्ती करण्यात आली. १९९१ साली 'पद्मभूषण' आणि २००७ मध्ये 'पद्मविभूषण' या देशातील अत्युच्च अशा पुरस्कारांनी त्यांना गौरविण्यात आले.

त्यांच्या पत्नी बाप्सी या पाककलेवरील पुस्तकांच्या लेखिका म्हणून प्रसिद्ध आहेत. सध्या त्या दोघांचे वास्तव्य दिल्ली येथे आहे.

फली नरीमन यांचे बोलणे ज्यांनी ऐकले आहे, ते सगळे जण त्यांच्या रसाळ वक्तृत्वाने, त्यांच्या भाषेवरील असामान्य प्रभुत्वाने, अर्थपूर्ण आणि चपखल शब्दोपयोग करण्याच्या कौशल्याने प्रभावित होतात. तेच सर्व गुणविशेष 'बिफोर मेमरी फेड्स' या त्यांच्या सोप्या, रसपूर्ण भाषेत, स्पष्ट आणि थोडक्या शब्दांत लिहिलेल्या, जागोजागी नर्म विनोदाची सुरेख पखरण असणाऱ्या, वाचकाला गुंतवून टाकणाऱ्या आत्मचरित्रात प्रकर्षाने दिसून येतात. हे पुस्तक केवळ वाचनीयच नाही, तर आनंददायीही आहे. या ना त्या पद्धतीने कायदा – त्याची रचना, निर्मिती, वापर, अंमलबजावणी – या विषयाशी जे संबंधित आहेत, त्यांनी तर हे पुस्तक वाचलेच पाहिजे!

– इंडिया टुडे

'आत्मचरित्र' असे नाव दिलेले असले, तरी नरीमन यांचे हे पुस्तक केवळ त्यांचा जीवनपट नाही; त्यात अनेक रम्य, विचारप्रवर्तक आठवणी, कथा, कहाण्या, आजूबाजूला घडून गेलेल्या, घडत असणाऱ्या घटना आणि जीवनमार्गावर त्यांना भेटलेल्या अनेकविध व्यक्ती यांनी त्यांच्या आयुष्यावर, विचारांवर केलेले परिणाम, यांचे सुरेख, मनोवेधक आणि गुदगुल्या करणाऱ्या निकोप विनोदाने सजवलेले चित्रण आहे. या सर्वांतून लेखकाचे व्यक्तिमत्त्व उठून दिसते. त्यात आणीबाणीचे अत्यंत वेदनादायक वर्णनही आहे. त्यांचे अनेक वकील सहकारी, मित्र, आदरणीय न्यायाधीश यांची व्यक्तिचित्रे, कोर्टात घडलेले कित्येक प्रसंग, नद्यांच्या पाण्याविषयीचे राज्याराज्यांतील विवाद, राज्यसभेतील त्यांची कारकिर्द असे विविध विषयही लेखकाने हाताळलेले आहेत. अशा साध्या; पण सुंदर पुस्तकाची खुल्या दिलाने प्रशंसा केली पाहिजे.

– आउटलूक

फली नरीमन यांनी गेल्या काही दशकांत सर्वोत्तम वकील म्हणून नाव कमावले आहे. त्यांचे विचार सन्माननीय तर असतातच, पण त्यांचा आदर करावा, अशा उच्च दर्जाचेही असतात. त्यांचे हे आत्मकथन अभ्यासपूर्ण, माहितीपूर्ण, बरेच काही नवीन शिकवणारे, ज्ञानात भर घालणारे आणि विचारप्रवर्तक आहे. हे पुस्तक वाचनीय होण्याची आणखी काही जी कारणे आहेत. ती म्हणजे पानापानांतून दर्शन घडणारा त्यांचा मनस्वी जिव्हाळा, कमालीची नम्रता, अवडंबर न माजवता जागोजागी जाणवणारी अफाट विद्वत्ता, विरोधकांच्याही विचारांचा, मतांचा योग्य आदर करण्याची सहिष्णुता आणि मनाचा मोठेपणा. एकंदरीतच, एका प्रेमळ, कनवाळू माणसाची तितक्याच प्रेमाने, अनुकंपेने लिहिलेली, ही आत्मकथा आहे.

– द हिंदू

फली नरीमन यांचे आत्मचरित्र – एक आनंददायी अनुभव! लेखक त्याचे आत्मकथन त्याच्या जन्मापासून सुरू करतो, पण त्याची संपूर्ण जीवनकथा ऐकवत नाही. त्यांच्या आयुष्यातील महत्त्वपूर्ण, आयुष्याला वळण देणारे प्रसंग तो वाचकांसमोर उभे करतो. या

पुस्तकाच्या असाधारणतेची आणखी दोन कारणे आहेत – एक, साधारणपणे आठवणींच्या कथनात हमखास दडलेले धोके, खाचखळगे लेखकाने यात अत्यंत कुशलतेने टाळले आहेत आणि दुसरे, वाचकांच्या निखळ आनंदाचे रहस्य कशात दडले आहे, हे लेखकाला पक्के ठाऊक आहे. या पुस्तकात नुसत्याच गोष्टी सांगितलेल्या नाहीत, लेखक केवळ कथेकऱ्याची भूमिका घेत नाही, तो त्या कहाणीतला एक घटक बनून वाचकांशी बोलतो, त्याचा त्या गोष्टीशी कुठेतरी जवळचा संबंध असलेला जाणवतो. ही लेखकाची जीवनकथा वाचकालाही विचार करायला प्रवृत्त करते, भागच पाडते. तुम्ही नुसते वाचक राहत नाही, लेखक तुम्हाला त्याच्या कथनात गुंतवून टाकतो, अडकवून टाकतो.

– हिंदुस्थान टाइम्स

या पुस्तकाची रचना, त्याची मांडणी फार विचारपूर्वक आणि छान केलेली आहे. जागोजागी पेरलेली सुवचने, उत्तम तात्पर्य असणाऱ्या कथा, कहाण्या, प्रत्येक प्रकरणाच्या सुरुवातीला येणारा त्या प्रकरणातील महत्त्वाचा विचार वाचकांसमोर ठेवणारा छोटासा उतारा – या सर्वांतून लेखकाच्या न्यायतत्त्वांच्या, कायदेशास्त्राच्या सखोल अभ्यासाची आणि अनुभवांतून प्राप्त झालेल्या अफाट ज्ञानाची, त्यातून आलेल्या सुज्ञपणाची, शहाणपणाची झलक दिसून येते, साक्ष पटते. कायद्याचे आणि राज्यशास्त्राचे विद्यार्थी, अभ्यासक, वकील, न्यायाधीश यांनी तर हे पुस्तक वाचलेच पाहिजे, पण संपादक, लोकप्रतिनिधी, शिक्षण क्षेत्रातील व्यक्ती, प्राध्यापक आणि जे-जे संविधानिक तत्त्वांचा आदर करतात, कायद्याचे उच्च स्थान मानतात आणि सर्वांत महत्त्वाचे म्हणजे, न्यायसंस्थेच्या स्वातंत्र्याची, स्वायत्ततेची बहुमूल्यता जाणतात, त्या सर्वांसाठीही या आत्मचरित्राचे वाचन केवळ अनिवार्य आहे!

– द ट्रिब्युन

'बिफोर मेमरी फेड्स' या आत्मचरित्रात फली नरीमन या कायद्याच्या क्षेत्रातील तेजस्वी ताऱ्याने अनेक घटनांवरील रहस्यांचा काळा, जाड पडदा दूर करून त्यातील जळजळीत सत्य लोकांसमोर ठेवले आहे. नरीमन यांनी वकिलीच्या आणि न्यायाच्या जगतातील अनेक अपवादात्मक देदीप्यमान उदाहरणे, अनुकरणीय आदर्श आपल्यासमोर सादर केले आहेत.

– बिझिनेस स्टँडर्ड

देशातच नव्हे तर आंतरराष्ट्रीय ख्याती असलेले ज्येष्ठ विविध फली नरिमन यांनी आणीबाणीच्या काळात नागरिकांच्या हक्कांचे अंतिम आश्रयस्थान असलेले सर्वोच्च न्यायालय कसे वागले, यावर मार्मिक विवेचन केले आहे. 'बिफोर मेमरी फेड्स...' हे त्यांचे आत्मकथन. आणीबाणीच्या काळात नागरिकांच्या या अधिकारांची जी गळचेपी झाली आणि सर्वोच्च न्यायालयानेही त्याबाबत 'ब्र' ही न काढता ती निमूटपणे सहन केली, याविषयी नरिमन यांनी आपला संताप अतिशय तीव्र शब्दांमध्ये नोंदवला आहे.

लोकरंग, लोकसत्ता, १० ऑगस्ट

Competition Appellate Tribunal
Ministry of Corporate Affairs
Government of India

Justice V.S. Sirpurkar
(Former Supreme Court Judge)
Chairman

4th February, 2014

Dear Shri & Smt. Nariman,

I am extremely thankful to both of you for sending me the Marathi version of your legendary memoir – "Before Memory Fades". In fact, I should have written to you much earlier, as soon as I got the book but I decided to go though the Marathi version before writing to you. I had already gone through the English version and therefore it was very interesting to go through the Marathi version. I must put it on the record that Shri Sudershan Aathawale has done a very good job inasmuch as the soul of the English version has remained intact even in the Marathi version.

2. I must specifically refer to Chapter 10 - "*Bhopal Tragedy*" though I had read that Chapter in the English version. I went through the said Chapter with more concentration (you must agree that every person is more comfortable with his mother-tongue). I would immediately agree with you that you had every right to accept the brief on behalf of the Union Carbide Corporation (U.C.C.), nay, it was your duty as a conscientious lawyer and therefore all the acrimonious debate about your decision to accept the brief was wholly unnecessary. Of course, however, I have never been able to accept the quantum of compensation which according to me was hopelessly low. Be that as it may, there will be no point in going into that subject all over again particularly as much water has flown under the bridge. Over all correspondence is extremely interesting which shows your crystal clear mind. I also liked 8th Chapter under the heading "*Internal Emergency*". Chapter 5 of your memoir and the 28 points suggested by you should be taught in every Law College. In my opinion this Chapter and the Chapter of '*Emergency*' do speak about the accountability of the Bar.

I am very happy that your love for me still lives on. I only hope that it lives on forever. Please accept my regards to the whole family. I wish and pray for your long-life and excellent intellectual and physical health.

Yours sincerely,

(V.S. Sirpurkar)

Shri Fali S. Nariman
F-21/22 Haus Khas Enclave,
New Delhi – 110016

Office : Kota House Annexe, 1, Shahjahan Road, New Delhi - 110 011 Tel.: 2338 5974 Fax : 2307 3939
Residence : Bungalow No. 84, New Moti Bagh, New Delhi-110 021 Tel.: 2410 5683 Fax : 2410 5684
e-mail : vikas.sirpurkar@gmail.com

VIJAY DARDA
Member of Parliament (Rajya Sabha)
Chairman, Lokmat Media Pvt. Ltd.

Member
Standing Committee on Finance
Committee on Subordinate Legislation, Rajya Sabha
Consultative Committee for Ministry of Civil Aviation
Consultative Committee for Ministry of Petroleum & Natural Gas (PSI)
Central Consumer Protection Council for Ministry of Consumer Affairs
Philatelic Advisory Committee for Department of Posts

11th February, 2014

Dear & Respected Shri Fali ji,

It was indeed a great pleasure to receive the Marathi translation of your celebrated autobiography "Before memory fades....". It was an unusual account of an unusual life that outshone others in the legal field in India.Your sense of humour and picturisation of the times you lived in so fruitfully comes out alive in every page.

The Marathi translation by Mr Sudarshan Athawale is equally brilliant and is a true depiction of the original in English.The writer seems to have captured the canvas very ably as depicted in the English version and would surely add to the richness of Marathi literature. It would certainly enrich the Marathi readers.The Marathi man of letters is always fascinated by brilliant autobiographies and this edition in Marathi is sure to be a proud possession for them.

Once again thanking you for the book.

With warm regards,

Yours sincerely

(VIJAY DARDA)

Shri Fali S. Nariman
Senior Advocate Supreme Court of India,
F,21/22 Hauz Khas Enclave,
New Delhi-110016.

LOKMAT

"Yavatmal House", 49, Lodhi Estate, New Delhi (India)- 110003. Phone: +91-11-24601726-27
E-mail: vijaydarda@lokmat.com / vijaydarda@sansad.nic.in

बिफोर मेमरी फेड्स...

लेखक
फली एस. नरीमन

अनुवाद
सुदर्शन आठवले

मेहता पब्लिशिंग हाऊस

✆ +91 020-24476924 / 24460313 / Mob. No. 9545000513

Email : production@mehtapublishinghouse.com

Website : www.mehtapublishinghouse.com

◆ *या पुस्तकातील लेखकाची मते, घटना, वर्णने ही त्या लेखकाची असून त्याच्याशी प्रकाशक सहमत असतीलच असे नाही.*

BEFORE MEMORY FADES by **FALI S. NARIMAN**

First Published 2010,

This Edition is licensed by Hay House Publishers (India) Pvt.Ltd

Translated into Marathi Language by Sudarshan Athavale

बिफोर मेमरी फेड्स / अनुवादित आत्मकथन

अनुवाद : सुदर्शन आठवले

Email : author@mehtapublishinghouse.com

मराठी अनुवादाचे व प्रकाशनाचे हक्क : मेहता पब्लिशिंग हाऊस, पुणे.

प्रकाशक : सुनील अनिल मेहता, मेहता पब्लिशिंग हाऊस,
१९४१ सदाशिव पेठ, माडीवाले कॉलनी, पुणे – ४११०३०.

मुद्रक : ट्रिनिटी ॲकॅडमी फॉर कॉर्पोरेट ट्रेनिंग लिमिटेड

मुखपृष्ठ : फाल्गुन ग्राफिक्स

प्रकाशनकाल : जानेवारी, २०१४ / पुनर्मुद्रण : मे, २०१८

किंमत : ₹ ४९५

P Book ISBN 9788184985245

माझे आई-वडील

बानू आणि सॅम नरीमन

यांना आदरपूर्वक अर्पण....

‘विसरतं म्हणून नाही, विसरावं लागतं म्हणूनच आपण विसरतो!!’

– मॅथ्यू अरनॉल्ड, ‘अब्सेन्स’ (१८५२)

स्कॉटिश नाटककार सर जेम्स बॅरी यांनी एके ठिकाणी म्हटलं आहे की, 'स्मृतींच्या खोल गर्तेत तळाशी पडून राहिलेल्या भूतकाळाला वर काढण्याचा, त्याला परत बोलावण्याचा निर्धोक, पण जरासा अनौपचारिक, गोष्टीवेल्हाळ मार्ग म्हणजे, आपल्या टेबलाचे सामानाने खच्चून भरल्याने घट्ट बसलेले ड्रॉवर ओढून-ओढून बाहेर काढणे! तुम्ही नेमके काहीतरी शोधत असाल, तर ते कदाचित सापडणार नाही, पण ड्रॉवरच्या मागे पडलेले, दडलेले – इतर बरेच काही सापडेल, आणि तेच बऱ्याच वेळा मनाला जास्त आकर्षित करणारे, त्याला वेढून टाकणारे, तळातून ढवळून टाकणारे असेल!!'

'पीटर पॅन' या अजरामर कथेच्या अर्पणपत्रिकेतून, (१९०२)

'मीही अशाच अनौपचारिकपणे, एखाद्या गप्पीष्टासारखा माझ्या आयुष्याचा धांडोळा घेतला आहे. त्यातला महत्त्वाचा काळ उजाळला आहे. त्याच्या घडणीला कारणीभूत झालेले अनेक प्रसंग जागवले आहेत, व्यक्तींची स्मरणचित्रे रंगवली आहेत.'

अनुक्रमणिका

प्रकरण १

खडतर प्रवास

ज्यांचे घरदार उद्ध्वस्त झालेले आहे, असे निराश्रित बनून आम्ही ब्रह्मदेशाचे निर्वासित म्हणून नवी दिल्लीत येऊन पोहोचलो; तो माझ्या आयुष्याला कलाटणी देणारा पहिला प्रसंग होता.

जी. के. चेस्टरटन यांनी आपल्या 'हीयरसे एव्हिडन्स' – 'ऐकीव पुरावे' – या आत्मचरित्राच्या सुरुवातीलाच असं म्हटलं आहे की :

> 'ज्या गोष्टीची सत्यासत्यता त्या क्षणी मला कोणत्याही प्रयोगाने तपासून बघता येत नाही, जिच्याबद्दल मी स्वत: कोणताही निर्णय घेऊ शकत नाही, ती गोष्ट वयोवृद्ध, ज्ञानवृद्ध अशा व्यक्तींच्या परंपरागत अधिकारापुढे झुकून, 'श्रद्धाळू अंधश्रद्धे'ने मान्य करणे, हा माझा शिरस्ता आहे. त्यानुसार माझे असे पक्के मत झाले आहे की, केन्सिंग्टन परगण्यातील कॅंपडेन हिल या स्थानी, २९ मे, १८७४ या दिवशी जन्म पावले!!'[१]

मीही अशा मोठ्या, आदरणीय विभूतींचे अनुकरण करून, माझ्या या कथेच्या प्रारंभी असे विधान करतो की, जिच्यावर दृढ विश्वास ठेवीत मी लहानाचा मोठा झालो, त्या मला दिल्या गेलेल्या अत्यंत खातरीलायक माहितीनुसार माझा जन्म १० जानेवारी, १९२९ रोजी, दूरवरच्या रंगून (त्या वेळी तो इंग्रजांच्या आधिपत्याखालील भारताचाच एक भाग होता. पुढे त्याचं नाव बदलून 'यांगॉन' असं झालं.) येथील जनरल हॉस्पिटलमध्ये झाला.

लहानपणापासून माझ्या मनावर हेही पक्के बिंबवले होते की, आमचे 'नरीमन' हे आडनाव आणि माझ्या वडिलांचं 'सॅम' हे नाव असे दोन्ही आम्हाला आमच्या पर्शियन पूर्वजांकडून लाभलं. 'सॅम' हा प्राचीन पर्शियातील पौराणिक नायक होता, तो फरदौसी या महाकवीने लिहिलेल्या 'शहानामा' या पौराणिक महाकाव्यातील एक अत्यंत महत्त्वपूर्ण पात्र होता.[२] फर्दून, मनुचेर आणि नौझार या शास्त्यांच्या काळात सॅम हा 'इराणचा कैवारी' म्हणून उभा ठाकला होता. शहानामा या महाकाव्यात झरथुष्ट्राने स्थापन केलेल्या आमच्या झोरोस्ट्रियन धर्माच्या जन्मापासून ते शेवटच्या झोरोस्ट्रियन राजाच्या अरब आक्रमकांकडून झालेल्या दारुण पराभवापर्यंतचा इतिहास आहे. आमच्या कुळाच्या अतिशय पुरातन अशा पर्शियन परंपरेबद्दलच्या माझ्या

गाढ्या विश्वासाला मे, २००७मध्ये राज्यसभेतले माझे माजी सहकारी जयराम रमेश यांच्याकडून आलेल्या एका पत्रामुळे धक्काच बसला. ते त्या वेळी नुकतेच अझरबैजानच्या दौऱ्यावरून परतले होते. त्यांनी लिहिले होते :

> 'प्रिय फली,
>
> मी काही दिवसांपूर्वी बाकू येथे होतो आणि तिथे मी अझरबैजानचे प्रख्यात राजकीय नेते नरीमन नरीमनोव्ह यांचा एक अतिभव्य पुतळा पाहिला. मी जेव्हा माझ्याबरोबरच्या अझेरी नेत्यांना सांगितले की, आमच्या देशातील एक अतिशय लाडके व्यक्तिमत्त्व, जे एक सुप्रसिद्ध वकील आहेत, त्यांचे नावही 'नरीमन' आहे, तेव्हा त्यांना खूप मजा वाटली.

नरीमन नरीमनोव्ह यांच्यासारख्या ख्यातनाम विभूतीशी नाते सांगणे, मलाही खूप आवडले असते, अभिमानास्पद वाटले असते, पण तरीही अतिशय दु:खद अंत:करणाने मी त्यांना लिहिले,

> प्रिय जयराम,
>
> अझरबैजान येथील माझ्या पूर्वजांविषयी आपण पुरवलेल्या उपयुक्त माहितीबद्दल मन:पूर्वक आभार! परंतु मी आपणास खातरीपूर्वक सांगू इच्छितो की, आम्ही मूळचे पर्शियात उगम पावलेल्या झोरोस्ट्रियन पारशी धर्माचे होतो, अजूनही आहोत आणि आमच्या पूर्वजांचं मूलस्थान भारतच आहे! माझी आठवण आपण इतक्या स्नेहपूर्ण शब्दांत काढलीत, हा आपला गोडवा मात्र मला खूपच भावला!!

माझ्या आईचे घराणे (बर्जोर्जी) ब्रह्मदेशचे (म्हणजे आताच्या युनियन ऑफ म्यानमारचे). माझे वडील सॅम नरीमन १९२७मध्ये मुंबईहून रंगूनला गेले. त्यांना न्यू इंडिया ॲश्यूरन्स कंपनी लिमिटेडचे शाखा कार्यालय रंगूनमध्ये स्थापन करायचे होते. तिथे त्यांची भेट माझ्या आईशी, बानू बर्जोर्जी हिच्याशी झाली, ते तिच्या प्रेमात पडले आणि १९२८मध्ये त्या दोघांचा विवाहही झाला. माझी आई त्यांच्याहून सोळा वर्षांनी लहान होती. रंगूनमध्येच त्यांनी संसार थाटला. वडिलांची रंगूनच्या कंपनीचे शाखाप्रमुख म्हणून नेमणूक झाली होती.

माझ्या आईचे पूर्वज ब्रह्मदेशामध्ये कसे आले, ही एक साहसकथाच आहे. एकोणिसाव्या शतकाच्या सुरुवातीपासून माझे आईचे पूर्वज, खापर-खापर पणजोबा त्यांच्या कुटुंब-कबिल्यानिशी भारताच्या पश्चिम किनाऱ्यावरील कालिकत (कोझीकोडे) येथे स्थिरावले होते. सन १८६५च्या आधी (इंडियन सक्सेशन ॲक्ट – भारतीय

१९३२च्या काळातील अत्याधुनिक गाडीमध्ये वडील सॅम व आई बानू नरीमन यांच्यासमवेत लहानगा फली

वारस कायदा अस्तित्वात येण्याआधी) भारतातील कुठल्याही इतर धर्माच्या समाजाप्रमाणेच पारशी झोरोस्ट्रियन्सनाही 'एकपत्नित्वा'ची सक्ती नव्हती. सर्व धर्मांतले पुरुष अनेक विवाह करीत आणि ते कायद्याने मान्यही होते, पण माझ्या आईच्या पूर्वजांपैकी एकाने त्यांची पत्नी हयात असतानाच दुसरा घरोबा करण्याचा निर्णय घेतला, तेव्हा त्यांना त्यांच्या मुलांनीच कडवा विरोध केला (ही बर्जोर्जींची दुसरी पिढी), तरीही त्यांनी दुसरा घरोबा केला तेव्हा त्या कृत्याचा निषेध म्हणून ते पुत्रगण तिरीमिरीत घर सोडून बाहेर पडले आणि एका बोटीतून प्रवासाला निघाले. कुठे जायचं आहे, कुठे पोहोचायचं आहे, याचा विचारही न करता त्यांनी बोट हाकारली.

तीन महिन्यांच्या निरुद्देश प्रवासात तहान, भूक अशा संकटांचा सामना करून अखेरीस ते इरावाडी नदीच्या मुखापाशी पोहोचले. नदीतून वर जाऊन रंगूनच्या बंदरात त्यांनी बोट नांगरली. रंगूनमध्ये त्यांनी मुक्काम केला, तिथे ते रमले, स्थिरावले, यशस्वी झाले, त्यांची चांगली भरभराट झाली. त्या काळी ब्रह्मदेशात राजा थीबा याचे राज्य होते. बर्जोर्जी बंधूंनी मोठ्या हिकमतीने राजाशी संधान बांधले, त्याच्या खास मर्जीतील माणसांत स्थान मिळवले आणि राजाच्या टपाल व्यवस्थेच्या कामाची संपूर्ण जबाबदारी त्यांनी संपादन केली. राजा थीबा रंगेल होता, रसिक होता, पण तेवढाच क्रूर मनोवृत्तीचा होता. त्याने राज्यपदावर येताना त्या पदावर हक्क सांगणाऱ्या अन्य तीस दावेदारांचा निष्ठूरपणे काटा काढला होता. कुणाकडूनही त्याच्या आज्ञेचा भंग झालेला त्याला सहन होत नसे. त्याची आज्ञा तो देवाज्ञेहूनही श्रेष्ठ मानीत असे. अशी कथा सांगतात की – त्याची पट्टराणी एकदा गंभीर आजारी

पडली, तेव्हा त्याने राजाश्रयाखालील बौद्धविहारात राहणाऱ्या, पितवस्त्र परिधान करणाऱ्या बौद्धधर्मीय भिक्षुंना, राणी आजारातून बरी व्हावी म्हणून देवाची प्रार्थना करण्याची आज्ञा फर्मावली. सगळ्या भिक्षुंनी रात्रभर मनोभावे आज्ञापालन केले, प्रार्थना केली पण तरीही राणी मरण पावली. थीबा राजाने आपल्या सैन्याकडून तो बौद्धविहार पाडून, जमीनदोस्त करून टाकला!

हा ब्रह्मदेशचा शेवटचा राजा. ब्रिटिशांनी डिसेंबर, १८८५मध्ये त्याचा पराभव केला. त्याच युद्धाचे इतिहासात 'थर्ड बर्मीज वॉर' – 'बर्माचे तिसरे युद्ध' – असे वर्णन केले आहे. याच युद्धात थीबा राजा राज्यभ्रष्ट झाला, हद्दपार झाला, तेथील राज्यसत्ता संपुष्टात आली आणि ब्रह्मदेश (भारताप्रमाणेच) ब्रिटिश सत्तेच्या अमलाखाली आला, तिथेही 'ब्रिटिश राज' आले.[३]

१९३०च्या दशकात मी माझ्या आई-वडिलांच्या प्रेमळ मायेच्या सावलीखाली रंगूनमध्येच लहानाचा मोठा झालो (रंगून ब्रह्मदेशाची राजधानी होती.). मी त्यांचा 'एकुलता एक' आणि म्हणूनच लाडका होतो, 'लाडाने बिघडलेला' होतो म्हटले तरी अतिशयोक्ती झाली नसती. आम्ही त्या वेळी रॉयल लेकजवळच्या एका भाड्याच्या दुमजली बंगल्यात (केनेडी हाउस नाव होतं त्याचं.) राहत होतो. 'निरभ्र, सुखी बालपण' असे मी माझ्या लहानपणाचे वर्णन करू शकतो. आमच्या आयुष्यावर काळ्या ढगांनी आक्रमण केले ते माझ्या वयाच्या बाराव्या वर्षी. डिसेंबर, १९४१मध्ये. जपानी सेनेने रंगूनवर बॉम्ब वर्षाव केला, ब्रह्मदेशावर आक्रमण केले आणि संपूर्ण देश पादाक्रांत करून आपल्या ताब्यात घेतला. पाच वर्षांचा असताना मला 'ऑल बर्मा रेडिओ'वरून प्रक्षेपित होणाऱ्या खास लहान मुलांच्या कार्यक्रमात भाग घेण्याची संधी मिळाली होती, तेव्हा मी आनंदाने उत्तेजित झालो होतो. मी भाषणही करणार नव्हतो किंवा कविताही म्हणणार नव्हतो. 'रॉनडिव्हु' नावाचा मनाची पकड घेणारा एक अतिशय सुंदर असा संगीताचा तुकडा होता – तो मी – तोंडाने म्हणणार नव्हतो, वा कुठल्या वाद्यावरही वाजवणार नव्हता – शिळेवर वाजवणार होतो! माझ्या मते माझा कार्यक्रम खूपच छान झाला होता, लोकांना आवडलाही होता, पण त्यानंतर तशा शिट्टीवर गाणं किंवा संगीत वाजवण्याच्या कार्यक्रमाचे मला परत कधीच आमंत्रण आले नाही!

मी सहा वर्षांचा होतो, त्या वेळची एक आठवण आहे. तेव्हा मी पहिलीत होतो. आमच्या शाळेत मुलं-मुली एकत्र शिकत असत. एके दिवशी आमच्या शाळेच्या मुख्याध्यापिका (गर्विष्ठ, खाष्ट अशा मिसेस हार्डी!) विद्यार्थ्यांच्या सकाळच्या सभेत आल्या आणि त्यांनी जाहीर केले की, राजे सहावे जॉर्ज यांचे निधन झाले आहे; त्यानिमित्त शाळेला सुट्टी देण्याचा आदेश आल्याचे त्यांनी सांगताच मुलांनी ओरडून त्यांचा आनंद व्यक्त केला, परंतु मिसेस हार्डी यांनी लगेचच त्या ती सुट्टी रद्द करीत

आहेत, अशी घोषणा केली. या त्यांच्या कृतीबद्दल शिक्षणाधिकाऱ्यांकडून शाळेला सणसणीत दंड ठोठावण्यात आला. हे आम्हा मुलांना कळले, तेव्हा आम्ही आपापसांत 'बाईंना अस्संच पाहिजे,' असे कुजबुजलोसुद्धा. पुढील वर्षी मी मुलांच्या शाळेत दाखल झालो. त्या शाळेचे प्रिन्सिपॉल एल.एस. बूट हे जरा गंभीर, विचारी गृहस्थ होते. मी एक सामान्य प्रतीचा विद्यार्थी होतो. एका इयत्तेतून पुढच्या इयत्तेत प्रवास करत मी सातवीत पोहोचलो. त्या वर्षी डब्ल्यू.डब्ल्यू. रॉलिन्स आमचे वर्गशिक्षक होते. अतिशय उत्कृष्ट शिक्षक! स्वत: तयार केलेल्या नकाशांच्या साहाय्याने ते रूक्ष असा भूगोल विषयही मनोरंजक बनवीत असत. त्यांच्या भूगोलाच्या तासांनी माझ्या मनावर उमटवलेला ठसा कधीच पुसला गेलेला नाही.

७ डिसेंबर, १९४१ या दिवशी पर्ल हार्बरवर बॉम्बहल्ला चढवून जपानने मित्रराष्ट्रांविरुद्ध युद्ध जाहीर करेपर्यंत आमच्या रंगूनमधील शांत, संथ, सुखी जीवनात कुठलीही वादळं नव्हती, कसलीही खळबळ नव्हती, पण त्यानंतर एकाच आठवड्यात रंगून हवाई हल्ल्यांचे मुख्य लक्ष्य बनले. आम्हाला अत्यंत प्रखर, आततायी आणि अविरत अशा बॉम्बवर्षावाचा सामना करावा लागला. हवाई हल्ल्यापासून बचाव करण्यासाठी घरापेक्षा जास्त वेळ आमच्या बागेत उभारलेल्या तात्पुरत्या संरक्षक निवाऱ्यातच काढणे भाग पडत असे. लवकरच आम्हाला मंडालेच्या उत्तरेकडे राहायला जागा देण्यात आली. ही आपत्ती आणि त्यावरील हा उपाय अल्पकालीन आहे, ही तात्पुरती व्यवस्था आहे, अशी आमची समजूत करून देण्यात आली होती. त्या वेळचे ब्रह्मदेशचे गव्हर्नर कर्नल सर रेजिनाल्ड ह्यू डॉर्मन-स्मिथ यांनीच युद्ध परिषदेच्या एका बैठकीत माझ्या वडिलांना अगदी आत्मविश्वासपूर्वक आश्वासन दिले होते की, 'सॅम, तुम्ही जरासुद्धा काळजी करू नका. फार तर दोन महिने! त्याच्या आतच आम्ही या जपान्यांपासून सुटका करून घेतो!' माझ्या वडिलांनी अर्थातच त्यावर विश्वास ठेवला. युद्ध परिषदेचे खुद्द अध्यक्षच कसे चुकीचे सांगतील? माझे वडील फसले. ती गव्हर्नर यांची चूक होती, फार मोठी – अगदी घोडचूक होती! डॉर्मन-स्मिथ यांच्या अपेक्षेच्या संपूर्ण विरुद्ध घडले. जपानी आक्रमण जितके प्रखर, हिंसक होते, तितकेच ते वेगवान होते. त्याने आमचा राजधानीत परतण्याचा मार्ग कायमचा तोडूनच टाकला!

आम्हाला खुष्कीच्या दीर्घ मार्गाने भारताच्या दिशेने कूच करण्याखेरीज अन्य पर्यायच राहिला नाही. जे काही थोडे फार बरोबर बांधून घेऊन आम्ही मंडालेला आलो होतो, तेवढेच आता आम्हाला पुढे नेता येणार होते – त्यात वडिलांच्या ऑफिसच्या कागदपत्रांच्याच बऱ्याच बॉक्सेस होत्या (जीवन विमा पॉलिसीज आणि जनरल इन्श्युरन्स पॉलिसीज). कंपनीच्या मुंबईस्थित मुख्य ऑफिसने ही महत्त्वपूर्ण कागदपत्रे काळजीपूर्वक वागवण्याच्या आणि ते वाचवण्याच्या माझ्या वडिलांच्या विचारी

धोरणाचे आणि त्यासाठी केलेल्या धाडशी परिश्रमांचे खूप कौतुक केले. हा प्रवास काळजीने ग्रासलेल्या, भयंकर घटनांनी भरलेल्या (माझ्यासाठीही अतिशय संस्मरणीय) अशा एकूण एकवीस दिवसांचा होता. प्रथम जंगलातून, बैलगाड्यांतून (जवळ जवळ सात दिवस), नंतर अपर चिंडविन नदीतून बोटीत बसून (तोही एका आठवड्याहून थोडा जास्तच) आणि शेवटी डोंगर-दऱ्यांतून, उभ्या चढणींच्या पर्वतराजींतून पायी आणि कधीमधी डोल्यात[४] बसून भारत बर्मा सीमेवर पोहोचेपर्यंतचा प्रवास. या प्रवासात ना आम्हाला कुठल्याही प्रवासी कंपनीचे अथवा मार्गदर्शकाचे साहाय्य लाभले, ना त्या भागाच्या नकाशांची मदत! पण प्रवास सनसनाटी, रोमांचक झाला. डोंगराळ प्रदेशांतून पायी चाललो असताना एकदा केवळ परमेश्वरकृपेने आम्ही हत्तीच्या पायदळी तुडवले जाण्यापासून बचावलो. 'द बॉम्ब बर्मा ट्रेडिंग कॉर्पोरेशन' या कंपनीने चारशे प्रशिक्षित हत्तींचा ताफा बाळगला होता. ते हत्ती रंगूनमध्ये बर्माच्या दक्षिणेकडील भागातल्या जंगलातल्या झाडांच्या लाकडाची वाहतूक करण्याच्या कामी वापरले जात. युद्धामुळे त्यांना उत्तरेकडे हलवण्यात आले होते, फक्त कॉर्पोरेशनच्या वरिष्ठ आधिकाऱ्यांचे सामानसुमानाचे बोजे 'ब्रिटिश इंडिया'कडे वाहून नेण्याच्या कामी जुंपण्यात आले होते.

आमचे सामान मणिपुरी हमालांनी उचलले, प्रवासाच्या सुरुवातीलाच आम्ही त्यासाठीच त्यांची नेमणूक केली होती. ते मणिपुरी हमाल हत्तींना कमालीचे घाबरायचे. इतके की, त्यांच्या ताफ्याची चाहूल लागली, तरी एकेक तास ते एका जागी खिळून राहायचे, त्यांच्या दूरवर जाण्याची खातरी पटेपर्यंत पुढे सरकायला नकार द्यायचे. असाच एकदा एकोणीस हत्तींचा एक कळप जाईपर्यंत आम्ही खोळंबून राहिलो होतो. ते पुरेसे दूर गेल्याची शहानिशा करून आम्ही आमच्या डोल्या हलवल्या, बाकीच्यांनी पायी चालायला प्रारंभ केला. पंधरा एक मिनिटं उलटली असतील, आम्ही एका अरुंद अशा पायवाटेनं जात होतो. एका बाजूला खोल दरी आणि दुसऱ्या बाजूला उंच सुळका! तेवढ्यात आम्हाला समोरून एक हत्ती, एकटाच, सोंड वर करून, मान हलवीत-हलवीत येताना दिसला. त्याच्याबरोबर त्याचा माहूत काही दिसत नव्हता. त्या एकट्याच मोकळ्या सुटलेल्या हत्तीला पाहताच गर्भगळीत झालेल्या हमालांनी हातातले सामान त्या अरुंद वाटेवर टाकून दिले आणि ते सर्व जण जिवाच्या भीतीने, चपळाईने डोंगराच्या बाजूला असणाऱ्या झाडांवर कसेबसे चढून बसले. आम्हालाही दरीची बाजू टाळून डोंगराच्या आश्रयाने अंग चोरून उभं राहण्याखेरीच गत्यंतर नव्हते.

माझ्या आई-वडिलांनी देवाचा धावा आरंभला. 'सगळं संपलं' अशा भीतीने त्यांना घेरले, तेवढ्यात त्या हत्तीच्या कळपांची जबाबदारी असणाऱ्या लोकांच्या गटाचा प्रमुख, एक इंग्लिश तरुण, हरवलेल्या हत्तीच्या शोधात तिथे आला. तो

हत्तींचा प्रशिक्षकही होता. हत्ती एव्हाना आमच्यापासून तीस यार्डांवर पोहोचला होता. (आम्हाला त्याने नक्कीच पायदळी चिरडून टाकले असते.) आमची कठीण अवस्था पाहताच त्या अनुभवी तरुणाने बर्मी भाषेत त्या हत्तीला हाकारायला सुरुवात केली, 'शांबा, शांबा, प्याम बा! प्याम बा! (हत्ती, हत्ती, मागे जा! मागे जा!)'. त्या महाकाय हत्तीच्या छोट्याशा शिक्षित मेंदूत बहुतेक काहीतरी टिकटिक झाली असावी, योग्य तो संदेश पोहोचला असावा. त्याने थबकून त्याच्या प्रशिक्षकाचा आवाज ऐकला आणि शहाण्या विद्यार्थ्यासारखे त्याला दिल्या गेलेल्या आज्ञेचे पालन केले. तो मागे वळला आणि लवकरच दिसेनासा झाला. आम्ही हमालांना विनंती करून अरुंद पायवाटेवर त्यांनीच अस्ताव्यस्त टाकून दिलेलं आमचं सामान उचलून मार्गक्रमणा करण्यास राजी केले आणि झपाट्याने पुढे निघालो. थोड्या दिवसांनी इंफाळमधील एका निर्वासितांच्या कँपवर तोच इंग्लिश तरुण प्रशिक्षक आम्हाला भेटला. त्याने आम्हाला सांगितले की, त्या दिवशी मोकाट सुटलेल्या त्या हत्तीला काबूत आणायला त्याला बराच त्रास पडला होता....

ब्रह्मदेशातून बाहेर पडतानाच्या जिकिरीच्या प्रवासात खाण्याचे हालच होते. आईने दूरदृष्टीने, विचारपूर्वक बरोबर बाळगलेली बिस्किटे आणि मिठाईचा साठा सोडल्यास दुसरे काहीच अन्न असे मिळाले नव्हते. फेब्रुवारी, १९४२च्या प्रारंभी आम्ही इंफाळमधल्या निर्वासित कँपमध्ये पोहोचलो तेव्हा तीन आठवड्यांच्या प्रदीर्घ काळानंतर पहिले गरम जेवण आमच्या पोटात पडले. याच कँपमध्ये असताना रंगून जपानी सेनेच्या हातात पडल्याची दुःखद वार्ता आम्हाला कळली...! म्हणजे आता 'परत जाणे' नव्हते! आम्ही डिमापूर येथे ट्रेनमध्ये बसून प्रथम कलकत्त्याला (आताचे कोलकाता) आणि तिथून दुसरी ट्रेन पकडून दिल्लीला (अजून दिल्लीच!... नशीब!!) गेलो. वडिलांचे जुने जवळचे मित्र डॅडी कूपर आणि त्यांची पत्नी रुट्टी यांच्याकडे आम्ही काही दिवस राहिलो. त्या कुटुंबाने मोठ्या प्रेमाने आम्हाला त्यांच्या बाराखंबा रोडवरील प्रशस्त बंगल्यात आसरा दिला.

आम्ही ब्रह्मदेशातून निर्वासित झालो तेव्हा आमचे घरदार उद्‌ध्वस्त झाले होते. आम्ही निराश्रित होऊन दिल्लीत पोहोचलो. तो माझ्या आयुष्यातला 'कलाटणी देणारा' पहिला प्रसंग होता.

सर्वप्रथम माझ्यासाठी शाळेचा शोध सुरू झाला. माझ्या शिक्षणात खंड पडला होता (मी त्या वेळी सातवीत होतो.) तेव्हा मला मध्येच प्रवेश देईल, अशी शाळा माझे पालक शोधू लागले. अखेरीस १९४२-४३च्या सत्रासाठी मला सिमल्याच्या बिशप कॉटन स्कूल (बी.सी.एस.)च्या ज्युनियर केंब्रिज क्लासमध्ये दाखल करण्यात आले. ही गोष्ट काही (सध्याच्या काळात) मान वर करून चारचौघांत सांगण्यासारखी नाही, कारण नोएडातला (उत्तर प्रदेश) एका पाठोपाठ एक खून करणारा एक

कुप्रसिद्ध खुनी त्याच शाळेचा माजी विद्यार्थी असल्याचे नुकतेच जाहीर झाले आहे! (अर्थात, हे तितकसं महत्त्वाचं नाही – कारण मी कितीतरी वर्षं आधीच त्या शाळेतून बाहेर पडलो आहे!!)

बी.सी.एस. हे प्रोटेस्टंट चर्चच्या नियंत्रणाखालील – म्हणजे प्रेझबिटीरियन – स्कूल होते आणि त्यामुळे एक धर्मगुरू (पाद्री) आमचे प्रिन्सिपॉल होते. चर्चच्या अधिकारश्रेणीत त्यांचे स्थान बिशपच्या खालचे होते आणि ते स्थान 'कॅनन' या नावाने ओळखले जाई. स्वयंचलित तोफेलाही 'कॅनन' हाच शब्द (निराळ्या स्पेलिंगचा) असल्याने 'मी 'न उडणारी' तोफ आहे!' हा त्यांचा खास आवडता विनोद ते वारंवार ऐकवायचे. प्रत्येक वर्षी शिक्षण पूर्ण करून शाळेबाहेर पडणाऱ्या विद्यार्थ्यांना आमचे हे प्रिन्सिपॉल – कॅनन सिंकर – अतिशय निराशाजनक, उद्वेगजनक शब्दांत निरोप द्यायचे. म्हणायचे, 'माझ्या मुलांनो, मी तुमच्यासाठी अडचणींनी पुरेपूर भरलेल्या आयुष्याची कामना करतो!!'

ते वाक्य त्या वेळी शापवाणी वाटायची, त्यातली दुष्टता राग आणायची. आम्ही त्यांना मनातल्यामनात शिव्याच द्यायचो, पण माझ्यावर विश्वास ठेवा, आज ऐंशी वर्षांनंतर, आयुष्याच्या शाळेचा कठीण, खडतर अनुभव घेतल्यानंतर, मला त्या वाक्याचा गर्भितार्थ कळला आहे, त्या 'आशीर्वादा'तले आणि तो देणाऱ्या आमच्या त्या 'कॅनन'सरांचे सखोल शहाणपण प्रतीत झाले आहे. आयुष्याच्या सुरुवातीच्या काळात जेव्हा तुमच्या वाटेत अडचणी उभ्या राहतात, तेव्हा तुम्ही ज्या पद्धतीने त्यांचा सामना करता, त्यांना सामोरे जाता, त्यांच्यावर मात करता, त्यातूनच तुमच्या व्यक्तिमत्त्वाची जडणघडण होत असते, ते सुदृढ बनवायला मदत मिळत असते हे मला पूर्णतया पटलं आहे.

त्या काळी सिमला हे आरोग्यदायक, हितकारक असं थंड हवेचं ठिकाण होतं. ब्रिटिशांच्या ढळत्या वैभवाच्या, दिमाखाच्या खुणा जागोजागी वागवीत होतं. अंगात कोट घातलेला असल्याशिवाय कुणीही बाजारातील रस्त्यावरून हिंडत नसे. (उघड्या गळ्यांचे बुशशर्ट म्हणजे 'निषिद्ध'च). पंजाबचे गव्हर्नर आणि 'इंडियाचे कमांडर इन चीफ' या दोघांच्या गाड्यांचा सन्माननीय अपवाद सोडला, तर दुसऱ्या कोणाच्याही गाडीला बाजारातून जायला-यायला परवानगी नव्हती. सिमल्यात नैसर्गिक सौंदर्याची अमाप श्रीमंती होती. विशेषत: पाऊस पडून गेल्यानंतर, म्हणजे ऑक्टोबरमधले सूर्यास्त अवर्णनीय असायचे. १९४२ ते १९४४ ही दोन वर्षं, जेव्हा मी बी.सी.एस.मध्ये होतो, तेव्हा ब्रिटिश इंडियातल्या राजकीय घडामोडींना प्रचंड वेग आला होता. त्याचा एक परिणाम असा की, मला त्या काळात सिमल्यामध्ये क्रिप्स मिशनचे प्रमुख सर स्टॅफॉर्ड क्रिप्स यांना आणि कमिशनच्या इतर सदस्यांना पाहता आलं (भेटता नाही आलं!). गळाबंद जाकिटासकट रुबाबदार सूट घातलेल्या बॅरिस्टर

एम. ए. जिना यांना ऑटोरिक्षामधून जाताना मी बघितलं. एक दिवस तर सेसिल हॉटेलच्या मागच्या बाजूने जात असताना घोड्यावरून वेगाने दौडत जाणारे पंडित जवाहरलाल नेहरूही मला दिसले. त्यांना पाहताच मी उत्स्फूर्तपणे ओरडलो, 'गुड मॉर्निंग सर!' आणि त्यांनीही उत्साही स्वरात, खणखणीत आवाजात 'गुड मॉर्निंग' असा प्रतिसाद दिला आणि ते वेग कमी न करता पुढे गेले. माझ्या आनंदाला पारावार राहिला नाही. एका महान व्यक्तीचे ओझरते, पण अविस्मरणीय दर्शन!!

लॉर्ड लिनलिथगो हे ब्रिटिश शासनकाळातले सर्वांत जास्त काळ पदावर असलेले व्हाइसरॉय होते. ते निवृत्त झाले (सन १९४३) तेव्हा त्यांना निरोप देण्यासाठी आमच्या बी.सी.एस.मधील काही विद्यार्थ्यांना 'व्हाइसरॉय लॉज' या त्यांच्या निवासस्थानी नेण्यात आले होते. आम्ही निघताना अगदी उत्साहात होतो. साहेबाच्या घरी आपल्याला लुसलुशीत बनपाव आणि गरम-गरम कोको देऊन आमच्या 'छोटा सिमला' या भागातून जवळ-जवळ सहा मैलांचं अंतर पायी तुडवून जातानाच्या श्रमांचा परिहार होईल अशी आशा बाळगून होतो, पण तसं काहीच घडलं नाही. उलट शिक्षकांनी व्हाइसरॉय लॉजच्या प्रवेशद्वारात, कोसळत्या पावसात आम्हाला रांगा धरून उभे राहायला लावले आणि नोबल लॉर्ड व्हाइसरॉय प्रभृती त्यांच्या भव्य रोल्स रॉइसमध्ये बसून घरंगळत जाताना नुसते बघायला लावले. त्या थोर विभूतीनेही पावसात चिंब भिजत उभ्या असलेल्या आम्हा पामरांकडे पाहून केवळ हात हलवण्याची तसदी घेतली, तीही गाडीच्या खिडकीची काचही खाली न करता! एवढा छळ सहन करून कंटाळलेल्या, वैतागलेल्या आम्ही विद्यार्थ्यांनी त्यांना भरभरून शिव्याशापच दिले! त्या व्हाइसरॉय यांचे नाव व्हिक्टर होप – म्हणजे त्यांचे आडनाव 'आशा' – असे होते. आमची मि. 'आशा' यांच्याशी झालेली ही पहिली आणि अखेरची अत्यंत 'निराशाजनक' भेट! होप यांचा कुटुंबकबिला म्हणजे खूप मोठा बारदाना होता. अशी एक कथा प्रचलित आहे की, एकदा या 'होप' यांच्या विशाल गणगोताला बिशप ऑफ कलकत्ता यांच्या प्रवचनाला हजर राहावे लागले. लॉर्ड लिनलिथगो यांनी 'इंडियन होमरूल'च्या चळवळीविषयी जी भूमिका घेतली होती त्याविरुद्ध त्या कलकत्त्याच्या बिशपने त्यांच्यावर कडक टीकेचा भडीमार केला होता, त्यांच्यावर जोरदार हल्लाच चढवला होता. मनात त्यांच्याविषयी राग धुमसत असलेल्या बिशपने आपल्या लांबलचक आणि रटाळ प्रवचनाचा शेवट करताना व्हाइसरॉय आणि त्यांचा लवाजमा ज्या बाकांच्या रांगांमध्ये बसला होता त्यांच्याकडे स्पष्ट निर्देश केला आणि अखेरचे वाक्य उच्चारले, '...आणि अखेरीस आपल्या जवळ उरली ती फक्त भग्न 'आशां'ची फौज!!'

बी.सी.एस. बोर्डिंग स्कूलमध्ये काढलेली दोन वर्षं फारशी सुखकर नव्हती, (मी मनाने दुबळा होतो, भावनाशील होतो, म्हणावा तितका उत्साही नव्हतो.) पण तरीही

हातात 'बॅचलर ऑफ लॉ'ची पदवी घेतलेले – विद्यापीठाच्या पोशाखात रुबाबात उभे – फली नरीमन

मी माझी सिनियर केंब्रिजची परीक्षा मात्र पहिल्या वर्गात उत्तीर्ण झालो, याचा मला सार्थ अभिमान होता. मुंबईच्या सेंट झेवियर्स कॉलेजमध्ये आर्ट्‌सच्या पहिल्या वर्षाला मी प्रवेश घेतला. ते कॉलेज कॅथॉलिक पंथीय ख्रिश्चनांचे होते आणि मुख्यत्वे करून सोसायटी ऑफ जीझसमधील फादर्सच आम्हाला शिकवायला असत. मी सेंट झेवियर्समध्ये चार वर्षं काढली (१९४४ ते १९४८) आणि तिथूनच पदवी प्राप्त केली.

मला असे वाटते की, कोणत्याही शैक्षणिक संस्थेची महानता ही तिथे तुम्हाला ज्यांनी शिकवले, घडवले, त्यांची आठवण तुमच्या मनात पन्नास वर्षांच्या प्रदीर्घ कालावधीनंतरही ताजी, जागी, जागती राहिलेली असते की नाही, त्यांच्याविषयी तुमचे मन कृतज्ञतेने तितकेच भरलेले असते की नाही, त्यांच्या उल्लेखाने तुमचे मस्तक विनम्र होते की नाही, यावर ठरते. माझ्या मनात आजही ती आठवण जागी आहे, माझी मान आजही आदराने झुकलेली आहे. मला माझ्या असामान्य प्रतिभेच्या शिक्षकोत्तमांची आतिशय आदराने आणि तितक्याच प्रेमाने, मायेने आठवण येते. रेव्हरंड फादर डूर हे 'सोसायटी ऑफ जिझस'चे सभासद होते. ते त्यांच्या नावापुढे 'एस.जे.' असे बिरुद लावीत असत. रेव्हरंड फादर हेरास (एस.जे.) आणि रेव्हरंड फादर जेन्स (एस.जे.) हे सर्व जण भारतात राहिले, भारतातच ज्ञानदानाचे पवित्र कर्तव्य करीत राहिले आणि कृतार्थ आयुष्य घालवून याच भूमीत निवर्तले. रेव्हरंड फादर फेल, (एस.जे.) यांच्याविषयीही अनेक जुन्या आठवणी माझ्यापाशी आहेत.

उंच आणि ताठ यष्टीचे फादर डूर दर आठवड्याला आम्हाला एक तासभर जगाचा इतिहास शिकवायचे. पाच नंबरच्या वर्गात (त्यात शेकडो विद्यार्थी मावायचे.) त्यांचा घणाघाती आवाज दुमदुमायचा, वर्गाबाहेरही स्पष्ट ऐकू यायचा. बॅबिलोनियन आणि पर्शियन वंशातले राजे, महाराजे, भारतीय सम्राट यांची नामावळी, वंशावळ, त्यांच्या कृष्ण-धवल कारकिर्दी, मानवसंस्कृतीच्या उगमापासूनच्या काळातील अनेक महान तत्त्ववेत्ते, विचारवंत, कवी यांचे मौलिक विचार, त्यांची अजरामर वक्तव्ये अशी बौद्धिक मेजवानी आम्हाला त्यांच्या भाषणातून मिळायची. आम्ही त्या ज्ञानगंगेत

सचैल स्नान करायचो, तृप्त व्हायचो. कधी इतके भारावून जायचो की, वहीत नोंदी करून घेणेही विसरून जायचो, केवळ मंत्रमुग्ध होऊन नुसतेच ऐकत राहायचो. फादर डूर हे खरे लक्झम्बर्ग येथील एका राजघराण्यात जन्मलेले होते, पण त्यांच्या वयाच्या एकोणिसाव्या वर्षी त्यांना 'ईश्वरी संकेत' मिळाला. त्या हाकेला त्यांनी 'ओ' दिली. घरादाराचा, राजवैभवाचा त्याग करून ते 'जेसुइट ऑर्डर' म्हणजेच 'सोसायटी ऑफ जीझस'चे सभासद झाले. १९४०च्या दशकात ते जेव्हा आम्हाला शिकवीत होते, त्यावेळपर्यंत त्यांनी आठ निरनिराळ्या युरोपियन भाषा आत्मसात केल्या होत्या, त्यातल्या पाच भाषांवर तर त्या भाषा विद्यार्थ्यांना शिकवण्याइतके प्रभुत्व त्यांनी प्राप्त केले होते. (म्हणजेच त्या भाषांतील वाङ्मयही त्यांनी अभ्यासले होते.) फादर डूर यांच्यावर युरोपियन भाषा, संस्कृती यांचा इतका पगडा असूनही ते मनाने मात्र भारतीय होते. ते आमच्याजवळ नेहमी इच्छा व्यक्त करायचे की, त्यांच्या मृत्यूनंतर त्यांचा देह सेवरी (शिवडी) येथील कबरस्तानातच पुरला जावा. (मुंबईतील या कबरस्तानात अनेक ख्रिश्चन पुण्यात्म्यांनी चिरनिद्रा घेतली आहे.) मी कॉलेज सोडून गेल्यानंतर काही वर्षांतच मला कळले की, त्यांची ती इच्छा पूर्ण झाली!

सेंट झेव्हियर्समधल्या विद्यार्थ्यांच्या अनेक पिढ्यांना – म्हणजे आम्हा 'झेव्हियराइट्स'ना – रेव्हरंड फादर हेरास खूपच परिचित, जवळचे, 'आपले' वाटले आहेत. त्यांचे खांद्यांपर्यंत पोहोचणारे पांढरे केस आणि छातीवर रुळणारी पांढरी शुभ्र दाढी यामुळे ते बायबलमधील प्रेषितासारखे नव्हे! आपल्या हिमालयातील बर्फाच्या गुहेत बसून तपश्चर्या करणाऱ्या एखाद्या तेजस्वी ऋषीसारखे दिसत. 'सिंधू नदीच्या खोऱ्यातील संस्कृती'च्या – इंडस व्हॅली सिव्हिलायझेशन – इतिहासाचे ते गाढे अभ्यासक होते. फादर हेरास यांनी सर्वप्रथम त्या भागातील मोहेंजोदारो येथील सांकेतिक लिपीतील लिखाणाचा अर्थ लावला. फादर हेरास हे मोहेंजोदारो (जिला 'सिटी ऑफ डेड' असं म्हणतात.) हे मूळचे आर्यांचे स्थान नसून ते द्राविडीयन लोकांचे होते, असे मानणाऱ्या काही मोजक्या इतिहासतज्ज्ञांपैकी एक होते. जेवढी त्यांची बुद्धी तेजस्वी, तेवढीच त्यांची वाणी मृदू, मधुर. त्यांच्या पुनर्भेटीचा एक सुवर्णयोग माझ्या आयुष्यात आला तोही माझी पत्नी माझ्यासमवेत असताना. आम्ही आमच्या मधुचंद्रासाठी ऑक्टोबर, १९५५मध्ये कोडाइकॅनाल येथे गेलो असताना ख्रिश्चन धर्मगुरूंना शिक्षण देणाऱ्या तिथल्याच एका सुंदर संस्थेत ते आम्हाला भेटले. आम्ही पूर्वस्मृतींना उजाळा दिला, त्या गतदिवसांच्या आठवणीत रमलो. त्यानंतर दोनच महिन्यांनी मला ते ख्रिस्तवासी झाल्याचे समजले.

रेव्हरंड फादर जेन्स हे वेगळंच व्यक्तिमत्त्व होतं. त्यांच्या चालण्याची पद्धत थोडी विचित्र, बेडौल होती. आम्ही पारशी लोक प्रार्थनेच्या वेळी डोक्यावर ज्या पद्धतीची टोपी घालतो, त्याच्याशी साम्य असणारी टोपी ते एका डौलदार कोनात

डोक्यावर घालायचे. त्यांनी इतिहासाची पुस्तके लिहिली होती. आमचे त्यांच्याबरोबरचे एक ठरलेले संभाषण व्हायचे. कॉलेजच्या वर्गासमोरील कॉरिडॉरमध्ये ते आमच्या समोरून चालले असले की, दरवेळी आम्ही त्यांना अभिवादन करून 'सर, कसे आहात?' हाच प्रश्न विचारायचो आणि तेही दरवेळी न चुकता (गालातल्या गालात हसत) उत्तर द्यायचे, 'ब्रिटिश साम्राज्यासारखा! हळूहळू ढासळतोय!!'

रेव्हरंड फादर फेल हेही एक आगळंच रसायन होतं. ते फादर डूर यांचे लांबचे भाऊ होते (आणि त्या नात्याचा त्यांना अभिमान होता.). त्यांच्या वागण्या-बोलण्यात नर्म विनोद होता. खरं म्हणजे कॉलेजमध्ये त्यांच्या विनोदाचा आणि पर्यायाने सगळ्यांच्या हसण्याचा पहिला विषय मीच बनलो होतो. कला शाखेच्या पहिल्या वर्षाच्या वर्गाला ते फ्रेंच शिकवायचे (त्या वेळी पहिल्या वर्षाच्या प्रत्येक वर्गात चारशेहून अधिक मुले-मुली असायची). मुले आणि मुली वर्गात वेगळी वेगळी बसायची आणि बसण्याच्या जागा आमच्या रोल नंबरप्रमाणे असायच्या, पण मी ब्रह्मदेशातून आलो होतो आणि माझा फ्रेंच भाषेशी काहीही परिचय नसल्यामुळे मला पहिल्या रांगेत बसवले होते. फादर फेल त्यांच्या कठीण प्रश्नांचा मारा करताना कधीही आमच्या नावाने बोलवायचे नाहीत, कायम आमच्या नंबरानेच आम्हाला पुकारायचे आणि उत्तर विचारायचे आणि मी त्यांचे आवडते 'गिऱ्हाईक' होतो. माझा नंबर सतत पुकारला जायचा आणि त्यामुळे तो वर्गातल्या सगळ्या मुला-मुलींच्या चांगलाच ध्यानात राहिला होता. एकदा त्यांनी मला 'ॲप्रेंडर' हा फ्रेंच शब्द 'पाझ'[६] करण्यास सांगितला, म्हणजेच त्याचे वाक्यातले व्याकरणदृष्ट्या स्थान विचारले. मला काहीच येत नव्हते आणि त्यामुळे मी गप्प उभा राहिलो होतो. फादरनी नाट्यपूर्ण रीतीने दोन्ही हात वर फेकत त्यांची निराशा, हताशपणा दर्शविला आणि मोठ्या आवाजात माझ्या नंबराचा पुकारा करीत विचारले, 'नंबर-३०८, मला सांगा, आपण कोणत्या शाळेत जात होतात हो?'

एका पब्लिक स्कूलमधून पहिल्या वर्गात उत्तीर्ण होऊन, उज्ज्वल असे यश प्राप्त करून बाहेर पडलेला मी पंधरा वर्षे वयाचा युवक होतो. अभिमानाने छाती फुगवून मी ताठ मानेने सांगितले, 'बिशप कॉटन स्कूल, सिमला.' 'सिमला?' फादर उपहासाने म्हणाले, 'अरे गृहस्था, एवढं थोडंसं शिकायला इतक्या लांब, इतक्या उंचावर जायची काय गरज होती?'

काही वर्षांनंतर मी हा प्रसंग, हा त्यांचा शेरा पूर्णपणे विसरलो होतो, पण माझा एक अगदी जुना आणि जिवलग मित्र रुसी लाला याने मी सोयीस्कररित्या विसरून गेलेल्या त्या कटू प्रसंगाची मला परत आठवण करून दिली. माणसाची स्मरणशक्ती कशी चोखंदळ असते पाहा! आपल्याविषयी बोलल्या गेलेल्या अप्रिय गोष्टी ती गाळून टाकते आणि कधी-कधी प्रत्यक्षात न घडलेल्या गोष्टीसुद्धा काल्पनिक

कॉलेजच्या मित्रपरिवारासमवेत फली नरीमन (बसलेले – डावीकडून पहिले)

आठवणींच्या स्वरूपात सांभाळून ठेवते! (याविषयी पुढे बोलूच!)

फादर फेल यांनी माझी केलेली हेटाळणी, त्यांचे उपहासपूर्ण बोलणे यांमुळे माझ्या मनात त्यांच्याबद्दल जराशी अढी नक्कीच निर्माण झाली होती, पण त्याचबरोबर मी एका गोष्टीसाठी फादरचा कायम आभारीही होतो, कृतज्ञ होतो. त्या प्रसंगातून मी माझ्या आयुष्यात मला पदोपदी उपयोगी पडलेला एक अत्यंत मोलाचा धडा शिकलो होतो : 'भावनांचे, विशेषत: रागाचे प्रदर्शन करायचे नाही!' तुम्ही तरुण असतानाच जर तुमचा 'अहं' ताब्यात ठेवण्याची अत्यंत अवघड कला तुम्हाला आत्मसात करता आली नाही, तर वाढत्या वयात तो निश्चित तुमच्या नियंत्रणात राहू शकत नाही आणि मग तो सतत डोकं वर काढणारा, पदोपदी डिवचला जाणारा अहंकार हा एका असाध्य अशा व्याधीसारखा तुम्हाला चिकटून राहतो, त्यामुळे आणखी एक वाईट गोष्ट अशी घडू लागते की, त्या उद्रेकाचा आपल्यालाच त्रास होऊ लागतो, स्वत:चाच राग, उबग येऊ लागतो. माणूस नम्रपणा घेऊन जन्माला येत नाही, 'अहंकार' आणि त्याचं प्रदर्शन हे जन्मजात असते, पण तो काबूत ठेवणे नितांत गरजेचे, फार महत्त्वाचे असते, म्हणूनच माझ्यात हा संयम बाणवणाऱ्या आणि मला माझ्या जीवनात सतत कठोर परिश्रम करायला स्फूर्ती देणाऱ्या, प्रेरणा देणाऱ्या माझ्या कॉलेजमधील गुरुजनांचे मी नेहमीच आदराने, प्रेमाने स्मरण करतो.

आपल्या शैक्षणिक काळातील सर्वांत सुंदर, मोरपिसासारखी जपून ठेवण्यासारखी गोष्ट जर कोणती असेल, तर ती आपल्या गुरुजनांबरोबर आपले जुळलेले जवळिकीचे नाते. विशेषत: तुमच्या कॉलेज जीवनात तुमचे स्फूर्तिस्थान बनलेल्या शिक्षकांबरोबर

तर तुमचा एक अदृष्य पण दृढ असा बंध निर्माण होतो; मग असे निष्णात शिक्षक आपल्या मनात कायमचे घर करून राहतात. मी असे उत्तम शिक्षक लाभलेला भाग्यवान माणूस आहे. आजही मागे वळून पाहताना, आम्हा सेंट झेव्हियरच्या माजी विद्यार्थ्यांना आमचे कितीतरी शिक्षक त्यांचे अगाध ज्ञान, शहाणपणातून उपजत येणारा नर्म विनोद आणि काहींच्या स्वभावातला जरासा मजेशीर विक्षिप्तपणा यांसाठी लक्षात राहिले आहेत. शिक्षकांना समाजात मानाचं स्थान मिळालेच पाहिजे. दुर्दैवाने भारतात तसे घडत नाही. उदाहरणच द्यायचे झाले, तर काही वर्षांपूर्वी मी दिल्लीत अनुभवलेला एक प्रसंग सांगतो. एक वयोवृद्ध आणि ज्ञानवृद्ध गृहस्थ त्यांच्या ऐतिहासिक, १९३८ सालच्या ऑस्टिन गाडीतून ताशी वीस मैलांहूनही कमी वेगाने चालले होते. त्यांच्या गाडीच्या मागे एक पाटी होती, त्यावर लिहिले होते : 'कृपया माझ्यापुढे निघून जा, माझे सगळे विद्यार्थी गेले तसेच!!'

किती करुण सत्य!!

इतिहास आणि अर्थशास्त्र हे प्रमुख विषय घेऊन मी सेंट झेव्हियर्समधून बी.ए. ऑनर्स ही पदवी – पहिल्या नाही – दुसऱ्या वर्गात मिळवून बाहेर पडलो, तरी माझ्या वडिलांच्या मते त्यांचा लाडका लेक खूपच हुशार होता, त्यामुळे त्यांनी मला अत्यंत प्रतिष्ठेच्या समजल्या जाणाऱ्या 'इंडियन सिव्हिल सर्व्हिस' (आय.सी.एस.)च्या परीक्षेस बसण्याचा सल्ला दिला. त्या काळात ती परीक्षा इंग्लंडमध्ये घेतली जायची. मी तो सल्ला मानला नाही. मला माहीत होते की, इंग्लंडला जाण्याचा खर्च माझ्या वडिलांना झेपणारा नव्हता. दुसऱ्या वर्गात उत्तीर्ण झालेल्या कला शाखेच्या विद्यार्थ्याला, ज्याला गणित अथवा अन्य कुठल्याही विज्ञान विषयाचा गंध नाही, त्याला आजच्यासारखे पर्याय त्या वेळी मुळीच उपलब्ध नव्हते – त्याच्यासाठी एक शेवटचा मार्ग होता तो म्हणजे कायद्याचा – लॉ-अभ्यास. मी तोच स्वीकारला. मुंबईच्या 'गव्हर्नमेंट लॉ कॉलेज'मध्ये मी दाखल झालो.

कायद्याचे शिक्षण देणाऱ्या या शंभर वर्षांहून जुन्या संस्थेतला दोन वर्षांहून थोडा आधिक काळ (१९४८-१९५०) मी खूप आनंदात, सुखा समाधानात घालवला. त्याला कारण होते आमचे तीन व्याख्याते – मुंबईतील त्या काळातील सुप्रसिद्ध आणि यशस्वी वकील – यशवंत व्ही. चंद्रचुड (ते पुढे भारताचे सरन्यायाधीश झाले.), नानी पालखीवाला आणि जाल विमादलाल. त्या काळीही ज्ञानप्राप्तीच्या उदात्त हेतूने फारसे कोणी कॉलेजमध्ये जात नसत, पण या आमच्या तीन शिक्षकांमुळे आम्हाला कायदा कोळून पिता आलाच, पण त्याहूनही महत्त्वाचे म्हणजे आमच्या मनात कायद्याविषयी सखोल प्रेम निर्माण झाले.

सर जमशेटजी बेहरामजी कांगा, (जे पुढे माझे वरिष्ठ झाले आणि ज्यांच्याबद्दल मी बरेच सांगणार आहे.) आम्हा नवागतांना नेहमी समजवायचे – 'वकील आयुष्यभर

कायदा शिकतच असतो, कायद्याचं शिक्षण कधी संपत नाही!' माझ्या मनातली कायदा सतत शिकण्याची, त्याविषयीचे ज्ञान सतत वाढवण्याची, ते सदैव ताजे ठेवण्याची निर्माण झालेली ज्वलंत इच्छा हा प्रामुख्याने माझ्या या तीन विद्वान गुरूंनी दिलेल्या उच्च दर्जाच्या शिकवणुकीचा परिपाक आहे.

माझा गव्हर्नमेंट लॉ कॉलेजमधला परमसुखाचा काळ दोन वर्षांहून थोडा अधिक होता असे मी म्हटले, याचे कारण असे आहे की, एल.एल.बी.च्या दुसऱ्या वर्षानंतर नऊ महिन्यांसाठी माझी कॉलेजचा 'फेलो'म्हणून निवड झाली होती आणि तेवढा काळ मी विद्यार्थ्यांना शिकवीत होतो. विद्यार्थ्यांनी भरगच्च भरलेल्या वर्गासमोर, उच्च व्यासपीठावर उभे राहून त्यांच्याशी संवाद साधणे हा एक नवाच, रोमांचक अनुभव होता. मला आणखी एक प्रसंग आठवतो, ज्या दिवशी 'प्रायव्ही कौन्सिलर' (ब्रिटिश राजसत्तेला सरकारी धोरणे ठरवण्यासंबंधी सल्ला देणाऱ्या समितीचे सदस्य) एम. आर. जयकर कॉलेजमध्ये येऊन आमच्याशी बोलले होते. ते म्हणाले की, त्यावेळचे 'मास्टर ऑफ द रोल्स '(एम आर)[७] लॉर्ड ग्रीन (आधीचे सर विल्फ्रेड ग्रीन) जयकरांना एकदा सांगत होते की, इंग्लंडमध्ये एखाद्या बॅरिस्टरची जर न्यायाधीश (जज्ज) म्हणून नेमणूक केली गेली, तर तो ती कधी नाकारत नसे, नव्हे त्याला ती नाकारण्याची मुभाही नसे. साधारण १९७०पर्यंत मुंबईतही तीच परंपरा चालू होती, पण त्यानंतर मात्र मुंबईतील जीवनमान खर्चीक होऊ लागलं आणि न्यायाधीशांचे वेतन मात्र तेवढेच राहिले (रुपये ३,५००). वकिलीत उत्तम पैसा कमावणाऱ्या ख्यातनाम वकिलांना मग ती 'पदोन्नती'ची 'सुसंधी' नाकारण्याखेरीज प्रत्यवाय राहत नसे.

युवावस्थेत, विशीत प्रवेश करताना आपल्या जीवनाचा मार्ग ठरवणे, आपला व्यवसाय, पेशा निश्चित करणे, ही फार अवघड गोष्ट आहे. हल्लीच्या काळात, जेव्हा अगणित संधी समोर उभ्या ठाकलेल्या असतात, तेव्हा तर ती निवड करणे आधिकच कठीण होऊन बसले आहे. आपल्या देशातील एक नामवंत कायदेतज्ज्ञ दिनशा मुल्ला यांच्यासंबंधीच्या, माझ्या मनावर खोल ठसा उमटलेल्या एका गोष्टीची मला आठवण होते. त्या गोष्टीचं तात्पर्य असे आहे की, बोचले तरी सत्य सांगणे, आपले प्रामाणिक मत देणे, हे फार गरजेचे असते. मुल्ला जेव्हा कॉलेजमध्ये इंग्लिश साहित्याचा अभ्यास करीत होते, तेव्हा ते कविता लिहीत असत आणि स्वत:ला 'कवी' समजत असत. इंग्लिश साहित्यात बी.ए.ची पदवी मिळवल्यावर काव्यावरच आपला चरितार्थ चालवण्याचा ते विचार करू लागले होते. त्यांच्या हितचिंतकांनी त्यांना कायद्याचा अभ्यास करण्याचा सल्ला दिला होता. त्यांची मन:स्थिती द्विधा झाली. त्यांनी सरळ कागद, लेखणी उचलली आणि कुठलाही सारासार विचार न करता थेट त्यांचे काव्यातील दैवत – लॉर्ड अल्फ्रेड टेनीसन

(१८०९-१८९२) या जगप्रसिद्ध कवींना एक पत्र लिहिले. पत्रासोबत स्वरचित काही निवडक कविताही पाठवल्या.

मुल्ला उत्तराची आतुरतेने वाट पाहात राहिले. त्या काळात इंग्लंडचे टपाल जलमार्गानेच जात असे. एक दिवस त्यांची तपश्चर्या फळाला आली, खुद्द टेनीसन यांच्या हस्ताक्षरातले पत्र आले. त्यांनी लिहिले होते, 'प्रिय मि. मुल्ला, आपण पाठवलेल्या सर्व कविता मी काळजीपूर्वक वाचल्या. मला वाटतं की, तुम्ही कायद्याच्या अभ्यासाचा पर्याय स्वीकारावा.' केवढा हा मोठेपणा! एक विश्वविख्यात कवी, भारतासारख्या दूरदेशातील एका अनोळखी तरुणाच्या पत्राला स्वहस्ते उत्तर पाठवतो आणि अनमोल असा, तोही परखड, सल्ला देतो! कल्पना करा, टेनीसन यांनी (उत्साही तरुणाचे मन मोडू नये, त्याला आनंद वाटावा म्हणून) त्यांचे प्रामाणिक मत न देता मुल्ला यांनी काव्याचा व्यासंग पुरवावा असे सुचवले असते, तर आपला भारत देश एका महान कायदेपंडिताला मुकला असता!! मुल्ला यांना व्हाइसरॉय यांच्या सल्लागार समितीमध्ये – एक्झिक्युटिव्ह कौन्सिल – कायदाविषयक सभासद म्हणून स्थान देण्यात आले होते, १९३० सालच्या पूर्वार्धात त्यांना 'सर' हा मानाचा किताब प्रदान करण्यात आला होता, आणि त्यांची 'प्रायव्ही कौन्सिलर' म्हणूनही नेमणूक करण्यात आली होती (इंग्लंडमधील 'हिज मॅजेस्टीज प्रायव्ही कौन्सिल'चे सन्मान्य सभासद)[८]. स्वातंत्र्यपूर्व काळातील विद्वान भारतीय कायदेतज्ज्ञांपैकी ते एक होते. 'कोड ऑफ सिव्हिल प्रोसीजर – १९०८' यावरील त्यांनी लिहिलेले भाष्य आजही प्रत्येक वकिलासाठी एक अनिवार्य असा संदर्भ ठरले आहे. त्याची नुकतीच (२००७ साली) सतरावी आवृत्ती प्रसिद्ध झाली आहे! हिंदू आणि मुसलमान धर्मीयांच्या वैयक्तिक कायद्यांविषयीचे सर्वांत सुलभ, सफाईदार आणि सुरेख भाषेत विवरण मुल्ला यांनी लिहिलेल्या 'हिंदू कायदा'(२००७ साली बारावी आवृत्ती) आणि 'मुस्लीम कायदा' (२००१ साली एकोणिसावी आवृत्ती) या विषयांवरील प्रबंधातच वाचायला मिळते.

दुसरे महायुद्ध संपले. त्यानंतर (१९४७ साली) माझे आई-वडील रंगूनला परत गेले आणि माझ्या वडिलांनी त्यांची आधीची न्यू इंडिया ॲश्युरन्स कंपनीचे शाखाप्रमुख ही जबाबदारी परत स्वीकारली. मी वर्षातून एकदा, कॉलेजच्या वार्षिक सुट्टीत त्यांना भेटायला रंगूनला जात असे. दरवर्षी (१९६२ सालापर्यंत) तिथे जाताना मी आधी कलकत्त्याला जात असे आणि तिथून बी.ओ.ए.सी. (ब्रिटिश ओव्हरसीज एअरवेज कॉर्पोरेशन) या कंपनीच्या भव्य दुमजली सीप्लेनने (जलयान) पुढे जात असे. ते जलयान कलकत्त्यातील हुगळी नदीवरून उड्डाण करून रंगूनमध्ये इरावडी नदीवर उतरत असे. त्याकाळी बी.ओ.ए.सी.चे विमान लंडन ते जकार्ता असा प्रवास करायचे.

चार दिवसांच्या प्रदीर्घ, पण अतिशय ऐषोआरामाच्या, चैनीच्या प्रवासात कलकत्ता आणि रंगून या दोन ठिकाणी विमान रात्रीच्या मुक्कामाला थांबायचे, कारण त्या काळी रात्री विमानोड्डाणाला परवानगी नव्हती. १९६२च्या डिसेंबर महिन्यात माझे वडील अचानक हृदयविकाराच्या झटक्याने मृत्यू पावले. त्यांचे अंत्यसंस्कार रंगूनच्या पारशी दफनभूमीत करण्यात आले. आई काही वर्षे रंगूनलाच राहिली आणि १९६९मध्ये मुंबईला येऊन आमच्याबरोबर राहू लागली. रंगून सोडताना, इतक्या वर्षांत जमवलेले सामान दहा भरमक्कम मोठ्या पेट्यांत भरून ती विमानतळावर पोहोचली, विमानातून एवढे प्रचंड सामान आणण्यासाठी विमान कंपनीने आकारलेले जादा भाडेही तिने दिले, पण कस्टमचे अधिकारी काही केल्या तेवढे सामान विमानातून न्यायला परवानगी देईनात! नाइलाजाने तिला सामान तिथेच मागे सोडून येणे भाग पडले. इतिहासाची पुनरावृत्ती झाली. युद्ध पेटले त्या वेळी घाईघाईत रंगून सोडून जाताना नरीमन कुटुंबाचे बरेचसे सामान मागे राहिले होते. आता, परत एकदा युद्ध संपल्यावरही, माझ्या आईला तिने वर्षानुवर्षे जिवापाड जमवलेले काही सामान मागे सोडूनच रंगूनचा निरोप घ्यावा लागला!!

टीपा :

१. ऑटोबोयॉग्राफी, लेखक: गिलबर्ट कीथ चेस्टर्टन, विसावी आवृत्ती, प्रकाशक: हचिन्सन अॅन्ड कंपनी (पब्लिशर्स) लिमिटेड, लंडन (१९३७)

२. 'सॅम' हा नरीमनचा पुत्र, गारशास्पचा नातू आणि झालचा पिता होता. फर्दून, मुन्चेर आणि नौझार या शास्त्यांच्या काळात सॅम हा 'इराणचा कैवारी' म्हणून उभा ठाकला होता. 'सॅम' या नावाचा उगम झोरोस्ट्रियन धर्मग्रंथ 'अवेस्टा' हा ज्या अवेस्टन भाषेत लिहिला आहे त्या भाषेतील 'साम' या शब्दापासून झाला आहे. साम म्हणजे तम, अंधार. संस्कृत भाषेतील 'श्याम'या शब्दाचा अर्थही तोच आहे. (संदर्भ : विकिपिडिया).

३. आज भारताच्या सार्वभौमत्वाखाली असलेला सर्व प्रदेश, संपूर्ण पाकिस्तान आणि बांगलादेश एवढा भाग 'ब्रिटिश राज'च्या अमलाखाली होता. त्याखेरीज, काही काळासाठी एडन कॉलनी (१८५८ ते १९३७), दक्षिण बर्मा (१८५८ ते १९३७), उत्तर बर्मा (१८८६ ते १९३७), ब्रिटिश सोमालीलँड (१८८४ ते १८९८) आणि दहा वर्षांहूनही कमी काळासाठी सिंगापूर (१८५८ ते १८६७) हे प्रदेशही त्यात सामील झाले होते. १९३७पासून १९४८मध्ये स्वातंत्र्य मिळेपर्यंतच्या काळात ब्रह्मदेशाचा राज्यकारभार राणीच्या थेट अधिपत्याखाली चालवला जात होता.

४. 'डोली' हा बांबूच्या चार टोकांना घट्ट बांधून टांगलेला एक सांगाडा असून

तो दोन अथवा चार माणसं खांद्यावर उचलून नेतात.

५. 'विकिपिडिया'मधून.

६. वाक्यातील एखादा शब्द व्याकरणाप्रमाणे नाम, सर्वनाम, विशेषण इत्यादींपैकी कोणत्या प्रकारात मोडतो ते किंवा त्याचे वाक्यातील व्याकरणदृष्ट्या स्थान काय आहे, हे सांगण्यासाठी माझ्या वेळेला, ज्याचा एक उगम माहीत नाही, त्याला फार जुन्या इंग्लिश भाषेतला 'पाझ' हा शब्द वापरला जात असे. आता कोणत्याच इंग्लिश किंवा फ्रेंच शाळेत व्याकरण शिकवीत नाहीत.

७. इंग्लंडमध्ये 'मास्टर ऑफ द रोल्स' हा सर्वोच्च न्यायालयाचा एक भाग जिथे निकालावरील पुनर्विचाराच्या याचिकांची – 'कोर्ट ऑफ अपील' – सुनावणी होते, त्या न्यायालयाचा अध्यक्ष – प्रेसिडेंट – असतो.

८. इंग्लंडच्या 'हिज मॅजेस्टीज प्रायव्ही कौन्सिलच्या ज्युडिशियल कमिटीवर – राजाच्या वैयक्तिक सल्लागार मंडळावर – मुंबई उच्च न्यायलयाचे प्रतिनिधित्व आजपर्यंत तीन प्रख्यात न्यायाधीश आणि चार मान्यवर बॅरिस्टरांनी केले आहे. सर रिचर्ड कौच, सर लॉरेन्स जेंकिन्स आणि सर जॉन ब्युमोन्ट हे ते तीन न्यायाधीश होते – त्यांच्यापैकी पहिले कलकत्ता हाय कोर्टाचे मुख्य न्यायाधीश होते आणि इतर दोघेजण मुंबई उच्च न्यायालयाचे मुख्य न्यायाधीश होते. त्या समितीवर नेमणूक होईपर्यंत जे मुंबई उच्च न्यायालयात वकिली करीत होते ते चार बॅरिस्टर होते – सर अँड्र्यू स्कोबल, सर जॉर्ज लाउंड्स, सर दिनशा मुल्ला आणि (त्यांच्यानंतर) एम. आर. जयकर.

◆

प्रकरण २

वकिलीपेक्षा निरीक्षणच जास्त

रेसमध्ये धावणाऱ्या घोड्याविषयी बोलणे निघाले की, आधी चौकशी केली जाते, ती त्याच्या अश्वशाळेबद्दल! घोड्याला रेससाठी तयार करणारी अश्वशाळा सर्वांत महत्त्वाची. तिच्यावरून त्याच्या जातीचा अस्सलपणा, त्याच्या पैदाशीचा दर्जा ठरतो. तसंच एखाद्या कुशल, यशस्वी वकीलाचे कुणी नाव घेतले की, आधी लोक विचारतात, 'कुठल्या 'चेंबर'चा आहे?' म्हणजे 'कोणत्या अनुभवी, नामवंत बॅरिस्टरच्या ऑफिसमध्ये तो काम करीत आहे, कोणाच्या कुशल मार्गदर्शनाखाली तो शिकत आहे?' ते 'चेंबर' महत्त्वाचे. त्यावरून तो वकील कोणाच्या तालमीत, कुठल्या परंपरेत, कुठल्या संस्कृतीत तयार झाला आहे, ते लगेच लक्षात येते.

माझ्या आयुष्याने दुसरे महत्त्वाचे वळण घेतले ते मी नोव्हेंबर, १९५०मध्ये 'बॉम्बे बार'मध्ये काम करायला सुरुवात केली, म्हणजे मी मुंबईत वकिलीच्या क्षेत्रात पदार्पण केले तेव्हा. त्याच्या आदल्याच वर्षी आपली 'भारतीय राज्यघटना' (कॉन्टिट्युशन ऑफ इंडिया) अधिकृतरित्या स्वीकारली गेली (कायद्याच्या क्षेत्रातील मंडळी २६ नोव्हेंबर, १९४९ हा दिवस दिल्लीत 'कायदा दिवस' – 'लॉ डे' – म्हणून साजरा करतात.).

आयुष्य आश्चर्यांनी भरलेले असते. तुमचा देव, दैव, नशीब, प्राक्तन यांवर विश्वास असो वा नसो, या एका गोष्टीबद्दल खातरी बाळगा की, तुम्ही जीवनाच्या खडबडीत मार्गावर चालण्याची खटपट करीत असताना, या ना त्या अडथळ्यांवर, अगदी अनपेक्षितपणे, कुणीतरी सर्वस्वी अनोळखी व्यक्ती अचानक अवतरेल आणि मदतीचा हात तुमच्यापुढे धरेल. मुंबईत मला आपल्या पंखांखाली घेऊन उडायला शिकवतील, योग्य मार्गदर्शन करतील असे, 'गॉडफादर्स' कोणीच नव्हते, पण 'गॉड' होता! न्यू इंडिया ॲश्युरन्स कंपनीचे अध्यक्ष आणि टाटांच्या साम्राज्यात महत्त्वाचे पद भूषवणारे ए.डी. श्रॉफ हे माझ्या वडिलांचे ऑफिसमधील वरिष्ठ होते. माझे वडील त्यांच्याजवळ माझ्याबद्दल बोलले. त्यांनी त्यांचे मित्र, 'पेन ॲन्ड कंपनी' या मुंबईतील एका यशस्वी 'सॉलिसिटर' फर्मचे सर्वांत वरिष्ठ भागीदार दिनशा दाजी यांच्याकडे शब्द टाकला आणि मला पेन ॲन्ड कंपनीमध्ये 'प्रशिक्षार्थी' – 'ट्रेनी' – म्हणून बसायला परवानगी देण्यात आली. तेथील दुसरे वरिष्ठ भागीदार कैकोबाद लाला यांच्या हाताखाली मी एक वर्ष (१९५० ते १९५१) उमेदवारी केली, त्यानंतर अतिशय प्रेमळ स्वभावाच्या, अतिसज्जन, पितृतुल्य अशा दिनशा दाजींनी मुंबईतील प्रतिष्ठित मानल्या जाणाऱ्या, सर जमशेदजी कांगा यांच्या 'चेंबर'मध्ये मला प्रवेश मिळवून दिला. कांगा यांच्या मार्गदर्शनाखाली काम करणाऱ्या अनेक होतकरू वकिलांत माझा समावेश करून दिला. सर जमशेदजी कांगा यांच्याशी त्यांची वैयक्तिक मैत्री होती. ही घटना माझ्या व्यावसायिक जीवनाचा भक्कम पाया

सर जमशेदजी कांगा
'बॉम्बे बार'चे सदस्य

ठरली!

कांगा यांचे 'चेंबर' मुंबई हायकोर्टाच्या – उच्च न्यायालाच्या – इमारतीतच होते. ही दिमाखदार, वैशिष्ट्यपूर्ण, ऐतिहासिक इमारत १८७१ ते १८७८ या कालावधीत सोळा लाख चव्वेचाळीस हजार रुपये खर्च करून उभारण्यात आली होती. या इमारतीच्या बांधकामाचा प्रत्यक्ष खर्च अंदाजपत्रकात मंजूर करण्यात आलेल्या रकमेपेक्षा कमी राखण्यात अभियंते यशस्वी झाले होते आणि ही खास बाब इमारतीच्या तळमजल्याच्या प्रवेशद्वाराशी बसवलेल्या कोनशीलेवरील मजकुरात मुद्दाम नमूद करण्यात आली आहे. या दगडी इमारतीच्या स्थापत्यविशारदाने तिच्या दर्शनी भागात अतिशय कल्पकतेने 'न्याय' या एकाच विषयाच्या वेगवेगळ्या संकल्पनांवर आधारित शिल्पे कोरली आहेत. पहिले शिल्प इंग्लंडच्या व्हिक्टोरियन संस्कृतीत कल्पिलेल्या, वर्णिलेल्या न्यायदेवतेचे आहे. दुसऱ्या शिल्पात तीच न्यायदेवता भारतीय संस्कृतीतल्या कल्पनेप्रमाणे कोरलेली आहे आणि तिसरे शिल्प 'न्याय ही बाजारात, किमतीचा सौदा करून, खरीदली आणि विकली जाणारी बाजारी वस्तू आहे.' अशा उपेक्षावादी, पण अनुभवसिद्ध मताचे द्योतक आहे. इमारतीच्या मध्यभागी असलेल्या मुख्य मनोऱ्यावर उभारलेल्या व्हिक्टोरियन शिल्पातल्या न्यायदेवतेने पायघोळ झगा परिधान केला आहे आणि ती दोन्ही डोळ्यांवर पट्टी बांधून उभी राहिली आहे. तिने वर उभारलेल्या उजव्या हातात एक नंगी तलवार धरली आहे, जणू ती अपराध करू पाहणाऱ्यांना बजावते आहे की, त्यांच्या अपराधाबद्दल त्यांना कडक शिक्षा मिळेलच! तिचा डावा हात कोपरात मुडपून वर धरलेला आहे आणि त्या हातात न्यायदेवतेने तराजू धरला आहे. न्यायासनासमोर दोन्ही बाजूंकडून सादर केलेले पुरावे त्या तराजूत तोलले जातील हेच जणू ती जनतेला सांगते आहे. व्हिक्टोरियन विचारसरणीतील मूळ धारणा अशी आहे की, न्यायदेवता आंधळी असते, ती तिच्यासमोर दोषी म्हणून उभ्या करण्यात येणाऱ्याच्या चेहऱ्याकडे न पाहता, निर्भयतेने आणि नि:पक्षपातीपणाने तिची न्यायदानाची जबाबदारी पार पाडत असते.

या विचारसरणीत अंगभूत असे दोष आहेत. डोळ्यांवर पट्टी बांधलेली असताना न्यायाच्या तराजूतील कोणती तागडी खाली गेली आणि कोणती वर हे दिसेलच कसे? अपराध्याला शासन करण्यासाठी उगारलेली तलवार, डोळे बांधलेले असताना, कुणावर आणि कशी चालवणार? न्यायाची अंमलबजावणी करण्याच्या 'आंधळ्या' त्वेषात अपराध्याऐवजी निरपराधच शिक्षेला बळी पडायचा! शिवाय न्यायदेवतेचे दोन्ही हात – तलवार धरलेला, उंचावलेला उजवा हात आणि जड तराजू पेललेला, कोपरात मुडपलेला डावा हात – न्यायदानाच्या प्रक्रियेतील प्रदीर्घ दिरंगाईमुळे पार अवघडून जातील!!

व्हिक्टोरिया राणीने १८६२ साली एक 'शाही फर्मान' – 'रॉयल चार्टर' – जारी करून मुंबई उच्च न्यायालयाची स्थापना केली. ते आज्ञापत्र त्याच्या कडांना चित्रे काढून सजवले होते. त्यात वर वर्णन केलेली, व्हिक्टोरियन परंपरेप्रमाणेची न्यायदेवता चित्रित केलेली होती, त्यावरूनच न्यायदेवतेचे पहिले शिल्प तयार केले गेले होते. राणीने स्वाक्षरी केलेले मूळ फर्मान – आजतागायत – एका खास पेटीत न्यायालयाच्या 'प्रोटोनोटरी अॅन्ड सिनियर मास्टर' यांच्या कार्यालयात काळजीपूर्वक जतन करून ठेवले आहे.

दुसरे शिल्प भारतीय विचारवंतांनी खऱ्या न्यायाची जी व्याख्या केली आहे त्यावर आधारित आहे. या शिल्पातही शिल्पकाराने मोठ्या कुशलतेने देवतेला पायघोळ झगाच परिधान केलेला दाखवला आहे, तिनेही उजव्या हातात तलवार आणि डाव्या हातात तराजू धरला आहे, पण व्हिक्टोरियन आणि भारतीय आदर्शात अर्थपूर्ण वेगळेपण आहे. मुंबई उच्च न्यायालयाच्या गोथिक वास्तुशास्त्राच्या शैलीत बांधलेल्या भारदस्त इमारतीच्या दर्शनी भागात, ओव्हल मैदानाच्या (चर्चगेट) समोर, दोन उंच शंक्वाकृती मनोरे डौलात उभे आहेत, त्यातील उत्तरेकडील मनोऱ्यावर हे भारतीय संकल्पनेप्रमाणे तयार केलेले न्यायदेवतेचे शिल्प आहे आणि दक्षिण मनोऱ्यावर एक दयेची देवता, न्यायाची सेविका नम्रपणे उभी आहे. या भारतीय न्यायदेवतेच्या डोळ्यांवर पट्टी बांधलेली नाही!

ती न्यायदेवता उघड्या डोळ्यांनी (आणि सजग मनाने), स्वच्छ, पूर्वग्रहरहित अशा नजरेने पाहते आहे. आपल्या हातातील तराजू कोणत्या बाजूला झुकतो आहे, यावर ती लक्ष ठेवून आहे. तिने उजव्या हातात तलवारीची मूठ पकडली आहे, पण तलवारीचे टोक तिने स्वत:च्या पायाजवळ टेकवून ठेवले आहे. या स्थितीत तिचा हात दुखत नाही, खांद्याला रग लागत नाही की न्यायदानाची प्रक्रिया कितीही काळपर्यंत

> चालली तरी ते अवघडतही नाहीत! पुराव्यांचा नीट अभ्यास करून, त्यावर शांतपणे विचार करून, अचूक निर्णयाप्रत पोहोचल्यावरच ती आपले शस्त्र – पायाजवळची तलवार – वर उचलून अपराध्यालाच यथायोग्य शासन करण्यास सिद्ध होते. तिचे डोळे उघडे असल्याने, नजर स्वच्छ असल्याने ती निरपराध्याला शिक्षा देण्याची चूक करू शकत नाही!!

मुंबई उच्च न्यायालयाच्या वैशिष्ट्यपूर्ण इमारतीचा वास्तुशास्त्रज्ञ विचारी, कल्पक, संवेदनाक्षम तर होताच, पण त्याला उपहासगर्भ विनोदाचीही तितकीच जाण होती. त्याच्या या अपवादात्मक गुणाची प्रचिती घ्यायला मात्र हुशार, चाणाक्ष, चिकाटीने शोध घेणारा निरीक्षक हवा. इमारतीतल्या मध्यभागी असलेल्या मनोऱ्यावर व्हिक्टोरियन न्यायदेवतेचे शिल्प उभे आहे. त्या मनोऱ्याच्या तळाशी त्याला एक छोटेसे शिल्प सापडेल, ज्यात चक्क एक माकडाचा चेहरा आणि त्याच्या दोन हातांचे पंजे कोरलेले दिसतात! त्या माकडाची नजर जिथे पोहोचते, त्या दिशेला बघितलं की, तिथे इमारतीच्या दुसऱ्या मजल्यावर, उंचच उंच छत असलेली न्यायालयातली फौजदारी गुन्ह्यांच्या कामकाजाची खोली दिसते. त्या खोलीत न्यायाच्या नावाखाली जे अपराध, जी दुष्कर्मे, ज्या भयानक गोष्टी घडतात त्या पाहून त्या माकडाचे डोळे विस्फारलेले, भेदरलेले आहेत, असे त्या शिल्पकाराने दाखवले आहे. दयेच्या देवीची मूर्ती असलेल्या दक्षिणेकडील अष्टकोनी मनोऱ्याच्या खाली एक भुकेने वखवखलेला लांडगा कोरला आहे. फौजदारी गुन्ह्यात अडकलेल्या एका दुर्दैवी अपराध्याला तो फाडून खाताना दाखवला आहे. केवढी ही अलौकिक कल्पकता!!

या शिल्पांखेरीज त्या स्थापत्यविशारदाने इमारतीच्या समोरील भागात सहा मानवी आकृत्या निर्माण केल्या आहेत. आदर्श न्यायाचे ध्येय साध्य करण्यात कमकुवत पडणाऱ्या मानवांची – न्यायाधीशांची – ती शिल्पे आहेत. त्या सगळ्यांनी न्यायदानाच्या वेळी परिधान करतात तो खास अंगरखा घातलेला आहे, गळ्याभोवती पांढरा 'बो' बांधलेला आहे, त्यांच्या हातातही अपराध्याला शासन करण्यासाठी तलवार आहे आणि पुरावे तोलण्यासाठी त्यांनी हातात तराजूही धरलेला आहे. त्यांच्या चेहऱ्यांवर पट्ट्या बांधलेल्या आहेत. त्या आकृत्यांतल्या न्यायाधीशांचे चेहरे, त्यांचे हात, त्यांची शरीरयष्टी हे सर्व सामान्य माणसांसारखे न दाखवता व्यंगचित्रातल्याप्रमाणे जरासे वेडेवाकडे कोरलेले आहेत. ते सगळे जण न्यायासनांवर स्थानापन्न झालेले दिसतात. त्यांनी तलवारी मात्र डाव्या हातात धरलेल्या आहेत आणि तराजू उजव्या हातात! पण तेही नीट सरळ धरलेले नसून त्यांच्या तागड्या खाली वर झालेल्या स्थितीत त्यांच्या गुडघ्यांजवळ लोंबकळत आहेत. त्यांच्या चेहऱ्यावरील पट्ट्याही सरकलेल्या असून त्यांचा एक डोळा उघडा आणि दुसरा बंद

अवस्थेत आहे.

त्यांच्या चेहऱ्यावर एक प्रकारची धुंदी चढलेली दिसते – ती मद्याची असेल, अधिकाराची असेल अथवा भ्रष्टाचाराच्या मग्रुरीची असेल (प्रत्येकाने स्वत:च्या कल्पनेने ते ठरवावे). कावेबाज व्यक्तीला लाभणाऱ्या विकृत समाधानातून फुललेलं हास्य त्यांच्या मुद्रेवर झळकताना दिसते. इमारतीच्या वास्तुविशारदाला (आणि ती शिल्पे घडवणाऱ्या कलाकाराला!) ती शिल्पे घडवतानाच न्यायदानातील पावित्र्य भविष्यात अधोगतीला जाणार, त्याच्या गुणवत्तेची पातळी दिवसेंदिवस खालावणार याची पूर्वकल्पना आली असेल का? का मानवी इतिहासात पहिल्यापासूनच न्यायदानाची प्रक्रिया अशी पोखरलेली होती आणि तीच त्यांनी येथे रेखाटलेली असेल?[१]

आपल्याला हे कधीच कळणार नाही!

***

१९५१ साली याच भव्य इमारतीच्या तळमजल्यावर थाटलेल्या कांगांच्या ऑफिसमध्ये – चेंबरमध्ये – मी काम करू लागलो. जवळ-जवळ पंचेचाळीस फूट लांब आणि अठरा फूट रुंद असा तो हॉल होता आणि त्याच्या एका बाजूला लांब व्हरांडा होता. आत सात टेबल्स होती. हॉलच्या एका बाजूला चार मोठी टेबल्स होती, त्यातलं पहिलं मोठं टेबल अर्थातच सर जमशेटजी कांगा यांचं होतं. ऑफिसमधले जुने जाणते त्यांना 'जमशेटजी' म्हणायचे, आम्ही तरुण मंडळी मात्र 'सर जमशेटजी' म्हणायचो. इतर ऑफिसेसमध्ये अशी पद्धत नव्हती. तिथे अगदी कनिष्ठही ऑफिसप्रमुखांना केवळ आडनावानेच संबोधित असत. रेगिनाल्ड मॅथॅलोन (माझे ज्येष्ठ सहकारी आणि प्रिय मित्र.) यांनी मला सांगितल्याचं आठवतं की, सर दिनशा मुल्ला (हे महान कायदेतज्ज्ञ आणि प्रायव्हेट कौन्सिलर – म्हणजे इंग्लंडच्या राजाच्या खासगी सल्लागार समितीचे सदस्य होते.) यांच्या चेंबरमध्ये वरपासून खालपर्यंत सगळे जण त्यांना 'मुल्ला' अशीच हाक मारीत असत. ती म्हणे इंग्लिश पद्धत होती. मि. मॅथेलोन यांनी बारच्या परीक्षा इंग्लंडमध्ये दिल्या. त्या काळात दोन महिने एका क्वीन्स कौन्सिलबरोबर म्हणजे राणीच्या कायदेविषयक सल्लागार असलेल्या एका ज्येष्ठ बॅरिस्टरांबरोबर – 'डेव्हिलिंग'[२] – म्हणजेच कामाच्या जबाबदारीचे हस्तांतरण – केले होते. त्या बॅरिस्टरने मॅथेलोन यांना एकदा त्या काळातील प्रख्यात फौजदारी वकील सर एडवर्ड मार्शल हॉल[३] यांच्याकडे निरोप घेऊन पाठवले होते. मॅथेलोन गळ्याभोवती कडक कॉलर, डोक्यावर विग अशा गणवेशात, आदराचे ओझे खांद्यावर वागवीत त्या थोर वकिलांच्या ऑफिसमध्ये शिरले आणि 'सर' अशा

संबोधनाने त्यांच्याशी संभाषणास सुरुवात केली. त्या अनुभववृद्धाने त्यांना लगेच थांबवले आणि त्यांना बजावले, 'हे बघ तरुण माणसा, तूही बॅरिस्टर आहेस, तेव्हा येथील सर्वांना – मग ते वयाने, अनुभवाने कितीही ज्येष्ठ असोत – केवळ त्यांच्या आडनावानेच संबोधले पाहिजेस, कळलं? तेव्हा मलाही फक्त 'हॉल' म्हण.'

कांगांच्या टेबलाच्या नंतरचं टेबल मर्झबान मिस्त्री यांचं होतं. त्यांच्या हाताखाली काम करणाऱ्या होतकरू वकिलांपैकी एक, सॅम फिरोझ भरुचा, हे पुढे उच्च न्यायालयात न्यायाधीश झाले आणि कालांतराने (नोव्हेंबर, २००७मध्ये) भारताच्या सर्वोच्च न्यायालयाचे सरन्यायाधीश म्हणून त्यांची नेमणूक झाली. पुढच्या टेबलावर रुस्तम जे. कोला बसत. (माझ्या कामाची सुरुवात यांच्याच हाताखाली झाली.) त्या वेळी ते फक्त कामगार आणि कर यांसंबंधीच्या न्यायालयात वकिली करीत आणि त्याच विषयांवरील लवादांसमोर बाजू मांडत. हॉलच्या कोपऱ्यात, चौथं टेबल होतं होरमासजी माणेकजी सिरवी यांचं. श्री. सिरवी भारतीय संविधानाचे भारतातील सर्वांत तज्ज्ञ वकील म्हणून प्रसिद्ध झाले. या टेबलांच्या समोरच्या बाजूला तीन लहान टेबल्स होती. त्यातलं एक होतं खुर्शेदजी होरमासजी भाभा यांचं. (मी काही वर्षांनी यांच्याकडे काम करू लागलो होतो. त्यांना सगळे जण आदरयुक्त जवळिकीने, प्रेमाने 'खुर्शेदजी' म्हणायचे. माझ्यावर त्यांचं फार मोठं ऋण आहे. मी त्यांच्याकडून खूप काही शिकलो – कायद्याविषयी आणि वकिली या व्यवसायाविषयीही.). मी खुर्शेदजींकडे काम करायला लागल्यानंतर दोन-एक वर्षांनी सोली सोराबजी यांनी कांगा यांच्या चेंबरमध्ये प्रवेश केला आणि तेही माझ्याप्रमाणेच भाभा यांचे विद्यार्थी बनले. सोली आणि मी खूप वर्षं न्यायालयात व्यावसायिक प्रतिस्पर्धी म्हणून उभे राहिलो, त्यानंतर काही काळ आमच्या स्पर्धेत व्यक्तिगत वितुष्टही आले, पण आता आयुष्याच्या संध्याकाळी आम्ही तो वेडेपणा बाजूला ठेवून छान मित्र झालो आहोत.

सोली यांची कारकिर्द अत्यंत यशस्वी ठरली. ते भारताचे महान्यायप्रतिनिधी – ॲटर्नी जनरल – झाले (दोन वेळा, एकदा १९८९मध्ये एका वर्षासाठी आणि परत १९९८मध्ये पाच वर्षांसाठी). सर जमशेटजी कांगा यांच्या चेंबरमधले या मानाच्या स्थानावर पोहोचलेले ते एकटेच. दुसरे टेबल होते, नानी पालखीवाला यांचे (तेही पुढे मुंबई उच्च न्यायालयात न्यायाधीश झाले.) आणि उरलेले तिसरे जाल विमादलाल यांचे. (यांनीही मुंबई उच्च न्यायालयाचे न्यायाधीश होण्याची परंपरा पाळली.) १९७५च्या जून महिन्यात देशावर लादल्या गेलेल्या आणीबाणीच्या दडपशाहीच्या काळातही, कोणाचीही भीडभाड न बाळगता, धीटपणे दिलेल्या कोर्टातील काही निकालांमुळे विमादलाल प्रसिद्धीच्या झोतात आले. त्यांच्या निर्भीडपणाची 'शिक्षा' म्हणून (राज्यकर्त्यांच्या दबावाखाली येऊन,) सर्वोच्च न्यायालयाच्या सरन्यायाधीशांनी एका 'हुकमा'नुसार त्यांची मुंबई उच्च न्यायालयातून आंध्र प्रदेशच्या

उच्च न्यायालयात बदली करून टाकली. तिथेही त्यांच्या नि:पक्षपाती, समंजस निर्णयांमुळे ते तेथील वकीलवर्गात अतिशय लोकप्रिय झाले.

फली नरीमन यांच्या आधीचे –
सर जमशेदजी कांगा यांच्या चेंबरचे वकील (१९४९) बसलेले (डावीकडून उजवीकडे) : नवल के. गमाडिया, रुस्तम जे. कोला, ओका, सर जमशेदजी कांगा, मर्झबान मिस्त्री, होमी सिरवी आणि जाल विमादलाल
उभे (डावीकडून उजवीकडे) : विठोबा (स्टाफ), जहांगीर दुबाश, एस. बी. शहा, आर. जे. जोशी, गिरीश मुन्शी आणि बिवा (स्टाफ)

भाभा, पालखीवाला आणि विमादलाल यांची टेबल्स वरिष्ठांच्या चार टेबलांपेक्षा अरुंद होती आणि त्या टेबलांसमोर एकच जास्तीची खुर्ची ठेवलेली असायची. त्या खुर्चीवर वरिष्ठ महाकायदेपंडित (सॉलिसिटर) बसायचे आणि मार्गदर्शन करायचे, सूचना द्यायचे, त्यामुळे सल्ला मागायला आलेल्या अशिलांना उभेच राहायला लागायचे. अशिलातर्फे एकापेक्षा जास्त व्यक्ती आल्या तर मग सल्ला मसलत व्हरांड्यात उभ्यानेच चालायची. अशील, महाकायदेपंडित आणि वकील यांची 'स्टँडिंग कमिटी मीटिंग'चालायची. नानी पालखीवालांच्या बाबतीत हे बऱ्याच वेळा घडायचे, कारण त्यांच्या कारकिर्दीच्या सुरुवातीपासूनच त्यांच्याकडे अशिलांची गर्दी होऊ लागली होती. पालखीवाला तर काही वेळा या बैठका चेंबरच्या बाहेर उभ्या करून ठेवलेल्या त्यांच्या १९४८च्या मॉडेलच्या हिलमन मिंक्स या गाडीत बसूनही घ्यायचे!!

आम्हा तरुण प्रशिक्षार्थींना (आमची संख्या बरीच होती.) टेबलही नव्हते आणि खुर्चीही नव्हती. मि. कोला यांच्या टेबलासमोर असलेल्या तीन खुर्च्यांपैकी एक मी आणि माझा एक सहकारी (साले मार्कर) आळीपाळीने वापरायची संधी शोधत राहायचो. कधीमधी सुदैवाने आमच्यापैकी एकाकडे जरी कुणी सॉलिसिटर काही काम घेऊन किंवा कोर्टात बाजू मांडण्यासाठी माहिती, सूचना वगैरे देण्यासाठी आले, तर आम्ही त्यांना घेऊन वरच्या मजल्यावरच्या ग्रंथालयात जाऊन बसायचो आणि तिथे आमची चर्चा चालायची. कांगांच्या चेंबरमध्ये काम करणाऱ्यांना स्वस्थता आणि शांतता या दोन गोष्टी वर्ज्य होत्या. तिथल्या सततच्या धांदल गडबडीने मला कुठल्याही असुखकारक परिस्थितीमध्येसुद्धा काम करायला शिकवले. तेव्हापासूनच बाहेरील कोणत्याही गोष्टींचा परिणाम न होता, कितीही व्यत्यय आले, खंड पडले तरीही आपल्या हातातील कामावर लक्ष केंद्रित करण्यात मला कधी अडचण आली नाही. घरातही (सुरुवातीच्या काळात) मुलांमुळे किंवा (कालांतराने) नातवंडांमुळेही कामात, अभ्यासात येणाऱ्या स्वागतार्ह व्यत्ययाचा मला कधी त्रास वाटला नाही की, त्याची मला कधी काळजी वाटली नाही. जो कांगांच्या चेंबरमध्ये (तेही कोर्टाच्या इमारतीत) काम करेल त्याला जगात कुठेही काम करता येईल! असं हे आमचं 'कांगा चेंबर' त्या मूळ जागेतून १९५९ साली कोर्टाच्या शेजारच्या स्वतंत्र इमारतीत हलले. ती जागा आधीपेक्षा मोठी होती, पण तिथे गोंधळ, गोंगाटही जास्त होता!

कितीही गैरसोयी असल्या, त्रास असले, अडचणी असल्या तरीही न्यायालयाच्या इमारतीच्या तळमजल्यावरील त्या चेंबरमध्ये घालवलेले ते दिवस हा माझ्या व्यावसायिक जीवनातला सर्वांत सुखाचा, आनंदाचा काळ होता. सहा फूट चार इंच इतकी जबरदस्त शारीरिक उंची आणि त्याहूनही उंच अशा बुद्धीचे आणि मनाचे आमचे गुरू सर जमशेटजी कांगा म्हणजे एक आश्चर्यात पडावे, विस्मय वाटावा असे व्यक्तिमत्त्व होते. जवळ-जवळ रोज संध्याकाळी, ज्येष्ठ भागीदारांची कामे संपली, बैठका उरकल्या की, साधारण पावणे-सात वाजता आम्ही सर्व जण सर जमशेटजींच्या टेबलाभोवती गोळा व्हायचो, मग ते त्यांच्या जुन्या दिवसांच्या मनोरंजक आठवणी रसभरित भाषेत सांगायचे आणि आम्ही त्यात रमून, समरसून जायचो. ते आम्हाला अतिशय आवडायचे, आमचे त्यांच्यावर प्रेमच बसले होते, त्याला कारण होते; त्यांच्यातले चैतन्य, त्यांचा उत्साह आणि जिवंतपणा. त्यांचे वर्तन एखाद्या निरागस, लहान बालकासारखे होते, पण ते बालिश मात्र कधीच होत नसे. कांगा यांच्या चेंबरमध्ये सतत कामाची लगबग असे तशी तिथे सदैव आनंदाची, हास्याची गजबजही असे.

कांगा जेव्हा मुंबईचे महाअधिवक्ता – ॲडव्होकेट जनरल – होते (१९२२ ते १९३५) त्या काळात (म्हणजे मी त्यांच्याकडे काम करायला लागलो त्याच्या

कितीतरी आधीच.) त्यांच्याकडे एक तरुण उमेदवारी करीत होता. त्यांचे नाव होते हरीलाल कानिया. त्यांना 'सर' हा मानाचा किताब मिळाला आणि ते सर हरीलाल कानिया झाले. त्यांनी 'स्वतंत्र भारताचे पहिले सरन्यायाधीश' हे सन्माननीय पद भूषविले. कांगा त्यांच्या त्या विद्यार्थ्याला कधीच विसरले नाहीत. १९८० सालीसुद्धा ते कानियांची आठवण काढायचे, (कृतक कोपाने!) म्हणायचे, 'अतिशय सालस आणि कष्टाळू मुलगा होता. माझी सगळी टाचणं वाचून काढायचा!' आजही सर्वोच्च न्यायालयातील एक नंबरच्या कोर्टाच्या दालनात सर हरीलाल कानिया यांचे लक्षवेधी तैलचित्र पाहताना वाटते की, स्वतंत्र भारताच्या आद्य सरन्यायाधीशाला एक प्रेमळ, वत्सल असा पितृतुल्य गुरूच 'सालस आणि कष्टाळू मुलगा' असे म्हणू शकतो!

अशा कुशल, कर्तबगार, ख्यातनाम, प्रसिद्धी पावलेल्या वकील, न्यायाधीशांविषयी सांगताना मला एका मजेशीर गोष्टीची आठवण होते. रेसमध्ये धावणाऱ्या घोड्याविषयी बोलणे निघाले की, आधी चौकशी केली जाते, ती त्याच्या अश्वशाळेबद्दल! घोड्याला रेससाठी तयार करणारी अश्वशाळा सर्वांत महत्त्वाची. तिच्यावरून त्याच्या जातीचा अस्सलपणा, त्याच्या पैदाशीचा दर्जा ठरतो; तसेच एखाद्या कुशल, यशस्वी वकिलाचे कुणी नाव घेतले की, आधी लोक विचारतात, 'कुठल्या 'चेंबर'चा आहे?' म्हणजे 'कोणत्या अनुभवी, नामवंत बॅरिस्टरच्या ऑफिसमध्ये तो शिकतो आहे, कोणाच्या कुशल मार्गदर्शनाखाली तो काम करीत आहे?' ते 'चेंबर' महत्त्वाचे. त्यावरून तो वकील कोणाच्या तालमीत, कुठल्या परंपरेत, कुठल्या संस्कृतीत तयार झाला आहे ते लगेच लक्षात येते. मी आणि माझ्यासारख्या कांगा यांच्या 'तालमीत' तयार झालेल्या कित्येकांना आमच्या 'वस्तादां'चा आणि आमच्या 'आखाड्या'चा सार्थ अभिमान आहे. आमचे गुरू जमशेटजी कांगा हेच – आमच्या गुरुकुलातले सर्वांत नम्र, निरहंकारी आणि विनयशील व्यक्ती होते. कधी-कधी असे घडायचे की, चेंबरमधील नवे-जुने सगळेच वकील या ना त्या कोर्टात गेलेले असायचे आणि आफिसमध्ये कांगा एकटेच उरलेले असायचे. अशा वेळी ते जुन्या स्मृतींना उजाळा देत शांत बसून राहायचे किंवा त्यांना मुखोद्गत असलेल्या फरदौसीच्या शाहनाम्यातल्या (एक लाख ओळींपैकी) काही ओळी म्हणत बसायचे.[४]. आमच्यासारख्या अगदी कनिष्ठ उमेदवारासाठी कोणी एखादे पत्र, टाचण घेऊन आला तरी सर जमशेटजी स्वत: ते घेत, त्याची 'आवक पुस्तका'त नोंद करीत, एवढेच नव्हे तर आम्ही संध्याकाळी परत आलो की, आठवणीने ज्याच्यासाठी पत्र आले असेल त्याला व्यक्तिश: तसे मुद्दाम सांगतही! केवढा हा निगर्वी साधेपणा! या साधुवृत्तीतच त्यांची महानता दडली होती.

श्री. कांगा यांनी त्यांच्या कारकिर्दीची साठ वर्षे पूर्ण केली, त्यानिमित्त बारच्या ग्रंथालयात त्यांचे एक तैलचित्र लावण्यात आले. त्याचे अनावरण आपल्या देशातील

एक आदरणीय न्यायमूर्ती, (मी ज्या अनेक न्यायाधीशांसमोर वकील म्हणून उभा राहिलो, त्यातील सर्वांत उत्तम न्यायाधीश.) मुंबई उच्च न्यायालयाचे मुख्य न्यायाधीश मोहमदअली करीम छगला यांच्या हस्ते करण्यात आले. त्या प्रसंगी छगला यांनी सर जमशेटजी कांगा यांना 'बॉम्बे बारचा पैलू न पाडलेला हिरा' अशा सार्थ शब्दांत गौरवले. मी १९५० साली अगदी एक-दोन वेळाच जमशेटजी यांना उच्च न्यायालयात पहिल्याचे मला अजूनही स्वच्छ आठवते आहे. त्यातल्या एका वेळी ते मुख्य न्यायाधीशांच्या कोर्टात करविषयक केस लढत होते.

त्या काळी करविषयक केस असली की, मुख्य न्यायाधीश एम. सी. छगला आणि न्यायमूर्ती एस. आर. तेंडुलकर हे दोघेच न्यायासनावर हमखास असायचे – त्याही वेळी तेच दोघे न्यायासनावर होते. कांगा त्यांची केस पुकारली जाण्याची प्रतीक्षा करीत बसले होते. आधीच्या एका केसच्या सुनावणीत कुणीतरी अन्य वकील बाजू मांडत असताना आयकराच्या नियमातील एका तरतुदीच्या निश्चित अर्थाबद्दल न्यायासनाला काही शंका निर्माण झाल्या. छगला त्यांचे सहन्यायाधीश तेंडुलकर यांच्याकडे वळून म्हणाले, 'आपण श्री. कांगा यांना विचारू.' त्यांनी तो क्लिष्ट मुद्दा आणि त्यांची शंका जमशेटजींसमोर ठेवले. जमशेटजी उठले आणि त्यांनी त्यांच्या खास शैलीत, लांब हातांच्या लयबद्ध हालचाली करीत, अभ्यासपूर्ण पद्धतीने शंकेचं पूर्ण निरसन केलेच शिवाय त्या बाबतीतला त्यांचा शास्त्रशुद्ध निर्णयही सुनावला. आपले मत खटल्यातील कोणत्या बाजूला अनुकूल ठरणार आहे, त्यामुळे कुणाचा फायदा होणार आहे, हा व्यवहारी विचार त्या क्षणी त्यांच्या मनाला जराही शिवलेला नव्हता.

त्यांच्या 'त्या' गतदिवसांच्या रसभरित आठवणी जमशेटजींकडून ऐकणे, हा एक अतिशय आनंददायी अनुभव असायचा आणि घडलेला प्रसंग शब्दांतून साक्षात डोळ्यांसमोर उभा करण्याच्या त्यांच्या हातोटीमुळे ते सगळे प्रसंग आमच्याही पक्के लक्षात राहायचे. असाच एक प्रसंग – त्या वेळी ते मुंबईचे महाअधिवक्ता – ॲडव्होकेट जनरल ऑफ बॉम्बे – होते. १९२४ ते १९२९ या कालावधीत मद्रास (आता त्याचं नाव चेन्नई झाले आहे.) उच्च न्यायालयाचे मुख्य न्यायाधीश असलेले न्यायमूर्ती सर मुरे कौट्स-ट्रॉटर एकदा मुंबईत आलेले असताना कांगा यांनी त्यांच्या सन्मानार्थ मुंबईतील विलिंग्डन स्पोर्ट्स क्लबमध्ये रात्रीचे जेवण ठेवले होते. त्या काळात स्कॉच व्हिस्की साध्या बुचांनी बंद केलेल्या बाटल्यातून मिळायची, जॉनी वॉकर ब्लॅक लेबल ही व्हिस्की सर्वांत महाग आणि म्हणून प्रतिष्ठेची समजली जायची, तिच्या बाटलीची किंमत केवळ आठ रुपये असायची. जेवणाच्या आधी पहिली बाटली उघडली गेली, ग्लास भरले गेले, मद्यातील दर्दी असलेल्या मुख्य पाहुण्यांनी पेयाचा पहिला घोट घेतला आणि नापसंतीचा शिक्का मारला – 'बुचाचा

वास येतो आहे!' घाईघाईने टेबलावरचे सगळे ग्लासेस आणि 'नापास' झालेली बाटली टेबलावरून काढून टाकण्यात आली. दुसरी बाटली, नवे ग्लासेस मागवण्यात आले. ती बाटली उघडली, ग्लासेस भरले, न्यायमूर्तींनी घोट घेतला, आणि... आणि... याही वेळी त्यांचे तोंड वाकडेच झाले! परत नवे ग्लासेस, नवी बाटली, पण तीही बाटली पसंतीस उतरली नाही. शेवटी चौथ्या बाटलीचे नशीब उघडले! पाहुण्यांनी मान हलवली. पेय गळ्याखाली उतरले आणि जीव भांड्यात पडला. मग मात्र कौट्स-ट्रॉटर यांनी व्हिस्कीचा मनसोक्त आस्वाद घेतला, इतका की जमशेटजी दुःखभऱ्या स्वरात, हसत-हसत सांगत की, त्या रात्रीचे जेवण त्यांना चांगलेच महागात पडले!

हा संस्मरणीय प्रसंग जिथे घडला, त्या विलिंग्डन स्पोर्ट्स क्लबच्या स्थापनेविषयीचीही एक 'कहाणी' होती. (तीही कांगा यांनीच सांगितली होती.) लॉर्ड विलिंग्डन हे मुंबईचे गव्हर्नर असताना (१९१३ ते १९१८) व्हाइसरॉय यांच्या एक्झिक्युटिव्ह कौन्सिलमधील – सल्लागार समितीतील – एक भारतीय सभासद सर महादेव भास्कर चौबळ हे मुंबईत आले होते. वेलिंग्टन यांनी भायखळा क्लबमध्ये त्यांना जेवायला बोलावून त्यांचे आदरातिथ्य करण्याचे ठरवले. (त्या क्लबमध्ये फक्त 'साहेबां'ना, म्हणजे युरोपियनांनाच प्रवेश होता.) ठरलेल्या कार्यक्रमानुसार मंडळी क्लबमध्ये पोहोचली, पण मुख्य पाहुण्यांना क्लबमध्ये प्रवेश नाकारण्यात आला! दारातच नियम दाखवला गेला – 'भारतीयांना प्रवेश नाही!' गव्हर्नर संतापले, चिडले; पण त्यांची पाहुण्यांची यादी क्लबच्या नियमात बसेना आणि त्यात त्यांनाही ढवळाढवळ करता येईना. तत्क्षणी विलिंग्डन यांनी निर्णय घेतला की, ते असा एक क्लब स्थापन करतील की, जिथे असा भेदभाव अजिबात केला जाणार नाही आणि समाजात सन्मान्य स्थान असणाऱ्या कुणालाही तिथे प्रवेश दिला जाईल. विलिंग्डन यांच्या मित्रपरिवारात देशातील राजघराण्यातील मंडळी, समाजातील प्रतिष्ठित व्यक्तींचा – त्या काळी त्या व्यक्तींत पारशी समाजाचाही समावेश होत असे – समावेश होता. त्या सर्वांनी स्वतंत्रपणे अशा प्रकारच्या क्लबसंबंधी आपापले प्रस्ताव, सूचना गव्हर्नरांकडे पोहोचवल्या. त्याच वेळी 'महायुद्धा'ला प्रारंभ झाला, (१९१४ ते १९१८) पण तरीही १९१७ साली 'विलिंग्डन स्पोर्ट्स क्लब'ची स्थापना झाली. माननीय सर महादेव भास्कर चौबळ हे त्या क्लबच्या संस्थापक सभासदात होते, हे वेगळे सांगायला नकोच!

कांगा यांच्या आवडत्या सुरस कथांत आणखी एक गोष्ट असायची जी त्यांच्या बाबतीत घडलेली नव्हती, ती त्यांनी लॉर्ड ड्युनेडिन[५] यांच्याकडून ऐकलेली होती. ती दोघे इंग्लंड ते एडन एकत्र बोटीने प्रवास करत होते. कांगा आपली उन्हाळ्याची सुट्टी इंग्लंडमध्ये घालवून मुंबईला परतत होते. ड्युनेडिन हे १९१३पासून १९३२पर्यंत

इंग्लंडमधील संसदेच्या वरिष्ठ गृहात न्यायालयीन कामाच्या जबाबदाऱ्या पार पाडणाऱ्या बारा सन्माननीय व्यक्तींपैकी एक – सिनियर लॉ लॉर्ड – होते. त्यांनी कांगा यांना सांगितले की, वकिलांची लांबलचक, रटाळ, कंटाळवाणी भाषणे ऐकताना त्यांना (बऱ्याच वेळा) डुलकी लागायची. त्यांच्या समवेत जे इतर लॉर्ड्स न्यायदानाला बसायचे त्यांची यांच्या या सवयीविषयी फार मनोरंजक तक्रार असायची. 'आमचे लॉर्ड ड्युनेडिन नुसते झोपत नाहीत, तर ते झोपेत घोरतात आणि त्यामुळे आम्हा इतर लॉर्ड्स मंडळींना शांत झोपता येत नाही!!' वकिलांची न संपणारी चऱ्हाटे आणि न्यायाधीशांच्या न संपणाऱ्या झोपा याविषयी राणीचे कायदेविषयक सल्लागार – क्वीन्स कौन्सल – डेव्हिड पॅनिक यांनी त्यांच्या लेखसंग्रहात ('आय हॅव्ह टू मुव्ह माय कार' या नावाने हार्ट पब्लिशिंग या प्रकाशन संस्थेने २००८मध्ये प्रकाशित केला आहे.) एक फार मार्मिक विधान केले आहे. ते म्हणतात, 'न्यायाधीशांना न्यायदानाच्या वेळी बऱ्याच वेळा मधून-मधून झोप लागते, यात मोठेसे आश्चर्य

ऑनर डॉमिअर यांच्या 'लॉयर्स अॅन्ड जस्टिस' या चित्रमालिकेतून (१८४५)

वाटण्यासारखे काहीच नाही. आश्चर्य या गोष्टीचे वाटते की, ते बऱ्याच वेळा जागे कसे राहतात!!'

माझे फार मोठे सौभाग्य की, मला प्रत्यक्ष सर जमशेटजी कांगा यांच्या बरोबरीने कोर्टापुढे उभे राहण्याची संधी मिळाली. विशेष म्हणजे त्यानंतर ते स्वतः परत

कधीही कोर्टात हजर राहिले नाहीत. अनेकांना हेवा वाटेल, असा तो प्रसंग मी माझ्या अंत:करणात जपून ठेवला आहे. १९६० सालच्या उत्तरार्धातली गोष्ट आहे. त्या वेळी कांगा यांनी कोर्टात जाणे थांबवले होते, पण त्यांचा एक चाळीस वर्षांचा जुना पक्षकार होता. तो आग्रहच धरून बसला की, त्याच्या एका खटल्यात त्यांनी त्याच्या बाजूने स्वत: कोर्टात उभं राहावं. कांगांनी त्याला खूप समजावून सांगितले, पण त्याचे म्हणणे असे की, त्यांची केवळ उपस्थिती ही त्याच्या दृष्टीने शुभशकुन ठरणार आहे. शेवटी असे ठरले की, बाजू मांडण्याचे, बोलण्याचे सर्व काम मी करायचे आणि त्या गृहस्थांच्या हट्टाखातर कांगा यांनी फक्त कोर्टात उपस्थित राहायचे. खटला न्यायमूर्ती विठ्ठल महादेव तारकुंडे यांच्यासमोर चालणार होता. कोर्टातले खटले वेळेवर कधीच कोर्टापुढे येत नाहीत. त्यापेक्षा रेल्वेचे वेळापत्रक नक्कीच चांगले असते. आठवडेच्या आठवडे रखडत राहतात. आमच्या त्या केस क्रमांक पाचचे तसेच होत राहिले.

त्या काळात उच्च न्यायालयाच्या शेजारच्या इमारतीतल्या ऑफिसमध्ये (ज्याबद्दल पुढे मी लिहिणारच आहे.) तो भाग एक पार्टिशन घालून वेगळा काढला होता आणि तो वातानुकूलित केला होता. तिथेच मी बसायचो आणि जमशेटजींना वातानुकूलित हवेचा त्रास होत असल्याने त्यांचे मोठे टेबल पार्टिशनच्या बाहेर ठेवलेले होते, तिथे ते बसायचे. रोज संध्याकाळी जमशेटजी पार्टिशनचे दार उघडून आत डोकावून काळजीच्या सुरात मला म्हणायचे, 'नरीमन, तू उद्या कोर्टात येतो आहेस ना? नाही, तुला माहिती आहे की, मला आता वाचता येत नाही.' त्यांना धास्ती वाटायची की, मी अन्य कुठल्या खटल्यासाठी दुसऱ्या कोर्टात जाऊन बसेन आणि त्यांची पंचाईत होईल. मी त्यांना खातरीपूर्वक 'मी तिथे असेनच' असे सांगायचो आणि मी कधीच त्यांची गैरसोय होऊ दिली नाही.

अखेर खटला उभा राहिला आणि – त्या त्यांच्या पक्षकाराच्या दृढ विश्वासाप्रमाणे सर जमशेटजींच्या शुभकारक उपस्थितीमुळे निकाल त्या पक्षकाराच्याच बाजूने लागला. एका जमिनीच्या खरेदीसंदर्भातल्या कराराप्रमाणे दोन्ही बाजूंनी पूर्ण करायच्या कृतीतील तफावतीविषयी तो खटला होता. खरेदीचा करार आणि त्या विषयीचा सर्व पत्रव्यवहार वाचून, अभ्यासपूर्वक मी आमच्या अशिलाची – फिर्यादीची बाजू मांडली. यात तोंडी साक्षी नव्हत्याच. माझ्यानंतर विरुद्ध बाजूचे वकील उभे राहिले आणि त्यांची बाजू मांडू लागले. त्यांचे बोलणे ऐकत असताना, त्यांच्या विधानातील फोलपणा लक्षात येऊन, माझ्या शेजारी बसलेले सर जमशेटजी माझ्या बाजूला झुकून म्हणाले, (माझ्या आश्चर्याला पारावारच नव्हता!) 'केटली मजा आवेच!'('किती मजा येते आहे की नाही?'). त्यांच्या स्वरात सामना जिंकलेल्या शाळकरी मुलाचा विजयी उत्साह होता. त्यांना बहुतेक त्यांचे कोर्टातले दिवस आठवले असावेत. मला

माझी त्या खटल्यातली कामगिरी अप्रतिम, अगदी 'तारांकित'च वाटली, कारण त्या दिवशी सर जमशेटजी माझ्याबरोबर होते. (मी त्यांच्याबरोबर नव्हतो.)

मी हे अगदी मनापासून सांगू इच्छितो की, माझ्या वडिलांनंतर माझ्या मनात त्यांच्याइतकाच पूज्यभाव, आदर आणि प्रेम असणारी व्यक्ती म्हणजे सर जमशेटजी कांगा ही होय!!

***

आमचे 'कांगा चेंबर' कोर्टाच्या इमारतीतून शेजारच्या पी.डब्ल्यू.डी.(पब्लिक वर्क्स डिपार्टमेंट)च्या इमारतीत कसे हलले हीही एक 'कथा'च आहे. कोर्टातल्या खटल्यांची संख्या वाढत होती आणि त्यामुळे कोर्टासाठी खोल्या कमी पडू लागल्या होत्या. १९५७मध्ये कधीतरी तळमजल्यावर ऑफिसेस असणाऱ्यांना (आमच्यासारख्या मुख्य न्यायाधीशांच्या परवानगीधारकांना) तिथून हलण्याची, त्या जागा खाली करण्याची सूचना देण्यात आली. सगळ्यांनी एकत्र येऊन मुख्य न्यायाधीश छगला यांच्याकडे एक शिष्टमंडळ नेऊन निदान पर्यायी जागेचा विचार व्हावा, असे त्यांना आवाहन करावे असे ठरले. बऱ्याच प्रयत्नानंतर सर जमशेटजी यांना त्या शिष्टमंडळाचं नेतृत्व करायला राजी करण्यात मंडळींना यश आलं. मला आठवते आहे, सगळ्या चेंबर्सचे ज्येष्ठ, वरिष्ठ कांगा यांच्या नेतृत्वाखालच्या त्या शिष्टमंडळात सामील झाले होते. छगला यांनी शिष्टमंडळाचे सौजन्यपूर्वक स्वागत केले, त्यांचे म्हणणेही सहानुभूतिपूर्वक ऐकून घेतले, पण त्यांनी कोणत्याही तऱ्हेने, कुठलीही आशा दाखवली नाही की काही आश्वासनही दिले नाही. जागा सोडून दुसरीकडे जाणे अटळ आहे, असे लक्षात आले. तेव्हा सर जमशेटजी त्यांच्या दुमदुमत्या आवाजात न्यायमूर्तींना निर्वाणीच्या भाषेत म्हणाले, 'तसं असेल तर, माय लॉर्ड, मला घरीच बसावं लागेल!' छगला यांनी स्वरात काळजी आणून विचारलं, 'का सर? आपल्याला घरी का बसावं लागेल?' 'मी एक तर उच्च न्यायालयाच्या इमारतीत तरी बसेन नाही तर मग घरी!' जमशेटजी चिडखोरपणे म्हणाले. बैठक अनिर्णित अवस्थेतच संपली, पण सर जमशेटजींनी दिलेला 'घरी बसण्याचा' निर्वाणीचा इशारा बहुधा न्यायमूर्ती छगला यांना सलत राहिला, खुपत राहिला.

त्या दोघांच्यात असणाऱ्या, सहजी कुणाच्या लक्षात न येणाऱ्या एका अत्यंत वैयक्तिक, नाजूक अशा बंधाविषयी आम्हाला कालांतराने माहिती मिळाली. सर कांगा हे महाअधिवक्ता – ॲडव्होकेट जनरल – होते. त्या काळात छगला हे वकिलीच्या व्यवसायात जम बसवण्यासाठी झगडणारे तरुण वकील होते, पैशाची आवक अजून सुरू झाली नव्हती, खरं तर चणचणच होती. अशा काळात छगला यांचे वडील एका दिवाणी दाव्यात अडकले. त्यांना कुशल वकिलाची नितांत गरज

होती. छगला यांनी साहजिकच प्रथम त्यांचे वरिष्ठ मुहम्मद अली जीना यांच्याकडेच धाव घेतली. जीना हे एक अत्यंत प्रथितयश वकील होते. (छगला त्यांच्या चेंबरमध्येच उमेदवारी करीत होते.) जीना यांनी दाव्याची माहिती वाचली, पण ते छगला यांना म्हणाले की, ते कुणाचेच काम विनामोबदला करीत नाहीत. त्या काळात वकील काही प्रचंड शुल्क आकारत नसत, पण छगला यांना त्यांच्या आर्थिक परिस्थितीत तेवढेही देणे परवडणारे नव्हते. ते खिन्न झाले, निराश झाले. त्यांनी एक प्रयत्न म्हणून, काहीही परिचय नसतानाही महाअधिवक्ता – ॲडव्होकेट जनरल – सर जमशेटजी यांना भेटण्याचे ठरवले आणि त्या दयाळू मनाच्या, उदार अंत:करणाच्या सज्जन गृहस्थाने त्या होतकरू, तरुण वकिलाच्या वडिलांचे वकीलपत्र, एकाही पैशाची अपेक्षा न करता स्वीकारले. तो दावा संपला, पण छगला यांच्या मनात कांगा यांच्याविषयीचा कधीच न संपणारा आदरभाव निर्माण झाला. त्या निःस्वार्थी उपकाराची छगला यांनी कायम आठवण ठेवली.

आम्हाला आणि इतर सगळ्यांनाच उच्च न्यायालयाच्या त्या इमारतीतील ऑफिसेस मोकळी करून तिथून बाहेर पडावेच लागले, पण कुणालाच घरी मात्र बसण्याची वेळ आली नाही, कारण न्यायमूर्ती छगला यांनी त्यांच्या कारकिर्दीच्या काळातच त्यांच्या पदाच्या मानाचा वापर करून पी.डब्ल्यु.डी.ला त्यांच्या कोर्टालगतच्या इमारतीत एक मजला वाढवून तो कोर्टाच्या इमारतीशी जोडण्याची गळ घातली आणि परिणामी सर जमशेटजी कांगा (त्यांच्या सर्व छाव्यांसह) त्या नव्या इमारतीच्या, कोर्टाशी जोडल्या गेलेल्या मजल्यावरील प्रशस्त जागेत स्थलांतरित झाले. 'चेंबर क्रमांक एक' असे त्याचे नामकरण झाले. कोर्टाच्या इमारतीचा तळमजला सोडाव्या लागलेल्या इतर सगळ्यांनाही तिथे जरा लहान जागा मिळाल्या. सर जमशेटजी यांच्यासारखा तपस्वी तहहयात उच्च न्यायालयाच्या जास्तीतजास्त निकट राहावा, या न्यायमूर्ती छगला यांच्या मनातील तीव्र इच्छेचाच तो परिपाक होता.

आमच्या चेंबरमध्ये नसलेल्या एका वकिलांचा मला इथे उल्लेख केलाच पाहिजे. जे. एम. ठाकूर (शंकर ठाकूर). ते जे. एम. सेटलवाड यांचे पुतणे होते आणि त्यांच्याच चेंबरमध्ये काम करीत होते. १ मे, १९६० रोजी गुजरात राज्याचा जन्म झाला, त्याच दिवशी त्यांची गुजरातचे महाअधिवक्ता म्हणून नियुक्ती झाली आणि त्यांनी ते पद कित्येक वर्षं यशस्वीपणे भूषविले. निरनिराळ्या राजकीय पक्षांचे मुख्यमंत्री आले आणि गेले, सत्तावीस निरनिराळी प्रशासने राज्यात कार्यरत झाली, मधून-मधून काही काळासाठी राष्ट्रपती राजवटही आली आणि गेली – या सगळ्या राजकीय उलथापालथीत महाअधिवक्ता मात्र कायम राहिले. खरोखरच हा त्यांच्या अत्युत्तम, अत्यंत सक्षम अशा कार्यकुशलतेचा आणि कमालीच्या सचोटीचा गौरवच आहे, पण मला सांगायची आहे, ती त्यांनी स्वत: मला शिकवलेल्या जीवनाच्या

एका तत्त्वासंबंधीची गोष्ट – ती अगदी वैयक्तिक आहे. त्यांच्या व्यक्तिमत्त्वाचं यथार्थ दर्शन घडवणारी आहे आणि माझ्या मनावर मोठा प्रभाव पाडून गेलेली, खोल परिणाम करून गेलेली आहे. ते म्हणाले होते की, त्यांची अशी पक्की धारणा आहे की, यशस्वी वकिलाने कधीही सुरळीत चालत असलेल्या पद्धतींचा भंग करू नये. उदाहरणार्थ, तुमच्या हाताखाली काम करणारे लोक वृद्ध झाले, त्यांची कार्यक्षमता त्यामुळे जरा कमी झाली तरी तुम्ही त्यांना कामावरून काढून टाकून त्यांना घालवून देता कामा नये. तुम्ही आयुष्यात जी प्रगती करता, जे यश मिळवता ते केवळ तुमचे स्वत:चेच भाग्य नसते, तर त्यात तुमच्यासाठी काम करणाऱ्या, तुमच्यावर अवलंबून असणाऱ्या, तुमच्या सभोवतालच्या माणसांच्या भाग्याचाही वाटा असतो. हा त्यांनी दिलेला खास 'घरचा' सल्ला माझ्या कायम लक्षात राहिला आहे.

या गोष्टीला एक अर्थपूर्ण उत्तरार्धही आहे. श्री. ठाकूर यांनी दिलेल्या या मोलाच्या उपदेशाबद्दल काही वर्षांनंतर मी माझे वकील मित्र रेगी मॅथेलोन यांच्याशी बोलत होतो. ठाकूर यांचे तत्त्वज्ञान ऐकल्यानंतर मि. मॅथेलॉन म्हणाले, 'नरीमन, हा यशस्वी वकिलांच्यातला सामाईक गुणविशेष असावा.' मॅथेलॉन यांचे स्वत:चे गुरू सर दिनशा मुल्ला यांच्याकडे धोंडू नावाचा एक अतिवृद्ध आणि अतिउद्धट नोकर होता. अतिशय आळशी, काहीही काम करायचा नाही, पण दिनशा मुल्लांच्या पत्नी सौ. जेरबाई मुल्ला यांचा असा एक विश्वास होता की, तो नोकर हा त्यांच्यासाठी अतिशय शुभकारक आहे. एका सकाळी मुल्ला काही कारणाने त्या कामचुकार नोकरावर विलक्षण चिडले, इतके की, रागाच्या तिरिमिरीत त्यांनी त्याला कामावरून हाकलून दिला. मॅथेलॉन यांनी हा प्रसंग घडताना पाहिला होता, त्यामुळेच काही वेळाने चेंबरमधून बाहेर पडताना चेंबरच्या दारात धोंडू आपला शांतपणे पान चघळत बसलेला बघून त्यांना अर्थातच आश्चर्य वाटले. त्यांनी धोंडूला जेव्हा विचारले की, 'अरे तू गेला नाहीस?' तेव्हा तो थंडपणे म्हणाला, 'काही नाही हो, संध्याकाळी बाईसाहेबांना भेटलो ना की सगळं ठीक होईल!' त्याचा तो विश्वास अनाठायी नव्हता. दुसऱ्या दिवशी सकाळी धोंडू नेहमीसारखा – काम न करण्यासाठी – कामावर हजर होता! मला वाटते, यशस्वी वकिलांना अंत:प्रेरणेनेच हे जाणवते की, नशीब, दैव किंवा ईश्वरी शक्ती – नाव काहीही द्या – ही त्यांच्या आयुष्यात, त्यांच्या यशात फार मोठी भूमिका बजावीत असते आणि त्याची जाणीव असल्यामुळेच ते काही गोष्टी फार ताणून धरीत नाहीत, सुरळीत चाललेल्या पद्धतींचा भंग करीत नाहीत.

***

मी जरा भरकटलोच! जमशेटची कांगा, शंकर ठाकूर, दिनशा मुल्ला यांच्या आठवणीत रमलो, त्यांच्या कथा सांगत बसलो आणि बराच पुढे निघून गेलो. परत

माझ्या जीवनकथेकडे येतो. १९४९ साली मी एल.एल.बी.ची शेवटची परीक्षा पहिल्या वर्गात विशेष प्रावीण्यासह उत्तीर्ण झालो. विद्यापीठात सर्व विद्यार्थ्यांत दुसरा आलो. पुढच्याच वर्षी मी ॲडव्होकेटची परीक्षाही दिली आणि त्यातही पहिला आलो. ती परीक्षा त्या वेळी 'बार कौन्सिल ऑफ इंडिया'तर्फे भारतातच घेतली जात होती. मुंबईतल्या गव्हर्नमेंट लॉ कॉलेजमध्ये मी 'गोल्ड मेडल' मिळवले – किनलॉक फोर्बस गोल्ड मेडल. रोमन कायदेपद्धती आणि त्यामागील तत्त्वज्ञान या विषयातील प्रावीण्याबद्दल मिळालेले ते माझे पहिले-वहिले गोल्ड मेडल – मुंबई विद्यापीठाच्या (गोथिक वास्तुशैलीतील) इमारतीची प्रतिकृती असलेले चोवीस कॅरेटच्या भरीव सोन्याचे होते. त्यानंतर मला अनेक बक्षिसे, मान-सन्मान मिळाले, पण ते माझे पहिले मेडलच माझ्यासाठी सर्वांत सुंदर, सर्वांत मौल्यवान आणि सर्वांत जास्त प्रिय आहे. नोव्हेंबर, १९५०मध्ये जेव्हा ॲडव्होकेट म्हणून माझी नोंदणी झाली, तोपर्यंतचे परीक्षेतले प्रावीण्य, मिळालेली बक्षिसे, मेडल्स, उज्ज्वल यश यांमुळे माझ्या डोक्यात अशी हवा शिरली होती की, मला खूप ज्ञान प्राप्त झाले आहे, मला बरेच काही येते आहे, पण ती माझी गैरसमजूत होती, फार मोठी चूक होती.

आणि ती चूक सुदैवाने माझ्या अगदी लवकरच लक्षात आली. आग्र्याच्या ताजमहालातल्या आतल्या गाभाऱ्यात तिथल्या महान शक्तीपुढे, तिथल्या पावित्र्यापुढे जसे नतमस्तक होऊन शिरावे लागते तसेच, अगदी तसेच, तुम्ही जेव्हा शिक्षण पूर्ण करून वकिलीच्या व्यवसायात पदार्पण करता तेव्हा, विनम्र होऊनच पाऊल आत टाकावे लागते, कारण तुमचे ज्ञान अपुरे, तोकडे असते, हे मला पुरते कळून चुकले. ज्ञानप्राप्ती ही न संपणारी प्रक्रिया आहे. तुम्ही मोठे होत जाता, ज्ञान आणि अनुभव मिळवता, त्यांच्या बळावर उत्तुंग यश मिळवता, व्यवसायातील प्रगतीचे अनेक उंच टप्पे गाठत कीर्तिशिखरावर पोहोचता, पण त्यावेळीसुद्धा तुम्हाला पुरेसे ज्ञान अवगत झालेले नसतेच, त्या वेळीही तुम्ही शिकतच असता. मी आर. जे. कोला यांच्या मार्गदर्शनाखाली काम करायला सुरुवात केली, तेव्हा एक महिन्याच्या आतच मला माझ्या अज्ञानाचा पुरावा मिळाला. माझ्या वरिष्ठांनी मला एक काम सांगितले होते. कोर्टाच्या आवारात एका बोर्डावर दुसऱ्या दिवशी कोर्टापुढे येणाऱ्या दाव्यांची सद्यःस्थिती थोडक्यात वर्णन करणारा, कच्च्या मसुद्याचा कागद लावलेला असतो, जो दुसऱ्या दिवशी छापून अधिकृतरित्या वितरित केला जातो. मि. कोला यांच्या एका दाव्याची स्थिती काय आहे, ते मी बघून येऊन त्यांना त्याबद्दल माहिती द्यायची होती. मला काही केल्या कोर्टात तो बोर्ड सापडेना. मी हताश झालो, निराश झालो, मला स्वतःच्या अक्षमतेची लाज वाटली. खालमानेने मला त्यांना येऊन सांगावे लागले की, तो बोर्ड मला सापडत नाही! तो बोर्ड नव्हता असे नव्हते. तो नक्कीच होता, पण मी तो शोधू शकलो नव्हतो. अशा परिस्थितीत शेरलॉक होम्सनी

वॉटसनला बजावले असते, 'मि. वॉटसन, तुम्हाला दिसते पण तुम्ही पाहात नाही!!'[६]

सुरुवाती सुरुवातीला मी आणि माझ्यासारखे अन्य प्रशिक्षार्थी कोर्टात बसून, चाललेल्या सुनावण्यांचे बारीक निरीक्षण करण्यात बराच वेळ खर्च करायचो, पण वकिलीच्या व्यवसायाच्या प्रारंभीच्या काळात कोर्टात काय चालते, ते काहीही कळत नाही. कायद्याच्या परिभाषेतले जड बोजड शब्द, क्लिष्ट कलमे यांच्याबद्दल सामान्य माणूस पूर्णपणे अनभिज्ञ असतोच, पण नव्याने व्यवसायात पदार्पण करणाऱ्या आमच्यासारख्या तरुण वकिलांची स्थितीही काही फारशी वेगळी नसते. आमच्यापैकी काही जण, इतर कुठे काही विशेष कामे नसतील तर विवाहविषयक दाव्यांचे खटले ज्या कोर्टात चालायचे त्या कोर्टात जाऊन बसायचे, कारण तिथे जे चालायचे ते त्यातल्यात्यात कळायला सोपे असायचे आणि शिवाय मसालेदार आणि मनोरंजक! मला आठवते आहे, एका पारशी नवऱ्याने त्याच्या पारशी पत्नीवर 'वैवाहिक अधिकारांच्या भरपाई'चा – 'दांपत्य अधिकाराच्या प्रत्यास्थापने'चा – दावा लावला होता.[७] त्याला कोर्टाच्या निर्णयाने त्याची बायको परत मिळवायची होती. ती त्या गोष्टीला अजिबात तयार नव्हती, तिने उलटा दावा केला आणि पतीपासून घटस्फोट मागितला. 'नवरा माझा छळ करतो' असे कारण तिने दिले. पारशी विवाहविषयक कायद्याप्रमाणे[८] अशा दाव्यांच्या सुनावणीच्या वेळी (घटस्फोटाचे, कायदेशीर फारकतीचे किंवा वैवाहिक अधिकाराच्या भरपाईचे दावे.) एका न्यायाधीशाखेरीज 'ज्युरीं'सारखे काम करणारा 'समाजप्रतिनिधीं'चा एक गटही कोर्टात उपस्थित असावा लागतो आणि त्या गटाने दिलेला वस्तुस्थितीविषयक (कायद्याविषयी नाही.) 'निवाडा' न्यायाधीशावर बंधनकारक असतो. वर उल्लेख केलेल्या दाव्यात न्यायाधीशांनी (न्यायमूर्ती एन. एच. कोयाजी), तोंडी साक्षी पुराव्यांनंतर संक्षेपाने दाव्याचा आढावा घेताना पत्नीची बाजू उचलून धरली आणि 'प्रतिनिधी' गटालाही अशी सूचना केली की, तिची घटस्फोटाची मागणी मान्य करावी, पण प्रतिनिधी गटाने न्यायमूर्तींची सूचना फेटाळून लावली. पतीची बाजू मांडणाऱ्या वकिलांच्या वाक्चातुर्याचा त्यांच्यावर जास्त परिणाम झाला होता – आणि त्या 'स्त्री वकील' होत्या!

प्रतिनिधी गटाने असा निकाल दिला की, पत्नीला घटस्फोट दिला जाऊ नये आणि पतीचा वैवाहिक अधिकाराचा दावा ग्राह्य धरण्यात यावा. त्या निकालानुसार त्या पारशी बाईंना क्रूर जनावराप्रमाणे वर्तन करणाऱ्या त्यांच्या पतीकडे परत पाठवण्यात आले. निकाल ऐकताच कोर्टात रडारड, आक्रोशच सुरू झाला. मला तो प्रसंग अगदी स्पष्टपणे आठवतो. ती स्त्री आकांत करीत होती, त्या 'ज्युरीं'ची याचना करीत होती, दयेची भीक मागत होती आणि न्यायमूर्ती रागाने लाल झाले होते, आतल्या आत (मूकपणे) धुमसत होते. काहीही उपाय नव्हता, वस्तुस्थितिविषयक अखेरचा 'निवाडा' (प्रतिनिधी गटाकडून) उच्चारला गेला होता – त्यात बदल होणे

अशक्य होते. पारशी समाजातील विचारी, सूज्ञ, सुजाण अशा नागरिकांतून निवडलेल्या त्या प्रतिनिधींच्या मते त्यांनी 'योग्य न्याय'च केला होता आणि ते त्याबद्दल पूर्ण समाधानी होते. पत्नीला कोर्टात खेचणाऱ्या पतीने निकाल लागताच 'विजयी' हास्य करत, आपल्या आईच्या मदतीने त्याच्या बिचाऱ्या बायकोला अश्राप गायीसारखं हाताला धरून ओढत-ओढत कोर्टाबाहेर खेचत नेले. सुमारे तीन ते चार महिन्यांनंतर त्याच कोर्टात त्याच नाटकाचा पुढील अंक सादर झाला. तीच स्त्री नाकाडोळ्यांवर रक्ताळलेली मोठी पट्टी बांधून, परत एकदा घटस्फोटाचा अर्ज घेऊन न्यायसनासमोर आली होती. या वेळी घटस्फोटाचे कारण अर्थातच 'प्रत्यक्ष शारीरिक छळ' असे दिले होते. आपल्या बाजूने निकाल लागला, 'आपण जिंकलो' या नशेत त्या नराधमाने घरी गेल्यावर बायकोला खुर्चीला बांधून घातली आणि निर्दयी आईच्या मदतीने एका मोठ्या चाकूने तिच्या नाकाचे टोकच कापून काढले. असेही कळले की, ते क्रूर कृत्य करीत असताना तो उलट्या काळजाचा राक्षस आनंदाने जोरजोरात ओरडत गात होता, 'नाक कापी नाख्यु, मोई-नू...' म्हणजे 'या चेटकिणीचं, कैदाशिणीचं, मी नाकच कापून टाकलं!!'

आधीच्या वेळी ती स्त्री हातापाया पडून सांगत होती, आमच्या पारशी समाजातील प्रतिष्ठितांना पटवून देण्याचा प्रयत्न करीत होती की, तिचा पती क्रूर आहे, तिचा छळ करतो आहे, पण त्यांनी नकारार्थी मान हलवली. त्यांच्या मते तिने पतीगृही परत जाण्यासाठी पुरेसे 'न्यायसंगत कारण' (कायद्यात हीच परिभाषा वापरलेली आहे.) होते. योगायोग असा की, या वेळीही दावा मागच्या वेळच्या न्यायाधीशांसमोरच उभा राहिला. या वेळी फिर्यादी म्हणून त्यांच्यासमोर उभ्या राहिलेल्या त्या नाक कापल्या गेलेल्या, जखमी, दुर्दैवी स्त्रीची ती चीड आणणारी कहाणी ऐकताना त्या न्यायाधीशांच्या चेहऱ्यावर एक अगदी प्रयत्नपूर्वक रोधून धरलेले विजयाचे स्मित होते. ती तिच्या नाकाची जखम दाखवीत असताना न्यायाधीशांची जळजळीत नजर प्रतिनिधी गटातील सभासदांच्या खजील चेहऱ्यांवरून फिरत होती. ते (न बोलता, केवळ डोळ्यांनी) त्यांना म्हणत होते, 'बघा, मी त्याच वेळी सांगत होतो तुम्हाला!' या वेळी अर्थातच त्या स्त्रीला घटस्फोट मिळाला.

या घटनेत एका बाजूला न्यायाधीश आणि दुसऱ्या बाजूला सामाजिक प्रतिनिधींचा गट – असे चित्र होते. यातील सगळेच सूज्ञ होते, विचारी होते, दोन्ही बाजूंना न्यायाची बाजूच उचलून धरायची होती, अन्याय होऊ द्यायचा नव्हता, तरीही त्यांनी परस्परविरोधी निर्णय घेतले. या घटनेनंतर उच्च अथवा सर्वोच्च न्यायालयातसुद्धा 'अन्याय झाला' अशी हाकाटी झाली, त्याविरुद्ध निषेध व्यक्त झाला, तरी त्याचे मला आश्चर्य वाटेनासे झाले. माझ्या असे लक्षात आले की, 'न्याय' ही सापेक्ष गोष्ट आहे, ज्याच्या त्याच्या संस्कारांप्रमाणे, विचारसरणीप्रमाणे, समजण्याच्या क्षमतेप्रमाणे

त्याविषयीची त्याची मतं सच्ची, प्रामाणिक पण तरीही अगदी निरनिराळी, वरील घटनेतल्यासारखी पूर्णत: परस्परविरोधी असू शकतात. अमेरिकन लेखक आणि समीक्षक हेन्री लुईस मेंकेन याचे एक विचार करायला लावणारे वाक्य आहे, 'अन्याय सहन करणे त्यातल्या त्यात सोपे असते, बोचतो तो न्याय!'

अन्याय का सहन केला जातो, यासंबंधीची एक फार छान गोष्ट आहे. ही गोष्ट १९४५ ते १९४७ ही दोन वर्षे 'सेक्रेटरी ऑफ स्टेट फॉर इंडिया' या पदावर असणारे लॉर्ड पेथिक लॉरेन्स यांनी महात्मा गांधी यांना लिहिलेल्या पत्रात सांगितलेली आहे (जून, १९४६मधील ते पत्र 'डॉक्युमेंट्स ऑन ट्रान्सफर ऑफ पॉवर – सत्ताबदलाविषयीचे कागदपत्र – १९४२ ते १९४७ – यात समाविष्ट केलेले आहे). पत्रात पेथिक लॉरेन्स गांधीजींना लिहितात,

> 'अन्यायाच्या पाठीमागेही न्याय, भलेपणा, चांगुलपणा दडलेला असतो, याबद्दल माणसाचा विश्वास किती गाढा असतो, हे दाखवणारी एक गोष्ट मी आपणास कधी सांगितली आहे का? एक शेतकरी अतिशय चिंतेत पडलेला पाहून गावातल्या चर्चमधील पाद्री त्याला म्हणाला, 'मित्रा, त्या परमेश्वरावर श्रद्धा ठेव, त्याच्यावर विश्वास टाक आणि चिंता सोडून दे.' तो शेतकरी म्हणाला, 'नाही, माझा त्याच्यावर मुळीच विश्वास नाही. दोन वर्षांपूर्वी त्याने माझे डुक्कर नाहीसे केले, मागच्या वर्षी त्याने माझे घर जाळले, माझी बायको माझ्यापासून हिरावून घेतली. नाही! नाही! त्याच्यावर मी विश्वास ठेवूच शकत नाही, पण तुम्हाला सांगू, त्या परमेश्वराच्याही वर आणखी एक महान शक्ती वास करते आणि तो परमेश्वर जर फारच अन्याय करायला लागला, त्याची मर्यादा ओलांडू लागला ना तर ती शक्ती त्याला नक्की वठणीवर आणेल.'

***

गेल्या एकोणसाठ वर्षांच्या वकिलीतील प्रदीर्घ अनुभवानंतर मला हे प्रकर्षाने प्रतीत झाले आहे की, न्याय फसवा असतो, तो नेमका हातात सापडत नाही, काही-काही वेळेला त्याबद्दल काहीही अंदाज करता येत नाही आणि बऱ्याच वेळा त्याने समाधान होत नाही. मला एका पारशी डॉक्टरची कहाणी आठवते. त्यांचे नाव होते, बख्तियार रुस्तमजी हकीम. ते कायमचे इंग्लंडला स्थायिक झाले होते आणि तिथे १९३०च्या दशकातील एका भयानक खूनखटल्यातला मुख्य गुन्हेगार म्हणून कुप्रसिद्ध पावले होते. खून इतक्या क्रूरपणे करण्यात आले होते की, मादाम तुसाँ या लंडनमधील मेणाच्या पुतळ्यांच्या जगप्रसिद्ध संग्रहालयाच्या भयदालनात –

चेंबर ऑफ हॉरर्स – कित्येक वर्षे त्यांचा मेणाचा पुतळा ठेवण्यात आला होता. डॉक्टर बख्तियार हकीम इंग्लंडला जाण्यापूर्वी – १९३०च्या सुरुवातीला – मुंबईत शल्यविशारद म्हणून काम करीत होते. एका सुप्रसिद्ध घड्याळजींच्या घराण्यातल्या एका मुलीशी त्यांचा विवाह झाला होता. ती मुलगी माझ्या आजीची (माझ्या आईच्या आईची) लांबची बहीण होती. ते घराणे खास प्रसिद्ध होते, कारण त्या मुलीच्या वडिलांनी राजाभाई टॉवरवरील प्रचंड घड्याळ दुरुस्त करण्याचे अपवादात्मक कसब दाखवले होते, ही दुरुस्ती म्हणजे मोठा पराक्रमच होता. लग्नानंतर अचानक बख्तियार आपल्या पत्नीला सोडून परागंदा झाले.

सर्वत्र गाजावाजा झालेल्या इंग्लंडमधील त्या खून खटल्यांची वार्ता येईपर्यंत त्यांचा काहीही ठावठिकाणा नव्हता. काही वर्षांनंतर त्या मधल्या दिवसांचा इतिहास उजेडात आला. त्यांनी इंग्लंडला जाऊन लँकेस्टर येथे डॉक्टरी करण्यास सुरुवात केली होती. कायदेशीर रित्या एकतर्फी अर्ज करून त्यांनी आपले नाव 'बक रक्स्टन' असे बदलून घेतले होते. त्या भागात एक उत्तम डॉक्टर म्हणून त्यांचे नाव झाले होते आणि विशेष म्हणजे फी न परवडणाऱ्या गरीब पेशंट्सना विनामूल्य सेवा पुरवणारा डॉक्टर म्हणून ते विशेष लोकप्रिय झाले होते. तिथल्या सर्वसामान्य कायद्याप्रमाणे –'कॉमन लॉ'– विवाह करून[११] ते त्यांची पत्नी इझाबेला केर आणि त्यांची तीन मुले यांच्यासह तिथे राहत होते. इझाबेला ही अतिशय मनमोकळ्या आणि मनमिळावू स्वभावाची बाई होती. तिला लँकेस्टरमधील उच्चभ्रू समाजातील लोकांशी संबंध ठेवायला, त्यांच्यात मिसळायला खूप आवडत असे आणि म्हणूनच तिला सतत समारंभ, मेजवान्या यांची आमंत्रणे येत असत आणि ती त्यांचा पुरेपूर उपभोगही घेत असे. डॉ. रक्स्टन जरा विचित्र, बरेचसे चंचल स्वभावाचे गृहस्थ होते. त्यांचे मानसिक संतुलन बिघडलेले होते. ते अत्यंत संशयी, मत्सरी बनले होते. आपल्या पत्नीच्या लोकप्रियतेचा त्यांना नुसता हेवाच वाटत नसे, तर ती त्यांच्या नकळत बाहेरख्यालीपणा करीत असावी, तिचे विवाहबाह्य संबंध असावेत, अशा संशयाने ते घेरले गेले होते. तिच्या बदफैलीपणाचा कोणताही पुरावा त्यांच्याकडे नव्हता, पण तरीही त्याविषयी त्यांची खातरीच झाली होती. संशयाचे पिशाच्च असे काही त्यांच्या मानगुटीवर बसले होते की, त्याच्या प्रभावाखाली १९३५च्या सप्टेंबर महिन्यात त्यांनी इझाबेलाची स्वत:च्या हातांनी गळा दाबून हत्या केली. मृत शरीराची विल्हेवाट लावायच्या आतच घरात कामाला ठेवलेल्या बाईला त्यांच्या गुन्ह्याचा सुगावा लागून तिने बभ्रा करू नये म्हणून त्यांनी तिलाही श्वास गुदमरवून मारून टाकले. प्रेते बायकांची आहेत हे ओळखू येऊ नये, या उद्देशाने त्यांनी नेमके अवयव कापून काढले, मृतांची ओळख पटणार नाही, अशा पद्धतीने शरीरे, विशेषत: चेहरे छिन्नविछिन्न करून टाकले. त्यावेळच्या इंग्लंडमधल्या कायद्यानुसार मृत शरीर जर

सापडले नाही किंवा जर त्याची ओळख पटली नाही, तर गुन्हेगारावर द्वेषबुद्धीने, पूर्वनियोजन करून केलेल्या खुनाचा आरोप ठेवता येत नसे. फक्त मानवी हत्येचा गुन्हा नोंदवता येत असे. त्या दोन प्रेतांचे अमानुषपणे केलेले लहान-लहान तुकडे वर्तमानपत्रात गुंडाळून ते पुडे कचरापेट्यांमध्ये विखरून टाकून दिलेले सापडू लागले. लँकेस्टरपासून शंभर मैलांपेक्षा जास्त अंतरावर असलेल्या एडिंबरा या स्कॉटलंडच्या राजधानीतल्या कचराकुंडीतदेखील स्त्री शरीराच्या अवयवांचे तुकडे बांधून टाकलेली वर्तमानपत्रांची पुडकी सापडली. त्या सर्व वर्तमानपत्रांची तपासणी करताना एका वर्तमानपत्रामध्ये एक 'स्लीप शीट' (एका पानावरील छपाईची शाई लागून दुसऱ्या पानावरील मजकूर खराब होऊ नये, म्हणून दोन छापील पानांच्यामध्ये घालण्यात येणारा कोरा कागद.) सापडला. असे लक्षात आले की, त्या प्रकारचा 'शीट' फक्त लँकेस्टरच्या एका विशिष्ट भागातच विकला, वापरला जात होता; त्यावरून गुन्ह्याचा शोध त्या भागातल्या नेमक्या डॉक्टरपर्यंत पोहोचला. बोटांच्या ठशांवरून व्यक्तीची ओळख पटवण्याचे – त्या काळात अगदी प्राथमिक अवस्थेत असणारे – तंत्र, न्यायवैद्यकशास्त्राच्या मदतीने मानवजातीचा शोध घेण्याचे शास्त्र (मानवी कवटीच्या क्ष-किरणांच्या साहाय्याने काढलेल्या चित्रावरून त्या व्यक्तीचे छायाचित्र बनवणे.) आणि कृमी-कीटकांच्या अभ्यासाचे शास्त्र (मृत शरीराच्या अवयवात कालांतराने पैदास झालेले कीटक, अळ्या यांची वाढ तपासून त्यावरून मृत्यूचा दिवस शोधणे.) यांसारख्या अनेकविध मार्गांचा अवलंब करून मृत व्यक्तींची ओळख पटवण्यात आली. गुन्हेगारापर्यंत पोहोचून त्याला अपराधी सिद्ध करण्यासाठी अशा प्रकारची न्यायवैद्यक शास्त्रातील तंत्रे यशस्वीपणे वापरण्यात आलेला, हा इंग्लंडमधील त्या काळातल्या अगदी मोजक्या गुन्ह्यांपैकी एक होता, त्यामुळेच डॉक्टर रक्सटन यांच्यावरील या खटल्याची खास नोंद 'वैशिष्ट्यपूर्ण ब्रिटिश खटल्याची मालिका'मध्ये –'नोटेबल ब्रिटिश ट्रायल्स सेरीज'– करण्यात आली आहे. या खटल्याची सुनावणी अकरा दिवस चालली. डॉ. रक्स्टन यांच्या बचावासाठी सर नॉर्मन बर्केट केसी यांनी काम पाहिले, (ते त्या काळातले एक अतिशय नामवंत आणि अग्रेसर वकील होते.) पण ज्युरींनी एकमुखाने आरोपीला 'दोषी' घोषित केले आणि न्यायाधीशांनी त्याला मृत्युदंडाची शिक्षा ठोठावली.

डॉक्टर रक्स्टन यांच्यासाठी सहा हजार सह्यांचा दयेचा अर्ज गृहमंत्र्यांकडे पाठविण्यात आला होता, पण मंत्र्यांनी तो नामंजूर केला आणि डॉ. रक्स्टन यांना १९३६ सालच्या मे महिन्यात फासावर लटकवण्यात आले. बहुतेक सगळ्यांनाच असं वाटलं की, बक रक्स्टन यांना त्यांनी केलेल्या अमानुष गुन्ह्याबद्दल मृत्युदंडाची शिक्षा मिळाली हे योग्यच झाले, पण पंधरा वर्षांपूर्वी टेरेन्स व्हिटॅकर नावाच्या – आकाशवाणीवर कार्यक्रम प्रसारित करण्याचे काम करणाऱ्या – एका पत्रकाराने

मुंबईच्या 'द टाइम्स ऑफ इंडिया'त एक पत्र लिहिले की, ते बक रक्स्टन यांच्यावरील जुन्या खूनखटल्याच्या हकिकतीचा परत आढावा घेऊ इच्छितात. (कारण त्यांच्या मते तो अयोग्य पद्धतीने चालवला गेला होता, त्याचा निकाल अन्याय्य होता.) डॉ. रक्स्टन किंवा ते इंग्लंडला जाताना मुंबईत मागे सोडून गेलेल्या त्यांच्या प्रथम पत्नी यांना ओळखणारे, त्यांच्याविषयी माहिती असणारे कोणी लोक असतील, तर त्यांना त्या लोकांची भेट घ्यायची होती. मी त्यांच्याशी संपर्क साधला आणि मला ज्ञात असलेल्या गोष्टी त्यांच्यापर्यंत पोहोचवल्या. त्यांनी मला पत्र लिहिले की, त्या वेळी स्थानिक पोलिसांनी सरकारी वकिलाशी हातमिळवणी केली होती आणि संगनमताने एका निरापराध व्यक्तीला गुन्ह्यात अडकवून त्याला हकनाक दोषी ठरवले होते आणि ते लवकरच या खटल्यासंबंधी एक पुस्तक लिहिणार आहेत, परंतु त्यानंतर या विषयावर त्यांच्याकडून काहीही कळले नाही. त्यांनी वर्तमानपत्रात प्रसिद्ध केलेल्या पत्रात असेही म्हटले होते की, लँकेस्टरमधील लोक अजूनही डॉक्टर रक्स्टन यांचे गुणगान गातात, त्यांच्या अंत:करणात आजारी माणसांबद्दल असणारी आत्मीयता, ते त्यांची घेत असलेली काळजी, रुग्ण आणि त्याचे कुटुंबीय यांच्याशी डॉक्टरांचा असलेला प्रेमळ, प्रामाणिक व्यवहार यांविषयीचे कित्येक हृदयस्पर्शी अनुभव सांगतात. म्हणजे परत 'न्याया'ची दोन परस्परविरोधी मते! वीस वर्षांपूर्वी मी मादाम तुसॉंला भेट दिली होती त्या वेळी डॉ. रक्स्टन यांचा मेणातला पुतळा तिथल्या भयदालनात (चेंबर ऑफ हॉरर्समध्ये) पाहिला होता. काही वर्षांनी मी जेव्हा तिथे परत गेलो होतो, तेव्हा मात्र तो पुतळा तिथून काढून टाकण्यात आला होता – नव्या भयकारी व्यक्तींसाठी जागा मोकळी करण्यात आली होती. हे वाचकांना जरा विचित्र, भयंकर वाटेल पण खरं सांगतो, तो पुतळा काढून टाकल्यामुळे 'जगप्रसिद्ध मादाम तुसॉंच्या भयदालनात माझ्या एका लांबच्या नातेवाइकाचा पुतळा आहे.' असं माझ्या मित्रांना आणि शत्रूंनाही सांगण्याची संधी आपण गमावली, याचं मला वैषम्य वाटलं!!

***

माझ्या वकिलीच्या व्यवसायाच्या प्रारंभीच्या काळात मुंबई उच्च न्यायालयात मला आलेला एक अनुभव मी तुम्हाला सांगतो. माझ्या मनावर त्याचा खोल ठसा उमटलेला आहे. एक बदनामीची केस होती – ज्यात एक पारशी कायदेपंडित आणि एक पारशी पत्रकार गुंतलेले होते. तो मानहानीचा खटला कोर्टापुढे आला तेव्हा मला व्यवसाय सुरू करून तीनच वर्षे झाली होती. घडले होते असे की, १९५०मध्ये तो पारशी पत्रकार (फारसा नावाजलेला नव्हता.) – त्याचे नाव होते होमी दाजी तो 'कैसर ए हिंद'[१२] नावाच्या गुजराती साप्ताहिकात एक सदर लिहीत असे – त्यात तो नेहमी कुणाची तरी खिल्ली उडवीत असे, निंदानालस्ती करीत असे, उगीचच

कुणावर तरी चिखलफेक करीत असे. त्याच्या या कुटाळकीकडे कुणी फारसे लक्ष देत नसे, पण मुंबईच्या फरदुनजी दोतीवाला (एका जुन्या, प्रख्यात सॉलिसिटर फर्मचे ते भागीदार होते.) ह्या मुंबईतील सॉलिसिटरने मात्र चांगलेच लक्ष दिले. होमी दाजी यांनी त्यांच्या सदरात फरदुनजी दोतीवाला (हे गृहस्थ कायम डोक्याला खास पारशी पद्धतीच्या टोपीसारखा फेटा बांधत आणि तो नेहमी डोक्याच्या मागच्या बाजूला सरकलेला असे, इतका की, आम्हा नवागत वकिलांच्यात तो त्यांच्या डोक्यावरून कुठल्याही क्षणी खाली घसरून पडेल अशी नेहमी चर्चा होत असे.) यांच्याबद्दल अत्यंत आक्षेपार्ह भाषेत, त्यांची अपकीर्ती करणारा मजकूर लिहिला, त्यामुळे भयंकर रागावलेले फरदुनजी एक दिवस तो बदनामीकारक लेख हातात फडकवत आमच्या चेंबरमध्ये घुसले आणि त्यांनी मर्झबान मिस्त्री (जमशेटजी कांगा यांच्या नंतरचे आमच्या चेंबरचे सर्वांत जुने, जाणते, अनुभवी भागीदार) यांच्यासमोर तो आपटला. मर्झबान यांनी तो वाचला आणि त्यांचा चेहराही रागाने लाल झाला. त्या निर्लज्ज माणसाने फरदुनजींवर (ते अविवाहित होते.) असा घाणेरडा आरोप केला होता की, त्यांच्या घरी कामाला असणाऱ्या बाईशी त्यांचे शारीरिक संबंध आहेत! त्या बाईच्या नावाचा स्पष्ट उल्लेखही लेखात केला होता. 'भयंकर, महाभयंकर!!' मर्झबान चिडून फरदुनजींना म्हणाले, 'फरदुनजी, तुम्ही ताबडतोब या हलकट माणसावर बदनामीचा दावा लावा.' लगेच चेंबरमधील काही अनुभवी वकील कामाला लागले, फरदुनजींच्यावतीने 'प्लेंट' (फिर्याद नोंदवण्यासाठीचा अर्ज) तयार केला गेला आणि तातडीने कोर्टात खटला दाखलही केला गेला.

असा अब्रूनुकसानीचा दावा जेव्हा लावला जातो, तेव्हा सामान्यपणे प्रतिवादी जाहीरपणे लेखी माफी आणि 'कॉस्ट्स थ्रोन अवे' म्हणजे फिर्यादीला तो दावा लावण्यासाठी सोसावा लागलेला खर्च, त्याची भरपाई म्हणून काही रक्कम असे दोन प्रस्ताव वादीसमोर ठेवतो, फिर्यादी त्याचा स्वीकार करतो आणि दोन्ही बाजू आपापल्या मार्गाने निघून जातात, पण होमी दाजी ही असामी सामान्य नव्हतीच, त्यामुळे त्याच्या बाजूने असे कोणतेही प्रस्ताव आले नाहीत. तो अतिशय 'खट' आणि बदमाष माणूस होता. त्याच्या विक्षिप्त माथेफिरूपणाचा आणखी एक पुरावा म्हणजे त्याचे रंगाचे वेड. तो हिरवी पँट, हिरवा शर्ट, हिरवा कोट असा भडक पोशाख करायचा आणि त्याबरोबर टाय, बूट, मोजे हेही हिरवेच घालायचा. शिवाय त्याच्या प्रत्येक कोटावर त्याचे नाव रेशमाने भरलेले असायचे. असा विचित्र माणूस माफी मागेल, अशी अपेक्षा करणे अशक्यच होते.

केस कोर्टापुढे येणार हे अटळच होते, कारण होमी दाजी यांनी हा खटला चालवणे हे आम जनतेच्या हिताचे आहे, असे समर्थन केले (एक ख्यातनाम कायदेतज्ज्ञ, ज्याच्यावर लोक न्याय मिळवण्यासाठी विश्वास टाकतात त्यानेच

घरातल्या मोलकरीणीबरोबर लैंगिक संबंध ठेवावेत?), एवढेच नाही तर खटला उभा राहिल्या राहिल्या त्या विषयावर 'कैसर ए हिंद'च्या अंकात एक लेखही छापून आणला. आता कायद्याची लढाई अटळ होती. न्यायमूर्तींसमोर (न्यायमूर्ती एन. ए. मोदी) सुनावणी सुरू झाली. या न्यायाधीशांची नुकतीच पदोन्नती झाली होती. होमी दाजी ही काय 'चीज' आहे, हे त्यांना चांगले माहीत होते, तसे फरदुनजी दोतीवाला यांच्या समाजातील स्थानाचीही त्यांना जाणीव होती. त्यांनी स्वत:हून होमी दाजी यांना प्रथम विनंती केली, नंतर त्यांच्याशी युक्तिवादही केला, पण होमी दाजी काही वाद सामोपचाराने मिटवण्यास राजी झाले नाहीत. त्यांना 'न्याय' हवा होता. खटला एक महिनाभर रखडला. दर सुनावणीला कोर्टात गर्दी उसळत असे. ज्यांनी मूळ लेख वाचलेलाही नाही, असे लोकही एक प्रसिद्ध कायदेपंडित आणि एक मोलकरीण यांच्यातील अनैतिक संबंधांच्या कहाण्या चवीने ऐकायला कोर्टात येत असत. साक्ष देताना होमी दाजी यांनी कहाणीत आणखी मसाला पेरला. एकाच नव्हे तर दोन बायकांशी फरदुनजींचे 'लफडे' आहे, असे सांगून त्याने दुसऱ्या बाईचे नावही साक्षीदाराच्या पिंजऱ्यात उभे राहून जाहीर केले. समाजातील एका प्रतिष्ठिताच्या अब्रूचे हे धिंडवडे केवळ रिकामटेकड्या बघ्यांना आणि आंबटशौकीन श्रोत्यांना चविष्ट मेजवानी ठरले. हाती काहीही लागले नाही. अखेरीस कशीबशी, बळेबळेच माफी – जी कधीही जाहीरपणे छापूनही आली नाही – लिहून घेऊन खटला मागे घेतला गेला आणि चार आठवडे चाललेला तो मानसिक छळ आणि कमालीचा वैताग थांबवण्यात आला. या खटल्यातून मी जो धडा घेतला तो हा की, आपल्या देशात कुणावर बेअब्रूचा खटला भरणे हा अविचार आहे, अत्यंत धोकादायक असा अविचार आहे. असे खटले भरताना उतावळेपणा केला जातो आणि विचार करायची सवड मिळाली की, पश्चात्ताप! पण तोपर्यंत फार उशीर झालेला असतो. मी माझ्याकडे येणाऱ्यांना, या फरदुनजी दोतीवालांच्या खटल्याची आठवण ठेवून, मानहानीचे दावे – फौजदारी अथवा दिवाणी – लावण्यापासून नेहमीच परावृत्त करतो.

***

मी जेव्हा १९५० साली वकिली करण्यास सुरुवात केली, तेव्हा व्ही. एम. तारकुंडे हे वरिष्ठ कोर्टाकडे पुनर्विचारासाठी नेण्यात येणारे खटले (अॅपलेट कोर्टात) लढवणाऱ्या आघाडीच्या वकिलांपैकी एक होते. ते काही वर्षांनंतर न्यायाधीश पदावर गेले तेव्हा पहिली काही वर्षे ते प्रारंभिक खटल्यांचे काम म्हणजे ओरिजिनल साइड (ओ.एस.)[१३] पाहात. आणि दिवाणी दाव्यांच्या न्यायदानाचे काम सांभाळीत. निवृत्तीनंतर त्यांनी काम करणे थांबवले, तेव्हा त्यांनी प्रारंभिक खटल्यांच्या बाबतीत अस्तित्वात असलेल्या 'ड्युअल सिस्टिम'बद्दल प्रशंसेचे उद्गार काढले होते. उच्च

न्यायालयात वापरल्या जाणाऱ्या या 'ड्युअल सिस्टिम'नुसार फिर्यादीला एका कायदेतज्ज्ञाची नेमणूक करावी लागे, पण त्या कायदेतज्ज्ञाला स्वत: प्रत्यक्ष कोर्टात हजर राहून बाजू मांडण्याचा हक्क नसे. त्यासाठी त्याला एका वकिलाला अथवा कायदेविषयक सल्लागाराला केसविषयी एक टाचण करून द्यावे लागे. ही पद्धत उच्च न्यायालयात चांगली रुजली होती, पण १९७७ साली ती रद्द करण्यात आली, पण अजूनही उच्च न्यायालयात दाखल होणाऱ्या महत्त्वाच्या केसेसमध्ये, विशेषत: प्रारंभिक दिवाणी दाव्यात न्यायप्रतिनिधी – ॲटर्नी – आणि कायदेपंडितसुद्धा – सॉलिसिटर्स – ती पद्धत वापरतात. प्रारंभिक खटल्यांची कामे अत्यंत अवघड आणि जिकिरीची असतात. वकिलांना आणि कायदेतज्ज्ञांना (सॉलिसिटर्सना) त्यासाठी जीव टांगणीला लावणाऱ्या, दमवून टाकणाऱ्या, अंगावर काटा आणणाऱ्या अतिअवघड परीक्षा देऊन, त्यात उत्तीर्ण होऊन, प्रारंभिक खटले (ओ.एस.) चालवणारा वकील (ॲडव्होकेट) आणि न्यायप्रतिनिधी (ॲटर्नी) बनावे लागते.[१४] या परीक्षांचे अभ्यासक्रम खरोखरच घाम काढणारे आणि घाम फोडणारे असतात.

वकिलीच्या व्यवसायात जास्त करून कायद्याचे ज्ञान, शिक्षण हे 'ऑस्मॉसिस' या शास्त्रीय प्रक्रियेप्रमाणे मिळत असते. शास्त्रीय भाषेत 'ऑस्मॉसिस' म्हणजे द्रव पदार्थाच्या प्रवाहात जर सच्छिद्र अशा माध्यमाचा अडथळा आला किंवा आणला गेला, तर त्याचे 'विकीरण' होते म्हणजे ते चहू बाजूंना पसरते. कायद्याचे ज्ञान इतर वकिलांच्या (तुमच्याहून ज्येष्ठ, अनुभवी) कामाचे, त्यांच्या वागण्याचे, त्यांच्या बोलण्याचे बारीक निरीक्षण करून त्यातल्या योग्य त्या गोष्टी आत्मसात करण्याने मिळते.

मलाही माझ्या सुरुवातीच्या दिवसात त्या व्यवसायातल्या अथीरथी-महारथींचा आणि त्यांच्या कार्यपद्धतीचा, कोर्टातल्या त्यांच्या वागण्याचा, प्रभावीपणे स्वत:ची बाजू मांडण्याच्या, अमोघ असा युक्तिवाद करण्याच्या तंत्राचा परिचय झाला, त्याचा अभ्यास करण्याची संधी प्राप्त झाली. त्यातले पहिले अर्थातच सर जमशेटजी कांगा हे होते (ज्यांच्या चेंबरमध्ये बसण्याचे, अभ्यास करण्याचे भाग्य मला लाभले होते.). त्यांच्या बैठका या कधीही अर्ध्या तासाहून अधिक वेळ चालत नसत. त्यांच्या विचारांच्या सुस्पष्टतेने आणि प्रखर बुद्धिमत्तेने त्यांना कोणतीही गोष्ट आणि त्यातला नेमका महत्त्वाचा मुद्दा लगेच लक्षात येत असे. त्याच्या अगदी उलट, ब्रिटिश इंडियाचे (इंग्रजांच्या अमलाखालील भारताचे.) शेवटचे महाअधिवक्ता – ॲडव्होकेट जनरल – नोशिरवान इंजिनीअर[१५] होते. उच्च न्यायलयाच्या इमारतीतीतील आमच्या चेंबरच्या शेजारीच त्यांचे चेंबर होते. त्यांच्या काही बैठकांना उपस्थित राहण्याचा मला योग आला होता. त्यांच्या बैठका तासन्‌तास चालत, कधी-कधी तर जेवणाच्या वेळेतही चालूच राहत. त्या वेळी सर नोशेरवान एखाद-दोन शेरीचे ग्लास पिऊन ताजेतवाने होत. (आम्हाला मात्र तोंडाला सुटलेल्या पाण्यावरच समाधान मानावे

लागे.) ते अतिशय विद्वान होते, पण बारीकसारीक तपशिलाकडे काळजीपूर्वक लक्ष देऊन, चिकाटीने काम करण्याची त्यांची पद्धत इतरांसाठी कष्टदायक ठरत असे.

मी वकिली सुरू केली त्या वेळी मुंबईचे महाअधिवक्ता – ॲडव्होकेट जनरल – असलेले सी. के. दप्तरी, (जे पुढे १९६३ ते १९६८ भारताचे महान्यायप्रतिनिधी – ॲटर्नी जनरल – झाले.)[१६], उलट तपासणी घेण्याच्या कौशल्याने प्रसिद्धी पावलेले, मुख्यत: फौजदारी खटल्यांच्या कामात निष्णात असलेले कार्ल खंडेलवाल आणि विशेष करून दिवाणी दाव्यांच्या कामात वाकबगार असणारे एम. पी. लाड हेही माझ्या समर्थ शिक्षकांच्यात होते, तसेच वकिलांना कोर्टात उपस्थित राहून मार्गदर्शन करणारे कायदेतज्ज्ञ, नुसेरवानजी सेठना (रोमर दादाचनजी सेठना आणि कंपनी), टिकमदास द्वारकादास (कांगा ॲन्ड कंपनी), शियावॅक्स खंबाटा (मुल्ला ॲन्ड मुल्ला कंपनी), सेसिल कॅरो (क्रेजी ब्लंट ॲन्ड कॅरो – त्यांच्या परिचितांचे 'ओल्ड कॅरो'), के.एम. दिवाणजी (मेसर्स अंबुभाई ॲन्ड दिवाणजी), के. के. लाला (पेन ॲन्ड कंपनी) यांच्याकडूनही मी 'ऑस्मॉसिस' पद्धतीने शिकलो. के. के. लाला आणि के. एम. दिवाणजी या दोघांनी तर माझ्या कारकिर्दीच्या प्रारंभीच्या काळात मला बऱ्याच वेळा केसेसची टाचणेही करून दिली होती.

सर जमशेटजी यांचा मनाचा मोठेपणा आणि कमालीची विनयशीलता, सर नौशेरवान यांचे सुसंस्कृत, उच्च अभिरुचीयुक्त सौजन्य (आम्हाला वगळून एकट्यानेच शेरीचा आस्वाद घेण्याचा त्यांच्या प्रघाताचा अपवाद सोडून.), एम. पी. लाड यांची अत्यंत काळजीपूर्वक, कसून काम करण्याची क्षमता, सी. के. दप्तरी यांचे न्यायवैद्यक शास्त्रातले ज्ञान, त्याचा सुयोग्य वापर करण्याचे कसब आणि त्यांची उत्स्फूर्त विनोदबुद्धी या गोष्टी माझ्या कायमच्या स्मरणात राहिल्या आहेत. सी. के. दप्तरी यांना, ज्यांना आम्ही चंदुभाई म्हणायचो, समोरच्याची 'खेचणे' – मस्करी करणे – हेही वर्ज्य नव्हते, पण त्यात कधीच कटुता नसायची, ती कधी बोचरीही नसायची. मला दिल्लीत१९६८मध्ये घडलेला प्रसंग आठवतो. खटल्याच्या निकालाने चिडलेल्या एका माथेफिरू व्यक्तीने त्या वेळच्या सर्वोच्च न्यायालयाच्या सरन्यायाधीशांवर (न्यायमूर्ती एम. हिदायतुल्ला यांच्यावर) एक नंबरच्या कोर्टात जीवघेणा हल्ला केला होता. हिदायतुल्ला यांनी मोठ्या शौर्याने, धाडसाने त्या हल्लेखोराशी झटापट करून, कोर्टाचे असिस्टंट रजिस्ट्रार आणि तिथे उपस्थित असलेले एक ॲडव्होकेट या दोघांच्या मदतीने त्याला नमवला आणि जेरबंद केला, पण त्या मारामारीत हिदायतुल्ला यांच्या शेजारी बसलेल्या दुसऱ्या एका न्यायाधीशांच्या डोक्याला त्या हल्लेखोराच्या हातातील सुऱ्याच्या वाराने जराशी जखम झाली. सी. के. दप्तरी त्या न्यायाधीशांच्या प्रकृतीची चौकशी करायला, त्यांना भेटायला हॉस्पिटलमध्ये गेले होते. ते उत्तम रित्या बरे झालेले आहेत, असे पाहिल्यावर आमचे चंदुभाई उसन्या

गंभीरपणे (आपल्या पाइपचा एक झुरका घेत.) न्यायाधीश महोदयांना म्हणाले, 'हे हल्लेखोर अगदी भित्रे, नेभळट असतात, ते तुमचा जो अवयव सर्वांत दुबळा असतो ना त्याच्यावरच वार करतात!' जखमी न्यायाधीशांनी अनाहूतपणे डोक्याला हात लावला. ते जरा गडबडले, पण सी. के. यांच्या डोळ्यातली खोडकर चमक पाहून मनमोकळेपणाने हसले.

चंदुभाईंची विनोदबुद्धी कोर्टातसुद्धा जागृत असे. त्यांनी त्यांच्या महान्यायप्रतिनिधी – ॲटर्नी जनरल – पदाचा राजीनामा दिल्यानंतर (१९६३ ते १९६८) परत खाजगी व्यवसायास सुरुवात केली. १९७१ साली 'फायरस्टोन टायर ॲन्ड रबर कंपनी' विरुद्ध 'सिंथेटिक्स ॲन्ड केमिकल्स लिमिटेड' या फार गाजलेल्या खटल्यात आम्ही एकमेकांच्या विरोधात कोर्टात उभे राहिलो होतो. खटला न्यायमूर्ती डी. पी. मोहन यांच्यासमोर चालू होता. ते त्या वेळी अजून मुंबई उच्च न्यायलयातच होते. (ते १९८२मध्ये उच्च न्यायालयाचे मुख्य न्यायाधीश झाले आणि नंतर १९८३च्या मार्च महिन्यात त्यांची सर्वोच्च न्यायालयात न्यायाधीश म्हणून नेमणूक झाली.) मी त्या खटल्यात फायरस्टोन टायर कंपनीची बाजू लढवत होतो. त्या केसमध्ये कंपनी कायद्यातल्या बारीक-बारीक मुद्द्यांचा कीस निघणार होता. माझा युक्तिवाद संपल्यावर दप्तरी उभे राहिले आणि त्यांनी बोलायला सुरुवात केली, पण 'माझ्या विद्वान मित्रांचं...' एवढे बोलल्यावर थांबून त्यांनी घसा खाकरला. परत 'माझ्या विद्वान मित्रांचं...' एवढे बोलल्यावर त्यांना खोकला आला. ते पुन्हा घसा साफ करू लागले, तसे न्यायाधीश त्यांना काळजीने म्हणाले, 'दप्तरी, आपण खाली बसून जरा शांतपणे पाणी का नाही पीत?' सी. के. जणू त्याच संधीची वाट पाहत असल्यासारखे घाईघाईने म्हणाले, 'नाही नाही न्यायाधीश महाराज, माझ्या घशाला काही झालेलं नाही. मी म्हणत होतो की, माझ्या विद्वान मित्रांचं आत्तापर्यंतचं वक्तव्य – ते माझ्या घशाखाली उतरत नाही, अडकून बसत आहे!'

मेसर्स रोमर दादाचनजी ॲन्ड सेठना[१७] या कंपनीचे ज्येष्ठ भागीदार ॲटर्नी नुसेरवानजी सेठना यांनी (रिपन क्लबमध्ये जेवताना) सांगितलेल्या त्यांच्या भूतकाळातील कथा, (मेसर्स मुल्ला ॲन्ड मुल्ला या ॲटर्नी फर्मचे ज्येष्ठ भागीदार) शियावॅक्स खंबाटा यांनी दिलेल्या अचूक, सुस्पष्ट 'केस बद्दलच्या लेखी सूचना', (मेसर्स पेन ॲन्ड कंपनीचे ज्येष्ठ भागीदार) सोराब वकील यांची कामातील (कोर्टात आणि कोर्टाबाहेरही दिसणारी) नेटाची चिकाटी, (मेसर्स गाग्रट ॲन्ड गाग्रट'चे) रुस्तम ए. गाग्रट यांची ते चालवत असलेल्या सगळ्या केसेसच्या सुनावणीच्या प्रत्येक दिवशी स्वत: कोर्टात उपस्थित राहण्यातून प्रकर्षाने दिसणारी कामाविषयीची कळकळ आणि लढाऊ वृत्तीने खटला चालवण्याची त्यांची जिद्द या सर्व गोष्टी माझ्या आठवणीत अगदी ताज्या आहेत. रुस्तम गाग्रट युक्तिवाद करणाऱ्या वकिलाच्या

समोर (कायदेतज्ज्ञासाठी राखून ठेवलेल्या जागेवर, न्यायमूर्तींकडे पाठ करून) बसत असत. एकदा एका खटल्यात गाग्राट यांच्यातर्फे माणेक जव्हेरी नावाचे एक ज्येष्ठ वकील कोर्टात बाजू मांडत होते, पण त्यांना न्यायमूर्तींच्या (एस. आर. तेंडोलकर) टीकेला सतत तोंड द्यावे लागत होते. गाग्राट यांना राग आवरत नव्हता. (त्यांची पाठ न्यायमूर्तींकडे होती.). ते अस्वस्थ होऊन माणेक जव्हेरी यांना न्यायमूर्तींना काय आणि कसे सांगायचे याबद्दल हळू आवाजात सूचना देऊ लागले. माणेक जव्हेरी हे चाणाक्ष आणि अनुभवी वकील असल्याने, चेहऱ्यावरचा शांतपणा न ढळू देता गाग्राट यांच्या बाजूला झुकून ते त्यांना म्हणाले, 'अू सू करू रुस्तम? अू बोलास तो ए आंगपर आवोसे.' ('रुस्तम, असं काय करता? मी असं काही बोललो, तर हे माझी खरडपट्टीच काढतील!'). एस. आर. तेंडोलकर हे अतिशय बुद्धिमान पण स्वभावतःच जरा आक्रमक प्रवृत्तीचे होते.

असे कित्येक प्रसंग, अशा अनेक कथा!!

आठवायला लागल्यावर आणिकही काही गोष्टी सांगाव्याशा वाटतात. कांगांकडील सुरुवातीच्या वर्षांत – १९५१ ते १९५३ – अजून माझा 'जम' बसायचा होता, मी माझ्या 'पायां'वर कोर्टात उभा राहायचो होतो, त्या काळात (शंभर वर्षांहून जुन्या मेसर्स क्रॉफर्ड बेले अॅन्ड को. या कंपनीचे प्रमुख भागीदार) डी. टी. लॉरी कांगा यांच्याकडे नेहमी 'मुंबई महानगरपालिकेच्यावतीने बचावाचा मसुदा तयार करण्याच्या लेखी सूचना' पाठवीत असत. कांगा यांना महानगरपालिकेने तिचे वकील नेमले होते. थोडीथोडकी नाही, तब्बल चाळीस वर्षे त्यांनी ती सेवा महानगरपालिकेला पुरवली. कांगा यांची दृष्टी त्या काळात अधू झाली होती, त्यामुळे ते लॉरी यांच्याकडून आलेल्या सूचना माझ्याकडे सोपवीत असत. मी त्यावरून मसुदा बनवीत असे आणि मग लॉरी चेंबरमध्ये येऊन त्यावर कांगा यांच्याशी चर्चा करीत असत. चर्चेतून साहजिकच मसुद्यात दुरुस्त्या, सुधारणा निघत, मग त्यांचा अंतर्भाव करून आणखीन एक मसुदा तयार होई (कधी-कधी आणखी एक-दोनसुद्धा). लॉरी यांच्या बरोबरच्या प्रत्येक बैठकीच्या वेळी एक गोष्ट कांगा त्या कायदेतज्ज्ञांना आवर्जून सांगत असत ती ही की, 'हे सगळं काम नरीमनने केले आहे हं!' (माझ्यासारख्या नव्या रक्ताच्या तरुणाला त्या वेळी त्या कामाच्या 'फी'पेक्षा जमशेटजींकडून मिळणारी ही पावती कितीतरी मोलाची, अगदी लाख मोलाचीच वाटत असली, तर त्यात नवल ते काय?) एक गोष्ट मला निरीक्षणातून जाणवली आहे ती ही की, मोठेपणा आणि विनयशीलता हे दोन गुण नेहमी एकत्र वास करतात. वयाच्या ब्याण्णव्या वर्षी आमचे ऋषीतुल्य जे. बी. के. जेव्हा आम्हाला सांगायचे की, 'अरे पोरांनो, मी अजून शिकतो आहे!' तेव्हा त्यांच्या अधू दृष्टीच्या डोळ्यांतही एक आगळी चमक यायची!

त्या काळी हे लेखी मसुदे तयार करण्याची कांगा यांची फी कायम आठ सोन्याच्या मोहरा[१८] (रुपये १२०) इतकी असायची आणि प्रत्येक बैठकीची फी दोन सोन्याच्या मोहरा (रुपये ३०). १९४० आणि १९५०च्या दशकांतही सॉलिसिटरकडून – सूचनांचे कागद वकिलांकडे येताना त्याची फीही त्यावर लिहूनच येत असे. वकिलांना जर ती कमी वाटली (आणि त्यांना त्यांच्या कामाच्या 'किमती'बद्दल आत्मविश्वास असेल.) तर ते-ते टाचण परत पाठवू शकत असत, पाठवीतही असत. नुसेरवानजी सेठना यांनी मुंबई उच्च न्यायालयातील यशस्वी इंग्लिश बॅरिस्टर एफ. जे. कोल्टमन[१९] यांच्याबाबतीत घडलेली (ते माझ्या बरेच आधी काम करीत होते.) सत्यकथा सांगितलेली मला आठवते. सेठना यांनी एकदा असेच एका साक्षीविषयीचे टाचण कोल्टमन यांच्याकडे पाठवले. सेठना यांचा कारकून कोल्टमन यांच्या ऑफिसमध्ये ते घेऊन गेला.

कोल्टमन यांनी पाकिटाची जाडी बघितली, वर नोंदलेली फीची रक्कम पाहिली आणि पाकीट न उघडताच 'अपुरी फी' असे म्हणून पाकीट कारकुनाच्या हातात परत देऊन टाकले. कारकून बिचारा न फोडलेले ते पाकीट आणि वीस मिनिटांचा हेलपाटा घेऊन, कंपनीच्या (मेरवानजी कोला ॲन्ड को.च्या, जी नंतर रोमर दादाचनजी सेठना ॲन्ड को. झाली.) ऑफिसमध्ये परत आला. सेठना यांनी फीची रक्कम वाढवली (चार सोन्याच्या मोहरा म्हणजे साठ रुपये जास्त घातले.) आणि पाकीट परत एकदा कोल्टमन यांच्याकडे त्याच कारकुनाकरवी पाठवून दिले, पण तरीही आधीच्याच प्रकाराची पुनरावृत्ती झाली, 'अपुरी फी' असाच शेरा ऐकावा लागला, कारकुनाला पायपीट करावी लागली. सेठना यांनी पाकिटावरील फीची रक्कम खोडून टाकली आणि पाकीट कारकुनाच्या हातात देऊन त्याला सांगितले की, कोल्टमन यांना विनंती करा की, त्यांना जेवढी फी अपेक्षित असेल, तेवढी रक्कम पाकिटावर लिहा, ती आम्ही देऊ. कारकून पाकीट आणि निरोप घेऊन गेला. कोल्टमन तत्त्वाचे पक्के! जुने खोड! 'फी न लिहिलेले टाचण स्वीकारू शकत नाही.' असा 'खट' शेरा मारून त्यांनी कारकुनाला आणखी एक हेलपाटा पाडला. शेवटी सेठना यांनी भरपूर (अगदी रग्गड) फीची रक्कम लिहिली आणि (अखेर चौथ्या वेळी) एकदाचे कारकुनाचे हेलपाटे संपले आणि पाकिटाचा स्वीकार झाला!

असल्या 'नकाराधिकारा'च्या हक्काचं भाग्य मी किंवा माझे कांगांच्याच चेंबरमध्ये काम करणारे प्रिय सहकारी जंगू खंबाटा यांसारख्या 'कनिष्ठां'च्या नशिबात नव्हते. (जंगू खंबाटा हे काही वर्षे कांगा यांच्याकडे काम केल्यानंतर ग्लॅक्सो या कंपनीत गेले आणि कालांतराने ग्लॅक्सोचे मॅनेजिंग डायरेक्टर झाले, पण ते आणि त्यांची पत्नी इव्हा या दोघांची आणि आमची गाढ मैत्री कायम टिकून राहिली.) सॉलिसिटर बर्जोरजी ऐबारा (ऐबारा ॲन्ड कं.चे मालक.) यांचे आम्ही दोघेजण खास आवडते

साहाय्यक वकील होतो. ते नेहमीच त्यांच्या खटल्यांची कामे आम्हा दोघांपैकी कुणावर तरी सोपवायचे, पण जी फीची रक्कम ते लिहून पाठवायचे ती मात्र विश्वास बसणार नाही इतकी कमी असायची! ती पाहिली की, मला माझी आजी नेहमी सांगायची ते आठवायचे – 'हाल अपेष्टांतूनच माणूस शिकत असतो!' आम्ही तसेच शिकलो! ऐबारा यांच्याकडून येणाऱ्या कामात कायद्यातील अतिक्लिष्ट मुद्दे असायचे, अवघड प्रश्न उभे राहायचे, त्यासाठी आम्हाला खच्चून अभ्यास करायला लागायचा आणि आपोआपच आमच्या ज्ञानात भर पडायची. असे किचकट काम व्यवस्थित केल्याबद्दल ते आम्हाला बक्षीस काय द्यायचे, तर एक सोन्याची मोहोर (पंधरा रुपये) इतकी फी लावलेली एक 'खतवा नी' म्हणजे 'खास' 'कन्सेंट डिक्री'ची ('संमतीच्या आदेशा'ची) केस!

या प्रकारच्या केससाठी कोर्टात उभे राहण्याबद्दलची नेहमीची फी दोन सोन्याच्या मोहरा (तीस रुपये) इतकी होती. त्यातून आमचं दुर्दैव असं की, या प्रकारच्या केसेसमध्ये संमतीच्या कलमात हमखास काहीतरी दोष निघतो, काही बाबतीत न्यायाधीशांचे पूर्ण समाधान होत नाही, त्यासाठी केसचे काम लगेच त्या दिवसासाठी तहकूब केले जाते आणि मग त्यामुळे एकदा नाही, दोनदा नाही, कमीतकमी तीन वेळा तरी कोर्टापुढे हजेरी लावावी लागते. या सगळ्या हाल अपेष्टांची किंमत किती? तर – एक मोहोर! आमच्या कॉलेजमधले आमचे प्राध्यापक नानी पालखीवाला आम्हाला सांगायचे, 'देव प्रसन्न होतो, पण दर आठवड्याला नाही!' देव तसा जरी प्रसन्न झाला तरी आम्हाला आश्चर्य वाटले नसते, पण बर्जोरजी ऐबारा प्रसन्न झाले आणि त्यांनी पुरेशी फी दिली, तर मात्र आम्ही थक्क झालो असतो. आम्ही कधी-कधी त्यांच्या या कंजूषपणाबद्दल त्यांची चेष्टाही करायचो, पण मला हे मान्य करायलाच हवं की, तो वयोवृद्ध सज्जन माणूस आमच्यासारख्या कनिष्ठांची चेष्टाही अगदी खिलाडूपणाने घ्यायचा. खरंच बर्जोरजी आम्हाला खूपच प्रिय होते आणि अजूनही मी अत्यंत प्रेमाने त्यांची आठवण काढतो.

टीपा :

१. मुंबई उच्च न्यायालयाच्या इमारतीचे संपूर्ण वर्णन शब्दशः 'थ्री फेसेस ऑफ जस्टिस' – 'न्यायदेवतेची तीन रूपे' या नावाच्या एका अत्यंत लक्षवेधक आणि अभ्यासपूर्ण लेखावरून घेतले आहे. तो लेख माझे मित्र, बुद्धिमान वकील आणि तितकेच कल्पक आणि कसबी फोटोग्राफर बाझीं तारापोरवाला यांनी लिहिला आहे आणि १९९५ साली 'द इनकॉर्पोरेटेड लॉ सोसायटी'ची शताब्दी साजरी करण्यात आली, त्या निमित्त प्रकाशित करण्यात आलेल्या

खास मासिकात तो छापून आलेला आहे. मुंबईतील सर्व सॉलिसिटर्स त्या सोसायटीचे सभासद असतात.

२. डेव्हिलिंग – इंग्लंडमधील वकिली व्यवसायात अशी प्रथा रुजलेली आहे की, एका सॉलिसिटरने म्हणजे सूचना देणाऱ्या कायदेतज्ज्ञाने वकिलाकडे दिलेले एखाद्या खटल्याचे टाचण आणि त्यावर काम करण्याची जबाबदारी त्या सॉलिसिटरच्या परवानगीने दुसऱ्या वकिलाकडे सुपूर्द करता येते किंवा संबंधित कायद्याच्या भागावर आधारित मसुदा तयार करण्याचे, त्यावर संशोधन करण्याचे काम दुसऱ्या बॅरिस्टरकडे सोपवता येते. अशा 'हस्तांतरणा'ला 'डेव्हिलिंग' अशी संज्ञा आहे. संदर्भ: द ऑक्सफर्ड कंपॅनियन टू लॉ, (१९८०ची आवृत्ती), डेव्हिड एम. वॉकर, क्लॅरेंडॉन प्रेस, ऑक्सफर्ड.

३. सर एडवर्ड मार्शल – हॉल यांचा आवाज फारच मोठा होता. तो उत्तम स्थितीत ठेवण्यासाठी ते घशात मारायचा एक औषधी फवारा कायम स्वत:जवळ बाळगत असत. ब्रिटिश न्यायाधीशांसमोर ते तो फवारा खिशातून बाहेर काढून मोठ्या ऐटीत घशात मारून घेत आणि मगच बोलायला प्रारंभ करीत.

४. शाहनामा ही काव्य आणि इतिहास यांचा संगम असलेली एक संस्मरणीय कलाकृती आहे. त्याचा कर्ता फरदौसी आहे. त्याचे पूर्वसूरी आणि त्याचे समकालीन यांना इराणचा अतिप्राचीन इतिहास जसा समजला होता तसे त्याचे काव्यमय सादरीकरण म्हणजे शाहनामा! हे अतिदीर्घ काव्य आहे, त्यात बासष्ट कथा आहेत, त्याची सगळी मिळून नऊशे नव्वद प्रकरणे आहेत आणि दोन-दोन ओळींचे यमक साधलेले साठ हजार चरण आहेत. त्याची लांबी होमरच्या 'इलियट' या दीर्घकाव्याच्या लांबीच्या सातपट आहे. त्याची इंग्लिश भाषेतच अनेक भाषांतरे झाली आहेत. मॅथ्यू अरनॉल्ड हे रुस्तम आणि सोहराब यांच्या कथेचे सर्वांत पहिले इंग्लिश भाषांतरकार आहेत.

५. व्हिस्काउंट ड्युनेडीन हे 'स्कॉट' होते (मूळचे स्कॉटलंडचे). त्यांची १८९६ साली 'प्रायव्ही कौन्सिलर' (राणीच्या वैयक्तिक सल्लागार मंडळाचे सभासद) म्हणून नेमणूक झाली. १९१३ साली इंग्लंडच्या हाउस ऑफ लॉर्ड्समध्ये (संसदेच्या वरिष्ठ गृहात) न्यायालयीन कामाच्या जबाबदाऱ्या पार पाडणाऱ्या बारा सन्माननीय व्यक्तींपैकी एक व्यक्ती म्हणून त्यांची निवड करण्यात आली. ते १९३२मध्ये निवृत्त झाले.

६. शेरलॉक होम्स : द कंप्लीट नॉव्हेल्स अॅन्ड स्टोरीज, पहिला खंड, सर आर्थर कॉनन डायल, 'ए स्कँडल इन बोहेमिया' पृष्ठक्रमांक २०९-२११. डब्ल्यु. डब्ल्यु. नॉर्टन अॅन्ड कंपनी, लंडन, २००५.

७. विवाहासंबंधी कायद्यातील वैधानिक तरतुदींप्रमाणे 'दांपत्य अधिकारांचे प्रत्यास्थापन' किंवा 'वैवाहिक अधिकारांची भरपाई' कोर्टाकडून हुकूम मिळवून करता येते. त्यात एक चांगली गोष्ट अशी आहे की, जर एक वर्ष त्या हुकमाचे पालन

झाले नाही तर ज्याने तो हुकूम मिळवला असेल त्याला घटस्फोटासाठी दावा लावण्याचा अधिकार प्राप्त होतो. 'हिंदु विवाह कायद्या'त आणि 'विशेष विवाह कायद्या'त या तरतुदीचा अंतर्भाव करायच्या वेळेला त्याच्या बाजूने आणि त्याच्या विरोधात संसदेत उलटसुलट चर्चा झडल्या, गरमागरम वाद झाले. एक ज्येष्ठ, कुशल सांसद आचार्य जे. बी. कृपलानी यांनी असे विधान केले की, 'अशी तरतूद ही शारीरिकदृष्ट्या हानिकारक, नैतिकदृष्ट्या अनावश्यक आणि तात्त्विकदृष्ट्या घृणा आणणारी आहे.' (पार्लियामेंटरी डिबेट्स ऑन द स्पेशल मॅरेज बिल – विशेष विवाह कायद्यावरील सांसदीय चर्चा –, १० डिसेंबर, १९५४.)

८. पारशी विवाह आणि घटस्फोटाचा कायदा, १९३६, कलम ४६.

९. 'द टाइम्स बुक ऑफ कोटेशन्स' (२०००), हार्पर कॉलिन्स पब्लिशर, ग्लासगो, फिलिप हॉवर्ड, पृष्ठ क्रमांक ३९५.

१०. 'कॉन्स्टिट्युशनल रिलेशन्स बिटवीन ब्रिटन अॅन्ड इंडिया : द ट्रान्स्फर ऑफ पॉवर १९४२-४७, खंड ८, पृष्ठ क्रमांक ८६२. लेखक – निकोलस मान्सर्ग, हर मॅजेस्टीज स्टेशनरी ऑफिस, लंडन, १९८२.

११. 'कॉमन लॉ वाइफ' म्हणजे कायदेशीर नोंदणी न केलेल्या लग्नाची बायको आणि 'कॉमन लॉ मॅरेज' म्हणजे कायदेशीर नोंदणी न करता एकत्र राहिल्याने समाजाला माहीत झालेले, केवळ आपापसातील समजुतीने मानलेले लग्न.

१२. आम्ही पारशी लोक जी भाषा बोलतो (आणि लिहितो.) ती गुजरातीच असते – पण ती गुजरातमध्ये बोलली जाते तेवढी शुद्ध नसते. आम्ही तिला थोडी बिघडवून 'आमची' बनवली आहे. हिंदी आणि हिंदुस्तानी या दोन भाषांत जो फरक आहे तोच गुजराथी आणि पारशी गुजराथीमध्ये आहे.

१३. मुंबई शहर आणि बृहन्मुंबई भागातील फिर्यादी उच्च न्यायालयाच्या 'ओरिजिनल साइड'च्या – प्रारंभिक दिवाणी खटल्यांच्या – कोर्टातच दाखल कराव्या लागतात आणि बाहेरील जिल्ह्यातून येणाऱ्या 'अॅपलेट साइड'च्या कोर्टात म्हणजे 'अपीलाच्या म्हणजे निकालाच्या पुनर्विचाराच्या कोर्टात नोंदवायच्या असतात.

१४. अॅटर्नींची – न्यायप्रतिनिधीची – परीक्षा उच्च न्यायालयातर्फे घेतली जायची पण १९८०पासून ती इनकॉर्पोरेटेड लॉ सोसायटीच्या संबंधित खात्यातर्फे घेतली जाते.

१५. नोव्हेंबर, १९४५ ते मे, १९४६ या कालावधीत ब्रिटिश सरकारने सुभाषचंद्र बोस यांच्या नेतृत्वाखालील आझाद हिंद सेनेच्या गुरुबक्षसिंग धिलाँ, प्रेम सेहेगल आणि शाह नवाझ या तीन आधिकाऱ्यांवर ब्रिटिश राजसत्तेविरुद्ध बंड करून, राजाशी युद्ध पुकारल्याचा आरोप ठेवण्यात आला. त्यांच्या विरुद्ध दिल्लीच्या लाल किल्ल्यात आर्मी कोर्टमार्शल – लष्करी न्यायालयासमोर खटला चालवला होता. त्या प्रसिद्ध (खरं म्हणजे कुप्रसिद्ध!) खटल्यात ब्रिटिश आणि इंडियन यांच्या संयुक्त सरकारचे वकील म्हणून नोशेरवान इंजिनीअर

यांनी काम पाहिले होते.

१६. मोतिलाल सेटलवाड हे स्वतंत्र भारताचे पहिले महान्यायप्रतिनिधी – ॲटर्नी जनरल – होते. ते तब्बल तेरा वर्षं त्या पदावर राहिले. कायदामंत्री ए.के. सेन यांच्याशी मतभेद झाल्यामुळे ३१ डिसेंबर, १९६२ रोजी त्यांनी त्या पदाचा राजीनामा दिला. त्यानंतर ते पद काही काळ रिकामेच राहिले. १९६३मध्ये सी.के. दप्तरी यांची त्या पदावर नेमणूक करण्यात आली. मोतिलाल सेटलवाड यांनी ए. के. सेन यांच्या बरोबरच्या त्यांच्या मतभेदांविषयी जराशा कडवटपणे – लिहिले आहे : (माय लाइफ ॲन्ड अदर थिंग्ज, १९७१, एन. एम. त्रिपाठी प्रायव्हेट लिमिटेड, मुंबई, पृष्ठ ४९४.) 'शंकर्स वीकली'च्या अंकात व्यंगचित्रकाराने एक चित्र काढले होते – त्यात झाडाला लटकलेला द्राक्षाचा घोस म्हणजे महान्यायप्रतिनिधी – ॲटर्नी जनरल – हे पद आणि झाडाखाली बसून त्या घोसाकडे आशाळभूत नजरेने पाहत, तो मिळवण्याचे प्रयत्न करणारा, पण अयशस्वी झालेला कोल्हा म्हणजे कायदेमंत्री असे दाखविले होते. चित्राखाली लिहिले होते, 'कायदामंत्री ए. के. सेन यांचा स्वतःच महान्यायप्रतिनिधी होण्याचा प्रस्ताव अखेर बारगळला. द्राक्षे आंबटच निघाली!' राजकारण्यांवर राग असलेल्या एका मित्राची यावरील प्रतिक्रिया याहूनही प्रखर होती. तो म्हणाला, 'आनंदाची बातमी – एका राजकारण्याचा सशस्त्र दरोड्याचा प्रयत्न फसला!'

१७. यांचे ऑफिस उच्च न्यायालयापासून पायी जाण्यासारख्या अंतरावर होते.

१८. फी सोन्याच्या मोहरात लिहिली जायची, पण ती देताना मोहरा नाहीत, रुपयेच दिले जायचे. (प्रत्येक मोहरेचे पंधरा रुपये.)

१९. कोल्टमन यांचे वर्णन पी. बी. वाच्छा यांनी 'मुंबई बारचा शेवटचा ब्रिटिश वाघ' असं केलं होतं. ते लिहितात, 'कोल्टमन हे अतिशय प्रभावी आणि चिकाटीचे आणि कोणत्याही अडचणी आल्या, तरी आपल्या तत्त्वांशी चिकटून राहणारे ॲडव्होकेट होते. त्यांची आपल्या बाजूचे समर्थन करण्याची शैली फार परिणामकारक, समोरच्याला थेट भिडणारी होती आणि त्यामुळेच कोणत्याही महत्त्वपूर्ण खटल्यात किंवा निकालाविरुद्ध वरिष्ठ कोर्टात आवाहन देण्याच्या केसेसमध्ये त्यांना प्रचंड मागणी असायची. मुंबई उच्च न्यायालयात आपले वकिली कौशल्य दाखवून यश आणि संपत्ती मिळवणाऱ्या इंग्लिश बॅरिस्टर्सची उज्ज्वल परंपरा चालवणाऱ्यांच्या लांबलचक रांगेतले कोल्टमन हे अखेरचे शिलेदार होते.

'फेमस जजेस, लॉयर्स ॲन्ड केसेस ऑफ बॉम्बे – अ ज्युडिशियल हिस्ट्री ऑफ बॉम्बे ड्युरिंग ब्रिटिश पिरियड' (१९६२), पी. बी. वाच्छा, एन. एम. त्रिपाठी प्रायव्हेट लिमिटेड, मुंबई, पृष्ठे १५१-१५२.

◆

प्रकरण ३

माझ्यावेळचे आणि त्याआधीचे न्यायाधीश

त्यांचे (न्यायमूर्ती के. के. देसाई यांचे) एक तत्त्व अतिशय प्रशंसनीय असे होते. साक्षी पुरावे ऐकल्यानंतर एखाद्या खटल्याचा निकाल त्यांनी ज्या पक्षकाराविरुद्ध दिला असेल, त्याचा सहभाग असलेला दुसरा कुठलाही खटला जर नंतर कधीही उभा राहिला, तर तो खटला कुठल्याही स्वरुपाचा असला, तरी तो त्यांच्यापुढे चालवायला ते स्पष्ट नकार देत असत. आजच्या काळातल्या न्यायाधीशांनीही हे तत्त्व आवर्जून अनुकरण करण्यासारखे आहे.

आमचं भाग्य थोर म्हणूनच समोर येणाऱ्या नव्या, नेणत्या वकिलांशी समजुतदारपणे आणि दयाळू अंत:करणाने वागणारे न्यायाधीश माझ्या सुरुवातीच्या काळात आम्हाला लाभले होते. त्यात न्यायमूर्ती एन. एच. कोयाजी, सुंदरलाल टी. देसाई, कांतीलाल टी. देसाई होते आणि ज्यांचा कधीच विसर पडू शकणार नाही, ज्यांची बरोबरी होऊ शकणार नाही असे, एकमेवाद्वितीय न्यायमूर्ती एम. सी. छगला[१] हेही होते.

मला आठवते आहे, आम्ही शिकाऊ वकील न्यायमूर्ती कोयाजी यांच्या कोर्टात बसलो असलो आणि जर एखादे ज्येष्ठ वकील – सिनियर ॲडव्होकेट[२] – एकट्यानेच केस लढवीत असले आणि खूप जड-जड अशा कायद्याच्या भाषेत एखादा अवघड पण महत्त्वाचा प्रस्ताव (त्याला 'मोशन' म्हणतात) मांडत असले, तर कोयाजी चेहऱ्यावर छानसे स्मित आणून त्या वकील महोदयांना म्हणत, 'काय श्रीयुत (पुढे त्यांचं नाव!), एवढी गुंतागुतीची केस आपण एकट्याने लढवताय?' खटल्यातील प्रमुख कायदेतज्ज्ञ – सॉलिसिटर – त्यांचा तो खास इशारा लगेच ओळखत आणि कोर्टात हजर असणाऱ्या नवशिक्यांपैकी, चेहऱ्यावरून जरा हुशार, तल्लख दिसणाऱ्या एकाला त्या ज्येष्ठ वकिलांना मदत करण्याचे काम सोपवत. आमच्यापैकी एका कोणाला तरी कामही मिळे आणि अल्पशी का होईना, फीही खिशात पडे. व्यवसायात पडतानाच्या प्रारंभीच्या दिवसात कोयाजींसारख्या कनवाळू न्यायमूर्तींकडून अशा प्रकारे मिळणाऱ्या छोट्या-मोठ्या मिळकतीची आम्ही सतत आशा बाळगून असायचो. न्यायमूर्ती सुंदरलाल टी. देसाई (न्यायाधीशपदावर अनेक वर्षे काम केल्यानंतर यांनी सर्वोच्च न्यायालयात खूप काळपर्यंत वकिलीही केली.) आमच्यासारख्यांना काम मिळावे, यासाठी आणखीच वेगळी क्लृप्ती वापरत. त्यांच्या निकालपत्रात ते खुबीने मदतनीस वकिलाच्या कामाची प्रशंसा करणारे एखादे वाक्य घालीत. त्यांच्याकडून मिळालेल्या शाबासकीने नव्या वकिलाचा आत्मविश्वास कितीतरी पटीने वाढे आणि त्याला आणखी कामही मिळायला मदत

होई. एकदा माझ्याविरुद्ध केस लढणाऱ्या एका अनुभवी वकिलांनी 'आपल्या तरुण मित्रांना वाटतात तेवढ्या गोष्टी सरळ आणि सोप्या नसतात.' असा मला उद्देशून उपहासपूर्ण शेरा मारताच न्यायमूर्ती कांतिलाल टी. देसाई (आम्हा तरुणांचे आणखी एक कैवारी!) त्यांचे वाक्य अर्ध्यावरच तोडून उद्गारले, 'पण तीच तर वकिलीची कला आहे. गुंतागुंतीच्या, क्लिष्ट गोष्टी सरळ आणि सोप्या करणे, हेच वकिलांचे काम आहे, सरळ आणि सोप्या गोष्टी अवघड करणे नव्हे.'

मुख्य न्यायाधीश एम. सी. छगला हे माझ्या वेळचे सर्वांत उत्तम आणि सर्वांत हुशार न्यायाधीश होते. एका आदर्श न्यायाधीशात अपेक्षित असणारे सगळे गुण त्यांच्यामध्ये होते. ते अतिशय बुद्धिमान आणि निस्पृह न्यायदाते होते. वकिलीच्या व्यवसायात नव्याने पदार्पण करणाऱ्यांना ते जी वागणूक देत तिला खरोखर तोडच नव्हती. मला वकिली करायला लागून एखादे वर्ष झाले होते. नानी पालखीवाला यांनी माझ्यावर एक काम सोपवले होते. 'मुंबई जमीन संपादन कायद्या'खाली – बॉम्बे लँड रेक्विझिशन ॲक्ट – दाखल केली गेलेली एक याचिका न्यायाधीशांनी फेटाळून लावली होती. त्याविरुद्ध वरच्या कोर्टात अर्ज करायचा होता. त्यासंबंधी सर्व अभ्यास करून, आवश्यक ते संदर्भ शोधून, कायद्यातील मुद्दे काढून पालखीवाला यांच्यासाठी त्या केसचे टाचण तयार करायचे होते. योगायोग असा की, पालखीवाला 'इन्कमटॅक्स ॲपलेट ट्रिब्युनल'समोर दुसऱ्या एका केससाठी हजर झाले असतानाच नेमकी ही केस कोर्टासमोर आली. न्यायासनावर त्या वेळचे दोन मातब्बर असे न्यायाधीश – मुख्य न्यायमूर्ती एम.सी. छगला आणि न्यायमूर्ती गजेंद्रगडकर (जे पुढे सर्वोच्च न्यायालयाचे सरन्यायाधीश झाले.) विराजमान झाले होते.

त्या दोघांमुळे देशातील सर्वांत बलाढ्य बनलेल्या त्या न्यायासनासमोर – पोटात गोळा आलेला – मी भीत-भीत उभा राहिलो आणि म्हणालो की, 'श्री. पालखीवाला ही केस हाताळीत आहेत, ते थोड्याच वेळात कोर्टापुढे हजर होतील, तोपर्यंत आपण थांबू शकू का?' स्वत:च्या अत्युच्च पदाबद्दलची जराही जाणीव होऊ न देता छगला अत्यंत सहजपणे मला म्हणाले की, 'त्यांना या केसबद्दल काहीच माहिती नाही, तेव्हा पालखीवाला येईपर्यंत त्या केससंबंधी त्यांना माहिती करून देण्याची उत्तम संधी मला आहे, तिचा मी फायदा घ्यावा.' मी तसे करण्यास तितकासा उत्सुक नव्हतो, कारण त्या केसचा मी जो अभ्यास केला होता, त्यावरून त्या पुनर्विचाराच्या याचिकेत फारसा दम नाही आणि त्यामुळे ती स्वीकारली जाईल, अशी आशा ठेवण्यासारखीही नाही, हे माझ्या लक्षात आले होते, तरीही मुख्य न्यायमूर्तींच्या सूचनेचा मान राखून मी मोठ्या धीराने बोलायला प्रारंभ केला. पार्श्वभूमी सांगितली, सद्य:स्थिती कथन केली, कायद्यातील तरतुदी वाचून दाखवल्या. त्यानंतर सांगण्यासारखे माझ्याकडे काही नव्हते. जे घडते होते तसे ते घडायला नको होते,

पण ते बदलणेही शक्य नव्हते. 'पालखीवाला यांच्या अनुपस्थितीत हा अननुभवी पोर केसचे काय करणार' या काळजीने, निराशेने माझ्या मागे उभे असलेले आमचे कायदेतज्ज्ञ आणि पक्षकाराची माणसे अस्वस्थपणे चुळबुळ करीत होते, हात चोळीत होते, कुजबुजत होते. त्यातल्या एकाने समयसूचकता दाखवून, बाहेर जाऊन, पालखीवाला यांना गाठून, त्यांना घाईघाईने त्या कोर्टात आणले, पण तोपर्यंत मला वाटते मी केसचा बोजवारा उडवलाच होता.

पालखीवाला कोर्टात पोहोचले त्या वेळी निकाल ऐकवला जात होता. (माझे सुमारे अर्धा तास चाललेले बोलणे संपले, त्यानंतर कोर्टाने विरुद्ध बाजूला कोर्टापुढे बोलावलेही नाही). पालखीवाला त्वरेने पुढे झाले आणि न्यायमूर्तींच्या निकालाच्या भाषणात व्यत्यय आणून कायद्यातील जी कलमे पक्षकाराच्या बाजूने होती त्यांचे स्पष्टीकरण, त्यांविषयीचे विवेचन (माझ्याहून जास्त चोखपणे, जास्त चांगल्या भाषेत,) करू लागले. न्यायमूर्ती छगला यांना त्यांच्या बोलण्यात असा अडथळा कधी खपत नाही, पण त्यांनी त्या दिवशी पालखीवालांच्या बाबतीत अपवाद केला. पालखीवाला यांचे म्हणणे त्यांनी शांतपणे ऐकून घेतले, पालखीवाला यांनी मांडलेल्या मुद्द्यांना तितकेच मुद्देसूद उत्तर दिले आणि ते म्हणाले, 'आपण मांडलेत तेच मुद्दे नरीमन यांनी अतिशय व्यवस्थितपणे कोर्टापुढे ठेवलेले आहेत आणि ते कोर्टाने अग्राह्य धरले आहेत.' मला जाणीव होती की, मी ते काम 'तसे', तितकेसे व्यवस्थित केलेले नव्हते.

तेवढ्यात ते पुढे म्हणाले, 'श्री. पालखीवाला, मला नाही वाटत की, नरीमन यांनी उत्तमरीत्या सादर केलेल्या या केसमध्ये आपण काही खास भर घालू शकाल.' मी किती 'उत्तम' काम केले होते ते माझे मला चांगलेच माहीत होते. ज्याचे नावही त्यांनी त्या आधी कधी ऐकले नव्हते, ज्याचा चेहराही पाहिला नव्हता अशा एका नवोदित वकिलाच्या कामाची प्रशंसा करताना छगला यांच्या चेहऱ्यावर मिश्कील हसू अजिबात नव्हते, उलट ते अगदी गंभीरपणे बोलत होते. त्या माणसाच्या मोठेपणाला, खरेच, सीमा नव्हती! असे मोठे मन आणि अगाध ज्ञान एकत्रित असलेली छगला यांच्यासारखी व्यक्ती मी तोवर पाहिली नव्हती. बऱ्याच वर्षांनंतर मी सर्वोच्च न्यायालयाचे सरन्यायाधीश एम. एन. वेंकटचलैया यांच्या संपर्कात आलो, त्यांना जवळून ओळखू लागलो त्या वेळी त्यांच्या व्यक्तिमत्त्वातही मला छगला यांच्यातल्या गुणांचा साक्षात्कार घडला. तेही तेवढेच ज्ञानी आणि तितक्याच मोठ्या मनाचे श्रेष्ठ न्यायाधीश होते.

आमच्या आधीच्या काळात नव्या वकिलांविषयी एवढी आत्मीयता, असा समजूतदारपणा दाखवणारे न्यायाधीश नव्हते, असे माझ्या अनेक ज्येष्ठांनी सांगितल्याचे मला स्मरते. उदाहरणार्थ, न्यायमूर्ती बद्रुद्दिन तय्यबजी. बऱ्याच वेळा संध्याकाळी

सव्वा-सात वाजता ('दस्तुर अ‍ॅन्ड कंपनी सॉलिसिटर्स'चे) जमासजी दस्तुर आमच्या चेंबरमध्ये यायचे. ते सर जमशेटजींचे मेहुणे होते. (जमासजींनी सर जमशेटजींच्या बहिणीशी लग्न केले होते.). त्यांना सर जमशेटजींबरोबर गाडीतून घरी जायचे असायचे. सर जमशेटजी वयाने लहान असूनही बऱ्याच वेळा त्यांची चेष्टा करायचे, म्हणायचे, 'जमासजी, तुम्ही आम्हाला खूप छळलं आहे!' तो संदर्भ बद्रुद्दिन तय्यबजी यांच्या कोर्टात घडलेल्या एका प्रसंगाचा होता. त्या वेळी जमासजी त्यांच्या या धाकट्या मेहुण्याला कामे सांगायचे. एकदा एक खटला जमासजींनी कोर्टाबाहेरच सामोपचाराने मिटवला होता, म्हणून त्या खटल्याच्या 'फेटाळणी'चा हुकुम कोर्टाकडून आणण्याचे काम त्यांनी जमशेटजींना सांगितले. खटला बद्रुद्दिन तय्यबजी यांच्या कोर्टात होता. खटला पुकारला गेल्यावर जमशेटजींनी कोर्टाला खटला फेटाळण्याची नम्र विनंती केली; त्या वेळी जमासजी कोर्टात मार्गदर्शक कायदेतज्ज्ञ म्हणून उपस्थित होतेच. त्यांनी मध्येच जमशेटजींना सूचना दिली, 'न्यायमूर्तींना विनंती कर की फेटाळणी दोनशे दोन क्रमांकाच्या नियमाखाली करा.' जमशेटजी बिचारे नुकतेच वकिली शिकायला लागले होते. जमासजी वरिष्ठ, मार्गदर्शक आणि शिवाय मेहुणे! त्यांनी तत्परतेने त्यांची सूचना पाळली. ते ऐकताच न्यायमूर्ती तय्यबजी गरजले, 'कुठल्या नियमाखाली मी खटला फेटाळू हे मला सांगणारे तुम्ही कोण?'

न्यायमूर्ती बद्रुद्दिन तय्यबजी वकिलांवरच ओरडत असे नव्हे, ते त्यांच्या वरिष्ठांशी, सरन्यायाधीशांशीही फटकळपणे बोलत. कांगा यांनीच ही घटना कधीतरी आम्हाला सांगितलेली मला आठवते. बोलण्यात जरी उद्धटपणा होता तरी तय्यबजी त्यांच्यासमोरच्या खटल्यांचे निकाल कायद्याप्रमाणे, अगदी यथायोग्य आणि सन्मानपूर्वक देत असत.[३] त्यांचे दोन्ही मुलगे वकिली करायचे. मुंबईतील बहुतेक कायदेपंडित बद्रुद्दिन तय्यबजींच्या कोर्टात केस असली की, न चुकता त्यांच्या पक्षकारांच्यावतीने तय्यबजींच्या दोन मुलांपैकी एकाला कोर्टात उभे करायचे. खटल्यातील फिर्यादीच्या बाजूने त्यांचा एक मुलगा आणि आरोपीच्या बाजूने दुसरा अशी परिस्थितीदेखील कधी-कधी निर्माण व्हायची. तय्यबजी कुटुंब एकत्रच राहायचे. लोकांच्यात असे बोलले जाऊ लागले की, जेवणाच्या टेबलावर बाप आणि मुलांच्यात अशा खटल्यांबद्दल चर्चा होते! ही गोष्ट जेव्हा त्यावेळचे सरन्यायाधीश सर लॉरेन्स जेन्किन्स यांच्या लक्षात आणून दिली गेली, तेव्हा त्यांनी त्यांचा एक प्रतिनिधी तय्यबजींकडे पाठवला आणि त्याच्याकरवी तय्यबजी यांना अतिशय नम्रपणे प्रश्न विचारला की, मुलांनी अशा पद्धतीने वडिलांच्या समोर कोर्टात उभे राहणे अयोग्य नाही का? प्रश्नातील प्रच्छन्न आरोप, दोषदर्शन तय्यबजींना चांगलेच झोंबले. ते क्रोधित झाले आणि गरजले, 'सरन्यायाधीशांना म्हणावे, दुसऱ्यांच्या घरात नाक खुपसू नका, स्वत:पुरते बघा!' ते प्रकरण तिथेच थांबले. सरन्यायाधीशांनी

तो विषय पुढे नेला नाही आणि तय्यबजी त्यांच्या मुलांनी त्यांच्यासमोर मांडलेल्या खटल्यांचे निकाल, दोन्ही मुलांपैकी कुणाच्याही बाजूने जराही पक्षपात न करता, आधीसारखेच कायद्याला धरून, यथायोग्य आणि अगदी सन्मानपूर्वक देत राहिले.

या घटनेतील सरन्यायाधीश सर लॉरेन्स जेन्किन्स १८९९ साली उच्च न्यायालयाचे प्रमुख न्यायाधीश म्हणून मुंबईला आले. त्यांनी आल्याबरोबर बरेच परिणामकारक बदल घडवून आणले. त्यांनी भारतीय वकिलांना उत्तम व्यवसाय करण्यास उत्तेजन दिले. त्यांच्याच कारकिर्दीत ओरिजिनल साइडच्या – प्रारंभिक खटल्यांच्या – क्षेत्रात भारतीय वकिलांनी दमदारपणे पाय रोवले. कांगा आम्हाला सांगत असत की, भारतीय वकिलांना जेन्किन्स फारच पसंत पडले होते, खरोखरच आवडले होते. ते त्यांच्या इतर ब्रिटिश सहकाऱ्यांसारखे नव्हते. त्यांचा सहानुभूतिपूर्ण दृष्टिकोन आणि सर्वांना काम करण्याचे पूर्ण स्वातंत्र्य देण्यातले औदार्य यामुळे न्यायवर्तुळाच्या एकंदर वातावरणात लक्षणीय सुधारणा झाली होती. नाहीतर न्यायमूर्ती रसेल यांच्यासारखे भारतीयांना अपमानकारक वागणूक देणारे इंग्लिश न्यायाधीशही त्या वेळी होतेच, जे सकाळी कोर्टात आल्यावर जर आजूबाजूला 'गोरा बॅरिस्टर' दिसला नाही तर लगेच विचारायचे, 'आज सगळे 'साहिब' कुठे गेले?'

***

मी या व्यवसायात पदार्पण केले, त्या वेळी कायदाप्रशासनाची पद्धती अजून बाल्यावस्थेत होती. न्यायालयीन दृष्टीने संविधानाच्या २२६व्या कलमाचा (घटनेप्रमाणे उच्च न्यायालयांना निर्णय देण्याचे विशेष अधिकार बहाल करण्याविषयीचे कलम.) अर्थ अजून पूर्णपणे लागलेला नव्हता. खालच्या न्यायालयात लेखी फिर्याद करणे किंवा दावा चाललेल्या काळात (वादकालीन) लिखित अर्ज दाखल करणे, या दोन 'लेखी' मार्गांनीच फक्त दावे लावता येत असत. ती पद्धती मला आवडायची, कारण स्वतंत्र देशातील नागरिकांच्या हक्कांच्या रक्षणासाठी किंवा तो डावलला जात असेल, तर त्या विरुद्ध या दाव्यांच्या माध्यमातून लढताना, त्यासाठी कायद्याचा अभ्यास करून, त्याचा आधार घेऊन वाद-प्रतिवाद करतानाच कायद्याचे खरे शिक्षण प्राप्त होते. सध्याच्या पद्धतीप्रमाणे उच्च न्यायालयांच्या थेट निर्णयातून, आदेशातून नाही!

असे दिवाणी, प्रारंभिक स्वरूपाचे खटले खालच्या न्यायालयात स्वत: चालवताना किंवा एखाद्या कुशल, अनुभवी, ज्येष्ठ वकिलांना त्यात मदत करताना आम्हाला त्या काळात जे शिक्षण मिळाले ते खरोखरच अमूल्य होते. या व्यवसायात पडल्यानंतर स्वतंत्रपणे पहिला दिवाणी दावा लढवण्याची संधी मिळण्यासाठी मला पाच वर्षे वाट पाहावी लागली. त्या वेळी अजून कायद्यातही बऱ्याच त्रुटी होत्या, खूप अडचणी होत्या. आम्हाला बाजू मांडताना अगदी काटेकोर राहायला लागायचे,

दाव्याशी संलग्न असलेल्या, योग्य त्या सर्व गोष्टी अतिशय व्यवस्थितपणे न्यायासनासमोर ठेवून, संबंधित कायद्यांचा संदर्भ घेऊन आपले म्हणणे मांडायला लागायचे. न्यायासनाला निवेदने लेखी द्यावी लागायची, त्यात दाव्याच्या कारणाची मीमांसा करताना कुठल्या कायद्याच्या कुठल्या कलमाचा नेमका आधार घेतला आहे याचा सुस्पष्ट उल्लेख करायला लागायचा (त्यामुळे त्या विषयासंबंधीच्या कायद्याचे समग्र ज्ञान असणे, तो कायदा संपूर्ण समजलेला असणे हे अत्यावश्यकच असायचे).

खटला न्यायालयासमोर सुनावणीला उभा राहायची वेळ आली की, कोणते आणि किती साक्षीदार तपासायचे, ते त्यांच्या साक्षीत काय, कसे सांगतील, बोलतील, कुठले कागदपत्र न्यायालयात 'पुरावे'[४] म्हणून सादर करावे लागतील, या सगळ्या गोष्टींचा तपशीलवार विचार करून त्याची जय्यत तयारी करावी लागे. ज्या-ज्या गोष्टींना न्यायासनाकडून अनुमोदन घ्यायचे असेल, त्या गोष्टी न्यायासनाला मान्य असलेल्या, म्हणजेच 'पुराव्याच्या कायद्या'नुसार संमत होतील अशाच 'पुराव्यांनिशी' मांडता यायच्या. साक्षीदारांची तपासणी, विशेषत: उलट तपासणी घेणे, हे एक दिव्यच असते. कौशल्याची कसोटी लागणारे, म्हणूनच आव्हानात्मक, पण अगदी दमवून टाकणारे. साक्षीदारासमोर उभे राहिल्यावर त्याला अचूक, नेमके प्रश्न कसे विचारले जातील आणि त्यांची संख्या कमीतकमी कशी राखता येईल, याचा आम्हाला काळजीपूर्वक विचार करावा लागायचा. खटले दिवसेंदिवस रखडायचे. न्यायमूर्तींनी दिवसभरात पुराव्यांच्या ज्या नोंदी करून घेतलेल्या असतील त्या त्याच दिवशी संध्याकाळी काळजीपूर्वक वाचून काढायला लागायच्या, कारण त्यात जर काही चुका, त्रुटी राहिलेल्या आढळल्या, काही बदल करणे आवश्यक वाटले तर नियमानुसार ते लगेच दुसऱ्याच दिवशी त्यांना सुचवणे गरजेचे असायचे. शिवाय दुसऱ्या दिवशीच्या साक्षी, उलट तपासण्या यांचीही तयारी संध्याकाळीच करायला लागायची. खटला जर खूपच गुंतागुंतीचा असला, कागदपत्र आणि तोंडी साक्षी भरपूर असल्या तर रात्री झोपही लागायची नाही. अंथरुणावर पडल्यावरही मनात परत खटला सुरू व्हायचा. वाटायचे, हा प्रश्न अगदी मूर्खासारखा, उगीचच विचारला आपण किंवा त्या साक्षीदाराने आपल्या प्रश्नाला शिताफीने बगल देणारे उत्तर दिले, तेव्हाच पुढचा प्रश्न काय विचारायचा याचा आपण नीट विचार करायला हवा होता. विचारांची युद्धे जुंपायची. न्यायमूर्तींना आपण तसे म्हणायला नको होते, त्याऐवजी असे सांगायला हवे होते. एक ना दोन! प्राथमिक सुनावणी संपली की, दिवाणी कार्यपद्धतीची संहिता १९०८ – कोड ऑफ सिव्हिल प्रोसीजर १९०८ – मधील तरतुदींबरहुकूम दोन्ही बाजूच्या वकिलांचे युक्तिवाद सुरू व्हायचे. विरुद्ध बाजूचे वकील, त्यांच्या साक्षीदाराला प्रश्न विचारीत असतानाही त्यांनी कुठलाही नियमात न बसणारा, असंबंधित किंवा सूचक (म्हणजे प्रश्न विचारणाऱ्या वकिलाला

साक्षीदाराकडून जे उत्तर हवे असेल, त्याची सूचना वकील प्रश्नातच देतो. कायदा असे प्रश्न विचारायला परवानगी देत नाही.) प्रश्न विचारला तर त्यावर तातडीने आक्षेप – ऑब्जेक्शन – घेण्यासाठी आम्हाला अगदी सतर्क, जागरूक, दक्ष राहायला लागायचे. या सगळ्यासाठी खटल्यावर लक्ष पूर्णपणे केंद्रित करायला लागायचे. या सगळ्या गोष्टी आपोआपच वकिलाचे मन तल्लख, धारदार बनायला मदत करायचे, पोषक ठरायचे.

दुर्दैवाने आजकाल (संविधानाच्या २२६व्या कलमांतर्गत मान्य केल्याप्रमाणे.) थेट उच्च न्यायालयाच्या निर्णयासाठी अर्ज करण्याची सवलत उपलब्ध आहे. ते अर्ज करताना वर उल्लेख केलेल्या नियमांपैकी अनेक नियम शिथिलही केले गेले आहेत आणि काही तर नियमावलीत समाविष्टच केलेले नाहीत. साहजिकच अशा थेट अर्जांचेच पेव फुटले आहे, पण त्यामुळे जे मौल्यवान शिक्षण आणि जो बहुपैलू अनुभव त्या काळातील वकिलांना प्राथमिक खटले चालवताना मिळत होता, तो आजकालच्या वकिलांना मिळू शकत नाही आणि परिणामत: त्यांच्यात जुन्या वकिलात असणाऱ्या काटेकोरपणाचा, अचूकपणाचा, नेमकेपणाचा अभाव दिसतो. हल्ली दोन वकिलांतल्या केवळ शाब्दिक लढाया, अव्यवस्थितपणे, विस्कळीत स्वरूपात, कसेतरी मांडलेले दाव्याचे तपशील आणि निष्काळजीपणे घेतलेले कायद्यांचे संदर्भ असे चित्रच सहसा न्यायालयात दिसते.

१९५०च्या आणि १९६०च्या दशकात – किंबहुना मी १९७२मध्ये मुंबईहून दिल्लीला स्थलांतरित होईपर्यंत – व्यावसायिक किंवा व्यापारी स्वरूपाचे दावे मुंबईच्या उच्च न्यायालयात दाखल झाल्यापासून सहा ते आठ महिन्यांत सुनावणी होऊन निकाली निघत असत. त्यात इतर दिवाणी दाव्यांसारखी लांबलचक लेखी निवेदने नसायची, बहुतेक वेळा प्रतिवादीच्या बाजूचा बचाव तेवढा मागवला जायचा. कायदेपंडित, वकील यांच्या सहकार्याने तसे दावे कमीतकमी वेळात निकाली काढणे, हा त्या काळचा रिवाजच होता, त्यासाठी न्यायाधीश ('सरन्यायाधीशांनी व्यावसायिक, व्यापारी कामकाजांचे अधिकार प्रदान केलेले न्यायाधीश' – उच्च न्यायालयाच्या नियमात असाच उल्लेख केलेला आहे.) प्रत्येक आठवड्यातला बुधवार खास त्या दाव्यांसाठीच राखून ठेवत असत. पहिल्या महायुद्धानंतर (१९१४ ते १९१८) अशा दाव्यांचे पेवच फुटले होते आणि सुप्रसिद्ध स्कॉटिश जज्ज सर नॉर्मन मॅक्लुड त्या काळी कसे उत्तम रीतीने (आणि तातडीनेसुद्धा) त्यांचे निर्णय देत असत याबद्दल सर जमशेटजी यांनी आम्हाला सांगितलेले मला आठवते आहे. मुंबई उच्च न्यायालयाचे मुख्य न्यायाधीश म्हणून सर नॉर्मन मॅक्लुड त्यांची नेमणूक झाली (१९१९ ते १९२६), त्यानंतरसुद्धा बऱ्याच वेळा ते एकटे व्यावसायिक, व्यापारी दाव्यांच्या सुनावणीस बसत असत.

एकेका दिवसात ते तसले जवळ-जवळ शंभर खटले ऐकत असत. त्यांना तशा प्रकारच्या दाव्यांची मनापासून आवडच नव्हे तर त्यांचे आकर्षणच होते. ते दोन्ही बाजूंच्या कायदासल्लागारांना सारांश रूपाने त्यांची बाजू मांडायला केवळ तीन मिनिटांचा वेळ देत, त्यानंतर जज्ज नॉर्मन मॅक्लुड त्यांचे निळे भेदक डोळे (उच्च न्यायालयाच्या दुसऱ्या मजल्यावरच्या एका कोर्टरूममध्ये लावलेल्या त्यांच्या चित्रात त्या निळ्या डोळ्यांतली चमक आजही पाहायला मिळते.) रोखून वकिलांना दोन प्रश्नांचा 'गळ' टाकायचे. पहिला – 'कायद्याचा भंग झाला त्या दिवशी 'मार्केट' तेजीत होते की मंदीत?' आणि दुसरा – 'फिर्यादी विक्रेता आहे की खरेदीदार आहे?' या दोन अर्थगर्भ प्रश्नांची उत्तरे ऐकली की ते निर्णयाचे 'ब्रह्मवाक्य' लिहायचे – 'दावा निकाली काढला' अथवा 'दावा फेटाळून लावला.' गेले ते दिवस, जेव्हा असे कुशाग्र बुद्धीचे, सक्षम, न्यायाधीश होते आणि त्यांच्या क्षमतेविषयी खातरी बाळगणारे, त्यांच्या निकालाच्या अचूकपणाबद्दल विश्वास असणारे वकील होते. (आणि वकिलांची चंद्रावळ तर अशी लखलखीत – कोल्टमन, भुलाभाई देसाई, एम. ए. जीना, चिमणलाल सेटलवाड, जमशेटजी कांगा) सर नॉर्मन मॅक्लुड यांच्या 'झटपट' निकालाबद्दल कधी कोणी शंका घेतलेली किंवा निकालामागची कारणे विचारलेली ऐकिवात नाही! त्यांच्या दोन प्रश्नांची उत्तरे त्यांना दाव्यातल्या कायदेभंगाविरुद्धच्या निर्णयाप्रत परिणामकारकरित्या पोहोचवीत असत. दावा जर निकाली झाला असेल, तर नुकसानभरपाईबद्दलचे तपशील ठरवण्याची जबाबदारी पैशाचे हिशोब सांभाळणाऱ्या उच्च न्यायालयाच्या अधिकाऱ्यांकडे सोपवली जायची. असे सांगतात की सर नॉर्मन मॅक्लुड यांच्या निकालाविरुद्ध कोणी अपील केले – पुनर्विचाराचा अर्ज केला – आणि त्यांच्याच न्यायालयातल्या दुय्यम न्यायाधीशांच्या म्हणजे दोन प्युनी जज्जांच्या[५] न्यायासनाने सुनावणीनंतर जरी त्यांचा निकाल फिरवला (असे घडणे अगदी अपवादात्मक होते.) तरी ते त्याकडे फारसे लक्ष द्यायचे नाहीत, त्याबद्दल कधी हरकत घ्यायचे नाहीत, त्याचा त्यांना काही त्रास व्हायचा नाही, ते त्यामुळे नाराजही व्हायचे नाहीत. त्यांनी एकदा सर जमशेटजींना सांगितले होते की, न्यायाधीशाला त्याचे काम करण्यासाठी केवळ एक टेबल आणि खुर्ची एवढ्याच सामग्रीची गरज असते. त्या दोन्ही गोष्टी जर एखाद्या बंद खोलीत ठेवून मिळाल्या तर ती त्याच्यासाठी चैनीचीच बाब म्हटली पाहिजे!!

माझ्या काळात व्यावसायिक, व्यापारी खटले लढणारे बहुतेक सगळेच कायदेतज्ज्ञ अत्यंत रोखठोक आणि मुद्द्यापासून जराही बाजूला न जाता, त्याला घट्ट धरून राहणारे, बोलणारे होते. तशा खटल्यात सैलपणे, जरुरीपेक्षा जास्त बोलून चालतच नाही. पुरावेही नेमके, मर्यादित आणि उलट तपासणीदेखील अगदी खटल्याशी संबंधित मुद्द्यांशी निगडित असावी लागते, तरीही काही कायदेतज्ज्ञ याला अपवाद

होतेच. तेही बुद्धिमत्तेत किंवा कार्यक्षमतेत कमी नव्हते पण जरा पाल्हाळ लावणारे होते; त्यातले एक होते विकाजी तारापोरवाला. एका व्यावसायिक दाव्याच्या वेळी त्यांचे प्रास्ताविकच दोन पूर्ण दिवस (हा एक विक्रमच असावा.) चालले होते. ती सुनावणी न्यायमूर्ती जे. बी. ब्लाग्डेन (या इंग्लिश न्यायाधीशांनी शैक्षणिक क्षेत्र गाजवले होते. ते ऑक्सफर्ड येथील ऑल सोल्स कॉलेजचे फेलो होते.)[६] यांच्यासमोर चालली होती. त्यांच्या निकालावर अपील करण्यात आले आणि ते मुंबई उच्च न्यायालयाच्या खंडपीठासमोर (नोव्हेंबर, १९४६मध्ये ब्लाग्डेन यांनी उच्च न्यायालयाचे मुख्य न्यायाधीशपद सोडले होते.) आले. त्याच्या अध्यक्षपदी मुख्य न्यायाधीश एम. सी. छगला होते. सुनावणीच्या दरम्यान एक मुद्दा तारापोरवाला यांनी आधीच्या सुनावणीत मांडला होता किंवा नाही याबाबत वाद निर्माण झाला. छगला म्हणाले की, 'आपण आधीच्या न्यायमूर्तींनी केलेल्या नोंदी मागवून त्यात पाहू.' तातडीने न्यायमूर्ती ब्लाग्डेन यांच्या नोंदी मागवण्यात आल्या, त्यात ब्लाग्डेन यांच्या सुंदर हस्ताक्षरात फक्त एवढेच लिहून ठेवले होते :

(तारीख) – ११.०० ए.एम. – श्री. तारापोरवाला यांनी सुरुवात केली.
२.४५ पी.एम. – तारापोरवाला बोलत आहेत!
(दुसरा दिवस) – ११.०० ए.एम. – तारापोरवाला बोलतच आहेत – देवा!!
४.०० पी.एम. – तारापोरवाला थांबले!!! देव पावला!!

या कहाणीवरून कृपया असा गैरसमज मात्र करून घेऊ नका की, विकाजी तारापोरवाला हे रटाळ वकील होते. इंग्लंडमध्ये त्यांची गणना उत्तम 'चान्सरी लॉयर्स'मध्ये करण्यात आली असती. वर उल्लेख केलेल्या नोदींमुळे त्यांच्या पक्षकारांची बाजू यशस्वीपणे मांडण्याच्या अप्रतिम कौशल्याचे महत्त्व तसूभरही कमी होत नाही.

व्यावसायिक, व्यापारी दाव्यांसाठी न्यायाधीशांनी राखून ठेवलेल्या 'खास' बुधवारी मीही बऱ्याच वेळा न्यायमूर्तींसमोर उभे राहून खटले चालवलेले आहेत, साक्षीदारांच्या तपासण्या आणि उलट तपासण्या घेतलेल्या आहेत, काही वेळा नको इतके प्रश्न विचारण्याची चूकही केली आहे. (काही वेळा ती दाव्याच्या दृष्टीने गंभीरही ठरलेली आहे.) के.के. देसाई हे न्यायाधीश बऱ्याच वेळा व्यावसायिक, व्यापारी खटले चालवायचे. ते न्यायाधीश होण्याआधी त्याच प्रकारचे खटले यशस्वीपणे चालवणारे कायदेतज्ज्ञ म्हणून खूप प्रसिद्ध होते, त्यामुळे न्यायाधीश झाल्यावर अशा दाव्यांच्या सुनावणीच्या वेळी ते त्यातील कळीचा मुद्दा बरोबर

पकडून ठेवत असत आणि त्यांच्या दाव्याच्या हाताळणीत त्यांच्या स्वभावातल्या नैसर्गिक वकिली चातुर्याचा, धूर्तपणाचा आणि त्यांच्या हुशारीचा पदोपदी प्रत्यय येत असे. त्यांचे (न्यायमूर्ती के. के. देसाई यांचे) एक तत्त्व अतिशय प्रशंसनीय असे होते. साक्षी-पुरावे ऐकल्यानंतर एखाद्या खटल्याचा निकाल त्यांनी ज्या पक्षकाराविरुद्ध दिला असेल, त्याचा सहभाग असलेला दुसरा कुठलाही खटला जर नंतर कधीही उभा राहिला तर तो खटला कुठल्याही स्वरूपाचा असला तरी त्यांच्यापुढे चालवायला ते स्पष्ट नकार देत असत.[७] आजच्या काळातल्या न्यायाधीशांनीही हे तत्त्व आवर्जून अनुकरण करण्यासारखे आहे. कोणत्याही पक्षकाराच्या मनात अशी अढी राहता कामा नये की, (पक्षकार हमखास तशी ठेवतात.) या न्यायाधीशांनी या वेळी माझ्याविरुद्ध निकाल दिला आहे, म्हणजे आता भविष्यात माझ्या दुसऱ्या कोणत्याही खटल्याचे वेळी जर तेच न्यायाधीश न्यायासनावर असले तर ते – माझी बाजू कितीही सत्याची – न्यायाची असली तरी, माझ्याविरुद्धच निकाल देणार! असे वाटणे मनुष्यस्वभावानुसार योग्यच आहे, पण न्यायाची चोख अंमलबजावणी करणे, हे जितके महत्त्वाचे आहे तितकेच आपल्याला येथे योग्य तोच आणि खरा न्यायच मिळेल, असा विश्वास तुमच्यासमोर आलेल्याच्या मनात निर्माण करणे, हेही महत्त्वाचे आहे.

व्यावसायिक, व्यापारी खटल्यात कधी-कधी विचित्र, मजेशीर गोष्टी घडायच्या. काही पक्षकारांना ते ज्या व्यवसायात असतात किंवा ज्याचा व्यापार करीत असतात त्याविषयी न्यायमूर्तींना अगदी सविस्तरपणे सांगत बसण्याचा मोह आवरताच यायचा नाही. यासंबंधीची एक कथा आहे. (कथाकार अर्थातच सर जमशेटजीच) अशाच एका व्यापारी दाव्यात सर जमशेटजी बटाट्याचा मोठा धंदा असणाऱ्या एका पक्षकाराची बाजू लढवीत होते. खंडपीठात मुख्य न्यायाधीश सर नॉर्मन माक्लुड आणि न्यायमूर्ती एच. सी. कोयाजी (आम्ही त्यांना 'सिनियर कोयाजी' म्हणायचो, ते न्यायमूर्ती एन. एच. कोयाजी यांचे वडील होते.) हे दोघे जण होते. दोघांनी एकत्र काम करणे विचित्र समीकरणासारखे होते. दोघांचा पिंड अगदी भिन्न होता. सर माक्लुड हे खास 'स्कॉट' होते, जन्मजात दणकट आणि व्यावहारिक शहाणपण ठासून भरलेले. त्यांचे चित्र उच्च न्यायालयातील मुख्य न्यायाधीशांच्या दालनाशेजारच्या खोलीत लावलेले आहे. कोयाजी दुय्यम पण ज्येष्ठ न्यायाधीश होते. अत्यंत अभ्यासू, पापभीरू, आणि सज्जन. (लॉर्ड डेनिंग यांनी त्यांचे वर्णन 'बिचारा जीव' असेच केले असते, 'धीट आत्मा' असे निश्चित केले नसते.)[८] सुनावणी सुरू झाली. दोन्ही न्यायमूर्ती कांगा यांना दाव्याच्या जमेच्या आणि विरुद्ध बाजूंविषयी टोकदार प्रश्न विचारीत होते. त्या वेळी दोघा न्यायमूर्तींमध्ये जे संभाषण झाले ते कोयाजी

यांच्याकडून कांगांकडे आणि त्यांच्याकडून माझ्यापर्यंत पोहोचले. ते असे :

कोयाजी : (माक्लुड यांच्या बाजूला झुकून, अगदी खालच्या आवाजात) सर, कांगांच्या मागे उभा राहून सारखा खाली-वर चुळबुळ करणारा माणूस पाहिलात?

माक्लुड : हो, तो कांगांचा पक्षकार आहे.

कोयाजी : त्याची हिंमत पाहा, तो काल माझ्या घरी एक बटाट्याचे मोठे पोते घेऊन आला होता!

माक्लुड (हलकेच हसत) : मग, काय झालं?

कोयाजी : मी त्याला अर्थातच त्याच्या पोत्यासकट हाकलून लावला.

माक्लुड : काय हे कोयाजी? अहो, मी तुम्हाला नक्की सांगतो, ते बटाटे फारच छान असणार!!

कोयाजी यांच्या चेहऱ्यावरील भययुक्त विस्मय पाहून माक्लुड पुढे म्हणाले, 'कोयाजी, अहो, बटाट्याच्या एका पोत्याने आपल्या न्यायदानात काहीतरी फरक पडणार आहे का?' दाव्याचा निकाल त्या बटाट्याच्या व्यापाऱ्याच्या विरुद्ध लागला हे सांगणे न लगे!

***

१९६२ हे मुंबई उच्च न्यायालयाचे शताब्दी वर्ष होते.[१] सर्व न्यायाधीशांनी असे ठरवले की या शताब्दीवर्षात न्यायालयाचा अधिकृत इतिहास लिहून प्रसिद्ध करायचा. पी. बी. वाच्छा या विद्वान वकिलांवर ती जबाबदारी सोपविण्यात आली. ती स्वीकारण्यापूर्वी वाच्छा यांनी अशी अट घातली की त्यांना संपूर्ण लेखन स्वातंत्र्य मिळाले पाहिजे, त्या इतिहासाच्या कथनात येणाऱ्या घटना, व्यक्ती यांच्याविषयीचे त्यांचे दृष्टिकोन, त्यांची मते व्यक्त करायची त्यांना पूर्ण मुभा असली पाहिजे. ती अट मान्य करण्यात आली, मग त्यांनी ती जबाबदारी समर्थपणे पेलली आणि तो इतिहास 'फेमस जजेस, लॉयर्स आणि केसेस ऑफ बॉम्बे' – सुप्रसिद्ध न्यायाधीश, वकील आणि मुंबईतले खटले' – या शीर्षकाखाली प्रसिद्ध करण्यात आला. त्यातील ऐतिहासिक खटल्यांविषयीच्या प्रकरणात (प्रकरण क्रमांक २५) वाच्छा यांनी लोकमान्य बाळ गंगाधर टिळक यांच्यावरील (१९०९ सालच्या) दुसऱ्या खटल्याचे वर्णन केले आहे. टिळकांनी १९०८ सालच्या मे आणि जून महिन्यात 'केसरी' या त्यांच्या वृत्तपत्रात लिहिलेल्या काही लेखांनी लोकांच्या भावना चेतवल्या, त्यांना राजसत्तेविरुद्ध भडकावले, कायदेभंग केला असा आरोप त्यांच्यावर ठेवून

खटला भरण्यात आला होता. टिळक त्यांचा बचाव स्वतःच करीत होते. खटल्यातील ज्युरींना – पंचांना – (त्या काळी महत्त्वाच्या फौजदारी खटल्यातही ज्युरी – पंच नेमले जायचे.) उद्देशून त्यांनी जे निवेदन केले, त्यात टिळकांनी काही फार चांगले मुद्दे मांडले होते. पंचांना सूचना देताना खटल्याचे न्यायमूर्ती दिनशा दावर म्हणाले की, 'एक वृत्तपत्रकार सरकारवर, राजसत्तेवर त्याला हवी तेवढी जहाल टीका करू शकतो, पण त्या टीकेमागे त्याचा कोणत्याही प्रकारचा अप्रामाणिक अथवा अनैतिक हेतू असता कामा नये.' याच आरोपाखाली त्यांनी टिळकांना दोषी ठरवले. ज्युरींनी सात/दोन अशा बहुमताने 'दोषी' या निकालावर शिक्कामोर्तब केले. न्यायमूर्तींनी टिळक यांना 'निकालावर काही सांगायचे आहे का?' असे विचारले, तेव्हा टिळकांनी जी वाक्ये उच्चारली ती इतिहासात संस्मरणीय ठरली. ते म्हणाले,

> 'मला एवढेच सांगायचे आहे की, न्यायासनाने मला दोषी घोषित केले असले तरी मी स्वतःला निर्दोषच मानतो. या न्यायालयाहून श्रेष्ठ अशी एक सत्ता आहे, जी माणसांचे आणि देशांचेही प्रारब्ध ठरवीत असते. मला वाटते, त्या महासत्तेचीच अशी इच्छा असावी की, ज्या ध्येयासाठी मी झगडतो आहे, ते ध्येय जवळ येण्यासाठी माझी वाणी आणि लेखणी झिजण्यापेक्षा माझी काया हाल-अपेष्टांनी झिजावी.'

न्यायमूर्तींनी त्यानंतर टिळकांना सहा वर्षांची हद्दपारी (म्हणजे अंदमानच्या तुरुंगात कैद.) आणि एक हजार रुपये दंड अशी शिक्षा ठोठावली. शिक्षा सुनावताना न्यायमूर्तींनी टिळक यांची जहरी निर्भर्त्सना केली. टिळकांनी आपल्या लेखात हिंसेचा उपदेश केला आहे, जनमत राजसत्तेविरुद्ध भडकवले आहे आणि मानवी हत्येचाही गौरव केला आहे, असे आरोप त्यांनी केले. ते म्हणाले, 'हिंदुस्तानात बाँबचे आगमन झाले आहे, ही देशाच्या फायद्याची गोष्ट मानून त्याचे तुम्ही स्वागत करता, अशा प्रकारची पत्रकारिता ही देशाला कलंक आहे.' वाच्छा यांच्या मते, केवळ कायद्याच्या दृष्टीने विचार केला, तर टिळक यांच्यावरील आरोप समर्थनीय होते, पण राजकीयदृष्ट्या त्यांना दोषी ठरवणे, ही फार मोठी चूक होती, मूर्खपणाच होता; त्यात न्यायमूर्तींनी त्या लोकप्रिय नेत्यावर केलेली आततायी, जहाल टीका आणि त्यांचा 'विकृत मनोरुग्ण' असा केलेला अपमानकारक उल्लेख यांमुळे फार मोठी भर पडली, आगीत तेलच ओतले गेले. न्यायालयाने दिलेला निवाडा कायदा आणि न्यायपद्धती यांच्या कसाला पुरेपूर उतरणारा असूनही 'इतिहासाचा अटळ निर्णय' मात्र त्यांच्या विरुद्ध गेला.

वाच्छा यांनी लिहिलेला इतिहास वाचून त्याला मान्यता देण्याची जबाबदारी न्यायाधीशांच्या एका समितीवर सोपवण्यात आली होती. टिळक यांच्यावरील

खटल्याबद्दलचे वाच्छा यांनी त्यांचे हे जे मत व्यक्त केले होते, ते अगदी योग्य, निवडक शब्दांत लिहिले होते आणि त्यामुळे त्याला समितीची सहज मान्यता मिळाली होती, पण वाच्छा यांनी त्याला एक जादा टीप जोडली होती, त्यात त्यांनी १९५९मध्ये घडलेल्या एका घटनेचा उल्लेख केला होता. ज्या कोर्टात टिळक यांच्यावरील हा खटला चालवला गेला होता त्या कोर्टाच्या बाहेर त्या वर्षी एक संगमरवरी शिला बसवण्यात आली होती. त्या शिलेवर टिळकांनी त्यांचे निरपराधित्व घोषित करताना जे भाषण (वर दिलेले) केले होते, ते कोरण्यात आले होते. टिळकांच्या स्मरणार्थ बसवलेल्या त्या शिलेचे अनावरण मुख्य न्यायाधीश एम. सी. छगला यांच्या हस्ते करण्यात आले होते. त्या वेळी छगला यांनी केलेल्या भाषणावर वाच्छा यांनी त्या जादा टीपेमध्ये टीका केली होती, इतकेच नव्हे तर 'न्यायक्षेत्रातील आधीच्या पिढीने केलेल्या चुकांबद्दलची दिलगिरी व्यक्त करण्याच्या उद्देशाने बसवलेली शिला न्यायालयाच्याच दारात बसवण्याच्या कल्पनेवरच त्यांनी ताशेरे झाडले होते. छगला यांनी त्या वेळी केलेल्या भाषणाचे वर्णन त्यांनी त्या टीपेत 'प्रशंसनीय देशभक्ती आणि देशभक्तीची प्रशंसा यांनी भरलेले, पण कायद्याच्या आणि न्यायविषयक दृष्टीने अयोग्य आणि असमर्थनीय' आणि 'चुकीच्या स्थानावरून दिलेले' असे केले होते. वाच्छा यांनी पुढे असे म्हटले होते की, 'छगला यांच्या भाषणातील सुस्पष्ट विवेचन आणि ती बसवलेली शिला यांचा संयुक्तपणे विचार केला, तर शिला बसवण्याची कृती हा एक हानिकारक पायंडा होता, असे म्हणावे लागेल.' पुढे त्यांनी म्हटले होते :

> 'अस्थिर निष्ठा आणि तत्त्व बाळगणाऱ्या पाठोपाठच्या पिढ्यांतील न्यायाधीशांना जर 'न्यायक्षेत्रातील आधीच्या पिढीने, इतिहासाच्या अटळ निर्णयानुसार केलेल्या चुकां'ची भरपाई करण्यासाठी अशा प्रकारच्या शिला बसवण्याचे स्वातंत्र्य दिले, तर तशा शिलांच्या संख्येला मर्यादाच राहणार नाही. न्यायाधीशही मग कायदा आणि पुरावे यांकडे लक्ष न ठेवता, सर्वोच्च न्यायालयाच्या अस्तित्वाचीही तमा न बाळगता, आपल्या निकालाबद्दल 'इतिहासाचा अटळ निर्णय' काय असेल याचाच फक्त विचार करून त्यांचे निकाल देतील. अर्थातच मग तो 'इतिहासाचा अटळ निर्णय' हा नेहमीच बिनचूक, दोषातीत, अमोघ आणि अखेरचा मानावा लागेल. इतिहास लिखाणाचे जनक पेस हेरोडट्स, रोमन इतिहासकार टॅसिट्स, इंग्लिश इतिहासकार गिबन आणि मकॉले यांनी हेच सांगितले आहे! पण वास्तवात तसे नसते. इतिहासाचे निर्णयही ज्युरी किंवा न्यायाधीश यांच्या निकालांपेक्षा अचूक आणि म्हणून अटळ नसतात आणि कायद्याच्या चौकटीत राहून

दिलेल्या अधिकृत न्यायालयीन निवाड्याच्या संदर्भात तर ते पूर्णतः अप्रस्तुत ठरतात. माणसाच्या आयुष्याची अशी गंमत आहे की, कधी-कधी हे 'इतिहासाचे अटळ निर्णय' आपल्याला अपेक्षित असते त्याआधीच, आपल्या ध्यानीमनीही नसताना, आपल्यामोर येऊन उभे राहतात, आपल्याला गाठतात.[१०]

वाच्छा यांनी छगलांवर, त्यांनी शिला अनावरणाचे वेळी केलेल्या भाषणावर आणि टिळकांना वाहिलेल्या आदरांजलीवर जी टीका केली होती, त्यावर वाच्छा यांच्या लिखाणाला मान्यता देणाऱ्या न्यायाधीशांच्या समितीतले सभासद मुख्य न्यायाधीश चैनानी, न्यायमूर्ती चंद्रचूड, न्यायमूर्ती तारकुंडे व इतर सहकाऱ्यांनीही आक्षेप घेतला.

वाच्छा यांनी हे काम स्वीकारताना सुरुवातीसच घातलेल्या अटीवर बोट ठेवले, इतिहासकाराला जे बरोबर, योग्य वाटेल तेच लिहिण्याच्या त्याच्या हक्काची आठवण करून दिली आणि समितीच्या आग्रहाला न जुमानता ती टीप गाळायला अथवा त्यातला कुठलाही भाग बदलायलाही स्पष्ट नकार दिला. त्यांनी समितीला भारतीय इतिहासातला दाखला दिला. भारतातील प्रसिद्ध इतिहासकार फरिश्ता जेव्हा अहमदनगरच्या निजामशाहीचा दरबार सोडून विजापूरला, आदिलशाहीच्या दरबारात गेला; तेव्हा इब्राहिम आदिलशहा यांनी त्याला सांगितले, 'तू लिही, भीती आणि खोटी स्तुती यांना दूर ठेव आणि लिही!' वाच्छा म्हणाले की सत्तेची, अधिकाराची भीती बाळगणे आणि खुशमस्करी करणे, हे ऐतिहासिक सत्याचे दोन फार मोठे शत्रू आहेत. ते इतिहासाला असत्य, विकृत बनवतात. – 'लेखक जर या भेकड, हिणकस भावनांच्या आणि कपटी हेतूंच्या आहारी गेला, तर त्याचे लिखाण अप्रामाणिक तर होतेच, शिवाय अनाकर्षक आणि कडवटही होते.'

समिती आणि वाच्छा – दोन्ही बाजू आपापल्या मतांवर ठाम होत्या. कोंडी झाली. मुंबई उच्च न्यायालयाच्या शंभर वर्षांच्या इतिहासाच्या अधिकृत प्रकाशनाला अखेरपर्यंत मान्यता मिळू शकली नाही, पण तो तरीही प्रसिद्ध झाला. के. एम. मुन्शी, एच. एम. सिवरी आणि आणखी एक-दोन ज्येष्ठ वकील आणि बरोबरीस काही कनिष्ठ वकील, ज्यांच्यात अतुल सेटलवाड आणि माझाही समावेश करण्यात आला होता, असा एक गट तयार करण्यात आला. वाच्छा यांनी लिहिलेल्या इतिहासाचे खाजगीरित्या प्रकाशन करण्याची जबाबदारी या गटाने स्वीकारली. त्यासाठी पैसे जमा केले गेले आणि एन. एम. त्रिपाठी प्रायव्हेट लिमिटेड या मुंबईच्या प्रकाशकाकडून वाच्छा यांनी लिहिलेला इतिहास जसाच्यातसा पुस्तकरूपाने प्रकाशित झाला. पुस्तकाची आवृत्ती हातोहात संपली आणि त्यामुळे दुर्दैवाने आज ते पुस्तक उपलब्ध नाही, पण ते पुस्तक इतिहास लेखनाचा एक उत्कृष्ट नमुना ठरले.

कलकत्ता आणि मद्रास येथील उच्च न्यायालयेही मुंबई उच्च न्यायालयाइतकीच जुनी आहेत, उज्ज्वल, महान परंपरेची आहेत, पण त्यांचा इतिहास लिहायला कोणी वाच्छा किंवा बॉसवेल सापडलेला नाही, त्यामुळे फक्त मुंबई उच्च न्यायालयालाच त्याला भूषण ठरलेल्या 'सुप्रसिद्ध न्यायाधीश, वकील आणि मुंबईतील गाजलेले खटले' यांचा उज्ज्वल इतिहास लिहिला गेल्याचा विशेष मान मिळाला आहे, भाग्य लाभले आहे. अशा एका 'ऐतिहासिक' कामाला मीही थोडाफार हातभार लावू शकलो, याचा मला अभिमान वाटतो.

***

मुंबईत वकिली करीत असताना मला निरनिराळ्या न्यायालयांत – उच्च न्यायालयापासून जिल्हा न्यायालयापर्यंत – काम करायला मिळाले.

१९६१मध्ये, दमण-दीव यांसह गोवा – एके काळचा 'पोर्तुगीजांचा समुद्रापारचा प्रदेश' – मुक्त करण्यात आला (पोर्तुगीज म्हणतात पादाक्रांत करण्यात आला.) आणि तो केंद्रशासित प्रदेश म्हणून घोषित करण्यात आला. मी बऱ्याच वेळा गोव्यातील न्यायालयात खटले लढवले आहेत. गोव्यात भारतीय कायदेपद्धती जरी लगेचच लागू करण्यात आली होती, तरीही इतक्या वर्षांची सवय जडलेल्या पोर्तुगीज कायद्याचा पगडा बराच काळ तिथल्या लोकांवर, पद्धतीवर तसाच राहिला होता. या दोन वेगवेगळ्या पद्धतींचा संकर मला विचित्र वाटायचा, पण तो माझ्यासाठी एक नवा आणि मजेशीर अनुभव होता. १९६१च्या आधी पोर्तुगीजांच्या वसाहतींसाठीचे सर्वोच्च न्यायालय पणजीत 'ट्रिब्युनल द रेलाको' (हे आशियातील सर्वांत जुने न्यायालय होते.) या नावाने कार्यरत असायचे. १६ डिसेंबर, १९६३ रोजी 'गोवा, दमण, दीव (न्यायालयीन आयुक्तांचे न्यायालय) नियमां'अंतर्गत भारत सरकारने 'न्यायालयीन आयुक्तांचे न्यायालय' गोव्यात स्थापन केले आणि आधीचे 'ट्रिब्युनल द रेलॅको' रद्दबातल ठरविण्यात आले. १९६४च्या मे महिन्यात भारतीय संसदेने एक कायदा संमत करून त्या न्यायालयाला उच्च न्यायालयाचे काही अधिकार सोपवले. पुढे डिसेंबर, १९८२मध्ये संसदेने मुंबई उच्च न्यायालयाच्या अधिकारक्षेत्राचा विस्तार करून गोवा, दमण, दीव हा केंद्रशासित प्रदेशही त्याच्याच अखत्यारीत आणला, मग मुंबई उच्च न्यायालयाने त्याचे एक कायमस्वरूपी न्यायासन पणजीत प्रतिष्ठित केले. त्यावेळचे गोव्याचे न्यायालयीन आयुक्त न्यायमूर्ती डॉक्टर कौटो यांना बढती देऊन त्यांच्यावरच उच्च न्यायालयाच्या (गोवा येथील) न्यायासनाची जबाबदारी सोपवली गेली, त्यानंतर त्यांच्या न्यायालयात उपस्थित राहण्याची वेळ माझ्यावर खूप वेळा आली. काळा पायघोळ झगा आणि नाजूक भरतकाम केलेला गळपट्टा (बँड) अशा खास पोर्तुगीज परंपरेच्या पोशाखात न्यायासनावर

बसलेले डॉ. कौटो मोठे रुबाबदार, तेजस्वी दिसायचे.

मी पुण्याच्या जिल्हा न्यायालयातही वारंवार जात असे. महाराष्ट्रातल्या न्यायालयांपैकी ते एक महत्त्वाचे 'मोफुसिल'[११] न्यायालय होते. जिल्हा न्यायालयातल्या न्यायाधीशांचा थाटमाट, डामडौल, रुबाब मुंबई उच्च न्यायालयातील न्यायाधीशांपेक्षा जास्त असे! न्यायाधीश महाराज ज्या-ज्या वेळी न्यायालयात प्रवेश करायचे, त्या-त्या वेळी त्यांच्या आधी मराठेशाहीच्या इतिहासातल्या सेवकाच्या पारंपरिक, आकर्षक गणवेशातला एक 'चोपदार' पुढे येऊन मोठ्या आवाजात 'शांत राहा' असे बजावीत त्यांच्या आगमनाची सूचना द्यायचा. जिल्हा न्यायालयातील आणखी एक वेगळी पद्धत होती, ती म्हणजे खटले वादी आणि प्रतिवादींच्या नावाने नाहीतर त्या दोन बाजूंच्या वकिलांच्या नावाने पुकारले जायचे. वकील चटकन न्यायालयात हजर व्हावेत, यासाठी खास 'हाकारे' न्यायालयाच्या व्हरांड्या व्हरांड्यातून जोरजोरात वकिलांची नावे पुकारत हिंडायचे. मुंबईहून येणाऱ्या वकिलांची सोय व्हावी म्हणून पुण्याचे न्यायाधीश समजूतदारपणे त्यांच्या केसेस शनिवारी ठेवायचे. आम्ही वकील मंडळी मग शुक्रवारी संध्याकाळी प्रसिद्ध 'डेक्कन क्वीन'ने (भारतीय रेल्वेची आगगाडी – दख्खनची राणी) पुण्यात दाखल व्हायचो, शनिवारी सकाळी लवकर न्यायालयात पोहोचायचो आणि काम संपवून शनिवारी संध्याकाळी त्याच गाडीने मुंबईला परतायचो. अगदी सोयिस्कर आणि शिवाय फलदायी व्यवस्था!

एकदा मेसर्स पेन ॲन्ड कंपनीचे भागीदार सोराब वकील यांनी माझ्यावर एक केस सोपवली होती, जी पुण्याच्या जिल्हा न्यायालयात चालणार होती. सोराब हे अतिशय काळजीपूर्वक आणि नेटाने, चिकाटीने काम करणारे कायदेतज्ज्ञ होते. ज्या वकिलावर ते जबाबदारी सोपवीत, त्या वकिलाने न्यायालयात उभे राहण्यापूर्वी केसची परिपूर्ण तयारी केलेली पाहिजे, अशी त्यांची नुसती अपेक्षाच नसे, तर तसा त्यांचा आग्रह, नव्हे हट्ट असे. ते स्वत: तशी खातरी करून घेतल्याशिवाय राहात नसत. माझ्यावर सोपवलेली ती केस तीन आठवडे रखडली होती. ज्यांच्यासमोर केस चालली होती, ते जिल्हा न्यायाधीशांच्या खालच्या पातळीवरील न्यायाधीश होते, ज्यांना 'सिव्हिल जज्ज-सिनियर डिव्हिजन' असे म्हणत असत. केसमध्ये बऱ्याच साक्षीदारांची उलट तपासणी घ्यावी लागणार होती. ते न्यायाधीश साहित्याचा व्यासंग असणारे विद्वान होते. मला आठवते आहे, त्या केसमध्ये ज्येष्ठ वकील वाय. बी. रेगे हे विरुद्ध बाजूचे वकील होते (मुंबई उच्च न्यायालयाच्या इमारतीतील तळ मजल्यावरच असलेल्या एफ. जे. कोल्टमन यांच्या चेंबरमध्येच रेगे काम करीत. कोल्टमन निवृत्त होऊन इंग्लंडला कायमचे परत गेल्यावर रेगेच त्या चेंबरचे प्रमुख झाले.) त्या विद्वान न्यायाधीशांना तपकिरीचे व्यसन होते. सुनावणी साधारण चार तास चालायची. त्या दरम्यान एकेका तासाने ते खिशातून डबी काढायचे,

चिमूट भरायचे आणि ती ओढताना साहित्याच्या प्रांतातली एखादी कहाणी ऐकवायचे. दोन्ही बाजूंच्या वकील श्रोत्यांनीही या 'विरंगुळा' कार्यक्रमात 'योगदान' करावे, अशी त्यांची अपेक्षा असायची; त्यामुळे मी आणि रेगे दोघेही काही कथा, विनोद, चुटके यांचा साठा जवळ ठेवू लागलो होतो. तपकिरीचा हा कार्यक्रम संपला की, न्यायाधीश काम परत सुरू करण्याची घोषणा खास मराठीतून करायचे, म्हणायचे, 'आता चला!'

एस्प्लनेड येथील 'मुख्य न्याय दंडाधिकारी' – चीफ प्रेसिडेन्सी मॅजिस्ट्रेट (सी.पी.एम.) – यांच्या न्यायालयात जाण्याची संधी मी कधी सोडत नसे. त्या काळी एकच सी. पी. एम. होते. त्यांच्या अनेक जबाबदाऱ्यांत नावधिकरणविषयक, म्हणजे जहाजांचे नुकसान, बंदरात जहाजांची टक्कर अशा प्रकारच्या गुन्ह्यांच्या खटल्यांच्या न्यायदानाची जबाबदारीही होती. त्यांना तांत्रिक मार्गदर्शन करण्यासाठी नौदलातील दोन तज्ज्ञ नेमलेले असत, ते सल्लागार म्हणून त्यांच्याबरोबर बसत. त्याच-त्याच प्रकारच्या बेचव झालेल्या दिवाणी खटल्यांतून हे वेगळे खटले चालवण्याचा अनुभव स्वागतार्ह वाटे.

मला बऱ्याच वेळा मुंबई इलाख्याच्या लघुवाद न्यायालयातल्याही केसेस मिळायच्या, पण ते नेहमीचे दिवाणी दावे नसायचे, तर त्यातील 'मुंबई भाडे कायद्याखालील खटले' – बॉम्बे रेंट ॲक्टखाली येणाऱ्या केसेस – असायचे. त्या प्रकारच्या कामात सर्वांत जास्त तरबेज आणि म्हणून सर्वांत जास्त मागणी असणारे वकील होते, दादी विकाजी पटेल. आम्ही खूप वेळा न्यायालयात एकमेकांच्या विरोधात उभे राहायचो, पण बाहेर आम्ही फार चांगले मित्र होतो. ते भाडे न्यायालयाच्या संबंधित वकिलांच्या समूहाचे नेते होते. माझी अशी पक्की खातरी आहे की, वकिलाच्या कार्यानुभवात जेवढे जास्त वैविध्य असेल तेवढा तो (किंवा ती) जास्त चांगला वकील बनतो.

टीपा :

१. न्यायमूर्ती छगला यांची युनायटेड स्टेट्स ऑफ अमेरिकेतील भारताचे राजदूत म्हणून नेमणूक झाल्याने त्यांनी १९५८मध्ये, त्यांची मुदत संपण्यापूर्वीच, राजीनामा दिला होता. नंतर त्यांनी बऱ्याच केंद्रीय मंत्रिमंडळात मंत्रिपदाची जबाबदारीही पार पाडली.
२. ॲडव्होकेट्स ॲक्ट १९६१ – अधिवक्ता अधिनियम – प्रमाणे वकिलांच्या दोन श्रेणी आहेत – एक, ज्येष्ठ वकील – सिनियर ॲडव्होकेट्स. वकिलांची क्षमता, त्यांचे वकीलमंडळातील स्थान यांचा विचार करून उच्च किंवा सर्वोच्च

न्यायालयातर्फे काही मोजक्या वकिलांची या श्रेणीत नियुक्ती केली जाते. दुसऱ्या श्रेणीत इतर (उरलेले) वकील.

३. इंग्लंडच्या वकील मंडळाने निमंत्रण पाठवून बोलावून घेतलेले बद्रुद्दिन तय्यबजी हे पहिले भारतीय वकील. तसेच ते मुंबईतील पहिले बॅरिस्टर. तीन वर्षे काम केल्यानंतर त्यांनी सार्वजनिक क्षेत्रात प्रवेश केला. काशिनाथ तेलंग आणि फेरोजशाह मेहता यांच्या बरोबरीने त्यांनी 'ट्रिमविरिट'ची – तीन शिलेदारांच्या गटाची – स्थापना केली. मुंबईच्या सार्वजनिक जीवनात त्यांचा हा गट अग्रेसर राहिला. १८८७ साली त्यांनी काँग्रेसच्या मद्रास येथे झालेल्या तिसऱ्या अधिवेशनाचे अध्यक्षपद भूषविले. १८९५ सालापासून ते मुंबई उच्च न्यायालयात न्यायाधीशपदावर काम करू लागले आणि १९०२मध्ये ते मुख्य न्यायाधीश म्हणून नियुक्त झाले. मुंबई उच्च न्यायालयाचे मुख्य न्यायाधीशपद भूषविणारे ते पहिले भारतीय!

४. एव्हिडन्स ॲक्ट १८७२ – साक्ष अधिनियम – यातील पाचव्या प्रकरणात कागदोपत्री पुराव्याविषयी कडक नियम दिलेले आहेत : कागदपत्रातील मजकूर 'प्राथमिक' – 'प्रायमरी'– किंवा 'दुय्यम'– 'सेकंडरी'– पुराव्यांनी सिद्ध केला गेला पाहिजे. प्राथमिक पुरावा म्हणजे प्रत्यक्ष पुराव्याचा कागद, तो कोणी तयार केला किंवा कोणी लिहिला याबद्दलच्या पुराव्यासह न्यायासनाच्या तपासणीसाठी हजर करणे. दुय्यम पुरावा म्हणजे (प्रत्यक्ष कागद उपलब्ध नसेल तर,) ज्याने तो पुराव्याचा कागद प्रत्यक्ष पाहिला असेल त्या व्यक्तीने त्या कागदासंबंधीचे सर्व तपशील तोंडी कथन करणे.

५. दुय्यम न्यायाधीश म्हणजे 'प्युनी जज्ज.'

६. ऑक्सफर्ड येथील ऑल सोल्स कॉलेज या विद्यापीठाच्या साहित्य, तत्त्वज्ञान आणि कला या विषयांच्या – ह्युमॅनिटी – अंतिम परीक्षेतील विशेष प्रावीण्य मिळवलेल्या विद्यार्थ्यांना 'क्लासिक्स'च्या म्हणजे इंग्लिश, अर्थशास्त्र, इतिहास, विधी आणि राजकारण या विषयांच्या परीक्षांना बसण्याचे आमंत्रण देण्यात येत असे आणि त्यातल्या दोन विद्यार्थ्यांना कॉलेजची 'फेलोशिप' दिली जात असे. त्यांना 'प्राइझ फेलोज' असे संबोधिले जायचे.

७. एखादा विशिष्ट खटला चालवण्यास आपण पात्र नाही, असे आपणहोऊन जाहीर करून न्यायाधीश त्या खटल्यापासून स्वत:ला दूर ठेवतो.

८. कँडलर विरुद्ध क्रेन, ख्रिसमस ॲन्ड को. (१९५१), २ केबी (किंग्ज बेंच) १६४, १७८, १९५ या खटल्यात लॉर्ड डेनिंग (त्या वेळी ते लॉर्ड जस्टिस होते.) यांनी एक वादग्रस्त निकाल दिला होता. खटल्यातील वकिलाने असे विधान केले होते की, निष्काळजीपणाने विधाने केल्याबद्दल कोणतीही कारवाई करण्यास न्यायासनाने आजवर कधीही परवानगी दिलेली नाही आणि तसे करण्याच्या अधिकारांची उणीव हे कारण या खटल्यात निर्णयाप्रत पोहोचण्यास

पुरेसे आहे. न्यायाधीश लॉर्ड डेनिंग यांच्यावर या विधानाचा फारसा प्रभाव पडला नव्हता :

आजवर न केलेल्या, 'नव्या' कारवाईबद्दलचे हे विधान मला जरासुद्धा पटलेले नाही. आजपर्यंतच्या ज्या खटल्यांची नोंद न्यायपद्धतीच्या प्रगतीतले 'मैलाचे दगड' अशी झालेली आहे, अशा सर्व खटल्यांमध्ये अशीच, आजपर्यंत न केलेली, नवी कारवाई करण्याची विनंती केली गेली होती आणि ती नेहमीच, निदान खूप वेळेला, अमान्य करण्यात आलेली आहे, पण ॲश्बी विरुद्ध व्हाइट, पासले विरुद्ध फ्रीमन आणि डोनोहयू विरुद्ध स्टीव्हनसन हे वैशिष्ट्यपूर्ण, गाजलेले खटले अभ्यासले, तर असे दिसते की, यातील प्रत्येक खटल्याच्या निकालाचे वेळी न्यायासनातील न्यायाधीशांच्यात स्पष्ट मतांतरे होती. एका बाजूला ज्यांना नवे काही करून बघण्याची भीती वाटत होती आणि त्यामुळे नव्या कारवाईला परवानगी देण्याचे धाडस होत नव्हते, असे 'बिचारे जीव' होते आणि दुसऱ्या बाजूला कायद्याच्या अंमलबजावणीसाठी जर तशी नवी कारवाई करणे आवश्यक असेल, तर ती जरूर करावी अशा मताचे 'धीट आत्मे' होते, आणि तशी ती करायला परवानगी द्यायला ते तयार होते. न्यायपद्धतीचे सुदैव असे की, अशा 'धीटात्म्यां'चा प्रगतिशील दृष्टिकोनच आजवर प्रबल ठरत आला आहे.

९. ब्रिटिश संसदेने १८६१ साली भारतीय न्यायालय कायदा – इंडियन कोर्ट्स ॲक्ट – पास केला. त्याच्या 'शाही फर्माना'– रॉयल चार्टर – प्रमाणे उच्च न्यायालयांची स्थापना करण्यात आली. त्या कायद्याने राजसत्तेला – क्राउन – भारतात कलकत्ता, मद्रास आणि मुंबई येथे उच्च न्यायालये स्थापन करण्याचे अधिकार प्रदान केले. हा कायदा अस्तित्वात येण्यापूर्वी १८२३च्या कायद्यानुसार फक्त मुंबईतच मेयर्स कोर्ट, रेकॉर्ड्स कोर्ट आणि सुप्रीम कोर्ट सुरू करण्यात आली होती.

१०. 'फेमस जजेस, लॉयर्स ॲन्ड केसेस ऑफ बॉम्बे, ए ज्युडिशियल हिस्ट्री ऑफ बॉम्बे ड्युरिंग ब्रिटिश पिरिएड' – 'प्रसिद्ध न्यायाधीश, वकील आणि मुंबईतील खटले, ब्रिटिश सत्तेच्या काळातील मुंबईचा न्यायालयीन इतिहास' – १९६२, लेखक – पी. बी. वाच्छा, प्रकाशक – एन. एम. त्रिपाठी प्रायव्हेट लिमिटेड, मुंबई, पृष्ठ क्रमांक २७०, २७१.

११. 'मोफुसिल' हा उर्दू भाषेतून घेतलेला 'ॲंग्लो इंडियन' शब्द आहे. त्याचा शब्दशः अर्थ 'शहराच्या चार भिंतींच्या पलीकडला' किंवा 'शहराबाहेरचा', 'ग्रामीण' असा आहे.

◆

प्रकरण ४

वकील आणि वकिली

जनतेला त्यांच्या कायदेशीर हक्कांच्या संरक्षणासाठी, ते डावलले गेले, तर त्याविरुद्धच्या तक्रारी न्यायालयात, न्यायसभेसमोर, कायद्याचे रक्षण करणाऱ्या अधिकाऱ्यांपुढे मांडण्यासाठी आपल्या ज्ञानाची, कौशल्याची, मध्यस्थीची, साहाय्याची गरज असते. आपण जेव्हा त्या ठिकाणची कामे बंद पाडायचे ठरवतो, तेव्हा खरे म्हणजे आपण आपली आणि आपल्या पेशाची अप्रतिष्ठाच करीत असतो. तसेच जर आपण नागरिकांच्या सांविधानिक हक्कांच्या रक्षणासाठी ठामपणे उभे राहिलो नाही, सत्ता आणि अधिकार यांच्यापुढे गोंडा घोळला, त्यांचे लांगूलचालन केले, तर त्या अपकृत्यानेही आपण आपल्याला आणि आपल्या व्यवसायाला लांछन आणीत असतो, काळिमा फासत असतो.

गेल्या साठ वर्षांच्या काळाचे सिंहावलोकन केले तर कायदा, न्याय, वकील, वकिली यांचे चित्र खूप बदलल्याचे लक्षात येते. ‘न्यायालयीन परीक्षण’ ही गोष्ट आपल्या रोजच्या जीवनाचाच भाग बनली आहे. आपली कुठलीच गोष्ट आता ‘खाजगी’, ‘वैयक्तिक’, ‘न्यायालयांच्या हस्तक्षेपाबाहेरची’ राहिलेली नाही, हे एका दृष्टीने योग्यच आहे. एका इंग्लिश जज्जने (लॉर्ड ब्राउन विल्किन्सन) म्हटल्याप्रमाणे, ‘आजचे जग देवाच्या कृपाळू दृष्टीखाली नाहीतर न्यायालयांच्या करड्या नजरेखाली चालते आहे.’ (सध्याच्या न्यायालयांची कक्षा अमर्याद वाढली आहे, काहीच त्यांच्या नियंत्रणाबाहेर राहिलेले नाही, कायदेशीर औचित्याच्या सीमाही त्यांनी पार केल्या आहेत, या वस्तुस्थितीवरील हे उपहासगर्भ भाष्य आहे.)[१] आता न्यायालयांची इतकी गर्दी झाली आहे आणि खंडपीठांचा इतका सुळसुळाट झाला आहे की, ज्यांनी कायद्याचे शिक्षण घेतले आहे आणि ज्यांची काम करायची तयारी आहे, असे कुणीही कामाविना राहू शकणार नाहीत (राहायला नकोत.). कुठे आणि कधी कामाला सुरुवात करायची एवढाच प्रश्न आहे. त्याचे उत्तर असे आहे की, सर्वोच्च न्यायालयात नक्की नाही, सुरुवातीला तर नाहीच नाही. मी वकिली करायला लागल्यानंतर पंधरा वर्षांपर्यंत सर्वोच्च न्यायालयाची पायरी चढणे तर सोडाच, त्याची इमारतसुद्धा डोळ्यांनी पाहिली नव्हती! आज जशी न्यायालयांची, खंडपीठांची संख्या वाढली आहे, तशी वकिलांची गरजही वाढली आहे, वकिलीचा व्यवसाय करणाऱ्यांसाठी नानाविध मार्ग उपलब्ध झाले आहेत, कितीतरी जास्त संधी उत्पन्न झाल्या आहेत. या जमेच्या बाजू आहेत, पण या अतिवैपुल्याचा तोटा असा झाला आहे की, मी जेव्हा व्यवसाय सुरू केला त्या वेळी ‘वकील’ या व्यक्तीला आणि ‘वकिली’ या व्यवसायाला समाजात जो मान होता, आदर होता, तो आता उरलेला नाही, जनमानसातली प्रतिमा तेवढी स्वच्छ, उजळ राहिलेली नाही, लोकांच्या भरवशाचे, विश्वासाचे पारडे आता हलके झाले आहे.

आपल्या देशाच्या स्वातंत्र्यलढ्यात वकील आघाडीवर, अग्रस्थानी होते. आपल्या

राज्यघटनेनेही वकिलांना, वकिली व्यवसायाला मानाचे स्थान दिले आहे. घटनेच्या पायाभूत, मूलभूत हक्कांविषयीच्या प्रकरणात – कलम २२-१- अशी घोषणा केलेली आहे की, ज्या व्यक्तीला अटक करण्यात येईल तिला वकिलाचा सल्ला घेण्याचा आणि त्याच्याकडून स्वत:चा बचाव करून घेण्याचा हक्क आहे आणि तो कधीही नाकारला जाणार नाही. १९६१ साली जेव्हा 'अधिवक्ता अधिनियम' – ॲडव्होकेट्स ॲक्ट – पास झाला तेव्हा त्याचा उद्देश वकिलांना भारतात कोठेही, कोणत्याही न्यायालयात, कुठल्याही न्यायसभेसमोर आणि कायदेशीर अधिकाराच्या कोणत्याही व्यक्तीपुढे साक्षी पुरावे सादर करण्याचा अधिकार – हक्क म्हणून – देणे (विभाग ३०) हाच होता. हा कायदा पास झाल्याला पन्नासहून अधिक वर्षे लोटली, पण हा ३० क्रमांकाचा विभाग आजतागायत अमलात आणला गेलेला नाही (आपल्या देशातील पद्धतीप्रमाणे विधिमंडळ किंवा राज्याचे विधानमंडळ कुठलाही कायदा 'पास' करू शकते, पण तो प्रत्यक्ष अमलात येण्यासाठी सरकारला एक अधिसूचना जारी करावी लागते.).

वकिली व्यवसायावरील या अविश्वासाची कारणे काय आहेत?

इंग्लंडमधील एक बुद्धिमान न्यायाधीश लॉर्ड न्यायमूर्ती स्टीफन सेडली यांनी 'हॅमलीन लेक्चर्स'[२] या नावाने काही व्याख्याने दिली होती. श्रोत्यांना, वाचकांना आनंदित करणाऱ्या त्या भाषणात त्यांनी असे म्हटले आहे की, 'आपल्यासारख्या लोकशाहीचा पुरस्कार करणाऱ्यांची 'कायद्याचे अधिष्ठान' ही फार आवडती संकल्पना असते, तिचा आपण वारंवार उच्चार करीत असतो, पण केवळ ती संकल्पना आणि तिचे अस्तित्व ही गोष्ट सभ्य, सुरक्षित समाजासाठी पुरेशी नाही, त्यासाठी कायद्याच्या काटेकोर पालनाव्यतिरिक्तही काही गोष्टी आवश्यक असतात. उदाहरणार्थ न्यायालयांकडून नागरिकांच्या हक्कांची, कायद्याची अंमलबजावणी अगदी काटेकोरपणे, कसोशीने केली गेली, तरी त्यामुळे समाजाला, आम जनतेला त्यासंबंधीची समज येईल, सतत, सजग जाणीव होईल, असे नाही, त्यासाठी तिचा वारंवार, पुनरुच्चार करीत राहून ती लोकांच्या मनात रुजवावी लागते आणि हे परिणामकारक पद्धतीने व्हायला हवे असेल, तर ते फक्त शिक्षणाने साधता येते. हे शिक्षण देण्याचे काम, शिक्षकाची भूमिका बजावण्याची जबाबदारी जर वकिलांनी घ्यायची असेल, तर त्यांनी त्यांच्या कामातून, वर्तनातून समाजाला त्याबाबतचा आदर्श घालून द्यायला हवा, लोकांच्या मनात तसा विश्वास निर्माण करायला हवा.'

इंग्लंडमध्ये प्रत्येक तीनशे लोकांमागे एक वकील आहे, तर तेच प्रमाण आपल्या देशात अठराशे लोकांमागे एक वकील असे आहे, पण असे आकडे किंवा गुणोत्तरे ही खऱ्या परिस्थितीचे द्योतक ठरू शकत नाहीत. वकिलांच्या संख्येपेक्षा कायद्याच्या शिक्षणाचा दर्जा ही गोष्ट अधिक महत्त्वाची आहे. त्यासाठी निदान

भारतात तरी, ते शिक्षण देणाऱ्या शिक्षकांचा, प्राध्यापकांचा दर्जा अत्युत्तम असणे आणि तो तसा राखण्यासाठी त्या गुरुजनांना सुखी, समाधानी, चिंतामुक्त ठेवणे, सर्वांत जास्त गरजेचे आहे. काही वर्षांपूर्वी दिल्लीतील जी. एस. पाठक स्मृती व्याख्यानमालेतल्या आपल्या भाषणात लॉर्ड गॉफ (त्या काळचे इंग्लंडमधील अतिज्येष्ठ लॉ लॉर्ड) यांनी इंग्लंड आणि जर्मनी यातला एक फरक विशद केला होता. ते म्हणाले होते की, 'जर्मनीत शिक्षक – प्राध्यापक यांना परमेश्वर मानले जाते, तर इंग्लंडमध्ये ते स्थान न्यायाधीशांना दिले जाते!' आपल्या देशातही असेच झाले पाहिजे. विधीमहाविद्यालयात कायदा, न्याय यांचे शिक्षण घेण्यासाठी आलेल्या विद्यार्थ्यांच्या बुद्धीची मशागत करण्याचे, मनाची योग्य रीतीने जडणघडण करून त्यांवर चांगले संस्कार करण्याचे, ज्ञानदानाचे पवित्र, महत्त्वपूर्ण कार्य करणाऱ्यांना समाजात फार वरचे स्थान मिळायला हवे, त्यांच्या महान कार्याची जाणीव ठेवून त्यांना बहुमान, अत्यादर लाभायला हवा. तसे विद्यार्थीच पुढे कायद्याचे रक्षणकर्ते, वकील बनतात आणि त्यांच्यातले जे बुद्धिचातुर्याने, उत्तम कार्याने चमकतात ते न्यायाधीश होतात.

आज वकिलीच्या व्यवसायापुढील गंभीर समस्या ही आहे की, सध्याच्या शिक्षणपद्धतीतून नीतिमत्ता आणि धर्म म्हणून त्या नीतिमत्तेचे व्यवसायातले काटेकोर पालन या अतिमहत्त्वाच्या गोष्टी हरवल्यासारख्या वाटतात. वकिली करणाऱ्याचे शिक्षण कधीच संपत नाही. (हे प्रत्येकाने नीट लक्षात ठेवले पाहिजे.) ते शेवटपर्यंत चालूच राहते. मला असे सुचवायचे आहे की, नॅशनल बार असोसिएशनने एक तीन कलमी योजना राबवावी. ती अशी :

एक – या व्यवसायाचा हरवलेला 'नीतिमत्तेचा पाया' शोधून काढून तो परत एकदा मजबूत, घट्ट करण्याची आणि तो तसा झाला आहे, हे जगाला जाणवून देण्याची तातडीची गरज निर्माण करणे (यामुळे या व्यवसायाची प्रतिमा उजळेल.).

दोन – तरुण वकिलांच्या मनात नीतिमत्तेची तत्त्वे रुजवून त्याच्या असाधारण महत्त्वाची त्यांना सखोल जाणीव करून देणे. (लक्षात ठेवा, ही गोष्ट नियम करून, लादून होणार नाही, ती आदर्श घालून दिल्याने, त्यांच्यासमोर उदाहरण ठेवल्यानेच घडवता येईल.).

तीन – नीतिमान, नैतिकदृष्ट्या जबाबदार आणि लोकाभिमुख अशा वकिली व्यवसायाला प्रोत्साहन देणे. 'वकिलांना शहाणे करा!' हा उपक्रम राबवणे!!

दहा-एक वर्षांपूर्वी एक लक्षवेधी पुस्तक प्रकाशित झाले होते[३], ज्यात 'वकिली व्यवसायातील नीतिमत्तेचे पुनरुत्थान' घडवून आणण्याचे मार्ग शोधणाऱ्या लेखांची मालिकाच होती. वकिली व्यवसाय 'स्वतःची ओळख विसरल्या'च्या विचित्र संकटाच्या परिस्थितीतून जातो आहे, त्याच्या मूळच्या, जुन्या, मजबूत पायावरून तो ढळला

आहे, 'समाजाच्या स्वास्थ्याची काळजी घेणारा, समाजाचा पालक' हे वकिलांचे स्थान त्यांनी गमावले आहे, या बोचऱ्या जाणिवेतून ती लेखमाला लिहिली गेली होती. पुस्तकाच्या संपादकानेही असेच लिहिले होते की, सध्याच्या या कठीण काळात, अविश्वासाच्या वातावरणात वकिलांची समाजातील प्रतिमा झाकोळली जाण्याचा, ते स्वतःच्याच नजरेतून उतरण्याचा धोका संभवतो आहे. या स्थितीचे वर्णन त्या संपादकाने 'नैतिकतेची दिवाळखोरी' असे केले होते.

या शब्दांच्या अवडंबरात न अडकता, कुणावरच दोषारोप न करता वकिलांच्या भारतातल्या आणि कॉमनवेल्थ देशातल्या सध्याच्या लौकिकाचा नीट काळजीपूर्वक विचार करणे आवश्यक आहे, कारण दुसऱ्यांच्या दृष्टीतून स्वतःकडे बघणे, कधी-कधी हितावह असते. बऱ्याच देशांत (आपल्या देशातही) तो लौकिक काही खूश होण्यासारखा नाही. का? काय आहे त्याचे कारण?

ते कारण जगप्रसिद्ध नाटककार, भाषाप्रभू विल्यम शेक्सपिअर याच्यासारखे नेमके आणि थोडक्या शब्दांत दुसऱ्या कोणीच सांगितले नसेल:

> 'माणूस स्वतःच त्याचे नशीब घडवतो.
> प्रिय ब्रुटस, आपलं पतन हा नशिबाचा नाही,
> तर आपला स्वतःचा दोष असतो.'
>
> – ज्युलियस सीझर, अंक पहिला, प्रवेश दुसरा

हाच विचार काही शतकांनंतर (१९८४मध्ये) लॉर्ड लेस्ली स्कारमन (ब्रिटिश वकील आणि ख्यातनाम न्यायाधीश) यांनी विस्तृतपणे मांडला. न्यूझीलंडच्या लॉ सोसायटीच्या १९८४ सालच्या परिषदेत (ज्यात मलाही वक्ता म्हणून आमंत्रित करण्यात आले होते.) त्या लॉ लॉर्डनी आपल्या वकिली व्यवसायाबद्दलच्या काही कटू सत्यांचा उच्चार केला होता. त्यांनी वकिलांना असा सल्ला दिला की 'वकिलांनी समाजात वर्चस्व मिळवायच्या मागे लागू नये, कारण ते संपूर्णतया असमर्थनीय आहे. त्यांनी स्वतःला समाजाचे 'स्वामी' न मानता त्याचा 'सेवक मानावे. तेच त्यांचे समाजातील अनिवार्य स्थान आहे.' ते पुढे म्हणाले,

> 'कोणताही सामान्य, धट्टाकट्टा, दणकट इंग्लिश माणूस, मग तो श्रॉपशायरमध्ये पेट्रोल पंप चालवणारा असो किंवा लंडनच्या पूर्व टोकाला हातगाडीवर संशयास्पद वस्तुंची विक्री करणारा असो, तो कायद्याबद्दल, माझ्याइतक्या सौम्य, सभ्य भाषेत सांगणार नाही, पण असेच म्हणेल की, 'कायदा गाढव असतो!'
>
> पण तो असे नाही म्हणणार की वकील मूर्ख असतात! तो असे

म्हणेल की, ते पैसे फार घेतात, ते जरा जास्तच श्रीमंत असतात. असे जरी म्हणाला तरीसुद्धा तो त्यांचा आदर करील, नव्हे, नेहमीच करतो. कायद्याची नाचक्की होऊ शकते, पण वकिलांची नाही. याला अपवाद म्हणजे वकिलांनी स्वतःच त्यांची बदनामी होईल अशी वर्तणूक करणे!'

होय, आपण वकील कधी-कधी करतोच तसे! न्यायालयात, न्यायसभेत, अधिकाऱ्यांपुढे आपल्या पक्षकारांसाठी उभे राहून त्यांची बाजू मांडण्याचा, त्यांच्या हक्कांचे रक्षण करण्याचा, त्यांची सेवा करण्याचा आपल्याला प्राप्त झालेला अधिकार न वापरण्याचा, तेथील काम बंद पाडण्याचा स्वघातकी निर्णय, स्वतःहून, स्वखुशीने घेतो आणि बदनाम होतो, लोकांच्या मनातून उतरतो. जनतेला त्यांच्या कायदेशीर हक्कांच्या संरक्षणासाठी, ते डावलले गेले तर त्याविरुद्धच्या तक्रारी न्यायालयात, न्यायसभेसमोर, कायद्याचे रक्षण करणाऱ्या अधिकाऱ्यांपुढे मांडण्यासाठी आपल्या ज्ञानाची, कौशल्याची, मध्यस्थीची, साहाय्याची गरज असते. आपण जेव्हा त्या ठिकाणची कामे बंद पाडायचे ठरवतो, तेव्हा खरे म्हणजे आपण आपली आणि आपल्या पेशाची अप्रतिष्ठाच करीत असतो, तसेच जर आपण नागरिकांच्या संविधानिक हक्कांच्या रक्षणासाठी ठामपणे उभे राहिलो नाही, सत्ता आणि अधिकार यांच्यापुढे गोंडा घोळला, त्यांचे लांगूलचालन केले, तर त्या अपकृत्यानेही आपण आपल्याला आणि आपल्या व्यवसायाला लांछन आणीत असतो, काळिमा फासत असतो.

अमेरिकेतल्या सर्वश्रेष्ठ वकिलाचे (क्लॅरेन्स डॅरो याचे)[४] हे बोलही आपण कायम लक्षात ठेवले पाहिजेत :

माझ्याकडे आलेल्या व्यक्तीवर कुठलाही आरोप असला, तरी मी त्याच्याकडे कधीही पाठ फिरवलेली नाही. त्याचे दुःख जेवढे मोठे, त्याचा आक्रोश जेवढा जोराचा, आर्त असतो तेवढी त्याला वकिलाची गरज जास्त असते. सर्वच जण त्याच्याकडे पाठ फिरवतात, तेव्हा कायदा त्याला वकिलाची मदत, आधार घेण्याचा हक्क प्रदान करतो. तो मोठ्या विश्वासाने तुमच्याकडे आलेला असतो आणि मी तरी प्रामाणिकपणे असे म्हणू शकेन की, मी कायम त्या विश्वासाला जागलो आहे.'[५]

किती सुंदर विचार! प्रत्येक वकिलाने आपल्या आयुष्याचे 'तत्त्व' म्हणून स्वीकारावे असा!!

वकिलांच्यात हे अवगुण, दोष असले तरीसुद्धा सगळीकडे सामान्य माणूस त्यांचा आदरच करतो, आपल्या देशातही तसेच चित्र आहे. विल्यम शेक्सपीयरचा 'पहिल्यांदा सगळ्या वकिलांना मारून टाका'[६] हा सल्ला मानण्यापूर्वी हा विचार

करायला लागेल की मग त्यांच्याऐवजी कोण? जगात लोक – निदान सर्वसामान्य लोक तरी (सरकारी अधिकारी, कर्मचारी नाही.) – वकिलांना 'त्यांच्यातले' मानतात. 'देशाच्या संविधानाने प्रत्येक नागरिकाला जो स्वातंत्र्याचा हक्क दिलेला आहे त्याविषयीचे शिक्षण घेतलेले, त्याचा उचित वापर कसा करायचा हे जास्त चांगल्या रीतीने माहीत असलेले लोक' अशा दृष्टीने ते वकिलांकडे पाहतात. आजपर्यंत जेव्हा-जेव्हा संविधानिक पेच निर्माण झाला आहे किंवा देशावर काही संकट आले आहे, तेव्हा-तेव्हा त्या गंभीर प्रसंगी, प्रत्येक जण त्यावर वकील लोकांची (किंवा वकिलांच्या मंडळांची) प्रतिक्रिया काय आहे, ते काय कृती करतात याकडे मोठ्या आशेने लक्ष ठेवून असतो. यापूर्वीही समाजाने तसेच केले आहे आणि भविष्यातही करत राहील.

वकीलवर्गावरील या विश्वासाचे, या भरवशाचे कारण असे आहे की, इतिहास असे सांगतो की, कायद्याने किंवा राज्यघटनेने वकिलांना कोणताही खास अधिकार दिलेला नसताना, कोणतीही हमी दिलेली नसतानाही जगात सगळीकडे वकीलवर्गाने अशा संकटकाळी, आणीबाणीच्या प्रसंगी, सत्त्वपरीक्षांच्या वेळी खरे धाडस, अस्सल धमक, कमालीचे धारिष्ट्य दाखवलेले आहे. ते त्या सत्त्वपरीक्षांना, बिकट काळांच्या कसोटीला उतरले आहेत. जेवढा काळ वाईट तेवढे वकिलांचे काम उत्तम असेच घडत आले आहे. वकिलाच्या संस्था आणि त्यांचे पदाधिकारी हे अशा वेळी समाजाने त्यांच्यावर टाकलेल्या जबाबदारीने जराही घाबरून न जाता ठामपणे उभे ठाकले, याबद्दल समाजाने त्यांना शाबासकी दिलेली आहे (त्यांच्या कार्याची, शौर्याची कायम आठवण ठेवलेली आहे.). २६ जून, १९७५नंतर जेव्हा देशाला आणीबाणीच्या शृंखलांनी जखडून टाकण्यात आले (त्याविषयी पुढे बोलूच,) त्या वेळी आपल्या देशातले सुविख्यात, ज्येष्ठ, खंदे वकील – ज्यांचा पिंडच लढवय्याचा, शूर वीराचा आहे (त्यांना मध्यरात्री जरी झोपेतून जागे केले तरी त्याही वेळेला ते कायद्याच्या लढाईस सिद्ध असतील.) अशा राम जेठमलानी यांनी केरळ राज्यातल्या पालघाट येथे आणीबाणी लादल्याच्या विरोधात एक घणाघाती भाषण केले. त्यानंतर कित्येक दिवस देशातले पोलीस अधिकारी त्यांच्या अटकेचा, स्थानबद्धतेचा हुकूम घेऊन, प्रशिक्षित शिकारी कुत्र्यांसकट जेठमलानी यांच्या मागावर फिरत होते. त्यांच्या वकील मित्रांनी लगेचच मुंबई उच्च न्यायालयात त्यांच्या अटकेच्या तहकुबीची याचिका दाखल केली होती. याचिका दाखल करणे; यात काही विशेष, नवीन, नवलाईचे नव्हते. होते ते त्यांच्या बाजूने केस लढवण्यास सिद्ध असलेल्या वकिलांच्या सह्यांच्या अविश्वसनीय अशा प्रचंड संख्येचे! – त्या याचिकेवर दोनशे वकिलांनी सह्या केल्या होत्या!! एडमंड बर्क म्हणायचे की, 'कायद्याचा अभ्यास विद्यार्थ्यांच्या संवेदना अत्यंत 'तीक्ष्ण' बनवतो आणि त्यामुळे कुठेही शासनयंत्रणा

बिघडली की, वकिलांना लगेच त्याची चाहूल लागते आणि कुठेही जुलूम जबरदस्ती होत असली की त्याचा वास येतो, सुगावा लागतो.'[७] ही आम्हा वकिलांची ताकद आहे, शक्ती आहे आणि म्हणूनच आम्हाला लोक, विशेषत: अधिकारीवर्ग, सत्ताधीश, राजकारणी घाबरून, वचकून असतात.'

लॉर्ड ॲटकिन यांनी एके ठिकाणी म्हटले आहे की, 'नि:पक्षपातीपणाने केलेली कायद्याची अंमलबजावणी ही वातावरणातल्या प्राणवायूसारखी असते. ती नाहीशी झाली, तर मात्र लोकांना लगेच तिची उणीव भासते, तिचे अनन्यसाधारण महत्त्व त्यांच्या ध्यानात येते.'[८] अंतर्गत आणीबाणीच्या काळात जेव्हा कायद्याची गळचेपी झाली (जून, १९७५ ते जानेवारी, १९७७), त्या वेळी त्याविरुद्ध दंड थोपटून उभे राहण्यासाठी जनता देशातील वकीलवर्गाकडेच आशेने, अपेक्षेने पाहत होती आणि त्यांच्या अपेक्षा वकिलांनी त्या जुलमी हुकूमशाहीविरुद्ध बुलंद आवाज उठवून पूर्णही केल्या. उर्मट बनलेल्या राज्यसत्तेने मानवी हक्कांची, व्यक्तिस्वातंत्र्याची पायमल्ली केली असल्याचे आरोप ठेवून त्यांच्या रक्षणासाठी राजसत्तेशी जाहीरपणे दोन हात केले. त्या कार्यासाठी त्या काळात सिटिझन्स फॉर डेमॉक्रसी, पीपल्स युनियन फॉर सिव्हिल लिबर्टीज, पीपल्स युनियन फॉर डेमॉक्रॅटिक राइट्स अशांसारख्या अनेक खाजगी संघटना (एन.जी.ओ.) स्थापन केल्या गेल्या होत्या, ज्या आजही जोमाने कार्यरत आहेत. त्या संस्थांचे नेतृत्व आणि त्या परिणामकारकरित्या चालवण्याचे काम प्रामुख्याने वकीलच करीत होते आणि आजही करीत आहेत.

निरनिराळ्या प्रकारे घडणारा अन्याय, होणारी पिळवणूक, केले जाणारे शोषण याविरुद्ध आघाड्या उघडून निकराचा संघर्ष करणे, गरीब, वंचित जनांच्या फायद्याच्या सुधारणा, बदल आणि नव्या योजना यांसाठी प्रयत्न करणे, त्या दिशेने चाललेल्या प्रयत्नांना पाठिंबा, प्रोत्साहन देणे, अशा प्रकारच्या कार्यात वकील (आणि निवृत्त न्यायाधीश, विद्वान वकील, कायदा आणि न्यायक्षेत्रात काम करणारे पत्रकारसुद्धा.) वाढत्या संख्येने सक्रिय भाग घेत आहेत, त्यासाठी भारतातील न्यायाधीशांनी कुशल वकिलांच्या साहाय्याने एक अनोखे तंत्र विकसित केले आहे. अशा लढ्यात ते तंत्र एक वेगवान शस्त्र बनू शकते. त्याचे नाव आहे 'जनहित याचिका'[९] – पब्लिक इंटरेस्ट लिटिगेशन (पी.आय.एल.). असे सगळे जरी असले तरी हेही तितकेच खरे आणि महत्त्वाचे आहे की, वकील, त्यांची मंडळे यांना या कार्यात जर आम जनतेचा, समाजाचा सहभाग नसेल, पाठिंबा नसेल तर आपल्या देशात किंवा इतरही कुठे, ते टिकाव धरू शकणार नाहीत. तशी अपेक्षा करणे हे सर्वस्वी चुकीचे ठरेल.

'न्यायाधीशांच्या आंतरराष्ट्रीय मंडळा'च्या – इंटरनॅशनल कमिशन ऑफ ज्युरिस्ट्स' – (सप्टेंबर, १९८७मध्ये काठमांडु येथे भरलेल्या,) परिषदेत भाषण करताना (पाकिस्तानमधील) न्यायमूर्ती दोराब पटेल[१०] म्हणाले होते, 'वकील आणि न्यायाधीश

ज्या प्रकारे त्यांची कर्तव्ये पार पाडीत आहेत, त्यामुळे सरतेशेवटी जनमत तयार होईल आणि त्यांना जनतेचा पाठिंबाही प्राप्त होईल. कायदा किंवा संविधान यांच्या जोरावर त्यांना (वकील आणि न्यायाधीश यांना) त्यांचे स्वातंत्र्य अबाधित राखण्यासाठी कायदा किंवा संविधान यांच्या संरक्षणाच्या ढालीपेक्षा जनमताच्या पाठिंब्याचे कवच जास्त बळकट, विश्वसनीय शाबित होईल.' दोराब यांचे हे विधान फार अर्थगर्भ होते. पाकिस्तानमध्ये नुकतीच नवी राज्यघटना घोषित झाली होती. त्याप्रमाणे दोराब यांना सत्तेवर आलेल्या लष्करी राजवटीतील पदाधिकारी म्हणून शपथ घ्यावी लागणार होती. लोकशाहीची ही हत्या त्यांना मान्य नव्हती, म्हणूनच त्यांनी त्यांच्या त्याविरुद्धच्या धाडसी कृतीला अतिशय मोठ्या प्रमाणावर जनतेचा पाठिंबा मिळवला होता आणि त्या जनमताच्या प्रचंड बळावर त्यांनी त्यांच्या सर्वोच्च न्यायालयातील न्यायाधीशपदाचा राजीनामा देण्याचे बाणेदार पाऊल उचलले होते. त्यांच्या त्या विधानाला ही पार्श्वभूमी असली, तरी तो विचार मात्र त्यांच्याच देशापुरता मर्यादित नाही, तो कुठेही लागू पडणारा आहे. आपणही त्याची दखल घेणे हितावह ठरेल.

टीपा :

१. मायकेल जे. बेलॉफ यांनी लिहिलेल्या 'ज्युडिशियल रिव्ह्यू, २००१ : अ प्रॉफेटिक ओडीसी' – 'न्यायालयीन आढावा – २००१ : एक भविष्यसूचक प्रवास', मॉडर्न लॉ रिव्ह्यू, खंड ५८ (मार्च, १९९५).
२. द हॅमलीन लेक्चर्स, पन्नासावी मालिका : 'फ्रीडम, लॉ ॲन्ड जस्टिस' – 'स्वातंत्र्य, कायदा आणि न्याय' (१९९९) – स्वीट ॲन्ड मॅक्सवेल, लंडन, पृष्ठ क्रमांक-९.
३. इन्टलेक्चुअल प्रॉपर्टी ॲन्ड प्रायव्हेट इंटरनॅशनल लॉ (१९९८), जेम्स जे. फॉसेट ॲन्ड पॉल टॉर्मन्स, ऑक्सफर्ड हार्ट पब्लिशिंग लिमिटेड, लंडन.
४. क्लॅरेन्स डॅरो फॉर द डिफेन्स (१९४१), आयर्व्हिंग स्टोन, डबलडे, डोरान ॲन्ड कंपनी, गार्डन सिटी, न्यूयॉर्क, पृष्ठ क्रमांक-३६९.
५. ख्रिस्ताने त्याच्या शिकवणीच्या प्रसारासाठी पाठवलेल्या बारा धर्मगुरूंपैकी सेंट पॉल याने सर्वप्रथम वापरलेली ही उक्ती – 'मी चांगला लढा दिला, मी माझे कार्य पूर्ण केले, मी विश्वासाला जागलो.' (द होली बायबल – सेंट पॉल याचे चौथ्या टिमोथीला लिहिलेले पत्र.)
६. विल्यम शेक्सपीयर, किंग हेन्री (सहावा) – अंक चौथा, प्रवेश दुसरा.
७. बर्क सिलेक्टेड वर्क्स – बर्कचे निवडक वाङ्मय – खंड पहिला, नवी आवृत्ती (मार्च, १८७४) ई. जे. पेन, ऑक्सफर्ड, क्लॅरेंडेन प्रेस, लंडन, पृष्ठ क्रमांक-१८३.

८. लॉर्ड ॲटकिन (१९८३), जॉफरी लुइस, हार्ट पब्लिशिंग (पुनर्मुद्रित आवृत्ती, १९९९), ऑक्सफर्ड, पृष्ठ क्रमांक-१७६. लॉर्ड ॲटकिन यांनी १९४०मध्ये ऑस्ट्रेलियातील उच्च न्यायालयातील न्यायाधीश एच. व्ही. एव्हॅट (पुढे हे ऑस्ट्रेलियाचे महान्यायप्रतिनिधी – ॲटर्नी जनरल – झाले.) यांना लिहिले होते :

> 'निश्चिंत, निर्भय, सुखी, समाधानी जीवन जगता यावे, यासाठी नि:पक्षपातीपणे न्याय मिळणे ही गोष्ट किती महत्त्वाची आहे, याची सामान्य जनतेला किती थोडी, किती पुसट जाणीव असते, नाही? मी तिची तुलना हवेतल्या प्राणवायूशी करतो. त्याच्या अस्तित्वाचीही जाणीव आणि त्याची गरज लोकांना तो नाहीसा होईपर्यंत, मिळेनासा होईपर्यंत होत नाही, भासत नाही.'

९. 'ज्युडिशियल ॲक्टिव्हिझम इन कॉमन लॉ'– 'सर्वसामान्य कायद्यातील न्यायविषयक चळवळी'– नावाचे एक हे पुस्तक नुकतेच प्रसिद्ध झाले आहे (संपादक – ब्रिक डिक्सन, ऑक्सफर्ड युनिव्हर्सिटी प्रेस, २००७, पृष्ठ क्रमांक-१२१) त्यातील एक प्रकरण केवळ भारताविषयी आहे. या प्रकरणाचे लेखक (प्राध्यापक वेंकट अय्यर) यांनी (अगदी अचूकपणे आणि प्रांजलपणे) लिहिले आहे की, 'भारतातील समाज कट्टर धर्माभिमानी, भाषाभिमानी आहे आणि त्या अभिमानांमुळे विभाजनवादी बनला आहे. एका बाजुला तो प्रशासनातील बेसुमार अनागोंदी, भ्रष्टाचाराचा बुजबुजाट, सर्वत्र गरिबीचा वाढता वेग आणि आर्थिक विकासाची अति मंदावलेली गती यांनी बेजार झाला आहे, दुसऱ्या बाजूला संविधानाने त्याला बहाल केलेले हक्क आणि कायदा यांना गुंडाळून ठेवून मनमानी करणाऱ्या स्वार्थी राजकारणाने वैतागला आहे. अशा असमाधानी, पीडित समाजाची अगणित आव्हाने झेलून-पेलून ती पूर्ण करण्याची क्षमता, त्यासाठी आवश्यक असणारे अप्रचलित उपाय शोधण्यासाठी लागणारी सर्जनशीलता, आणि ते उपाय परिणामकारक रीतीने करण्यासाठीची चिकाटी, काटकपणा हे सर्व गुण भारताच्या सर्वोच्च न्यायालयाने दाखविले आहेत.'

१०. दोराब पटेल हे पाकिस्तानच्या सर्वोच्च न्यायालयात न्यायाधीश होते. त्यांनी त्या पदाचा राजीनामा दिल्यानंतर त्यांची जिनिव्हा येथील 'इंटरनॅशनल कमिशन ऑफ ज्युरिस्ट्स'चे सभासद म्हणून नेमणूक झाली. त्यांची आणि माझी भेट, ओळख त्याच संदर्भात झाली.

प्रकरण ५

'हार्ड नॉक्स विद्यालया'तील धडे

आपल्या हातातील खटल्याचे टाचण नुसते वाचत बसण्यापेक्षा; त्या खटल्यावर नीट, सखोल विचार करण्यात वेळ घालवलेला चांगला.

देशातल्या कुठल्याही भागातील कायद्याचा अभ्यास करणाऱ्या विद्यार्थ्यांचा एक प्रश्न ठरलेला असतो, 'वकिलाने महत्त्वाच्या खटल्याची तयारी कशी करावी आणि आपली बाजू परिणामकारकरित्या कशी मांडावी?' याचे योग्य उत्तर असे आहे की, 'तुम्हाला जास्तीतजास्त उत्तम करता, मांडता येणे शक्य असेल तशी!' रॉबर्ट एच. जॅक्सन (हे १९३०च्या दशकाच्या अखेरीला अमेरिकेचे महाकायदेपंडित – सॉलिसिटर जनरल – होते.) यांनी असे लिहिले होते की, ते अमेरिकेच्या सर्वोच्च न्यायालयात सहयोगी न्यायाधीश झाल्यानंतर १९४१-१९५४ मागे वळून पाहताना त्यांच्या असे लक्षात आले की, ते वकील असताना प्रत्येक खटल्यात तीन प्रकारचे युक्तिवाद करायचे – एक, त्यांनी आधी योजले असायचा तसा (तर्कशुद्ध, सुसंगत आणि परिपूर्ण), दुसरा, जसा ते न्यायालयात त्या दिवशी प्रत्यक्ष सादर करायचे तसा (विसंगत, असंबद्ध आणि अगदी निराशाजनक) आणि तिसरा, जसा त्यांनी करायला हवा होता, असे नंतर त्यांच्या लक्षात यायचे असा (म्हणजे त्या रात्री अंथरुणावर पडल्यावर, विरुद्ध बाजूचा निश्चित पराभव करणारा युक्तिवाद त्यांना सुचायचा तो.) [१] माझीही स्थिती बऱ्याच वेळा अशीच होते!

वकिलीच्या व्यवसायाच्या 'पाठशाळे'तच, जिला 'हार्ड नॉक्स विद्यालय' असे खास नाव आहे आणि ज्याचे प्रचलित नाव 'बार' असे आहे, तिथेच वकिलांना खरे शिक्षण मिळते, त्यात काही 'धडे'ही शिकायला मिळतात. त्या पाठशाळेत ज्येष्ठ, अनुभवी वकील हे नवागतांचे शिक्षक असतात आणि तेच ते धडे देतात. असाच एक अत्यंत महत्त्वाचा धडा मला सी. के. दप्तरी (चंदूभाई) यांच्याकडून लाभला आणि तोही एका अगदी घरगुती भेटीत. तीस वर्षांपूर्वीची गोष्ट आहे. माझ्या घरी मी आणि माझी पत्नी बाप्सी आणि चंदूभाई आणि त्यांची पत्नी सिसिली असे चौघेजण एका रात्री जेवत होतो. बोलता-बोलता ते मला म्हणाले, (तसे ते लहानांना उपदेश करणाऱ्यांपैकी मुळीच नाहीत.) 'फली, हे कायम लक्षात ठेव, आपल्या हातातील खटल्याचे टाचण नुसते वाचत बसण्यापेक्षा त्या खटल्यावर नीट,

सखोल विचार करण्यात वेळ घालवलेला चांगला.' हा त्यांचा सल्ला मला माझ्या संपूर्ण व्यावसायिक जीवनात अतिशय मोलाचा ठरला.

या आमच्या पाठशाळेच्या, प्राचीन काळापासून चालत आलेल्या परंपरेप्रमाणे मीही एकोणसाठ वर्षे 'बार'मध्ये केलेल्या कामाच्या अनुभवातून जे धडे शिकलो, अमूल्य ज्ञानकण वेचले, ते आज 'काय पाळावे आणि काय टाळावे!' या स्वरूपात तुमच्यापुढे ठेवणार आहे. या वेळी मला मी शाळेत असताना ऐकलेल्या एका अनामिक कवीच्या छानशा 'चारोळी'ची आठवण होते आहे :

उपदेश छानच असतो,
उपदेशावर तर मी पोसलो.
पण आईच्या किंवा अन्य कोणाच्या नाही,
तर मी स्वत:च जो उपदेश केला, त्यावर!!

१. तुमची मते प्रामाणिक आणि विश्वसनीय असली पाहिजेत. तुमच्या पक्षकाराकडे त्याचे म्हणणे, त्याची बाजू न्यायालयासमोर सिद्ध करता येईल एवढा, पुरेसा पुरावा आहे, याची खातरी करून घेतल्याशिवाय खटला दाखल करू नका; अर्थात तुमचा पक्षकार जर सर दिनशा मुल्ला – प्रायव्ही कौन्सलर आणि १९३० सालातले भारतातले पहिले न्यायाधीश – यांच्या गोष्टीतल्यासारखा (सत्यकथेतल्यासारखा) नसला तरच! ही कथा मला मुल्ला यांचे साहाय्यक कै. रेगिनाल्ड मॅथालोन यांच्याकडून ऐकायला मिळाली होती. मुंबईतील सॉलिसिटर फर्म मेसर्स वाडिया घांडी ॲन्ड कंपनीचे ज्येष्ठ भागीदार माणेकजी पोहोचखनवाला यांना त्यांच्या एका पक्षकाराची केस न्यायालयात उभी राहण्याइतकी बळकट आहे की नाही, याविषयी सल्ला हवा होता. त्यांनी मुल्ला यांची त्यांच्या चेंबरमध्ये जाऊन भेट घेतली आणि सर्व तपशील मुल्ला यांना कथन केला. त्यांचे बोलणे ऐकल्यावर मुल्ला यांनी जोरात मान हलवली आणि ते माणेकजींना म्हणाले, 'छे, छे, शक्य नाही, यात काही दम नाही.' 'सर दिनशा, समजा आपण आपली बाजू अशी मांडली तर...' माणेकजींनी पर्याय सुचवला. 'नाही, नाही, ही केसच नाही...' दिनशांची मान परत जोराने हलली. माणेकजी काही नकार स्वीकारायला राजी नव्हते. त्यांनी पुन्हा प्रयत्न केला, 'सर, आपण असे म्हणालो तर...?' मुल्ला त्यांच्या नकारावर ठाम होते, पण माणेकजींनाच त्यांच्या पक्षकाराची केस न्यायालयात न्यायची तीव्र इच्छा आहे, हे लक्षात न येण्याइतके निर्बुद्ध नव्हते. त्यांनी माणेकजींना एक फसवा प्रश्न विचारला, 'मला सांगा माणेकजी, तुमचा हा पक्षकार खिलाडू वृत्तीचा आहे का?' आपल्या केसबद्दल मुल्ला यांच्यासारख्या तज्ज्ञाचे मत ऐकण्यासाठी

माणेकजींचा पक्षकारही त्यांच्यासमवेत आलेला होता, मुल्ला यांच्या प्रश्नातली खोच न समजून तो लगोलग पुढे होऊन उल्हसित स्वरात म्हणाला, 'हो, हो, मी अगदी खिलाडू वृत्तीचा आहे.' 'मग खुशाल उडी घ्या!' मुल्ला चेहरा गंभीर ठेवून म्हणाले. पक्षकाराने आणि सॉलिसिटरने 'उडी घेतली', खटला दाखल झाला, न्यायालयाकडून फेटाळला गेला आणि पक्षकाराच्या खिशाला खटल्याच्या खर्चापोटी तीस हजार रुपयांचा खड्डा पडला! त्या काळात ती रक्कम प्रचंड होती! गोष्टीचे तात्पर्य असे की, 'तुमच्या पक्षकाराला 'खिलाडू वृत्ती' दाखवायला लावू नका!!

२. उत्तम वकिलीसाठी सर्वांत महत्त्वाचा, सर्वांत आवश्यक गुण असतो तो खटल्याशी आणि खटल्यातील मूळ विषयाशी संबंधित सर्व कायद्यांचे परिपूर्ण ज्ञान असणे. आधीच्या समान खटल्यातील निर्णयांचा अभ्यास आणि त्यावरून त्यात वापरलेले आणि फेटाळलेलेसुद्धा कायदे – ज्याला 'निर्णयजन्य कायदे' म्हणतात, त्यांच्या ज्ञानाचाही त्या परिपूर्ण ज्ञानात समावेश होतो. उत्तम युक्तिवादाचे रहस्य आहे, खटल्यातील सर्व बाबींची, घटनांची संपूर्ण आणि 'संपूर्ण सत्य' अशी माहिती असणे आणि त्या माहितीला लागू पडणाऱ्या कायद्यांचा त्या युक्तिवादात योग्य, चपखल असा उपयोग करणे. माझा गेल्या अनेक वर्षांचा अनुभव असा आहे की, तरुण वकील वर उल्लेख केलेल्या 'निर्णयजन्य कायद्या'ला गैरवाजवी महत्त्व देतात. हातातल्या केसमधील गोष्टींना कोणता कायदा योग्य आहे, ते शोधून त्यांचा परिणामकारक उपयोग करण्याऐवजी माहीत असलेल्या 'निर्णयजन्य कायद्या'त केसमधल्या गोष्टी कशातरी, घुसडून बसवायचा प्रयत्न करतात. हे चूक आहे! 'निर्णयजन्य कायद्यां'चे ज्ञान असणे निश्चितच गरजेचे आहे, पण त्यांच्या आहारी जाणे चुकीचे आहे. हा रोग आहे आणि तो वाईट आहे. त्याला आमच्या व्यवसायात 'निर्णयजन्य कायद्याचा अतिसार'– केस लॉ डायरिया – असे नाव पडले आहे. युक्तिवादातील दुसरा दोष म्हणजे 'अरे'चे उत्तर 'का रे'ने देणे, म्हणजे न्यायालयात रागीट अथवा चिडक्या स्वभावाचा विरोधी बाजूचा वकील तुम्हाला उद्देशून सरळ-सरळ अपमानास्पद बोल बोलला किंवा त्याने शाहजोगपणे शालजोडीतील टोमणे मारले, तर लगेच चिडून त्याला न्यायमूर्तींसमोरच 'जशास तसे' उत्तरे देणे. माझा तुम्हाला असा सल्ला आहे की, अशा वेळी तिकडे संपूर्ण दुर्लक्ष करा, त्याला अनुल्लेखाने मारा. 'परतफेड' करण्याने केस जिंकायला मुळीच मदत होत नाही, त्याने ती हारण्याची शक्यता बळावते.

३. युक्तिवाद करताना, तुमची बाजू मांडताना तुमचे विचार स्वच्छ आहेत, त्यात कोणताही गोंधळ नाही, संदेह नाही हे न्यायालयाला स्पष्टपणे कळू द्या.

विचारात अचूकता, काटेकोरपणा दिसू द्या, त्यासाठी तुमच्याकडे भरपूर आणि योग्य 'दारूगोळा' हवा म्हणजेच तुमची तयारी उत्तम हवी. एका वकिलाचे न्यायालयातील काम पाहून कोणीतरी उपहासाने म्हटले की, 'या वकिलाचे काम म्हणजे 'फेटवलेले अंडे' आहे, आरोग्यकारक पण फसफसलेले!' तेव्हा कोर्टात गोंधळ करू नका, अव्यवस्थितपणा, गबाळेपणा टाळा. तर्कशुद्ध आणि ऐकणाऱ्याला पटेल असे बोला; पण तुमचे विचार आणि बोलणे वकिलाला शोभणारे हवेत, तत्त्वचिंतकाचे, पंडिताचे नकोत. कल्पनेत वावरू नका, वास्तवाचे भान ठेवा, पाय घट्ट जमिनीवर ठेवा आणि न्यायमूर्तींच्या कुठल्याही प्रश्नाला, तो कसाही असला, तुमच्या विचारशृंखला तोडणारा किंवा विचारप्रवाह वळवणारा असला तरीही, त्याची काळजीपूर्वक नोंद घेऊन त्याचे अतिशय तत्परतेने उत्तर द्या. जेव्हा न्यायमूर्ती एखादा प्रश्न, एखादी माहिती विचारतात तेव्हा त्यांना ती माहिती तुम्ही तातडीने, तत्क्षणी दिली पाहिजे, 'थोड्या वेळाने', 'एवढे बोलून झाले की', असे अजिबात चालणार नाही. १९१४ ते १९३७ अशी तेवीस वर्षे अलाहाबादच्या उच्च न्यायालयात वकिली करणारे डॉक्टर कैलासनाथ काटजू नेहमी कनिष्ठ वकिलांना अगदी हेच सांगायचे, 'आधी उत्तर द्या. तुमचे म्हणणे नंतर सांगा!' यशाची ही गुरुकिल्लीच होती.

४. उच्च आणि सर्वोच्च न्यायालयात दिले जाणारे निकाल, निर्णय यांची सतत माहिती मिळवा आणि ती अगदी अद्ययावत राखा. त्याचा तुम्हाला तुमच्या स्वत:च्या किंवा कायदेपंडिताने तुम्हाला सोपवलेल्या केसमध्ये उपयोग होईलच, पण न्यायालयात तुमच्या बाजूचा दुसरा एखादा वकील युक्तिवाद करीत असेल, तर त्यालाही तुम्ही मदत करू शकाल. सर जमशेटजी कांगा यांना वकिलीच्या व्यवसायाची पहिली काही वर्षे खूपच कमी काम असायचे (माझ्या वेळीही तसेच होते, पण त्यांच्या काळात त्यांना आमच्यापेक्षाही कमी असायचे.). कांगा आम्हाला सांगायचे की, त्या काळात ते प्रायव्ही कौन्सिलने[२] व्यक्त केलेली मते ('इंडियन अपील्स'च्या पहिल्या खंडातून), उच्च न्यायालयाने दिलेले निकाल ('इंडियन लॉ रिपोर्ट्स'च्या पहिल्या खंडातून) वाचून काढण्यात संध्याकाळचा वेळ कारणी लावायचे आणि दिवसा निरनिराळ्या न्यायालयांत बसून वेगवेगळ्या वकिलांचे अतिशय काळजीपूर्वक निरीक्षण करून, बोलणे ऐकून, न्यायालयात वागायचे कसे, बोलायचे कसे, युक्तिवाद कसे करायचे (किंवा कसे वागायचे, बोलायचे नाही.) याचे अवघड तंत्र एकलव्यासारखे आत्मसात करायचा प्रयत्न करायचे.

५. वकिलीचे धडे हे हुशार, कुशल, यशस्वी वकिलांकडूनच मिळतात. क्विंटिन हॉग यांनी, जे नंतर लॉर्ड हेलशॅम ऑफ सेंट मेरीलबोन झाले[३], विल्फ्रेड ग्रीन,

मास्टर ऑफ द रोल्स[४] – पुनर्विचाराच्या खटल्यांच्या न्यायालयातील दिवाणी विभागाचे प्रमुख – यांच्याकडून शिकलेल्या वकिलीतील एका अत्यंत अनमोल अशा पाठाविषयी लिहिले आहे. विल्फ्रेड ग्रीन हे विद्वान पंडित होते, विशेष करून अपीलासंबंधीच्या (खालच्या न्यायालयाच्या निकालाच्या पुनर्विचारासंबंधीच्या याचिकांच्या) कायद्याचे त्यांचे ज्ञान अतुलनीय होते. ते असे न्यायाधीश होते की, त्यांनी दिलेले निकाल आजही न्यायालयात संदर्भ म्हणून वापरले जातात, त्यांचे दाखले दिले जातात,पण ते खास करून स्थावर मालमत्ता, विश्वस्तनिधी, कंपनी कायदा, पेटंट्स, ट्रेड मार्क्स अशा क्षेत्रांतील खटले चालवत असल्याने त्यांच्या काळात त्यांच्या विद्वत्तेचे चीज झाले नाही, कुशल वकील म्हणून त्यांना उचित मान मिळाला नाही. साक्षीदारांच्या तपासण्या आणि उलट तपासण्या घेणे त्यांना अजिबात आवडायचे नाही, त्या कामाबद्दल त्यांना घृणाच होती म्हटले तरी चालेल. ते नावडते काम करायला लागू नये म्हणूनच त्यांनी व्यवसायातील अखेरची वर्षे फक्त अपीलाचेच खटले चालवण्यात घालवली. एक दिवस एका रात्रीच्या जेवणाचे वेळी ते क्विंटिन हॉग त्यांच्या शेजारी बसले होते. ग्रीन यांनी एकदम हॉग यांना प्रश्न विचारला, (मी क्विंटिन हॉग यांच्याच शब्दात सांगतो.) :

ग्रीन : समजा, एका केसमध्ये तुम्हाला कायदेतज्ज्ञाने दोन मुद्दे मांडायला सांगितले आहे. दोन्ही मुद्दे केसच्या दृष्टीने खूपच वाईट आहेत, पण त्यातल्या त्यात एक फारच वाईट आहे. तुम्ही दोन्हीतला कुठला मुद्दा प्रथम मांडाल?

हॉग : मी दोन्हीतला जो कमी वाईट आहे तो आधी मांडीन.

ग्रीन : अगदी चूक! सर्वांत वाईट सर्वांत आधी मांडा आणि तो मांडताना तुमचे अगदी सगळे कौशल्य पणाला लावा, पण तो खूपच वाईट असल्यामुळे तुम्ही कोंडीतच पकडले जाल आणि एका क्षणी तुम्हाला हार मान्य करायला लागायची वेळ येईल. त्या वेळी मग 'न्यायाधीश महाराज, मला दिल्या गेलेल्या सूचनेनुसार माझा आणखी एक मुद्दा मांडायचा उरलेला आहे, पण तो कसा मांडावा हे आता मला नक्की कळत नाही.' अशी प्रस्तावना करून तो दोन्हीतला 'कमी वाईट' मुद्दा, तुम्ही जसा, जितक्या परिणामकारक पद्धतीने मांडायचा ठरवला होता तितका, तसा न मांडता, कसातरी मांडायला लागा.

(जरा वेळाने) न्यायसभेतील न्यायाधीशांपैकी एखादे वृद्ध, अनुभवी सज्जन तुम्हाला थांबवतील आणि म्हणतील, 'मिस्टर ग्रीन, मला वाटतं,

आपण हा मुद्दा अशा पद्धतीने मांडू शकाल.' आणि मग ते तुम्हाला तो मुद्दा तुम्ही जसा मांडायचा ठरवला होतात, नेमका तोच मार्ग सुचवतील. त्या वेळी तुम्ही तुमच्या हातातील कागद समोरच्या टेबलावर फेकून, नजर छताकडे लावून, आदर आणि कौतुक मिश्रित आवाजात म्हणा, 'न्यायाधीश महाराज, खरोखर पटलं मला तुमचं म्हणणं...' आता तुम्हाला आधीच्या प्रश्नाच्या कोंडीतून बाहेर पडून, जिंकायची पन्नास टक्के तरी आशा धरायला हरकत राहात नाही.

६. वकिलाची तयारी किती परिपूर्ण हवी, याचा आदर्श मला आपल्या सर्वोच्च न्यायालयात १९५६ ते १९६३ ही वर्षे न्यायाधीश असलेले, अलौकिक कीर्तीचे विश्वनाथ शास्त्री यांच्या उदाहरणात सापडला. ही घटना माझे मित्र, माझ्या वकिलीच्या व्यवसायातला सगळा काळ माझ्या बरोबरीने काम केलेले हैदराबादचे श्रीनिवास मूर्ती यांनी मला सांगितली आहे. ते आणि मी अनेक वेळा सर्वोच्च न्यायालयातही एकत्र काम केले आहे. दोन-एक वर्षांपूर्वी मी आणि माझी पत्नी 'नॅशनल अॅकेडमी ऑफ लीगल स्टडीज अॅन्ड रिसर्च' (एन.ए.एस.एल.आर.) राष्ट्रीय विधी अध्ययन आणि संशोधन संस्था, विधी विद्यापीठ – युनिव्हर्सिटी ऑफ लॉ – या संस्थेच्या पदवीदान समारंभाला उपस्थित राहिलो होतो. त्या विद्यापीठाच्या कुलगुरूंनी मला 'डॉक्टर ऑफ लॉ' (ऑनोरीस कॉजा – बहुमानदर्शक)[५] या पदवीने सन्मानित करण्याचे ठरवले होते. पदवी राष्ट्रपती ए. पी. जे. अब्दुल कलाम यांच्या हस्ते प्रदान करण्यात येणार होती. त्या दिवशी संध्याकाळी श्रीनिवास मूर्ती आम्हाला भेटायला आले होते. त्यांनी त्या वेळी न्यायमूर्ती के. सुब्बाराव (ते त्यांचे नातेवाईक आहेत.) यांनी सांगितलेली ही गोष्ट मला सांगितली. १९६० सालच्या मध्यावर एका खटल्यात न्यायमूर्ती पी. बी. गजेंद्रगडकर, न्यायमूर्ती के. सुब्बाराव[६] आणि न्यायमूर्ती आर. एस. बचावत यांच्या न्यायासनासमोर श्रेष्ठ वकील विश्वनाथ शास्त्री (त्यांचे एक चित्र सर्वोच्च न्यायालयातील वकिलांच्या दालनात लावलेले आहे, पण ते त्यांच्याशी फारसे न जुळणारे आहे.) उभे होते आणि त्यांच्या अद्वितीय अशा 'सौम्य पण स्पष्ट' आवाजात बोलत होते; मध्येच न्यायमूर्ती बचावत (अत्यंत विद्वान न्यायाधीश, कायदा त्यांच्या जिभेवर होता.) यांनी शास्त्री यांना आठवण करून दिली की, ते जो प्रस्ताव मांडत होते, तो यापूर्वीच्या एका केसमध्ये प्रायव्ही कौन्सिलने फेटाळलेला होता आणि ती केस बचावत यांना नीट आठवत होती. दोन क्षण न्यायालयात शांतता पसरली आणि मग विश्वनाथ शास्त्री बोलू लागले :

‘होय, न्यायाधीश महाराज आणि ‘हाल्सबरीज लॉज ऑफ इंग्लंड’च्या (अमुक-अमुक क्रमांकाच्या) खंडात त्याच निर्णयाच्या विरोधी मत नोंदविण्यात आलेले आहे.’

हे उत्तर न्यायमूर्ती पी. बी. गजेंद्रगडकर यांना जरा झोंबले. त्यांनी काम काही काळासाठी तहकूब केले, प्रायव्ही कौन्सिलचा निर्णय आणि शास्त्री यांनी ज्याचा संदर्भ दिला होता, तो हाल्सबरीचा संबंधित खंड या दोन्ही गोष्टी कोर्टात आणायला लावल्या. प्रायव्ही कौन्सिलचा निर्णय बचावत यांनी सांगितल्याप्रमाणेच होता आणि हाल्सबरी लॉज ऑफ इंग्लंडच्या त्या खंडात त्या निर्णयाच्या विरोधात एक परिच्छेद लिहिलेला होता. ‘तयारी’चे वकील (आणि न्यायाधीशही) म्हणतात ते हे असे!!

ज्ञान आणि अनुकरणीय गुण यांच्या श्रेष्ठतेचे आणखी एक उदाहरण मला आठवते. ते लेखनासंबंधी आहे. त्या वेळी मी मुंबईत वकिली करीत होतो. भारतीय व्यापार चिन्ह (ट्रेड मार्क) कायद्यातील एक ख्यातनाम तज्ज्ञ के. एस. शावाक्ष (हे दिनशा मुल्ला यांचे जावई होते.) यांनी एका व्यापार चिन्हासंबंधीच्या खटल्यात त्या क्षेत्रातील आंतरराष्ट्रीय ख्यातीचे वकील ब्लँको व्हाइट यांची मदत मागितली होती. मुख्य न्यायाधीशांच्या संमतीने ब्लँको व्हाइट त्या खटल्यात वकील म्हणून उभे राहण्यासाठी आले. शावाक्ष यांनी ब्लँको व्हाइट यांच्या सन्मानार्थ आयोजित केलेल्या स्वागत समारंभाला मीही उपस्थित होतो. त्या वेळी गप्पा मारताना ब्लँको व्हाइट यांनी वर उल्लेख केलेल्या ‘हाल्सबरीज लॉज ऑफ इंग्लंड’च्या सर्वच आवृत्त्यांतील मतांच्या, मजकुराच्या अचूकतेबद्दल असमाधान व्यक्त केले. त्यांनी आम्हाला सांगितले की, त्यातील ‘व्यापार चिन्हे’ या विषयाला वाहिलेला भाग लिहिण्याची जबाबदारी त्यांच्यावर सोपविण्यात आली आणि त्याप्रमाणे त्यांनी त्यांचे लिखाण तिसऱ्या आवृत्तीचे संपादक लॉर्ड चॅन्सलर लॉर्ड सिमन्डस (लॉर्ड सिमन्डस हे स्वत: व्यापार चिन्हांचे वकील नव्हते.) यांच्याकडे सुपूर्द केले, त्यानंतर दोन आठवड्यांनी त्यांना लॉर्ड चॅन्सलर यांच्या ऑफिसमधून बोलावणे आले. लॉर्ड चॅन्सलर यांनी ब्लँको व्हाइट यांच्या असे लक्षात आणून दिले की, त्यांच्या लिखाणातील दोन परिच्छेदांत मांडलेले मुद्दे आणि त्यांचे उदाहरण म्हणून दिलेल्या दोन केसेस यांचा मेळ बसत नाही. ब्लँको व्हाइट यांनी ते नीट तपासले आणि त्यांना पटले की, लॉर्ड चॅन्सलर यांचे निरीक्षण बरोबर होते, त्यांची चूक झाली होती, अर्थातच त्यांनी ती तत्परतेने दुरुस्त केली. खरंच, अशा लोकांचा, त्यांच्या विद्वत्तेचा, त्यांच्या प्रामाणिकपणाचा, त्यांच्या उमदेपणाचा, मला कायम हेवा वाटत आला आहे! कारण हे गुण अभावानेच दिसतात!

७. ‘एखाद्या कामासाठी जितका वेळ उपलब्ध असेल तितक्या वेळेपर्यंत चालण्याइतके ते काम वाढते.’ हा पाकिन्र्सन लॉ[७], इतर कोणत्याही व्यवसायांपेक्षा वकिलीच्या

व्यवसायाला जास्त लागू होतो. म्हणजेच एखाद्या कामासाठी जितका वेळ उपलब्ध असेल, तितक्या वेळेपर्यंत ते काम चालू राहते. काम जितके कमी तितकी त्या थोड्या कामाकडे लक्ष देण्याची इच्छा कमी! कमी लक्ष देऊन केलेल्या कामामुळे पदरी पडणारा अनुभव कमी आणि अनुभव जितका कमी तितके तुमच्याकडे येणारे काम कमी – असे हे अधोगतीचे चक्र मग चालूच राहते; त्या उलट काम जास्त असले की, मन तल्लख राहते, कामाकडे भरपूर आणि चांगले लक्ष दिले जाते, तसे मन लावून काम केले की, बुद्धी अधिक कुशाग्र बनते, काम चांगले होते आणि त्यामुळे तुमच्याकडे येणारे काम वाढते, पण काम जास्त याचा अर्थ मिळकत जास्त असा मात्र नव्हे, सतत व्यग्र राहणे इतकाच. या व्यवसायात तुमचे वरिष्ठ तुम्हाला देत असलेला ठरावीक मोबदला हा कष्टांचा सर्वांत वाईट शत्रू ठरतो. जास्त काम करण्यासाठी जास्त कमाईचे प्रलोभन मुळीच नसते.

८. युक्तिवाद करताना तुम्ही जे मुद्दे न्यायालयासमोर ठेवत असाल त्याच अथवा त्याच्याशी साम्य असलेल्या मुद्द्यांवरच जर पूर्वी काही केसेसमध्ये न्यायालयाने निर्णय घेतले असतील, तर त्या केसेसकडे न्यायमूर्तींचे लक्ष वेधणे हे वकील म्हणून तुमचे कर्तव्य आहे. त्यातील काही फरकांचा तुम्ही निर्देश करू शकता, पण त्या उद्धृत निश्चितच केल्या पाहिजेत, पण त्याच मुद्द्यांवर फेटाळल्या गेलेल्या केसचा मात्र चुकूनही उल्लेख करू नका. ते अयोग्य आहे, आत्मघातकी आहे. कांगांनी आम्हाला सांगितले होते की, मुंबईत (अगदी जुन्या काळात) एम. बी. छोठिया नावाचे एक कायदेतज्ज्ञ होते. ते फेटाळलेल्या, विरुद्ध निर्णय दिलेल्या खटल्यांची जंत्री लिहिलेली एक वही जवळ बाळगायचे. न्यायालयात खटल्याचे वारे उलट्या दिशेला वाहू लागलेले लक्षात आले, तर ते अगदी गंभीर चेहऱ्याने त्यांच्यातर्फे युक्तिवाद करणाऱ्या वकिलाच्या हातात ती वही द्यायचे आणि त्यातल्या निकालाकडे त्यांचे लक्ष वेधायचे. या त्यांच्या कृतीने विरुद्ध बाजूचे वकील तर गोंधळायचेच, पण न्यायाधीशही बुचकळ्यात पडायचे, पण जरा वेळाने लक्षात यायचे की, ते दाखवीत असलेली केस फेटाळलेली आहे! ही पद्धत अजिबात अनुकरणीय नाही. ते कायदेतज्ज्ञ 'काय करू नये' याचे उदाहरण म्हणूनच लक्षात ठेवावेत.

९. न्यायालयात आपली बाजू मांडताना ती फार आग्रहपूर्वक, ठामपणे, जोरात मांडण्याऐवजी जराशा नरमाईने, खालच्या सुरात पण स्पष्टपणे मांडणे चांगले असते, श्रेयस्कर असते. तुमची बाजू अगदी शंभर टक्के बळकट आहे असे न्यायमूर्तींना कधीही दिमाखात सांगायला जाऊ नका. दहामधल्या नऊ वेळा तरी न्यायाधीशांचा साहजिक कल तुमचा 'तोरा' उतरवण्याकडे राहील. तुम्ही

दावा करता आहात तेवढी तुमची केस भक्कम नाही असेच तुम्हाला सिद्ध करून द्यायच्या प्रयत्नात ते राहतील. सर्वोच्च न्यायलयाचे न्यायमूर्ती कृष्णा अय्यर त्यांच्या निकालपत्रात नेहमी ऑलिव्हर क्रॉमवेल याने स्कॉटलंडच्या चर्चच्या आम सभेमध्ये केलेल्या भाषणातील ही आग्रहाची विनंती, हा कळकळीचा सल्ला उद्‌धृत करायचे, 'मी ख्रिस्ताच्या नावाने तुम्हाला माझ्या अंत:करणापासून सांगतो की, तुमचे बोलणे, तुमचे वागणे याविषयी गैरसमज होण्याची केव्हाही शक्यता असते, हे नेहमी ध्यानात ठेवा.'[८]

१०. इसापनीतीतल्या एका बोधकथेत असे सांगितले आहे की, 'अंडी उबून पिले बाहेर येईपर्यंत पिल्लांची संख्या मोजू नका.' म्हणजे 'खटला जिंकू' असा अवास्तव आत्मविश्वास आधीपासूनच बाळगून चालू नका. यशाच्या मार्गात बरेच अडसर असतात, त्यातला एक असतो, तुमच्या पक्षकाराचे नशीब! १९६०च्या सुमारास मी जेव्हा मुंबईत वकिली करीत होतो, त्या वेळी एक अपीलाची केस होती. वाद 'राज्य कामगार विमा योजने'तील तरतुदींचा अर्थ लावण्यावरून होता. न्यायसभेत दोन न्यायाधीश होते. मुख्य न्यायाधीश एच. के. चैनानी, आय.सी.एस. आणि न्यायमूर्ती एच.आर. गोखले. सुनावणी शुक्रवारी संपली आणि माझ्या दृष्टीने (आणि न्यायालयात उपस्थित असलेल्या बऱ्याच जणांच्या मते) केस मी जिंकली होती. एका आठवड्याने न्यायमूर्ती चैनानी मरीन ड्राईव्हवर फेरफटक्यासाठी गेले असताना, रस्ता ओलांडताना रस्त्यावरून जाणाऱ्या एका गाडीने त्यांना धडक दिली, ते जखमी होऊन खाली पडले आणि बेशुद्ध झाले. पुढे त्या जखमा भरून यायला त्यांना एक महिन्याहून आधिक वेळ लागला. आमची केस साहजिकच दुसऱ्या न्यायसभेसमोर ठेवली गेली. तिचे प्रमुख न्यायाधीश होते न्यायमूर्ती व्ही.एम. तारकुंडे. आधीचाच सगळा युक्तिवाद केला गेला, पण या वेळी न्यायाधीश माझ्याशी सहमत नव्हते, त्यांचे मत विरुद्ध पडले. न्यायमूर्ती तारकुंडे इतके सज्जन की, त्यांनी विरुद्ध निकाल दिला तरीही मला असे सांगितले की, न्यायमूर्ती चैनानी यांनी लिहिलेल्या केसच्या आधीच्या नोंदींवरून असे दिसते की, ते केसच्या अंतिम निर्णयाप्रत आलेले होते आणि तो माझ्याच बाजूने लागणार होता, पण आता तसे होणार नव्हते. अंडी उबून पिले बाहेर येण्याआधीच ती मोजण्याची चूक मी केली होती!!

११. 'असं मी यापूर्वी कधीच ऐकलं नाही.' हे शब्द न्यायालयात वर्ज्य आहेत हे लक्षात ठेवा. विशेषत: न्यायमूर्ती जे बोलले असतील, त्यांनी जी माहिती दिली असेल, विधान केले असेल, त्या बाबतीत तर हे शब्द चुकूनही वापरू नका. वकिली करायला लागून आठ वर्षे झाली असताना एकदा न्यायालयात जोशात

येऊन मी ती घोडचूक केली आणि ती आयुष्यात परत न करण्याची शपथ घेतली. मी ते शब्द उच्चारल्यावर न्यायमूर्ती कुत्सितपणे हसून म्हणाले, 'श्री. नरीमन, आपण या व्यवसायात नवीन आहात. अजून खूप अंतर चालून जायचं आहे तुम्हाला. त्यात आपण यापूर्वी न ऐकलेल्या बऱ्याच गोष्टी आपल्याला ऐकायला आणि शिकायला मिळतील!'

१२. दुसरे एक कायम टाळण्याचे वाक्य म्हणजे 'न्यायमूर्ती महाराजांनी कृपया माझे म्हणणे आणखी थोडा वेळ ऐकून घ्यावे.' मी मुंबई उच्च न्यायालयात हे वाक्य बऱ्याच वेळा उच्चारत असे आणि सुदैवाने (अथवा दुर्दैवाने) त्या वेळी कुठल्याही न्यायाधीशांनी ते मनावर घेतले नाही, त्याबद्दल नापसंतीही व्यक्त केली नाही, पण सर्वोच्च न्यायालयात न्यायमूर्ती ए. एन. रॉय यांना मात्र तसे म्हटलेले अजिबात आवडत नसे, ते त्या उक्तीचा तिरस्कारच करीत असत. तुम्ही बोलत असताना न्यायमूर्ती ए. एन. रॉय यांनी तुम्हाला काही कारणाने थांबवले, टोकले (प्रश्न, शंका, स्पष्टीकरण, आक्षेप) आणि जर तुम्ही ते वाक्य उच्चारलेत तर खट्कन प्रश्न यायचा, 'मग आत्तापर्यंत आम्ही काय करतो आहोत, असं वाटतं आहे आपल्याला?'

१३. अतिशयोक्ती टाळा. बोलताना, युक्तिवाद करताना कुठलीही गोष्ट – केसमधील घटना, त्यासंबंधीचे कायदेशीर मुद्दे – फुगवून, चढवून सांगू नका. शब्द साधे-सोपे वापरा, त्यांचे अवडंबर टाळा, भाषा अलंकारिक नको आणि महत्त्वाचे म्हणजे स्वत:ची हुशारी दाखवायला जाऊ नका. अनाठायी, बाष्कळ विनोद कधीही करू नका, त्यामुळे तुमच्यावर असभ्य, उद्धट, किंवा थिल्लर असल्याचा शिक्का बसेल. तुमच्या कामाने, कौशल्याने जोपर्यंत तुम्ही तुमचे 'उत्तम वकील' म्हणून एक स्थान निर्माण करीत नाही तोपर्यंत न्यायालयात अनौपचारिक वर्तणूक करू नका. आणखी एक सावधानतेचा इशारा – न्यायाधीशांनी जर एखादा विनोद केला, तर त्यावर तुमच्या विनोदाने किंवा शेऱ्याने कुरघोडी करण्याचा, तुम्ही त्यांच्याहूनही 'सवाई' आहात असे दाखवण्याचा 'गुन्हा' कधीही करू नका. काही कारणाने गोष्ट सांगायची वेळ आलीच तर स्वत:ची शेखी मिरवणाऱ्या, मोठेपणा सांगणाऱ्या 'कहाण्या' ऐकवू नका, त्याऐवजी तुमच्या विरुद्ध जाईल असे, तुमच्या फजितीचे वर्णन करेल, असे काहीतरी सांगा. ते जास्त चांगले ठरेल.

१४. विचित्र, अविश्वसनीय, ओढून-ताणून केलेली विधाने कधीही तुमच्या चांगुलपणाच्या खात्यातली जमा वाढवणार नाहीत. तुम्ही 'दीडशहाणे' ठराल. इंग्लंडमध्ये नुकत्याच एका खटल्यात एक अशीच घटना घडली. न्यायालयासमोर प्रश्न असा होता की, 'क्रिमिनल जस्टिस अॅन्ड पब्लिक ऑर्डर अॅक्ट १९९४ –

फौजदारी न्यायनिर्णय आणि सार्वजनिक व्यवस्था कायदा १९९४ – तहत पोलीस अधिकाऱ्याला उद्देशून जातीद्वेषकारक अश्लील बोलणे, हा शिक्षापात्र गुन्हा आहे की नाही? या केसमध्ये आरोपीने पोलिसांच्या ताब्यात, पोलीस ठाण्यातील कोठडीत असतानाच तिथल्या एका अधिकाऱ्याला तशी शिवीगाळ केलेली होती. आरोपीच्या वकिलाने (मिस्टर हाउस नावाच्या कायदेतज्ज्ञांनी) डोके लढवून त्या कायद्यातल्या एका अपवादात्मक तरतुदीचा फायदा घ्यायचे ठरवले. तो अपवाद असा होता की, जर एखादी व्यक्ती त्याचे राहते घर म्हणून वापरात असलेल्या जागेच्या आत राहून तसे बोलली, तर त्यासाठी त्या कायद्याखाली त्या व्यक्तीवर आरोप ठेवता येत नाही. वकिलांनी अशी अफलातून पळवाट शोधली की, पोलीस कोठडी हे आरोपीचे त्या वेळचे (सक्तीचे) घरच होते आणि त्यामुळे त्यांच्या पक्षकारावरील आरोप कायद्याबाहेरचा, चुकीचा आहे! आश्चर्याचा कहर असा की, पहिल्या न्यायालयातील न्यायाधीशांना हा युक्तिवाद मान्य झाला! पण अपीलाच्या न्यायालयाने पुनर्विचाराचा खटला ऐकताना खालच्या न्यायालयाचा निर्णय नुसता फेटाळला नाही, तर त्या वकिलांच्या तिरकस बुद्धीवर कडक ताशेरेही ओढले :

> प्राथमिक सुनावणीत न्यायालयाला 'पोलीस कोठडी हे आरोपीचे घर होते.' हा युक्तिवाद पटविण्यात यश मिळवल्याबद्दल हे न्यायालय वकीलप्रभृतींचे कौतुक करीत आहे, पण असे अपरिपक्व यश या न्यायालयात टिकाव धरू शकत नाही. वकील महाशयांना अशी अद्वितीय कल्पना जेव्हा सुचेल, तेव्हा त्यांनी 'मॉडर्न जाझ क्वार्टेट' या वाद्यवृंदातील चारपैकी एक वादक माइल्स डेव्हिस याने दिलेला बहुमोल सल्ला ध्यानात ठेवावा. 'सूर मनात जरूर जागवा, तो वाजवू नका!!' न्यायालय अपील मंजूर करीत आहे.
>
> (आर. विरुद्ध फ्रान्सिस २००७-१ या खटल्यात एल.जे. मोझेस यांचे निकालपत्र. वीकली लॉ रिपोर्टस, पृष्ठ क्रमांक १०२४.)

१५. तुमचा राग आणि तत्सम कडवट भावना न्यायालयाच्या बाहेरच ठेवा. न्यायालयात शिरताना त्या रिपूंना आत येऊ देऊ नका. कधी राग अनावर होतो आहे, असे वाटले तर लॉर्ड एल्डन यांचे स्मरण करा. १७८७ साली भावी लॉर्ड एल्डन (त्या वेळी ते अजून लॉर्ड व्हायचे होते, केवळ जॉर्ज स्कॉट होते.) इक्विटी कोर्टात एक खटला हारले. पुढे ते न्यायाधीश झाले, न्यायप्रशासनाचे अर्ध्वयू – लॉर्ड चॅन्सलर लॉर्ड एल्डन बनले. योगायोगाची कमाल अशी की तेहतीस वर्षांनी तीच केस परत कोर्टापुढे आली, त्या वेळी आधी ती केस हारलेले

वकील आता न्यायासनावर विराजमान झालेले होते. लॉर्ड एल्डन म्हणाले, 'मला ही केस स्पष्टपणे आठवते', 'त्या वेळी मी त्या निर्णयामुळे खूप रागावलो होतो, पण आता एवढे उन्हाळे आणि पावसाळे पाहिल्यानंतर मला हे पटले आहे की, माणूस अतिशय रागावू शकतो आणि तो अतिशय चूकही असू शकतो!'[९]

सुजाणतेचा सुविचार!!

लॉर्ड एडन यांचे हे विचारमोती दोनशे वर्षांहून प्राचीन आहेत. वकिलाने न्यायालयात आपल्या रागावर नियंत्रण राखल्याची एक अगदी अलीकडली घटना अमेरिकेतील सर्वोच्च न्यायालयातील स्त्री न्यायाधीश रुथ गिन्सबर्ग यांनी सांगितलेली आहे. अमेरिकेत प्रकाशित होणाऱ्या 'जजेस जर्नल' या नियतकालिकाच्या २००९ सालच्या उन्हाळ्यात प्रसिद्ध झालेल्या अंकात त्यांची मुलाखत आली होती, त्यात त्यांनी त्यांची ही आठवण कथन केली आहे :

'मी एकदा तीन न्यायाधीशांच्या खंडपीठासमोर लैंगिक भेदभावाची केस लढत होते.' त्यातले एक न्यायाधीश मला म्हणाले, 'पण मिसेस गिन्सबर्ग, आता सर्वत्र, अगदी लष्करातसुद्धा स्त्रियांना समान संधी दिली जात आहे.'

मी म्हणाले, 'नाही, महाराज, सगळ्या क्षेत्रांत नाही. वायुदलात आजही स्त्रियांना उड्डाण करायला शिकवीत नाहीत.' यावर ते न्यायमूर्ती म्हणाले, 'बाप रे! नाही हो, स्त्रिया आकाशात उड्डाण करीत नाहीत, हे मला सांगूच नका! माझ्या आयुष्यात आलेल्या सगळ्या स्त्रिया कायम 'हवेतच' असलेल्या मी पाहिल्या आहेत!'(न्यायालयात जोराचा हशा पिकला.)....

'मग तुम्ही त्यांना कसं आणि काय उत्तर दिलंत?' मुलाखतकाराने रुथ गिन्सबर्ग यांना विचारले. त्यांचे उत्तर होते :

'मी खूप चिडले पण मी माझ्या आईच्या उपदेशाचे (कधीही राग अनावर होऊ देऊ नकोस!) स्मरण केले. त्या न्यायमूर्तींना रागाने 'स्त्रीद्वेष्टा' असे दूषण देण्याऐवजी मी त्यांना म्हणाले, 'खरं आहे आपलं म्हणणं, न्यायाधीश महाराज! पण माझ्या माहितीतल्या बहुतेक सर्व पुरुषांचेही पाय मीही कधी जमिनीवर टिकलेले पाहिलेले नाहीत!!'

मी आता आयुष्याच्या अशा टप्प्यावर पोहोचलो आहे की, आपल्या हातून झालेल्या चुका प्रामाणिकपणे कबूल करायला मला मुळीच कमीपणा वाटत नाही. मीही न्यायालयात बऱ्याच वेळा 'आईचा हितोपदेश' विसरून रागाच्या आहारी गेलेलो आहे आणि प्रत्येक वेळेला माझी चूकच शाबित झाली आहे. अल्पसंख्याकांच्या

शैक्षणिक संस्थेविषयीच्या केसेसमध्ये मी प्रमुख वकील सल्लागार म्हणून काम करीत असताना (त्यासंबंधीच्या सर्वच्या सर्व केसेस मीच न्यायालयात लढवल्या होत्या.) सर्वोच्च न्यायालयात पाच, सात, अगदी अकरा न्यायाधीशांच्या खंडपीठाकडूनसुद्धा भरपूर महत्त्वपूर्ण असे निर्णय प्राप्त केले होते[१०] मला एक प्रसंग आठवतो. मी सात न्यायमूर्तींच्या न्यायसभेपुढे अल्पसंख्यांकांच्या शैक्षणिक संस्थेच्यावतीने युक्तिवाद करीत होतो – त्यांनी काही प्रश्न उपस्थित केले होते आणि ते नंतर अकरा न्यायाधीशांच्या न्यायसभेपुढे पुनर्विचारासाठी ठेवले होते. न्यायमूर्ती एम. एम. पुंछी प्रमुख न्यायाधीश असलेल्या त्या न्यायसभेत न्यायमूर्ती ए. एस. आनंदही होते. माझे बोलणे चालू असताना न्यायमूर्ती आनंद म्हणाले, 'श्री. नरीमन, आपल्याला काय वाटतं, आपल्या राज्यघटनाकारांनी घटनेतील तिसावे कलम लिहिताना पदव्युत्तर शिक्षण आणि काही विषयांचे विशेष असे उच्च शिक्षण यांचा समावेश त्या कलमात असावा असा विचार केला असेल?'[११]

प्रश्नाचा रोखच सांगत होता की, त्यांचे वैयक्तिक मत 'घटनाकारांनी तसा विचार केला नव्हता,' असे होते. ते लक्षात आल्याने मी चिडलो. मी म्हणालो की, 'घटनेचे तिसावे कलम (मूलभूत अधिकारांच्या प्रकरणात) सर्व अल्पसंख्यांकांना, मग ते धर्माच्या आधारे असोत अथवा भाषेच्या, शैक्षणिक संस्था स्थापन करण्याचा आणि त्या त्यांच्या मताप्रमाणे चालवण्याचा हक्क प्रदान करते आणि १९७४ सालच्या सेंट झेवियर्स कॉलेजच्या केसच्या[१२] सर्वोच्च न्यायालयाच्या नऊ न्यायाधीशांच्या खंडपीठाच्या निर्णयाप्रमाणे शाळा आणि कॉलेजेसमध्ये दिले जाणारे धर्मनिरपेक्ष शिक्षणसुद्धा तिसाव्या कलमात समाविष्ट करण्यात आलेले आहे. असे असताना पदव्युत्तर शिक्षण तेवढे वगळून, ते त्या कलमाच्या चौकटीबाहेर ठेवण्याचा विचार घटनाकार कसे करू शकले असतील?' माझ्या बोलण्याचा सूर चांगलाच वरचा लागला होता आणि माझ्या स्वरात माझा रागही स्पष्ट जाणवत होता.

आता मला समजते आहे की मी चूक होतो. जरा प्रगल्भपणे विचार केला तर असे लक्षात येते की, त्या वेळी जर आम्ही (अल्पसंख्याकांच्या शैक्षणिक संस्थांनी दाखल केलेल्या याचिकेच्या पुष्ट्यर्थ) केलेल्या युक्तिवादावर न्यायालयाने (न्यायमूर्ती आनंद यांनी उपस्थित केलेल्या प्रश्नाचा पाठपुरावा करून) अंतिम निर्णय असा दिला असता की, तिसाव्या कलमाचा उद्देश अल्पसंख्यांकांच्या शैक्षणिक संस्थांना केवळ कॉलेजपातळीपर्यंतच्या शिक्षणाबाबतीतलाच हक्क प्रदान करण्याचा होता, त्यापलीकडील शिक्षण त्या कलमाच्या कक्षेत नाही, तर आज त्या शैक्षणिक संस्थांमुळे जे अगणित, गुंतागुंतीचे, अवघड प्रश्न उपस्थित झालेले आहेत, ते सगळे टळू शकले असते. घटनेच्या तिसाव्या कलमात पदव्युत्तर शिक्षण आणि काही विषयांचे विशेष, उच्च शिक्षण हेही समाविष्ट आहे हा त्या सात न्यायाधीशांच्या न्यायसनाने

दिलेला निकाल, जो नोव्हेंबर, २००२मध्ये न्यायमूर्ती बी. एन. कृपाल यांच्या अध्यक्षतेखालील अकरा न्यायाधीशांच्या न्यायसभेनेही कायम ठेवला[१३], अल्पसंख्याकांसाठी अतिशय वाईट, दुर्दैवी ठरला. (असे मला आता जाणवते आहे.) तिसाव्या कलमाची व्याप्ती वाढवून त्यात अभियांत्रिकी, वैद्यकीय यांसारख्या विशिष्ट शाखांचे पदवीपर्यंतचे आणि पदव्युत्तरही शिक्षण घालण्याने त्या वेळी त्या शैक्षणिक संस्थांचा विजय झाला असे वरकरणी वाटले होते, पण तरी माझ्या (उशिरा सुचलेल्या) मताप्रमाणे अल्पसंख्याक हारलेच आहेत. जे सरळ-सरळ तिसाव्या कलमाच्या मर्यादेबाहेर होते, जे त्याच्या मूळ उद्देशात सकारण नव्हते ते आम्ही (अल्पसंख्याकांच्या शैक्षणिक संस्थांनी) त्यात घुसडायचा दुराग्रह धरल्याने त्या कलमाचे अवमूल्यनच झाले असे म्हणावे लागते आहे.

१६. तुमच्या विरोधात उभ्या असलेल्या वकिलांशी भांडू नका, त्यांच्याबरोबर वैर धरू नका, त्यांचा द्वेष करू नका. या व्यवसायात पडण्याचे तुम्ही ठरवल्यावर आयुष्यातील जास्त वेळ तुम्हाला या तुमच्या व्यवसायबंधूंबरोबरच काढायला लागणार आहे, हे ध्यानात ठेवा. त्यांच्याशी दोन हात करण्यापेक्षा त्यांच्याशी हस्तांदोलन करून, हातमिळवणी करून, त्यांच्या खांद्याला खांदा लावून त्यांच्या साथीसोबतीने, समान वाट चालण्यातच तुमचे हित आहे, त्यातच शहाणपणा आहे. तुम्ही तुमच्या शब्दांनी किंवा कृतींनी त्यांना कोतेपणाने वागवता आहात, त्यातून त्यांच्यावर अन्याय करता आहात असे त्यांना कधीही वाटता कामा नये याची तुम्ही काळजी घेतली पाहिजे; तसे झाले तर तुमचे ते व्यवसायबंधू तुमच्याविषयी कायम चांगले बोलतील. लक्षात ठेवा : 'कुत्रे कुत्र्यांना खात नाहीत'[१४]. ही उक्तीही मला स्वानुभवाने पटली आहे. त्या वेळी माझी तब्येत तितकीशी बरी नसायची आणि त्यामुळे मी जरा चिडचिडा झालेलो होतो. सर्वोच्च न्यायालयात चाललेल्या एका सुनावणीच्या दरम्यान मी माझ्या विरोधातील हुशार, कुशल, सक्षम वकील, भारताचे अतिरिक्त महाकायदेपंडित – ॲडिशनल सॉलिसिटर जनरल ऑफ इंडिया (ए.एस.जी.) – किरीट रावळ हे बोलत असताना त्यांच्या बोलण्यात मध्येच उंच स्वरात व्यत्यय आणला. माझे वागणे निश्चितच अपमानकारक, उद्धटपणाचे, घृणास्पद होते, पण तरीही श्री. रावळ त्यावर एक अक्षरही बोलले नाहीत, पण न्यायाधीश महाराज गप्प राहिले नाहीत! (न्यायमूर्ती आर. सी. लाहोटी – ते त्या वेळी अजून सरन्यायाधीश व्हायचे होते.) ते म्हणाले, 'श्री. नरीमन, मला वाटतं, तुम्ही आता घरी बसावं हे उत्तम!' हा त्यांचा डंख चांगलाच झोंबरा होता, पण ते खरे बोलत होते. तुम्ही वयाने, मानाने कितीही लहान-मोठे असा, असा असभ्यपणा, उर्मटपणा तुम्हाला शोभत नाही. खरंच, मी न्यायमूर्ती

लाहोटी यांचा शतश: आभारी आहे. अशा प्रामाणिक आणि प्रांजल सल्ल्यातूनच आम्ही वकील लोक आमच्या 'हार्ड नॉक्स विद्यालया'त अशा रीतीने स्वत:चे धडे स्वत: शिकत असतो.

१७. न्यायासनाला उद्देशून बोलताना नेहमी अचूक, योग्य त्याच संबोधनाचा वापर करा. न्यायाधीशांच्या दर्जाप्रमाणे त्यांना कसे संबोधित करायचे याचे नियम आहेत. उदाहरणार्थ, खातेनिहाय चौकशी करणाऱ्या न्यायासनाचे जे प्रमुख शासकीय अधिकारी असतात त्यांना 'सर', फौजदारी न्यायाधीशांना (मुंबई आणि कलकत्ता येथील न्यायालयात) 'युवर वर्शिप' किंवा (इतर ठिकाणच्या न्यायालयात) 'युवर ऑनर' जिल्हा आणि शहर न्यायाधीशांनाही 'युवर ऑनर', आणि (सर्वांत महत्त्वाचे म्हणजे) उच्च न्यायालयातील न्यायाधीशांना 'युवर लॉर्डशिप' असे संबोधणे नियमाप्रमाणे जरुरीचे असते. (त्याहीपेक्षा – 'तसा यथायोग्य सन्मान दिला की, ते न्यायाधीशांनाही मनापासून आवडते.') खूप वर्षांपूर्वीची गोष्ट आहे. मी उच्च न्यायालयात एका न्यायाधीशांसमोर उभा राहिलो होतो. त्यांची नुकतीच जिल्हा न्यायालयातून उच्च न्यायालयात पदोन्नती झाली होती, यामुळे असेल कदाचित, पण लोक आपल्याला काय संबोधतात याविषयी ते फारच संवेदनशील झाले होते. माझ्या विरुद्ध बाजूच्या वकिलांनी शेजारच्याच इमारतीत असलेल्या जिल्हा न्यायालयात त्या न्यायाधीशांच्या कोर्टात बऱ्याच वेळा खटले चालवलेले होते. अतिपरिचयात अवज्ञा झाली, त्या वकिलांना न्यायाधीशांच्या पदोन्नतीचे भान राहिले नाही आणि ते त्यांना आधीप्रमाणेच 'युवर ऑनर' असेच संबोधून बोलत राहिले. न्यायाधीश चेहरा वाकडा करून आपल्या हावभावांनी त्यांच्या उपमर्दाविषयी नाराजी, खरे म्हणजे सात्त्विक संतापच, दर्शवीत होते. माझ्या वकील मित्रांच्या ते काही लक्षात आले नाही, परिणामा त्यांची बाजू भक्कम असूनही ते ती केस हारले! मी वर वापरलेले 'तसा यथायोग्य सन्मान दिला की ते न्यायाधीशांनाही मनापासून आवडते' हे वाक्य लॉर्ड जॉफरी लेन – इंग्लंड आणि वेल्सच्या क्वीन्स बेंच डिव्हिजनचे म्हणजे तेथील उच्च न्यायालयाच्या दिवाणी दाव्याच्या विभागाचे प्रमुख न्यायाधीश – यांच्या एका वाक्यावरून घेतलेले आहे. ते आंतरराष्ट्रीय वकील सभेच्या – इंटरनॅशनल बार असोसिएशनच्या – परिषदेत व्याख्यान देण्यासाठी (१९८२ साली) भारतात आले होते – त्या वेळी मलाही त्यांच्या समवेत मंचावर बसण्याचा मान लाभला होता. दोघेही आपापल्या भाषणांच्या वेळेची वाट पाहात बसलो असताना ते माझ्या बाजूला झुकून म्हणाले, 'नरीमन, तुमच्या देशाच्या संविधानाबद्दलची एक गोष्ट मला नेहमी खटकत आली आहे, त्याबद्दल मला तुमचे मत विचारायचे आहे. संविधानाने

सर्व सन्माननीय पदे, किताब रद्द करून टाकले आहेत ही फार मोठी चूक केली आहे असे नाही तुम्हाला वाटत?' ते आपल्या घटनेतील अठराव्या कलमाविषयी (शासनाकडून दिली जाणारी लष्करी अथवा शैक्षणिक गुणविशेषांबद्दलची मानचिन्हे, गौरवचिन्हे, पदे, किताब रद्द करण्याबाबतचे कलम) बोलत होते. 'न्यायाधीश महोदय, मला मान्य आहे, पण आपल्याला ती गोष्ट एवढी खटकण्याचे कारण?' मी विचारले. त्यांचे डोळे हसले, चेहरा खुलला आणि ते म्हणाले, 'सन्मानीय संबोधने फार छान असतात हो! न्यायाधीशांना ती आवडतातच आणि त्यांच्या बायकांना फारच आवडतात!!'

१८. न्यायासनावर बसणारे माननीय न्यायाधीश महाराज हेही एक माणूसच असतात – तुमच्या आमच्यासारखे. त्यातले काही जरा जास्त चिडके, चटकन त्रासणारे असतात. डेव्हिड पॅनिक (राणीच्या विधी सल्लागारांपैकी एक ज्येष्ठ) यांनी त्यांच्या 'जजेस' (न्यायाधीश)[१५] या पुस्तकात एक मजेशीर सत्यघटना कथन केली आहे. केंब्रिजच्या काउंटी कोर्टात सरदार तेजेंद्रसिंग नावाच्या गृहस्थाने त्याच्या पैशाच्या वसुलीसाठी एका व्यक्तीवर दावा लावला होता. प्रत्येक वेळी उभे राहूनच न्यायासनाला संबोधित करण्याचा शिरस्ता पाळण्यास तेजेंद्रसिंग पुन्हा पुन्हा ठामपणे नकार देत होते. त्यांनी त्यावरील समर्थन असे दिले होते की, त्यांना त्या काउंटीविषयी, त्या देशाविषयी आणि त्याच्या संस्कृतीविषयी मुळीच आदर नव्हता तर त्यांनी आदराने न्यायाधीशांसमोर उभे राहून बोलण्याचा रिवाज का पाळावा? कोर्टाच्या प्रबंधकांनी काम थांबवण्याचा आदेश दिला आणि जोपर्यंत तेजेंद्रसिंग त्यांचे कोर्टाचा अवमान करणारे विधान बिनशर्त मागे घेत नाहीत आणि ते दरवेळी उभे राहूनच न्यायाधींशाशी बोलतील अशी हमी देत नाहीत तोपर्यंत काम परत सुरू होणार नाही, असे जाहीर केले. तेजेंद्रसिंग यांनी वरच्या कोर्टात अपील (पुनर्विचाराची याचिका) दाखल केले. या वेळी तीन न्यायमूर्तींचे खंडपीठ होते, त्यातील एक त्या कोर्टाच्या दिवाणी दाव्याच्या विभागाचे प्रमुख न्यायाधीश सर डोनाल्डसन हे होते. त्यांनी तेजेंद्रसिंग यांना उभे न राहता न्यायासनाला संबोधित करण्याची मुभा देऊ केली. त्याचे कारण (चाणाक्षपणे) त्यांनी 'खटल्याच्या सुनावणीत मानापमानाच्या वादावरून न्यायासनाचे मन कलुषित होणे टाळण्याच्या उद्देशाने' असे दिले, पण अखेरीस त्यांनाही हे जाणवले की, काउंटीच्या न्यायाधीशांचा तो हक्क असा डावलला जाणे उचित नाही आणि त्यांनी 'तेजेन्द्रसिंग यांनी उभे राहूनच न्यायासनाला संबोधित केले पाहिजे' असा आदेश दिला. या घटनेवर भाष्य करताना डेव्हिड पॅनिक म्हणतात, 'उभे न राहता बोललेले ऐकूनच घेणार नाही असा निर्णय घेऊन न्यायासनाविषयीचा म्हणजेच पर्यायाने स्वत:चा आदर, मानमरातब सक्तीने

मिळवणे हे काही न्यायाधीशांना शोभणारे नाही, काही न्यायपीठेसुद्धा अंतिम निर्णय ऐकवताना तो बसूनच ऐकवतात!! तेजेंद्रसिंग यांच्या केसवरून अधिकाधिक न्यायाधीशांचा 'आपला मान सन्मान आपल्यासमोरील खटल्यांवर कायदेशीर निर्णय देण्याच्या आपल्या कर्तव्याहूनही आधिक महत्त्वाचा आहे,' असाच ग्रह होईल.' डेव्हिड पॅनिक यांचे हे म्हणणे खरे धरले, तरी सर्व वकिलांना माझा असा सल्ला आहे की, त्यांनी तेजेंद्रसिंग यांचे अनुकरण अजिबात करू नये, पक्षकारांनाही तसे करू देऊ नये.

१९. कोर्टात जाणून-बुजून चुकीचे, असत्य विधान करू नका, त्यामुळे मुंबई उच्च न्यायालयाचे न्यायाधीश एस. आर. तेंडोलकर यांनी अनेक वर्षांपूर्वी दिलेल्या धोक्याच्या इशाऱ्याप्रमाणे 'तुम्ही न्यायाधीशांच्या मनातून पार उतराल!' तेंडोलकर यांची बुद्धी जेवढी तीक्ष्ण होती, तेवढीच त्यांची जीभ तिखट होती. वकिली व्यवसाय करणाऱ्यांसाठी न्यायासनावरील व्यक्तीच्या 'मनातून उतरणे' यासारखा दुसरा मोठा तोटा नाही. तुम्ही जर मुद्दाम चुकीची, खोटी विधाने केलीत, तशी सवयच लावून घेतलीत, तर सगळे जण तुमच्याकडे 'तेरा ठोके देणाऱ्या प्रसिद्ध आयरिश घड्याळा'सारखेच पाहू लागतील. त्यातला सर्वांत वाईट भाग असा आहे की, लोक केवळ तेराव्या ठोक्याकडेच साशंक नजरेने पाहणार नाहीत, तर तुमचे आधीचे बारा ठोके कितीही योग्य, बरोबर असले तरी त्यावरही अविश्वासच दाखवतील.

२०. ज्या न्यायाधीशांसमोर तुम्ही केसेस चालवत असाल त्यांच्या कोर्टातल्या बोलण्या-चालण्यावर, वागण्यावर टीका करू नका. कोर्टाच्या बाहेर, ग्रंथालयासारख्या सार्वजनिक ठिकाणी त्यांचे दोष दाखवू नका, त्यावर तुमची मते नोंदवू नका, त्यांची समीक्षा करणे टाळा, उलट तुमचे मन जेव्हा शांत असेल, तुम्ही स्थिरचित्ताने जेव्हा विचार करू शकत असाल तेव्हा न्यायाधीशांच्या ज्या गोष्टी तुम्हाला खटकल्या, चुकीच्या वाटल्या, त्यांची परत एकदा उजळणी करा आणि त्यांचे ते वागणे किंवा बोलणे, त्यांची ती मते अथवा निष्कर्ष बरोबर असण्याची शक्यता आहे की नाही, असा प्रश्न स्वत:ला विचारा. तुमच्या माहितीतल्या एखाद्या (मताग्रही नसलेल्या) जाणत्या, अनुभवी वकिलांचा सल्ला घेणेही उचित ठरेल. न्यायाधीशांच्या निर्णयाविषयी, निष्कर्षांविषयी तुमचे मत तुम्हाला नोंदवायचेच असेल, व्यक्त करायचेच असेल तर त्या वरच्या कोर्टातल्या पुनर्विचाराच्या सुनावणीच्या वेळी – केसच्या अपीलाचे वेळी – युक्तिवाद करताना नोंदवा. अन्यथा – तुमचा व्यवसाय सुरळीतपणे, प्रगतिपथावर चालायला हवा असेल तर – गप्प राहा.

२१. सतराव्या शतकातील एक तत्त्ववेत्ता आणि न्यायाधीश फ्रान्सिस बेकन याने

म्हटले आहे, 'संयम, सबुरी, सहनशक्ती आणि अगदी लक्षपूर्वक, काळजीपूर्वक, गांभीर्याने ऐकून घेण्याची क्षमता आणि तयारी या गोष्टी न्यायदानाच्या कार्यात अत्यंत आवश्यक असतात. गरजेपेक्षा जास्त बोलणारा न्यायाधीश हा बद्द वाजणाऱ्या झांजेसारखा वाटतो.'[१६] अवाजवी बडबड करणारा वकील तर त्याहूनही वाईट. त्याचे बोलणे ऐकून घेणे, हा ज्यांच्या कर्तव्याचा एक भाग होऊन बसलेला असतो, ज्यांना त्यापासून सुटकाच नसते, त्या न्यायाधीशांना तर 'बोलघेवडा वकील' हा फार मोठा त्रास सहन करावा लागतो. त्याला तर उतरलेल्या किंवा फाटलेल्या ढोलकीचीच उपमा द्यावी लागेल.

२२. आपली हार, आपला पराजय समजूतदारपणे, खिलाडूपणे स्वीकारा. खटल्यात एकच बाजू जिंकू शकते, म्हणजेच दुसऱ्या बाजूची हार अटळ असते हे लक्षात ठेवा. आणखी एक गोष्ट तुम्हाला चांगली माहिती असणे आवश्यक आहे की, दोन विरुद्ध बाजूंचे म्हणणे ऐकून घेत असताना आपला कल त्यांपैकी कोणत्या बाजूकडे झुकतो आहे, हे सुनावणीदरम्यान कळू न देणे न्यायाधीशांना फार कठीण जाते, खरे तर प्राथमिक अवस्थेपासूनच ते दर्शविण्यावाचून न्यायाधीशांना गत्यंतरच राहात नाही. अखेरीस त्यांना एकाविरुद्ध दुसऱ्याची बाजू मान्य करायचीच असते, पण म्हणून न्यायाधीशांकडून मिळणाऱ्या इशाऱ्यांवर विसंबून राहण्याची चूक करू नका, त्यावरून लगेच कोणतेही निष्कर्ष काढायची घाई करू नका. तुमचा युक्तिवाद चालू असताना त्यातल्या काही विधानांवर न्यायाधीशांनी आक्षेप घेतला, काही शेरा मारला, तर असे समजू नका की, आता तुमचे म्हणणे पूर्ण ऐकल्याशिवायच न्यायाधीश तुमच्या विरुद्ध निकाल देऊन टाकतील. बऱ्याच वेळा न्यायाधीश (तुमच्या पक्षकाराच्या विरुद्ध जात आहेत असे वाटणारे.) काही प्रश्न उपस्थित करतात ते त्यांचा कल दर्शविणारे नसतात, तर त्या प्रश्नांची उत्तरे देताना तुमचे कौशल्य पणाला लावायला तुम्हाला वाव देऊन ते तुमचीच केस बळकट करायला तुम्हाला संधी प्राप्त करून देत असतात. न्यायपद्धतीची भव्य इमारत न्यायाधीश आणि वकील यांच्या परस्परांवरील विश्वासाच्या पायावरच उभी असते.

२३. तुम्ही चालवत असलेल्या केसेसबद्दल प्रसारमाध्यमांशी बोलू नका, त्यांना मुलाखती देऊ नका. त्याला सवंग प्रसिद्धीचा वास येतो, त्यामुळे विरोधी बाजूवर आणि न्यायासनावरही अन्याय होतो, कारण न्यायाधीश तुमच्या वक्तव्यावर काही बोलू शकत नसतात आणि विरुद्ध बाजूच्या वकिलांना तुमचे म्हणणे खोडून काढण्याची संधी न मिळण्याची शक्यता असते. तुमच्या केसच्या निकालावरही जर काही मत व्यक्त करायचे असेल, त्यावर टीका करायची असेल, तर ते तुमच्या केसशी संबंधित नसणाऱ्या एखाद्या तज्ज्ञाकडून

केले जाणे, हे सर्वांत चांगले ठरते. 'एस्कॉर्ट्स'ची केस[१७] म्हणून प्रसिद्ध असलेली एक केस मी उच्च न्यायालयात जिंकलो होतो, पण ती पुनर्विचारार्थ सर्वोच्च न्यायालयाच्या भारतीय संविधानाशी संबंधित दावे चालवणाऱ्या खास खंडपीठासमोर उभी राहिली, त्या वेळी मात्र निकाल माझ्याविरुद्ध लागला. त्या सर्वोच्च न्यायालयाच्या निर्णयावर आणि तो देणारे त्या खंडपीठाचे अध्वर्यू, ज्येष्ठ, वृद्ध न्यायाधीश न्यायमूर्ती चिन्नाप्पा रेड्डी यांच्यावर राज्यघटनेसंबंधीचे भारतातील तज्ज्ञ समजले जाणारे एच. एम. सिरवी यांनी त्यांच्या पुस्तकातील चौदा पाने खर्च करून अतिशय कडक, बोचरी टीका केली आहे. (कॉन्स्टिट्युशनल लॉ ऑफ इंडिया – भारताचा संविधानात्मक कायदा – खंड पहिला, पृष्ठ क्रमांक ६५१ ते ६६५). माझ्या पराजयाचे दुःख त्या चौदा पानांनी पार पुसून गेले आणि त्या केसशी काहीही संबंध नसलेल्या एका कायदेपंडिताच्या प्रांजल मतांनी मला अवर्णनीय आनंद झाला. एस्कॉर्टसचे हरी नंदा यांनी त्यांच्या वृद्धापकाळी आत्मचरित्र लिहिले त्या वेळी (हरी नंदा यांच्या विनंतीनुसार) मी एच.एम. सिरवी यांची परवानगी मिळवली आणि ती चौदा पाने त्या आत्मचरित्रात समाविष्ट केली गेली. ती चौदा पाने मी जेव्हा हरी नंदा यांच्याकडे पाठवली आणि त्या सज्जन वृद्धाने ती वाचली तेव्हा ते आनंदाने अक्षरशः पुलकित झाले. मला म्हणाले, 'हिंस्र सिंहांच्या गुहेत फेकल्या गेलेल्या 'डॅनियल'च्या सुटकेला देव धावला तसे वाटले! फली, आपलं निर्दोषत्व निर्विवाद सिद्ध झालं!!' तसेही सर्वोच्च न्यायालयातही जे हारतात ते कायम हेच म्हणत राहणार की, त्यांचीच बाजू सत्याची होती, बरोबर होती!

२४. न्यायमूर्तींनी तुमच्या युक्तिवादासाठी नेमून दिलेला वेळ अपुरा आहे, अशी तक्रार कधीही करू नका. तुमचे म्हणणे थोडक्यात, पण परिणामकारकरित्या मांडण्याचे कौशल्य तुमच्यात नाही असाच त्याचा अर्थ घेतला जाईल. सर्वोच्च न्यायालयाचे एक ख्यातनाम जज्ज आर.एस. बचावत आम्हाला नेहमी सांगायचे, 'तुमचे म्हणणे आत रामबाण औषध ठासून भरलेल्या गोळीसारखे, 'कॅप्सूल'सारखे असले पाहिजे.' माझ्यावर विश्वास ठेवा, तुमची बुद्धी, विचारशक्ती यांना तीक्ष्ण बनविण्यासाठी अशा किमान कालमर्यादेसारखा दुसरा 'धारेचा दगड' तुम्हाला मिळणार नाही. वेळेशी शर्यत खेळायची वेळ आली की, जे केसशी संबंधित नाही, महत्त्वाचे नाही, अगदी गरजेचे नाही, ते सगळे आपोआप बाजूला ठेवले जाते. अमेरिकेतील कोर्टात सामान्य पुनर्विचारांच्या केसेसमध्ये युक्तिवादासाठी वकिलांना दहा, फार तर पंधरा मिनिटांचा वेळ दिला गेलेला मी पाहिला आहे. तिथल्या काही न्यायाधीशांनी मला सांगितलेले आहे की, खटल्याच्या कागदपत्रांचा ढीग वाचल्यावर आणि त्यावर विचार केल्यावर त्यांची जी मतं बनतात ते,

जे दृष्टिकोन तयार होतात ते खटल्याच्या वेळी वकिलांनी त्यांना नेमून दिलेल्या मर्यादित कालावधीत केलेले, छोटे पण परिणामकारक, युक्तिवाद ऐकल्यानंतर खूप वेळा बदलतात. तुमचा युक्तिवाद चालू असताना जर न्यायाधीशांनी तुम्हाला दिलेल्या वेळेची कडक अंमलबजावणी करण्यासाठी तुम्हाला वेळ संपल्याची तोंडी सूचना दिली किंवा तुम्हाला मध्येच थांबवले, तर त्याबद्दल कधीही नाराजी व्यक्त करू नका, कारण तो नियमाचा, शिस्तीचा भाग असतो. काही वर्षांपूर्वी 'बार असोसिएशन ऑफ इंडिया'च्यावतीने मी मि. आर्किबाल्ड कॉक्स ('वॉटरगेट' या गाजलेल्या प्रकरणात खास वकील म्हणून काम केलेले अमेरिकेतील आदरणीय न्यायप्रतिनिधी.) यांना दिल्ली, मुंबई आणि मद्रास[१८] येथे भाषणे देण्यासाठी आमंत्रित केले होते. अमेरिकेतील सर्वोच्च न्यायालयात वकिलांना नेमून दिल्या जाणाऱ्या अत्यंत कडक कालमर्यादेबद्दलच्या त्यांच्या अनुभवाविषयी ते आमच्याशी बोलले. बहुसंख्याकांनी अल्पसंख्याकांवर केलेल्या अन्यायाच्या, भेदभावाच्या केसेस भरपूर असतात, पण अमेरिकेत एक (रिजंट्स ऑफ युनिव्हर्सिटी ऑफ कॅलिफोर्निया विरुद्ध बाक्के.) केस गाजली होती, कारण त्यात उलट्या बाजूकडून अन्याय, भेदभाव घडला होता (रिव्हर्स डिस्क्रिमिनेशन).[१९,२०] ती केस सर्वोच्च कोर्टात पुनर्विचारासाठी दाखल करण्यात आली होती, त्या वेळी खंडपीठाने कॉक्स यांना तोंडी युक्तिवादासाठी तीस मिनिटांचा कालावधी दिला होता – हा वकिलाला दिला जाणारा जास्तीतजास्त वेळ होता. कॉक्स यांनी बोलायला प्रारंभ केला. खंडपीठाचे सभासद त्यांना अटीतटीचे प्रश्न विचारीत होते, कॉक्स त्या प्रश्नांना झेलत, यथायोग्य उत्तरे देत होते. नेमून दिलेली वेळ संपली हे दर्शविणारा (प्रमुख न्यायाधीशांसमोरचा) दिवा लखलखला, पण त्या वेळी कॉक्स त्यांचा वक्तृत्वकला पणाला लावून एका अत्यंत महत्त्वपूर्ण मुद्द्याचे विवेचन करीत होते, त्यामुळे त्यांनी इशाऱ्याकडे चक्क दुर्लक्ष केले. सरन्यायाधीश वॅरेन बर्गर यांनी कॉक्स यांना सांगितले, 'दिवा लागला आहे!' तरीही कॉक्स बोलत राहिले. एक पूर्ण मिनिटभरही ते बोलले नसतील, सरन्यायाधीशांनी त्यांना परत, जरा वरच्या स्वरात चापले, 'मि. कॉक्स, दिवा लागलेला आहे.' मग मात्र कॉक्स यांना वाक्य अर्धवट सोडून गप्प व्हावे लागले!! अमेरिकेतल्या एका ख्यातनाम वकिलाने लिहिलेला, कमीत कमी वेळात आपला मुद्दा – विशेषत: वरच्या कोर्टात दाखल झालेल्या पुनर्विचाराच्या केसेसमध्ये – कसा मांडावा हे तरुण वकिलांना शिकविणारा एक लेख मी काही वर्षांपूर्वी एका नियतकालिकात वाचला होता. त्याने त्या लेखात वीस 'टिप्स' – दिल्या आहेत; त्यातील शेवटची सूचना सगळ्याच वकिलांकरता योग्य, अतिशय

शहाणपणाची ठरणारी आहे. 'थांबा आणि खाली बसा.' खरंच, वकिलाला कुठे आणि कधी थांबायचे हे समजणे फार जरुरीचे आहे.

२५. ज्युरींवर – पंचमंडळाच्या सदस्यांवर – प्रभाव पाडण्यासाठी, त्यांच्या भावना उद्दीपित करून त्यांना आपल्या बाजूला वळविण्यासाठी वकिलांकडून हमखास उपयोगात आणला जाणारा भाषेचा दिखाऊ डामडौल आणि अलंकारिक वक्तृत्वशैली या दोन गोष्टींची आजच्या आधुनिक काळात गरज उरलेली नाही. कमांडर नानावटी खूनखटल्यापासून भारतात ज्युरींसमोर – पंचमंडळासमोर– खटला चालवण्याची पूर्वपरंपरागत चालत आलेली पद्धत बंद करण्यात आलेली आहे. कमांडर नानावटी भारतीय नौदलातील एक उमदे पण उतावळे, आततायी अधिकारी होते. त्यांनी रागाच्या भरात त्यांच्या पत्नीच्या प्रेम अहुजा नावाच्या प्रियकराला गोळी घातली होती. त्यांचे वकील कार्ल खंडाळावाला यांनी केलेल्या अत्यंत रसाळ आणि हृदयाला हात घालणाऱ्या वक्तव्याला भाळून (न्यायाधीश महोदयांनी त्यांचे मत पंचांना व्यवस्थित समजावून सांगितलेले असून) पंचांनी आरोपी कमांडर नानावटी यांना बहुमताने (८ विरुद्ध १) निर्दोष ठरवले. न्यायाधीश महाराजांना पंचांचा निर्णय मान्य न झाल्याने त्यांनीच तो खटला मुंबई उच्च न्यायालयात दाखल केला. (खालच्या कोर्टातील न्यायाधीशांना असे करण्याचा कायद्याप्रमाणे अधिकार असतो.) उच्च न्यायालयात सरकारची बाजू त्यावेळचे सरकारी वकील वाय. व्ही. चंद्रचुड (जे पुढे उच्च न्यायालयाचे आणि कालांतराने सर्वोच्च न्यायालयाचे न्यायाधीश आणि नंतर भारताचे सरन्यायाधीश झाले.) यांनी अशी काही सादर केली की उच्च न्यायालयाच्या दोन न्यायाधीशांच्या खंडपीठाने समोर आलेल्या पुराव्यांचा पुनर्विचार करून एकमताने कमांडर नानावटी यांना 'जाणूनबुजून खून केल्याच्या आरोपा'खाली दोषी ठरवले आणि त्यांना जन्मठेपेची शिक्षा ठोठावली. निकालपत्रात खंडपीठाने खालच्या कोर्टातील पंचांच्या निर्णयाचे वर्णन 'न्यायाची घोर थट्टा' असे केले. – त्याचा परिणाम असा झाला की, त्या काळापर्यंत भारतात फौजदारी खटल्यांसाठी रूढ झालेली पंचमंडळाची पद्धती रद्द करण्यात आली, बंद करून टाकण्यात आली, त्यामुळेच आता पंचांना भुलवणाऱ्या भावपूर्ण वाक्चातुर्याच्या ऐवजी वकिलांना दिवाणी आणि फौजदारी, दोन्ही प्रकारच्या खटल्यांत फक्त कायद्याच्या घट्ट चौकटीत बसेल, कायद्याचे ज्ञाते, न्यायशास्त्रातील तज्ज्ञ अशा न्यायमूर्तींना पटेल अशा भाषेचा आणि वक्तृत्वकलेचाच वापर करण्याची गरज असते. तेव्हा दिवाणी अथवा फौजदारी, कुठल्याही केसमध्ये कोर्टात बाजू मांडताना नाट्यपूर्ण, भावनात्मक असे बोलणे कटाक्षाने टाळा आणि पुरावा, कायदा यांना धरूनच बोला. तसे बोलताना न्यायाधीश तुमचे

म्हणणे ऐकून घेत आहेत, तुमच्या विनंत्यांचा स्वीकार करीत आहेत, तुमचे म्हणणे मान्य करीत आहेत असे तुम्हाला आढळेल.

२६. कुठलीही केस ही तिच्यातील अंगभूत भक्कमपणामुळे जिंकली जाते किंवा ती मूळचीच दुबळी असते, म्हणून पराजित होते असे मानणे, हा भ्रम आहे, ते सार्वत्रिक सत्य तर नक्कीच नाही. ती मांडली कशी जाते, तिचे समर्थन कसे केले जाते, या गोष्टी तिचा शेवट ठरवण्यात फार महत्त्वाची भूमिका बजावतात, याचे कारण असे आहे की, ते काम करणारा वकील हा जसा एक माणूस असतो, तसाच निर्णय देणारा न्यायाधीश हाही एक माणूसच असतो. फरकच सांगायचा झाला तर न्यायाधीश मंडळींना त्यांच्या भावनांवर ताबा ठेवण्याचे, भावनांना विचारशक्तीचा, बुद्धीचा ताबा घेऊ न देण्याचे शास्त्रशुद्ध शिक्षण दिलेले असते. कन्हैयालाल मिश्रा नावाचे, त्यांच्या काळातले एक अत्यंत नावाजलेले, जबरदस्त वकील होते. एखादी गोष्ट पटवून सांगण्याचे त्यांचे कसब वादातीत होते. अलाहाबाद येथील कोणत्याही जाणत्या माणसाशी बोलताना तुम्हाला अमेरिकेच्या सर्वोच्च न्यायालयाचे सरन्यायाधीश अर्ल वॅरेन यांनी मिश्रा यांच्याबद्दल काढलेले कौतुकोद्गार हमखास ऐकायला मिळतील. ते म्हणाले होते, 'अमेरिकेच्या सर्वोच्च न्यायालयाचा सरन्यायाधीश कधी भावविवश होईल का? मी जगभर हिंडलो आहे, हजारो भाषणे ऐकली आहेत, पण अलाहाबादचे विद्वान महाअधिवक्ता – ॲडव्होकेट जनरल – के.एल. मिश्रा यांच्या भाषणाने मात्र आज मला अगदी आतून हलवलं, मी पार भारावून गेलो हे मला कबूल केलेच पाहिजे!' खरंच, एका महान न्यायाधीशाने एका महान वकिलांची केलेली ही प्रशंसा केवळ अतुलनीय आहे. माझे सौभाग्य असे की १९६० साली अगदी एका महिन्यासाठी श्री. मिश्रा मुंबईत असताना तेथील उच्च न्यायालयात एका फौजदारी अपीलाच्या खटल्यात ते युक्तिवाद करताना मला तेथे हजर राहून त्यांचे अवर्णनीय कौशल्य पाहायला, ऐकायला, अनुभवायला मिळाले होते. ते न्यायासनाला आणि न्यायासनावरील न्यायाधीश त्यांना आदराने, सौजन्याने, नम्रतेने वागवीत होते. न्यायाधीश त्यांना प्रश्नांवर प्रश्न विचारीत होते आणि तेही शांतपणे त्यांची उत्तरे देत होते. ते ती केस हारले. पण त्यांना सगळ्याच उत्तम वकिलांप्रमाणे, हे चांगले माहीत होते की, न्यायाधीशांदेखत रागावणे, चिडणे म्हणजे अर्धी लढाई हारण्यासारखे आहे. न्यायाधीशांच्या एखाद्या शेऱ्यामुळे तुम्ही जर कधी चिडलात तर, एक तर तो राग गिळून टाका, त्यावर नियंत्रण ठेवा किंवा मग तो जर आतल्या आत फारच धुमसू लागला, तर त्याचा उद्रेक होण्यासाठी बाजूला बसलेल्या तुमच्या कनिष्ठ सहकाऱ्यावर चिडा, ओरडा. न्यायाधीश समजतील

की, तुमच्या रागाचे कारण तुमच्या सहकाऱ्याने केलेली चूक आहे. कन्हैयालाल यांना ही सगळी 'व्यवसायातील खास गुपिते' चांगलीच अवगत होती. 'व्यवसायातील खास गुपिते' असे म्हणण्यात उपहास मुळीच नाही, उलट ज्ञानाची खोली आणि कौशल्याची उंची गाठलेल्या कसबी वकिलाचे ते कौतुकच आहे. अखेरीस न्यायदानाचे कर्तव्य करण्यासाठी समोर बसलेल्या त्याच्यासारख्याच ज्ञानी आणि कुशल माणसाला आपले म्हणणे पटवून देऊन त्याला आपल्या बाजूला वळवून घेणे, ही खरोखर कलापूर्ण कारागिरीच आहे.

२७. सर जमशेटजी यांच्या मते सर चिमणलाल सेटलवाड (मोतीलाल सेटलवाड यांचे वडील) हे त्यांच्या पिढीतील सर्वोत्तम वकील (लॉयर) आणि भुलाभाई देसाई (ते कांगा यांच्याहून वयाने लहान होते.)[२१] हे सर्वोत्कृष्ट अधिवक्ता (ॲडव्होकेट) होते. त्याच काळातले आणखी एक उत्तम अधिवक्ता अशोक के. सेन (आणि माझे एक चांगले मित्र. त्यांची खासीयत अशी की ते कोणाविषयीही, त्यांच्या विरोधकांबद्दलसुद्धा, कधीही वाईट बोलायचे नाहीत.) हे भुलाभाई देसाई यांच्याबद्दलची एक गोष्ट सांगायचे. ती त्यांना १९४०च्या दशकाच्या उत्तरार्धात कलकत्त्यात काम करीत असलेले ज्येष्ठ कायदेतज्ज्ञ बी. पी. खैतान यांनी सांगितली होती. त्या गोष्टीचे सार असे होते की, स्मरणशक्ती अतिशय तीव्र असणे, हे वकिलांसाठी अत्यावश्यक आहे. खैतान यांच्या एका पक्षकाराने भुलाभाई देसाई यांच्यावर एका मृत्युपत्राविषयीच्या दाव्याची जबाबदारी सोपवली होती, कारण तो दावा मुंबई उच्च न्यायालयात चालणार होता, पण त्या पक्षकाराचा खैतान यांच्यावर विलक्षण विश्वास होता, त्यामुळे तो त्यांना कलकत्त्याहून मुंबईला घेऊन यायचा आणि भुलाभाईंबरोबर त्यांच्या बैठका घडवून आणायचा. खटला न्यायालयात उभा राहण्यापूर्वी जवळ-जवळ एक महिना तशा बैठका होत होत्या, परंतु भुलाभाई इतर कामातही इतके व्यस्त असायचे की, रोज संध्याकाळी अर्ध्या तासाहून जास्त वेळ या केससाठी, खैतान यांच्याबरोबर चर्चा करण्यासाठी देणे, त्यांना शक्य व्हायचे नाही. चर्चेच्या वेळीही त्यांना बऱ्याच वेळा आधी सांगितलेल्या, चर्चा केलेल्या गोष्टींची वारंवार आठवण करून द्यायला लागायची, कागदपत्र परत परत वाचून दाखवायला लागायची. तीन आठवडे असे काम केल्यानंतर खैतान वैतागले. केस ज्या दिवशी सुरू होणार होती त्याच्या आदल्या दिवशी ते त्यांच्या पक्षकाराला म्हणाले, 'हे बघ बाबा, केस उद्या उभी राहील. मी माझ्याकडून होता होईल ते सगळे केले आहे, आता यापुढे तुझे नशीब! कारण तुझ्या सल्लागारांनी अजून केस पूर्ण वाचलेलीही नाही. मला नाही वाटत की, आता महालक्ष्मीच्या देवळात जाऊन नवस बोलण्यापलीकडे तुझ्या हातात

काही राहिले आहे! तिच्या कृपेने काहीतरी नवल घडावे अशी तिचीच प्रार्थना कर तू!!' आणि तसे नवल घडलेच, पण महालक्ष्मीच्या कृपेने नाही तर भुलाभाईंच्या विलक्षण स्मरणशक्तीने. दुसऱ्या दिवशी भुलाभाई देसाई कोर्टात उभे राहिले आणि त्यांच्या समोरच्या दोनशे पानांच्या टाचणांकडे न पाहता, इतर कुठल्याही नोंदीचा संदर्भ न घेता त्यांनी केस थोडक्यात, पण अतिशय मुद्देसूद पद्धतीने न्यायमूर्तींपुढे मांडली आणि त्यांच्या म्हणण्याची सत्यता सिद्ध करणाऱ्या कायद्यांकडे त्यांचे लक्ष वेधले. खैतान यांच्यासारख्या अनुभवी कायदेपंडिताने त्या दिवशीच्या भुलाभाईंच्या कर्तृत्त्वाचे वर्णन अशोक सेन यांच्याजवळ 'निर्दोष, परिपूर्ण, न भूतो न भविष्यती' अशा शब्दांत केले. प्रत्येकाला अगदी भुलाभाईंच्या इतके नाही जमणार कदाचित, पण ती पातळी गाठण्याचा प्रयास त्यांनी नक्कीच केला पाहिजे.

२८. वाचण्यासाठी, निरीक्षणासाठी उत्तम दृष्टी आणि लक्षपूर्वक ऐकण्यासाठी उत्तम श्रवणशक्ती या दोन गोष्टी वकिलाजवळ असणे, हे त्याच्या यशस्वी व्यवसायासाठी आवश्यक आहे. सर जमशेटजी यांनी आम्हाला मुंबईतील एक आघाडीचे वृद्ध वकील जॉन डंकन इनव्हेरारिटी (१८७० ते १९२३) यांच्याबद्दलची एक कथा सांगितली होती. त्यांना उतारवयात ऐकू कमी येऊ लागल्यावर कोर्टात त्यांना न्यायमूर्तींच्या जवळ बसण्याची खास परवानगी देण्यात आली होती, त्यामुळे कोर्टातील सर्वांचीच वक्तव्ये त्यांना त्यातल्यात्यात चांगली ऐकू यायची. एकदा एका नौअधिकरणाच्या (सागरातील आग, जहाजांच्या टकरा, आरमार यांविषयीचे खटले चालवणाऱ्या) न्यायालयात चाललेल्या केसमध्ये एका जहाजाचा कप्तान तोंडी साक्ष देत होता. तो साक्षीदरम्यान म्हणाला, '...आणि जहाज हळूहळू बुडू लागलं...' न्यायमूर्तींच्या जवळ बसूनही इनव्हेरारिटी यांना ते वाक्य नीट ऐकू आले नसावे, कारण त्यांनी एकदम उठून जोरात विचारले, 'कोण उडू लागलं?' त्यांच्या कनिष्ठ साहाय्यकाने चटकन त्यांच्या कानाजवळ तोंड नेऊन त्यांना मूळ वाक्य ऐकवले, तसे ते शरमले आणि ओशाळे होऊन खाली बसले. सर जमशेटजी म्हणाले, 'या गोष्टीचे तात्पर्य हे की तुम्ही वयोवृद्ध झालात, विकलांग झालात, तुमच्यात काही शारीरिक, मानसिक दोष निर्माण झाला, तर तुम्ही कोर्टात जाऊन केसेस लढवणे थांबवले पाहिजे.!' अगदी योग्य उपदेश आहे हा. सर जमशेटजी हे 'बोले तैसा चाले' याच पंथातील होते. त्यांनी १९५०च्या दशकाच्या शेवटी-शेवटी (किंवा १९६०च्या दशकाच्या अगदी सुरुवातीला) कोर्टात जाणे सोडून दिले, पण त्यांच्या चेंबरमध्ये येऊन बसणे, मात्र त्यांनी शेवटपर्यंत एकही दिवस चुकविले नाही.

टीपा :

१. ऑक्सफर्ड डिक्शनरी ऑफ अमेरिकन लीगल कोटेशन्स (१९९३), फ्रेंड आर. शापिरो (संपादक), ऑक्सफर्ड प्रेस, पृष्ठ क्रमांक ११.
२. प्रायव्ही कौन्सिलच्या निर्णयांना 'ओपिनियन्स' (मते) असे म्हणतात, कारण ते इंग्लिश राजसत्तेला दिलेल्या 'सल्ल्यां'च्या रूपात असतात. न्यायालयांच्या निर्णयांना, भारतात आणि इंग्लंडमध्येही 'जजमेंट्स' (न्यायनिर्णय' किंवा निवाडे) – असे म्हणतात. हाउस ऑफ लॉर्ड्सने दिलेल्या निकालांना लॉ लॉर्ड्स यांची 'स्पीचेस' (भाषणे) असे म्हणतात.
३. क्विंटिन हॉग हे प्रथम १९७० ते १९७४ आणि परत मार्गारेट थॅचर या पंतप्रधानपदी असताना १९७९ ते १९८७ या काळात इंग्लंडचे लॉर्ड चॅन्सेलर होते.
४. 'अ स्पॅरोज फ्लाइट , अ मेमॉयर' (१९९०) – 'एका चिमणीची भरारी, एक स्मरणिका'– कॉलिन्स, लंडन, पृष्ठ क्रमांक ८६, ८७.
५. म्हणजे तुम्ही स्वत:ला 'डॉक्टर' असे म्हणवून घेऊ शकत नाही!
६. या न्यायमूर्तींविषयी पुढे आणखी बोलणारच आहे.
७. सी. नॉर्थकोट पार्किन्सन, 'पार्किन्सन लॉ'चे जनक
८. 'चर्च ऑफ स्कॉटलंडच्या आम सभेला उद्देशून लिहिलेले पत्र, दि. ३ ऑगस्ट, १६५०. ऑक्सफर्ड डिक्शनरी ऑफ कोटेशन्स – ऑक्सफर्डचा अवतरणांचा शब्दकोश – (१९७५), दुसरी आवृत्ती, ऑक्सफर्ड युनिव्हर्सिटी प्रेस, लंडन.
९. हा प्रसंग आर. ई. मॅगरी लिखित, स्टीव्हन्स अॅन्ड सन्स यांनी प्रकाशित केलेल्या 'ए सेकंड मिसेलिनी ऑफ लॉ' – 'कायद्याच्या दुसऱ्या संकीर्ण संग्रहा'त वर्णन केलेला आहे.
१०. या केसेसना फार लांबलचक आणि चढ-उताराचा इतिहास आहे. त्या सर्वप्रथम (१९९३) पाच न्यायाधीशांच्या खंडपीठापुढे ठेवल्या गेल्या. ते खंडपीठ प्रथमदर्शनी अशा मताचे होते की राज्यघटनेतील तिसावे कलम अल्पसंख्याकांच्या शैक्षणिक संस्थांना विद्यार्थ्यांच्या निवडीची, स्वत:ची, स्वतंत्र पद्धत ठरवायचे अधिकार देत नाही. या पूर्वी सेंट स्टीफन्स कॉलेजच्या केसमध्ये न्यायालयाने दिलेल्या निर्णयाबाबतही हे खंडपीठ समाधानी नव्हते, त्यामुळे त्यांनी या केसेस त्याहून मोठ्या खंडपीठापुढे चालवण्याची शिफारस केली – त्यानुसार सात न्यायाधीशांचे खंडपीठ स्थापण्यात आले. तिसाव्या कलमाच्या व्याप्तीविषयीचे प्रश्न जरा वेगळ्या प्रकारे मांडण्यात आले आणि ६ फेब्रुवारी, १९९७ रोजी या सात न्यायाधीशांच्या खंडपीठाने या केसेसची जबाबदारी त्याहूनही जास्त सभासदांच्या – अकरा न्यायाधीशांच्या– भल्या मोठ्या खंडपीठाकडे सोपवण्याचे आदेश

दिले – त्याचे एक कारण असेही होते की, (संविधानाच्या १९७६मध्ये करण्यात आलेल्या बेचाळिसाव्या दुरुस्तीप्रमाणे सातव्या परिशिष्टातील तिसरी यादी 'शिक्षण' ही पंचविसावी नोंद घालून वाढविण्यात आली होती, त्याप्रमाणे –) 'अल्पसंख्याक' कुणाला म्हणायचे याचाही परत एकदा नव्याने विचार होणे गरजेचे होते. या बाबतीतला कायदा हा या दुरुस्तीच्या पूर्वीच अस्तित्वात आलेला होता आणि त्या वेळी 'शिक्षण' राज्यांच्या अखत्यारीतल्या गोष्टींच्या यादीत होते – हा ३१ ऑक्टोबर, २००२/१५ नोव्हेंबर, २००२ या दिवशी दिलेला अंतिम निर्णय २००२ (८) एससीसी ४८१ (११जे) यात नोंदलेला आहे. टी. एम. पै फाउंडेशनच्या केसच्या अकरा सभासदांच्या खंडपीठाने दिलेल्या बहुमताच्या निर्णयाचा अर्थ केंद्रशासनाने आणि अनेक राज्यांनी वेगवेगळा लावला होता; त्यानुसार निरनिराळ्या राज्यांनी निरनिराळे कायदे, नियम जारी केले होते, परिणामी अनेक न्यायालयांत नवनवीन दावे दाखल झाले होते. शेवटी एका पाच न्यायाधीशांच्या खंडपीठाला एका दाव्याच्या संदर्भात (इस्लामिक ॲकॅडमी विरुद्ध कर्नाटक राज्य – २००३, ६ एससीसी ६९७) (अकरा सभासदांच्या) खंडपीठाने दिलेला निर्णय समजावून सांगून, त्याविषयीच्या शंकांचे निरसन करून, त्यातील विसंगती दूर करण्याचे काम देण्यात आले, परंतु त्या खंडपीठाच्या निकालाने शंका वाढल्या, गोंधळ वाढले आणि २००५ साली त्या अकरा न्यायाधीशांच्या खंडपीठाच्या (२००२, ८ एससीसी ४८१) निर्णयाच्या पुनर्विचारासाठी सात सभासदांचे नवे खंडपीठ (२००५, ६ एससीसी ५३७) स्थापन करण्यात आले. टी. एम. पै फाउंडेशनच्या केसच्या (अकरा जणांच्या खंडपीठातील) निर्णयातील बहुमताच्या प्रमाणाचा, त्यातील विरोधी मतांचा विचार करणे आणि इस्लामिक ॲकॅडमीच्या केसमधील (२००३) पाच जणांच्या खंडपीठाने दिलेला निकाल हा टी. एम. पै फाउंडेशन केसमधील (अकरा सभासदांच्या खंडपीठाच्या) निकालाच्या विरुद्ध, उलट आहे का, असल्यास किती प्रमाणात आहे, हे शोधणे ही कठीण कामे त्या खंडपीठावर सोपविण्यात आली. (पी. ए. इनामदार विरुद्ध महाराष्ट्र राज्य – २००५, ६ एससीसी ५३७) या खंडपीठाने असा निर्णय दिला की, (२००५, (६) एससीसी ५३७) – ज्या अल्पसंख्याकांसाठीच्या शैक्षणिक संस्था कोणतीही सरकारी मदत न घेत नाहीत आणि ज्या संस्थांनी दुसऱ्या एखाद्या संस्थेशी संलग्न होण्यासाठी अथवा मान्यता मिळण्यासाठी परवानगी मागितली आहे अशा शैक्षणिक संस्थांच्या दररोजच्या कारभारात सरकारला कोणत्याही प्रकारचा अडथळा, हस्तक्षेप करता येणार नाही. कारभारातील आवश्यक बाबींवर – विद्यार्थ्यांच्या संस्थेतल्या प्रवेशाची प्रक्रिया, संस्थेतील लोकांची भरती, त्यांच्या नेमणुका, शुल्काची रक्कम ठरवणे – कोणतेही नियंत्रण आणता येणार नाही, परंतु ही कारभारातील स्वायत्तता म्हणजे अनागोंदी, सदोष, पक्षपाती कारभाराला

दिलेली मुभा नव्हे. संलग्नता किंवा मान्यता याबाबतीत संस्थांनी आखलेले नियम तर्काच्या, सयुक्तिकतेच्या, समंजसतेच्या कसोटीला उतरणारे असले पाहिजेत आणि या सर्वांचा अंतिम उद्देश अशा संस्थांत येणाऱ्या अल्पसंख्याकांना किंवा इतरांनाही शिक्षण घेण्यासाठी तशा संस्था हे एक उत्तम, अत्यंत सोयीस्कर आणि सुलभ साधन ठराव्या हा असला पाहिजे. संविधानाच्या ३०(१) या कलमात अल्पसंख्यांकांसाठीच्या शैक्षणिक संस्थांची जी व्याख्या करण्यात आली आहे, जे गुणविशेष ठरवण्यात आलेले आहेत त्यांचे उल्लंघन होईल किंवा त्या कलमाने त्या संस्थांना जे खास संरक्षण दिलेले आहे त्यात अतिक्रमण होईल असे कोणतेही नियम, पायंडे, पद्धती पाडले जाता कामा नयेत, शिवाय ज्या खाजगी संस्था राज्यसरकारकडून कोणतीही मदत घेत नाहीत, त्या संस्थांनी संस्थेतील प्रवेशासाठी केवळ गुणवत्तेखेरीज इतर, म्हणजे कमी गुण मिळालेल्यांसाठी जागा राखून ठेवल्या पाहिजेत अशांसारखे राज्याने ठरवलेले नियम पाळले पाहिजेत अशी सक्ती राज्यसरकारला करता येणार नाही, तसेच सरकारी मदत न घेणाऱ्या व्यवसायशिक्षण देणाऱ्या संस्थांतही सरकारच्या आरक्षणाच्या धोरणानुसार, किंवा सरकारने पुरस्कृत केलेले आहेत म्हणून केवळ काही उमेदवारांसाठी जागा राखून ठेवल्या पाहिजेत अशी सक्ती करणे हे तशा संस्थांच्या स्वायत्ततेवर आणि हक्कांवर गदा आणणाऱ्या कृती समजल्या जातील.

११. घटनेतील तिसावे कलम असे आहे : धर्म, भाषा अथवा इतर कोणत्याही कारणामुळे अल्पसंख्याक असलेल्यांना त्यांच्या पसंतीप्रमाणे शैक्षणिक संस्था स्थापन करण्याचा आणि त्या चालवण्याचा हक्क आहे.

१२. १९७४, (१) एससीसी ७१७.

१३. २००२, (८) एससीसी ४८१.

१४. 'कुत्रे कुत्र्यांना खातात' 'Dog eat dog' हा वाक्प्रचार, जिथे (उदाहरणार्थ धंद्यातील स्पर्धा) अतिशय निर्दय, कठोर उपायांचा अवलंब केला जातो त्या परिस्थितीत वापरला जातो. पाहा – ऑक्सफर्ड ॲडव्हान्स्ड लर्नर्स डिक्शनरी ऑफ करंट इंग्लिश (१९८५ सालची सुधारित, अठरावी आवृत्ती पान – २५६).

१५. 'जजेस' (१९८७) : लेखक – डेव्हिड पॅनिक, ऑक्सफर्ड युनिव्हर्सिटी प्रेस, न्यूयॉर्क, पृष्ठ क्रमांक १३३ ते १३७ – त्याच लेखकाने 'ॲडव्होकेट्स' या नावाचेही पुस्तक लिहिले असून तेही ऑक्सफर्ड युनिव्हर्सिटी प्रेसनेच १९९३मध्ये प्रकाशित केले आहे.

१६. 'एसेज : ऑफ ज्युडिकेचर' – 'न्यायव्यवस्थेविषयीचे नियम' – वर्क्स ऑफ फ्रान्सिस बेकन (१८५२), फिलाडेल्फिया, अ हार्ट, पृष्ठ-५८. 'गरजेपेक्षा जास्त बोलणारा न्यायाधीश हा बद्द वाजणाऱ्या झांजेसारखा वाटतो' हे वाक्य

लॉर्ड डनिंग यांनी 'जोन्स विरुद्ध नॅशनल कोल बोर्ड' (१९५७) अ ११ ई. आर. १५५ या केसच्या वेळी उच्चारले होते आणि त्यांच्या निकालपत्रात पृष्ठ-१५९ (सी.ए.)वर वापरले होते. ही केस वरच्या कोर्टात पुनर्विचारासाठी दाखल करण्याचे कारण असे देण्यात आले होते की, खालच्या कोर्टात सुनावणीच्या वेळी, विशेषत: प्रतिवादीतर्फे पुरावा सादर केला जात असताना सतत मध्ये मध्ये बोलून खुद्द न्यायाधीशांकडूनच अडथळे आणण्यात आले होते आणि त्यामुळे वकिलांना वादीची बाजूही व्यवस्थितपणे, समाधानकारकरित्या मांडता आलेली नव्हती, प्रतिवादीच्या साक्षीदारांची उलट तपासणीही नीट, परिणामकारकरित्या घेता आलेली नव्हती. लॉर्ड डेनिंग यांनी (आपल्या निकालपत्रात) सुनावणी ऐकणाऱ्या न्यायाधीशांनी कशा प्रकारचे, उचित असे वर्तन करावे, यासंबंधीच्या अपेक्षा व्यक्त करताना लॉर्ड बेकन यांचे हे वाक्य वापरले होते – त्यापुढे त्यांनी असे म्हटले होते की 'आपण असे आदर्श आपल्या समोर ठेवतो, ते इतके उच्च असतात की, आपल्याला ते सगळे नेहमीच आचरणात आणता येतील अशी खातरी देता येत नाही. न्यायाचा पाठपुरावा करण्याच्या आपल्या प्रयत्नातला आपला अतिउत्साह कधीकधी आपल्या आत्मविश्वासावर मात करतो आणि मग आपण अडखळून पडतो. येथे काहीसे तसेच घडले आहे. अत्यंत सक्षम, मान्यता पावलेले विद्वान न्यायाधीश, पण अचूक न्यायदानाचे उद्दिष्ट साध्य करण्याच्या सद्हेतूच्या मागे इतके उत्तेजित झाले की स्वत:च सुनावणीचे वेळी सतत बोलत राहिले आणि त्यामुळे एका बाजूच्या, नव्हे, दोन्ही बाजूंच्या वकिलांना आपल्याला आपली बाजू नीट मांडण्याचा अवसरच मिळाला नाही अशी तक्रार करण्याची पाळी आली. मला वाटते, त्या तक्रारी रास्तच आहेत.'

१७. भारतीय आयुर्विमा महामंडळ – एल. आय. सी. – (एआयआर १९८६, एससी १३७०) विरुद्ध एस्कॉर्ट्स ही दोन बड्या उद्योगांच्यातली लढाई होती. त्यात फॉरेन एक्स्चेंज रेग्युलेशन ॲक्ट (फेरा) – परदेशी चलन नियंत्रण कायदा आणि त्या कायद्याच्या संदर्भात रिझर्व्ह बँक ऑफ इंडिया (आर.बी.आय.) आणि भारत सरकार यांना असलेले अधिकार यांसारखे अतिशय महत्त्वपूर्ण प्रश्न उपस्थित झाले होते, त्यात कंपनीविषयक कायद्याबद्दलही मुद्दे निघाले होते, कारण एल.आय.सी., द युनिट ट्रस्ट ऑफ इंडिया (यु. टी.आय.) आणि इंडस्ट्रियल डेव्हलपमेंट बँक ऑफ इंडिया यांचे सर्वांचे मिळून एस्कॉर्ट्स कंपनीत एकूण ५२ टक्के शेअर्स होते. एल. आय.सी.कडे ३० टक्के शेअर्सची मालकी होती. कंपनीच्या संचालकमंडळावर असलेल्या अर्धवेळ काम करणाऱ्या मानद संचालकांना काढून टाकावे, अशी एल. आय. सी.ची मागणी होती आणि त्यासाठी त्यांनी त्यांच्या तीस टक्के मालकीच्या बळावर कंपनीच्या विशेष सर्वसाधारण सभेची मागणी केली होती. एस्कॉर्ट्सने या त्यांच्या मागणीला

आव्हान दिले होते, त्यासाठी कंपनीने कंपनी ॲक्टमधील तरतुदींचा आधार घेतला होता, शिवाय असाही दावा केला होता की एल. आय. सी.च्या या मागणीत काहीही तथ्य नाही, ती अकारण आणि निरर्थक आहे.

१८. माझा मुलगा रोहिंटन हार्वर्ड लॉ स्कूलमध्ये असताना आर्किबाल्ड कॉक्स हे त्याचे शिक्षक होते, त्यामुळे मी त्यांना ओळखू लागलो.

१९. सहसा अल्पसंख्याक अथवा दुर्बल घटकांवर बहुसंख्याकांकडून, बलवानांकडून अन्याय केला जातो. अपवादात्मकरित्या उलट प्रकार घडला तर त्याला 'रिव्हर्स डिस्क्रिमिनेशन' असे म्हणतात.

२०. ४३८ यु. एस. २६५ (१९७८).

२१. 'फेमस जजेस, लॉयर्स ॲन्ड केसेस ऑफ बॉम्बे' – 'प्रसिद्ध न्यायाधीश, वकील आणि मुंबईतील खटले' या आपल्या पुस्तकाच्या पृष्ठ क्रमांक १५४ आणि १५५वर पी. बी. वाच्छा यांनी भुलाभाई देसाई यांच्याबद्दल असे लिहिले आहे : 'काही वर्षे मुंबईत सर्वांत जास्त काम असणारे आणि सर्वांत अधिक मिळकत असणारे वकील असा भुलाभाई देसाई यांचा लौकिक होता. ...त्या काळी सर्वाधिक प्रसिद्धी पावलेली वकिलांची चौकडी होती. त्यात भुलाभाई देसाई हे एक होते. इतर तिघे होते चिमणलाल सेटलवाड, सर जमशेटची कांगा आणि तारापोरवाला. काही वर्षांतच प्राथमिक खटल्यासाठीच्या वकिलीच्या क्षेत्रात कांगा आणि भुलाभाई या दोघांचीच मक्तेदारी होऊन बसली होती... पुढे त्यांची सार्वभौम विधान परिषदेसाठी निवड झाली आणि ते विरोधी पक्षनेते झाले. दुसऱ्या महायुद्धाच्या अखेरीस 'आय. एन. ए. ट्रायल' या नावाने प्रसिद्ध असलेल्या लष्करातील अधिकाऱ्यांविरुद्धच्या खटल्यात त्यांनी अत्यंत तयारीनिशी, कौशल्याची कमाल दाखवीत, आपल्या बुद्धीच्या, ज्ञानाच्या आणि अमोघ अशा वक्तृत्वकलेच्या जोरावर त्या आधिकाऱ्यांचा बचाव केला, परंतु अतिशय खेदाने असे म्हणावे लागते की, त्यांच्या देशभक्तीचे व्हावे तसे कौतुक त्यांच्या हयातीत झाले नाही. त्यांच्या राजकीय महत्त्वाकांक्षाही अपूर्ण राहिल्या. आयुष्याच्या अखेरीस दुःखी, निराश, भग्नहृदय अशी त्यांची मन:स्थिती झाली होती, कदाचित त्याचमुळे त्यांचे १९४६मध्ये अकालीच निधन झाले, परंतु भारताच्या वकिली व्यवसायाच्या इतिहासात त्यांचे कार्य हे वैशिष्ट्यपूर्ण आणि अतुलनीय असेच मानले जाईल.' जमशेटजींचे भुलाभाईंवर विलक्षण प्रेम होते. ते त्यांना मायेने, जवळिकीने 'भुला' म्हणायचे. त्यांनी आम्हाला असे सांगितले होते की, ते (जमशेटजी) जेव्हा भुलाभाईंना त्यांच्या अखेरच्या आजारात भेटायला गेले होते, तेव्हा भुलाभाई त्यावेळच्या सरकारबद्दल (विशेषत: पंडित नेहरू यांच्याबद्दल) खूप कडवटपणे बोलले होते.

◆

प्रकरण ६

माझे आणि देशाचेही आयुष्य बदलून टाकणारे क्षण

एका अमेरिकन जज्जने म्हटले आहे, 'अस्तित्वात असलेला कायदा लागू करण्याच्या आधिकारात जेथे तो अस्तित्वातच नाही, त्या ठिकाणी तो प्रथम आणण्याचे कर्तव्य आणि तसे करण्याचा मर्यादित अधिकार हे दोन्ही समाविष्ट असतात.'

माझे आयुष्य बदलून टाकणाऱ्या आणखी एका क्षणासाठी मला थोडे मागे गेले पाहिजे. तो क्षण होता, १९५५च्या ऑक्टोबर महिन्यात माझा बाप्सी कॉन्ट्रॅक्टर हिच्याबरोबर विवाह झाला तो. मी सर जमशेटजी कांगा यांना लग्नाचे आमंत्रण करायला गेलो तेव्हा त्यांनी मला विचारले की, माझे लग्न कोणाशी होणार आहे. मी ती माहिती सांगितल्यावर ते म्हणाले की, ते कॉन्ट्रॅक्टर कुटुंबाला ओळखतात. त्यांनी मला कॉन्ट्रॅक्टर कुटुंबाचा पुरता इतिहास ऐकवला. त्यांनी मला अत्यंत महत्त्वाची अशी माहिती दिली की, मुंबईतील जमशेटजी टाटा यांच्या ताजमहाल हॉटेलची वैशिष्ट्यपूर्ण इमारत (१९०३), इतकेच नव्हे तर गेट वे ऑफ इंडिया ही ऐतिहासिक वास्तू बाप्सीच्या आजोबांनी (तिच्या वडिलांचे वडील) बांधल्या आहेत. जमशेटजी कांगा तेरा वर्षे मुंबईचे महाअधिवक्ता – ॲडव्होकेट जनरल – होते. त्या दरम्यानच व्हाइसरॉय ऑफ इंडिया (लॉर्ड रीडिंग) यांच्या हस्ते गेट वे ऑफ इंडियाचे उद्घाटन झाले होते (१९२४) आणि त्या समारंभाला जमशेटजी उपस्थित होते. व्हाइसरॉय यांनी त्यांच्या भाषणात बाप्सीचे आजोबा, खान साहिब सोराबजी कॉन्ट्रॅक्टर

नरीमन आणि कॉन्ट्रॅक्टर कुटुंबीय

यांच्याबद्दल प्रशंसोद्गार काढलेले त्यांना चांगले स्मरत होते.

येथे मला हे प्रांजलपणे सांगितले पाहिजे की, मी माझ्या प्रदीर्घ वैवाहिक आयुष्यात 'रमलेला' माणूस आहे, 'दमलेला' नाही. मी त्यात 'बुडालेला' आहे, 'डुबलेला' नाही. मी आणि बाप्सीने ऑक्टोबर, २००५मध्ये आमच्या लग्नाचा पन्नासावा – सुवर्णमहोत्सवी – वाढदिवस साजरा केला. बाप्सी कायम माझ्यासोबत एक अतिशय प्रेमळ आणि एकनिष्ठ सहचारिणी बनून राहिली आहे. तिने मला माझ्या बऱ्या-वाईट दिवसांत, सुख-दु:खात नुसती साथच नाही, तर आधार दिला आहे. मी आयुष्यात काही मिळवले असेल, काही चांगले करून दाखवले असेल तर ते सर्वस्वी तिच्यामुळे. आपल्या आयुष्यावर परिणाम करणाऱ्या घटना, गोष्टी यांविषयी आणि त्यात भेटणाऱ्या व्यक्तींविषयी अचूक मत बनविण्याची एक अंत:प्रेरणा तिच्याजवळ आहे. आमच्या वैवाहिक आयुष्यातही अडचणी आल्या, नाही असे नाही, मतभेदाचे प्रसंगही घडले. त्या बाबतीत मला सी. के. दप्तरी यांनी त्यांच्या आणि त्यांची पत्नी सिसिली यांच्या विवाहाच्या सुवर्णमहोत्सवप्रसंगी काढलेले उद्गार आठवतात. त्या दिवशीच्या संध्याकाळच्या समारंभाला अगदी मोजका मित्रपरिवार बोलावला होता. समारंभ संपत आला तेव्हा आम्ही सर्व आमंत्रितांनी त्यांना भाषणाचा आग्रह केला. दप्तरी उभे राहिले. 'अगदी छोटेसे भाषण करणार आहे.' अशी जेव्हा त्यांनी सुरुवात केली तेव्हा त्यांच्या डोळ्यात त्यांची खास चेष्टेखोर चमक डोकावली आणि ते म्हणाले, 'आपणा सर्वांना माहीतच आहे की, सिसिलीने गेली पन्नास वर्षे मला साथ दिली आहे. ती एक आदर्श पत्नी आहे, पण एक गोष्ट मला प्रामाणिकपणे कबूल केली पाहिजे की, आमच्या एवढ्या लांबलचक वैवाहिक आयुष्यातला पहिल्या एकोणपन्नास वर्षांचा काळ सर्वांत अवघड होता!!'

विनोद बाजूला ठेवून, मी अगदी गंभीरपणे असे सांगू इच्छितो की, माझ्या वैवाहिक जीवनात ज्या काही महत्त्वाच्या गोष्टी घडल्या त्या सगळ्याला बाप्सी कारणीभूत आहे, तिचे त्यात फार मोठे योगदान आहे. मुले लहान असताना त्यांचे संगोपन करून त्यांच्यावर योग्य ते संस्कार करून त्यांना वाढवणे, अंतर्गत आणीबाणीच्या निषेधार्थ मी 'भारताचा अतिरिक्त महाकायदेपंडित'– ॲडिशनल सॉलिसिटर जनरल ऑफ इंडिया – या माझ्या सरकारी पदाचा तडकाफडकी राजीनामा दिल्यावर आम्हाला राहायला दिल्लीत घर शोधणे (आज आम्ही ज्या घरात सुखासमाधानात राहात आहोत ते घर!), खरेदी करण्यासाठी हिमतीने, चिकाटीने आकाश-पाताळ एक करणे (मी हे घर घेण्याच्या विरुद्ध होतो, तरीही!), माझी मुळीच इच्छा नसताना, माझी समजूत काढून माझी राज्यसभेत झालेली नेमणूक मला स्वीकारायला भाग पाडणे, मी निराश झालो, उदास झालो तर मला धीर देऊन, मला प्रोत्साहित करणे – किती तरी गोष्टी!! सत्य हेच आहे की, कुठल्याही,

कसल्याही प्रसंगात ती माझा बळकट जीवनाधार आहे. तिचा एक आगळा गुणविशेष म्हणजे ती उत्तम स्वयंपाक करते, इतकेच नव्हे तर ती त्या कलेत इतकी प्रवीण आहे की, तिने आजवर निरनिराळ्या पाकशैलींतील आठ पुस्तके लिहून प्रकाशित केली आहेत. स्वत:च्या कुटुंबाची पूर्ण काळजी घेऊन, घरगृहस्थी व्यवस्थित चालवून तिने बहुमूल्य असे सामाजिक कार्यही केलेले आहे. झमृदपूर आणि त्याच्या आसपासच्या गावातील गरीब, गरजूंसाठी दवाखाने उघडून ती ते कित्येक वर्षे उत्तम रीतीने चालवीत आहे, शिवाय त्या भागात राहणाऱ्या मुलांना शिक्षण मिळावे यासाठीही सक्रिय, भरघोस मदत करीत आहे.

एका समारंभाप्रसंगी बाप्सी व फली नरीमन

माझ्या व्यावसायिक जीवनातील एक लक्षणीय क्षण मी दिल्लीत स्थलांतरित होण्याआधी मुंबईत वकिली करीत असताना आला होता. माझे एक चांगले वकील मित्र धरमसिंग पोपट (मेसर्स मुल्ला ॲन्ड मुल्ला सॉलिसिटर्स या कंपनीचे ज्येष्ठ भागीदार.) यांनी सर्वोच्च न्यायालयात दाखल केल्या गेलेल्या, देशभर प्रसिद्धी पावलेल्या एका केसचे काम मला दिले होते. ती केस 'गोलकनाथ विरुद्ध पंजाब सरकार' (१९६७)[१] किंवा 'गोलकनाथ केस' म्हणून गाजत होती – त्याचे एक कारण असे होते की, या केसच्या सुनावणीसाठी अकरा सभासदांचे प्रचंड मोठे खंडपीठ स्थापन करण्यात आले होते. १९५० साली स्वीकारलेल्या भारतीय संविधानाचा तिसरा भाग हा 'मूलभूत हक्क विधेयक' आहे, त्यात संविधानाने

भारतीय नागरिकांना काही मूलभूत हक्क प्रदान केलेले आहेत. कुठलेही कायदे किंवा कार्यकारी आदेश यांमुळे जर त्या हक्कांवर अतिक्रमण होत असेल, तर ते अवैध ठरविण्याचा अधिकार संविधानाने न्यायालयांना दिलेला आहे, परंतु राज्यघटनेतल्या बदलांच्या, दुरुस्त्यांच्या वैधतेबद्दल निर्णय देण्याचा अधिकार न्यायालयाला आहे का? या प्रश्नाबाबत संविधानाने मौन पाळलेले आहे. या संदेहामुळे उत्पन्न होणाऱ्या प्रश्नांशी सर्वोच्च न्यायालयही कित्येक वर्षे झटापट करीत आहे. हा प्रश्न सर्वप्रथम शंकरीप्रसाद (१९५१), नंतर सज्जनसिंग (१९६५) आणि गोलकनाथ (१९६७) आणि परत एकदा केशवानंद (१९७३) या केसेसमध्ये सर्वोच्च न्यायालयाला ग्रासत आलेला आहे.

शंकरीप्रसाद केसमध्ये एआयआर १९५१ एससी ४५८ (३१-ब) हे नवे कलम घटनेत समाविष्ट करणाऱ्या पहिल्या घटनादुरुस्ती कायद्याला (१९५१) पाच सभासदांच्या संविधानीय खंडपीठासमोर हक्कबाह्य, असंविधानिक ठरवून त्याला आव्हान देण्यात आले होते. या घटनादुरुस्ती कायद्यात असे नमूद केले गेले होते की, नवव्या परिशिष्टात समाविष्ट असलेले कोणतेही कायदे, नियम आणि त्यातील तरतुदी या घटनेच्या 'मूलभूत हक्क विधेयका'त प्रदान केलेल्या अधिकारांशी अथवा हक्कांशी विसंगत आहेत, त्यांच्यामुळे त्या हक्कांत कोणतीही बाधा येते आहे किंवा ते कमी होत आहेत; यांपैकी कोणत्याही कारणांसाठी रद्द समजता येणार नाहीत, रद्द होणारही नाहीत. त्यात असेही प्रतिपादन करण्यात आले होते की, न्यायालयांचे अथवा लवादांचे निर्णय, निवाडे, हुकूम या घटनादुरुस्ती कायद्याच्या विरोधात दिले गेले, तरीही नवव्या परिशिष्टातील प्रत्येक कायदा, नियम आणि त्यांच्या तरतुदी जोपर्यंत अधिकारप्राप्त कायदेमंडळाकडून सुधारल्या, दुरुस्त केल्या, बदलल्या अथवा रद्द करण्यात येत नाहीत, तोपर्यंत वैधच राहतील.

हा असा कायदा करण्यामागे देशातल्या बहुतेक सर्व राज्यांत आणि केंद्रातही निर्विवाद बहुमताचा फायदा मिळालेल्या काँग्रेस पक्षाचा विशिष्ट हेतू होता. त्या सत्ताधारी पक्षाने शेती, जमिनी या बाबतीत काही सुधारणा घडविण्याच्या उद्देशाने जमीनदारी नामशेष करण्यासारखे काही कायदे जारी केले होते. या जमीनदारीच्या कायद्याच्या विरोधात पाटणा येथील उच्च न्यायालयाने एका याचिकेवर निकाल देताना तो कायदा असंविधानिक ठरवला होता, पण तशाच याचिका अलाहाबाद आणि उत्तर प्रदेश येथील उच्च न्यायालयांनी मात्र फेटाळून लावल्या होत्या. या निकालांविरुद्धच्या अपीलाचे दावे सर्वोच्च न्यायालयात दाखल होऊन सुनावणीच्या प्रतीक्षेत होते. या अशा प्रकारच्या सरकारच्या धोरणांविरुद्धच्या खटल्यांना आळा बसावा या उद्देशाने काँग्रेस पक्षाच्या सरकारने घटनादुरुस्ती विधेयक विधिमंडळात मांडले होते आणि आवश्यक त्या दोन-तृतीयांश बहुमताच्या बळावर ते पास करून

'पहिला घटनादुरुस्ती कायदा, १९५१ (कलम ३१ब)' अमलात आणला होता – याची खूप प्रखर प्रतिक्रिया उमटली. जमीनदारांनी निरनिराळ्या न्यायालयांत घटनेच्या ३२व्या कलमाच्या आधारे याचिका सादर करून त्या दुरुस्ती कायद्याला 'तो असंविधानिक आहे.' असे आव्हान दिले.

कोर्टांनी एकमताने (पातंजली शास्त्री जे. नावाच्या न्यायाधीशांनी न्यायालयांचा निर्णय वाचून दाखवला.) जमीनदारांचे दावे फेटाळून लावले. कोर्टाचे म्हणणे असे होते की, घटनेच्या विरुद्ध जाणारा कायदा घटनात्मक दृष्ट्या ग्राह्य बनवणे हे काम घटनादुरुस्तीच्या अखत्यारीतील आहे आणि त्यामुळे तो हक्क न्यायालयांना नसून फक्त संसदेलाच पोहोचतो.

चौदा वर्षांनंतर सज्जनसिंग केसमध्ये (एआयआर १९६५, एससी ८४५) वर वर्णन केलेल्या शंकरीप्रसाद केसचा (१९५१) परत संदर्भ निघाला. आदल्या वर्षी म्हणजे १९६४मध्ये सत्ताधारी पक्षाच्या सरकारने सतरावा घटनादुरुस्ती कायदा पास केला होता. सत्ताधारी पक्षाने त्यांच्या पक्षांची सरकारे असलेल्या राज्यांनी पास केलेले बरेचसे कायदे पहिल्या घटनादुरुस्तीच्या वेळच्या नवव्या परिशिष्टात समाविष्ट करून त्या विरुद्ध 'मूलभूत हक्कांची पायमल्ली' या आरोपाखाली कोणालाही न्यायालयात धाव घेता येणार नाही, अशी सोय करून घेतली होती. पाच न्यायाधीशांच्या खंडपीठाने या सतराव्या घटनादुरुस्तीला पाठिंबा व्यक्त केला, पण पाचांपैकी दोघांना (न्यायमूर्ती हिदायतुल्ला आणि न्यायमूर्ती मुधोळकर) मात्र त्याविषयी काही शंका होत्या. शंकरीप्रसाद केसमध्ये (१९५१) असा दृष्टिकोन मांडला होता की, मूलभूत हक्क म्हणजे काही काळ्या दगडावरील रेघ नव्हते. संविधानाच्या इतर भागात जशा सुधारणा, बदल, दुरुस्त्या करणे स्वीकारार्ह आहे, तसे ते या मूलभूत हक्कांच्या बाबतीतही असणे तर्काला धरून आहे. हिदायतुल्ला खंडपीठाच्या दोन सभासदांपैकी एकांना (न्यायमूर्ती हिदायतुल्ला यांना) तो दृष्टिकोन स्वीकारण्यासाठी याहून बळकट कारणे हवी होती. दुसरे सभासद (न्यायमूर्ती मुधोळकर) शंकरीप्रसाद केसच्या संदर्भात केले गेलेले 'घटनेच्या १३(२) या कलमातील 'कायदा' या शब्दात घटनादुरुस्ती वगळण्यात आलेली आहे.' असे जे प्रस्ताववजा विधान म्हणजे खंडपीठाचे 'निश्चित मत' होते, असे मानायला तयार नव्हते. न्यायमूर्ती मुधोळकर यांनी त्यांच्या निकालपत्राचा शेवट असा केला होता :

> ६६. हे निकालपत्र संपविण्यापूर्वी मी ही गोष्ट स्पष्ट करू इच्छितो की, या निकालपत्रात मी जे लिहिले आहे, ते माझे अंतिम मत नाही. या देशाच्या नागरिकांच्या हिताच्या एका अत्यंत महत्त्वाच्या प्रश्नाविषयी माझ्या मनात ज्या शंका निर्माण झाल्या आहेत, त्या मी त्यात व्यक्त केल्या

आहेत. तो प्रश्न असा आहे की, आपल्या राज्यघटनेच्या ज्या पायाभूत तत्त्वांवर निष्ठा ठेवून, त्यांच्या भक्कम आधारावर आपण निर्भयपणे, स्वतंत्रपणे जगतो आहोत, ती कायम टिकणार आहेत, निदान दृष्टिपथात असणाऱ्या भविष्यात तरी अचल राहणार आहेत की, घटनेतील इतर अनेक दुय्यम कलमे, या तरतुदींइतकीच अल्पजीवी असणार आहेत? (पृष्ठे ८६५, ८६६).

अखेरीस गोलकनाथ केसच्या वेळी (१९६७) सर्वोच्च न्यायालयाच्या सेवेत कायम असणाऱ्या अशा अकरा न्यायाधीशांचे एक खास खंडपीठ मुद्दाम स्थापित करण्यात आले आणि त्यांना याच प्रश्नाचा विचार करून मत देण्याची जबाबदारी सोपविण्यात आली. 'संविधानाने 'कायमस्वरूपी, मूलभूत म्हणून जे हक्क या देशाच्या नागरिकांना प्रदान केलेले आहेत, ते कोणताही कायदा पास करण्यासाठी आवश्यक असलेल्या संसदेतील दोन-तृतीयांश बहुमताच्या जोरावर घटनादुरुस्ती करून त्यात बदल घडवणे अथवा ते रद्द करणे शक्य आहे का?' असा तो प्रश्न होता.

या गोलकनाथ केसच्या वेळी (१९६७ साली) कोर्टाला पुनर्विचाराचा विनंती अर्ज देणाऱ्या मंडळींच्या मोठ्या गटाची बाजू ए. के. सेन आणि नानी पालखीवाला हे दोन ख्यातनाम, ज्येष्ठ वकील लढवणार होते, त्यांचा साहाय्यक म्हणून काम करण्याचे सौभाग्य मला लाभले होते. सत्ताधारी पक्षाला संसदेच्या दोन्ही गृहांत निर्विवाद दोन-तृतीयांश बहुमत प्राप्त होते, तरीही खंडपीठाचे अर्ध्वयू सरन्यायाधीश सुब्बाराव यांनी त्यांचे न्यायालयीन कौशल्य, मुत्सद्देगिरी आणि चातुर्य वापरून 'घटनेतील कलमे, तरतुदी यात बदल, दुरुस्त्या घडवून आणण्याचे (कलम ३६८ तहत) अधिकार असणाऱ्यांनाही घटनेतील नागरिकांच्या मूलभूत हक्कांना हात लावता येणार नाही.' या मताच्या बाजूने निसटते का होईना (६/५) बहुमत मिळवले. आपल्या निर्णयाचे समर्थन करताना खंडपीठाने म्हटले होते की, घटनादुरुस्ती ही प्रक्रिया कलम १३(२) प्रमाणे एक 'कायदा' गणली गेलेली आहे आणि त्याच कलमाप्रमाणे घटनेच्या तिसऱ्या भागात उल्लेख केलेल्या मूलभूत हक्कांचे उल्लंघन करणारे कोणतेही कायदे हे अग्राह्य, बेकायदेशीर ठरवले गेलेले आहेत. या केसमध्ये मुख्यत्वेकरून वाद हा स्थावर मिळकतीच्या बाबतीतल्या हक्काविषयी (कलम १९(१) (एफ) आणि कलम ३१) होता. खंडपीठाच्या या मताप्रमाणे त्यातही कोणतेही बदल करण्याची आणि संसदेत दोन तृतीयांश बहुमताचे वरदान असूनही सभासदांना किंवा पक्षाला फायदेशीर ठरणाऱ्या दुरुस्त्या करण्याची मोकळी मोकळीक नाकारली गेल्यामुळे संसदेतील सभासद चिडले आणि त्या रागाच्या भरात आणखी घटनादुरुस्त्या करीत सुटले.

त्यानंतर सहा वर्षांनी म्हणजे १९७३मध्ये आधीच्यापेक्षाही मोठे, तेरा सर्वोच्च न्यायालयाच्या न्यायाधीशांचे खंडपीठ सरन्यायाधीश एस. एम. सिक्री यांच्या अध्यक्षतेखाली नेमण्यात आले. अलीकडे करण्यात आलेल्या घटनादुरुस्त्यांची वैधता तपासण्याचे काम (चोविसावी, पंचविसावी आणि एकोणतिसावी घटनादुरुस्ती) त्या खंडपीठाला देण्यात आले असले, तरी त्याची मुख्य जबाबदारी गोलकनाथ केसच्या संदर्भातला खंडपीठाचा निर्णय बरोबर, योग्य होता का हे तपासणे, ही होती. या खंडपीठासमोरील केस ही 'केशवानंद भारती' किंवा 'मूलभूत हक्कांसंबंधीची केस' म्हणून ओळखली जाते. केशवानंद भारती केसच्या वेळी मी अतिरिक्त महाकायदेपंडित या पदावर रुजू झालेलो होतो. 'गोलकनाथ' केसमध्ये मी फिर्यादींच्या बाजूने केस लढलेली असल्यामुळे 'केशवानंद भारती' केसमध्ये मी सरकारच्या बाजूने उभा राहू शकत नव्हतो. (मला उभे राहायचेही नव्हते.) या केसमध्ये खंडपीठाने असा पवित्रा घेतला (पुन्हा अगदी थोड्या फरकाच्या, ७/६ अशा बहुमताने.) की, घटनेतील कोणतेही कलम, मूलभूत हक्क सुद्धा, बदल अथवा दुरुस्ती करण्याच्या अधिकारांच्या कक्षेबाहेर नाहीत (गोलकनाथ केसमधील खंडपीठाचा निर्णय फेटाळण्यात आला!), पण खंडपीठाने पुढे अशी पुस्ती जोडली की, सज्जनसिंग केसच्या (१९६५) निकालपत्रात न्यायमूर्ती मुधोळकर यांनी राज्यघटनेच्या ज्या 'पायाभूत तत्त्वां'चा उल्लेख केला आहे ती तत्त्वे घटनादुरुस्तीचे हत्यार वापरूनही रद्द करता येणार नाहीत.

एक वैयक्तिक स्वगत : गोलकनाथ केसच्या आधीपर्यंत नानी पालखीवाला यांची कोर्टात कोणीही – वकील, न्यायाधीश कोणीही – कधी चेष्टा केली अशी घटना घडलेली नव्हती. ते धाडस पूर्व भारतातील एका नामवंत वकिलाने केले. त्यांचे नाव होते कन्हैयालाल मिश्रा. ते उत्तर प्रदेश सरकारचे महाअधिवक्ता होते. गोलकनाथ केसमध्ये ते उत्तरप्रदेश सरकारची बाजू, म्हणजे नानी पालखीवाला यांच्या विरुद्धची बाजू लढवीत होते. पालखीवाला यांनी युक्तिवादाच्या सुरुवातीलाच 'घटनेतील ध्वनित मर्यादा' हा सिद्धांत मांडला (जो केशवानंद भारती या केसमध्ये मान्य करण्यात आला.). पालखीवाला यांचा युक्तिवाद 'घटनादुरुस्तीचे विधेयक राष्ट्रपतींकडे सादर केले गेले पाहिजे आणि त्यांनी त्याला मान्यता दिल्यावर त्यात सुचवलेली दुरुस्ती झालेली घटना परत उभी राहिली पाहिजे,' या घटनेच्या ३६८(२) कलमातील वाक्यावर आधारलेला होता. त्यांनी असे प्रतिपादन केले की, या वाक्यातील 'घटना परत उभी राहिली पाहिजे' याचा अर्थ असा होतो की, घटनादुरुस्तीच्या प्रक्रियेच्या शेवटी घटना 'अबाधित' राहिली पाहिजे, म्हणून घटनेने जे दिलेले आहे ते रद्द होईल, ते मागे घेतले जाईल अशा प्रकारचे कोणतेही, मोठ्या प्रमाणावरील – 'धाऊक' – बदल ही गोष्ट विचार करण्याच्या पलीकडची, कल्पनातीत आहे, तेव्हा 'घटनेतील ध्वनित मर्यादा' या कलम ३६८मध्येच समाविष्ट केलेल्या

आहेत, हे उघड आहे. युक्तिवादादरम्यान नानी पालखीवालांनी ३६८(२) कलमातील 'घटना परत उभी राहिली पाहिजे.' हे शब्द एक-दोनदा नाही तर वारंवार वापरले. ते शब्द उच्चारताना पालखीवाला त्यावर सार्थ जोरही देत होते आणि त्याबरोबरच त्यातील ठामपणा दोन्ही हातांच्या मुठी वळण्यासारख्या, हालचालींनीही दर्शवीत होते. त्यांच्या दोन्ही हातांचा वापरही ते उत्तेजित झाल्याची हमखास खूण होती.

पालखीवालांच्या नंतर कन्हैयालाल मिश्रा उभे राहिले. प्रथम पालखीवाला यांनी मांडलेला 'ध्वनित मर्यादां'चा सिद्धांत मिश्रा यांनी नाकारला. तशा कुठल्याही 'ध्वनित मर्यादा' घटनेत नाहीत असे त्यांनी सांगितले. ते शांतपणे बोलत होते, त्यांच्या बोलण्यात, वागण्यात, हावभावात सौम्यपणा होता, जोष, चेव अजिबात नव्हते, त्यानंतर ते पालखीवालांच्या पालुपदाकडे वळले, नव्हे त्यावर घसरलेच. ते स्वरात आश्चर्य आणून म्हणाले, 'न्यायाधीश महाराज, घटनेत वेगळे काय म्हणायला हवे होते? 'घटना परत उभी राहिली पाहिजे' असे नाही तर काय 'ती परत बसली पाहिजे' असे म्हणायला हवे होते का?'

ते पुढे म्हणाले, 'नाही, न्यायाधीश महाराज, नाही. साधी सरळ भाषा वाकवून, मोडून त्यातून आपल्याला अभिप्रेत असलेला अर्थ काढणे बरोबर नाही.'

कन्हैयालाल मिश्रा यांची इंग्लिश भाषेवर जबरदस्त हुकमत होती, त्यांचे इंग्लिश अगदी निर्दोष असे. कायद्याच्या ज्ञानाच्या बाबतीत त्यांना कुणी मागे टाकू शकले असते, पण इंग्लिश भाषेच्या बाबतीत ते अग्रेसर होते. अलाहाबाद उच्च न्यायालयाच्या शतकोत्तर रौप्यमहोत्सवाच्या निमित्ताने (१८६६-१९९१) काढलेल्या स्मरणिकेत सिद्धार्थ शंकर रे यांनी कन्हैयालाल मिश्रा यांना मन हेलावणाऱ्या शब्दांत आदरांजली वाहिली आहे. ते लिहितात – (या गोष्टी त्या लेखात वाचेपर्यंत मलाही ठाऊक नव्हत्या.), '१९२६ सालच्या आय.सी.एस.च्या – इंडियन सिव्हिल सर्व्हिसेसच्या – भारतीय नागरी सेवेच्या – परीक्षेत इंग्लिश निबंधाच्या पेपरात कन्हैयालाल मिश्रा यांना एकशे पन्नास पैकी एकशे पन्नास गुण मिळाले होते, तरीही त्यांची निवड झाली नाही, त्यांच्याऐवजी त्यांच्याहून कमी गुण मिळवणाऱ्या दोघांची वर्णी लागली. त्या वेळी ब्रिटिश संसदेतसुद्धा या अन्यायाविरुद्ध आवाज उठवला गेला होता, प्रश्न विचारण्यात आले होते. या पक्षपाताचे कारण असे होते की, त्याच वर्षी कन्हैयालाल यांनी राष्ट्रीय स्वातंत्र्य चळवळीत नाव नोंदवले होते आणि त्याच 'अक्षम्य गुन्ह्या'ची त्यांना ती शिक्षा देण्यात आली होती.

या त्यांच्या कृतीमुळे त्यांच्या नावासमोर काळा ठिपका लागला होता. कन्हैयालाल यांचा त्या परीक्षेतील पेपर तपासून त्याला पैकीच्या पैकी गुण देणारे सर आर्थर क्विलर – कोच – हे इंग्लिश भाषेचे गाढे अभ्यासक आणि विद्वान आणि नावाजलेले प्राध्यापक होते. ते 'ऑक्सफर्ड बुक ऑफ व्हर्स'च्या संपादक मंडळाचे

एक सभासदही होते. ते कन्हैयालाल यांच्या निबंधावर इतके खूश झाले होते की, त्यांना पेपरात सर्वच्या सर्व गुण देऊन त्यांचे समाधान झाले नाही, त्यांनी कन्हैयालाल यांचे अलाहाबाद विद्यापीठातील इंग्लिशचे प्राध्यापक डन यांना वैयक्तिक पत्र लिहिले – त्यात कन्हैयालाल यांच्या तेजस्वी बुद्धीची प्रशंसा करताना त्या भाषापटूलाही अतिशयोक्तीचा वापर केल्यावाचून राहवले नाही :

> 'भारताला इंग्रजांनी जिंकले, पण के. एल. मिश्रा यांनी इंग्रजीला जिंकले!!'

भारतातल्या एका विद्यार्थ्याचे मनापासूनचे कौतुक त्याच्या भारतातल्या प्राध्यापकाला मुद्दाम लिहून कळवण्याच्या क्विलर – कोच – यांच्या उत्साहाच्या, उमदेपणाच्या, विशाल मनाच्या दर्शनाने मला मी याआधी वर्णन केलेली अल्फ्रेड लॉर्ड टेनीसन (इंग्रजी भाषेचे कवीभूषण.) यांनी मुंबईच्या दिनशा मुल्ला नावाच्या अनोळखी तरुणाला प्रांजल सल्ला देण्यासाठी पाठवलेल्या पत्राच्या गोष्टीची आठवण झाली.

***

गोलकनाथ (१९६७) आणि केशवानंद (१९७३) या दोन्ही खटल्यांच्या वेळी खंडपीठाने व्यक्त केलेली मते खंडपीठातील न्यायाधीशांमधील मतांतराचा परिपाक होता – त्यावर उलट-सुलट चर्चा झाल्या, बरेच वादविवाद झाले, पण संविधानाने काही गोष्टींबद्दल बाळगलेल्या अर्थपूर्ण मौनांमुळे त्यातील पायाभूत तत्त्वे स्पर्शातीत राहिली, अलांच्छित राहिली. संविधानाने सुजाणपणे सुधारणेचे दरवाजे उघडे ठेवले होते, पण तिच्या गाभ्याच्या सुरक्षिततेची काळजी घेतली होती, तो गाभाच पदच्युत करण्याची, त्याच्या सत्त्वात भेसळ करण्याची परवानगी निश्चितच दिलेली नव्हती.

राज्यघटनेतील मूलभूत हक्कांसंबंधीच्या प्रकरणातील स्थावर मिळकतीतील वादांबद्दलचा सिद्धांत जरी एका घटनादुरुस्तीद्वारे गाळण्यात आला, तरी नागरिकांच्या स्वत:ची स्थावर मिळकत करण्याच्या हक्कावर मात्र गदा आली नाही, तो वाचला, अबाधित राहिला.[२]

केशवानंद केसच्या निवाड्याविषयी त्यांची नापसंती व्यक्त करताना दुर्गा दास बसू म्हणतात,

> 'या केसचा निकाल देताना न्यायालयाने संविधानातील आवश्यक आणि अनावश्यक गोष्टी कुठल्या हे ठरविण्याची जबाबदारी घेतलेली दिसते, परंतु घटनेने ३६८ कलमातही तो अधिकार प्रत्यक्ष अथवा अप्रत्यक्षरित्याही न्यायालयाला बहाल केलेला नाही.'

डॉक्टर बसू यांचे हे मत एका कायद्याची संरचना करणाऱ्या तज्ज्ञाचे होते. सर्वोच्च न्यायालय घटनेचा केवळ शब्दश: अर्थच घ्यायला बांधील नाही. अनेक महत्त्वाच्या खटल्यांच्या निकालांना तत्कालीन परिस्थिती, घटना या आकार देत असतात. न्यायमूर्ती कार्डोज यांचे सुप्रसिद्ध वचन हेच सांगते : 'महत्त्वपूर्ण घटनांच्या जबरदस्त पाणलोटासारख्या दबावापासून न्यायाधीशही दूर, कोरडे राहू शकत नाहीत!' कोर्टाने उचलून धरलेल्या, भक्कम पाठिंबा दिलेल्या संविधानाच्या मूळ तत्त्वांच्या संरक्षणाच्या सिद्धांताला असणाऱ्या कायदेशीर पाठबळाविषयी तज्ज्ञ साशंकच होते, परंतु संसदेत निर्विवाद बहुमत असल्याच्या कैफात, प्राप्त झालेल्या अमर्याद अधिकारांनी उन्मत्त बनलेला सत्ताधारी पक्ष निरंकुशपणे ज्या बेजबाबदार कारवाया करीत होता, त्याने चिंतित झालेल्या, न्यायाची कास धरलेल्या न्यायासनाची ती त्या अनिर्बंध थैमानाविरुद्धची कडवी प्रतिक्रिया होती, त्यामुळेच तर्ककर्कश्श कायद्याच्या कसोटीला जरी पूर्णपणे उतरत नसला, तरी तो 'संविधानाच्या मूळ तत्त्वांचे रक्षण करणारा सिद्धांत' सर्वत्र स्वागतार्ह ठरला आणि १९७५ सालच्या अलाहाबाद उच्च न्यायालयाच्या ऐतिहासिक निकालाने तो चांगलाच खोलवर रुजला.

१९७५च्या जून महिन्यात श्रीमती इंदिरा गांधी त्यांच्या निवडणुकीच्या विरोधातील याचिकेवरील खटला हारल्या, त्यांचा निवडणुकीतील विजय अवैध ठरविण्यात आला. त्यांच्या सल्लागारांनी (त्यांना खुश करण्यासाठी) त्यांना सर्वोच्च न्यायालयात पुनर्विचाराची याचिका दाखल करण्याचा बदसल्ला दिलाच, शिवाय सावधगिरीचा मार्ग म्हणून एक धक्कादायक घटनादुरुस्ती करायलाही उद्युक्त केले. याचिका सर्वोच्च न्यायलयात सुनावणीला यायच्या आत घाईघाईने संसदेत घटनादुरुस्तीचे विधेयक आणले गेले. या १९७५च्या एकोणचाळीसाव्या घटनादुरुस्ती कायद्यात इतर काही गोष्टींबरोबर अशी तरतूद करण्यात आली की, जी व्यक्ती देशाची पंतप्रधान होईल तिच्या निवडणुकीबद्दल निर्माण झालेले वाद सोडवण्याचे, त्यावर निर्णय देण्याचे अधिकार कोणत्याही न्यायालयाला असणार नाहीत, ते फक्त संसदेने नेमलेल्या एका खास मंडळाकडे असतील[३], त्यात असेही प्रतिपादन केले होते की, पंतप्रधानांना निवडणुकीचे कोणतेही नियम यापुढे लागू तर होणार नाहीतच, परंतु याआधीही लागू होते असे मानता येणार नाही, एवढेच नव्हे तर याआधीचा न्यायालयाचा त्या बाबतीतला कोणताही हुकूम ग्राह्य मानला जाणार नाही, पंतप्रधानाची निवडणूक ही कधीही बेकायदेशीर अथवा रद्द ठरवता येणार नाही, ती सर्व बाबतीत कायदेशीरच समजली जाईल.

अशा अविचारी, विचित्र आणि महाभयंकर घटना दुरुस्त्यांमुळेच संविधानातील मूल तत्त्वांचे रक्षण झाले, ते सर्वनाशापासून, हत्येपासून बचावले असे विधान मी केले, तर ते वेडेपणाचे आहे असे वाटेल, पण ते खरे आहे. इंदिरा गांधींच्या

याचिकेवर सर्वोच्च न्यायालयाला कोणत्याही प्रकारे विरोधी आवाज उठवता येऊ नये, याची कसून काळजी घेण्याचा घाईने केलेला प्रयत्न म्हणजे त्या घटनादुरुस्त्या होत्या. आपल्या देशाचे दैव थोर, सर्वोच्च न्यायालयाने तो अनर्थकारी प्रयत्न हाणून पाडला. 'मूलभूत हक्कांची केस' या नावाने प्रसिद्धी पावलेल्या 'केशवानंद' केसनंतर पहिल्यांदाच न्यायालयाने 'मूलभूत हक्कांच्या सिद्धांतांचा बळकट आधार घेतला. 'इंदिरा गांधी विरुद्ध राज नारायण (१९७५)'[४] या केसमध्ये न्यायालयाने असे ठाम मत व्यक्त गेले की, 'न्यायालयीन परीक्षण' आणि 'न्याय्य, योग्य आणि नि:पक्षपाती निवडणुका' या गोष्टी घटनेने मान्य केलेल्या 'मूलभूत हक्कां'त समाविष्ट आहेत, म्हणूनच त्या घटनादुरुस्तीच्या अधिकारांच्या, पलीकडे आहेत. या दोन गोष्टींचा स्पष्ट, थेट उल्लेख घटनेत केलेला नसला, तरी त्यातील मौनाचा सखोल विचार करून न्यायालय तशा निष्कर्षाप्रत पोहोचले आहे. पुढे १९८० सालीही न्यायालयाने १९७६ सालच्या बेचाळीसाव्या घटनादुरुस्ती कायद्याला आव्हान देणाऱ्या याचिकेचा विचार करताना याच सिद्धांताचा वापर केला. या बेचाळीसाव्या दुरुस्तीने, तर घटनादुरुस्तीचे कायदे न्यायालयीन परीक्षणाच्या अधिकारातून काढूनच टाकले होते – त्यात असे म्हटले होते की, घटनादुरुस्तीचा कायदा जर संविधानाच्या ३६८ कलमात दिलेल्या पद्धतीप्रमाणे अस्तित्वात आणला गेला असेल, तर त्याला कोणत्याही प्रकारे, कोणत्याही न्यायालयात आव्हान देता येणार नाही. मिनर्व्हा मिल्स (१९८०) – एआयआर १९८०, एससी १७८९ – या केसमध्ये सर्वोच्च न्यायालयाच्या खास संगठित केलेल्या संविधानिक न्यायपीठाने 'मूलभूत हक्कांच्या केस'च्या निकालातील खंडपीठाच्या मतांतराच्या प्रमाणाचा हवाला देऊन बेचाळीसाव्या घटनादुरुस्ती कायद्यातील न्यायालयीन परीक्षणाच्या हकालपट्टीचा मुद्दा घटनेच्या मूलभूत तत्त्वांचे उल्लंघन करणारा आहे, असे जाहीर करून त्या कायद्यातील तो भाग वगळण्याचा हुकूम दिला.

एका अमेरिकन जज्जने म्हटले आहे, 'अस्तित्वात असलेला कायदा लागू करण्याच्या अधिकारात जेथे तो अस्तित्वातच नाही, त्या ठिकाणी तो प्रथम आणण्याचे कर्तव्य आणि तसे करण्याचा मर्यादित अधिकार हे दोन्ही समाविष्ट असतात.' कायदा बदलण्याच्या अधिकाराच्या मर्यादांचा विचार करीत असताना सर्वोच्च न्यायालयाने त्या बाबतीतला एक नवा कायदाच आणला. डॉक्टर बसु यांनी (भारतीय संविधानावर) केलेल्या उत्कृष्ट भाष्यात म्हटले आहे, 'सत्ताधारी सरकारकडून बहुमताच्या जोरावर केल्या जाणाऱ्या वारंवार, बेसुमार, बहुविध बदलांपासून राज्यघटनेला वाचवण्याच्या सद्‌हेतूने सर्वोच्च न्यायालयाने संविधानाच्या मूलभूत तत्त्वांच्या रक्षणाचा सिद्धांत नव्याने शोधून काढला आहे.'

सत्तेचा वापर करून शासनयंत्रणेतील एका भागाला दुसऱ्या भागाच्या हालचालींवर,

कार्यावर नियंत्रण राखण्यास समर्थ बनवणे, यालाच 'राजकीय, शासकीय शक्ती' असे म्हटले जाते. संविधानाच्या मूळ तत्त्वांच्या रक्षणाचा सिद्धांत निश्चयपूर्वक मांडून, त्याला न्यायालयीन अर्थ देऊन, त्याच्या ताकदीच्या बळावर सर्वोच्च न्यायालयानेही तशीच, सरकारच्या हालचालींवर, कार्यावर नियंत्रण प्रस्थापित करून एक प्रकारची 'राजकीय, शासकीय शक्ती'च प्राप्त करून घेतली, हे लक्षात आल्याने त्या सिद्धांताचे बरेच टीकाकार निर्माण झाले. या सिद्धांताला पुढे करून संविधानाचे पालनकर्ते तिचे नियंत्रक बनले, तिच्याविषयी न्यायालयीन निर्णय करणारे तिचे शासक झाले अशी टीका झाली. एका दृष्टीने त्या टीकेत तथ्य होते, ती टीका खरी होती. पण हेही तितकेच खरे होते की, त्या वेळी संसदेनेही सुबुद्धपणाने न्यायालयाच्या त्या कृतीला कोणत्याही प्रकारचा विरोध दर्शविणे टाळले. जर तसे घडले नसते, तर त्या भांडणात सर्वोच्च न्यायालयाचा बळी गेला असता. जेव्हा जनता पक्षाच्या सरकारने घटनेतील ३६८ या कलमाची (घटनादुरुस्तीचे कलम) पुनर्रचना करण्याचा प्रयत्न केला आणि त्यात अशा बदलांच्या मान्यतेसाठी जनतेचे सार्वमत घेण्याची तरतूद त्यात असावी असा प्रस्ताव आणला तेव्हा तोही प्रयत्न अयशस्वी ठरला. त्यांच्या पंचेचाळीसाव्या घटनादुरुस्ती विधेयकाच्या बाजूने आवश्यक ते दोन तृतीयांश बहुमत त्यांना राज्यसभेत मिळवता आले नाही, त्याचे कारणही उघड होते.

घटनादुरुस्तीचे निरंकुश सर्वाधिकार संसदेकडेच असावेत, असा कंठशोष करणारा, त्यासाठी आकाश-पाताळ एक करणारा काँग्रेस पक्ष विरोधी पक्ष म्हणून संसदेत बसला असताना अशा विधेयकाच्या बाजूने तो मत देणे कदापिही शक्य नव्हते. राजकारण आणि राजकारणी, दोघांचे मार्गच वेगळे आणि विलक्षण! १९८० साली सर्वोच्च न्यायालयाने (बेचाळीसाव्या घटनादुरुस्तीच्या कायद्यातील एक भाग म्हणून) घटनादुरुस्त्या न्यायालयीन परीक्षणाच्या कक्षेबाहेर राखण्याचा संसदेचा बेत हाणून पाडल्यानंतर संसदेने तसा प्रयत्न करण्याचे धारिष्ट्य परत दाखवले नाही. उलट 'मूलभूत हक्कां'च्या केसमध्ये संविधानाच्या मूळ तत्त्वांच्या रक्षणाचा सिद्धांत मांडला गेल्यानंतर पाच वर्षांनी संसदेने त्या सिद्धांताला संपूर्ण, स्पष्ट मान्यताच दिली. संसदेने पास केलेल्या चवेचाळीसाव्या घटनादुरुस्ती कायद्यात (१९७८) संविधानाने एकविसाव्या कलमात 'जगण्याच्या आणि व्यक्तिस्वातंत्र्याच्या हक्काची' हमी दिलेली आहे, तिला कोणत्याही तऱ्हेने (कायद्याने वा घटनादुरुस्तीने), कोणत्याही परिस्थितीत, अगदी अंतर्गत आणीबाणीच्या काळातही, बाधा आणता येणार नाही अशी पक्की तरतूद केली आहे, याचे कारण देताना जगणे आणि व्यक्तिस्वातंत्र्य हे दोन्ही हक्क संविधानाच्या बांधणीतील मूळ तत्त्वांपैकी आहेत हा सिद्धांतही स्वीकारला गेला. अशा रीतीने 'मूलभूत तत्त्वांच्या रक्षणाचा सिद्धांत' हा भारतीय संविधानाचा अविभाज्य भाग बनला.

वॉशिंग्टन येथील भेटीत युएसएचे सरन्यायाधीश वॅरेन बर्गर यांच्या समवेत बाप्सी व फली नरीमन

अमेरिकेच्या सर्वोच्च न्यायालयाचे सरन्यायाधीश वॅरेन बर्गर हे जुलै, १९८६मध्ये निवृत्त होण्यापूर्वी त्यांची टेलिव्हिजनवर बिल मॉयर्स याने मुलाखत घेतली होती. त्यात सरन्यायाधीश म्हणाले होते,

> 'आम्ही ज्या वेळी विधिमंडळाने पास केलेल्या कायद्याविषयी काही निर्णय देतो, त्या वेळी विधिमंडळ (ते अमेरिकेच्या विधिमंडळाविषयी बोलत होते.) आमच्या निर्णयावर पुनर्विचार करू शकते, काही वेळा तो निर्णय आम्हाला बदलायलाही भाग पाडू शकते, अनेक वेळा असे घडतेही, पण आम्ही जेव्हा राज्यघटनेशी संबंधित एखाद्या प्रश्नावर न्यायालयीन निकाल देतो, बरा-वाईट, कसाही, तो मात्र जोपर्यंत आम्ही बदलत नाही, तोवर अबाधित राहतो. कधी-कधी जनता तो बदलते, बदलायला लावते. याचा कधीही विसर पडू देऊ नका की, घटना लोकांनी बनवली आहे, त्यांनी ती लिहिली आहे आणि फक्त तेच ती बदलू शकतात. जनता तर सर्वोच्च न्यायालयालाही नष्ट करू शकते.'

बिल मॉयर्सने विचारले, 'ते कसे?'

वॅरेन बर्गर यांचे उत्तर अतिशय स्वच्छ, सुस्पष्ट आणि नि:संदिग्ध होते – 'घटनेत दुरुस्ती करून!'

अगदी खरे होते, सरन्यायाधीशांचे म्हणणे. लोकांना जर खरोखर इच्छा असेल, त्यांनी जर खरोखर मनात आणले तर ते निश्चितपणे, नि:संशयपणे तसे घडवून आणू शकतात, पण अमेरिकेतही कोणी सर्वोच्च न्यायालय किंवा न्यायालयीन परीक्षणाची

प्रक्रिया नष्ट करणार नाही आणि तसे भारतातही कधी होणार नाही असे भाकीत, तर कोणीही वर्तवू शकेल. न्यायालयीन परीक्षण हा कायमच भारतीय संविधानाचा, संविधानिक कायद्याचा अविभाज्य भाग बनून राहील, यात जराही संदेह बाळगण्याचे कारण नाही, कारण भारतीय सर्वोच्च न्यायालयाने जनतेच्या मताचा मान ठेवून तसे जाहीरच केलेले आहे. कोणत्याही लोकशाहीत जसा सरकारवर मुख्यत: जनतेचाच अंकुश असतो तसा तो आपल्या, भारताच्या लोकशाहीतही राहणार आहे, यात कोणतीही शंका असायचे कारणच नाही. आपले सर्वोच्च न्यायालय ज्या अधिकारांचा वापर करीत आहे, ते त्याला केवळ जनतेच्याच अप्रत्यक्ष मान्यतेमुळे लाभलेले आहेत, पण अनुभवांनी आपल्याला असा धडा शिकवला आहे की, (जेम्स मॅडिसन यांच्या शब्दात सांगायचे म्हणजे –) 'जादा सावधगिरी' बाळगण्याची नितांत गरज आहे. 'संविधानातील मूलभूत हक्कांच्या रक्षणाचा सिद्धांत' हा भारतीय संविधानाच्या पायावर उभ्या केलेल्या लोकशाहीच्या पहिल्या तेवीस वर्षांच्या कारकिर्दीच्या मूल्यमापनानंतर लोकशाहीचे रक्षक, पालक असलेल्या जबाबदार, कार्यक्षम अशा न्यायालयाची परिणामकारक प्रतिक्रिया होती. निर्विवाद बहुमताच्या बळावर उन्मत्त झालेल्या सत्ताधीशांची यादवी ही आपल्या देशातली गेल्या चाळीस वर्षांतली (१९५० ते जवळ-जवळ १९९०पर्यंत) वारंवार डोके वर काढणारी, सवयीची बाब झाली आहे आणि यापुढेही ती उद्‌भवण्याची शक्यता नाकारता येत नाही. अशा कठीण परिस्थितीत वर उल्लेख केलेली 'जादा सावधगिरी' म्हणून त्या 'मूलभूत हक्कांच्या रक्षणाच्या सिद्धांता'ची आपल्याला नक्कीच गरज भासणार आहे.

टीपा :

१. गोलकनाथ विरुद्ध पंजाब राज्यसरकार, एआयआर (ऑल इंडिया रिपोर्टर) १९६७, एस.सी १६४३.
२. १९७८ सालच्या चव्वेचाळीसाव्या घटनादुरुस्ती कायद्यात संविधानातील १९(१) (एफ) आणि ३१ ही कलमे (स्थावर मिळकतीसंबंधीची वाक्ये.) मूलभूत हक्कांच्या प्रकरणातून गाळून टाकण्यात आली होती. त्याच कायद्याप्रमाणे ३००-ए, हे नवे कलम संविधानात घालण्यात आले होते. त्याप्रमाणे कायद्याची अंमलबजावणी करण्याचा अधिकार असणाऱ्या अधिकाऱ्याव्यतिरिक्त इतर कोणीही कोणत्याही व्यक्तीच्या मालकीची स्थावर मिळकत हिरावून घेऊ शकणार नाही, अशी तरतूद करण्यात आली आहे.
३. पंतप्रधान आणि सभापती यांच्या 'वादग्रस्त निवडणूक १९७७च्या कायद्यानुसार असे ठरवण्यात आले की, त्या प्रकारचे वाद सोडविण्याचे अधिकार असलेले,

संसदेने नेमलेले खास मंडळ हे एकसदस्यीय असेल, तो सदस्य सर्वोच्च न्यायालयातील न्यायाधीश असेल आणि त्याची निवड सरन्यायाधीश करतील. मोरारजी देसाई (मार्च, १९७७ ते जुलै, १९७९ या कालावधीत पंतप्रधान होते.) यांच्या निवडणुकीतील वादासंबंधीची याचिका या नंतर रद्द झालेल्या विशेष कायद्याच्या अंतर्गत संसदेने नेमलेल्या सर्वोच्च न्यायालयाच्या एका न्यायाधीशाच्या 'खास मंडळा'समोर सुनावणीसाठी होती. या मंडळासमोर मी त्यांची बाजू मांडावी अशी विनंती त्या याचिकेच्या प्रतिवादींनी – पंतप्रधान मोरारजी देसाई यांनी – मला केली होती आणि मी ती मान्य केली होती. अशा 'खास मंडळा'समोर चाललेली ती एकमेव केस ठरली.

४. एआयआर १९७५ एससी, २२९९.

◆

प्रकरण ७

मुक्कामपोस्ट दिल्ली

मला लाभलेले 'भारताचा अतिरिक्त महाकायदेपंडित' – ॲडिशनल सॉलिसिटर जनरल ऑफ इंडिया – हे पद मी मोठ्या आनंदाने उपभोगले. त्या पदावर असताना मी अनेक केसेसमध्ये सर्वोच्च न्यायालयात आणि अनेक महत्त्वपूर्ण केसेसमध्ये उच्च न्यायालयात भारत सरकारचे प्रतिनिधित्व केले. त्यातल्या काही मी जिंकलो, काही हरलो. मी माझ्या मनाला सतत ऑलिंपिक्स गेम्सच्या ब्रीदवाक्याची आठवण देत राहायचो, 'ऑलिंपिक गेम्समध्ये जिंकणे सर्वांत महत्त्वाचे नाही, खेळात भाग घेणे सर्वांत महत्त्वाचे आहे. विजय संपादन करणे, ही आयुष्यातील अत्यावश्यक गोष्ट नसून प्राणपणाने लढणे ही आहे.'

माझ्या आयुष्यात पुढले मोठे वळण आले, त्या वेळी माझ्या विवाहाला जवळ-जवळ सतरा वर्षे झाली होती. १ मे, १९७२ या दिवशी माझी 'भारताचा अतिरिक्त महाकायदेपंडित' म्हणून तीन वर्षांसाठी नेमणूक झाली. आम्हाला आता मुंबई सोडून दिल्लीला स्थलांतरित व्हावे लागणार होते. सरकारतर्फे आम्हाला '७ सफदरजंग लेन' हा ऐसपैस बंगला राहण्यासाठी देण्यात आला होता. तो बंगला पंतप्रधान इंदिरा गांधी यांच्या बंगल्याच्याबरोबर मागच्या बाजूला होता. एक नवे, वेगळे आयुष्य सुरू झाले. त्याआधीची प्रदीर्घ बावीस वर्षे मी मुंबईत वकिली करत-करत काढली होती. वयाच्या अवघ्या एकविसाव्या वर्षी मी वकिलीच्या व्यवसायाला आरंभ केला होता. माझ्या गुरूंनी, जमशेटजींनी वकिली सुरू केली तेव्हा ते अठ्ठावीस वर्षांचे होते. त्याआधीच त्यांना पारशी धर्मगुरुपदाची दीक्षा मिळाली होती. त्या पदाचा त्यांना सर्वांत मोठा लाभ झाला तो म्हणजे त्यांची स्मरणशक्ती अतिशय तीक्ष्ण बनली होती. हा एक उत्तम, आवश्यक, उपयोगी गुण माझा मुलगा रोहिंटन याच्यातही उतरला आहे. त्यानेही अगदी लहान वयात, त्याच्या बाराव्या वर्षी, पारशी धर्मगुरुपदाची दीक्षा घेतली आहे. आमच्या नरीमन कुटुंबात धर्मगुरुपदाची परंपरा पूर्वीपासून चालत आलेली आहे, त्यामुळे माझी पत्नी बाप्सी हिची फार इच्छा होती की, रोहिंटननेही ती पुढे चालवावी[१] (तिच्या कुटुंबात ती नव्हती.). माझ्या वडिलांचे आजोबा (त्यांच्या आईचे वडील) सुरत शहराचे मुख्य धर्मगुरु होते, पण माझे वडील किंवा मी दोघेही त्या धर्माच्या कष्टप्रद, काटेकोर मार्गाकडे वळलो नाही.

मुंबईत व्यवसाय करणारा एक साधासुधा वकील देशाचा अतिरिक्त महाकायदेपंडित कसा झाला ही एक कहाणीच आहे. मुंबई उच्च न्यायालयाचे न्यायाधीश या पदावरून फार लवकर निवृत्त होऊन नंतर काही काळ सर्वोच्च न्यायालयात ज्येष्ठ वकील– सिनियर ॲडव्होकेट – म्हणून काम केलेले एच.आर. गोखले हे स्वत:च स्वतंत्र उमेदवार म्हणून १९६७ सालची लोकसभेची निवडणूक मुंबईतून लढवीत

होते. त्यांच्या विरुद्ध काँग्रेस पक्षातर्फे वकील आणि राजकारणी शांतीलाल शहा उभे होते. गोखले ती निवडणूक अगदी थोड्या मतांनी हारले. त्यांनी त्या निवडणूक निकालाविरुद्ध न्यायालयात धाव घेतली. त्यांचे वकीलपत्र त्यांनी माझ्यावर सोपवले. त्यांच्यावतीने कोर्टात उभे राहून त्यांची बाजू मांडण्याची त्यांची विनंती मी मान्य केली. सगळ्या मतांची संपूर्ण फेरमोजणी व्हावी, ही माझी मागणी न्यायाधीशांना मान्य करायला लावण्यात मी यश मिळवले, परंतु त्या निकालावर सर्वोच्च न्यायालयाच्या राज्यघटनेसंबंधीच्या खास न्यायपीठासमोर पुनर्विचार याचिका दाखल करण्यात आली (सर्वोच्च न्यायालयात उभे राहण्याचा तो माझा पहिला-वहिला प्रसंग होता.). त्या न्यायपीठाने उच्च न्यायालयाच्या निकालात थोडा फेरफार सुचवला. सर्व मतांची मोजणी करण्याऐवजी जेवढी मते खोटी टाकण्यात आल्याचा संशय आहे, तेवढ्याच मतांपुरती फेरमोजणी मर्यादित ठेवावी, असा निवाडा देण्यात आला. फेरमोजणीनंतर मतांतील फरक कमी झाला, पण गोखले जिंकू मात्र शकले नाहीत.

पारशी धर्मोपदेशकाच्या वेषात रोहिंग्टन

१९७२च्या सार्वत्रिक निवडणुकीच्या वेळी त्यांनी परत निवडणूक लढवली पण नवलाची गोष्ट ही की, ते त्या निवडणुकीत काँग्रेस पक्षाचे उमेदवार म्हणून उभे राहिले होते! ते पुरेशा मताधिक्याने निवडून आले, त्यांनी पहिल्यांदाच लोकसभेत प्रवेश केला, इतकेच नव्हे तर पहिल्याच प्रवेशात केंद्रीय मंत्रिमंडळातही स्थान मिळवले! (एकाच वेळी दोन 'प्रथम लाभ'!) पंतप्रधान इंदिरा गांधी यांनी त्यांना कायदामंत्री म्हणून नियुक्त केले, त्यानंतर काही काळाने 'अतिरिक्त महाकायदेपंडित' हे पद परत अस्तित्वात आणायचे ठरले. (१९६७मध्ये ते रद्द करण्यात आले होते.) एच. आर. गोखले यांनी ते पद मला देऊ केले. मी तरुण होतो, महत्त्वाकांक्षी होतो. ती दुर्मीळ संधी मी तत्परतेने (माझ्या बायकोच्या मते 'जरा उतावळेपणानेच'!) स्वीकारली, कारण या वेळी मला ती मागच्यावेळसारखी दवडायची नव्हती. १९६६च्या उत्तरार्धात मुंबई उच्च न्यायालयाचे मुख्य न्यायाधीश न्यायमूर्ती सोराब कोतवाल यांनी मला उच्च न्यायालयातील न्यायाधीशपदासाठी विचारले होते. त्या काळी चाळीस वर्षे वयाच्या खालच्या कोणालाही ती जागा मिळणे ही विशेष,

अपवादात्मक गोष्ट समजली जात होती, सर्वोच्च न्यायालयाच्या सरन्यायाधीशांची स्पष्ट संमती असल्याशिवाय ती नेमणूक होत नसे. मी अडतीस वर्षांचा होतो. कोतवाल यांनी मला हेही सांगितले की, त्यांनी तशी परवानगी मिळवली आहे. न्यायमूर्ती जे. सी. शहा यांचे त्यांना आलेले पत्रही त्यांनी मला वाचून दाखवले होते. शहांनी सरन्यायाधीश सुब्बाराव यांच्याकडे तशी विनंती केलेलीच होती. मला खूप वाईट वाटले, पण मला ती संधी आर्थिक कारणास्तव नाकारावी लागली. सन १९५०पासून न्यायाधीशांची आमदनी एका पैशानेही वाढली नव्हती. सोळा वर्षे ती महिना पस्तीसशे रुपयेच राहिली होती. तेवढ्या अपुऱ्या मिळकतीत आमच्या त्या काळातील अंगवळणी पडलेल्या जीवनशैलीत राहणे आणि आम्ही दोघे, आमची दोन मुले आणि माझ्यावर अवलंबून असणारी माझी प्रिय आजी एवढे कुटुंब चालवणे, या गोष्टी फार कठीण होत्या. न्यायमूर्ती कोतवाल यांनी मला खूप आग्रह केला, पण मी अखेरीस त्यांना नकार दिला. उच्च न्यायालयातील न्यायाधीश हा 'सन्मान' ही आमच्यासाठी 'न परवडणारी चैन' होती!

फली नरीमन यांच्या आजी – शिरीनबाई बर्जोजी

माझी आजी – आईची आई – शिरीनबाई बर्जोर्जी ही आमच्या कुटुंबातील मुंबईत राहणारी एकमेव सदस्य होती. मी मुंबईला येऊन कॉलेजला जाऊ लागलो,

तेव्हापासून माझ्या वकिली व्यवसायाच्या पहिल्या उमेदवारीच्या दिवसांची, धडपडीची तीच एकटी साक्षीदार होती. ती आणि मी दोघे जण घट्ट मित्र बनलो होतो. तजेलदार अंगकांतीची, पांढऱ्या शुभ्र साडीतली, डोक्यावरून पदर – माथेबाना – घेतलेली माझी 'थोरली' मैत्रीण हुबेहूब व्हिक्टोरिया राणीसारखी दिसायची, पण मला मात्र ती राणीपेक्षाही सुंदर दिसायची! माझे आई-वडील १९४७ साली रंगूनला परत गेले, तेव्हा मी वडिलांचे लांबचे भाऊ कैकुशरू दस्तुर यांच्याकडे राहात होतो. ते त्या वेळी उच्च न्यायालयात प्रमुख लेखनिक आणि प्राथमिक खटल्यांच्या न्यायालयांचे प्रबंधक म्हणून काम बघायचे. माझी कॉलेजची वर्षे आणि वकिलीतील प्रारंभीचा काळ मी त्यांच्या घराच्या मायेच्या छत्राखाली घालवला. त्यांची पत्नी जेर आणि त्यांची दोन मुले केरसी आणि सोली यांनी मला नेहमीच त्यांच्याच कुटुंबातील एक सदस्य मानले आणि तशीच आपुलकी दर्शविली. त्यांचे घर सदैव आनंदाने भरलेले असायचे. माझे लग्न होईपर्यंत मी त्या प्रेमळ कुटुंबासमवेतच राहात होतो. माझी शिरीनआजी दस्तुर यांच्या घरापासून अगदी जवळच तशाच एका सज्जन कुटुंबात पेईंग गेस्ट म्हणून राहात होती. याचे नाव महालक्ष्मीवाला होते. त्यांच्या घरातील एका भल्या मोठ्या खोलीत तिचे वास्तव्य असे. मी रोज संध्याकाळी तिच्याकडे

रोहिंग्टन व अनाहिता या आपल्या मुलांसमवेत बाप्सी व फली नरीमन

जात असे. तिच्या भेटीचे आकर्षण मला तिच्याकडे खेचून नेत असे, असे म्हटले तरी ते वावगे ठरणार नाही. तिच्या तोंडून जुन्या काळातल्या कितीही सुरस कथा कितीही वेळ ऐकत राहिलो, तरी माझे समाधान होत नसे. हो, तिच्याकडे जाण्याचे आणखी एक 'रुचीकर' कारण होते. त्या कडक दारूबंदीच्या काळात माझ्याकडे मद्याचा परवाना नव्हता आणि तो माझ्या लाडक्या आजीकडे होता!

वयाच्या अडतिसाव्या वर्षी माझ्याकडे उच्च न्यायालयाच्या न्यायाधीशपदाची संधी चालून आली, त्यावर आमच्या कुटुंबातील सर्वांत छोटी सदस्य, आमची कन्या अनाहिता (ती त्या वेळी दहा वर्षांची होती.) हिची प्रतिक्रिया माझ्यासाठी संस्मरणीय होती. तिला जेव्हा तिच्या आईने सांगितले की, मला खूप मोठे पद मिळणार आहे, पण त्यात पैसे कमी मिळतील म्हणून मी ते नाकारतो आहे –तेव्हा ती मोठ्या गंभीरपणे आईला म्हणाली, 'ममी, डॅडींना हो म्हणायला सांग. त्यांना म्हणावं, मी खूप पैसे नाही खर्च करणार, मला चॉकलेट्स, मिठाई पण कमी आणली तरी चालेल, पण मला त्यांना जज्ज झालेलं पाहायचंच आहे!!' चाळीस वर्षांनंतर तिने मला एक व्यंगचित्र भेट दिले – त्यात मोठ्या आणि लांब कानांचे एक गोरिला माकड एका बिचाऱ्या, दीन अशा आरोपीला जन्मठेपेची कडक शिक्षा ठोठावताना दाखवलेले होते. मी ते चित्र फ्रेम करून माझ्या अभ्यासिकेच्या दारावर लावले आहे. अनाहिता त्या चित्रातून मला कायम सांगत असते, 'तुम्ही होऊ शकला असतात असा न्यायाधीश!'

सहा वर्षांपूर्वी उच्च न्यायालयातील न्यायाधीशपद नाकारणे आणि आता भारत सरकारचा कायदा अधिकारी – महाकायदेपंडित – या जागेचा स्वीकार करणे, यात माझ्या दृष्टीने महदंतर होते. या बदलांमुळे मला माझी उत्तम चाललेली खाजगी वकिली सोडून द्यावी लागणार होती, मुंबईतील बसलेले बस्तान मोडून दिल्लीला स्थलांतरित व्हायला लागणार होते, पण अतिरिक्त महाकायदेपंडिताला दिल्या जाणाऱ्या मोबदल्यांमुळे (विशेष परवाना याचिकेसाठी कोर्टात उभे राहण्याबद्दल प्रतिदिनी एक हजार चाळीस रुपये, अपील आणि लेखी परवाना याचिकांच्या अंतिम सुनावणीसाठी प्रतिदिनी एक हजार सहाशे ऐंशी रुपये.) आमच्या सांपत्तिक स्थितीत लक्षणीय सुधारणा होणार होती. शिवाय त्या पदावर राहून सार्वजनिक क्षेत्रातील मोठमोठ्या कंपन्या आणि राज्य सरकारे यांच्यावतीने 'वाजवी' मोबदला आकारून खटले लढवायचीही मुभा होती. ती 'वाजवी' फी भारत सरकारतर्फे दावे लढवण्याच्या मोबदल्याच्या दुपटीपेक्षाही थोडीशी जास्तच होती. माझ्या या निर्णयाच्या विरुद्ध मत नोंदविणाऱ्यांच्यात प्रमुख होते सी. के. दप्तरी. ते काही काळ भारत सरकारचे महान्यायप्रतिनिधी – ॲटर्नी जनरल – म्हणून काम करीत होते. मी दिल्लीला जायच्या आधीच त्यांनी त्या पदाचा त्याग करून पुन्हा त्यांची खाजगी वकिली सुरू

केली होती. ते माझ्यावर रागावलेच. म्हणाले, 'फली, तू फार मोठी चूक करतो आहेस! या सरकारच्या राज्यात तुझ्या कामाचं काहीही चीज होणार नाही!!'

बाबू कालिदास नावाचा एक जण माझ्या घरात कामांसाठी नेमलेला, पण नेहमीच, काम करून-करून भागलेल्या निवृत्त कर्मचाऱ्यासारखा संथ, सुस्त राहणारा कर्मचारी होता, पण होता खूप जुना आणि अतिशय विश्वासू. माझ्या पत्नीने त्याला ती बातमी सांगितल्यावर त्याची प्रतिक्रिया मुळीच उत्साहवर्धक नव्हती. चेहरा वाकडा करून तो म्हणतो कसा – 'चालो, वेला-वेला मॅजिस्ट्रेट थये जाय तो सारू!' – 'चला, आता जरा लवकर लवकर न्यायाधीश होऊ देत म्हणजे मिळवली!!'

कोणाचे काहीही मत असो, आज मागे वळून पाहताना माझ्या निर्णयाचा मला पश्चात्ताप नक्कीच होत नाही. मे, १९७२मध्ये ते पद मी स्वीकारल्यापासून (२७ जून, १९७५ला देशात अंतर्गत आणीबाणी जाहीर झालेल्या दिवशी.) ते सोडून देईपर्यंत मला शासनातील सर्व संबंधितांचे पूर्ण सहकार्य लाभले. माझे वरिष्ठ, महान्यायप्रतिनिधी निरेन डे आणि महाकायदेपंडित लाल नरेन सिन्हा या दोघांचा मला कायमच भरभक्कम पाठिंबा मिळाला.

आम्ही या नव्या जबाबदारीच्या निमित्ताने दिल्लीला गेलो. तेथे आमचे सामाजिक जीवनही छान, समृद्ध झाले. पिलू आणि वैणा मोदी यांच्यासारख्यांचा मित्रपरिवार जमवता आला. पिलू मोदी ही त्या वेळच्या (ते १९६७ ते १९७७ लोकसभेचे आणि १९७८ ते १९८३ राज्यसभेचे सदस्य होते.) संसद सदस्यांपैकी सर्वांत प्रेमळ व्यक्ती होती. त्यांच्या घरची वारंवार येणारी आमंत्रणे, रुचकर पदार्थांनी भरलेले टेबल आणि शहरातील वेचक रसिक जनांचा रसभरित, हर्षभरित सहवास या आमच्यासाठी अत्यंत आनंददायी गोष्टी होत्या.

पिलू मोदी यांना जाऊन सत्तावीस वर्षे झाली, पण मी आणि बाप्सी त्यांना अजूनही विसरू शकत नाही. त्यांच्याविषयीच्या आमच्या आवडत्या, प्रेमपूर्ण स्मृती आमच्या मनात अगदी ताज्या आहेत. तोंडपुजेपणाचा, खोट्या स्तुतीचा त्यांना विलक्षण राग होता. त्यांनी आयुष्यभर आपल्या विचारात, वागणुकीत संयम, समतोल राखला. उच्च स्थान ग्रहण केले म्हणजे माणूस मोठा होत नाही हे त्यांना पुरेपूर माहीत होते. सत्ता आणि अधिकार यांच्यापुढे लोटांगणे घालून सतत केलेल्या 'लाचार, नमस्कारां'च्या दिल्ली शहरात त्यांनी कधी कुणापुढे हात जोडले नाहीतच, उलट कायम दोन्ही हात छातीवर बांधून ते ताठ मानेने वावरले. या सरकारच्या राज्यात लोकशाहीला भूषणावह ठरणाऱ्या अनेक संस्थांची (उदाहरणार्थ, वृत्तपत्रे.) कशी गळचेपी होते आहे हे लक्षात आणून देऊन त्याविरुद्ध आवाज उठवण्याची लोकांना विनंती करतानाच फक्त त्यांचे हात जोडले जायचे. लॉर्ड हेलशॅम क्विंटिन हॉग यांना लॉर्ड डेनिंग या न्यायमूर्तींच्या स्पष्टवक्तेपणाबद्दल, जराशा फटकळपणाबद्दलच,

तुम्ही होऊ शकला असता, असा न्यायाधीश!

'लक्षात ठेव! मी तुला जन्मठेपेची शिक्षा सुनावू शकतो...
आता सांग! माझ्या कानांच्या आकाराबद्दल काय बोलत होतास?'

कोणीतरी विचारले असता ते म्हणाले होते की, 'जोपर्यंत एखादा न्यायाधीश स्वत:च्या कार्याने, कर्तृत्वाने मोठेपणा संपादन करून स्वत: एखाद्या आदर्श गुरुकुलासारखे, सर्वांना ज्यांच्यापासून काहीतरी चांगले शिकता येईल असे, सन्माननीय स्थान लोकांच्या मनात निर्माण करीत नाही तोवर त्याला उलट उत्तरे देण्याचा, प्रत्युत्तर करण्याचा हक्क पोहोचत नाही'. पिलू मोदी लॉर्ड डेनिंगसारखेच होते. स्पष्टवक्ते – जे मनात ते बेलाशक ओठांवर आणणारे! पण त्याबद्दल त्यांच्यावर कोणी रागावत नसे, कोणालाही त्यांचे बोलणे कधी अपमानास्पद, आक्षेपार्ह वाटत नसे; त्याचे कारण वरील अवतरणात सांगितल्याप्रमाणे ते स्वत: ज्यांच्या पायापाशी बसून धडे घ्यावेत असे गुरुतुल्य होते, त्यांचे जीवन, त्यांचे कार्य हे उत्तुंग होते, आदर्श होते, अनुकरणीय, आत्मसात करून अंगी बाणवण्यासारखे होते. अनेकांच्या मनात ओठांवर येण्यासाठी आतुर झालेले, पण बोलून दाखवण्याचे धाडस नसल्याने मनातच खदखदत राहिलेले सगळे ते बेदरकारपणे, निर्भयपणे बोलून दाखवीत असत. उच्चाधिकार धारण केल्याने सत्तेचा कैफ चढलेल्यांना त्यांची खरी, योग्य 'जागा' दाखवून द्यावी अशी इच्छा अनेकांच्या मनात वळवळत असते.

पिलू मोदींच्या रूपाने ती प्रत्यक्षात उतरलेली अनुभवण्याचे सुख त्यांना प्राप्त होत असे. अनेक राजकारण्यांजवळ अभावाने दिसणारा एक गुण पिलू मोदी यांच्याजवळ होता. कोणत्याही गोष्टीला आपल्याला दिसते त्यापेक्षा एखादी वेगळी बाजू असू शकते, त्याविषयी दुसऱ्याचा आपल्याहून भिन्न असा दृष्टिकोन असू शकतो याची त्यांना जाणीव होती, ती बाजू, तो दृष्टिकोन यांना मान देणे, ते समजावून घेणे गरजेचे असते, हेही त्यांना मान्य होते. (याला 'वुल्फ्स पॉइंट ऑफ व्ह्यू'– 'लांडगा आणि तीन डुकरे' या कथेची लांडग्याची आवृत्ती असे म्हणतात.) या देशाला जर कोणी उत्तम, आदर्श शासन देऊ शकत असेल तर ते फक्त पिलू मोदीच देऊ शकतात, असे ते स्वत:च जबरदस्त आत्मविश्वासाने सांगत असत. ते एखाद्या लहान मुलाच्या निरागसतेने म्हणायचे, 'माझ्या नावाची आद्याक्षरे पाहा ना! पिलू मोदी – 'पी. एम.!!' प्राइम मिनिस्टर!!' पण देशाच्या नेतृत्वाच्या ते जास्तीतजास्त जवळ गेले ते पंतप्रधानांना उद्देशून एक चिठ्ठी लिहिण्याइतकेच! एकदा संसदेत बसले असतानाच त्यांनी त्यांच्या राजकारणातल्या कट्टर विरोधक पंतप्रधान इंदिरा गांधी यांच्या नावाने (इंग्लिशमध्ये) एक चिठ्ठी खरडली. तीसुद्धा कशी? तिचा मायना होता, 'प्रिय आय. जी. (इंदिरा गांधी यांच्या नावाची आद्याक्षरे!). आणि खाली सही होती, पी. एम.!! इंदिरा गांधी यांनी आवर्जून त्या चिठ्ठीचे उत्तर पाठवले, त्यातही अत्यंत खिलाडूपणे पिलू मोदींच्याच शैलीत 'प्रिय पी. एम.' अशी सुरुवात करून खाली 'आय. जी.' अशीच सही ठोकलेली होती! खरंच, त्या काळात विरोधातही सौजन्य होते. राजकारणी लोकसुद्धा (विरुद्ध पक्षांचे, विचारांचे, तत्त्वप्रणालींचे

असूनही) एकमेकांवर निखळ विनोद करू शकत होते, एकमेकांची केलेली चेष्टा, थट्टा उमद्या मनाने स्वीकारू शकत होते.

१९७९ साली पिलू मोदी पाकिस्तानात झुल्फिकार भुट्टो (ते त्यांचे मित्र होते.) यांना भेटायला गेले होते. त्या वेळी भुट्टो यांना एका खुनाच्या आरोपाखाली मृत्युदंडाची शिक्षा ठोठावण्यात आली होती आणि ते शिक्षेच्या अंमलबजावणीची वाट पहात तुरुंगात खितपत पडले होते, परंतु एक जोरकस मतप्रवाह असा होता की, ते निर्दोष होते. पिलू मोदी परत आल्यावर त्या दोघांच्यातल्या संभाषणाविषयी आम्ही बोलत होतो. मोदींनी मला सांगितले की, भुट्टो जुन्या आठवणी काढीत होते – त्यात त्यांनी 'भारतीय लोकशाहीतील प्रचंड आरडाओरडा आणि गोंधळ' यांचा उल्लेख केला आणि हेही कबूल केले की, ते पाकिस्तानचे सर्वेसर्वा हुकूमशहा म्हणून सत्तेचा उपभोग घेत असताना भारतीय लोकशाहीची भरपूर टर उडवीत असत, पण आता त्यांना हे प्रकर्षाने जाणवत होते की, एवढा गोंधळ, कल्लोळ असला, तरी लोकशाहीत एक जिवंतपणा, एक चैतन्य असते, लोकांच्या पाठिंब्याचे बळ, त्यातून येणारी सुरक्षितता असते. देशातल्या कोणत्याही नागरिकाचे प्रारब्ध कोणा एका (सत्ताधारी) व्यक्तीच्या मर्जीवर अवलंबून नसते!

***

मी माझे नवे पद स्वीकारल्याला काही आठवडेच झाले असताना मला केंद्र सरकारच्या बाजूने एका पुनर्विचार याचिकेच्या सुनावणीसाठी न्यायमूर्ती ए. एन. ग्रोव्हर यांच्या अध्यक्षतेखालच्या खंडपीठासमोर उभे राहावे लागले. फोन्सेका प्रायव्हेट लिमिटेड विरुद्ध एल. सी. गुप्ता (एआयआर १९७३ एससी ५६३) अशी केस होती. केंद्र सरकारच्या बांधकाम आणि निवास मंत्रालयाच्या (मिनिस्ट्री ऑफ वर्क्स अॅन्ड हाउसिंग) उपसचिवांनी भारतीय संरक्षण दलाच्या नियम क्रमांक १५५ प्रमाणे फोन्सेका प्रायव्हेट लिमिटेड या कंपनीला, मानसिंग रोड येथील कंपनीची इमारत सूचना मिळाल्यापासून सात दिवसांच्या आत खाली करण्याची नोटीस बजावली होती. कंपनीने त्या आज्ञेच्या विरोधात उच्च न्यायालयात लेखी याचिका दाखल केली, परंतु उच्च न्यायालयाने ती फेटाळली. त्या निर्णयाचा सर्वोच्च न्यायालयाने पुनर्विचार करावा यासाठी ती केस होती. कंपनीने असा मुद्दा पुढे ठेवला होता की, संविधानात जे कामकाजाचे नियम संघटित करण्यात आलेले आहेत, त्यानुसार बांधकाम आणि निवास मंत्रालयाला त्या प्रकारची मालकाला 'बेदखल' करण्याची असे बाहेर काढण्याची नोटीस बजावण्याचा हक्क प्राप्त नव्हता. खंडपीठाने (न्यायमूर्ती ए. एन. ग्रोव्हर आणि न्यायमूर्ती ए. के. मुखर्जी) मला असा आदेश दिला की, अर्जदाराने जो हरकतीचा मुद्दा उपस्थित केला आहे की, कंपनीला त्यांच्या मालकीच्या

मानसिंग रोड या गजबजलेल्या वस्तीतील इमारतीतून बाहेर काढण्याची आज्ञा तसा हक्क नसलेल्या मंत्रालयाने दिली असल्याने ती बेकायदेशीर आहे – तो खोडून काढायचा असेल तर केंद्र सरकारने जे कामकाज चालवण्याचे नियम बनवलेले आहेत, ते कोर्टासमोर हजर करावेत. सध्या त्या जागेवर ताजमहाल हॉटेल उभे आहे.

सरकारी आज्ञापत्रात समाविष्ट केले गेलेले कामकाज संचालनाचे सर्व नियम एकत्र करून ते मी कोर्टापुढे हजर केले. त्यानुसार अर्जदाराचे म्हणणे बरोबर होते. त्या मंत्रालयाला तो हक्क नव्हता. त्या दिवशी कोर्टातून मी घरी परतल्यावर मला पंतप्रधानांच्या सचिवालयातून एकामागून एक फोन्स येऊ लागले. ते नियम न्यायाधीशांच्या हातात सोपविण्यात मी कशी घोडचूक केलेली आहे, हे मला अनेक निरनिराळे, वेगवेगळ्या दर्जाचे अधिकारी परत-परत सांगू लागले. त्यांनी मला अशी माहिती दिली, ज्याविषयी मी पूर्णपणे अनभिज्ञ होतो की, काही महिन्यांपूर्वी मंत्रिमंडळाने असा निर्णय घेतला होता की, ते नियम गोपनीय दस्तऐवज म्हणून गणले गेले पाहिजेत. माझे स्पष्टीकरण असे होते की, जे संविधानात अधिकृतरित्या जाहीर केलेले आहे, त्यावरून तयार केलेले नियम गोपनीय असू शकत नाहीत. त्या अधिकाऱ्यांनी माझे म्हणणे ऐकून घेतले, पण त्याने त्यांचे समाधान नक्कीच झाले नाही. त्यांनी माझे वरिष्ठ, महान्यायप्रतिनिधी निरेन डे यांच्याकडे त्यांचा पठिंबा मिळेल, माझ्यासारख्या नवागताला त्यांच्याकडून जरा समज मिळेल या अपेक्षेने धाव घेतली, पण त्यांचा अपेक्षाभंग झाला. निरेन डे यांनी संविधान, सरकारी आज्ञापत्र आणि मंत्रिमंडळाचा निर्णय हे सर्व काळजीपूर्वक तपासले आणि त्यांनी त्यांचा निर्णय (त्यांच्या मोजक्या शब्दांच्या इंग्लिशमध्ये) ऐकवला, 'नरीमन यांचे म्हणणे बरोबर आहे, तुमच्या मंत्रिमंडळाचा निर्णय चूक आहे!' निरेन डे आणि लाल नरेन सिन्हा हे, दोघेही अतिशय तत्त्वनिष्ठ आणि त्यांच्या कार्याने उच्च स्थान मिळवलेली माणसे होती. मी त्यांच्याहून वयाने, अनुभवाने, दर्जाने खूप लहान, कनिष्ठ असूनही त्यांनी मला एखाद्या विश्वासू सहकाऱ्याचा मान आणि स्थान दिले.

दिल्लीतील वकील मंडळींत सुरुवाती सुरुवातीला माझ्या नेमणुकीविषयी फारसे चांगले मत नव्हते. एक तर त्या अधिकाराच्या पदासाठी दिल्लीतला उमेदवार निवडण्याऐवजी उमेदवार मुंबईहून आला होता आणि त्यातून 'गोखल्यांचा माणूस'! त्यांनी एक निषेधाचा ठरावही केला होता असे मला कळले, कारण त्यावर सह्या करणाऱ्यांपैकीच काही जण (आर. के. गर्ग, गोविंद मुखोटी इत्यादी.) कालांतराने माझे जवळचे मित्र झाले. दिल्लीत 'घुसलेल्या' 'परक्या'ला त्याच्या कामाने, सक्षमतेने, सचोटीने स्वतःला सिद्ध करावे लागते, मगच सर्वोच्च न्यायालयातील 'श्रेष्ठ' वकील त्याला 'आपल्यातला' म्हणून स्वीकारतात, पण एकदा का तो त्यांना

'पटला' की मग मात्र ते त्याला अत्यंत आपुलकी दाखवतात, मैत्रीत, निष्ठेत जराही कमी पडत नाहीत.

मी अतिरिक्त महाकायदेपंडित झालो तेव्हा एस. एम. सिक्री हे सर्वोच्च न्यायालयाचे सरन्यायाधीश होते. सिक्री म्हणजे सज्जनतेचा पुतळाच! पंजाबचे महाअधिवक्ता – ॲडव्होकेट जनरल – म्हणून कारकिर्द गाजवल्यानंतर थेट सर्वोच्च न्यायालयाचे सरन्यायाधीश म्हणून नेमणूक झालेले ते एकमेव व्यक्ती होते. न्यायदानाचा काहीही अनुभव नसताना, ते त्या क्षेत्रातल्या देशातील अत्युच्च पदावर पोहोचले होते, पण त्यांचे काम पाहिल्यावर ते जन्मजात न्यायाधीश असावेत असेच वाटायचे! ते ऐकायचे खूप, बोलायचे कमी आणि भरपूर विचार करायचे. चांगल्या न्यायाधीशाचे नेमके गुण! ते स्वत: महान जज्ज होते असे नाही म्हणता येणार, पण जिथे अनेक चांगले न्यायाधीश एकत्र आलेले असतात ते न्यायालय मात्र महान असते.

मला लाभलेले 'भारताचा अतिरिक्त महाकायदेपंडित'– ॲडिशनल सॉलिसिटर जनरल ऑफ इंडिया – हे पद मी मोठ्या आनंदाने उपभोगले. त्या पदावर असताना मी अनेक केसेसमध्ये सर्वोच्च न्यायालयात आणि अनेक महत्त्वपूर्ण केसेसमध्ये उच्च न्यायालयात भारत सरकारचे प्रतिनिधित्व केले. त्यातल्या काही मी जिंकलो, काही हारलो. मी माझ्या मनाला सतत ऑलिंपिक्स गेम्सच्या ब्रीदवाक्याची आठवण देत राहायचो, 'ऑलिंपिक गेम्समध्ये जिंकणे सर्वांत महत्त्वाचे नाही, खेळात भाग घेणे सर्वांत महत्त्वाचे आहे. विजय संपादन करणे ही आयुष्यातील अत्यावश्यक गोष्ट नसून प्राणपणाने लढणे ही आहे.'

सर्वोच्च न्यायालयात मी हारलेल्या ज्या दोन लक्षणीय केसेस होत्या. त्यातील एक होती 'न्यूजप्रिंट'– 'वर्तमानपत्रासाठी लागणाऱ्या कागदासंबंधीची – केस (१९७३). तिची सुनावणी सरन्यायाधीश सिक्री यांच्या अध्यक्षतेखालील पाच सदस्यांच्या खंडपीठासमोर झाली होती. या केसला टीकाकार 'न्यूजपेपर कंट्रोल केस'– 'वृत्तपत्र स्वातंत्र्याची केस'– असेही म्हणतात. बेनेट कोलमन ॲन्ड कंपनी विरुद्ध भारत सरकार[२] अशा त्या केसमध्ये माझ्यावर जबाबदारी होती, ती 'भारत सरकारचे वृत्तपत्र धोरण वृत्तपत्रांच्या अभिव्यक्ती स्वांतंत्र्यावर घाला घालणारे आहे.' हा (फिर्यादी बेनेट कोलमन कंपनीने केलेला) दावा कसा बिनबुडाचा आहे, हे सिद्ध करण्याची. या केसच्या वेळेला महान्यायप्रतिनिधी निरेन डे काही वैयक्तिक कारणामुळे गैरहजर होते आणि महाकायदेपंडित लाल नरेन सिन्हा यांनाही काही अडचण होती. त्या काळी भारत सरकारचे तीनच कायदा अधिकारी होते, त्यामुळे साहजिकच उरलेल्या एकमेव अधिकाऱ्याला म्हणजे मला ती केस स्वीकारावी लागली. एप्रिल, १९७२ ते मार्च, १९७३ या वर्षासाठी (आणि त्यानंतरच्या वर्षासाठीसुद्धा) जाहीर झालेल्या वर्तमानपत्रासाठी लागणाऱ्या विशेष प्रकारच्या कागदाच्या आयातीविषयीच्या

सरकारच्या धोरणाला फिर्यादींनी आव्हान दिले होते, कारण त्यांच्या मते त्या धोरणामुळे वृत्तपत्रांच्या स्वांतंत्र्याच्या मूलभूत हक्कावर बंधने पडत होती, १९ए या संविधानाच्या कलमाचे (सर्व नागरिकांना देऊ केलेल्या वक्तव्याच्या आणि अभिव्यक्तीच्या हक्काचे) उल्लंघन होत होते. बेनेट कोलमन कंपनीने असा मुद्दा मांडला होता की, त्यांनी आव्हान दिलेल्या वृत्तपत्र कागद आयातीच्या धोरणामागे सरकारचा उद्देश वृत्तपत्रांवर नियंत्रण आणण्याचा आहे. खंडपीठानेही त्यांचे हे म्हणणे ग्राह्य धरले की 'कागद आयातीवर नियंत्रण आणण्याच्या धोरणाचा थेट परिणाम वृत्तपत्रांच्या प्रतींच्या संख्येवर होईल, त्यांच्या पानांच्या संख्येच्या वाढीवर होईल, जाहिरातींसाठी वापरली जाणारी जागा कमी करावी लागेल, त्यामुळे वृत्तपत्रांना मिळणारे उत्पन्न घटेल, त्यांचा आर्थिक तोटा होऊ लागेल आणि या सगळ्याचा परिपाक म्हणून अभिव्यक्तीच्या हक्कावर अतिक्रमण होईल.'

माझ्या मते, मी या बेनेट कोलमन केसमध्ये सरकारची बाजू व्यवस्थित मांडली होती, पण मी पाचपैकी एकाच न्यायाधीशांना, न्यायमूर्ती के. के. मॅथ्यू यांना, ती बाजू पटवू शकलो. बाकीच्या चारजणांनी सरकारविरोधी मत दिले. न्यायमूर्ती ए. एन. रॉय (त्या वेळी ते सरन्यायाधीश झाले नव्हते.) यांनी निकालपत्र लिहिले; त्यात त्यांनी 'वर्तमानपत्राचे स्वातंत्र्य' या मुद्द्याला जरा भडकपणे रंगवले. 'लोकशाहीचा गाभा', लोकशाहीची 'आर्क ऑफ द कॉव्हेनंट'[३] –'देवाच्या अस्तित्वाची खूण म्हणून भाविकांकडून सांभाळला जाणारा कलश'– असे तिचे वर्णन केले. काही काळाने ती सगळी अतिशयोक्ती खोटी, फसवी सिद्ध झाली. न्यायाधीश त्यांच्या निकालपत्रात जे लिहितात त्यावर फारसा विश्वास ठेवण्यात अर्थ नसतो. ते त्या निकालपत्राचा जोरदार परिणाम व्हावा म्हणून असल्या क्लृप्त्या वापरीत असतात. त्यांना खरेच तसे म्हणायचे नसते. 'आर्क ऑफ द कॉव्हेनंट' असा वृत्तपत्रीय स्वातंत्र्याचा उदोउदो करणारे हेच महान न्यायाधीश जून, १९७५मध्ये देशावर लादल्या गेलेल्या आणीबाणीच्या काळात त्याच वृत्तपत्रांचा गळा घोटण्याच्या आदेशाला डोक्यावर घेऊन नाचले होते! बायबल म्हणते तेच खरे! 'कुठल्याही मनुष्यप्राण्यावर, अगदी राजावरसुद्धा विश्वास ठेवू नका, विसंबून राहू नका, कारण तुमचा उद्धार करण्याची त्यांची पात्रता नसते.'[४]

पण आपल्या देशात न्यायाधीशांवर अवलंबून राहावेच लागते, कारण आपल्या घटनेने आपल्या मूलभूत हक्कांचे संरक्षण करण्याची, ते अबाधित राहतील याची काळजी घेण्याची जबाबदारी त्यांच्यावर सोपवली आहे. 'हू विल गार्ड द गार्डियन्स?'– 'ते रक्षकच जर भक्षक झाले तर त्यांच्यापासून आपल्याला कोण वाचवणार?'–[५] या मनाला क्लेश पोहोचवणाऱ्या प्रश्नाचे उत्तर आपल्या घटनेखेरीज अन्य कोणीच देऊ शकणार नाही!!

माझी हारलेली दुसरी केस होती, सेंट झेवियर्स कॉलेज, अहमदाबाद विरुद्ध गुजरात राज्य (१९७५). संविधानातील तिसावे कलम अल्पसंख्याकांना (भाषा अथवा धर्म कुठल्याही निकषांवर अल्पसंख्याक ठरलेल्यांना) त्यांच्या पसंतीप्रमाणे शैक्षणिक संस्था स्थापन करण्याचा आणि त्याचा कारभार चालवण्याचा हक्क प्रदान करते. या केसमध्ये असा प्रश्न उपस्थित केला गेला होता की, तिसावे कलम अल्पसंख्याकांनी स्थापन केलेल्या आणि ते चालवीत असलेल्या धर्मनिरपेक्ष शिक्षण देणाऱ्या शाळांना आणि कॉलेजेसना लागू होते की नाही! ती केस प्रथम १९७३ सालच्या अखेरीला पाच न्यायाधीशांच्या संविधानविषयक खंडपीठापुढे आली होती. त्या वेळी शिक्षक सभेच्या – टीचर्स असोसिएशनच्या – कायदेविषयक सल्लागाराने कोर्टाचे लक्ष भारताचे माजी सरन्यायाधीश पी. बी. गजेंद्रगडकर यांनी (टागोर लॉ लेक्चर्समध्ये) व्यक्त केलेल्या मताकडे वेधले होते. (या शिक्षक सभेने कोर्टाच्या संमतीने त्या केसमध्ये हस्तक्षेप केला होता.) १९५८ साली सर्वोच्च न्यायालयाच्या सात सदस्यांच्या खंडपीठासमोर घटनेतील २९ व ३० या कलमांनुसार अल्पसंख्याकांच्या हक्काबाबतची 'केरळ एज्युकेशन बिल' ही केस चालली होती[६]. त्या केसच्या बाबतीतल्या त्या खंडपीठाने दिलेल्या निर्णयाचा फेरविचार होणे जरुरी आहे, असे सरन्यायाधीशांनी त्यांच्या भाषणात म्हटले होते. त्या मताधाराने त्या खंडपीठाने सेंट झेवियर्स कॉलेजची लेखी याचिका याहून मोठ्या खंडपीठापुढे विचारार्थ ठेवली जावी असा आदेश दिला; त्याप्रमाणे ती नऊ सभासदांच्या खंडपीठापुढे आणली गेली होती.

त्या खंडपीठाचे अध्यक्ष न्यायमूर्ती रे यांचे प्रथम मत असे पडले की, सरन्यायाधीश गजेंद्रगडकर यांनी ज्या निकालासंबंधी मत व्यक्त केले होते, तो प्रमुख न्यायाधीश एस. आर. दास यांनी केरळ एज्युकेशन बिल १९५८ या केसचा दिलेला निकाल अगदी टोकाचा आहे. त्या निकालात असे प्रतिपादन करण्यात आले होते की, 'अल्पसंख्याकांनी स्थापन केलेल्या आणि ते चालवत असलेल्या शाळा-कॉलेजेसमध्ये धर्मनिरपेक्ष शिक्षण दिले जात असले तरीही त्यांना संविधानाच्या तिसाव्या कलमाने दिलेला हक्क अबाधित राहतो.' न्यायमूर्ती रे यांच्या नेतृत्वाखालच्या या नऊ न्यायाधीशांच्या खंडपीठासमोर मी गुजरात सरकारची बाजू मांडली. माझ्या मते मी घटनेच्या तिसाव्या कलमाचा खरा, योग्य अर्थ लावून तो खंडपीठाला विशद केला. सेंट झेवियर्स कालेजचे (आणि इतरही काही अल्पसंख्याकांच्या शिक्षणसंस्थांचे) प्रतिनिधित्व नानी पालखीवाला, फ्रँक अँथनी आणि इतर काही वकिलांच्या गटाने केले. मला आठवते आहे त्या केसचा युक्तिवाद करताना नानी पालखीवाला वैयक्तिक पातळीवर उतरले होते. त्यांच्या आग्रही वक्तृत्त्वशैलीत त्यांनी मला लक्ष्य करून न्यायाधीशांना प्रश्न टाकला, '...आणि न्यायाधीश महाराज, सरकारचे

कायदाअधिकारी तरी आपल्या मुलांचे शिक्षण कोणत्या शाळा कॉलेजेसमध्ये करणे पसंत करतात? अशा अल्पसंख्याकांनी चालवलेल्या संस्थांतूनच ना?' माझी मुलगी अनाहिता सिमल्याच्या लोरेटो कॉन्व्हेंटमध्ये (ख्रिश्चन मिशनरी स्कूलमध्ये, म्हणजेच अल्पसंख्यांकांनी चालवलेल्या शैक्षणिक संस्थेत) शिकत होती, या वस्तुस्थितीच्या आधारे त्यांनी मला कोपरखळी मारली होती, तरीही खंडपीठाचा कल फारसा त्यांच्या बाजूला झुकलेला वाटत नव्हता, त्यानंतर एका 'इंटरव्हेनर'[७] संस्थेच्यावतीने सल्लागार म्हणून माजी महान्यायप्रतिनिधी, मोतीलाल सेटलवाड खंडपीठासमोर उभे राहिले.

त्यांनी १९५८ साली एस. आर. दास यांनी दिलेल्या निर्णयाचा जोरदार पुरस्कार केला. ते म्हणाले, 'अतिरिक्त महाकायदेपंडित यांनी उपस्थित केलेल्या सर्व मुद्द्यांना, शंकांना माझे सहकारी नानी पालखीवाला, फ्रँक अँथनी यांनी समर्पक उत्तरे दिलीच आहेत, पण मी कोर्टाला असे सांगू इच्छितो की, ते सर्व प्रश्न न्यायमूर्ती एस. आर. दास यांनी सतरा वर्षांपूर्वीच त्यांच्या निकालपत्रात सोडवलेले आहेत.' नंतर त्यांनी त्यांच्या खास शैलीत एक हात कोटाच्या खिशात ठेवून समोर बसलेल्या खंडपीठातील नऊ सदस्यांकडे, एकेक करून, रोखून पाहात एखाद्या शिक्षकाच्या जरबेने त्यांना प्रश्न केला, 'अजूनही आपल्या मनात काही शंका उरलेल्या आहेत का? अजून काही प्रश्नांची उत्तरे आपल्याला माझ्याकडून हवी आहेत का?' नऊ जणांपैकी एकाही न्यायाधीशाला काहीही विचारण्याची इच्छाही उरली नसावी आणि असली तरी विचारण्याचे धाडसही झाले नसावे. त्यांची ही अवस्था पाहून मलाच शरम वाटली. पुढे बोलायला काही उरलेले नाही अशीच स्थिती निर्माण झाली होती. मी केलेल्या अभ्यासपूर्ण युक्तिवादाचा परिणाम एका पट्टीच्या वकिलाच्या भारदस्त, प्रभावी, समोरच्याच्या मनात दरारा निर्माण करणाऱ्या व्यक्तिमत्त्वाने आणि त्याच्या नाट्यपूर्ण वक्तृत्वशैलीने पार धुवून निघाला होता. सेंट ऑगस्टीन याने रोमन साम्राज्याच्या ऐन भरभराटीच्या काळात तेथील राजसत्तेविषयी काढलेल्या उद्गारांची मला आठवण झाली. 'रोमा लोकुटा एस, कॉजा फिनिटा एस'– 'रोम बोलले, वाद मिटला!' सेटलवाड यांच्या युक्तिवादानंतर माझ्यासाठी ती केस संपलीच होती. निकाल काही महिन्यांनंतर जाहीर झाला आणि अपेक्षेप्रमाणे अल्पसंख्याकांच्या शैक्षणिक संस्थांत, शाळा कॉलेजेसमध्ये धर्मनिरपेक्ष शिक्षण देण्याला संविधानाच्या तिसाव्या कलमांतर्गत मान्यता देण्यात आली.

मोतिलाल सेटलवाड यांच्यावर देवाचा जणू वरदहस्तच होता. आपल्यामागे आपल्याला श्रद्धांजली वाहताना इतरांकडून केली जाणारी आपली प्रशंसा, व्यक्त केला जाणारा आदर हे जिवंतपणीच ऐकण्याची दुर्मीळ, देवदत्त संधी त्यांना लाभली होती. मी सरकारी नोकरीत असताना ओ. पी. दुआ हे माझे सचिव होते (मोतीलाल सेटलवाड महान्यायप्रतिनिधी असताना ते त्यांचे अर्धवेळ सचिव म्हणून काम पाहात

असत.). त्यांनी मला एक दिवस (मार्च, १९७४ मध्ये) सांगितले की, सेटलवाड यांनी दिल्ली सोडून जाण्याचा आणि कधीच न परतण्याचा निर्णय (अचानकपणे) घेतला आहे. डिसेंबर, १९७२मध्ये सरकारी पदाचा राजीनामा दिल्यानंतर सेटलवाड सर्वोच्च न्यायालयात वकिली करीत होते. मला त्या वार्तेचे आश्चर्य वाटले. मी त्यांना फोन केला आणि त्यांनाच विचारले. त्यांनी माहिती खरी असल्याचे सांगितले. ते फोनवर जे बोलले ते मी कधीच विसरणार नाही. ते म्हणाले, 'हे पाहा नरीमन, माणसाची जायची वेळ झाली ना की त्याला जावंच लागतं!' दिल्लीतील वकिलांच्या मंडळाने एप्रिल महिन्यात घाईघाईने एका निरोपसमारंभाचे आयोजन केले. अनेकजणांनी अतिशय प्रेमाने, मनापासून, त्यांच्या गुणांचे यथार्थ वर्णन करून त्यांच्याविषयीचा अतोनात आदर व्यक्त केला, त्यांच्यावर स्तुतिसुमनांचा वर्षाव केला आणि त्यांना साश्रु नयनांनी निरोप दिला. तो कार्यक्रम खूप भावपूर्ण असा झाला. मोतीलालांना बहुधा त्यांचा अंत जवळ आला असल्याची चाहूल लागली होती. काळ-वेळ यांचे योग्य भान असणाऱ्या त्यांच्या मनाला, वयाला एकोणनव्वद वर्षे झाल्यावर, इथला मुक्काम हलवण्याची वेळ आली असल्याची जाणीव नक्कीच झाली असणार. ते दिल्लीहून काही काळासाठी, (दर उन्हाळ्यातील त्यांच्या परिपाठाप्रमाणे) विरंगुळ्याचे क्षण मजेत घालवण्यासाठी निसर्गरम्य उटीला (उटकमंड याचे लघुरूप. त्याचे अधिकृत नाव आहे उधगमंडलम.) गेले, नंतर ते मुंबईला, त्यांच्या स्वगृही जाऊन राहिले आणि केवळ दोन महिन्यांच्या आतच त्यांनी या जगाचा निरोप घेतला. मला नेहमीच असे वाटत आले आहे की, अगाध, अज्ञात अशा शक्तीची कृपादृष्टी असलेले असे ते एक खास व्यक्तिमत्त्व होते.

'बार असोसिएशन ऑफ इंडिया'च्या वतीने जे 'इंडियन ॲडव्होकेट' नावाचे वार्तापत्र प्रसिद्ध केले जाते, त्यात मी लेख लिहून मोतीलालांना श्रद्धांजली अर्पण केली होती[८]. त्या लेखाचा शेवट मी या वाक्यांनी केला होता:

> 'सैनिक कितीही वृद्ध झाला तरी तो मरत नाही, तो अमर असतो. फक्त त्याची आपल्या मनातली आठवण पुसट होत जाते. महान विभूती वृद्ध झाले की मरून जातात, पण त्यांची आपल्या मनातली आठवण कधीही पुसट होत नाही.'

मोतीलाल सेटलवाड हे अतिशय प्रेमळ होते किंवा ज्यांच्याशी खूप जवळीक करावी असे सुहृद, मित्र होते असे मी म्हणू शकणार नाही, पण चांगल्याचे कौतुक करण्याची त्यांचीही एक स्वत:ची पद्धत होती. मला तर ते आवडत होतेच पण त्यांनाही, त्यांच्या पद्धतीने, मी आवडायचो असे मला वाटते. त्या दिवशीच्या दिल्लीतल्या निरोपसमारंभानंतर मी आणि माझा सहकारी मित्र आर. के. गर्ग त्यांना

त्यांच्या गाडीपर्यंत पोहोचवायला गेलो असताना ते आमच्याशी हस्तांदोलन करून गाडीच्या दिशेने काही पावले चालत गेले, मागे वळले आणि माझ्या डोळ्यात बघून म्हणाले, 'नरीमन, तुम्ही उंचावलेला आपल्या मुंबईचा झेंडा असाच फडकत राहील याची काळजी घ्या!'[९] तेच त्यांचे मी ऐकलेले अखेरचे वाक्य होते. ती त्यांच्याशी माझी शेवटची भेट होती. त्यानंतर मी त्यांना पुन्हा पाहू-भेटू शकलो नाही. गर्ग तर सेटलवाड यांना आदर्शच मानायचा. मी आणि गर्ग अनेक वेळा कोर्टात एकमेकांच्या विरुद्ध उभे राहायचो. त्याला जर मी मांडलेला एखादा मुद्दा पटला नाही, युक्तिवाद आवडला नाही (मी तसा तो कोर्टापुढे मांडायला नको होता, असे त्याला वाटले.), तर तो मला हमखास सेटलवाड यांनी मला केलेल्या अखेरच्या सूचनेची आठवण करून द्यायचा आणि म्हणायचा, 'फली, आज मुंबईचा झेंडा बरोबर फडकला नाही. माझ्या आदर्शाला असा खाली पाहायला लावू नको!'

***

मी अतिरिक्त महाकायदेपंडित झाल्यानंतर काहीच दिवसांनी मला दिल्लीच्या बाहेर, कलकत्ता उच्च न्यायालयात एक केस लढवण्यासाठी पाठवण्यात आले होते. त्या न्यायालयाचे मुख्य न्यायाधीश पी. बी. मुखर्जी यांच्या अध्यक्षतेखालील खंडपीठापुढे सुनावणी होणार होती. न्यायमूर्ती सव्यसाची मुखर्जी[१०] यांनी सेंट्रल रिझर्व्ह पोलीस फोर्स ॲक्ट १९४९ – केंद्रीय राखीव पोलीस दल कायदा १९४९ – हा संपूर्णपणे संविधानाच्या कक्षेबाहेर असल्याचा निकाल दिला होता. त्या वेळी कलकत्ता शहरात दंगे, जाळपोळ, लूटमार असे प्रकार प्रचंड प्रमाणावर चालले होते. ती परिस्थिती आटोक्यात राखण्यासाठी शहरात केंद्रीय राखीव दलाचे चाळीस हजार जवान तैनात करण्यात आले होते. सव्यसाची यांच्या त्या निर्णयामुळे नेमक्या त्या गंभीर, ज्वालाग्राही परिस्थितीतच त्या जवानांना शहरातून हटवण्याची वेळ भारत सरकारवर आली होती. त्या निकालाचा पुनर्विचार व्हावा अशी याचिका भारत सरकारतर्फेच कलकत्ता उच्च न्यायालयात दाखल करण्यात आली होती. भारत सरकारच्या दृष्टीने त्या केसचे महत्त्व किती आहे, हे खुद्द केंद्रीय कायदा मंत्री गोखले यांनीच मला समजावून सांगितले होते आणि मी स्वत: जाऊन ती केस लढवणे किती गरजेचे आहे, हे पटवूनही दिले होते. मी कलकत्त्याला पोहोचलो तेव्हा त्या राखीव पोलीस दलाच्या इन्स्पेक्टर जनरलनीच माझे स्वागत केले आणि ते माझ्याशी बोलायला मी ज्या हॉटेलमध्ये उतरलो होतो तेथे आले. शहरातील कायदा आणि सुव्यवस्था खूपच धोक्यात असल्याचे आमच्या चर्चेत मला समजले. इन्स्पेक्टर जनरल मला म्हणाले, 'सर, मला घटना, तिची कक्षा, त्यासंबंधीचा कायदा या गोष्टी कळत नाहीत, पण मला तुमच्या लक्षात एकच गोष्ट आणून द्यायची आहे

की, न्यायालयाचा प्रत्येक न्यायाधीश, (त्यात आमची हकालपट्टी करण्याचा निर्णय देणाऱ्या न्यायाधीशांचाही समावेश आहे.) त्यांचे, त्यांच्या घराचे, कुटुंबीयांचे या परिस्थितीत संरक्षण करायला आमच्या राखीव पोलीस दलाचा जवान पाहिजे असाच आग्रह धरतात. कुणालाही कलकत्ता शहराचे पोलीस नको आहेत.' त्यांनी त्यांची आणखी एक भीती माझ्याजवळ व्यक्त केली. ते म्हणाले, 'आपण हे अपीलही हारू अशी मला फार भीती वाटते आहे, कारण ज्या न्यायाधीशांचा निकाल आपण रद्द करून मागतो आहोत, ते मुख्य न्यायाधीशांचे नातेवाईक आहेत!' (सव्यसाची मुखर्जी आणि पी. बी. मुखर्जी हे सख्खे भाऊ होते.).

दुसऱ्या दिवशी, मुंबई उच्च न्यायालयाच्या परिचित इमारतीसारख्याच भव्य आणि दिमाखदार अशा कलकत्ता उच्च न्यायालयाच्या इमारतीत प्रथमच शिरताना, बंगालचे पहिले मुख्य न्यायाधीश सर एलिजा इंपी[११] यांचे पूर्णाकृती, डोळ्यात भरणारे, अजूनही उत्तम स्थितीत राखलेले, सुंदर तैलचित्र पाहताना माझे मन मात्र आदल्या दिवशी मिळालेल्या माहितीने काहीसे निराश, चिंतित होते. पी. बी. मुखर्जी यांच्यासमोर उभे राहण्याची माझी पहिलीच वेळ होती. मी त्यांना यापूर्वी कधी भेटलोही नव्हतो. अशा सर्वस्वी अनोळखी मैदानावर खेळताना, डावपेच आखताना त्याच्या स्थितीचा अंदाज घेण्याची एक युक्ती असते. पहिले विधान करायचे, ते परत एकदा ऐकवायचे, नंतर पुढच्या मुद्द्याकडे वळायचे आणि न्यायाधीशांनी तुमचे म्हणणे नीट ऐकले आहे, त्यांना ते कळले आहे याची खातरी करण्यासाठी पुन्हा पहिल्या विधानाकडे परतायचे. मी त्याप्रमाणे बोलायला सुरुवात केली, पण पहिल्या विधानाचा पुनरुच्चार करताच मुख्य न्यायाधीशांनी मला हटकले, 'आपण काही क्षणांपूर्वीच हे विधान केले आहे!' पी. बी. मुखर्जी यांची प्रकृती तेव्हा ठीक नव्हती, तरी त्यांच्या प्रतिक्रियेमुळे यांच्या स्वच्छ मनाची, एकतानतेची आणि ते उत्तम श्रोता असल्याची साक्ष मला लगेचच मिळाली. माझा युक्तिवाद दीड तासात संपला. जेवणासाठी कोर्ट उठायच्या आत याचिकेवर निर्णय झालेला होता, स्वत:च्या बंधूंनी, सव्यसाची मुखर्जी यांनी, दिलेला निकाल मुख्य न्यायाधीशांनी रद्दबातल ठरवला होता. केंद्रीय राखीव पोलीस दलाच्या इन्स्पेक्टर जनरल यांची भीती खोटी ठरली, त्यांना त्यांच्या काळजीतून सुटका मिळाली होती!!

***

१९७३ साली ऑस्ट्रेलियातील लॉ कौन्सिलने त्यांच्या दोन वर्षातून एकदा पर्थ येथे होणाऱ्या परिषदेसाठी भारताचा प्रतिनिधी पाठवण्याची विनंती भारत सरकारला केली होती. कायदामंत्र्यांनी माझी निवड केली आणि मला त्या परिषदेला पाठविले. त्यावेळचे इंग्लंड आणि वेल्सचे लॉर्ड चीफ जस्टिस लॉर्ड विजेरी हे परिषदेचे प्रमुख

पाहुणे होते. त्या काळी मोठ्या प्रमाणावरील मानवी हिंसा, घातपात, दहशतवादी कृत्ये या गोष्टी आजच्या इतक्या सर्रास घडत नव्हत्या. त्या विशेष करून चित्रपटातच पाहायला मिळायच्या, पण मला आठवते आहे, भविष्यात उग्र रूप धारण करणाऱ्या या महाराक्षसाची दखल त्या वेळीच लॉर्ड विजेरी यांनी त्यांच्या भाषणात घेतली होती. ते म्हणाले होते की, सामान्य कायदा आणि सुव्यवस्था असणाऱ्या आपल्या जगात फौजदारी कायदा हा अत्यंत अपुरा, अक्षम आहे आणि त्याचे कारण असे आहे की, तो प्रामुख्याने कोणीतरी गुन्हा घडल्याचे त्याला सांगत येण्याची, त्याविरुद्ध कोणीतरी दाद मागण्याची, खटला दाखल करण्याची वाट पाहणारा आहे, त्या 'पश्चात' कृतींवर अवलंबून राहणारा, त्यांवर नको इतका भार टाकणारा आहे, पण ते असेही म्हणाले की दायित्व लादण्यापूर्वी, कोणत्याही निर्णयाप्रत येण्याआधी त्यातील सर्व शक्याशक्यतांचा सारासार विचार करणे, आरोपीलाही त्याचे म्हणणे मांडण्याची संधी देणे, त्याचीही साक्ष घेणे ही सर्व प्रक्रिया जशी दिवाणी दाव्याच्या खटल्यात पार पाडली जाते, तशीच ती एखाद्या महाभयंकर गुन्ह्याविरुद्धच्या फौजदारी खटल्यातही पाळण्यात येते. या गोष्टीत काहीही अयोग्य नाही.[१२] पर्थमधील त्या परिषदेच्या कामकाजात मी सक्रिय भाग घेतला, त्याबरोबरच परिषदेसाठी आलेल्या परदेशी पाहुण्यांना ऑस्ट्रेलियन सरकारने त्यांच्या देशातील प्रमुख शहरांची सहल घडवली – त्याचाही मला लाभ घेता आला. त्या दौऱ्यात फार मजेशीर, पण दीर्घ काळपर्यंत लक्षात राहिलेले एक दृश्य पाहायला मिळाले. आम्ही विमानात बसलेलो होतो. खिडकीतून बाहेर पाहताना आम्हाला दिसले की, ऑस्ट्रेलियाच्या मंत्रिमंडळातील एक मंत्री, विमानाचे दार बंद होण्याआधी विमानात प्रवेश मिळावा यासाठी विमानाकडे अक्षरशः धावत येत होते, त्यांचा सचिवही त्यांच्या मागेच पळत होता. ऑस्ट्रेलियात समानतेच्या तत्त्वाचा केवळ उपदेश केला जात नाही तर ते आचरणात आणले जाते याचे प्रात्यक्षिकच आम्हाला पाहायला मिळाले. दुसऱ्या एका प्रवासात ऑस्ट्रेलियाचे त्या वेळचे महान्यायप्रतिनिधी लिओनेल मर्फी हेही असेच विमानाचे दार बंद होता होता, वाऱ्यावर उडणारा आपला टाय सावरत, धावत-धावत, कसेबसे विमानात शिरलेले मला दिसले. ते आत आले तेव्हा त्यांना दम लागलेला होता. विमानातल्या कोणीही त्यांना उठून जागा तर दिली नाहीच, विमान कर्मचारीही त्यांच्यासाठी अस्वस्थ झालेले, लगबगीने पुढे आलेलेही दिसले नाहीत. जरा वेळ दारातच उभे राहून त्यांनी दम खाल्ला. मग रिकामी जागा शोधू लागले. अगदी मागच्या बाजूला रिकाम्या असलेल्या एका सीटवर ते जाऊन बसले. असे दृश्य मला भारतात कधीही, कधीही बघायला मिळालेले नाही आणि कधी स्वप्नातसुद्धा ते बघायला मिळेल असे मला वाटत नाही – एक मंत्री विमान 'गाठण्यासाठी' पळतो आहे!!!

माझ्या देशाचे, सरकारचे प्रतिनिधित्व करण्यासाठी केलेला माझा तो पहिलाच परदेशदौरा होता. त्यात मला ऑस्ट्रेलियातील उच्च न्यायालयाचे न्यायाधीश हॅरी गिब्ज यांना भेटण्याचा मान मिळाला. ते पुढे (१९८१ ते १९८७) ऑस्ट्रेलियाचे सरन्यायाधीश झाले. माझी आणि त्यांची छान ओळख झाली. तेही (माझ्याप्रमाणेच) 'लावासिया' या ऑस्ट्रेलिया, न्यूझीलंड या देशांसह संपूर्ण एशिया पॅसिफिक प्रदेशातील वकिलांच्या संघटनेचे सभासद होते. १९८५ साली माझी त्या संघटनेच्या अध्यक्षपदी निवड झाली. त्या काळात संघटनेचे प्रमुख सचिव सिडनी येथील डेव्हिड गेड्स यांच्याबरोबर मी खूप काम केले. आम्ही दोघे त्या प्रदेशातील अनेक निरनिराळ्या शहरांत भरणाऱ्या संघटनेच्या परिषदांना एकत्रितपणे हजर राहिलो होतो. या हॅरी गिब्ज यांना एकदा विचारले की, 'तुम्ही एका स्वतंत्र न्यायाधीशाची व्याख्या कशी कराल?' त्यांचे उत्तर होते, 'ज्याला न्यायदानाचे कर्तव्य बजावताना कधीच कुठल्याही वैयक्तिक लाभाची हाव नसते, ज्याला कुणाचे भय नसते आणि जो त्याच्या कर्तव्याआड येणाऱ्या कोणत्याही प्रकारच्या दबावांना पुरून उरतो, तो स्वतंत्र न्यायाधीश!

या व्याख्येचा उल्लेख करण्याचे कारण, १९८३ साली एका अगदी मजेत, आनंदात चाललेल्या एखाद्या परिषदेतही अनपेक्षितपणे अशा प्रकारचे 'दबाव' कसे आणले जातात आणि ते यशस्वीपणे झुगारूनही कसे दिले जातात, हे मी प्रत्यक्ष पाहिले होते. परिषद होती 'लावासिया'चीच. त्या वर्षी ती मनिला येथे भरली होती, त्याचे अध्यक्ष होते फिलिपाइन्स येथील सुप्रसिद्ध वकील राउल गोको. त्या काळात फिलिपाइन्सचे राष्ट्राध्यक्ष फर्दिनांद मार्कोस यांच्या जुलमी कारवायांना ऊत आला होता. त्याचा निषेध म्हणून लावासियाशी चांगले संबंध राखण्याच्या हेतूने परिषदेच्या अध्यक्षांनी आम्हाला राष्ट्राध्यक्षांच्या भेटीचे दिलेले आमंत्रणही आम्ही नाकारले होते, पण राउल गार्को यांनी मोठ्या 'कल्पकते'ने मनिलाच्या मेयरबरोबर जेवणाचा कार्यक्रम आयोजित केला, जो नाकारणे आम्हाला शक्य झाले नाही, कारण परिषदेच्या यजमान शहराच्या – मनिलाच्या – त्याच 'यजमानीणबाई' होत्या. 'कल्पकते'ने म्हणण्याचे कारण मनिलाच्या मेयर इमेल्डा मार्कोस या राष्ट्राध्यक्षांच्या पत्नी होत्या!

जेवणाच्या समारंभात खाशा पाहुण्यांच्या टेबलावर इमेल्डा मार्कोस यांच्या शेजारच्या आसनावर ऑस्ट्रेलियाचे सरन्यायाधीश हॅरी गिब्ज बसले होते. जेवण संपत आले असताना राउल गोको यांनी अचानक उभे राहून आश्चर्याचा धक्का देणारी घोषणा केली. या घोषणेची सरन्यायाधीशांना कल्पनाही नव्हती. ते म्हणाले, 'स्त्री-पुरुषहो, आता सर हॅरी गिब्ज हे राष्ट्राध्यक्षांच्या पत्नींच्या सन्माननीय उपस्थितीबद्दल मद्याचा पेला उंचावतील आणि त्यांना शुभेच्छा देतील.' हॅरी गिब्ज यांच्यासाठी तो

लवासियाच्या प्रतिनिधींसाठी आयोजित केलेल्या एका समारंभात राष्ट्रपती ग्यानी झैलसिंग आणि लवासियाचे अध्यक्ष म्हणून फली नरीमन

मोठा पेचप्रसंग होता. देशाचे सरन्यायाधीश या नात्याने त्यांनी जर इमेल्डा यांच्याविषयी काही प्रशंसोद्गार काढले असते, तर ते त्यांना स्वत:लाच मान्य झाले नसते आणि वृत्तपत्रांनीही त्यांच्यावर टीकेची फैर सोडली असती, पण तसे न करणे हेही शिष्टाचाराला सोडून झाले असते. त्यांच्यापासून थोड्याच अंतरावर बसून मी गोको यांच्या सहेतुक गैरवागणुकीने चिडून, द्विधा मनस्थितीत सापडलेल्या सरन्यायाधीशांच्या पुढील कृतीकडे लक्ष ठेवून होतो. हॅरी यांच्या चेहऱ्यावर त्यांच्या मनातला झगडा मुळीच दिसत नव्हता. त्यांची जराही चलबिचल झालेली जाणवली नाही. ते मद्याचा प्याला हातात घेऊन उठले, चार प्रस्तावनेचे शब्द बोलले आणि त्यांनी सर्व उपस्थितांना प्याला उंचावण्याची विनंती केली. (उत्सवमूर्ती असल्याने साहजिकच,) यजमानीणबाईंखेरीज सर्वांनी प्याले उंचावले आणि हॅरी गिब्ज यांनी घोषणा केली, 'हा प्याला उंचावून आपण सन्मान करू या – 'लावासिया'चा!!'

आता अनपेक्षित धक्का होता, तो राष्ट्राध्यक्षांच्या पत्नींना! मला वाटते मी त्यांना खालचा ओठ हळूच दातांखाली चावलेला पाहिला, पण त्यांनीही चेहऱ्यावरील स्वप्रशंसेच्या अपेक्षेने आणलेले हसू जराही मिटू न देता, एका नि:पक्ष आणि व्यक्तिनिरपेक्ष संघटनेच्या नावाने उंचावलेला मद्याचा पेला रिकामा केला!! मनिलाच्या मेयरना त्या दिवशीचे जेवण गोड लागले नसेल, पण मी मात्र एका स्वतंत्र प्रवृत्तीच्या न्यायाधीशाची त्याच्या तत्त्वांविरुद्ध वागायला लावणाऱ्या प्रसंगातील चाणाक्ष पण

निर्भय प्रतिक्रिया पाहून भारावलो आणि सुखावलोही.

मी स्वत:शीच उद्‌गारलो, 'कसोटीच्या क्षणी स्वतंत्र वृत्तीचा न्यायाधीश नेहमीच असा आपल्या बुद्धीचापल्याचा उपयोग करून वेगाने विचार करतो.'

पंचवीस वर्षांपूर्वी घडलेल्या या 'प्राचीन' कथेतील तात्पर्य असे आहे की, न्यायाधीशाची नेमणूक कोणीही केलेली असली, जुन्या काळातील पद्धतीप्रमाणे राजांनी किंवा राजांनी निवडलेल्या न्यायप्रमुखांनी, आत्तच्या काळातील देशाच्या शासनाने किंवा एखाद्या उच्चस्तरीय समितीने केलेली असली, तरीसुद्धा त्याची नेमणूक करणाऱ्या किंवा इतर कोणाही व्यक्तीं, शक्तींकडून प्रत्यक्षपणे अथवा अप्रत्यक्षपणे, उघडपणे अथवा कपटाने त्याच्यावर आणल्या जाणाऱ्या दबावांचा नेटाने, धैर्याने, नीतिमत्तेच्या बळाने सामना करण्याची ताकद त्याच्या अंगी असणे अत्यंत आवश्यक आहे, न्यायदानाच्या पवित्र आणि नितांत महत्त्वाच्या कार्याचे असिधाराव्रत स्वीकारणाऱ्याकडे कुठल्या गुणांची आवश्यकता आहे तेच या गोष्टींमधून स्पष्ट होते.

न्यायपद्धतीतील अत्युच्च स्तरावरील व्यक्तींवर सतत, वारंवार टाकल्या जाणाऱ्या दबावांना यशस्वीपणे तोंड देऊन परतवण्याची क्षमता असते. न्यायाधीश त्या स्थानांवर असले की, मग त्यांच्या नेमणुकीची जबाबदारी कोणावर, कोणत्या समितीकडे सोपवलेली होती हा प्रश्न फार गौण ठरतो.

***

१९७५च्या प्रारंभी केंद्र सरकारने चोरट्या व्यापारासंबंधीच्या कायद्याखाली – स्मगलर्स ॲक्ट, १९७४ खाली – (त्याचे संपूर्ण नाव परदेशी चलन संरक्षण आणि चोरटा व्यापार प्रतिबंध अधिनियम – कन्झर्व्हेशन ऑफ फॉरेन एक्स्चेंज ॲन्ड प्रिव्हेन्शन ऑफ स्मगलिंग ॲक्टिव्हिटीज ॲक्ट – असे आहे.) प्रतिबंधक उपाय म्हणून काही व्यक्तींना अटक केली होती. त्या बाबतीत सल्ला देण्याची कामगिरी माझ्यावर सोपवण्यात आली होती. त्यात समाजातील बऱ्याच लब्धप्रतिष्ठित, वजनदार लोकांचा समावेश होता (काही काळानंतर त्यातल्या प्रत्येकाने त्याच्या पापांचे पाढे जयप्रकाश नारायण यांच्या पायाशी वाचून त्याबद्दल प्रामाणिक कबुलीही दिली होती.) त्यांच्या अटकेच्या विरोधात त्यापैकी काहींनी कोर्टात याचिका दाखल केल्या होत्या. सरकारने त्यातील एकच याचिका, चाचणी परीक्षेसारखी दिल्ली उच्च न्यायालयात एका खंडपीठासमोर आणायची असं ठरवलं होतं. त्या केसचे प्रास्ताविक मला करायचे होते. अटक करण्याची कारणे, त्यामागील कायद्याचा आधार या सर्व गोष्टी केसच्या फाइल्स काळजीपूर्वक अभ्यासून मी नीट प्रास्ताविकात समाविष्ट केल्या होत्या. युक्तिवाद बऱ्याच आठवड्यांपर्यंत रेंगाळले. शेवटी एकदाची सुनावणी

संपली, निर्णय मात्र राखून ठेवण्यात आला होता. एप्रिलमधील एका शुक्रवारी निकाल जाहीर होणार असल्याचे मला कळविण्यात आले, पण दुपारी तीन वाजता मला समजले की, निर्णय झाला, याचिका स्वीकारल्या गेल्या आणि अटक झालेल्यांना सोडून देण्याचा हुकूमही निघाला. शनिवार-रविवार कोर्टाला सुट्टी असल्याने सोमवारी सकाळी-सकाळी मी सर्वोच्च न्यायालयातील एक नंबरच्या कोर्टात गेलो. तेथे सरन्यायाधीश रे यांच्या अध्यक्षतेखालील संविधान खंडपीठासमोर चाललेल्या सुनावणीत व्यत्यय आणून, कुठलाही लेखी अर्ज न करताच, तोंडीच, दिल्ली उच्च न्यायालयाने दिलेल्या निकालाला स्थगिती देण्यात यावी, अशी विनंतीवजा मागणी केली. न्यायमूर्ती रे मला म्हणाले, 'आमच्यासमोर एकही कागद नाही, उच्च न्यायालयाने दिलेला निर्णयसुद्धा नाही, अशा परिस्थितीत वैयक्तिक स्वातंत्र्याचा हक्क डावलला जाण्याच्या संवेदनशील प्रश्नाच्या बाबतीत आम्ही स्थगिती कशी द्यावी?' मी चिडलो, चडफडलो आणि हात चोळत निघून आलो. उच्च न्यायालयाच्या निर्णयावर रीतसर पुनर्विचाराची याचिका सर्वोच्च न्यायालयात दाखल होऊन, सुनावणी होऊन स्थगिती मिळवली असती, तरी अटक केलेले सगळे 'सभ्य चोर' एकदा बंद बाटलीतला राक्षस सुटावा तसे सुटले की, परत कायद्याच्या बंधनात गवसणे जवळ-जवळ अशक्यच होते.

त्यानंतर अर्थमंत्र्यांच्या कचेरीत तातडीने एक बैठक बोलावण्यात आली. कायदामंत्री गोखले हेही हजर होते. झाल्या प्रकाराबद्दल सर्वांनी एकमेकांजवळ दु:ख, चिंता व्यक्त केली, पण त्याबरोबरच सगळेच असाहाय असल्याचीही कबुली देण्यात आली. त्या बैठकीत अशी एक सूचना पुढे आली की, अशा प्रतिबंधक अटकेच्या कारवाईसाठी घटनेच्या २२६व्या कलमाद्वारे जे अधिकार प्राप्त झालेले आहेत, त्यांचा वापर करण्याऐवजी घटनेत योग्य तो बदलच करून घेण्यात यावा. मला ती सूचना मान्य नव्हती. मी नम्रपणे माझी बाजू मांडली. मी म्हणालो, 'आपली हार मान्य करायलाच हवी. 'न्यायालयातील चौकशीशिवाय अटक नाही.' या नियमाला अशा मोठ्या प्रमाणावर चालवलेले अटकसत्र हा अपवाद आहे. यात अडकलले लोक कोणीही असोत, न्यायमूर्ती रे यांनी 'व्यक्तिगत स्वातंत्र्या'चा हक्क डावलला जाण्याविषयीचा जो हरकतीचा मुद्दा उपस्थित केला आहे, त्याच्याशी मी व्यक्तिगतरित्या पूर्ण सहमत आहे.' मंत्रीगणांनी माझे म्हणणे ऐकून घेतले, पण त्या परिस्थितीत तर ते त्यांना पटणे शक्यच नव्हते. बैठकीतून बाहेर पडल्यावर मी परत एकदा स्वत:शीच विचार केला. उच्च न्यायालयाने निकालासाठी (सर्वोच्च न्यायालयात जाण्याची सरकारची वाट मुद्दाम अवघड करणारी.) नेमकी शुक्रवार दुपारची वेळ नक्कीच निवडायला नको होती, पण तसे घडले तरी त्यामुळे सर्वोच्च न्यायालयाने उच्च न्यायालयाच्या निकालात फेरफार करण्यास दिलेला नकार चुकीचा ठरत

नव्हता, कारण बऱ्याच लोकांना अटक करण्यात चोरटी आयात अथवा परदेशी चलन हे महत्त्वाचे विषय गुंतलेले होते, पण त्याहीपेक्षा जास्त महत्त्वाचा आणि संवेदनशील विषय होता, तो व्यक्तिगत स्वातंत्र्याचा. त्या अटका सयुक्तिक कारणांमुळे असला तरीही न्यायालयीन चौकशी न झाल्यामुळे, व्यक्तिगत स्वांतंत्र्याच्या हक्काची पायमल्ली झाली होती. शिवाय सर्वोच्च न्यायालयासमोर कोणतेही कागदपत्र सादर केलेले नव्हते, तपशील पुरविले नव्हते आणि विनंतीही लेखी नाहीतर केवळ तोंडी करण्यात आली होती.

पण त्यानंतर काहीच महिन्यांनी, १९७५च्याच जुलै किंवा ऑगस्ट महिन्यात, (२६ जून, १९७५ या दिवशी अंतर्गत आणीबाणीची घोषणा झाली होती, आणि त्याच्या निषेधार्थ लगेचच मी माझ्या पदाचा राजीनामा दिला होता.) मला सर्वोच्च न्यायालयाच्या त्याच एक नंबरच्या कोर्टात, ज्यांच्या निर्णयाचा मी आदर केला होता, त्याच सन्माननीय न्यायमूर्तींच्या समोर उपस्थित असताना अत्यंत घोर निराशा पदरी पाडून घ्यायला लागली होती. त्या दिवशी सकाळीच सर्व वृत्तपत्रांत बातमी झळकली होती की, मुंबईत काही राजकीय नेत्यांना (मुंबई महानगरपालिकेच्या सगळ्या सभासदांना) अटक करण्यात आली होती आणि त्या सगळ्यांनी मुंबई उच्च न्यायालयात अशी याचिका दाखल केली होती की, अटक झाली असली तरीही लवकरच होणाऱ्या महानगरपालिकेच्या महापौरपदाच्या आगामी निवडणुकीत त्यांना मतदान करण्याची परवानगी दिली जावी.

वर्तमानपत्रांनी असेही नमूद केले होते की, काँग्रेस पक्षाच्या नेतृत्वाखालील राज्य सरकारने त्याला विरोध दर्शविला होता, पण न्यायालयाने मात्र त्या विनंतीला मान्यता दिली होती. न्यायालयाचे म्हणणे असे होते की, प्रतिबंधक अटकेने त्या महानगरपालिकेच्या सभासदांच्या मतदानाच्या हक्काला बाधा पोहोचत नाही. तशीच आवश्यकता वाटली, तर त्यांची मते त्यांना अटक करून त्यांना स्थानबद्ध केले असेल त्या ठिकाणीच नोंदवली जावीत. या वृत्तपत्रातल्या बातमीचे कात्रण, फक्त तो अनधिकृत छापील कागदाचा तुकडा घेऊन भारत सरकारचे त्यावेळचे महाकायदेपंडित सर्वोच्च न्यायालयात (सरन्यायाधीशांच्या कोर्ट क्रमांक एकमध्ये) गेले आणि त्यांनी तोंडीच मुंबई उच्च न्यायालयाच्या निकालाला स्थगिती मागितली. उच्च न्यायालयाच्या निर्णयाची प्रतही कोर्टासमोर हजर करण्यात आली नव्हती. असे असूनही ज्यांनी 'व्यक्तिगत स्वातंत्र्याच्या हक्का'चा मुद्दा माझ्यासमोर उभा करून, केवळ अपवादात्मक प्रसंगामुळे केलेली माझी तोंडी विनंती अमान्य केली होती आणि त्या त्यांच्या कृतीचा मी आदर केला होता, त्याच सरन्यायाधीश रे यांनी, एकही प्रश्न न विचारता, कुठलीही चौकशी न करता, विनाविलंब, अक्षरश: क्षणार्धात मंबई उच्च न्यायालयाच्या निकालाला आणि हुकमाला स्थगिती मंजूर करून टाकली!! अटक झालेल्या (सहा

किंवा सात) नगरसेवकांना मतदान करता आले नाही आणि साधारण तेवढ्याच फरकाने काँग्रेस पक्षाचा उमेदवार निवडणूक जिंकला. त्या लोकांनी मतदान केले असते तर सत्ताधारी काँग्रेस पक्षाचा उमेदवार हारला असता. त्या प्रसंगापासून न्यायमूर्तींना 'व्यक्तिगत स्वातंत्र्या'बद्दलचा कितीही मनापासून पुळका आलेला पाहिला, ऐकला तरी मला त्याचे काही कौतुक वाटेनासे झाले.

***

अतिरिक्त महाकायदेपंडित या पदावरील माझ्या नेमणुकीची ठरलेली तीन वर्षांची मुदत १ मे, १९७५ रोजी संपली. कायदा मंत्री एच. आर. गोखले यांनी 'या पदाचा दर्जा लवकरच वाढवला जाईल, १ जुलैपासून महाकायदेपंडित या पदाच्याच दोन जागा असतील आणि त्यातली एक मला दिली जाईल आणि त्यामुळे आत्ताचे 'अतिरिक्त' हे गौणत्वाचे विशेषण निघून जाईल,' असे आश्वासन देऊन ती मुदत तीन वर्षांनी वाढवली होती. माझ्या महत्त्वाकांक्षेच्या भुकेला आणखी थोडे खाद्य! पण 'मानव आणि मूषक यांनी आखलेल्या चांगल्या-चांगल्या योजनाही बऱ्याचदा फसतात!'[१४]. २६ जून, १९७५च्या काळ्या सकाळी अंतर्गत आणीबाणी पुकारली गेली आणि माझ्यासाठी पुढच्या सगळ्या योजना पार कोलमडल्या, उद्ध्वस्तच झाल्या! पंतप्रधान इंदिरा गांधी यांची निवडणूक बेकायदेशीर ठरवणाऱ्या अलाहाबाद उच्च न्यायालयाच्या निर्णयाला (त्या वेळी सुट्टीवर असलेले.) सर्वोच्च न्यायालय कदाचित संपूर्ण स्थगिती देणार नाही, या शक्यतेवरील जालीम उपाय म्हणून पंतप्रधानांच्या खास मर्जीतल्या सल्लागारांनी एक भयंकर हिकमत लढवली. त्यांना अत्यंत आक्षेपार्ह असा बदसल्ला दिला आणि मग त्यानुसार घाईघाईने, अर्धवट बेतलेली, बेंगरूळ अशी अंतर्गत आणीबाणी देशावर लादली गेली. सर्वांच्याच लक्षात असेल की १२ जून, १९७५ रोजी अलाहाबाद उच्च न्यायालयाचे न्यायाधीश जगमोहन लाल सिन्हा यांनी त्यांच्यासमोर (राज नारायण यांनी) दाखल केल्या गेलेल्या निवडणूक याचिकेवर इंदिरा गांधी यांच्या विरोधात निकाल दिला होता. 'निवडणुकीत भ्रष्टाचाराचे प्रकार अवलंबिण्यात आले' असा आरोप इंदिरा गांधी यांच्यावर ठेवून न्यायमूर्तींनी त्यांना कोणतेही सार्वजनिक पद स्वीकारण्यास (सहा वर्षांच्या कालावधीसाठी कायद्याने) अपात्र ठरवले होते.

सर्वोच्च न्यायालयात या उच्च न्यायालयाच्या निकालाविरुद्ध केल्या गेलेल्या अपीलाच्या सुनावणीत इंदिरा गांधी यांच्यातर्फे नेमले गेलले जे. बी. दादाचंजी हे वकील न्यायमूर्ती जगमोहन लाल सिन्हा यांचे ते निकालपत्र घेऊन माझ्याकडे आले होते, त्यामुळे मला ते मुळातून वाचायला मिळाले होते. जे. बी. दादाचंजी आणि कंपनी ही दिल्लीत अत्यंत प्रतिष्ठित गणली जाणारी कायदा सल्लागार कंपनी होती

आणि जिमी दादाचंजी हे त्या कंपनीचे सर्वांत वरिष्ठ, अनुभवी आणि ख्यातनाम भागीदार होते. सिन्हा यांच्या निकालपत्राबद्दल कायदामंत्री एच. आर. गोखले आणि पंतप्रधानांचे प्रमुख सचिव पी. एन. धर यांच्याबरोबर अनेक बैठका, अनंत काळपर्यंत चालणाऱ्या चर्चा सतत चालू होत्या. खरे सांगायचे तर त्या वेळी सरकारी वर्तुळात आणि बाहेरही त्या विषयाखेरीज दुसरा विषयच नव्हता! माझ्या मते सिन्हा यांच्या निकालपत्रातील कारणमीमांसा फारच कमजोर होती. हे माझे मत मी गोखले आणि धर या दोघांच्या कानावर स्पष्टपणे घातले होते. मला असे सांगण्यात आले की, इंदिरा गांधी यांचे स्वत:चे वकील, ज्येष्ठ, प्रख्यात नानी पालखीवाला यांनी त्यांच्या सर्वोच्च न्यायालयातील अपीलाची तयारी केलेली आहे, पण तरीही इंदिराजींची अशी इच्छा आहे की, मी ते अपील आणि स्थगितीचे विनंतीपत्र ज्या मुद्द्यांवर आधारलेले आहे ते परत एकदा नीट तपासून पाहावेत. या सन्मानाने मी खूश झालो! मी सगळे कागदपत्र पाहिले आणि काही बदलही सुचवले. १९ जून या दिवशी त्यातील पडताळणीच्या भागाची पुनर्तपासणीही करण्यात आली. अपीलाचे कागदपत्र तयार झाले, तरी ते न्यायालयात लगेच दाखल करण्यात आले नाहीत. ज्योतिषशास्त्राधारे त्यासाठी सर्वांत शुभ दिवस शोधण्यात आला आणि त्याच दिवशी ते दाखल केले गेले.

इंदिरा गांधींच्या भोवती फिरणाऱ्या ग्रहमालेत त्यांच्या मंत्रिमंडळातील काही अत्यंत हुशार, कार्यक्षम असे मंत्री होतेच, पण त्याखेरीज तीन प्रकारचे उपग्रहही होते. पहिल्या प्रकारात होते, त्यांच्यासमोर गोंडा घोळणारे त्यांचे खुषमस्करे, त्यांची स्तुतिस्तवने गाणारे भाट. दुसऱ्या प्रकारात काही तज्ज्ञ, सक्षम असे वकील आणि तिसऱ्या प्रकारात होते ज्योतिषी, भविष्यवेत्ते. त्यांनीच असा सल्ला दिला होता की, अपीलाची सर्व तयारी होऊन ते जय्यत तयार असूनही त्या दिवशी दाखल केले जाऊ नये (तो नेमका दिवस मी आता विसरलो.) दुसरा दिवस त्यांच्या मते जास्त अनुकूल, शुभ होता. त्यांच्यावरील विश्वासाने २२ जून, १९७५ या त्यांनी निश्चित केलेल्या मुहूर्तावर कोर्टाच्या सुट्टीच्या काळातील न्यायाधीश, न्यायमूर्ती व्ही. आर. कृष्णा अय्यर यांच्यासमोर अपील दाखल करण्यात आले. नानी पालखीवाला यांनी इंदिरा गांधींच्या अर्जाच्या बाजूने युक्तिवाद केला. निकाल राखून ठेवण्यात आला. दुसऱ्या दिवशी संध्याकाळी मी माझ्या पत्नीसमवेत आधीच योजलेली काही दिवसांची सुट्टी मुंबईत घालवण्यासाठी राजधानी एक्सप्रेसने दिल्ली सोडली. गाडीत 'इव्हिनिंग न्यूज' या वर्तमानपत्राच्या आतल्या पानावर दडलेल्या एका बातमीने माझे लक्ष वेधून घेतले. गृहसचिव निर्मल मुखर्जी यांची इतरत्र बदली करून त्यांच्या जागी राजस्थानमधील एस. एल. खुराणा नावाच्या एका नवीनच माणसाची नेमणूक करण्यात आली होती. नवीन गृहसचिव? का? आणि असा अचानक? माझ्या मनात प्रश्न आले, पण त्या

वेळी मी त्यांचा फारसा विचार केला नाही.

अगदी क्षुल्लक, गौण वाटणारे प्रसंगच कधी-कधी फार मोठ्या, महत्त्वाच्या प्रसंगांची नांदी असतात. इतिहासात अशी नोंद आहे की, जर आजूबाजूला घडणाऱ्या काही बदलांचे लोकांनी जरा विचारपूर्वक निरीक्षण केले असते, तर फ्रेंच राज्यक्रांतीची चाहूल लोकांना आधीच लागू शकली असती. काही आठवडे फ्रान्समधील बेकरीवाल्यांनी ब्रेड बनवणे बंद केले होते. ब्रेड हा खरे म्हणजे फ्रेंच लोकांचे प्रमुख अन्न आहे. तरीही त्याचे उत्पादन थांबवण्यात आले होते, कारण सर्व बेकरीतील भट्ट्या नांगरांचे फाळ गरम करून त्यातून तलवारी बनवायच्या कामात व्यस्त होत्या. अरेरे! मी पण तसेच केले. मलाही आणीबाणीच्या संकटाचा इशारा देणारा 'क्षुल्लक' बदल कळला नाही. दिशा बदललेला वारा माझ्या अंगावरून गेला, पण मला ते जाणवले नाही. गृहसचिवांची अचानक बदली या गौण प्रसंगात दडलेल्या दूरगामी गंभीर परिणामाकडे त्या क्षणी माझे दुर्लक्ष झाले. मागे वळून पाहताना लक्षात आले की, सर्वोच्च न्यायालय कदाचित हवा तसा निकाल देणार नाही. या संभाव्य घटनेला तोंड देण्याची तयारी बऱ्याच आधीपासून चालू होती. (ज्याची इंदिरा गांधींच्या अगदी निकटवर्तीयांखेरीज इतर कोणालाही जरासुद्धा खबर नव्हती.)

माझा मित्र रेड ऑस्टिन (ग्रॅनव्हिल ऑस्टिन) याने प्रचंड कष्ट घेऊन केलेल्या अभ्यासपूर्ण संशोधनानंतर लिहिलेल्या त्याच्या पुस्तकात लिहून ठेवले आहे:[१५]

> '१५ जूनची परिस्थिती अशी होती की, संजय गांधी[१६] यांनी 'काही बिघडलेल्या गोष्टी' सुधारण्यासाठी परिणामकारक योजना आखायला आधीपासूनच प्रारंभ केलेला होता; असे त्यांनी स्वत:च नंतर त्यांच्या एका मित्राला सांगितले होते. पंतप्रधानांच्या निवासस्थानीच त्यांचे 'कार्या'लय होते. तिथे बसून गृहराज्यमंत्री ओम मेहता, हरयानाचे मुख्यमंत्री बन्सीलाल, पंतप्रधानांचे अतिरिक्त सचिव आर. के. धवन आणि संजय गांधी यांचे एक घनिष्ट मित्र या चांडाळ चौकडीने ज्यांना अटक करून तुरुंगात टाकायचे त्यांची यादीसुद्धा तयार केली होती. इंदिरा गांधी आणि त्यांचा काँग्रेस पक्ष मार्च, १९७७च्या सार्वत्रिक निवडणुकीत पराभूत झाल्यानंतर जनता पक्षाचे सरकार सत्तेवर आले. त्या सरकारने नेमलेल्या शहा आयोगासमोर दिल्लीचे लेफ्टनंट गव्हर्नर कृष्णचंद्र यांनी जी साक्ष दिली, त्यात त्यांनी त्या याद्या पंतप्रधानांच्या निवासस्थानी त्यांच्या डोळ्यांनी पाहिल्या असल्याचे शपथेवर सांगितले होते. त्यांनी असेही विधान केले की आर. के. धवन यांनी २३ जून रोजी त्यांना त्याच दिवशी सर्व विरोधी पक्षाच्या नेत्यांना अटक होण्याची शक्यताही बोलून दाखवली होती.'

२४ जून, १९७५ या दिवशी न्यायमूर्ती कृष्णा अय्यर यांनी स्थगिती आदेश दिला, पण तो सशर्त होता, निखालस, नि:संदिग्ध नव्हता. 'आणीबाणीची प्रक्रिया' तातडीने कार्यान्वित झाली – त्यातील पहिली पायरी होती आणीबाणीच्या जाहीरनाम्याला राष्ट्रपतींची मान्यता मिळवणे, म्हणजेच त्या कागदावर त्यांची सही घेणे. राष्ट्रपतींना 'पटवण्या'ची कामगिरी तीन विद्वान वकिलांनी बजावली. एच. आर. गोखले, एस. एस. रे आणि रजनी पटेल (तिघेही काँग्रेस पक्षाचेच!). राष्ट्रपती फक्रुद्दिन अली अहमद हे काँग्रेसचेच जुने निष्ठावान, कणखर कार्यकर्ते! पण ते स्वत: उत्तम वकील होते, आसाम राज्यातील ख्यातनाम, यशस्वी वकिलांच्यात त्यांची गणना केली जायची, इतकेच नव्हे तर ते काही काळ आसाम राज्याचे महाकायदेप्रतिनिधी सुद्धा होते.

२६ जूनच्या सकाळी मंत्रिमंडळाची बैठक भरून त्यात आणीबाणीच्या घोषणेला मान्यता मिळण्यापूर्वीच, आदल्या रात्रीच त्यावर राष्ट्रपतींची 'मोहोर' उठलेली देखील होती! त्या वेळी मंत्रिमंडळातील एक अतिशय विद्वान मंत्री जगजीवनराम यांनी त्याच बैठकीत पंतप्रधानांना दिलेले उत्तर मला स्मरते आहे. इंदिरा गांधी यांनी त्यांना 'आणीबाणीविषयी तुमचे काय मत आहे?' असा प्रश्न विचारला. जगजीवनराम यांनी त्या प्रश्नाचे उत्तर देण्याचे टाळले. त्यांनी इंदिरा गांधींनाच उलट सवाल केला, 'आपण जो निर्णय आधीच घेऊन टाकला आहे त्याबद्दल मी काय मत देऊ?'

अशीही माहिती उजेडात आली आहे की, २५ जूनच्या मध्यरात्री, २६ जूनचा दिवस उजाडण्यापूर्वी काँग्रेस पक्षाच्या सरकारातल्या 'तीन शिलेदार' वकिलांनी आणलेल्या जाहीरनाम्यावर सही केल्यावर राष्ट्रपतींनी झोपेची गोळी घेतली होती! मी नेहमी असे म्हणत आलो आहे की, त्यांनी ती झोपेची गोळी सही केल्यानंतर घेण्याऐवजी सही करण्याच्या आधीच घेतलेली असती, तर किती बरे झाले असते! तसे झाले असते तर त्या दीर्घ झोपेतून जाग आल्यावर त्या 'हुकूमशाहीच्या घोषणे'वर सही करण्याआधी त्यांच्या मनात काही वेगळे, पर्यायी विचार आले असते! (नशीब या राष्ट्राचे, त्याच्या नागरिकांचे की, ती हुकूमशाही अल्पकालीन ठरली!!)

राज्यघटनेने जो देशाचा नेता नेमला आहे. त्याची संविधानाशी संबंधित ज्या गोष्टी देशात घडत असतात त्यातली भूमिका जनहिताच्या दृष्टीने आणि अतिशय महत्त्वपूर्ण आहे. आपली घटना अनेक बाबतीत केवळ दिशादर्शक आहे, मार्गाबद्दल मौन पाळून आहे. अशा बाबतीतल्या निर्णयाच्या प्रक्रियेत त्या नेत्याने, म्हणजे राष्ट्रपतींनी, कोणताही गाजावाजा न करता, अतिशय शांतपणे त्यांचा स्वत:चा, संविधानाने त्यांच्यावर टाकलेल्या जबाबदारीचा उचित प्रभाव पाडला पाहिजे. त्या दिवशीही राष्ट्रपती, निदान दुसऱ्या दिवशी सकाळीच होणार असलेली मंत्रिमंडळाची

बैठक होईपर्यंत तरी सही करणे पुढे ढकलू शकले असते. तसे झाले असते, तर काही वेगळेही घडू शकले असते, कोणी सांगावे? परंतु आपल्या राष्ट्रपतींनी त्या रात्री तीन हुशार वकिलांच्या 'वकिली' युक्तिवादाला बळी पडून देशाला संकटाच्या खाईत लोटणाऱ्या त्या जाहीरनाम्यावर सही करण्यात दाखवलेल्या घातक तत्परतेने सरकारला त्याच रात्रीच्या अंधारात (केंद्रातल्या आणि सगळ्या राज्यांतल्याही) विरोधी पक्षाच्या सर्व प्रभावी, 'वजनदार' नेत्यांना शोधून, कुणाच्याही नकळत उचलून, अटकेत टाकून देणे शक्य झाले. त्या नेत्यांना (आणि इतर हजारोंना) काय होते आहे, हे कळायच्या आत ते तुरुंगात डांबले गेले!!

टीपा :

१. नेहावेंडच्या युद्धात (इसवी सन ६४२मध्ये) अरब आक्रमकांकडून पर्शियनांचा पराभव झाला. त्यांनतरच्या दशकात पर्शियातील, विशेषत: फार्स या प्रांतातील झरथुष्ट्र या पर्शियन संताचे भक्तगण, अनुयायी (झोरोस्ट्रियन्स लोक) घरादाराचा त्याग करून देशाबाहेर पडले आणि प्रामुख्याने गुजरातच्या पश्चिम किनाऱ्यावर मोठ्या संख्येने येऊ लागले. तेथील राजाने त्यांना उदार आश्रयही दिला. नवसारी, सुरत, उद्वाडा या भागात स्थायिक झालेल्या त्या पर्शियन लोकांच्यातील प्रमुख धर्मगुरूंनी, कोणताही खास निकष न लावता, ज्या कुटुंबातील पुरुष, मुले धर्मगुरूची दीक्षा घेऊ शकतील आणि ज्या कुटुंबातील घेऊ शकणार नाहीत, अशी कुटुंबांची विभागणी करून टाकली. त्यांचा त्यामागचा विचार असा होता की, जर सगळ्याच पारशी (खरा शब्द आहे, फार्सी – फार्स प्रांतातून आलेले ते फार्सी) कुटुंबातील सभासद धर्मगुरू बनून, रोज देवालयात जाऊन अग्नीदेवतेची पूजाअर्चा करीत राहिले, तर धान्य पिकवायला, शेते नांगरायला, धर्माखेरीजची इतर कर्मे कोण करणार?

२. बेनेट कोलमन आणि कंपनी विरुद्ध भारत सरकार, एआयआर १९७३, एस.सी. १०६ (३० ऑक्टोबर, १९७२ या दिवशीचे निकालपत्र)

३. 'आर्क ऑफ द कॉव्हेनंट' याचे वर्णन बायबलमध्ये 'टेन कमांडमेंट्स' (मोझेस याने दिलेल्या दहा आज्ञा!) 'कोरलेल्या छोट्या फरशांचे तुकडे ठेवलेला पवित्र कलश' असे केले आहे.

४. बुक ऑफ साम्स – बायबलमधील प्रार्थनांचे पुस्तक– यामधून घेतलेले (cxlvi.2).

५. रोमन कवी जुव्हेनल याच्या मूळच्या लॅटिन भाषेतील 'क्विस कस्टोडीएट इपसॉस कस्टडीज?' याची अनेक भाषांतरे झाली – 'रखवालदाराची रखवाली कोण करणार?' किंवा 'रक्षकांचे रक्षण कोण करणार?' (पाहा 'विकीपिडिया'). 'अंतिम अधिकारांची जबाबदारी कोणाच्या खांद्यावर असावी?' या अवघड, न

सुटणाऱ्या प्रश्नाचा मागोवा घेताना बऱ्याच जणांनी या प्रसिद्ध वचनाचा उपयोग केलेला आहे. आधुनिक लोकशाहीत या प्रश्नावरील तोडगा म्हणून सत्तेचे, अधिकारांचे विकेंद्रीकरण, विभागणी हा मार्ग अवलंबिण्यात आला आहे. त्यामागची कल्पना अशी आहे की, अंतिम सत्ता, अधिकारांची ताकदही एका गटाच्या, पक्षाच्या हातात एकवटलेली असता कामा नये. प्रत्येक गटाच्या (अंमलबजावणी करणारा अधिकारी वर्ग, कायदे करणारा गट, न्यायदानाची जबाबदारी असणाऱ्या लोकांचा गट) ती सत्ता वापरण्यामागच्या निरनिराळ्या बऱ्या-वाईट, परस्परविरोधी हेतूंच्यात स्पर्धा घडून यावी. प्रत्येक गट मग आपल्या हेतूचे संरक्षण करेल. दुसऱ्या गटाचा हेतू सफल होऊ नये असा प्रयत्न करेल, त्यात अडथळे निर्माण करेल आणि अशा रीतीने अंतिम अधिकार, अंतिम सत्ता ही कधीही एकाच गटाकडे न राहता, तिच्या प्राप्तीसाठी सतत संघर्ष होत राहतील.

६. केरळ एज्युकेशन बिल खटला, एआयआर १९७५ एससी ९५६ (२२ मे, १९५८ या दिवशीचे निकालपत्र)
७. 'इंटरव्हेनर' म्हणजे त्या केसशी प्रत्यक्ष संबंध नसलेल्या, परंतु काही विशिष्ट कारणांसाठी वादीच्या अथवा प्रतिवादीच्या बाजूच्या पुष्टीखातर कोर्टात हजर राहून केसमध्ये भाग घेण्याची कोर्टाने खास परवानगी दिलेल्या व्यक्ती, गट किंवा संस्था.
८. 'द इंडियन ॲडव्होकेट', जानेवारी-जून, १९७४, पृष्ठ क्रमांक ३ व ४, नवी दिल्ली.
९. जिथे त्यांनी महाअधिवक्ता – ॲडव्होकेट जनरल – म्हणून काम केले आणि १९४२च्या 'छोडो भारत' या चळवळीत भाग घेण्यासाठी त्या पदाचा राजीनामा दिला त्या मुंबईला ते कधीच विसरले नाहीत.
१०. न्यायमूर्ती सव्यसाची मुखर्जी यांची १९८३ साली सर्वोच्च न्यायालयाचे न्यायाधीश म्हणून नेमणूक झाली आणि १९८९मध्ये ते भारताचे सरन्यायाधीश झाले.
११. सर एलिजा इंपी यांचे शिक्षण वेस्टमिनिस्टर येथे झाले. सर वॉरन हेस्टिंग्ज हे त्यांचे त्यावेळचे सहाध्यायी होते आणि त्यांची मैत्री पुढे आयुष्यभर टिकली. १७५६ साली त्यांनी वकिलीची सुरुवात केली आणि १७७३मध्ये त्यांची कलकत्त्याच्या नव्या सर्वोच्च न्यायालयाचे पहिले सरन्यायाधीश म्हणून नेमणूक करण्यात आली. १७७५मधील महाराजा नंदकुमार यांच्यावरील फोर्जरीच्या केसच्या खंडपीठाचे ते अध्यक्ष होते. १७८७ साली इंग्लंडच्या संसदेत – हाउस ऑफ कॉमन्समध्ये – त्यांच्यावर राजद्रोहाचा आरोप शाबित करण्याचा अयशस्वी प्रयत्न करण्यात आला होता. सर वॉरन हेस्टिंग्ज यांच्याशी संगनमत करून 'न्यायालयीन खुना'चे – ज्युडिशियल मर्डर – कपट कारस्थान रचल्याचा आरोप त्यांच्यावर लॉर्ड मेकॉले यांनी ठेवला होता, परंतु सर जेम्स फिट्झजेम्स

स्टीफन (ज्यांनी 'इंडियन एव्हिडन्स ॲक्ट' – 'भारतीय पुराव्यासंबंधीचा कायदा' १८७२ – तयार केला) यांनी त्या 'ननकौमार ट्रायल' अशा नावाने प्रसिद्ध झालेल्या 'महाराजा नंदकुमार केस'चा तपशीलवार अभ्यास केल्यानंतर असे लिहून ठेवले आहे की, 'ननकौमार यांच्याइतका उचित असा न्याय अन्य कोणालाही मिळाला नसेल किंवा मिळू शकला नसेल आणि विशेषत: इंपी यांची त्या खटल्याच्या वेळची वागणूक ही अत्यंत सौजन्यपूर्ण, सचोटीची आणि न्यायाला धरून होती.' भारतीय इतिहासकार मात्र स्टीफन यांच्या या विधानाशी मुळीच सहमत नाहीत.

१२. 'द इंटरनॅशनल बार असोसिएशन्स जर्नल – इंटरनॅशनल लीगल प्रॅक्टिशनर' खंड २८ –३, नोव्हेंबर, २००३, पृष्ठ क्रमांक १०२ व १०३ यावरील माझा लेख पाहा. त्यात मी असे म्हटले आहे : कायदा कोणत्याही गुन्हेगाराला त्याच्या गुन्ह्याबद्दल गप्प राहण्याचा, काहीही न बोलण्याचा हक्क प्रदान करतो, परंतु तो हक्क 'दहशतवादी गुन्ह्यां'च्या बाबतीत (ज्यांची नेमकी आणि योग्य व्याख्या करणे, आता शक्य झाले आहे, ती व्याख्या आहे – जे गुन्हे करताना दहशतवादी व्यक्तीजवळ आक्रमण करण्याजोगी विशिष्ट हत्यारे किंवा अपायकारक, विषारी पदार्थ सापडतात ते दहशतवादी गुन्हे.) तो हक्क त्याचा अधिकार ठरतो, त्याच्या चांगलाच पथ्यावर पडतो. प्रत्येक आरोपी हा अपराधी, दोषी आहे हे सिद्ध होत नाही, तोपर्यंत निरपराधीच असतो, हे जरी खरे असले तरी दहशतवादाशी संबंधित गुन्हे करणाऱ्यांवर त्या गुन्ह्याच्या सत्यशोधनाचे कोणतेही बंधन, उत्तरदायित्व नसते. इतर गुन्हे आणि 'दहशतवादी गुन्हे' यातील हे असे ठळक, महत्त्वपूर्ण फरक आपण सर्वांनी ओळखण्याची, लक्षात घेण्याची वेळ आता आली आहे, म्हणूनच प्रकर्षाने अशी सूचना करावीशी वाटते की, दहशतवादी गुन्ह्यात आरोपीला गप्प राहण्याचा अधिकार मुळीच देण्यात येऊ नये. गुन्ह्यासंबंधी माहिती असलेल्या इतर सामान्य साक्षीदाराप्रमाणेच त्यानेही साक्षीपुरावे दिलेच पाहिजेत. तो साक्ष देत नाही, त्याच्याजवळ पुरावे नाहीत यावरून कोणतेही निष्कर्ष काढणे पुरेसे नाही, योग्यही नाही, कारण त्यावरून त्याच्या निरपराधित्वाची संभावना वाढते, तेव्हा अशा दहशतवादी गुन्हेगाराला तपासात साहाय्य करायला, आवश्यकता पडली तर कोर्टात साक्ष द्यायला कायद्याने भाग पाडले पाहिजे, त्याच्यावर तसे कायदेशीर बंधन घालण्यात आले पाहिजे. असे करण्यात 'कायद्याच्या नियमां'चे उल्लघंन तर होत नाहीच, उलट त्यांच्या हेतूसिद्धीला मदतच होईल. ती कायदेशीर कृती दहशतवादासारख्या अतिगंभीर प्रश्नाचे उत्तर शोधण्याच्या अवघड प्रक्रियेशी विसंगत तर नक्कीच वाटणार नाही.

१३. जयप्रकाश नारायण (१९०२-१९८७) यांना 'देशाच्या सदसद्विवेकबुद्धीचे रक्षक' म्हटले जाते. १९७०च्या दशकाच्या सुरुवातीच्या काळात चंबळ

खोऱ्यातील सशस्त्र लुटारूंच्या टोळ्यांनी कायद्यासमोर शरणागती पत्करली; या अशक्यप्राय अशा आश्चर्यजनक कृतीला जयप्रकाश नारायण यांचे शांतिपूर्ण प्रयत्नच कारणीभूत होते. १९७४पासून त्यांनी देशात जनजागरणाची प्रचंड मोहीम अशा परिणामकारक रीतीने राबवली की, त्याचे पर्यवसान म्हणून तत्कालीन पंतप्रधान इंदिरा गांधी यांना आणीबाणी जाहीर करून – जून, १९७५ – जनतेचा आवाज बंद करावा लागला आणि जयप्रकाश नारायण यांना त्यांच्या देशहिताच्या कारवाया थांबविण्यासाठी तुरुंगात डांबून ठेवावे लागले. तुरुंगात त्यांची प्रकृती बिघडली, ढासळली. १९७७ साली सर्व विरोधी पक्षांना त्यांच्या विभिन्न तत्त्वप्रणाल्यांसकट 'जनता पार्टी'च्या झेंड्याखाली एकत्र आणण्यामागे त्यांचेच प्रभावी नेतृत्व कारणीभूत ठरले होते.

१४. हा एक स्कॉटिश वाक्प्रचार आहे. 'ऑफ माइस अॅन्ड मेन'– 'मानव आणि मूषक यांची गोष्ट' ही (नोबेल प्राइझ विजेता लेखक) जॉन स्टाइन बेक याची १९३७ साली प्रसिद्ध झालेली कादंबरी आहे. (प्रकाशक – कॉव्हिसी फ्रीड) कादंबरीचे शीर्षक रॉबर्ट बर्न्स या कवीच्या 'टू ए माउस'– 'एका मूषकाला' या सुप्रसिद्ध कवितेतून घेतले आहे.

१५. 'वर्किंग ए डेमोक्रॅटिक कॉन्स्टिट्यूशन – द इंडियन एक्स्पिरीयन्स' (१९९९), ऑक्सफर्ड युनिव्हर्सिटी प्रेस, न्यूयॉर्क, पृष्ठ ३०३.

१६. संजय गांधी हे इंदिरा गांधी यांचे धाकटे चिरंजीव. ते त्यांच्या उद्दाम, आक्रमक – कधी-कधी निर्दयीसुद्धा – प्रवृत्तीसाठी (कु)प्रसिद्ध होते. इंदिरा गांधी यांचे थोरले पुत्र राजीव गांधी हे अत्यंत शांत आणि सज्जन होते. त्यांच्या मातेची – इंदिरा गांधींची – ३१ ऑक्टोबर, १९८४ रोजी हत्या झाल्यानंतर ते देशाचे पंतप्रधान झाले.

◆

प्रकरण ८

अंतर्गत आणीबाणी

अंतर्गत आणीबाणीने जे अनेक धडे शिकविले त्यातला एक होता, आपल्या राज्यघटनेची कार्यवाही करण्याची जबाबदारी असणाऱ्या अधिकारी वर्गावर विसंबून, अवलंबून राहायचे नाही. मंत्रीगण, संसदेचे सन्मान्य सभासद, सर्वोच्च न्यायालयाचे न्यायाधीश या सगळ्यांनी, एवढेच नव्हे तर देशाचे सर्वेसर्वा राष्ट्रपती, त्यांनीसुद्धा आपल्या पदरी घोर निराशा घातली!

'२६ जून'ची रात्र हा माझे आयुष्य, माझी वकिली व्यवसायाची कारकिर्द बदलून टाकणारा आणखी एक अत्यंत महत्त्वपूर्ण असा क्षण होता. मनात थोडी भीती आणि चिंता होती, पण तरीही मी माझे पद सोडायचा निर्णय घेतला होता. दुसऱ्या दिवशी सकाळी मी मुंबईहून एच.आर. गोखले यांच्या ऑफिसमध्ये फोन केला आणि ते स्वत: नव्हते म्हणून माझा निर्णय त्यांच्या खाजगी चिटणिसांच्या कानावर घातला. पाठोपाठ मी एकाच ओळीत माझा राजीनामा लिहिला, खाली सही केली आणि पोस्टात टाकून दिला. त्या राजीनाम्याच्या पत्रात मी माझी कोणतीही विरोधाची, रागाची भावना व्यक्त केली नाही की, माझ्या कृतीचे कारण, समर्थनही दिले नाही. माझ्या राजीनाम्याची खबर आणीबाणीत देशातल्या वृत्तपत्रांवर लादलेल्या बंधनांमुळे (सेन्सॉरशिपमुळे) भारतीय वर्तमानपत्रात प्रसिद्ध झाली नाही, पण परदेशातील न्यूयॉर्क टाइम्स आणि इतर काही वृत्तपत्रांत मात्र छापून आली आणि परदेशातून या ना त्या मार्गाने आपल्या देशात पोहोचलीच. हळूहळू ती सर्वत्र पसरली आणि मला माझ्या वकील मित्रांचे अभिनंदनाचे फोन्स येऊ लागले. शांतीभूषण[१] यांचा आला, मिकी छागला या माझ्या मित्राचा आला, पण मी सरकारी नोकरी कायमची सोडून दिली आहे हे फारसे कुणाला, माझ्या ऑफिसमधील लोकांनाही ठाऊक नव्हते.

***

आणीबाणीचा फास आवळला जाण्याच्या जवळ-जवळ तीन महिने आधी दिल्लीत एक बॉंबची वावडी उठली होती. सर्वोच्च न्यायालयाचे सरन्यायाधीश रे यांची गाडी ट्रॅफिक सिग्नलला थांबली असताना एक अज्ञात इसम त्यांच्या गाडीत एक वस्तू टाकून पळून गेला. तो बॉंब असावा, ही भीती नंतर निखालस खोटी ठरली, पण त्या घटनेने न्यायमूर्ती रे हे इतके घाबरले की, त्यांना नीट श्वास घेता येईना, बरे वाटेना, त्यांची अस्वस्थता वाढली, इतकी की एक-दोन दिवस त्यांना घरीच पडून राहावे लागले. त्या प्रसंगाने महान्यायप्रतिनिधी निरेन डे यांनी आम्हा

तीनही अधिकाऱ्यांना आणि सर्वोच्च न्यायालयाच्या सर्व न्यायाधीशांना संरक्षण मिळाले पाहिजे असा आग्रह धरला. त्यानुसार जाडजूड पिस्तूल बाळगणारा एक साध्या कपड्यातील पोलीस माझ्या घरावर तैनात करण्यात आला. तो सतत सावलीसारखा मी जाईन तेथे, अगदी संध्याकाळी नेहरू पार्कमध्ये फिरायला जातानाही, माझ्या बरोबर राहू लागला.

त्यावेळेपासून मला असे जाणवू लागले की, अशा प्रकारच्या सुरक्षा व्यवस्थेखाली सतत राहणाऱ्या बड्या सरकारी अधिकाऱ्यांची किंवा इतर अतिमहत्त्वाच्या व्यक्तींची मनोभूमिका अन्य सामान्य नागरिकांहून अगदी भिन्न अशी तयार होते. मी राजीनामा दिल्यानंतर सुमारे दोन-तीन आठवड्यांनी ती बातमी सर्वत्र पसरली, सगळ्या मंत्रालयातही पोहोचली, त्याचा परिणाम असा झाला की, गेले चार महिने माझ्याभोवती वावरणारा माझा सुरक्षारक्षक काढून घेण्यात आला. मला एकदम असुरक्षित वाटू लागले आणि ती भीती एक-दोन महिन्यांपर्यंत माझ्या मनात जागी राहिली. तुमच्या नकळत तुमच्या मनाची प्रवृत्ती स्वसुरक्षेसाठी त्या रक्षकावर विसंबून राहण्याची तयार होते आणि जेव्हा ते कवच निघून जाते, तेव्हा कुठेही एकटे जायलाही मन धजावत नाही. मला संरक्षण पुरवले गेले तेव्हापासून आपण कोणीतरी 'मोठे' आहोत, आपले आयुष्य इतरांहून महत्त्वाचे आहे आणि त्याचे संरक्षण नीट व्हायला हवे, या भावनेने माझा ताबा घेतला होता आणि ते संरक्षण अचानक काढून घेतले गेल्यावर मला माझ्या सुरक्षिततेची काळजी वाटू लागली.

***

मी एका खाजगी दाव्यात वकील म्हणून मुंबई उच्च न्यायालयाच्या मुख्य न्यायाधीशांच्या कोर्टात उभा राहिलो. दोन न्यायाधीशांचे खंडपीठ होते. एक होते मुख्य न्यायाधीश कांतावाला आणि दुसरे होते सज्जन आणि सडेतोड वृत्तीचे न्यायमूर्ती व्ही. डी. तुळजापूरकर (ते त्या वेळी मुंबई उच्च न्यायालयात जज्ज होते, पण सप्टेंबर, १९७७मध्ये त्यांची भारतीय सर्वोच्च न्यायालयाचे न्यायाधीश म्हणून नेमणूक झाली). मला पाहिल्यावर मुख्य न्यायाधीश कांतावाला मला ऐकू जाईल इतपत मोठ्याने तुळजापूरकरांना म्हणाले, 'नरीमनने राजीनामा दिला आहे.' तुळजापूरकरही (कांतावाला यांना एका कानाने जरा कमी ऐकू येत असल्याने,) त्यांच्यापेक्षाही मोठ्याने म्हणाले, 'मला नक्की माहीत नाही, पण मी असं ऐकलं आहे की, इंदिरा गांधींच्या बाजूने केस लढवण्यासाठी त्यांनी राजीनामा दिला आहे.' ही अफवा सगळीकडेच, अगदी जोरात पसरली होती, कारण अलाहाबाद उच्च न्यायालयाच्या निकालाविरुद्ध इंदिरा गांधींच्यावतीने सर्वोच्च न्यायालयात दाखल केलेल्या केसचे वकीलपत्र (२६ जून, १९७५नंतर) नानी पालखीवाला यांनी परत करून टाकले होते.

देशावर आजवर अनेक आणीबाणीचे प्रसंग आले, पण २५ जून, १९७५[२] या दिवशी देशभरात जी 'अंतर्गत आणीबाणी' जाहीर करण्यात आली ती लोकशाहीचा गळा दाबून टाकणारी, सर्वांत क्रूर दडपशाही होती. त्याच दिवशी मी माझ्या 'अतिरिक्त महाकायदेपंडित' पदाचा राजीनामा दिला, त्यानंतर काही महिन्यांनी मला अशा एका प्रसंगाचा साक्षीदार व्हावे लागले, जो त्या वेळच्या देशात पसरलेल्या आणीबाणीने दूषित केलेल्या हवामानाचा द्योतक होता. लॉर्ड ॲक्टन यांच्या सर्वांना पाठ असलेल्या प्रसिद्ध वचनाची आठवण करून देणारा होता. ते वचन आहे, 'सत्ता सहसा भ्रष्टाचाराकडे झुकतेच आणि ती जर निरंकुश असेल, तर भ्रष्टाचारही निश्चितपणे तसाच निरंकुशपणे फोफावतो.'[३] २५ जून, १९७५ला आणीबाणी जाहीर होण्याच्या आधी 'अतिरिक्त महाकायदेपंडित' या भारत सरकारच्या अधिकृत अधिकारपदाचा मान म्हणून मला आंध्र प्रदेशच्या वकिलांच्या एका परिषदेचा (ती राजामुंद्री येथे भरणार होती.) अध्यक्ष होण्याचे आमंत्रण दिले गेले होते. त्या वेळी भारतीय सर्वोच्च न्यायालयाचे न्यायाधीश असलेले न्यायमूर्ती कृष्णा अय्यर हे परिषदेचे उद्घाटन करणार होते. मी परिषदेच्या संयोजकांना तत्परतेने पत्र लिहून मी राजीनामा दिला असल्याचे कळवले, परंतु त्यांनी तरीही एक ज्येष्ठ वकील म्हणून मी परिषदेचे अध्यक्षपद भूषवावे असा आग्रह केला.

आणीबाणीचा बडगा असूनही त्या राज्यातील सुमारे दोन हजार वकील परिषदेला उपस्थित होते. आम्ही परिषदेच्या स्थळी पोहोचलो तेव्हा तेथील प्रमुख संयोजकांनी आम्हाला एक दु:खद बातमी सांगितली. त्या परिषदेच्या कामात त्यांना हिरिरीने मदत करणाऱ्या त्यांच्या कायद्याचा विद्यार्थी असलेल्या तरुण मुलाला आणीबाणीत लागू केल्या गेलेल्या 'अंतर्गत सुरक्षा कायद्या'खाली आदल्याच दिवशी अटक करण्यात आली होती. तो एक शहाणा, विचारी विद्यार्थी होता, पण त्या वेळेच्या बदललेल्या मानदंडानुसार मूर्ख, अविचारी ठरला होता, कारण जुलै महिन्याच्या शेवटी-शेवटी एक दिवस जेव्हा त्याच्या (विशाखापट्टणम येथील) कॉलेजमधील प्राध्यापकांनी वर्गात असे जाहीर केले की, त्या आठवड्यातील एका दिवशी कॉलेजमधील सगळी मुले इंदिरा गांधी यांच्या नव्या वीस कलमी योजनेला विद्यार्थिवर्गाचा असलेला संपूर्ण पाठिंबा दर्शविण्यासाठी एका भव्य मिरवणुकीत सामील होतील. तेव्हा हा वेडा विद्यार्थी वर्गात उभा राहून त्यांना म्हणाला की, त्यापेक्षा तो वेळ आम्हाला कॉलेजमध्येच अभ्यासात घालवू द्यावा आणि मिरवणूक काढायचीच असेल, तर ती पुढे ढकलून एखाद्या सुट्टीच्या दिवशी काढावी! वर्गातल्या बाकीच्या विद्यार्थ्यांनी ओरडाआरडा करून त्याला गप्प केले, खाली बसवले, कारण त्यांना वर्गात बसण्यापेक्षा मिरवणुकीतला जल्लोष हवासा वाटत होता. तो त्याचे म्हणणे सोडेना, शब्दाने शब्द वाढत गेला, जरा वादविवादही झाला, पण नंतर ते प्रकरण तिथेच शमले,

असे वाटले. त्या आठवडाअखेरीच्या सुट्टीत तो मुलगा राजामुंद्रीला आला. त्याच्या हातून घडलेल्या त्या 'घोर अपराधा'ची खबर जिल्हा न्यायाधीशांच्या कानापर्यंत पोहोचली होती. आणीबाणीने सर्व जिल्हा न्यायाधीशांना कुणालाही डांबून ठेवण्याचे, स्थानबद्ध करण्याचे अधिकार बहाल केलेले होते, त्याचा झटका आणि चटका त्यांनी या बिचाऱ्या मुलाला द्यायचे ठरवले. 'हा तरुण राज्याच्या सुरक्षिततेला मोठा धोका आहे.' असा आरोप त्याच्यावर ठेवण्यात आला, त्याच्या अटकेचा हुकूम त्याच्या घरी जाऊन बजावला गेला आणि अपरात्रीच त्याला उचलण्यात आले! सुदैवाने आंध्रप्रदेशचे कायदामंत्री त्या दिवशी त्या परिषदेला उपस्थित होते, त्यांना आम्ही सर्वांनी त्या प्रकारात वैयक्तिक लक्ष घालण्याची विनंती केली. त्यांनीही आमच्या विनंतीला मान देऊन चौकशीची चक्रे फिरवली, अल्पावधीत त्या मुलावरचा तो जुलमी हुकूम मागे घेण्यात आला, पण त्या मुलाचा ठावठिकाणाच लागेना.

त्याला कुठल्या तुरुंगात डांबला होता तेच समजेना. बऱ्याच प्रयत्नांनंतर राज्याच्या कोणत्या तरी कोपऱ्यात तो सापडला आणि मोठ्या मिनतवारीने, तीन आठवड्यांच्या जीवघेण्या, प्रदीर्घ प्रतीक्षेनंतर अनेक काळजीयुक्त, चिंतातुर दिवस आणि रात्रींनंतर त्याच्या आई-वडिलांना परत मिळाला. त्या जिल्हा न्यायाधीशांना दिल्लीहून कोणीही तशा सूचना दिलेल्या नव्हत्या. माझ्या मते साउथ ब्लॉकमधले (पंतप्रधानांच्या कचेरीतले) अधिकारीही जिल्हा न्यायाधीशांच्या त्या बेजबाबदार, अविचारी कृतीने विस्मितच झाले असतील. या सत्यकथेचे सार हे की, अधिकाऱ्यांना मनमानी करायला मोकळीक देणारा कायदा पास केला गेला की, आपल्यासारख्या देशात (आणि बहुधा इतर देशांतही) ते अधिकारी माकडाच्या हाती कोलित मिळाल्यासारखे, त्या कायद्याचा बडगा हाती घेऊन, खिळ्यांचा तळ असलेल्या बुटांखाली गरीब जनतेला गांजतात, भाजतात, चिरडून टाकतात!

असे जुलमी कायदे अशा क्रूरपणे अमलात आणले जाऊ लागले, तेव्हा त्याखाली भरडल्या जाणाऱ्या लोकांनी मोठ्या आशेने न्यायालयांकडे धाव घेतली, पण त्यांची ती आशा फोल ठरली.

कारण देशाला संकटातून वाचवण्याचा एकमेव उत्तम मार्ग म्हणून वर वर्णन केलेल्या, पण बनावट आणि कालांतराने मूर्खपणा शाबित झालेल्या जून, १९७५मधील आणीबाणीच्या संकटकाळात, एप्रिल, १९७६मध्ये एडीएम जबलपूर विरुद्ध शुक्ला[४] या केसमध्ये देशाच्या सर्वोच्च न्यायालयानेही अत्यंत खेदकारक असा निर्णय सुनावला. या केसची थोडी पार्श्वभूमी सांगितली पाहिजे. घटनेच्या ३५२ कलमांतर्गत २६ जून, १९७५ रोजी आणीबाणीची घोषणा झाली आणि २७ जूनला (घटनेच्या ३५९ कलमानुसार) राष्ट्रपतींचा हुकूमनामा जारी झाला. त्यामुळे ज्या लोकांना स्थानबद्ध केले गेले अथवा अटक करण्यात आली त्यांनी घटनेच्या १४ (समानतेचा

हक्क), २१ आणि २२ (व्यक्तिगत स्वातंत्र्याच्या रक्षणाचा हक्क) या कलमांनी मिळणाऱ्या कोणत्याही हक्कांची मागणी करण्याचे त्यांचे अधिकार गमावले. १९व्या कलमाप्रमाणे प्राप्त झालेला (स्वातंत्र्याचा) हक्कही (३६८ कलमाने) आणीबाणी लागू झाल्याने आपोआपच रद्द ठरला.

प्रश्न असे निर्माण झाले होते की, ज्यांना प्रतिबंधक कायद्याखाली अटक झाली होती, त्यांना संविधानाच्या २२६ या कलमानुसार उच्च न्यायालयात त्याविरुद्ध दाद मागता येईल का? न्याय मागण्याचा त्यांचा हक्क तरी त्यांना बजावता येईल का? उच्च न्यायालय त्या परिस्थितीत 'हेबियस कॉर्प्स' म्हणजे आरोपीला त्याच्या अटकेची कारणे शोधण्यासाठी न्यायालयासमोर हजर करण्याचा लेखी हुकूम काढू शकेल का? देशातील अलाहाबाद, मुंबई, दिल्ली, कर्नाटक, मध्य प्रदेश, पंजाब, राजस्थान इत्यादी नऊ उच्च न्यायालयांनी असा निर्णय दिला की आणीबाणी आणि राष्ट्रपतींचा आदेश लागू करण्यात आले असले तरीही अटक केल्या गेलेल्या लोकांच्या अटकेचे हुकूम 'मिसा' या नावाने ओळखला जाणाऱ्या अंतर्गत सुरक्षा कायद्यातील तरतुदींप्रमाणेच काढले गेले आहेत की, त्यांचे सर्रास उल्लंघन झालेले आहे हे तपासण्याचा हक्क न्यायालयांना निश्चित पोहोचतो. काँग्रेस पक्षाची सर्व राज्य सरकारे आणि केंद्र सरकारने त्या नऊ उच्च न्यायालयांच्या निर्णयाला सर्वोच्च न्यायालयात आव्हान दिले. या खटल्याच्या सुनावणीसाठी सरन्यायाधीश रे जे खंडपीठ स्थापन करतील, त्यात त्यांच्या निर्णयाला होकार भरतील, मान हलवतील असेच 'होयबा' सदस्यच नेमतील, असे न्यायवर्तुळात बोलले जाऊ लागले. असे होणे टाळता आले तर पाहावे, म्हणून आम्ही काही जण सी. के. दप्तरी (माजी महान्यायप्रतिनिधी) यांना भेटलो आणि तशा 'निवडक' सदस्यांचे खंडपीठ होऊ नये, यासाठी सरन्यायाधीशांशी बोलण्याची चंदुभाईंना विनंती केली.

खंडपीठाचे सभासद निवडण्याचा हक्क सर्वस्वी सरन्यायाधीशांचा असतो, तरीही दप्तरी यांनी रे यांची भेट घेऊन त्यांना तशी, जराशी विक्षिप्त अशी विनंती केली. आपला पाइप ऐटीत ओठात धरून त्याचे झुरके घेत, ते सरन्यायाधीश रे यांना म्हणाले, 'सरन्यायाधीश, माझ्या असे कानावर आले आहे की, आपण प्रतिबंधक अटकेच्या केसेसच्या सुनावणीसाठी खंडपीठाची रचना करीत आहात.' त्यांनी होकार देताच दप्तरी त्यांना म्हणाले, 'त्याविषयी वकिलांच्यात थोडे चिंतेचे वातावरण आहे. मी काही सूचना करू शकतो का?' त्यांच्या सूचनेचा वास लागल्याने सरन्यायाधीश त्यांना म्हणाले, 'खंडपीठ कसे बनवायचे, सदस्य म्हणून कोणाला निवडायचे या गोष्टी सरन्यायाधीशांना दुसऱ्या कोणीतरी सुचवल्या आहेत असे यापूर्वी कधी घडले आहे?' प्रश्न संपण्याच्या आत दप्तरी उद्गारले, 'हो, मला आठवतंय की, एकदा सरन्यायाधीश एस. आर. दास यांना खंडपीठाच्या रचनेविषयी सूचना केल्या होत्या

आणि त्यांना तरी त्यात काही गैर वाटले नव्हते.' एस. आर. दास यांचा संदर्भ देताच ए. एन. रे यांनी जरा बचावाचा पवित्रा घेतला, कारण दास हे नावच आदरणीय होते आणि त्यातून ते रे यांचे गुरू होते. विषय तिथेच संपला, पण खंडपीठाची घोषणा झाली तेव्हा आम्हाला दप्तरींच्या शिष्टाईचा योग्य परिणाम दिसून आला. खंडपीठात 'निवडक' सदस्य नव्हते, पाच सर्वांत ज्येष्ठ अशा सर्वोच्च न्यायालयाच्या न्यायाधीशांचा समावेश होता. आम्हाला जरा दिलासा मिळाला, पण तो अल्पजीवी ठरला. ती आणखी एक कहाणी आहे.

मी चंदुभाई दप्तरींना कधी जाऊन विचारले नाही की, त्यांनी किंवा अन्य कोणी कधी खरेच एस. आर. दास यांना खंडपीठातल्या सदस्यांबद्दल सूचना केल्या होत्या का! पण माझा असा अंदाज आहे, अजूनही आहे की तसे काही घडले नसावे. दप्तरी यांना ती एक त्या क्षणी सुचलेली युक्ती, मखलाशी असावी. काही का असेना, त्या वेळी हवा तो परिणाम साधला हे नक्की!

एडीएम जबलपूर विरुद्ध शुक्ला या केसची सुनावणी सर्वोच्च न्यायालयात सुरू झाली. खंडपीठातील एक सभासद न्यायमूर्ती एच. आर. खन्ना यांनी भारताच्या महान्यायप्रतिनिधींना असा नेमका प्रश्न विचारला की, जर एखाद्या पोलीस आधिकाऱ्याने वैयक्तिक वैरातून किंवा राज्याच्या सुरक्षेशी सर्वस्वी असंबंधित अशा कारणांसाठी जर कायदा पाळणाऱ्या, निरुपद्रवी नागरिकाला अटक केली आणि कदाचित त्याला मारूनही टाकले, तर त्यावर काही न्यायालयीन उपाय अस्तित्वात आहे का? महान्यायप्रतिनिधींचे उत्तरही नेमके, सुस्पष्ट होते, 'मी आधी सांगितलेलेच आहे की, जोवर आणीबाणी अस्तित्वात आहे तोवर अशा प्रकारांवर कोणताही न्यायालयीन उपाय नाही.' त्यांनी खंडपीठाला सांगितले :

> 'या वास्तवाने आपल्या सद्सद्विवेकबुद्धीला धक्का बसेल, माझ्याही बसला, पण मी म्हणालो तसे आणीबाणीच्या काळात[५] या बाबतीत न्यायालय कुठलीही कारवाई करू शकत नाही.'

घटनेतील २१व्या कलमाने प्रदान केलेला जीवन जगण्याचा आणि व्यक्तिस्वातंत्र्याचा हक्क रद्द केल्याचा हा दुष्परिणाम होता. सरकारच्या सल्लागारानेच हे स्पष्ट केले होते की, कायद्याच्या, अधिकाराच्या कोणत्याही प्रकारच्या गैरवापराची शक्यता टाळण्यासाठी न्यायालये जशी पूर्णपणे असमर्थ होती तशीच ती तसे प्रकार घडले, तर त्यांच्याविरुद्धही कोणतीही कारवाई करू शकत नव्हती. अशा रीतीने एडीएम जबलपूर विरुद्ध शुक्ला या केसच्या – जी केस 'हेबियस कॉर्पस केस' या नावाने प्रसिद्ध झाली – सुनावणीनंतर निघालेल्या या 'कायदेशीर' निष्कर्षापुढे खंडपीठातील पाचपैकी चार न्यायाधीशांनी मान डोलावली आणि देशातल्या नऊ उच्च न्यायालयांनी

मान्य केलेला 'हेबियस कॉर्प्स' देशाच्या सर्वोच्च न्यायालयाने नामंजूर केला. उच्च न्यायालयांनी कायद्याच्या बंधनांबाहेर जाऊन, संकुचितपणा सोडून, विचारपूर्वक प्रदर्शित केलेला जनतेच्या हिताचा, उदार, विशाल दृष्टिकोन त्यांच्या वरच्या, देशातील न्यायासंबंधातील अखेरच्या, अत्युच्च न्यायासनाने चुकीचा, गैर ठरवला. या दुर्दैवी निर्णयाने जुलमी आधिकाऱ्यांची मनमानी, अकारण केली जाणारी अटकसत्रे, खोट्या स्थानबद्धता या सगळ्यांपुढे सर्वोच्च न्यायालय कसे हतबल आहे, किती दुर्बल आहे, याचीच दवंडी पिटली गेली! न्यायसंस्थेच्या षंढपणाचीच ती ग्वाही ठरली!!

खंडपीठातील पाच सभासदांतला जो एक 'पुरुष' होता, ते होते सर्वोच्च न्यायालयातील (सरन्यायाधीश रे यांच्या खालोखालचे) सर्वांत ज्येष्ठ न्यायाधीश एच. आर. खन्ना. त्यांनी हुकूमशाही, जुलूमशाही यांचे समर्थन करायला नकार दिला. सत्तेने उन्मत्त, उद्दाम बनलेल्या शासनापुढे झुकायला ते तयार झाले नाहीत. 'देशातील नागरिकांना जीवन आणि ते जगण्याचे स्वातंत्र्य हे काही कुठल्या घटनेने, कायद्याने दिलेले नाही, ते सर्व स्त्री पुरुषांना मानवजन्म मिळाला त्याबरोबरच प्राप्त झालेले आहे!' असे त्यांनी ठणकावून सांगितले, पण देशाचे दुर्दैव असे की, धीरोदात्तपणे बोलणारे ते एकटेच होते, 'एकटे' पडले, अल्पमतात गेले[६]. सर्वोच्च न्यायालयाचा इतिहास लिहिणारे इतिहासकार या गोष्टीचा निश्चितपणे उल्लेख करू शकतील की, या अत्युच्च न्यायासनाला मानवी हक्कांच्या पायमल्लीविषयी फार काळजी, घोर चिंता वाटते, ही गोष्ट त्या अत्युच्च न्यायालयाने आणीबाणीच्या (जून, १९७५ ते मार्च, १९७७.) काळात नाही पण आणीबाणी उठवल्यानंतर मात्र उघडपणे जाहीर केली होती. हे वाचून मानवी हक्कांच्या पुरस्कर्त्यांना, वकिलांना, न्यायाधीशांना जरासा दिलासा मिळेल!!

'सिक्स मेन'[७]– नावाच्या आपल्या पुस्तकात स्वत:हून पदत्याग करेपर्यंत आठवे किंग एडवर्ड असलेले 'ड्यूक ऑफ विंडसर यांच्याविषयी लिहिताना ॲलिस्टर कूक या सुप्रसिद्ध समालोचक आणि निर्मात्याने म्हटले आहे की, 'सर्व काही सरळ, सुरळीत चाललेले असेपर्यंत त्यांची कामगिरी अगदी सर्वोत्कृष्ट असायची.' आमच्या देशातही जेव्हा (जून, १९७५मधील आणीबाणीच्या काळात) काहीही सरळ, सुरळीत नव्हते, तेव्हा अगदी हाताच्या बोटांवर मोजता येतील एवढेच न्यायाचे रखवाले रखवाल्यांप्रमाणे वागले. त्यातले एकच सर्वांत उल्लेखनीय होते, ते म्हणजे आणीबाणीच्या काळातील सर्वांत कुप्रसिद्ध केसच्या एडीएम जबलपूरच्या केसच्या खंडपीठातील बहुमतापुढे न नमता आपल्या योग्य मताशी चिकटून राहिलेले एकांडे शिलेदार न्यायमूर्ती एच. आर. खन्ना. एक निर्भय न्यायाधीश काय करू शकतो, हे त्यांनी दाखवून दिले. 'माणसाचे मूल्यमापन तो सुखासमाधानात

आयुष्य घालवताना कसा वागतो यावर होत नाही, तर तो वादग्रस्त, आव्हानात्मक अशा परिस्थितीला कसा सामोरा जातो, तिच्याशी कसा मुकाबला करतो यावर होते'[८]. खन्ना यांनी जेव्हा त्यांच्या बहुमताच्या विरोधातील निकालपत्रावर सही केली तेव्हाच त्यांना या गोष्टीची पूर्ण कल्पना होती की, ते अगदी नजीकच्या काळात त्यांना मिळू शकणाऱ्या सरन्यायाधीशपदाला तिलांजली देत आहेत, त्या वेळी ते सर्वोच्च न्यायालयातील सर्व न्यायाधीशांच्यात ज्येष्ठतेनुसार दुसऱ्या क्रमांकावर होते, त्यामुळे (इतर सगळ्या गोष्टी समान धरल्या तर,) विद्यमान सरन्यायाधीश ए. एन. रे २८ जानेवारी, १९७७ या दिवशी निवृत्त झाल्यानंतर ते सन्माननीय पद त्यांनाच मिळायला हवे होते. ती वेळ जेव्हा आली तेव्हा अनेकांच्या आग्रह, विनंत्या डावलल्या गेल्या, (त्यावेळच्या सरकारकडून) ज्येष्ठतेखेरीजच्या 'इतर' गोष्टींत खोट काढली गेली आणि (तिसऱ्या क्रमांकावर असलेले.) न्यायमूर्ती एम. एच. बेग हे खन्ना यांना मागे टाकून भारताचे सरन्यायाधीश झाले. अर्थातच खन्ना यांनी आपला स्वाभिमान, आत्मसन्मान जपला, न्यायाधीश पदाचा तत्काळ राजीनामा दिला! त्यांच्या या मोठेपणाचा आदर त्यांचे एक चित्र ते सर्वोच्च न्यायालयातील जेथे बसत असत त्या दोन नंबरच्या कोर्टात लावून केला गेला आहे. हे छायाचित्र त्यांच्या व्यक्तिमत्त्वाशी मिळते जुळते नाही तो भाग वेगळा.

'युरोप राष्ट्रसंघाचा पिता' म्हणून ओळखल्या जाणाऱ्या जीन मॉनेट याने एके ठिकाणी म्हटले आहे की, 'जगात दोन प्रकारची माणसे असतात, 'एक, ज्यांना 'कोणीतरी बनायचे' असते आणि दुसरे, ज्यांना 'काहीतरी करायचे' असते.' आपल्या देशात सरन्यायाधीश येतील आणि जातील, विस्मरणात जातील, पण खन्ना यांना कोणी विसरणार नाही, ते कायम आठवत राहतील, कारण त्यांनी संस्मरणीय ठरावे असे, 'काहीतरी केले' आहे!

अंतर्गत आणीबाणीने जे अनेक धडे शिकविले त्यातला एक होता, आपल्या राज्यघटनेची कार्यवाही करण्याची जबाबदारी असणाऱ्या अधिकारी वर्गावर विसंबून, अवलंबून राहायचे नाही. मंत्रिगण, संसदेचे सन्मान्य सभासद, सर्वोच्च न्यायालयाचे न्यायाधीश या सगळ्यांनी, एवढेच नव्हे तर देशाचे सर्वेसर्वा राष्ट्रपती त्यांनीसुद्धा आपल्या पदरी घोर निराशा घातली! मंत्रिमंडळाची बैठक झालेली नाही, मंत्र्यांची मते, मान्यता घेतलेली नाही हे माहीत असून राष्ट्रपतींनी २५ जूनच्या रात्रीच काहीही आढेवेढे न घेता आणीबाणीच्या जाहीरनाम्यावर सहजगत्या सही करून टाकली. तीन वर्षांनंतर (मार्च, १९७७मध्ये आणीबाणी उठवली गेल्यावर) घटनेतील ३५२ (३) हे कलम १९७८ सालचा ४४वा घटनादुरुस्ती कायदा पास करून बदलण्यात आले, त्यानुसार यापुढे मंत्रिमंडळाचा निर्णय राष्ट्रपतींना लेखी स्वरूपात कळविण्यात आल्याशिवाय ते आणीबाणीच्या जाहीरनाम्यावर सही करू शकणार नाहीत, असा

नियम करण्यात आला! २० जून, १९७९ रोजी अमलात आणली गेलेली कलम ३५२ (३)मधील ही घटनादुरुस्ती म्हणजे संसदेने देशाच्या अत्युच्च पदावरील शासकाबद्दलच्या – राष्ट्रपतींबद्दलच्या – घोर अविश्वासाचे उघड प्रदर्शन आहे, असेच मला वाटते.

आता, एवढ्या काळानंतर मागे वळून पाहताना असा विचार मनात येतो (आत्ताच, त्या वेळी आलेला नव्हता.) की, २५ जून, १९७५च्या अंतर्गत आणीबाणीच्या काळातील एप्रिल, १९७६मधील एडीएम जबलपूर विरुद्ध शुक्ला या केसमधील खंडपीठाच्या दुर्दैवी विरोधी बहुमताचा (दीर्घकालीन) परिणाम काही वाईट झाला नाही, त्यामुळे विचारी लोकांना याची पक्की जाणीव झाली की आपल्याला हव्या असणाऱ्या निरनिराळ्या क्षेत्रांतील स्वातंत्र्याच्या रक्षणासाठी केवळ घटनेने दिलेल्या अधिकार आणि हक्कांवर अवलंबून राहून चालणार नाही, घटनेचे अधिकृत रक्षक, अधिकारी त्यांची कर्तव्ये दक्षपणे करतील, जबाबदाऱ्या काटेकोरपणे पार पाडतील अशी अपेक्षा ठेवूनही भागणार नाही, त्यासाठी जनतेत, देशवासीयांच्यात जागृती झाली पाहिजे, त्यांच्या मनात या जाणिवेने खोल मुळे धरली पाहिजेत की आपले मूलभूत अधिकार केवळ आपल्या संविधानाच्या कलमात आहेत, घटनाकारांनी आपल्याला दिलेत म्हणून ते आपले हक्क आहेत असे नसून, ते अधिकार या मानवी जीवनाच्या सुखा समाधानाचा विचार करणाऱ्या सुविचारी, सुजाण लोकांनी सुसंस्कृत, निरामय असे आयुष्य प्रत्येक नागरिकाला जगता यावे यासाठी अत्यावश्यक ठरवलेल्या पायाभूत गोष्टी आहेत.

मला तर वाटते की जून, १९७५मधील आणीबाणी ही तशा प्रकारच्या सत्ती जबरदस्ती, दडपशाही, जुलूम यांसारख्या भयंकर रोगांच्या साथी देशात पसरून भविष्यात लोकांना कधीही तसल्या भीषण संकटांनी ग्रासू नये यासाठी टोचलेली रोगप्रतिबंधक लसच होती. असा आजार आपल्या लोकशाहीला परत व्हायला नको असेल, तर कायद्याच्या नियमांविषयी कायमच नितांत आदर ठेवण्याचे पथ्य पाळलेच पाहिजे ही गोष्ट लोकांच्या, लोकांनी निवडून दिलेल्या संसदेत बसणाऱ्या लोकप्रतिनिधींच्या, मनात आणीबाणीने चांगलीच ठसवली. वर उल्लेख केलेल्या जून, १९७९पासून अस्तित्वात आलेल्या चव्वेचाळीसाव्या घटनादुरुस्ती कायदा १९७८मधून संविधानाचा एक मूळ घटक या नात्याने संसदेने असे जाहीर केले की, ३५२ या संविधानातील कलमाचा वापर करून युद्धाची अथवा अंतर्गत किंवा बाह्य आणीबाणीची घोषणा करण्यात आली, तरीही घटनेतील कलम २० (दुहेरी संकट, जोखीम) आणि कलम २१ (जगण्याचा आणि स्वातंत्र्याचा अधिकार) ही दोन कलमे कुठल्याही परिस्थितीत रद्द करता येणार नाहीत. घटनेत आणीबाणी मागे घेण्याच्या अधिकारांसंबंधी असलेल्या मूळच्या तरतुदी (तो अधिकार फक्त राष्ट्रपतींना म्हणजे

केंद्रसरकारला होता.) अपुऱ्या आहेत हे लक्षात घेऊन त्याविषयी पुरेशी दक्षता घेतली जावी यासाठी पुढील संरक्षक बाबी समाविष्ट करण्यात आल्या.

अ) कलम ३५२प्रमाणे ज्यांना अधिकार प्राप्त आहे, त्या आधिकाऱ्यांनी जाहीर केलेली आणीबाणी ज्या वेळेला संसदेतील प्रतिनिधींना बहुमताने अनावश्यक वाटेल, ती उठवण्याची योग्य वेळ आली आहे असे वाटेल, त्या वेळी ती मागे घेण्याचा खास अधिकार त्यांना दिला गेला. ब) कलम ३०२ प्रमाणे जर आणीबाणी घोषित केली तर ठरलेल्या कालावधीच्या आत, संसदेच्या दोन-तृतीयांश सदस्यांच्या बहुमताने तिला मान्यता मिळवलीच पाहिजे. त्या वेळी संसदेचे अधिवेशन चालू नसेल, तर याच कारणासाठी तिचे खास अधिवेशन बोलावले पाहिजे. क) अडतिसाव्या घटनादुरुस्ती कायद्याद्वारे (१ ऑगस्ट, १९७५पासून लागू झालेला कायदा) घटनेच्या ३५२व्या कलमाच्या पाचव्या भागात घुसडण्यात आलेली दोन अन्याय्य कलमे – आणीबाणी ही अंतिम असल्याचे कलम (जाहीर झालेली आणीबाणी म्हणजे काळ्या दगडावरची रेघ समजली जाणे) आणि त्याविरुद्ध न्यायालयाचे दरवाजे बंद करणारे कलम – ही दोन्ही कलमे काढून टाकण्यात आली.

नागरिकांच्या हक्कांचे कसोशीने रक्षण करणाऱ्या या घटनादुरुस्त्या, हे कायदे यांनी खूप काही प्राप्त होते असे नाही. ते केवळ शब्द आहेत, जे कागदावरच राहू शकतात. ख्यातनाम इतिहासकार एडवर्ड गिब्बन यांनी त्यांच्या 'द डिक्लाइन ॲन्ड फॉल ऑफ रोमन एम्पायर'[१]– 'रोमन साम्राज्याची अवनती आणि ऱ्हास' या श्रेष्ठ ग्रंथाचा पहिला खंड जेव्हा पूर्ण केला तेव्हा तो तिसरे किंग जॉर्ज यांचे बंधु ड्यूक ऑफ ग्लाउसेस्टर यांच्यापुढे सादर करण्याची संधी त्यांना देण्यात आली होती. ड्यूक महोदयांनी ग्रंथाचे आणि ग्रंथकाराचे छान स्वागत केले. कालांतराने पहिल्या खंडाइतक्याच प्रचंड आकाराचा दुसरा खंडही पूर्ण झाला. तोही ड्यूकसमोर ठेवल्यावर त्यांनी त्याचेही तेवढ्याच सौहार्दतेने कौतुक केले. समोर टेबलावर ठेवलेल्या प्रचंड ग्रंथराजाकडे पाहात ड्यूक गिब्बन यांना म्हणाले, 'आणखी एक जाडजूड, गलेलठ्ठ चौकोन! मि. गिब्बन, काय सारखं पांढऱ्यावर काळं करत बसता, किती खरडता?' मानवी हक्कांसंबंधींच्या देशोदशींच्या चळवळींचे जाहीरनामे, परिषदातील ठराव, संस्थांची आवाहने, करार, पत्रके, भित्तिपत्रे, लेख, पुस्तिका, पुस्तके अशा वाढत्या कागदपत्रांबद्दलही शिक्षणक्षेत्रातल्या आणि राजकारणातल्या लोकांचेच नव्हे, तर जगभरातल्या बुद्धिजीवी लोकांचेही असेच काहीसे मत बनत चालले आहे. नुसते शब्द... शब्द... आणि शब्द! युनायटेड नेशन्स (युनो) मानवी हक्कांचे रक्षण व्हावे, त्यांचे पालन व्हावे यासाठी जगभरातल्या देशात दूरगामी प्रयत्न करीत आहे, असे निदान ते जाहीरपणे सांगत तरी आहेत, पण युनोचे सदस्य देश त्या दिशेने, त्या दृष्टीने काही ठोस कृती करण्यात मात्र कमी पडताना दिसतात. मानवी हक्कांबद्दलची

जागरूकता आणि त्यांचे काटेकोर पालन यांचे जागतिकीकरण झालेच असले, तर ते केवळ कागदावर झाले आहे, असेच म्हणावे लागेल. त्याचे प्रत्यक्ष परिणाम फारसे अनुभवास येत नाहीत. या टीकेत नक्कीच सत्यांश आहे. सार्वभौम, प्रगत, प्रबळ देश या जागतिकीकरणाचा वेग वाढवण्यापेक्षा त्याच्या प्रयत्नात अडथळेच आणत आहेत. जगातील बहुतेक सर्व देशांचा शासने मानवी हक्कांसाठीच्या कार्याचा, योजनांचा जो गाजावाजा करतात, जे 'आम्ही करतो आहोत,' असा दावा करतात ते आणि जे त्यांच्या देशात प्रत्यक्ष अमलात आणतात, ज्याची कार्यवाही करतात त्यात फार मोठे अंतर असते. हे कार्य असे आहे की, ज्यात सर्वांत जास्त महत्त्व कागदांना, शब्दांना नाही तर लोकांच्या मनोवृत्तीला आहे.

***

'अतिरिक्त महाकायदेपंडित' या पदाचा मी राजीनामा दिला, पण आम्ही दिल्ली काही सोडली नाही. मी सर्वोच्च न्यायालयात खाजगीरित्या वकिली करू लागलो.

अर्थातच आम्हाला ७, सफदरजंग लेनचा सरकारी बंगला लगेचच खाली करावा लागला. एवढ्या चांगल्या पदाचा राजीनामा देणे ही जरी नंतर शौर्याची, धाडसाची, अभिमानाची गोष्ट म्हणून प्रशंसली गेली तरी वारा बघून पाठ फिरवणाऱ्या लोकांच्यात, तत्कालीन आणीबाणीच्या वादळात, आम्ही टीकेलाच पात्र ठरलो. आम्हाला जागा द्यायला बंगल्यांचे मालक तयार होईनात. माझी पत्नी बाप्सी हिने कितीतरी जागा बघितल्या, टीका सहन केली, नकार पचवले. माझा एक जुना साहाय्यक अशोक प्रताप त्या वेळी मुंबईत वकिली करीत होता. आमची अडचण ओळखून तो दिल्लीला आला आणि त्याने बाप्सीला घरसंशोधनात मोलाची मदत केली. त्या दोघांच्या कित्येक आठवड्यांच्या भगीरथ प्रयत्नांना अखेर यश आले आणि आम्ही ऑगस्ट, १९७५मध्ये २१, हौज खास एन्क्लेव्ह येथे राहायला गेलो. तेव्हापासून आम्ही त्या घरात अनेक सुखा-समाधानाची वर्षे घालवली, त्या वेळी ते घर (सरकार आणि त्यांची धोरणे यांचे कडवे, सडेतोड टीकाकार आणि सुप्रसिद्ध लेखक) पतवंतसिंग यांच्या भगिनींच्या मालकीचे होते. ते स्वत: आणि त्यांची बहीण दोघेही अतिशय सज्जन माणसे होती. त्या घराचा संपूर्ण तळमजला त्यांनी आम्हाला भाड्याने दिलाच, काही काळानंतर आम्ही तो पूर्ण बंगलाच त्यांच्याकडून विकत घेतला, वर भाडे किती द्यायचे या प्रश्नाला 'तुम्हाला योग्य वाटेल ते द्या.' असेच उमदे उत्तर पतवंतसिंग आम्हाला देत राहिले. आणीबाणी जाहीर झाल्या-झाल्या तिच्या निषेधार्थ सरकारी पदाचा राजीनामा देण्याच्या माझ्या कृतीचा ज्या थोड्या लोकांना अभिमान वाटला, ज्यांनी माझे मनापासून कौतुक केले, त्यात त्या दोघांचा समावेश होता. आणखी एका व्यक्तीचा उल्लेख केला पाहिजे – तो म्हणजे दिल्ली

शासनात कायदा सचिव म्हणून काम करणारे रजनी कांत यांचा. त्या आणीबाणीच्या काळात आमचे जुने, एकेकाळचे 'सगे सोबती'ही आम्हाला भेटणे, आमच्याशी बोलणे, आमच्या घरी येणे टाळत असत, 'यांच्या घरी गेलो तर आपल्या गाडीचा नंबर गुप्त पोलीस लिहून घेतील आणि १ सफदरजंग (पंतप्रधान इंदिरा गांधींचे निवासस्थान) येथे तातडीने कळवतील,' अशी त्यांना भीती वाटत असे. अशा परिस्थितीत रजनी कांत हे सरकारी नोकरीत असूनही जवळ जवळ रोज आम्हाला भेटायला आमच्या नव्या घरी येत असत. खंबीर, कणखर असे रजनी कांत, त्यांची प्रेमळ पत्नी आणि त्याची मुले यांना मी, बाप्सी आणि आमची मुलेही कधीच विसरू शकणार नाही. खरंच, राजधानीत इमानदारी, निष्ठा अगदीच अल्पजीवी असतात!!

टीपा :

१. शांतीभूषण हे एक उत्तम वकील आणि माझे चांगले मित्र. मार्च, १९७७मध्ये झालेल्या सार्वत्रिक निवडणुकात इंदिरा गांधींच्या काँग्रेस पक्षाचा दारुण पराभव करून सत्तेवर आलेल्या मोरारजी देसाई यांच्या नेतृत्वाखालील जनता पक्षाच्या सरकारात ते केंद्रीय कायदा मंत्री होते.
२. २५ जून, १९७५पूर्वी देशात २६ ऑक्टोबर, १९६२ या दिवशी (१० जानेवारी, १९६८ला ती उठवण्यात आली होती.) आणि त्यानंतर ३ डिसेंबर, १९७१ रोजी (भारत-पाकिस्तान युद्धात, बाह्य आक्रमणामुळे) अशी दोन वेळा आणीबाणीची घोषणा करण्यात आली होती.
३. लॉर्ड ॲक्टन यांनी त्यांचे हे मत बिशप क्राइटन यांना १८८७ साली लिहिलेल्या पत्रात कळवले होते. 'अर्ल ऑफ चॅटम' या किताबाचे मानकरी आणि १७६६ ते १७७८ या कालावधीत इंग्लंडचे पंतप्रधानपद भूषविलेले इंग्लंडमधील एक धुरंधर राजकारणी विल्यम पिट द एल्डर यांनी हे वाक्य उच्चारले होते, असे काही वेळा चुकीने सांगितले जाते (१९७०).
४. एआयआर (ऑल इंडिया रिपोर्टर) १९७६, एससी १२०७ (२८ एप्रिल, १९७६ या तारखेचे निकालपत्र).
५. 'द इंडियन ज्युडिशियरी – ए ट्रिब्यूट (१९९७), लेखिका – पूर्णिमा अडवानी, हार्पर कॉलिन्स पब्लिशर्स, इंडिया, पृष्ठ १२७.
६. जानेवारी, १९७७मध्ये जेव्हा त्यांना (त्यांच्या ज्येष्ठतेनुसार) सरन्यायाधीशपद मिळायला हवे होते, त्या वेळी त्या केसच्या निकालात सत्ताधाऱ्यांच्या विरोधात मत नोंदवल्याची 'शिक्षा' म्हणून त्यांना डावलण्यात आले. सर्वांत दीर्घ अशी कारकिर्द असूनही त्यांची नेमणूक सरन्यायाधीशपदी केली गेली नाही त्यामुळे एच. आर. खन्ना यांनी लगेच राजीनामा दिला.

७. ‘सिक्स मेन’ (१९७७) ॲलिस्टर कूक, अल्फ्रेड ए. नाफ, न्यूयॉर्क, पृष्ठ ८२.
८. ‘स्ट्रेंथ ऑफ लव्ह’ मार्टिन ल्युथर किंग ज्युनियर, १९६३.
९. ‘द डिक्लाइन ॲन्ड फॉल ऑफ द रोमन एम्पायर (१९९४, तीन खंड), एडवर्ड गिब्बन, मॉडर्न लायब्ररी, रँडम हाउस, न्यूयॉर्क.

◆

प्रकरण ९

आणीबाणी नंतर

आणीबाणीला भारतातील जनतेकडून अपेक्षित असलेला विरोध, प्रतिकार झाला नाही, या गोष्टीचे आणीबाणीच्या निर्मात्या इंदिरा गांधी यांना अतिशय आश्चर्य वाटले होते, धक्काच बसला होता. त्यांनी विशेष उल्लेख केला तो सुशिक्षित, बुद्धिजीवी, विचारक्षम लोकांचा. त्यांच्या निष्क्रिय प्रतिक्रियेचे त्यांना सर्वांत जास्त नवल वाटले होते, परंतु संकटसमयी, कसोटीच्या वेळी या शिकल्या सवरलेल्या, समजूतदार, विचारी म्हणवून घेणाऱ्या लोकांचा वर्गच त्यांच्या अनपेक्षित अशा तटस्थतेमुळे अत्यंत तिरस्करणीय, टीकास्पद ठरतो, असा सर्वच देशातला अनुभव आहे. जुलूम घडत असताना त्यांचा विरोध करायचे सोडून, त्यामागच्या कारणमीमांसेचा शोध घेण्याची घृणास्पद तर्कट प्रवृत्ती आणि क्षमता याच लोकांमध्ये असते. आपल्या देशातही वेगळे काही घडले नाही!!

आणीबाणीनंतर सत्तेवर आलेल्या जनता पक्षाच्या सरकारात एल.के. अडवानी हे माहिती आणि प्रसारण मंत्री होते. त्यांचा मला फोन आला. नवे शासन, न्यायमूर्ती पी. के. गोस्वामी यांच्या अध्यक्षतेखाली 'द्वितीय प्रेस कमिशन' स्थापन करीत होते. मी त्याचा सभासद व्हावे, अशी विनंती त्यांनी मला फोनवर केली. १९७४ सालच्या उन्हाळ्याच्या सुट्टीच्या काळात घटनेतील राष्ट्रपतीपदासंबंधातील[१] काही महत्त्वाच्या मुद्द्यांवर, प्रश्नांवर निर्णय घेण्यासाठी सात न्यायाधीशांचे एक खंडपीठ स्थापन करण्यात आले होते. अडवानी त्या वेळी भारतीय जनसंघ या (त्या वेळी नुसता 'जनसंघ' या नावाने ओळखल्या जाणाऱ्या.) पक्षाचे सचिव होते. मी आणि अडवानी एकाच वेळी त्या खंडपीठासमोर आलो होतो, त्यामुळे माझा आणि त्यांचा परिचय होता. आपल्या घटनेनुसार राष्ट्रपतींची निवड केंद्रीय संसदेच्या दोन्ही सभागृहांचे सभासद आणि सर्व राज्यांच्या विधानसभांचे सदस्य यांचा निर्वाचक गट मतदानाने करतो. राज्यातील विधानसभांच्या सदस्यांना किती मते उपलब्ध असतात, हे ठरविण्यासाठी घटनेतील (कलम ५५ प्रमाणे) नियमांनुसार राज्याच्या एकूण लोकसंख्येला विधानसभेतील सदस्यांच्या एकूण संख्येने भागून येणाऱ्या उत्तराला एक हजाराने गुणले जाते.

कलम क्रमांक ५६(१) प्रमाणे, राष्ट्रपतींचा कार्यकाल हा ज्या दिवशी ते पदभार सांभाळतील त्या दिवसापासून पाच वर्षांच्या कालावधीइतका असतो. कलम क्रमांक ६२-१ असे सांगते की, नव्या राष्ट्रपतीपदासाठीच्या निवडणूकीची प्रक्रिया आधीच्या राष्ट्रपतींची मुदत संपायच्या आत पूर्ण झालेली असली पाहिजे. विद्यमान राष्ट्रपती व्ही. व्ही. गिरी यांची मुदत ऑगस्ट, १९७४पर्यंत होती, त्यामुळे २४ ऑगस्ट, १९७४च्या आत निवडणुका, मतमोजणी पूर्ण होऊन निकाल हाती येणे आवश्यक होते, परंतु तसे करता येत नव्हते, कारण गुजरात राज्याची विधानसभा मार्च, १९७४मध्ये विसर्जित करण्यात आली होती. जोपर्यंत गुजरातेतील मतदारसंघांच्या सीमा त्यासंबंधीच्या कायद्यांप्रमाणे निश्चित केल्या जात नव्हत्या, तोवर तेथील

विधानसभेच्या नव्या निवडणुका घेतल्या जाऊ शकत नव्हत्या. भारतीय जनसंघाचे म्हणणे असे होते की, जोपर्यंत राज्यात निवडणूका होऊन नवी विधानसभा अस्तित्वात येत नाही तोपर्यंत राष्ट्रपतीपदाची निवडणुकही होऊ शकणार नाही. सात न्यायाधीशांच्या खंडपीठाने असा निकाल दिला की, राष्ट्रपतीपदाची मुदत संपल्याने रिकामी झालेली जागा भरण्यासाठी जी निवडणूक होईल, त्यात निवडणुकीच्या दिवशी केंद्रीय संसदेच्या दोन्ही सभागृहांत आणि राज्यांच्या विधानसभांत जे निर्वाचित सदस्य असतील तेवढ्यांनाच मतदानाचा हक्क प्राप्त असेल. एखाद्या राज्याची विधानसभा जरी विसर्जित झालेली असली तरीही नव्या राष्ट्रपतींची निवडणूक आधीच्या राष्ट्रपतींचा कार्यकाल संपुष्टात येण्याच्या आत झालीच पाहिजे. या खंडपीठासमोरील सुनावणीच्या वेळी पक्षाचे सेक्रेटरी या नात्याने अडवानी यांनी पक्षाची बाजू अगदी एखाद्या कसलेल्या वकिलासारखी उत्तम, परिणामकारकरित्या मांडली होती. मी कोर्टातच उघडपणे त्यांच्या त्या कौशल्याबद्दल त्यांची तोंड भरून प्रशंसा केली होती.

पी.के. गोस्वामी यांच्या नेतृत्वाखाली दुसऱ्या वृत्तपत्र-आयोगाची – प्रेस कमिशन – सुरुवात तर चांगली झाली.[२] आम्हा सभासदांनी देशाच्या बऱ्याचशा भागांचे दौरे केले, अनेक लोकांचे, गटांचे, तज्ज्ञांचे विचार ऐकले, मते नोंदवून घेतली. या दौऱ्यांच्या काळात त्यातल्या काही दौऱ्यांत, अंदमान निकोबार बेटांना आम्ही भेट दिली तेव्हा, माझी पत्नी माझ्याबरोबर असायची त्यामुळे माझा आणि माझ्या पत्नीचा न्यायमूर्ती गोस्वामी यांच्याशी छान, घनिष्ट परिचय झाला. काम संपवून संध्याकाळी आम्ही एकत्र आलो की ते हमखास म्हणायचे, 'चला, आज संध्याकाळचा कार्यक्रम काय ते सौ. नरीमन यांना विचारू. त्या म्हणतील तसंच करायचं!'

आम्ही कमिशनच्या सभासदांनी खूप काम केले. आमचा अहवाल तयार होत होता. (आम्ही त्यावर शेवटचा हात फिरवत असतानाच.) तेव्हाच, म्हणजे सप्टेंबर, १९७९मध्ये सार्वत्रिक निवडणुकांची घोषणा करण्यात आली. आणीबाणीनंतर लगेच (मार्च, १९७७मध्ये) झालेल्या निवडणुकीत सत्तेवर आलेली जनता पार्टी त्या निवडणुकांत 'नव्या नवलाईची लाट' ओसरल्याने अल्पमतात गेली. जानेवारी, १९८०मध्ये इंदिरा गांधी परत पंतप्रधानपदी आरूढ झाल्या. त्यानंतर पंतप्रधानांनी न्यायमूर्ती गोस्वामी यांना एक पत्र पाठवून त्यांनी प्रेस कमिशनचे नेतृत्व केल्याबद्दल त्यांचे आणि कमिशनच्या सभासदांचेही आभार मानले, कमिशनने केलेल्या कामाबद्दलही समाधान व्यक्त केले, परंतु असेही कळवले की, कमिशनकडून त्यांना कोणत्याही अहवालाची गरज नाही! अशा रीतीने दुसरे प्रेस कमिशन यशस्वीरित्या पार पाडल्याचा डंका पिटून विसर्जित होण्याऐवजी रडत–कुढत, कुरकुरत मरण पावले, त्यानंतर थोड्याच महिन्यांनी काँग्रेस पक्षाच्या सरकारने परत 'द्वितीय प्रेस कमिशन'ची संस्थापना

केली. न्यायमूर्ती के. के. मॅथ्यू हे त्याचे अध्यक्ष नेमले गेले. 'मॅथ्यू कमिशन'चा अहवाल योग्य वेळी प्रसिद्ध झाला, त्यात न्यायमूर्ती गोस्वामी यांच्या कमिशनचा, त्याच्या कामाचा, अप्रसिद्ध अहवालाचा ओझरता उल्लेख तळटीपांतसुद्धा कुठे केला गेला नव्हता! तो कचरापेटीत हरवून गेला होता!!

ज्यांच्याविषयी केलेला अंदाज कधी चुकत नाही अशा न्यायाधीशांच्यात पी.के. गोस्वामी यांचा समावेश करता यायचा. मी जेव्हा-जेव्हा त्यांच्यासमोर सर्वोच्च न्यायालयात खास याचिकांच्या बाबतीत उभा राहायचो, तेव्हा-तेव्हा त्यांचा निर्णय मी आधीच अचूक सांगू शकायचो. त्यांचा आणखी एक फार वाखाणण्यासारखा गुण होता, तो म्हणजे त्यांचा कमालीचा प्रामाणिकपणा आणि सचोटी. त्यांचे मन अत्यंत स्वच्छ होते. त्याचे एक छान उदाहरण सांगतो : मार्च, १९७७ मधील निवडणुकांत जनता पक्षाच्या घवघवीत यशाने केंद्रात त्यांच्या पक्षाचे सरकार आले, पण बऱ्याचशा राज्यांत मात्र काँग्रेस पक्षाची सरकारे तशीच अबाधित होती. 'या निवडणुकीने मतदारांनी काँग्रेस पक्षाला पूर्णपणे नाकारले आहे तेव्हा तुम्हीही तुमच्या राज्याच्या राज्यपालांना राज्यातील विधानसभा विसर्जित करून, मतदारांचा नव्याने कौल घेण्याची सूचना करावी' अशा मजकुराचे पत्र तत्कालीन गृहमंत्र्यांनी बिहार, उत्तर प्रदेश, हिमाचल प्रदेश, हरियाणा, मध्य प्रदेश, ओरिसा, पंजाब, राजस्थान आणि पश्चिम बंगाल या राज्यांना पाठविले. २२ एप्रिल रोजी आकाशवाणीला दिलेल्या मुलाखतीत केंद्रीय गृहमंत्र्यांनी हे स्पष्ट केले की, 'काँग्रेस पक्षांची सरकारे असणाऱ्या नऊ राज्यांत विधानसभा विसर्जित करण्याची आणि ताज्या निवडणुका घेण्याची आवश्यकता आहे हे उघड आहे, निश्चित आहे, तर्काला धरून आहे.'

राजस्थान, मध्य प्रदेश, पंजाब, बिहार, हिमाचल प्रदेश आणि ओरिसा या राज्यांनी लगेचच सर्वोच्च न्यायालयात (संविधानाने १३१व्या कलमाने न्यायालयाला देऊ केलेल्या मूळ अधिकारांतर्गत) केंद्रीय मंत्र्यांच्या त्या सूचनांविरुद्ध खटले दाखल केले. 'गृहमंत्र्याचे पत्र हे बेकायदेशीर आहे, घटनेचे उल्लंघन करणारे आहे आणि त्यामुळे ते फिर्यादींवर बंधनकारक नाही.' असे जाहीर करण्याची त्या राज्यांनी सर्वोच्च न्यायालयाला विनंती केली. केंद्र सरकारने बचावात १३१व्या कलमांतर्गत असा दावा करणे आक्षेपार्ह ठरवले. सुनावणी झाली, बचाव पक्षाचे आक्षेप मान्य करून खटले फेटाळण्यात आले. हा आदेश २९ एप्रिल, १९७७ला जाहीर झाला, परंतु त्यामागची सविस्तर कारणे देणारे निकालपत्र नंतर, ६ मे, १९७७ रोजी, वाचले गेले[३]. निर्णयामागील कारणांची चर्चा करण्यासाठी न्यायाधीश मंडळी जेव्हा एकत्र जमली, तेव्हा बोलण्याच्या भरात एक घटना उजेडात आली. खटल्याची सुनावणी संपली त्या दिवशी, म्हणजे २९ एप्रिल या दिवशी त्या वेळचे हंगामी राष्ट्रपती बी. डी. जत्ती सर्वोच्च न्यायालयाच्या सरन्यायाधीशांना एम. एच. बेग यांना

भेटायला आले होते. भेटीचा उद्देश राष्ट्रपतींच्या मुलाच्या विवाहाचे आमंत्रण सरन्यायाधीशांना देणे हा होता, परंतु असे लक्षात आले की, त्या भेटीचा फायदा घेऊन जत्ती यांनी सरन्यायाधीशांना त्या दाव्याच्या निर्णयाची कारणे काहीही करून त्यांच्या त्या खाजगी समारंभाच्या आधी जाहीर करण्याची गळ घातली. हा प्रकार ऐकून पी. के. गोस्वामी यांना धक्काच बसला. त्यांनी त्यांच्या निकालपत्रात शेवटी असे लिहिले :

> परिच्छेद क्र. (१७८) हे लिहिताना माझे हात थरथरत आहेत. सरन्यायाधीशांनी प्रामाणिकपणे आम्हाला ही गोष्ट सांगितली आहे की, आदेशाची घोषणा झाल्यानंतर आणि आम्ही सर्व जण निकालपत्राच्या चर्चेसाठी एकत्र येण्याआधी हंगामी राष्ट्रपती सरन्यायाधीशांच्या भेटीला आले होते आणि त्या भेटीत त्या खटल्याच्या अजून वाचन करण्याचे बाकी असलेल्या या निकालपत्राचा विषय निघाला होता. या गोष्टींवर मी अतिशय सावधपणे, जाणीवपूर्वक विचार केला आहे. न्यायाधीशांना दाखवावा लागणारा संयम, त्यांच्यावर असणारे नि:पक्षपातीपणाचे बंधन आणि जबाबदारी यामुळे मला या गोष्टीचा या माझ्या निकालपत्रात उल्लेख करण्यावाचून गत्यंतर नाही. मी अशी आशा करतो की, आपल्या देशातील ज्या सर्वोच्च पदाची प्रतिष्ठा कायम वादातीत राहायला हवी, जिला कधीही बाध येता कामा नये, त्या राष्ट्रपतीपदाला या गोष्टीमुळे भविष्यात कधीही कोणत्याही प्रकारचा त्रास सहन करावा लागणार नाही.

ही गोष्ट जगजाहीर होती की, सरन्यायाधीश एम.एच. बेग हे पंतप्रधान इंदिरा गांधी यांचे निकटवर्तीय होते आणि ते सर्वांत ज्येष्ठ नसतानाही (तो मान न्यायमूर्ती एच. आर. खन्ना यांचा होता. त्यांना डावलण्यात आल्याने त्यांनी राजीनामा दिला होता.) त्यांची सरन्यायाधीशपदी नेमणूक करण्यात आली होती. या पार्श्वभूमीची पूर्ण कल्पना असल्यामुळेच आपले प्रामाणिक विचार निकालपत्रात नोंदताना न्यायमूर्ती गोस्वामी यांचे 'हात थरथरले' असणार. देशाचा सर्वोच्च नेता, देशाचे राष्ट्रपती न्यायालयाच्या निकालाची वेळ नियंत्रित करण्याचा यत्न करतील, ही गोष्ट त्यांच्यासारख्या नेक माणसाच्या समजुतीच्या, आकलनशक्तीच्या बाहेरची होती, त्यांच्या तत्त्वात कुठेच न बसणारी होती![४]

***

मी जसे माझ्या गतायुष्याचे सिंहावलोकन करीत आहे तसे कोणीही जरी केले तरी असे दिसून येईल की, आयुष्याच्या निरनिराळ्या टप्प्यांवर, मग ते तुम्ही

निवडलेल्या पेशातले असोत अथवा इतर कोणत्याही क्षेत्रातले असोत, तुम्हाला कोणीतरी अगदी निरपेक्ष वृत्तीने, निस्वार्थी भावनेने, काही सयुक्तिक कारण नसताना फार मोठी, लाख मोलाची, खरे तर अनमोल म्हणता येईल, अशी मदत केलेली असते. मला तरी हा अनुभव अनेक वेळा आला आहे आणि ज्या व्यक्तींनी मला सहजपणे साहाय्य केले आहे, त्या सर्वांची नावे माझ्या मनावर कोरली गेलेली आहेत. तुम्ही एक उभा चढ चढता आहात, एखाद्या दगडावरून तुमचा पाय घसरतो आणि कुणीतरी अचानक (कुठून ते कळत नाही पण...) अवतरतो, तुम्हाला आधाराचा हात देतो, तुम्ही तो घट्ट पकडता आणि पडण्यापूर्वीच सावरता.

मी 'अतिरिक्त महाकायदेपंडित'पदाचा राजीनामा देऊन खाजगी वकिली करायला सुरुवात केल्यानंतर सुमारे एक वर्षानी जिनिव्हा स्थित 'इंटरनॅशनल कमिशन ऑफ ज्युरिस्ट्स' (आय.सी.जे.) – 'आंतरराष्ट्रीय कायदेपंडितांचे मंडळ' – या संस्थेचे सेक्रेटरी नायल मॅक्‌डरमॉट हे मुद्दाम मला भेटायला भारतात आले. माझी भेट घेण्यासंबंधी त्यांना आमचे एक सामाईक मित्र ॲडव्होकेट आर. एन. त्रिवेदी यांनी सुचविले होते.

नायॉल मॅक्‌डरमॉट यांनी माझ्याशी बोलताना मला त्यांच्या मंडळाचे सभासदत्व स्वीकारण्याची विनंती केली; मी ती मान्य केली, माझी रीतसर नेमणूक करण्यात आली आणि मी पुढे कित्येक वर्षे त्या मंडळाचे काम केले. मधल्या काळात मंडळाची घटना बदलली गेली. त्यानंतर म्हणजे १९८२पासून मी परत नव्याने निवडला गेलो आणि त्यानंतर पंधरा वर्षे कार्यरत राहिलो. शेवटी मी त्या मंडळाच्या कार्यकारी समितीचे अध्यक्षपदही भूषविले (१९९५ ते १९९७).[५]

या पदावर असताना मृत्युदंडाच्या शिक्षेची अंमलबजावणी कशी केली जाते याचा शोध घेणे आणि त्याचे परीक्षण करणे, यासाठी मंडळातर्फे अमेरिकेला पाठवलेल्या एका शिष्टमंडळाचे नेतृत्व मी केले होते. या शिष्टमंडळात न्यायमूर्ती लेनार्ट ग्रोल (स्टॉकहोमच्या पुनर्विचार न्यायालयाचे माजी जज्ज आणि आमच्या मंडळाचे उपाध्यक्ष), न्यायमूर्ती केयोडे एसो (नायजेरियाच्या सर्वोच्च न्यायालयाचे माजी जज्ज), सिग्रिड हिगिन्स (ऑस्ट्रेलियातील नामवंत वकील आणि मंडळाचे सचिव) असे इतर सदस्य होते. अमेरिकेत देहांताची प्रत्यक्ष अंमलबजावणी कशी केली जाते, त्याची कार्यपद्धती काय असते, याची पाहणी करण्यासाठी आम्ही जानेवारी, १९९६च्या उत्तरार्धात प्रथम अमेरिकेची राजधानी वॉशिंग्टन डीसीला भेट दिली आणि त्यानंतर पेनसिल्व्हिनिया, जॉर्जिया आणि टेक्सास या राज्यांचा दौरा केला. तेथे केंद्र आणि राज्य पातळीवर आम्ही स्वत: कसून चौकशी केली आणि मंडळातर्फे 'अमेरिकेतील मृत्युदंडाच्या अंमलबजावणीची कार्यपद्धती'–'ॲडमिनिस्ट्रेशन ऑफ द डेथ पेनल्टी इन द युनायटेड स्टेट्स'– या शीर्षकाखाली जून, १९९६मध्ये

एक अहवाल प्रसिद्ध केला.

अहवालात खालील मुद्द्यांवर भर दिला गेला होता :

> खटला चालवण्याविषयीच्या प्रक्रियेवरील निरनिराळे निर्णय घेण्यावर, त्यासाठी वापरल्या जाणाऱ्या तारतम्यावर, निकषांवर कोणतेही नियंत्रण नाही, त्यासाठी कोणताही आखीव असा मार्ग ठरवलेला नाही.
>
> ज्युरींची – निवड आणि विशिष्ट खटल्यासाठी विशिष्ट, योग्य व्यक्तींची निश्चिती या गोष्टी जाती, वंश, वर्ग यांतील भेदांपासून पूर्णपणे मुक्त असण्याची हमी देणारी यंत्रणा अस्तित्वात नाही.
>
> देहांत शासन मिळण्याची शक्यता असणाऱ्यांना पुरेसे आणि पुरेसे परिणामकारक वकिली साहाय्य मिळत आहे अथवा नाही, त्यांची बाजूही व्यवस्थितपणे ऐकून घेतली जात आहे की नाही, याची खातरी करून घेतली जात नाही.
>
> वंशद्वेषाच्या प्रवृत्तीमुळे खटल्यावर, न्यायपद्धतीवर, निर्णयावर होणाऱ्या परिणामांचा प्रतिकार करण्याची, त्याला विरोध करण्याची पर्याप्त संधी दिली जात नाही. या सर्व गोष्टींमुळे अमेरिकेतील मृत्युदंडाच्या अंमलबजावणीची कार्यपद्धती ही अनियंत्रित, निरंकुश होती, आहे आणि तशीच राहील. देहांत शासनाच्या खटल्यांची सुनावणी नि:पक्षपातीपणाने, सचोटीने, योग्य पद्धतीने होईल, अशी आशा करायला फारसा वाव दिसत नाही.

१९९१ साली माझी 'बार असोसिएशन ऑफ इंडिया'च्या (बी.आय.ए.) अध्यक्षपदी निवड झाली, आजही मी त्या पदावर कार्यरत आहे. त्या काळातील सर्वांत कुशल असे संघटक, नियोजक, माझे मित्र ललित भसीन यांचे चौफेर, असीम असे अनमोल साहाय्य आणि भरीव पाठिंबा नसता, तर बार असोसिएशनकडून झाली तेवढी आणि तशी उत्तम कामगिरी होऊच शकली नसती. सहाध्यक्ष अनिल बी. धवन आणि आर. के. पी. शंकरदास, सोली जे. सोराबजी, के. के. वेणुगोपाल, अशोक एच. देसाई, पी. पी. राव, व्ही. आर. रेड्डी, दीपंकर पी. गुप्ता, के. एन. गट, सुरेंद्र जी. देसाई या उपाध्यक्षांची अत्यंत उत्साही, अथक परिश्रम घेणारी टीम आणि कार्यकारी समितीचे सर्व सदस्य यांचीही भरघोस मदत सदैव होतीच, पण असोसिएशनच्या प्रगतीत, विकासात, यशात १९९०पासून असोसिएशनचे सचिव म्हणून काम करणाऱ्या ललित भसीन यांचाच सिंहाचा वाटा होता.

१९९५मध्ये 'आंतरराष्ट्रीय वकील महामंडळाची मानवी हक्क संस्थे'च्या –

ह्युमन राइट्स इन्स्टिट्यूट ऑफ द इंटरनॅशनल बार असोसिएशन (आय.बी.ए.) – प्रतिनिधीमंडळाचा सभासद म्हणून माझी नेमणूक झाली. त्यानंतर २००१ पासून ते २००४च्या डिसेंबरपर्यंत दोन पाठोपाठच्या सत्रांत मी संस्थेच्या सहाध्यक्षपदी निवडून आलो. २००१ सालच्या संस्थेच्या मेक्सिकोमधील कँकम येथे भरलेल्या वार्षिक परिषदेत संस्थेच्या नेतृत्वाकडून असा प्रस्ताव ठेवण्यात आला की 'आंतरराष्ट्रीय दहशतवाद' या विषयावरील एक खास गट स्थापन करण्यात यावा आणि जज्ज रिचर्ड गोल्डस्टोन यांना त्याचे प्रमुख नेमावे.[६] त्या गटात माझाही समावेश करण्यात आला. आमच्या या 'आंतरराष्ट्रीय वकील महामंडळाच्या आंतरराष्ट्रीय दहशतवाद खास गटा'ने जो अहवाल तयार केला तो (ट्रान्सनॅशनल पब्लिशर्स, न्यूयॉर्क यांच्यामार्फत) प्रसिद्ध झाला आणि खूप विस्तृत प्रमाणावर वितरित झाला.

या सर्व आंतरराष्ट्रीय स्तरावरील नवनव्या जबाबदाऱ्यांतून मला माझी स्वत:ची

दहशतवादावरील आयबीए रिपोर्टच्या प्रकाशनाप्रसंगी राष्ट्रपती ए.पी.जे. अब्दुल कलाम व फली नरीमन

अशी ओळख लाभली, माझ्या कामाचे, गुणांचे कौतुक झाले, त्यांना विद्वानांची, तज्ज्ञांची, मान्यवरांची मान्यता मिळाली. या घटना हे मी माझ्या आयुष्यातले फार महत्त्वाचे वळण मानतो. आणीबाणीची घोषणा होताच त्या अन्यायाच्या निषेधार्थ सरकारी पदाचा त्याग करण्याच्या तडकाफडकी, तत्काळ कृतीसारख्या काही निर्णयांचेच मला मिळालेले ते अप्रत्यक्ष इनाम होते. असे काही निर्णय हे 'धाडसी' होते असे आता, मागे वळून पाहताना वाटते, पण ते निर्णय ज्या क्षणी घेतले

जातात त्या वेळी ते कसे आहेत, पुढे कसे ठरणार आहेत – अचूक, बरोबर, चूक की अनर्थकारी – याचे आपल्याला भानही नसते आणि ज्ञानही नसते. भविष्यकाळात जर ते बरोबर, योग्य होते, असे सिद्ध झाले तर तुम्ही 'हीरो' बनता!

असाच एक, आता मागे वळून पाहताना धाडसाचा वाटणारा प्रसंग मला आठवतो. इंडियन एक्सप्रेस या वृत्तपत्रात काम करणारे सुप्रसिद्ध लेखक आणि पत्रकार कुलदीप नायर यांना जून, १९७५च्या आणीबाणीच्या काळात 'मिसा'खाली– अंतर्गत सुरक्षा कायद्याखाली – अटक करण्यात आली होती. त्यांचा हेबियस कॉर्प्स (आरोपीला त्याच्या अटकेची कारणे शोधण्यासाठी न्यायालयासमोर हजर करण्याचा हुकूम) दिल्ली उच्च न्यायालयाच्या एस. आय. रंगराजन आणि आर. एन. अगरवाल या दोन न्यायाधीशांच्या खंडपीठाने मान्य केला होता आणि त्यांना प्रत्यक्ष कोर्टात हजर करायला लावून सोडून देण्याचा हुकूमही दिला होता. या 'धाडसी' निर्भय निर्णयाची आय. एस. रंगराजन यांना 'शिक्षा' सुनावण्यात आली. त्यांची तडकाफडकी आसामच्या उच्च न्यायालयात बदली करून टाकण्यात आली. त्यांच्या नि:पक्षपातीपणाने ते तिथेही लोकप्रिय झाले ही गोष्ट वेगळी! संविधानाच्या २२२ या कलमांतर्गत राष्ट्रपतींना – म्हणजे आपल्या देशात अप्रत्यक्षपणे केंद्रसरकारलाच – उच्च न्यायालयातल्या जज्जची, त्याची इच्छा नसली तरीही, सर्वोच्च न्यायालयाच्या सरन्यायाधीशांच्या शिफारसीने बदली करण्याचा अधिकार प्राप्त आहे. रंगराजन यांच्या बाबतीतही सरन्यायाधीशांनी शिफारस करण्याचे कर्तव्य तत्परतेने पार पाडल्यामुळे रंगराजन यांना तक्रारीला कुठलाच वाव नव्हता आणि त्यांनी तक्रार केलीही नाही. त्यांचा आयुष्याकडे पाहण्याचा दृष्टिकोन विचारी तत्त्ववेत्त्याचा होता. एखाद्या सैनिकाप्रमाणे त्यांनी विनातक्रार आज्ञेचे पालन केले. ते आसामला, गौहत्ती येथे गेले आणि अल्पावधीतच त्यांनी ईशान्येकडील सात प्रांतांत[७] आपल्या अधिकाराचा उचित वापर करून 'अतिशय आदरणीय असे प्रमुख न्यायाधीश' असा लौकिक मिळवला. रंगराजन यांच्या केलेल्या अन्याय्य बदलीचे मला खूप वाईट वाटले आणि पुढे अनेक अशा बदली केलेल्या न्यायाधीशांना देऊ केलेले सर्वोच्च न्यायालयातील न्यायाधीशपदही जेव्हा त्यांना नाकारण्यात आले तेव्हा तर मी फारच व्यथित झालो.

त्यावेळच्या दिल्ली उच्च न्यायालयातील काही न्यायाधीशांनी (त्यांची नावे कायमच अंधारात राहतील.) निस्पृह न्यायमूर्ती रंगराजन यांच्या विरोधात योग्य व्यक्तींच्या कानाशी लागून एक मोहीमच उघडली होती, त्यामुळेच मार्च, १९७७ मधल्या सार्वत्रिक निवडणुकीनंतरसुद्धा त्यांना (अंतर्गत आणीबाणीच्या काळात सत्ताधीशांना हवे ते निर्णय न दिल्याने 'बळी' गेलेल्या बऱ्याच न्यायाधीशांना मिळाले तसे) सर्वोच्च न्यायालयाचे न्यायाधीशपद दिले गेले नाही. कुलदीप नायर यांच्या बाजूने निकाल देणाऱ्या त्या खंडपीठातील दुसरे जज्ज न्यायमूर्ती आर. एन.

अगरवाल (ते आधी दिल्लीचे जिल्हा न्यायाधीश होते आणि तेथून त्यांना उच्च न्यायालयाचे आतिरिक्त न्यायाधीश म्हणून मर्यादित काळासाठी बढती देण्यात आली होती.) यांनाही 'शिक्षा' मिळालेलीच होती. ती हकिगत खूप वर्षांनी बार असोसिएशन ऑफ इंडियाच्या (१२ सप्टेंबर, २००६ या दिवशी झालेल्या) एका समारंभात त्यावेळचे भारताचे सरन्यायाधीश वाय. के. सबरवाल यांच्याकडून मला कळली. (कुलदीप नायर केसच्या वेळी श्री. सबरवाल दिल्ली उच्च न्यायालयातच वकिली करीत होते.) आर. एन. अगरवाल यांच्या उच्च न्यायालयातील अतिरिक्त न्यायाधीशपदाची मुदत न वाढवता त्यांना अपमानकारकरित्या परत त्यांच्या आधीच्या दिल्ली जिल्हा न्यायाधीशपदी अवनत करण्यात आले होते! अगरवाल वैतागले. त्यांनी त्यांच्या सहकाऱ्यांचा सल्ला मागितला. राजीनामा द्यावा की दिलेली खालच्या जागेची नामुष्की निमूटपणे स्वीकारावी? दोन्ही बाजूचे सल्ले मिळाले. काही जण म्हणाले राजीनामा द्या, काहींनी पदरात पडलेले गोड मानण्याचा सल्ला दिला. पुढे काय घडले ते सबरवाल यांच्याच शब्दात सांगतो :

> 'माझे आदरस्थान असलेले न्यायमूर्ती टी.पी.एस. चावला यांनी (दिल्ली उच्च न्यायालयाच्या सर्व न्यायाधीशांच्यावतीने) एक सामूहिक राजीनाम्याचे पत्र लिहिले, त्याखाली त्यांनी स्वत: आणि आणखी एक दोन समविचारी न्यायाधीशांनी सह्या केल्या आणि त्यांनी बाकीच्यांना सांगितले की, आपण जर काही ठोस कृती करणार नसू तर नुसता फुकटचा सल्ला देण्यात काहीच हशील नाही. 'आपण सर्वांनी एकजूट दाखवून या राजीनामा पत्रावर सह्या केल्या तर आत्ताच काय पण आणीबाणीच्या काळातसुद्धा सरकारला आपले संयुक्त राजीनामे स्वीकारणे जड जाईल, नव्हे अशक्यच होईल. मी सही केलेल्या या राजीनामा पत्रावर जर तुम्ही सर्वांनी सह्या केल्यात तरच अगरवाल यांना राजीनामा देण्याचा सल्ला देणे योग्य ठरेल.'

पण चावला यांच्या आवाहनाला दोघा-तिघांनीच प्रतिसाद दिला. इतर कुणीही सह्या केल्या नाहीत.

अगरवाल यांनी मान खाली घालून जिल्हा न्यायाधीशपद स्वीकारले. सुदैवाने आणीबाणी दीर्घ काळ टिकली नाही. ती उठल्यावर एक-दोन वर्षांत अगरवाल यांना परत उच्च न्यायालयात न्यायाधीशपद मिळाले आणि या वेळी त्यांची नेमणूक कायम स्वरूपाची केली गेली. ते निवृत्त झाले त्या वेळी ते उच्च न्यायालयाचे प्रमुख न्यायाधीश होते. (नानी पालखीवाला म्हणायचे, 'देव फळ देतो, पण रोज नाही!!')

आणीबाणीच्या काळात अशीच बदलीची नौबत आलेले न्यायमूर्ती चिन्नाप्पा रेड्डी

आणि ए. पी. सेन या दोघांना (मार्च, १९७७मध्ये केंद्रात जनता सरकारचे राज्य आल्यावर) पदोन्नती मिळून ते सर्वोच्च न्यायालयात न्यायाधीश झाले, पण रंगराजन यांना मात्र ती संधी देण्यात आली नाही, ही गोष्ट माझ्या दृष्टीने फारच निराशाजनक होती, पण रंगराजन यांनी मात्र त्या अन्यायाची कधीही, जराही पर्वा केली नाही. ईशान्य राज्यांच्या प्रमुख न्यायाधीशपदावरून निवृत्त झाल्यावर रंगराजन सर्वोच्च न्यायालयात वकिली करीत होते. त्यांच्यावरून मला कर्नाटकचे प्रमुख न्यायाधीश (नंतर ते केरळ राज्याचे प्रमुख न्यायाधीश झाले.) व्ही. एस. मालीमथ यांची आठवण होते. मी त्यांचा प्रशंसकही आहे आणि मला त्यांच्याविषयी नितांत आदरही आहे. त्यांच्यापेक्षा कनिष्ठ असणारे न्यायाधीश (न्यायमूर्ती ई. एस. वेंकटरमैया, न्यायमूर्ती एम. एन. वेंकटचलैया.) त्यांना मागे टाकून सर्वोच्च न्यायालयाचे न्यायाधीश झाले, पुढे जाऊन भारताचे अतिशय यशस्वी सरन्यायाधीश बनले. मालीमथ यांना फक्त कर्नाटकातून केरळात हलवण्यात आले, बढती मिळाली नाही, पण त्यामुळे त्यांनी मनात कुठल्याही प्रकारची अढी धरली नाही, आकस बाळगला नाही, जे पुढे गेले त्यांचा हेवा केला नाही. राज्यात पाठोपाठ सत्तेवर आलेल्या निरनिराळ्या पक्षांच्या शासनांनी जी जबाबदारी त्यांच्यावर सोपवली ती त्यांनी हसतमुखाने स्वीकारली आणि वैशिष्ट्यपूर्ण रीतीने पार पाडली. खरोखरच, ते एक आदर्श न्यायाधीश होते!!

***

आणीबाणीत सगळीकडे दहशत आणि भीती यांचे साम्राज्य होते. वृत्तपत्रे, प्रसारमाध्यमे यांच्या गळचेपीमुळे खऱ्या, विश्वासार्ह बातम्यांचा दुष्काळ आणि अफवांचा सुकाळ झाला होता! त्या काळात, मी आणि बाप्सी, आम्हा दोघांना मित्रांची उणीव प्रकर्षाने जाणवायची. मुंबई आणि दिल्ली, दोन्हीकडे मित्रांशी संपर्क खूपच कमी झाला होता. काही मोजके जिवलग सगे सोडले, तर बाकी कुणालाही आमच्या घरी यायचे नसायचे आणि आम्ही गेलो नाही तरच त्यांना बरे वाटायचे. मला तर रात्री घराचा दरवाजा ठोठावला गेला, तर अंगावर काटा यायचा. खोट्या-नाट्या आरोपाखाली अटकेचे वॉरंट घेऊन पोलीस तर आले नाहीत ना, अशी भीती वाटायची. खरे म्हणजे माझी भीती अनाठायी होती. माझ्या राजीनाम्याचा तसा काहीही विशेष परिणाम झालेला नव्हता, कुणाचे काहीच बिघडले नव्हते, त्यावेळच्या राजकारणाच्या खवळलेल्या समुद्रात माझ्या राजीनाम्याच्या क्षुल्लक लाटेची कुणाला जराशीही जाणीव नव्हती, पर्वाही नव्हती. मी एवढा महत्त्वाचा नव्हतोच मुळी! त्या काळात मी माझ्या बायकोला एकदा म्हणालो देखील, 'बाप्सी, २७ जूनला मी निदान महान्यायप्रतिनिधी तरी असायला हवा होतो, म्हणजे तरी माझ्या राजीनाम्याची

कुणीतरी दाद घेतली असती, काहीतरी परिणाम दिसला असता!' ऑस्ट्रेलियाचे राजदूत ब्रुस ग्रँट यांची आणि आमची ओळख होती. ते बऱ्याच वेळा संध्याकाळी नेहरू पार्कमध्ये फिरताना आमच्या बरोबर असायचे. (आणीबाणी जाहीर झाल्यानंतर काहीच दिवसांनी.) ते मला म्हणाले की, २६ जून नंतर एक-दोन आठवड्यांनी ते काही कामानिमित्त इंदिरा गांधी यांना भेटले असताना त्या त्यांच्याजवळ म्हणाल्या की, आणीबाणीला भारतातील जनतेकडून अपेक्षित असलेला विरोध, प्रतिकार झाला नाही या गोष्टीचे त्यांना अतिशय आश्चर्य वाटत होते, धक्काच बसला होता. त्यांनी विशेष उल्लेख केला तो सुशिक्षित, बुद्धिजीवी, विचारक्षम लोकांचा. त्यांच्या निष्क्रिय प्रतिक्रियेचे त्यांना सर्वांत जास्त नवल वाटले.

परंतु संकटसमयी, कसोटीच्या वेळी या शिकल्या-सवरलेल्या, समजूतदार, विचारी म्हणवून घेणाऱ्या लोकांचा वर्गच त्याच्या अनपेक्षित अशा तटस्थतेमुळे अत्यंत तिरस्करणीय, टीकास्पद ठरतो असा सर्वच देशांतला अनुभव आहे. जुलूम होताना त्याचा विरोध करायचा सोडून त्यामागच्या कारणमीमांसेचा शोध घेत बसण्याची घृणास्पद तर्कट प्रवृत्ती आणि क्षमता याच लोकांमध्ये असते. आपल्या देशातही वेगळे काही घडले नाही!!

माझ्या राजीनाम्याने एक व्यक्ती मात्र फार व्यथित झाली होती – ती म्हणजे माझे सासरे – बाप्सीचे वडील – फ्रॅमरोझ कॉन्ट्रॅक्टर. त्यांचा माझ्यावर फार जीव होता आणि माझेही त्यांच्यावर अतिशय प्रेम होते. भारताचा अतिरिक्त महाकायदेपंडित म्हणून माझी नेमणूक झाली याचा त्यांना विलक्षण अभिमान होता, गर्वच म्हणा ना! आला-गेला, पै-पाहुणा, सर्वांना ते ताठ मानेने, फुगल्या छातीने आपल्या जावयाच्या मोठेपणाची वार्ता सांगायचे. मी राजीनामा दिला हे ऐकल्यावर ते निराश झाले, हताश झाले. 'पण का?' मी दिलेल्या उत्तराने समाधान न होऊन ते मला परत-परत हाच प्रश्न विचारायचे. आता त्यांना त्यांचा जावई किती 'ग्रेट' आहे हे सांगता येणार नसल्याचे फार वैषम्य वाटत होते.

बाप्सीचे वडील – फ्रॅमरोझ कॉन्ट्रॅक्टर

राजीनामा दिल्यानंतर मी जेव्हा

सर्वोच्च न्यायालयात खाजगी वकिली करायला परत सुरुवात केली, त्या वेळी तिथल्या वकीलमंडळीत आणीबाणीवर उघडपणे टीका करणारे, माझ्यापेक्षा धाडसी असे काही सहकारी होते. त्यातच एक होता माझा मित्र, ठाम मतांचा, निश्चयी आर. के. गर्ग. मी त्याला कधीच विसरणार नाही. आम्ही दोघे अनेक वेळा एकमेकांच्या विरुद्ध कोर्टात उभे ठाकायचो, पण त्यामुळे आमच्या मैत्रीत कधी बाधा आली नाही, आमचे एकमेकांविषयीचे प्रेम आणि आदर कधी कमी झाला नाही. ज्याच्या प्रेमात पडावे असा, निर्भय मनोवृत्तीचा आणखी एक माझा सहकारी होता, गोविंद मुखोटी. तो सर्वोच्च न्यायालयाच्या ग्रंथालयात बसून मोठमोठ्याने सरन्यायाधीश रे यांच्यावर तोंडसुख घ्यायचा. त्याची अशी (चुकीची) समजूत होती की, जर ग्रंथालयात बसून सरन्यायाधीशांच्यावर टीकास्त्र सोडले, तर ती 'बेअदबी' गणली जात नाही. बाकीच्यांची तशी खातरी नव्हती, त्यामुळे तो बोलला तरी बाकी सगळे अगदी गप्प असायचे, ओठ शिवून बसायचे. शिवाय, भिंतीलाही कान होतेच!!

> सी. के. दप्तरी (सीके) आणि एस. टी. देसाई (एसटी) हे दोन गुजराथी भाषा बोलणारे, ख्यातनाम समकालीन, ज्येष्ठ वकील होते. न्यायालयाच्या ग्रंथालयात अगदी लवकर येऊन बसणाऱ्यांतले ते दोघे. समोरासमोर बसून कधीमधी एकमेकांची हालहवाल विचारायचे. १९७५च्या ऑगस्ट महिन्यातल्या एका सकाळी त्या दोघांच्या खालील संवादाचा मी एकमेव श्रोता होतो :
>
> एस. टी. देसाई : (त्यांच्या खास सवयीनुसार, हाताची सैलसर मूठ वळून तिसऱ्या आणि चौथ्या बोटांमध्ये सिगारेट धरून मधूनच झुरका मारीत.) चंदुभाई, बोला, काय खबर....
>
> सी. के. दप्तरी : (पाइप ओठात धरून धूर सोडीत, हसरे चमकदार डोळे देसाई यांच्यावर रोखत.) सुंदरलाल, तुम्ही आधी बोला....

आणीबाणीच्या काळ्या दिवसांत सरकारचे खबरे सतत आजूबाजूला फिरत असताना, इतरांना ऐकू जाईल असे बोलताना अगदी आवश्यक असेल तरच, आवश्यक असेल तेच आणि तेवढेच बोलणे श्रेयस्कर असायचे. त्या दोघा ज्येष्ठ धुरंधर, हाडाच्या वकिलांच्या या ठासून अर्थ भरलेल्या अर्ध्यामुर्ध्या वाक्यांच्या सहज संवादातून त्या वेळच्या संशयाचे सावट पसरलेल्या शंकाकुल वातावरणाचे अभावित पण स्वच्छ दर्शन घडले.

चंदुभाई दप्तरी यांच्याविषयी आणखी थोडे सांगण्याचा मोह मला आवरत

नाही.: त्यांचे मन स्फटिकासारखे नितळ, स्वच्छ होते आणि त्यांच्या प्रतिक्रिया, प्रतिसाद नेहमीच तत्काळ असायचे. त्याचे मूळ बहुधा त्यांनीच त्यांच्या आयुष्याच्या संध्याकाळी आम्हाला कथन केलेल्या त्यांच्याच जीवनातील एका प्रसंगात होते. ते त्या वेळी बार असोसिएशनचे अध्यक्ष होते. एक दिवस असोसिएशनची बैठक संपल्यावर ते आमच्या घरी आले होते. त्यांच्या गतआयुष्यातल्या आठवणींनी गप्पा रंगल्या होत्या. ते शाळेत असतानाच त्यांना शिक्षणासाठी इंग्लंडला त्यांच्या काकांकडे पाठवले होते. भारतीय गुजराथी कुटुंबातील प्रथेनुसार ते कडक शाकाहारी होते. इंग्लंडमधील त्यांच्या काकांच्या घरच्या पहिल्याच रात्रीच्या जेवणात त्यांच्या ताटात फक्त मटणाचे कटलेट होते. त्यांनी भूक नसल्याची सबब सांगून ते मांसाहाराचे संकट टाळण्याचा प्रयत्न केला. काका त्यांना म्हणाले, 'ठीक आहे, मग तू वर जाऊन झोप.' दुसऱ्या दिवशी ते बरेच अंतर पायी चालून शाळेत जाऊन आले. घरी येऊन जेवायला बसल्यावर आदल्या दिवशीच्याच प्रकाराची पुनरावृत्ती घडली. ताटात नुसते मटण कटलेट वाढलेले, मग त्यांचे भूक नसल्याचे कारण, त्यावर काकांचा वर जाऊन झोपण्याचा सल्ला! तिसऱ्या दिवशी मात्र दप्तरींना भूक आवरणे अशक्य झाले. त्यांनी ताटातली सगळी कटलेट्स तर पोटात ढकललीच, शिवाय आणखीही मागून घेऊन खाल्ली. कालांतराने त्यांना त्यांच्या काकांनी सांगितले की, त्यांनी मुद्दामच तसे केले होते. ते म्हणाले, 'तट्टू उधळण्याआधीच त्याला वठणीवर आणणे बरे असते. ते तीन दिवसांचे उपास काढल्याने तुझा भारतातल्या 'पक्क्या शाकाहारा'चा हट्ट सुटला आणि इंग्लंडमधले तुझे पुढचे सगळे दिवस सुखात जाऊ शकले.'

त्या संध्याकाळी दप्तरी यांनी त्यांच्या जीवनातील आणखी एक गोष्ट सांगून आमचे छान मनोरंजन आणि उद्‌बोधन केले. इंग्लंडमध्ये असताना त्यांनी वकिलीखेरीज (ग्रीक आणि लॅटिन या भाषा घेऊन) केंब्रिज विद्यापीठाची पदवीही संपादन केली होती आणि त्या परीक्षेत ते पहिले आले होते. दप्तरींचे काका मुंबईतील दप्तरी, फरेरा अ‍ॅन्ड दिवाण या कायदेसल्लागार कंपनीचे ज्येष्ठ भागीदार होते. इंग्लंडमध्ये उज्ज्वल यश प्राप्त करून दप्तरी मुंबईला परतल्यावर त्यांच्या त्या काकांनी त्यांना श्रेष्ठ वकील जे. डी. इन्व्हेरारिटी[८] यांच्या चेंबरमध्ये प्रवेश मिळवून दिला. दप्तरी यांनी कामाला सुरुवात केल्यानंतर दोन-तीन आठवड्यांनी आपल्या पुतण्याच्या कामाचा आढावा घ्यावा, या उद्देशाने काकांनी इनव्हेरारिटी यांच्याकडे चौकशी केली. इनव्हेरारिटी त्यांना घेऊन चेंबरच्या बाहेर गेले. तिथे काही कामगार उच्च न्यायालयाच्या आवारातल्या हिरवळीत काही खोदकाम करीत होते. त्यांच्या आजूबाजूला दगड-विटांच्या तुकड्यांचे ढीग पडले होते; त्याकडे बोट दाखवून इनव्हेरारिटी काकांना म्हणाले, 'सध्या मी त्याच्या डोक्यातून हे असे सगळे बाहेर काढून टाकण्याचे काम करतो आहे!' अशा

महान गुरूंकडून दप्तरी हा महत्त्वपूर्ण धडा शिकले की उपयोगी, फायदेशीर, स्वहिताचे ज्ञान डोक्यात भरून घेण्यासाठी आधी डोक्यातली निरुपयोगी, बिनकामाची अडगळ काढून टाकून त्या ज्ञानासाठी जागा मोकळी करावी लागते. दप्तरी काही काळ बॅरिस्टर जिना यांच्या हाताखालीही काम करीत होते. मी त्यांना जिनांविषयी विचारले तेव्हा त्यांनी सांगितले की, जिना हे त्या काळातले एक अत्युत्तम वकील होते.

मी या आधीही उल्लेख केलेलाच आहे की, माझ्या अनुभवानुसार माणसाची स्मरणशक्ती जरा उनाड असते. आपण आपल्याला अप्रिय असणाऱ्या गोष्टी सोयीस्कररित्या विसरतो आणि कधीकधी न घडलेल्या गोष्टीसुद्धा घडल्यासारख्या स्मरणात ठेवतो.

आणीबाणी उठवल्यानंतर मार्च, १९७७मध्ये झालेल्या सार्वत्रिक निवडणुकीत इंदिरा गांधी यांच्या पायाखालची जमीन सरकली, त्यांच्या नेतृत्वाखालील काँग्रेस चारीमुंड्या चीत झाली. त्यानंतर बऱ्याच वर्षांनी कुणीतरी (मला वाटते ऑस्ट्रेलियाच्या राजदूतांनी) मला असे सांगितल्याचे पक्के आठवते आहे की, इंदिरा गांधी यांना कायदेशीर मार्गाचा अवलंब करण्याची, आणीबाणी मागे घेऊन मार्च, १९७७मध्ये निवडणुकांची घोषणा करण्याची उपरती, सुबुद्धी ही अमेरिकेचे राष्ट्राध्यक्ष जिमी कार्टर यांनी त्यांचे मन वळवण्याने झाली, असे स्वत: इंदिरा गांधी यांनीच कबूल केले होते. हे ऐकल्यानंतर मी जो भेटेल त्याला ती 'कथा' ऐकवीत असे. १९९५ साली वॉशिंग्टन येथे 'इंडो युएस लीगल फोरम'च्या – 'भारत अमेरिका कायदेसंबंधी चर्चापीठा'च्या – एका समारंभाच्या निमित्ताने अमेरिकेच्या सर्वोच्च न्यायालयाच्या न्यायाधीशांसमवेत एका भोजनाच्या कार्यक्रमात मी सहभागी झालो होतो. तिथेही मी जेव्हा त्या गोष्टीचा उल्लेख केला तेव्हा न्यायमूर्ती रुथ गिन्सबर्ग यांनी त्यात फार रस दाखवला. त्यांनी मला विचारले या गोष्टीची शहानिशा करणारा, खरेपणा सिद्ध करणारा एखादा भरीव, लेखी पुरावा मिळू शकेल का? मी भारतात परतल्यावर बराच प्रयत्न केला पण काही हाती लागले नाही. विरोधी पक्षनेते एल. के. अडवानी (ज्यांनी आणीबाणीच्या काळात तुरुंगवास भोगलेला होता.) यांनीही कोणत्याही अमेरिकेच्या राष्ट्राध्यक्षांच्या सांगण्यावरून इंदिरा गांधींनी ते पाऊल उचलल्याचे त्यांना माहीत नसल्याचे सांगितले.

आता मला त्या आणीबाणीच्या बिकट काळातील बऱ्या वाईट सर्व प्रकारच्या माहितीचा भरघोस साठा बाळगणाऱ्या माझ्या (आणि आपल्या देशाच्याही) अमेरिकन मित्राची मदत मागण्यावाचून गत्यंतर नव्हते. त्याचे नाव ग्रॅनव्हिल ऑस्टिन (रेड ऑस्टिन). तो त्या वेळी वॉशिंग्टनमध्ये होता. माझ्या विनंतीप्रमाणे त्यानेही माहिती मिळवण्याचे आटोकाट प्रयास केले, लायब्ररी ऑफ काँग्रेसमध्येही त्याने कागदपत्रे तपासली पण हाती काहीही लागले नाही. सर्व प्रयत्न थकले तसे मी न्यायमूर्ती रुथ

गिन्सबर्ग यांना पत्र लिहून त्यांची माफी मागितली. मी पत्रात लिहिले होते :

१७ जुलै, १९९५
प्रिय न्यायमूर्ती गिन्सबर्ग,

भारतातील आणीबाणी उठवून मार्च, १९७७च्या निवडणुका घेण्याच्या इंदिरा गांधी यांच्या निर्णयामागे राष्ट्राध्यक्ष कार्टर होते, हे सिद्ध करणारे लेखी पुरावे शोधण्याचे माझे सर्व प्रयत्न व्यर्थ ठरले आहेत.

येथील विरोधी पक्षनेते एल. के. अडवानी (ज्यांना जून, १९७५च्या आणीबाणीच्या काळात अटक करण्यात आली होती.) यांनाही मी विचारले. त्यांनाही कोणत्याही अमेरिकन राष्ट्राध्यक्षांनी इंदिरा गांधी यांना निवडणुका घेण्यासाठी उद्युक्त केल्याचे स्मरत नसल्याचे त्यांनी स्पष्ट केले.

आपल्याला खोटी माहिती दिल्याबद्दल मी आपली क्षमा मागतो. मला चुकीची (लंगडी) सबब सांगायचीच म्हटली, तर आपल्याच देशातील माननीय लेखक, तत्त्ववेत्ते मार्क ट्वेन यांचे हे वाक्य आपल्याला ऐकवावे लागेल : 'माणसाचे वय जसजसे वाढते तसतसे न घडलेल्या घटनांच्याच आठवणी त्याच्या मनात पक्क्या व्हायला लागतात!'

परत एकदा क्षमस्व!
कळावे,
लोभ असावा ही विनंती.

आपला
(फली एस. नरीमन)

न्यायमूर्ती गिन्सबर्ग यांनी मोठ्या सौजन्याने २५ जुलैला माझ्या पत्राला उत्तर पाठविले.

सुप्रीम कोर्ट ऑफ द युनायटेड स्टेट्स
वॉशिंग्टन डी.सी. २०५४३

न्यायमूर्ती रुथ बॅडर गिन्सबर्ग यांचे ऑफिस –
२५ जुलै, १९९५

प्रति,

ज्येष्ठ वकील फली एस. नरीमन
एफ २१/२२ हौज खास एन्क्लेव्ह
नवी दिल्ली – ११० ०१६

प्रिय श्री. नरीमन,

आपल्या १७ जुलैच्या पत्राबद्दल मनापासून आभार. विशेषत: मार्क ट्वेन यांच्या शहाणपणाच्या सुविचाराकडे माझे लक्ष वेधल्याचा मला फार आनंद झाला. त्या बाबतीतला माझा स्वत:चाही अनुभव तुमच्यापेक्षा काही वेगळा नाही!

आपणास आदरयुक्त प्रणाम!

रुथ बॅडर गिन्सबर्ग

पाहिलंत? खरंच कधी-कधी आपल्याला (निदान मला तरी) न घडलेल्या गोष्टी आठवतात!!

***

माझ्या राजीनाम्यामुळे मी 'अतिरिक्त महाकायदेपंडित' या पदाच्या संकुचित, मर्यादित विहिरीतून बाहेर पडलो आणि मला आंतरराष्ट्रीय स्तरावरील कार्याच्या विशाल सागरात पोहायची संधी मिळाली, स्वत:ची अशी ओळख लाभली, कामाची योग्य पावती मिळू लागली. ही माझ्या आयुष्याला मिळालेली नवी, वैशिष्ट्यपूर्ण अशी कलाटणी होती. 'आंतरराष्ट्रीय कायदेपंडितांचे मंडळ' – इंटरनॅशनल कमिशन

ऑफ ज्युरिस्ट्स – या संस्थेचे आधी सभासदत्व आणि नंतर तिच्या कार्यकारी समितीचे अध्यक्षपद, १९८९मध्ये 'इंटरनॅशनल चेंबर ऑफ कॉमर्स'च्या – 'आंतरराष्ट्रीय वाणिज्य मंडळा'च्या – पॅरिस येथील 'आंतरराष्ट्रीय लवाद मंडळा'चे – कोर्ट ऑफ इंटरनॅशनल आर्बिट्रेशनचे – उपाध्यक्षपद, जे प्रथम तीन वर्षांसाठी होते, पण त्यापुढे तशाच चार सत्रांसाठी ते वाढवले गेले. मी स्वत:हूनच डिसेंबर, २००५मध्ये त्या पदावरून निवृत्त झालो.

पॅरिस येथील 'इंटरनॅशनल कॉन्सिल फॉर कमर्शिअल आर्बिट्रेशन'मध्ये फली नरीमन (ते या मंडळाचे पंधरा वर्षं अध्यक्ष होते.)

१९९४ साली मी 'इंटरनॅशनल कौन्सिल फॉर कमर्शियल आर्बिट्रेशन'च्या (आयसीसीए) – 'व्यावसायिक लवादाच्या आंतरराष्ट्रीय सल्लागार मंडळा'च्या अध्यक्षपदी निवडून आलो आणि चार वर्षांची मुदत संपल्यावर पुढील चार वर्षांसाठी परत निवडला गेलो. या मंडळाच्या बैठका जगभरातल्या निरनिराळ्या शहरी व्हायच्या. मला आठवते आहे, स्टॉकहोम येथे झालेल्या बैठकीच्या वेळी तेथील सरन्यायाधीश ब्लम (त्या स्टॉकहोम वाणिज्य मंडळाच्या अध्यक्षही होत्या.) यांनी आमच्यासाठी खास भोजनसमारंभ आयोजित केला होता. त्यांनी त्या समारंभात आमचे स्वागत करताना जे भाषण केले, ते संपवून जेव्हा त्या खाली बसल्या तेव्हा त्यांनी त्यांच्या हातातल्या घड्याळाकडे नीट बघितले आणि माझ्याकडे वळून त्या अतिशय उत्साहित स्वरात म्हणाल्या, 'पाहा, मी माझे भाषण फक्त दीड मिनिटांत संपवले. तुम्हाला नाही वाटत की, हे तुम्ही ऐकलेले सर्वांत छोटे भाषण असेल?'

मी म्हणालो, 'सरन्यायाधीश, मला आपल्याला निराश करायचे नाही, पण जेवणाच्या वेळी केलेले याहूनही लहान भाषण मी माझ्या वयाच्या दहाव्या वर्षी रंगून येथे ऐकले आहे. ते केवळ पंधरा सेकंदांचे होते आणि १९४० साली बर्माच्या पंतप्रधानपदी असणाऱ्या यू सॉ यांनी ते केले होते.' त्यांच्या त्या पंधरा सेकंदाच्या भाषणामुळे नाही तर युद्धाच्या काळात बर्माचे पंतप्रधान असलेल्या यू ऑंग सेन (ऑग सॅन सू क्यी यांचे वडील)[१] यांच्या हत्येच्या कटात त्यांचा फार मोठा हात होता म्हणून ब्रिटिशांनी त्या युद्धानंतर त्यांना गोळ्या घालून ठार मारले होते.

मग मी त्यांना त्या पंधरा सेकंदांच्या भाषणाची पूर्ण कथा ऐकवली. 'साठ वर्षांपूर्वीची गोष्ट आहे. रंगूनमधील रोटरी क्लबचे जेवण होते. (लहान मुलांना त्या भोजन समारंभात भाग घ्यायला परवानगी नव्हती. मी तर फक्त दहा वर्षांचा होतो. लहान मुलांना एका पडद्याआड बसून गंमत पाहू देत.) माझे वडील रोटरी क्लबचे अध्यक्ष होते. त्यांनी पंतप्रधानांच्या स्वागतपर भाषण केले आणि त्यांना चार शब्द बोलण्याची नम्र विनंती केली. पंतप्रधान भाषणासाठी उभे राहिले. ते एवढेच म्हणाले, 'सभ्य स्त्री-पुरुषहो! माझे सचिव आता एक गाणे म्हणतील.' बस, एवढेच, पंधरा सेकंदांचे भाषण! लांब बसलेल्या त्यांच्या सचिवाने त्याच्या साहेबांनी उच्चारलेले वाक्य ऐकले आणि ओठाशी लावलेला त्यांचा मद्याचा पाचवा पेला टेबलावर आदळला गेला. त्यांना जोराचा ठसका लागला, पण त्यांच्यातील आज्ञाधारक सेवक उठून उभा राहिला, तारवटलेल्या डोळ्यांनी सगळ्या अचंबित श्रोतृवगाकडे त्याने एकवार केविलवाण्या नजरेने पाहिले आणि आज्ञापालनास प्रारंभ केला. अरेरे! कमालीचे बेसूर गाणे!! मद्याच्या प्रभावाने घरंगळलेल्या त्याच्या भसाड्या आवाजात तो एक बर्मी गाणे म्हणत होता. खरंच, कानाला त्रास देणारी गाणी मनालाही टोचतात. कोणीसे म्हटले आहे की, 'वाईट रीतीने म्हणलेली गाणी ही परमेश्वराच्या कृपाळू निर्देशांसारखी असतात, कुणालाही न समजणारी पण मनात कायम घर करून बसणारी!'

***

आमच्या आंतरराष्ट्रीय व्यवसायिक लवाद मंडळाची सोळावी परिषद (२००२ साली) लंडनमध्ये भरली होती. तिचे संयोजन 'लवादांच्या सनदी संस्थे'ने – चार्टर्ड इन्स्टिट्यूट ऑफ आर्बिट्रेटसने – केले होते. त्याच वर्षी, दोन पाठोपाठच्या चार वर्षांच्या सत्रानंतर, मी मंडळाच्या अध्यक्षपदाचे त्यागपत्र देणार होतो, त्यामुळे इंग्लंडचे न्यायप्रमुख लॉर्ड लेवीन यांनी मी आणि माझी पत्नी बाप्सी, दोघांच्या सन्मानाखातर खास गिल्ड हॉलमध्ये रात्रीच्या भोजनाचा समारंभ आयोजित केला

होता. सर्व आमंत्रित, इंग्लिश शिष्टाचारानुसार, स्वातंत्र्यपूर्व काळात भारतातील ब्रिटिश 'साहिब' ज्याला 'खानेका कपडा' – 'जेवणाचा पोशाख' – म्हणायचे, त्या काळ्या रंगाचा सूट आणि त्याच रंगाचा टाय, अशा औपचारिक पोशाखात उपस्थित होते. इंग्लंडमधील आणखी एक परंपरागत प्रघात असा आहे की, जेवणाचा कार्यक्रम जेव्हा गिल्ड हॉलमध्ये आयोजित केला गेलेला असतो, तेव्हा समारंभाचे यजमान आणि मुख्य पाहुणे सर्व आमंत्रित स्थानापन्न झाल्यानंतर मगच हॉलमध्ये प्रवेश करतात. त्या दिवशी जवळ जवळ तीनशे आमंत्रित होते. प्रथेनुसार यजमान (लॉर्ड चॅन्सलर लॉर्ड लेवीन) पुढे आणि त्यांच्या मागे प्रमुख पाहुणे (मी आणि बाप्सी) असा आम्ही हॉलमध्ये प्रवेश केला. सर्व तीनशे आमंत्रितांनी, टाळ्या वाजवून नाही तर – आणखी एका रूढी रिवाजाप्रमाणे – हॉलच्या लाकडी तक्तपोशीवर तालात बूट आपटून आमचे 'दणदणीत' स्वागत केले!

या प्रसंगी यजमान आणि प्रमुख पाहुणे यांनी भाषण करायचे असते. भाषणासाठी उभे राहण्याआधी हातात उंच सुशोभित मानदंड घेतलेला, वैशिष्ट्यपूर्ण असा रंगीत गणवेश परिधान केलेला रुबाबदार सेवक पुढे होऊन घोषणा करतो, 'लार्ड चॅन्सलर यांच्यासाठी कृपया शांतता राखा' किंवा 'आयसीसीएच्या अध्यक्षांसाठी कृपया शांतता राखा!'

त्या रात्री मी भाषणात सांगितले :

> 'अशा दिमाखदार, उत्कृष्ट आणि रुचकर जेवणाचे वेळी मला लॉर्ड डेनिंग यांची आठवण होते. ते आमच्या भारत देशाचे फार चांगले मित्र होते आणि बऱ्याच वेळा आम्हाला भेटण्यासाठी यायचे. जेवणाच्या प्रसंगी त्यांची आठवण होण्याचे कारण असे आहे की, ते नेहमी त्यांच्या जेवणानंतरच्या भाषणाचा आरंभ अशा प्रसन्न भोजन समारंभाने आपल्याला लाभणाऱ्या तीन आनंदांच्या वर्णनाने करायचे :
>
> पहिले, चांगल्या माणसांबरोबर जेवण्याचा आनंद.
> दुसरे, चांगल्या माणसांबरोबर मद्यप्राशनाचा आनंद.
> तिसरे, चांगल्या माणसांच्या सहवासामुळे शांततेत झोपण्याचा आनंद!!'
>
> अशा क्वचित प्रसंगीच प्रचंड श्रोतृसमुदायासमोर भाषण करायला लागणाऱ्या माझ्यासारख्या वक्त्याला अशा कोणातरी रसिक विद्वानांच्या ऐकलेल्या भाषणातील नर्म विनोदी गोष्टी आठवून सांगणे, हा आमच्या वकिली व्यवसायाचा दोष आहे.

पण बऱ्याच वेळा अशा गोष्टीतील विनोदाचा गाभा असलेली ओळ, शब्द नेमके लोक विसरतात आणि मग त्यामुळे तर आणखी वेगळाच विनोद निर्माण होतो. कसा, ते सांगणारी एक (कल्पित) कथा आहे. त्या कथेत आमच्या देशाचे पहिले पंतप्रधान, अतिशय विद्वान, सुसंस्कृत असे मुत्सद्दी राजकारणी पंडित जवाहरलाल नेहरू यांचा सहभाग आहे.

त्यांच्या मंत्रिमंडळातील सहकाऱ्यांसाठी त्यांनी एकदा असाच भोजनाचा छोटासा कार्यक्रम ठेवला होता. जेवण चालू असताना आपल्या समोरच्या प्लेटमधील 'विशबोन'[१०]– इंग्लिश 'वाय'च्या आकाराचे कोंबडीचे हाड त्यांनी उचलले, वर धरले आणि उपस्थितांना विचारले, 'हे 'विशबोन' पाहिल्यावर तुम्हाला कोणत्या इतिहासप्रसिद्ध व्यक्तीची आठवण होते?'

कोणीच त्यांच्या प्रश्नाचे उत्तर देईना. सगळे जण त्यांनाच उत्तर सांगण्याचा आग्रह करू लागले. 'पंडितजी, तुम्हीच सांगा!' पंडितजींनी ते हाड खट्कन तोडले आणि ते हसत-हसत म्हणाले, 'बोनापार्ट!!'(बोन अपार्ट!)

सगळे खदखदून हसले. टाळ्यांचा कडकडाट झाला, पण पंजाबमधून आलेल्या एका मंत्र्याला तो नाट्यपूर्ण, प्रेक्षणीय आणि ऐतिहासिक विनोद इतका काही पसंत पडला की, याच नाट्यप्रवेशाचा एक प्रयोग आपल्या गावात, आपल्या मित्रपरिवारासमोर करून त्यांच्यावर आपल्या अलौकिक बुद्धिमत्तेचा आणि विनोदी स्वभावाचा प्रभाव पाडायचा असे त्याने तिथल्यातिथे ठरवून टाकले.

मंत्रिमहोदयांनी जेवणाचा बेत आखला. आपल्या ताटात कोंबडीचे ते विशिष्ट इंग्रजी 'वाय'च्या आकाराचे 'विशबोन' ठेवण्याची व्यवस्था केली. ठरवल्याप्रमाणे नाट्यप्रवेश सुरू झाला. पंडितजींनी विचारलेला प्रश्न मंत्र्यांनी विचारला, त्याला अपेक्षित उत्तरही मिळाले, 'सर, आपणच सांगा!!' मंत्र्यांनी 'विशबोन' हातात उचलले, खट्कन तोडले आणि हसत-हसत म्हणाले, 'नेपोलियन!!'

कोणीच हसले नाही, टाळ्याही वाजल्या नाहीत, सगळे एकमेकांकडे पाहू लागले. मंत्री वैतागाने म्हणाले, 'बरोबर, पंडितजींनी सांगितली की

सगळे खदखदून हसतात, आणि तीच गोष्ट आम्ही सांगितली तर कोणी हसत नाही!!'

***

'लावासिया'चा उपाध्यक्ष (१९७९ ते १९८५) आणि नंतर अध्यक्ष (१९८५ ते १९८७) या नात्याने मला आशिया खंडातील अनेक देशा-शहरांना भेटी द्यायची संधी मिळाली. विशेषत: फिलिपाइन्सला. या माझ्या दौऱ्यात बाप्सी नेहमीच माझ्यासोबत असायची. या प्रवासातील अनुभवांवरून माझे असे अगदी स्पष्ट मत बनले होते की, जेवणाच्या कार्यक्रमाच्या वेळची भाषणे हा एक उपचार असतो, ती कोणालाच नको असतात, ती कोणी नीट ऐकतही नाही आणि त्यात मनोरंजन तर अजिबात अपेक्षित नसते. मनिलाला अशाच एका खेळकर वातावरणात चाललेल्या भोजनसमारंभात तेथील प्रमुख संयोजक आपल्या हातातल्या घड्याळाकडे पाहात मला म्हणतो कसा :

'सर, तुम्ही आता भाषण सुरू करणार का, लोकांना आणखी जरा वेळ मौज मजा करून घेऊ दे?'

फिलिपाइन्समध्ये जेवणानंतर गाणी गायची पद्धत आहे. भाषणांपेक्षा ती जास्त मनोरंजक, करमणूक करणारी असतात. विद्यमान न्यायाधीशसुद्धा अशा वेळी भाषणातच एखादे गाणे म्हणायला सुरुवात करतात. जरा फटकळ तोंडाचे, चहाटळ वकील लोक न्यायाधीशांच्या गाण्यांसंबंधी बोलताना म्हणतात, 'त्यांच्या न्यायालयातील निर्णयांपेक्षा त्यांची गाणीच जास्त चांगली असतात!' मनिलामध्ये तर मी असे बघितले की, तुम्ही जर नुसतेच भाषण ठोकलेत, गाणे गायलेच नाहीत तर लोकांना ते रुचत नाही.

आमच्या 'लावासिया'तर्फेच त्या भागासाठी (इतिहासात प्रथमच) एक द्विसदस्य 'मानवी हक्क समिती' स्थापन करण्यात आली होती. तिच्या दोन सदस्यांत एक मी होतो आणि माझ्या समवेत न्यूझीलंडचे मानवी हक्कांचे आयुक्त पॅट डाउनी हे होते. आमच्या या समितीने श्रीलंकेचे सरन्यायाधीश सामाराकून आणि भारताचे सरन्यायाधीश चंद्रचुड यांचे साहाय्य घेऊन 'न्यायसंस्थेच्या स्वातंत्र्याची लावासिया तत्त्वे' तयार केली होती (ती 'टोकियो तत्त्वे' या नावानेही ओळखली जातात.)

जून, १९७५मध्ये 'अतिरिक्त महाकायदेपंडित'पदाचा राजीनामा दिल्यानंतर मी सर्वोच्च न्यायालयात वकिली करू लागलो होतो हे मी यापूर्वी सांगितलेलेच आहे. १९८० सालच्या प्रारंभी त्यावेळचे सरन्यायाधीश वाय. व्ही. चंद्रचुड (ते

१९७८ ते १९८५ या कालावधीत भारताचे सरन्यायाधीश होते.) यांनी मला बोलावून न्यायाधीशपद देऊ केले. या सन्मानाबद्दल मी त्यांचे आभार मानले, परंतु मी ती जागा स्वीकारण्यास त्यांना नकार दिला. त्यांनी मला त्यांचा स्वानुभव सांगून माझे मतपरिवर्तन करण्याचा प्रयत्न केला. त्यांची खाजगी वकिली मुंबईला अशीच खूप जोरात चालली असताना प्रमुख न्यायाधीश एम. सी. छगला यांनी न्यायाधीशपदाचा प्रस्ताव त्यांच्यापुढे ठेवला होता, तो त्यांनी स्वीकारला होता आणि आज इतक्या वर्षांनीही त्या गोष्टीचा त्यांना कधीही पश्चात्ताप करायची वेळ आलेली नव्हती. त्यांनी मला सांगितले की, 'या प्रस्तावाला सर्वोच्च न्यायालयाच्या सर्व न्यायाधीशांची केवळ संमतीच नाही तर त्यांचा आग्रह कारणीभूत आहे आणि मी जर आज हा प्रस्ताव स्वीकारला तर भविष्यात प्रदीर्घ काळासाठी (मी त्या वेळी ५३ वर्षांचा होतो.) मी सरन्यायाधीशही होऊ शकेन,' पण मी माझा नकार कायम राखला. त्या नकाराचा मला आता पश्चात्ताप होतो आहे का? या प्रश्नाचे उत्तरही नकारार्थीच आहे. मी असा विचार केला की, माझे गुरू सर जमशेटजी कांगा यांना १९२१ ते १९२३ अशी दोन वर्षे बढती देऊन मुंबई उच्च न्यायालयाचे अतिरिक्त न्यायाधीश नेमले होते, त्यांना त्या पदावर असताना एक उत्तम न्यायाधीश म्हणून मान्यता आणि प्रसिद्धी कुठे मिळाली होती? समोरच्या वकिलाची अखंड बडबड शांतपणे ऐकत बसण्याची सहनशक्ती आणि संयम त्यांच्यापाशी नव्हतेच आणि मला वाटते, नव्हे माझी खातरीच आहे की, मीही काही उत्तम न्यायाधीश होऊ शकलो नसतो!

टीपा :

१. त्यासंबंधीचा निकाल '१९७४(२) एसएससी ३३ संदर्भ : 'राष्ट्रपतीपदाची निवडणूक' यात नोंदवला गेला आहे.
२. जनता सरकारने स्थापन केलेल्या दुसऱ्या प्रेस कमिशनचे माझ्याखेरीज इतर सदस्य होते – अबू अब्राहम, प्रेम भाटिया, एस. एन. त्रिवेदी, मोइनुद्दीन हॅरिस, प्राध्यापक रवी जे. मथाई, वाय. एन. मेहता, व्ही. के. नरसिंहन, एस. एच. वात्स्यायन, अरुण शोरी आणि निखिल चक्रवर्ती.
३. स्टेट ऑफ राजस्थान विरुद्ध युनियन ऑफ इंडिया, १९७७ (३) एससीसी ५९२ (सात सदस्यांचे खंडपीठ).
४. सरन्यायाधीशांनी न्यायमूर्ती गोस्वामी यांचे निकालपत्र पहिल्यांदा वाचले ते खंडपीठाचा निर्णय जाहीर केल्यानंतर, आधी नाही! 'न्यायमूर्ती गोस्वामी यांनी नोंदवलेली निरीक्षणे ही गैरसमजावर आधारित आहेत,' असे विधान त्यांनी

केले. प्रसिद्धीला देण्यात आलेल्या सरन्यायाधीश बेग यांच्या निवेदनात असे म्हटले होते की, 'हंगामी राष्ट्राध्यक्षांच्या पुत्राच्या विवाहानिमित्तच्या ७ मे रोजी होणाऱ्या स्वागतसमारंभास सरन्यायाधीश आणि त्यांच्या पत्नी या दोघांनाही आमंत्रण होते, त्या समारंभस्थानी त्या दोघांना हंगामी राष्ट्रपती आणि केंद्र सरकारचे मंत्रिगण भेटणे स्वाभाविक होते, म्हणून त्या निकालामागील कारणे त्या समारंभापूर्वी जाहीर व्हावीत अशी हंगामी राष्ट्रपतींची इच्छा होती.' त्या निवेदनात पुढे असे म्हटले होते की, हंगामी राष्ट्रपतींच्या भेटीचा आणि न्यायालय जाहीर करणार असलेल्या निकालाच्या कारणांविषयी देशात सर्वांनाच वाटणारी काळजी, चिंता यांचे उल्लेख सरन्यायाधीशांनी फक्त याच संदर्भात केलेले होते. हंगामी राष्ट्रपतींना ती कारणे पाहायची होती असे सरन्यायाधीशांनी कोठेही म्हटलेले नाही. 'कोर्ट सुट्टीवर जाण्यापूर्वी निकालाची कारणे जाहीर व्हावीत, म्हणजे सुट्टीच्या दरम्यान खंडपीठाच्या सभासदांना विनाकारण त्रास होणार नाही एवढाच सरन्यायाधीशांचा हेतू होता, परंतु न्यायमूर्ती गोस्वामी यांनी त्यांच्या हेतूविषयी उगाचच, अकारण गैरसमज करून घेतला हे खरोखरच खेदकारक आहे.' (हे संपूर्ण निवेदन १९७७ (३) एसएससी याच्या तळटीपांमध्ये छापण्यात आले आहे.) पान ६९७.

५. प्रथम (१९८२ सालापासून) मंडळाचा सभासद, नंतर (१९८७ साली) कार्यकारी समितीचा सदस्य, (१९९५ ते डिसेंबर, १९९७) कार्यकारी समितीचा अध्यक्ष आणि (१ जानेवारी, १९९८ पासून) मंडळाचा मानद सभासद

६. 'ह्युमन राइट्स इन्स्टिट्युट ऑफ द इंटरनॅशनल बार असोसिएशन'च्या (आय.बी.ए.) 'आंतरराष्ट्रीय दहशतवादावरील खास गटाचे सभासद होते : असोसिएशनचे अध्यक्ष, युनायटेड नेशन्समधील अर्जेंटिनाचे माजी प्रतिनिधी, राजदूत एमिलो कार्डेनास, कुवेत विद्यापीठातील आंतरराष्ट्रीय कायद्याचे प्राध्यापक बद्रिया अल-अवधी, शिकागो येथील डी पॉल विद्यापीठातील आंतरराष्ट्रीय मानवी हक्कांच्या संस्थेचे अध्यक्ष प्राध्यापक एम. शेरीफ बासीऔनी, स्वीडनचे केंद्रीय पोलीस कमिशनर स्टेन हेकशेर, क्वीत्स कौन्सल बॅरोनेस हेलेना केनेडी, बार असोसिएशन ऑफ इंडियाचे फली एस. नरीमन, येल विद्यापीठातील आंतरराष्ट्रीय कायद्याचे प्राध्यापक डब्ल्यू. मिशेल राइसमन

७. ईशान्येकडील सात प्रांत : आसाम, मणिपूर, नागालँड, मेघालय, मिझोराम, त्रिपुरा आणि अरुणाचल प्रदेश

८. जॉन डंकन इनव्हेरारिटी यांनी सातत्याने ५३ वर्षे (१८७० ते १९२३) मुंबईत वकिली केली. वाच्छा यांनी त्यांच्याबद्दल 'मुंबई उच्च न्यायालयात वकिली केलेल्या सर्व वकिलांच्यात सर्वांत महान, सामर्थ्यवान आणि ताकदीचे वकील' असे उद्‌गार काढले आहेत. आपल्या कारकिर्दीविषयी बोलताना इनव्हेरारिटी एकदा म्हणाले होते की, युरोपमधील त्यांच्या समकालीन वकिलांपैकी

मुंबईतील घरी रोहिंग्टन आपली बहीण अनाहित हिच्या 'नवजोती' विधीचा आनंद साजरा करताना

युएसएतील मॅसॅच्युसेट्सच्या क्लार्क स्कूलचे प्रमाणपत्र स्वीकरताना फली नरीमन यांची मुलगी अनाहित

फली नरीमन पारंपरिक पारसी वेषभूषेत

फली नरीमन वकिलाच्या वेषात

फली व बाप्सी 'बोबो' या आपल्या कुत्र्यासह. मागे फली यांचे साहाय्यक एस.सी. शर्मा दिसत आहेत.

नरीमन आणि खाम्बाटा परिवार

बाप्सी आपल्या रोहिंग्टन आणि अनाहित या मुलांसह

हार्वर्डमधून पदव्युत्तर पदवी स्वीकारताना रोहिंग्टन नरीमन

हाँगकाँगच्या सॅम व फिरोझा यांच्या समवेत फली नरीमन व बाप्सी पारंपरिक पारसी वेषभूषेत

बाप्सी व फली नरीमन सुट्टीतील एका निवांतक्षणी!

व्यंगचित्र : वकीलाने न्यायाधिशांना नेहमीच्या योग्य संबोधनाऐवजी ‘मिस्टर’ असे संबोधले.

वकील विनोद बोबडे यांनी फली नरीमन
यांचे रेखाटलेले चित्र

फली नरीमन यांचे आणखी एक रेखांकन :
‘द ॲडव्होकेट टॉक्स टू मच’

फली नरीमन आपल्या कुटुंबासमवेत

फली नरीमन व बडोद्याचे माजी महाराज (मध्यभागी). बडोद्याचे महाराज 'वर्ल्ड वाइल्डलाइफ फंड'चे अध्यक्ष असताना फली नरीमन त्याचे विश्वस्त होते.

कॅनडातील 'अल्गोंक्वीन प्रोव्हिन्शिअल पार्क'मध्ये फली नरीमन

अर्जेन्टिना व ब्राझिल यांच्या सीमारेषेवर असलेल्या सुंदर 'आग्युझु फॉल्स'
या प्रेक्षणीय स्थळी एका निवांत क्षणी बाप्सी व फली नरीमन

आयर्लंड येथे आपला जिवलग मित्र मिनू मेहता यांच्यासह
घोडागाडीतून सफरीचा आनंद घेताना फली व बाप्सी नरीमन

फली नरीमन, ललित बसिन आणि एस.सी. शर्मा एका समारंभात

राष्ट्रपतीभवनामधील 'पद्म भूषण' पारितोषिक वितरण समारंभाच्याप्रसंगी फली नरीमन व विख्यात स्तंभलेखक खुशवंत सिंग

राष्ट्रपती आर. वेंकटरमण यांच्या हस्ते सन्मानीय 'पद्म भूषण पुरस्कार'ने फली नरीमन यांना गौरविण्यात आले. (१९९१).

फली नरीमन व एच.आर. खन्ना बार कौन्सिलच्यावतीने आयोजित एका स्वागत-समारंभात

फली नरीमन व माजी पंतप्रधान आय. के. गुजराल

आपल्या दिल्लीतील घरामध्ये फली व बाप्सी नरीमन

प्रत्येक जण महाअधिवक्ता, न्यायाधीश किंवा दोन्हीही पदांवर पोहोचला, पण ते मात्र कायम वकीलच राहिले! त्यांचे वैशिष्ट्य असे होते की, ते निर्भय, सडेतोड, ठाम वृत्तीचे होते, पण त्यांनी कोर्टात कधीही आक्रमकता दाखविली नाही, कधी उर्मटपणाने बोलले नाहीत की उद्धटपणे वागले नाहीत. त्यांच्या विरोधात उभे राहणारे वकील त्यांच्याहून कनिष्ठ असले तरीही त्यांना तुच्छ लेखले नाही, अपमानित केले नाही. त्यांच्या स्वभावात दिखाऊपणा अजिबात नव्हता, त्यांनी त्यांच्या रागाचे कधीही प्रदर्शन केले नाही. त्यांच्या वक्तृत्वात आरडाओरडा नसायचा, चिडचिडही नसायची. त्यांना गोंधळलेले, संभ्रमात पडलेले कुणीही पाहिले नाही. त्यांच्या वर्तनात उथळपणा नसायचा, उलट त्यांच्या व्यक्तिमत्त्वातली सखोलता समोरच्याला लगेच जाणवायची. कोर्टात गंभीरपणे सुनावणी चालू असताना ते त्यांच्या समोरच्या टाचणांचे गठ्ठे चाळत, त्यातून नेमके काय बोलायचे ते शोधत बसलेले दिसायचे. ते त्यांचा युक्तिवाद किंवा एखादे निवेदन स्वत:च्या मोकळ्या, वळणदार हस्ताक्षरात, मुळीच खाडाखोड न करता लिहून काढायचे. कधी कधी ते लिहिण्यात गर्क झाले आहेत असे वाटत असतानाच ते एकदम उठून विरोधी वकिलाने साक्षीदाराला विचारलेल्या प्रश्नाला जोरदार आक्षेप नोंदवायचे आणि नंतर उठून त्या साक्षीदाराची उलट तपासणी घ्यायला सुरुवात करायचे. तेव्हा लक्षात यायचे की, खाली मान घालून लिहितानाही त्यांचे कान साक्षीदार आणि वकील यांचे बोलणे अत्यंत काळजीपूर्वक ऐकत असतात आणि मन त्याची नोंद घेत असते. (फेमस जजेस, लॉयर्स ॲन्ड केसेस ऑफ बॉम्बे – प्रसिद्ध न्यायाधीश, वकील आणि मुंबईतील खटले, पृष्ठ १३९ ते १४२).

९. यू सॉ (एखाद्या व्यक्तीविषयी आदर दाखवण्यासाठी, त्याला यथोचित मान देण्यासाठी बर्मी भाषेत नावाच्या आधी 'यू' हा उपसर्ग लावला जातो.) हे दुसऱ्या महायुद्धाच्या आधी इंग्लिश वसाहतींच्या काळातले बर्मातले अग्रेसर राजकारणी आणि देशाचे पंतप्रधान होते (१९००-१९४८), पण त्यांचे नाव इतिहासात त्यांच्या कुकर्मांसाठी लिहिले गेले आहे. ब्रिटिश राज्यसत्तेकडून जानेवारी, १९४८मध्ये बर्माला स्वातंत्र्य मिळाले. बर्माचे सर्वांत लोकप्रिय राष्ट्रीय नेते आँग सेन आणि स्वातंत्र्याच्या लढ्यातील इतरही काही सेनानींच्या जुलै, १९४७मध्ये केल्या गेलेल्या हत्येच्या कटाचे यू सॉ हे प्रमुख सूत्रधार होते. १९ जुलै, १९४७ या दिवशी काही निमलष्करी जवान रंगूनच्या मध्यवस्तीत असलेल्या सचिवालयाच्या इमारतीत घुसले आणि प्रतिसरकारच्या (सत्तेच्या हस्तांतरणाची पूर्वतयारी म्हणून ब्रिटिशांनी देशात प्रतिसरकारची स्थापना केली होती.) कार्यकारी समितीच्या बैठकीसाठी जमलेल्यांपैकी प्रतिसरकारचे प्रमुख आँग सेन आणि त्यांचे सहा मंत्री यांची अमानुष हत्या केली, त्यात मंत्रालयाच्या सचिवांचा आणि एका अंगरक्षकाचाही बळी गेला. यू सॉ यांच्याविरुद्धचे

पुरावे अगदी सुस्पष्ट होते. त्यांच्यावर खटला चालवला गेला आणि त्यांना मृत्युदंडाची शिक्षा फर्मावण्यात आली. ८ मे, १९४८ या दिवशी इनसीन जेलमध्ये त्यांना फासावर लटकवण्यात आले.

१०. 'विशबोन' या हाडाचे शरीरशास्त्रातील नाव 'फक्युला' असे आहे. कोंबडीच्या आणि इतरही पक्ष्यांच्या शरीरातील छातीचे मुख्य हाड आणि खांदे यांना जोडणाचे हे हाड इंग्लिश 'वाय' या अक्षराच्या आकाराचे असते. हे हाड शुभशकुनी समजले जाते.

◆

प्रकरण १०

भोपाळ दुर्घटना

सटवाई आपल्या भाग्याचा अटळ लेख कपाळी लिहून जाते,
भक्ती, निष्ठा, हुशारी, चतुराई, लिहिलेले ना बदलू शकते.
काही केले तरी अर्धी ओळही खोडली जात नाही,
अश्रूंचा लोट वाहिला, तरी एक शब्दही धुतला जात नाही.

– (उमर खय्याम यांच्या रुबायाचे
एडवर्ड फिट्झजेराल्ड यांनी केलेले भाषांतर)

निसर्गात जसा एकच ऋतू सतत राहात नाही, तसे आयुष्यातही उन्हाळे-पावसाळे येतच राहतात, बरे-वाईट दोन्ही प्रसंग येत असतात. देश-विदेशातून कीर्तीचे हार गळ्यात पडले तशी जगभरातून टीकेचे वारही झेलावे लागले. टीकेचे प्रमुख कारण हे होते की, भोपाळ विषारी वायुगळतीच्या दुर्घटनेला जबाबदार असलेल्या युनियन कार्बाइड कॉर्पोरेशन (युसीसी) विरुद्धच्या खटल्यात मी त्या कंपनीचे वकीलपत्र स्वीकारले होते.

युसीसीच्या भारतातल्या भोपाळ येथील कारखान्यात १९८४ सालच्या डिसेंबर महिन्यात विषारी वायुगळतीची दुर्दैवी घटना घडली. कंपनीवर दिवाणी दावा लावण्यात आल्यावर १९८५च्या अखेरीस कंपनीने मला त्यांचे वकीलपत्र देऊ केले आणि त्यानुसार मी माझ्या चेंबरमधील कुशल सहकारी बोमी झाइवाला यांच्यासह कंपनीच्या बाजूने कोर्टात उभा राहिलो.

नुकसानभरपाईचा दावा केलेल्या सर्वांच्यावतीने भारत सरकारने सर्वप्रथम भोपाळच्या जिल्हा न्यायालयात कंपनीविरुद्ध भोपाळ वायुगळती दुर्घटना (नुकसान भरपाईच्या अर्जाची प्रक्रिया.) कायदा १९८५नुसार खटला दाखल केला. दोन्ही बाजूंकडून कुठलेही कागदपत्र कोर्टात सादर न करून घेता किंवा कोणतेही साक्षीपुरावे न तपासता, कंपनीने ताबडतोब नुकसानभरपाई द्यावी, असा तात्पुरत्या स्वरूपाचा आदेश १७ डिसेंबर, १९८७ रोजी देण्यात आला. भोपाळ जिल्हा न्यायाधीश एम. डब्ल्यु. देव यांनी तडकाफडकी हुकूम देऊन टाकला की, युनियन कार्बाइड कॉर्पोरेशनने एकूण नुकसानभरपाई म्हणून भारत सरकारला साडेतीनशे कोटी रुपये द्यावेत.

या आदेशाविरुद्ध जबलपूर येथील मध्य प्रदेश उच्च न्यायालयात आव्हान देण्यात आल्यावर ४ एप्रिल, १९८८ रोजी न्यायमूर्ती एस. के. शेठ यांनी जिल्हा न्यायालयाचा निर्णय बदलून नुकसानभरपाईची रक्कम एका कायदेशीर तत्त्वानुसार ३५० कोटींवरून कमी करून २५० कोटी केली आणि ती रक्कम भरण्याचा

कंपनीला आदेश जारी केला.

एस. के. शेठ यांच्या आदेशाविरुद्ध शेवटी सर्वोच्च न्यायालयात याचिका दाखल करण्यात आली. दोन्ही बाजूंचे युक्तिवाद जवळ-जवळ तीन आठवडे चालले होते. ते ऐकल्यानंतर सर्वोच्च न्यायालयाच्या संविधानासंबंधीच्या खंडपीठाने दोन्ही बाजूंनी एकत्र बसून नुकसानभरपाईच्या मोबदल्याविषयी तडजोड करावी, असा आग्रह धरला. भारताचे त्यावेळचे महान्यायप्रतिनिधी यांच्याशी १४ आणि १५ फेब्रुवारी, १९८९ हे दोन दिवस चर्चा होऊन युसीसीने असा प्रस्ताव ठेवला की कंपनी कुठलीही जबाबदारी स्वीकारणार नाही आणि दिवाणी आणि फौजदारी दोन्ही प्रकारच्या सर्व दाव्यांच्या पूर्ण आणि अंतिम भरपाईपोटी भारत सरकारला ४७ कोटी अमेरिकन डॉलर्स एवढी रक्कम देईल. भारत सरकारने प्रस्ताव मान्य केला आणि कंपनीने ती रक्कम कोर्टात भरणा करण्यासाठी तयार ठेवली[१] (४७ कोटी डॉलर्स म्हणजे त्यावेळच्या विनिमय दराप्रमाणे ६१५ कोटी रुपये होत होते.)

तोपर्यंत हा प्रस्ताव मान्य करणारे सरकार जाऊन नवे सरकार सत्तेवर आले होते. त्या सरकारच्या भक्कम पाठिंब्याच्या बळावर काही निमसरकारी सेवासंस्थांनी या रकमेला सर्वोच्च न्यायालयाच्या एका अन्य संविधानविषयक खंडपीठासमोर आव्हान दिले. परत सर्व बाजूंचे म्हणणे खंडपीठाने ऐकून घेतले आणि तीच भरपाईची तडजोड योग्य आणि वैध ठरवली, मात्र कोणतीही जबाबदारी न स्वीकारल्यामुळे सर्व फौजदारी खटले रद्द ठरवण्याविषयीचा निर्णय मात्र खंडपीठाने राखून ठेवला.[२] या निर्णयामुळे आणि भरपाईच्या रकमेवरून बऱ्याच सेवाभावी संस्थांच्यात तीव्र असंतोष पसरला होता. मी अशा 'गुन्हेगार' कंपनीचे वकीलपत्र स्वीकारल्याबद्दल माझ्यावर कडक टीका करणारा एक लेख 'ह्युमन राइट्स ट्रिब्युन' या नियतकालिकाच्या १९९२ सालच्या हिवाळी अंकात छापून आला. मी त्या लेखाला लेखी उत्तर पाठविले[३]. त्या पत्रात या दिवाणी दाव्याचा जिल्हा न्यायालयापासून सर्वोच्च न्यायालयापर्यंतचा संपूर्ण प्रवास मी वर्णन केला होता, म्हणून ते पूर्ण पत्र मी येथे पुन्हा सादर केले आहे.

या केसनंतर खूप वर्षांनी 'सेमिनार' नावाच्या एका प्रतिष्ठित भारतीय मासिकाने मला 'भोपाळ दुर्घटनेनंतर वीस वर्षांनी' या शीर्षकाचा लेख लिहिण्याची विनंती केली आणि तो त्यांनी त्यांच्या मासिकात (डिसेंबर, २००४च्या अंकात) छापला. त्या लेखासंबंधीही गंभीर, आक्षेपार्ह टीका करणारी तीन पत्रे त्या मासिकाच्या फेब्रुवारी, २००५च्या अंकात प्रसिद्ध करण्यात आली. त्यातील एक पत्र एका नावलौकिक प्राप्त कायदेपंडितांचे होते. मासिकाच्या संपादकांनी त्या पत्रांच्या प्रसिद्धीपूर्वी ती मला वाचायला देण्याचा आणि त्यांना उत्तर देण्याची संधी देण्याचा मोठेपणा दाखवला होता. त्याप्रमाणे १७ जानेवारी, २००५ला मी ते उत्तर संपादकांकडे पाठवले –

तेही त्याच पत्रांसोबत फेब्रुवारीच्या अंकातच छापून आले.

मला असे प्रकर्षाने वाटले की, ही सर्व टीका टिप्पणी, त्यावरील माझे म्हणणे या सगळ्याला माझ्या व्यावसायिक जीवनाच्या आढाव्यात स्थान मिळालेच पाहिजे. त्याची दोन कारणे आहेत. एक – कवी म्हणतो त्याप्रमाणे –

> सटवाई आपल्या भाग्याचा अटळ लेख कपाळी लिहून जाते
> भक्ती, निष्ठा, हुशारी, चतुराई, लिहिलेले ना बदलू शकते
> काही केले तरी अर्धी ओळही खोडली जात नाही,
> अश्रूंचा लोट वाहिला, तरी एक शब्दही धुतला जात नाही.[४]

आणि दुसरे (त्याहून महत्त्वाचे) कारण ऑलिव्हर क्रॉमवेल याने त्याचे चित्र काढण्याचे काम मि. लेली नावाच्या त्या वेळच्या सर्वांत उत्तम चित्रकाराला सोपवताना त्याला लिहिलेल्या संदेशात मांडलेल्या तत्त्वात आहे:

> मि. लेली, माझी अशी प्रामाणिक इच्छा आहे की, आपण आपले सर्व कलाकौशल्य पणाला लावून माझे चित्र काढताना एक गोष्ट कृपया नीट लक्षात ठेवा. माझे चित्र मी खरोखर जसा आहे ना अगदी तसेच्यातसेच काढा. माझ्यातला ओबडधोबडपणा, माझ्या चेहऱ्यावरच्या पुटकुळ्या, चामखिळी या सगळ्या गोष्टी जशा आहेत तशाच त्या चित्रात येऊ द्यात. दोष, उणिवा लपवण्याने मी संतुष्ट होईन, हा गैरसमज मनात बाळगू नका. तसे काही केलेत तर मी तुम्हाला एक पैसाही मोबदला देणार नाही!
>
> (रिमार्क, वॉलपोल्स ॲनेक्डोट्स ऑफ पेंटिंग, प्रकरण १२)[५]

लेख, पत्रे ज्या क्रमाने प्रसिद्ध झाली त्याच क्रमाने दिली आहेत. प्रथम १९९२ सालच्या 'ह्युमन राइट्स ट्रिब्युन' या परदेशातल्या नियतकालिकात प्रसिद्ध झालेला लेख, मग मी त्याला दिलेले उत्तर, त्यानंतर 'सेमिनार' (डिसेंबर, २००४/ फेब्रुवारी, २००५) या स्थानिक मासिकातील माझा लेख, त्यावर आलेली पत्रे आणि शेवटी माझे उत्तर. नुकसानभरपाईसाठी कोर्टात दाखल करण्यात आलेल्या खटल्याचा संपूर्ण वृत्तांत त्यात आलेलाच आहे, त्यामुळे मी आमच्या वकिलांच्या भाषेत सांगायचे म्हणजे 'आधिक स्पष्टीकरण'– स्पेशल प्लीडिंग – करणे, अवाजवी ठरेल.

१. ट्रिब्युन डेस ड्रॉइट्स ह्युमेन्स – ह्युमन राइट्स ट्रिब्युन, विंटर इश्यू. (जानेवारी-मार्च) १९९२, पृष्ठ ४ आणि ५.

शीर्षक : ‘फॉलन एंजल्स?’
लेखक : पॉलिन कॉमियो

एके काळी ते मानवी हक्कांसाठी लढणारे खंदे वीर होते, पण आज?

(या लेखात माझ्या (फली नरीमन) खेरीज इतरही काही वकिलांच्या नावाचा समावेश करण्यात आला होता, तो सहेतुकपणे वगळून फक्त माझ्यासंबंधीचा मजकूर खाली उद्धृत केला आहे.)

...१९८४ साली भारतातील भोपाळ या शहरातील युनियन कार्बाइडच्या कारखान्यातून विषारी वायूची गळती झाली आणि त्यामुळे २५०० लोकांना प्राण गमवावे लागले आणि सुमारे दोन लाख लोकांना अपंगत्व आले. (हे आकडे सरकारी प्रसिद्धीपत्रातून घेतलेले आहेत.) या कंपनीविरुद्ध भारत सरकारने न्यायालयात धाव घेतली. या खटल्यात या दुर्घटनेला आणि त्यामुळे घडलेल्या मानवी हत्यांना सर्वस्वी जबाबदार असलेल्या ‘युनियन कार्बाइड कॉर्पोरेशन’ या गुन्हेगार कंपनीचे वकीलपत्र कोणी स्वीकारले, तर मानवी हक्कांचे पुरस्कर्ते आणि त्यासाठीच्या आंतरराष्ट्रीय स्तरावरील चळवळीतले एक आघाडीचे, सक्रिय कार्यकर्ते अशी ओळख प्राप्त झालेले भारतातील एक मान्यवर वकील फली नरीमन यांनी! हा खटला कंपनीने अनेक युक्त्या-प्रयुक्त्या, क्लृप्त्या वापरून प्रदीर्घ काळापर्यंत लांबवला आणि अखेरीस हजारो मानवी जीव आणि लाखो अपंगांचे हाल यांची सत्तेचाळीस कोटी डॉलर्स एवढी तुटपुंजी किंमत करून तेवढी नुकसानभरपाई देऊ केली.

श्री. नरीमन आजही आंतरराष्ट्रीय कायदेपंडित मंडळाच्या कार्यकारी समितीचे सदस्य म्हणून काम करीत आहेत.

नरीमन आणि (इतर नावे गाळली आहेत.) इतर यांसारख्या दुटप्पी, परस्परविरोधी व्यक्तित्वांचा, त्यांच्या वर्तणुकीचा काहींना खरोखरच त्रास होतो.

परंतु हे लोक मात्र ‘आम्हाला आमच्या या वागण्यात काहीही चुकीचे, आक्षेपार्ह वाटत नाही.’ असेच प्रतिपादन करीत असतात. मला माझे मित्र असे सांगतात की, श्री. नरीमन यांनाही त्या मानवी संहाराला जबाबदार

असणाऱ्या बेजबाबदार कंपनीचे वकीलपत्र घेण्यात काहीही वावगे दिसत नाही. 'कोणत्याही अशिलाचे वकीलपत्र स्वीकारण्याचे आम्हा वकिलांना स्वातंत्र्य आहे, तो आमचा हक्क आहे.' असेच ते म्हणतात. श्री. नरीमन यांच्याबरोबर आंतरराष्ट्रीय कायदेपंडित मंडळाच्या कार्यकारी समितीवर काम करणाऱ्या आणखी एका सदस्याचेही असे मत आहे की, 'ते काही कुकर्म करीत आहेत असे नाही!'

काही जण मात्र या लोकांशी पूर्णपणे असहमत आहेत. मि. डायस (क्लॅरेन्स डायस) म्हणतात, 'मानवी हक्कांच्या संरक्षणाच्या आणि अंमलबजावणीच्या चळवळीतील शिलेदार म्हणून ते करीत असलेल्या कार्यामुळे त्यांच्यावर एक दायित्व असते, जबाबदारी असते, लोकांनी त्यांच्यावर विश्वास टाकलेला असतो, लोकांच्या मनात त्यांचे एक विशिष्ट स्थान निर्माण झालेले असते.' असा मान, आदर लाभणे, ही फार असाधारण अशी मौल्यवान गोष्ट आहे. ती सांभाळून ठेवलीच पाहिजे, तिला धक्का पोहोचणार नाही, याची काळजी घेतलीच पाहिजे.

नरीमन यांचेच उदाहरण घ्या. त्यांच्या मानवी हक्क चळवळीतील कार्याने त्यांना असणारा सामाजिक दर्जा, मान यांचा युनियन कार्बाइड कॉर्पोरेशनला फार मोठा फायदा मिळाला. नरीमन यांच्यासारख्या वलयांकित व्यक्तीच्या उपस्थितीने कोर्टातली कारवाईही सुकर झाली. श्री. नरीमन आहेत म्हणजे कोर्टाच्या अनुकूल निर्णयासाठी कोणत्याही कायदेशीर कोलांट्याउड्या, कुठलेही हीन डावपेच लढवले गेले नसणार अशीच सर्वसामान्यांची समजूत झाली, पण प्रत्यक्षात खटला या ना त्या मार्गांनी, वकिली तंत्रांचा वापर करून अमर्याद काळापर्यंत लोंबत, लांबवत ठेवण्याचे निषिद्ध धोरण युनियन कार्बाइडने व्यवस्थितपणे राबवले.

मि. डायस यांनी तर हे सर्व प्रकार पाहून, त्यावरील एक उपाय म्हणून, मानवी हक्कांच्या चळवळीतील अध्वर्यूंना अशी सूचना केली आहे की, त्यांनी एकत्र येऊन मानवी हक्कासाठी लढणाऱ्या वकिलांच्या वर्तणुकीवर नियंत्रण ठेवणारे आंतरराष्ट्रीय नीतिमत्तेचे दंडकच ठरवून द्यावेत....

२. माझे उत्तर :

प्रति,

मि. लॉरी एस. वाइझबर्ग
संपादक, ह्युमन राइट्स ट्रिब्युन,
ह्युमन राइट्स इंटरनेट,
युनिव्हर्सिटी ऑफ ओटावा,
५७, ल्युइस पास्टेम
ओटावा, ऑटारिओ, के आय एन ६ एन एस (कॅनडा)
फॅक्स : (६१३) ५६४-४०५४

२४ एप्रिल, १९९२

प्रिय मि. वाइझबर्ग,

एका आठवड्यापूर्वी मला ह्युमन राइट्स ट्रिब्युनचा अंक मिळाला, त्यातील 'अध:पतित देवदूत' या लेखात असे सुचविण्यात आले आहे की, जे वकील मानवी हक्क संरक्षणाच्या चळवळीत सक्रिय आहेत; त्यांनी मानवी हक्क हिरावून घेणाऱ्यांचे, त्यांची पायमल्ली करणाऱ्यांचे वकीलपत्र स्वीकारू नये. सूचना उत्तम आहे, आदर्श आहे, परंतु अव्यवहार्य आणि गंभीर परिणामांनी युक्त अशी आहे. एक परिणाम हा की चुकीची शहानिशा होण्याआधीच, आरोप सिद्ध होण्याआधीच एखाद्यावर गुन्हेगाराचा, आरोपीचा शिक्का मारून टाकण्याचा अपराध त्या वकिलाच्या माथी येईल आणि दुसरा (जास्त महत्त्वाचा) परिणाम असा होईल की, दुसऱ्याच्या मानवी हक्कांवर गदा आणण्याचा (उदाहरणार्थ, कुणाचा तरी खून करणे.) आरोप ठेवल्या गेलेल्या कोणाही व्यक्तीला आमच्या देशाची राज्यघटना 'त्याने निवडलेल्या वकिला'कडून स्वत:चा बचाव करून घेण्याचा जो अधिकार, हक्क प्रदान करते त्यापासून तो वंचित होईल. समजा, मानवी हक्कांचा पुरस्कार करणाऱ्या वकिलाने एखाद्याला आधीच आरोपी ठरवून टाकण्याचा धोका पत्करण्याचे ठरवले तरी ते त्याने कसे ठरवावे? वृत्तपत्रातील माहिती खरी मानून? का स्वत:च स्वत:शी एक लुटुपुटीचा खटला चालवून? 'अपराधी का निरपराधी' याचा निर्णय करणे हे फार-फार अवघड काम आहे. अगदी ताजे उदाहरण आहे, ते आमच्या देशाच्या

पंतप्रधान इंदिरा गांधी यांच्या हत्येचे. तीन व्यक्तींना दोषी ठरवून त्यांच्यावर खटले भरण्यात आले. देशातल्या सर्वसामान्य जनतेची अशी पूर्ण खातरी होती की, ते तिघेही जण खुनी आहेत. 'कसले खटले चालवता? सरळ फासावर लटकवा तिघा नराधमांना' अशीच सर्वत्र हाकाटी चाललेली होती; तसेच झाले. कोर्टाने तिघांना दोषी ठरवून देहांतशासन फर्मावले. उच्च न्यायालयानेही परत एकदा पुरावे तपासले, दोन्ही बाजूंचे युक्तिवाद ऐकले (ते कित्येक आठवडे चालले होते.) आणि खालच्या कोर्टाचा निर्णय आणि शिक्षा कायम केल्या, पण सर्वोच्च न्यायालयात पुनर्विचारासाठी याचिका दाखल झाली आणि त्या न्यायाधीशांनी पुराव्यांची काळजीपूर्वक छाननी केली, साक्षीदारांच्या जबान्यांची नीट पडताळणी केली, तेव्हा त्या न्यायाधीशांना त्या तिघा आरोपींपैकी एकाच्या (बलबीरसिंग याच्या) विरुद्ध असा कोणताही पुरावा सापडला नाही की, ज्याच्या बळावर त्याचा आरोप सिद्ध होऊ शकेल. त्याला कोर्टाने निरपराध ठरवून आरोपातून मुक्त केला! आता या शेवटी निरपराधी पण आधी गुन्हेगार ठरवल्या गेलेल्या बलबीरसिंगचे वकीलपत्र प्रथमपासून घेणाऱ्या, मानवी हक्कांच्या रखवालदार असणाऱ्या, वकिलालाही तुम्ही 'अध:पतित' म्हणणार का? आणि जर तुम्ही त्याला दुटप्पी, कुकर्मी असे आधी ठरवले असलेत, तरी सर्वोच्च न्यायालयाच्या निकालानंतरही तुम्ही तुमची निषेधपर विशेषणे त्याच्यासाठी तशीच वापरली असतीत का? लेखातल्याच भाषेत सांगायचे तर 'हे 'जटिल प्रश्न' आहेत!!

पण मी हे पत्र लिहितो आहे, ते या 'जटिल प्रश्नां'वर माझी मते मांडण्यासाठी नाही, माझ्यावरील टीकेला 'उत्तर' देण्यासाठीही नाही. मला टीकेचे मुळीच वावडे नाही. मी लेखणी उचलली आहे, ती माझ्या व्यावसायिक निष्ठेविषयी शंका घेतली गेली आहे म्हणून! कारण तो एक मुद्दा माझ्या अगदी हृदयाजवळचा आहे, त्याला धक्का पोहोचला तर माझ्या जिव्हारी लागते!!

युनियन कार्बाइड विरुद्धच्या भारतातील ज्या खटल्यात मी त्यांच्या बाजूने वकील होतो, त्या खटल्याबद्दलच्या ज्या गोष्टी लेखात दिल्या आहेत त्या सत्याला धरून नाहीत. 'खटला या ना त्या मार्गांनी, वकिली तंत्रांचा वापर करून अमर्याद काळापर्यंत लोंबत, लांबवत ठेवण्याचे निषिद्ध धोरण युनियन कार्बाइडने व्यवस्थितपणे राबवले.' हे विधान आणि त्यातून 'कोर्टाच्या अनुकूल निर्णयासाठी कोणत्याही कायदेशीर कोलांट्याउड्या, कुठलेही हीन डावपेच लढवले गेले.' हा काढलेला ध्वन्यर्थ दोन्ही प्रत्यक्ष

जे घडले त्याच्या विरुद्ध आहे. लेख छापून प्रसिद्ध करण्यापूर्वी सर्व माहितीची माझ्याकडून अथवा खटल्याशी थेट संबंध असणाऱ्या कोणातरी जाणकाराकडून शहानिशा करून घ्यायला हवी होती असे मला वाटते.

गॅसगळतीमुळे मृत्यू आलेल्या, इजा पोहोचलेल्या, अपंगत्व आलेल्या, प्रत्यक्ष अथवा अप्रत्यक्षपणे हानी पोहोचलेल्या सर्व पीडितांच्यावतीने भारत सरकारने सप्टेंबर, १९८६मध्ये भोपाळ जिल्हा न्यायालयात खटला दाखल केला आणि युनियन कार्बाइडने दोन महिन्यांच्या आत, डिसेंबर, १९८६मध्ये त्यांची बाजू मांडणारे एक लेखी निवेदन कोर्टात सादर केले, त्यानंतर दोन्ही बाजूंकडून बरेच मध्यावधी अर्ज न्यायालयाकडे करण्यात आले. नोव्हेंबर, १९८७मध्ये मध्यप्रदेश उच्च न्यायालयाच्या (जिल्हा न्यायाधीशांच्या अधिकारितेवरील पर्यवेक्षणाचा असलेल्या अधिकाराचा वापर करून) एका न्यायाधीशांनी (स्वत: होऊनच) युसीसीला 'नोटीस' बजावली की, 'या खटल्याच्या सुनावणीस विलंब व्हावा, या उद्देशाने कंपनी ज्या युक्त्या-प्रयुक्त्या लढवीत आहे, त्या टाळण्यासाठी हा खटला थेट उच्च न्यायालयातच का चालवला जाऊ नये, याची कंपनीने कारणे द्यावीत.' या नोटिशीला कंपनीने दिलेले उत्तर दोन न्यायाधीशांच्या खंडपीठाने तपासले आणि ती नोटीस मागे घेण्याचे आदेश दिले. ३ डिसेंबर, १९८७च्या खंडपीठाच्या निकालपत्रात उच्च न्यायालयाने असे निरीक्षण नोंदवले होते : 'कंपनी खटल्याच्या सुनावणीला विलंब व्हावा अथवा ती होऊच नये, यासाठी काही आक्षेपार्ह कृती करीत आहे असे विधान करणे योग्य नाही. कंपनी जाणूनबुजून सुनावणीत अडथळे आणीत आहे किंवा वारंवार सुनावणी स्थगित करण्याच्या अर्ज विनंत्या करीत आहे असे मुळीच दिसत नाही.' न्यायालयाच्या या निकालावर कोणीही, सरकारनेही नाही किंवा गॅसपीडीतांचे प्रतिनिधित्व करणाऱ्या कोणत्याही सेवाभावी संस्थेनेही नाही, अपील केल्याची नोंद नाही.

दरम्यान, जिल्हा न्यायाधीश न्यायमूर्ती देव यांनी १७ डिसेंबर रोजी (याच न्यायाधीशांनी २ एप्रिल, १९८७ या दिवशी तात्पुरती, हंगामी भरपाई द्यावी असा प्रस्ताव दिला होता.) नुकसानभरपाईच्या दायित्वाविषयी कोणताही निर्णय न घेता असा आदेश जारी केला की, कंपनीने तत्काळ ३०० कोटी रुपये इतकी प्रचंड रक्कम 'हंगामी नुकसानभरपाई' म्हणून कोर्टात भरावी. कंपनीने या आदेशाविरोधात मध्यप्रदेश उच्च न्यायालयाकडे धाव घेतली. त्यासंबंधीची पुनर्विचार याचिका १ फेब्रुवारी, १९८८ रोजी

उच्च न्यायालयात दाखल केली गेली. उच्च न्यायालयाने तातडीने याचिकेची सुनावणी करून (४ एप्रिल, १९८८ला) जिल्हा न्यायाधीश न्यायमूर्ती देव यांनी आज्ञा केलेली 'हंगामी नुकसानभरपाईची' ३०० कोटी रुपयांची रक्कम कमी करून २५० कोटी रुपये (म्हणजे जवळ-जवळ १९.७ कोटी अमेरिकन डॉलर्स) केली. उच्च न्यायालयाच्या या निर्णयाविरुद्ध युसीसीनेच नाही तर भारत सरकारनेही सर्वोच्च न्यायालयात अपील केले. दोन्ही अर्ज सर्वोच्च न्यायालयाने ८ सप्टेंबर, १९८८ रोजी दाखल करून घेतले. 'हंगामी नुकसानभरपाई देण्यात यावी' या उच्च न्यायालयाच्या हुकूमाला युसीसीने याचिकेत अजिबात स्थगिती मागितली नव्हती. भारत सरकारने त्यांच्या याचिकेत 'रक्कम तातडीने कोर्टाकडे जमा करावी.' असा उच्च न्यायालयाचा केवळ आदेश नव्हे तर तसा हुकूम असूनही 'त्याचे तत्काळ पालन केले जावे' अशीही मागणी केली नव्हती.

या सर्व घटना घडत असताना भोपाळच्या जिल्हा न्यायालयात खटल्याची सुनावणी चालूच ठेवली होती, पण आता ती न्यायमूर्ती देव यांच्यासमोर होत नव्हती. उच्च न्यायालयाने न्यायाधीश देव यांच्याकडून केस काढून घेण्याचे आदेश दिले होते. उच्च न्यायालयाने त्या आदेशात देव यांच्यावर असा आक्षेप घेतला होता की त्यांनी दाव्याच्या गुण-अवगुणांविषयीचे काढलेले निष्कर्ष चुकीचे होते आणि त्यांच्याकडून खटला 'काटेकोर, नि:पक्षपाती न्यायतत्त्वां'प्रमाणे हाताळला गेलेला नाही. (१३ ऑक्टोबर, १९८८ या दिवशी उच्च न्यायालयाने जारी केलेल्या आदेशातील परिच्छेद क्रमांक ५३ आणि ५५) सुनावणीची प्रगती झपाट्याने व्हावी यासाठी केलेल्या प्रयत्नांना फारसे यश येऊ शकले नाही, दोन्ही बाजूंनी एकत्रितपणे कागदपत्रांचा शोध घ्यावा, या कोर्टाच्या आदेशालासुद्धा भारत सरकारतर्फे हरकत घेण्यात आली. त्यांनी कोर्टाला एका शपथपत्राद्वारे (जून, १९८८मध्ये) असे कळवले की, 'कागदपत्रांचा एकत्रित शोध घेण्याची वेळ अजून आलेली नाही'. खटला दाखल झाल्याला त्या वेळी दीड वर्षांहून आधिक काळ लोटलेला होता, तरीही भारत सरकारतर्फे 'ती वेळ आली नाही.' असे निवेदन आणि तेही शपथपत्राद्वारे, देण्यात आले होते! सुनावणी पुढे सरकूच शकत नव्हती!!

इकडे सर्वोच्च न्यायालयात दाखल केलेल्या याचिकांची सुनावणी एका खंडपीठापुढे (पाठक खंडपीठ) नोव्हेंबर, १९८८मध्ये सुरू झाली. तोंडी युक्तिवाद ऐकत असताना खंडपीठाकडून थोड्या-थोड्या काळानंतर

सतत, ‘दोन्ही बाजूंनी एकत्र बसून संपूर्ण खटल्यावरील तोडगा काढावा,’ अशी सूचना केली जात होती. शेवटी खंडपीठाच्या आग्रही मागणीनुसार १४/१५ फेब्रुवारी, १९८९ रोजी खटल्याचा समेट घडवणारा आदेश जारी करण्यात आला. त्यानुसार नुकसानभरपाईची अंतिम रक्कम या आधी उच्च न्यायालयाने ठरवलेल्या हंगामी नुकसानभरपाईच्या रकमेच्या सुमारे अडीच पट म्हणजे ४७ कोटी अमेरिकन डॉलर्स एवढी ठरवण्यात आली आणि ती कंपनीने एका आठवड्याच्या आत कोर्टात भरली. ४७ कोटी डॉलर्सचा आकडा दोन्ही बाजूंनी केलेल्या प्रदीर्घ चर्चेनंतर, सहमती मिळालेला आणि अत्युच्च न्यायालयानेही मान्य केलेला होता.

परंतु हे पैसेही वितरित होऊ शकले नाहीत. खरे म्हणजे केंद्र आणि राज्य सरकारांच्या संबंधित अधिकारी वर्गाकडून दुर्घटनेतील खरे पीडित कोण, त्यांची नावे, त्यांच्या नुकसानीची वर्गवारी, संख्या या सर्व गोष्टी तपासून निश्चित केल्या गेलेल्या होत्या, त्या याद्या तयार होत्या, पण काही पीडितांनी वैयक्तिकरित्या आणि त्यांनी एकत्र येऊन स्थापन केलेल्या काही संस्थांनी या आदेशालाही आव्हान दिले आणि तशा याचिका कोर्टात दाखल केल्या, मग त्यांची प्राथमिक सुनावणी एका नव्या खंडपीठासमोर (मुखर्जी खंडपीठ) चालू झाली. एप्रिल, जुलै अशा तारखा पडत होत्या. अखेर १० ऑगस्ट, १९९०ला खंडपीठ निकालापर्यंत पोहोचले, पण तो राखून ठेवण्यात आला, त्यातच सप्टेंबर, १९९०मध्ये खंडपीठाचे अध्यक्ष मुखर्जी वारले. नवे अध्यक्ष सरन्यायाधीश मिश्रा यांच्यासाठी याचिकेवरील सुनावणी नव्याने करण्यात आली. नोव्हेंबर-डिसेंबर, १९९० या दोन महिन्यांत ती पार पडली, परंतु निर्णय परत एकदा राखून ठेवला गेला, जो एका वर्षाने, ३ ऑक्टोबर, १९९१ या दिवशी जाहीर करण्यात आला. या खंडपीठानेही संपूर्ण खटल्याचा समेट झाल्याच्या या आधीच्या खंडपीठाच्या आदेशावरच शिक्कामोर्तब केले. ४७ कोटी अमेरिकन डॉलर्स आणि त्यावरील एवढ्या मुदतीचे व्याज एवढी रक्कम (एकूण सुमारे १२० कोटी रुपये) सर्वोच्च न्यायालयाकडे पडून होती. (त्यात दररोज एक हजार रुपयांहून अधिक व्याजाची भर पडतच होती.) कंपनीने कोर्टाकडे त्या रकमेचा भरणा केल्याला त्या वेळी दोन वर्षांहून अधिक काळ लोटला होता.

या ३ ऑक्टोबर, १९९१ रोजी दिलेल्या निकालात दुर्घटनाग्रस्तांच्या

संस्थांबद्दल ज्या संस्थांनी याआधीच्या निर्णयाविरुद्ध याचिका दाखल केल्या होत्या त्यांच्याबद्दल पुढील उद्‌गार काढले आहेत :

> कोर्टाच्या निकालाला आव्हान देणाऱ्यात काही विषारी वायुगळतीच्या संकटाची शिकार बनलेल्या खऱ्या व्यक्ती असतील हे बरोबर आहे. आम्ही असे गृहीत धरून चालतो की त्या व्यक्ती कायदा, न्यायालयीन पद्धती यांविषयी अनभिज्ञ आहेत, त्यांना यातील गुंतागुंत, क्लिष्टता यांची कल्पना नाही आणि तरीसुद्धा त्यांना पुढील परिणामांची, त्यांच्या फायद्या-तोट्याची कल्पना न देता, या याचिकांच्या प्रक्रियेत ओढण्यात आलेले आहे. ज्यांना यात थोडीही तोशीस लागणार नाही अशांनी खऱ्या पीडितांच्या दुःखाशी असे खेळण्याचा, त्यांच्या दुर्दशेचा व्यापार मांडण्याचा हा काही इतिहासातला पहिलाच प्रसंग नाही.

आज मी जो एक 'मान्यवर वकील' (आपल्या लेखात माझा उल्लेख असाच करण्यात आला आहे.) गणला जातो आहे त्याच्यामागे माझी चाळीस वर्षांची मेहनत आहे. पहिल्यांदा मुंबईत (उच्च न्यायालयात) आणि नंतर दिल्लीत (सर्वोच्च न्यायालयात) मी वकिली केलेली आहे. मे, १९७२मध्ये भारत सरकारने माझी 'अतिरिक्त महाकायदेपंडित' या कायद्यातील महत्त्वपूर्ण अधिकाराच्या जागेवर नेमणूक केली होती. भारतात जून, १९७५मध्ये आणीबाणी जाहीर झाल्याच्या दुसऱ्या दिवशी मी त्या पदाचा राजीनामा दिला असून तेव्हापासून मी सर्वोच्च न्यायालयात वकिली करीत आहे. आपल्या अधिकारपदाचा असा त्याग करून भारतीय जनतेच्या स्वातंत्र्याच्या संविधानिक हक्कांवर गदा आणणाऱ्या आणीबाणीविरुद्ध निषेध नोंदवणारा मी देशातील एकमेव सरकारी अधिकारी होतो.

आपण आपल्या संपादकीयात वाचकांना 'आम्हास जरूर पत्र पाठवा,' असे लिहिले आहे. तेव्हा या माझ्या पत्राला न्याय देऊन ते आपण आपल्या मासिकात जरूर छापाल, असा मी विश्वास बाळगतो.

आपला,
फली एस. नरीमन

माझे उत्तर छापून आले त्यातील स्पष्टीकरणाचा, सत्यदर्शनाचा परिणाम म्हणून म्हणा किंवा त्या मानवी हक्काला वाहिलेल्या मासिकाला यापेक्षा इतर जास्त

महत्त्वाचे उद्योग असल्याने म्हणा, त्यानंतर वीस वर्षांनी माझे मित्र एस. मुरलीधर[६] यांनी मला 'सेमिनार' या नियतकालिकात 'भोपाळ दुर्घटनेनंतर वीस वर्षांनी' या विषयावर लेख लिहिण्याची केलेली विनंती मान्य करून माझा तो लेख प्रसिद्ध होईपर्यंत माझ्या वाट्याला कुठूनही, कोणाकडूनही आणखी टीका आली नाही. 'सेमिनार' मासिकाच्या डिसेंबर, २००४च्या अंकातला[७] माझा लेख असा होता :

भोपाळ वायुगळती दुर्घटना – काही विचार

लेखक : फली एस. नरीमन

१. प्रस्तावना

भोपाळ विषारी वायुगळतीच्या दुर्घटनेला आज वीस वर्षे उलटून गेली तरीही नुकसानभरपाईच्या अर्जातील खऱ्या-खोट्या अर्जांच्या छाननीचे अत्यंत जिकिरीचे काम अजूनही संपलेले नाही. काही पीडितांना (किंवा त्यांच्या वारसदारांना) भरपाई मिळालेली आहे, पण अजूनही पंधराशे कोटी रुपयांची प्रचंड राशी वितरणाच्या प्रतीक्षेत बँकेत पडून आहे.

जनहिताचा विचार करणाऱ्या काही वकिलांच्या पाठपुराव्याने आपल्या देशाच्या सर्वोच्च न्यायालयाने घेतलेल्या अत्यंत समजूतदार आणि कल्याणकारी निर्णयाने[८] निदान तिजोरी उघडली जाऊन काहींना तरी यथायोग्य मदतीचा लाभ होऊ शकला. आपल्या निकालपत्रात न्यायालयाने या गोष्टीचा उल्लेख केला आहे की, ज्यांच्या नुकसानभरपाईचा अर्ज मंजूर झालेला आहे अशा प्रत्येकाला त्याचा वाटा देण्यासंबंधीच्या आवश्यक त्या सूचना वेलफेअर कमिशनरना – लोककल्याण आयुक्तांना – दिल्या गेल्या आहेत, याचे न्यायालयाला समाधान आहे.

आजच्या युगात लोकांची त्यांच्या हक्कांविषयीची जाणीव वाढीला लागलेली आहे, त्याबरोबरच त्याबद्दलच्या ज्या संविधानिक, कायदेशीर तरतुदी आहेत, त्यांच्या अंमलबजावणीची जबाबदारी असणारे अधिकारी आणि वैधानिक मंडळे यांचा त्यासाठी आवश्यक ती पावले तत्परतेने आणि त्वरित उचलण्यातली टाळाटाळ, विलंब, बेपर्वाई या गोष्टीही वाढत आहेत. अशा परिस्थितीत त्या हक्कांचे उल्लंघन होत नाही, कोणावर त्यामुळे अन्याय होत नाही हे पाहण्याची, तो शक्यतो टाळण्याची आणि तरीही जर तो झालाच, तर त्यावरील उपाययोजना करण्याची

जबाबदारी न्यायसंस्थेवर येऊन पडते. उद्‌भवणाऱ्या नव्या-नव्या परिस्थितींना अनुरूप ठरतील, परिणामकारक होतील, असे उपाय शोधण्याच्या कामात नि:पक्षपातीपणा आणि न्याय आणण्यासाठी वास्तववादाचे भान राखणाऱ्या शास्त्रज्ञ वा संशोधकाच्या कल्पकतेची फार गरज आहे.

२. न्यायमूर्ती शेठ यांचा ऐतिहासिक निर्णय.

मध्यप्रदेश उच्च न्यायालयाचे न्यायाधीश न्यायमूर्ती शेठ यांनी सोळा वर्षांपूर्वी भोपाळ वायुगळती दुर्घटनेसंबंधीच्या खटल्याच्या वेळी अशा प्रकारच्या कल्पकतेचा एक प्रयोग केला होता. तो निकाल जगातल्या सर्वांत मोठ्या अपघातामुळे ओढवलेल्या घोर आपत्तीत जीव गमावलेल्या, जखमी झालेल्या, अपंगत्व आलेल्या हजारो लोकांच्या हिताचा होता. या निकालाचे वर्णन मी 'अमूल्य, संशोधकाच्या कल्पकतेचा,' असे करेन. पीडित जनतेच्यावतीने नुकसानभरपाईचा दावा लावण्याचा खास हक्क भारत सरकारला विधिमंडळाने मुद्दाम पास केलेल्या 'भोपाळ वायुगळती दुर्घटना (नुकसानभरपाईच्या अर्जाची प्रक्रिया) कायदा १९८५' या कायद्यानुसार मिळाला होता. हा दावा प्रथम भोपाळ जिल्हा न्यायालयात दाखल करण्यात आला होता. जिल्हा न्यायाधीशांनी फक्त दोन्ही बाजूंचे तोंडी युक्तिवाद ऐकून घेतले आणि लगेच युनियन कार्बाइड इंडिया लिमिटेडला आदेश जारी केला की, कंपनीने हंगामी नुकसानभरपाई म्हणून साडे-तीनशे कोटी रुपयांची रक्कम कोर्टात भरावी. अजून कोणत्याही तपासण्या झालेल्या नव्हत्या, साक्षी पुरावे नोंदलेले नव्हते, सुनावणी सुरूही झालेली नव्हती. असा आदेश देण्याचा अधिकार त्या न्यायमूर्तींनी दिवाणी कार्यपद्धतीच्या सिद्धांतातील[१] ९४ ई आणि १५१ (कोर्टाची मूळ, अंगभूत शक्ती) या विभागांच्या आधारे वापरला होता.

या निर्णयाविरुद्धच्या याचिकेच्या सुनावणीत उच्च न्यायालयाने न्यायाधीशांना तसा अधिकार नसल्याचे स्पष्ट केले. कोर्टाच्या मूळ, अंगभूत शक्तींची व्याप्ती कितीही विस्तृत असली तरी ती वापरण्याआधी तसे करण्यासाठीच्या साधार कारणांचा शोध घेणे, ती निश्चित करणे, या प्रक्रियेशी ती निगडित आहे. मूळ हक्कांना डावलून, त्यांचे उल्लंघन करून न्यायालयाला त्या मूळ शक्तीचा वापर करता येणार नाही असे कोर्टाने सांगितले.

या भोपाळ केसमध्ये जो गुन्हा घडलेला होता तो इंग्लिश कायद्यात ज्याला 'टॉर्ट'– अपकृत्य – असे नाव आहे त्या स्वरूपाचा होता, पण इंग्लंडमध्येही कोर्टाला नुकसानीची किंवा नुकसानाला कारणीभूत ठरलेल्या कृतीची भरपाई म्हणून काही हंगामी रक्कम मंजूर करण्याचा कायदेशीर अधिकार प्रदान करताना, नुकसान झालेले आहे अथवा नाही आणि त्या नुकसानीची जबाबदारी कोणाची आहे, या दोन गोष्टी सुनावणीत पुराव्यानिशी, निर्विवादपणे सिद्ध झाल्याखेरीज तो अधिकार वापरण्याची परवानगी दिलेली नाही.

मध्यप्रदेश उच्च न्यायालयाने न्यायमूर्ती शेठ यांनी 'न्यायालयाच्या मूळ, अंगभूत शक्तीं'च्या सिद्धांताचा आधार घेऊन दिलेला आदेश अयोग्य, रद्द घोषित केला, पण हे स्पष्टपणे मान्य केले की, दिवाणी कार्यपद्धतीच्या नियमांप्रमाणे अपकृत्याविरुद्धच्या दाव्यात अशी हंगामी भरपाई देण्याचा आदेश देण्याचा अधिकार कोर्टाला नसला तरी कोर्ट तसा आदेश देण्यास संपूर्णपणे असमर्थ मात्र नाही. न्यायमूर्ती शेठ यांनी त्यासाठी न्यायालयाच्या मूळ अंगभूत शक्तींच्या सिद्धांताऐवजी 'समान कायद्या'चा, 'सर्वसामान्य कायद्या'चा आधार शोधला, मग जिल्हा न्यायालयाचाच आदेश निर्विवादपणे तर्कसंगत, कायदेशीर, 'कायद्याला धरून' आहे असे सिद्ध केले आणि त्याचीच अंमलबजावणी करायचा हुकूम दिला. जिल्हा न्यायालयाचा आदेश परिणामकारक, हितकारी म्हणून मान्यच होता, फक्त आदेशामागील कायद्याच्या पाठिंब्याविषयी असहमती होती. न्यायमूर्ती शेठ म्हणाले, 'अपकृत्यासंबंधीचे कायदे' इंग्लंडमधील कायदेपद्धतीप्रमाणे तेथील 'सर्वसामान्य कायद्या'चाच भाग आहेत आणि तो कायदा तेथील न्यायालयांना अपकृत्यांमुळे घडलेल्या नुकसान भरपाईसाठी अशी हंगामी रक्कम मंजूर करण्याचा अधिकार देतो. भारतातील कायदेपद्धती ही इंग्लंडच्याच कायदेपद्धतीनुसार, एतद्देशीय परिस्थितीला साजेशी, अनुरूप करून घेतलेली असल्याने येथेही तशी मंजुरी देणे न्यायालयाच्या अधिकारात बसते. या कायदेपद्धतीनुसार भारतातील न्यायालयांना असे निर्देश आहेत की, खटल्यांचे निर्णय 'न्याय्य, स्वाभाविक, नैसर्गिक कायद्याला आणि सद्सद्विवेकबुद्धीला धरून' असले पाहिजेत. याला अपकृत्याचे दावेही अपवाद नाहीत. न्यायमूर्ती शेठ यांनी दिवाणी कार्यपद्धतीच्या सिद्धांतातील (१९०८) नववा भाग[१०] आणि मध्यप्रदेश उच्च न्यायालयानेच १९७५ साली दिलेल्या एका निर्णयाचा[११] आधार घेतला आणि इंग्लंडमधील कायदेपद्धतीवर आधारलेला भारतीय सर्वसामान्य कायदा या दाव्यात लागू केला.

‘भोपाळ विषारी वायू गळतीच्या दुर्घटनेची निदान प्रातिनिधिक जबाबदारी युनियन कार्बाइड कॉर्पोरेशनवर आहे आणि त्यामुळे लोकांच्या झालेल्या नुकसानीची हंगामी भरपाई म्हणून तिचा भारतातील कारखाना चालवणारी कंपनी युनियन कार्बाइड इंडिया लिमिटेड हिने आत्ताच्या अंदाजाप्रमाणे ठरवलेली २५० कोटी रुपयांची रक्कम भरावी’, असा निर्णय न्यायमूर्ती शेठ यांनी दिला.

या निकालाविरुद्धही पुनर्विचाराची याचिका सर्वोच्च न्यायालयात दाखल झाली. एका खंडपीठासमोर कित्येक आठवडे तिची सुनावणी चालू राहिली. सरतेशेवटी सर्व प्रकारच्या नुकसानींच्या अंतिम भरपाईची आणि दिवाणी समेटाची एकूण रक्कम ४७० कोटी अमेरिकन डॉलर्स ठरली, त्यानंतरही अनेक याचिका, निरनिराळ्या न्यायालयांतील त्रासदायक सुनावण्या पार पडल्या आणि सर्व दिवाणी खटल्यांच्या अंतिम समेटाला न्यायालयांनी मान्यता प्रदान केली.

अपकृत्यांच्या गुन्ह्यामुळे घडलेल्या नुकसानांची काही हंगामी रक्कम भरून त्वरित भरपाई करण्याचा न्यायमूर्ती शेठ यांनी दिलेला निर्णय हे भारतातील एकमेव उदाहरण आहे. गरजूला यथोचित न्याय मिळेल अशी खातरी असेल, त्या वेळी न्यायाधीशांनी संकुचितपणे विचार करून कायद्याचा कीस काढत बसणे ही गोष्ट टाळून, आपल्या अधिकारांकडे आणि हक्क आणि कर्तव्य यांच्याकडे मानवतेच्या विशाल दृष्टिकोनातून पाहणे अतिशय महत्त्वाचे आहे, गरजेचे आहे हेच या निर्णयातून प्रतीत होते. अमेरिकन तत्त्ववेता मार्था सी. नसबॉम म्हणतात त्याप्रमाणे, ‘न्यायाधीशांनी त्यांच्या कायद्याच्या ज्ञानाच्या बरोबरीने त्यांच्या मानवतेच्या जाणिवेचेही दर्शन घडवले पाहिजे.’

न्यायमूर्ती शेठ यांचा निर्णय आणखी काही कारणांनी वैशिष्ट्यपूर्ण आणि महत्त्वपूर्ण ठरतो.

एक – कोर्टाच्या अंगभूत शक्ती या व्यवस्थापनाने नियमित केलेल्या कार्यपद्धतींनी नियंत्रित केल्या जातात. कोर्ट ही न्यायाची पीठे असल्याने त्या शक्ती त्यांच्या अविभाज्य भागच बनलेल्या आहेत. त्या कार्यपद्धतीतील तरतुदींचे संरक्षण अथवा साहाय्य घेऊन त्या अंगभूत शक्तींचा वापर करता येत नाही. या कोर्टाच्या अंगभूत शक्तींविषयीच्या कायद्याच्या विरुद्ध तो निर्णय गेला नाही.

दोन – त्यात स्वाभाविक, नैसर्गिक कायद्याचे हे तत्त्व अनुसरले गेले

होते की, कोणत्याही हक्काबरोबर त्याच्या पालनाचा, अंमलबजावणीचा उपाय असलाच पाहिजे. या दिवाणी दाव्यात दुर्घटनेमुळे झालेल्या नुकसानीची तात्पुरती, हंगामी पण तातडीने भरपाई मिळणे, हा न्याय्य हक्क होता आणि तो भारतातील न्यायपद्धतीला अनुरूप, अनुकूल करून घेतलेल्या सर्वसामान्य किंवा समान कायद्याची तत्त्वे वापरून तर्कसंगत करून घेतलेला होता.

या खटल्याच्या सर्वोच्च न्यायालयातील सुनावणीच्या वेळी युसीसीच्यावतीने मी प्रमुख वकील म्हणून काम बघत होतो. सर्वोच्च न्यायालयाच्या पाच न्यायाधीशांच्या खंडपीठाने जो (दिवाणी दाव्याचा समेट जाहीर करणारा.)[१२] निकाल दिला तो न्यायमूर्ती वेंकटचलैया यांनी वाचून दाखविला, त्यात युसीसीने जो वादाचा मुद्दा उपस्थित केला होता (तो त्यांनी निकालपत्रात मान्य केला नाही, पण –), त्याचा स्पष्ट उल्लेख मात्र केला. युसीसीचे म्हणणे असे होते की, 'अशा प्रकारच्या नुकसानीच्या दाव्यात त्याचे दायित्व, जबाबदारी ठरवण्याच्या निकषांसंबंधीच जेव्हा असहमती असते, मतैक्य नसते तेव्हा कोर्टाला हंगामी भरपाई – निर्णय – देण्याचा अधिकार नसतो.'

त्या केसचा मी सर्वोच्च न्यायालयात युक्तिवाद केला होता त्याला आज सोळा वर्षे उलटली. आज मला हे कबूल केले पाहिजे की, त्या वेळी न्यायमूर्ती शेठ यांनी दिलेला निर्णय मला मुळीच आवडला नव्हता, माझ्यावर त्याचा जराही प्रभाव पडला नव्हता, उलट मी त्या निर्णयावर सर्वोच्च न्यायालयाच्या खंडपीठासमोर चांगलीच कडक टीका केली होती. त्याला मी 'तर्कशून्य' असे हिणवले होते. म्हणतात ना, वयाने (कधी-कधी) माणसाला शहाणपण येते. आज मला त्याचे महत्त्व प्रतीत होते आहे. अपकृत्याने पीडित अशा हजारो लोकांच्या हालअपेष्टा, दुःख जरा तरी कमी व्हावे, त्यांच्या नुकसानभरपाईच्या हक्काच्या मागण्या न्याय्य, वाजवी आहेत, हे सिद्ध करून त्यानुसार मदत मिळण्यासाठी न्यायालयाचा हुकूम हातात पडण्याची प्रदीर्घ प्रक्रिया आणि त्यानंतर सरकारी लाल फितीच्या दुष्टचक्रात सापडून, सही होऊन मान्यता मिळालेल्या भरपाईच्या रकमेचे वितरण होऊन प्रत्यक्ष पैसे हातात पडायलाही त्यांना वर्षानुवर्षे वाट पाहात राहायला लागू नये या जनहिताच्या काळजीपोटी दिलेला तो पूर्णपणे तार्किक निर्णय होता – त्यात एकच त्रुटी होती, त्याला अस्तित्वात असलेल्या कायद्याचा भक्कम आधार नव्हता. 'सेकंड मिसेलिनी – ॲट-

लॉ' – या कायद्यासंबंधीच्या लेखांच्या संकीर्ण संग्रहात मेगरी या लेखकाने पंचवीस वर्षे इंग्लंडचे न्यायप्रशासनाचे अर्ध्वयू – लॉर्ड चॅन्सलर – असणाऱ्या लॉर्ड एल्डन यांच्यासंबंधीची एक हकिगत लिहिली आहे. 'लॉर्ड' हे बहुमानाचे पद मिळण्याआधी, ते जेव्हा केवळ मि. स्कॉट या नावाचे सामान्य वकील होते त्या वेळी त्यांनी चॅन्सरी कोर्टात (इंग्लंडमधील मुख्य न्यायाधीशांचे न्यायालय) एक केस लढवली होती आणि ते ती हारले होते. योगायोग असा की, तेहतीस वर्षांनी तीच केस त्यांच्या समोर आली, पण ते आता नुसते वकील नव्हते, लॉर्ड होते आणि प्रमुख न्यायाधीश – लॉर्ड चॅन्सलर – होते आणि त्याच चॅन्सरी कोर्टात आता ते ती केस न्यायासनावरून हाताळणार होते... त्या वेळी त्यांनी न्यायासनावरून असे उद्‌गार काढले होते की, 'मला ही केस चांगलीच आठवते, त्या वेळी मी न्यायाधीशांनी दिलेल्या निकालाने फार चिडलो होतो, पण आता आयुष्यात अनेक उन्हाळे-पावसाळे पाहिल्यानंतर मला हे पटले आहे की, माणूस अतिशय क्रोधित होऊ शकतो आणि तो अतिशय चूकही असू शकतो!'

३. नो-फॉल्ट लायबिलिटी – विनाचुकीचे उत्तरदायित्व

अपकृत्याची जबाबदारी, दायित्व ठरवताना आधी 'दोष कुणाचा?' याचे उत्तर ठरवणे गरजेचे आहे का, या वादग्रस्त प्रश्नावर कायदा, न्यायपद्धती यांनी सतत बदलत्या भूमिका घेतलेल्या दिसतात. मध्ययुगीन काळात कायद्याचा प्रमुख उद्देश समाजात सुव्यवस्था, शांतता टिकवून धरणे हा असल्यामुळे घडलेल्या दोषापेक्षा त्याच्या कारणांकडे, त्यांचा कसोशीने शोध घेण्याकडे जास्त भर होता. हळूहळू पाश्चिमात्त्य देशांतील कायदा चर्चच्या, धर्माच्या प्रभावाने समाजात सत्य, न्याय यांची प्रस्थापना करणे, समाज दोषरहित करणे, या गोष्टींकडे लक्ष देऊ लागला. पुढे औद्योगिक क्रांतीच्या काळात (अठराव्या शतकाचा उत्तरार्ध, एकोणिसाव्या शतकाचा प्रारंभ) नीतिमत्तेचा ऱ्हास हे अपकृत्यांचे मूळ आहे, असा समज दृढ करण्याकडे कल वाढत चालला. नव्या यांत्रिक युगाने प्राप्त होणाऱ्या घवघवीत फायद्यांकडे नजर ठेवून लोकांच्या वैयक्तिक सुरक्षेकडे कानाडोळा करणे, कारखान्यात घडणाऱ्या काही अटळ स्वरूपाच्या अपघातांमुळे होणाऱ्या नुकसानांच्या भरपाईच्या आर्थिक ओझ्यापासून त्या औद्योगिक

उपक्रमांना सोयीस्कर रित्या दूर ठेवणे, त्यांना त्यापासून वाचवणे, यातला व्यवहारी शहाणपणा न्यायालयांनीही ओळखला आणि त्या अनुरोधाने निर्णयांचे धोरण आखले, परंतु अलीकडच्या शतकात या सर्व दृष्टिकोनात फरक पडत गेला. विशेषत: सर्वांत जास्त गंभीर आणि भयंकर स्वरूपाच्या, मोठ्या प्रमाणावर नुकसान करणाऱ्या औद्योगिक क्षेत्रातील दुर्घटना, अपघात, अपकृत्ये यांच्या बाबतीत विशेष लक्षणीय होता. याचे प्रमुख कारण असे आहे की, आधुनिक तंत्रज्ञान, कितीही सुरक्षित असले तरी ते अचूक, दोषातीत नाही, त्यातही चुका होतात आणि त्यातून अपघात, दुर्घटना आणि त्यामुळे मानवी जीवितहानी आणि इतर अनेक प्रकारचे जे नुकसान घडते ते नेमके कशामुळे, कोणत्या कृतीमुळे, कोणत्या आणि कुणाच्या दोषामुळे घडते यावर बोट ठेवणे, त्याची खातरजमा करून घेणे आणि ते सिद्ध करणे बऱ्याच प्रसंगांत शक्य होत नाही. हे आधुनिक तंत्रज्ञानातील कटू सत्य सर्वांना कळून चुकले आहे.

अशा परिस्थितीतही न्यायाचा अंतिम हेतू साध्य करता येईल यासाठी काही वेगळ्या पद्धतीच्या कायद्यांची योजना करणे गरजेचे आहे असा विचार मूळ धरू लागला आहे. त्यातील एक योजना अशी आहे की, अपघातप्रवण क्षेत्रातील उद्योगांनी, विशेषत: धोकादायक प्रक्रिया अथवा पदार्थ हाताळणाऱ्यांनी त्यातील संभाव्य नुकसानीची शक्यता लक्षात घेऊन, त्या भरपाईची किंमत सर्वांनी एकत्रितपणे सोसावी. अशा प्रकारची योजना जनहिताचा उद्देश कायदेपद्धतीपेक्षा जास्त चांगल्या रीतीने पुरा करू शकेल, असा जाणत्यांना विश्वास वाटतो. कायदा दोषांचा शोध घेऊन, ते निश्चित करून त्याच्या प्रमाणात पीडितांना द्यायची भरपाई ठरवते. त्याला आमच्या भाषेत 'फोरेन्सिक लॉटरी' – 'न्यायालयीन लॉटरी'– असे म्हणतात. चेर्नोबिल आणि भोपाळ या आता केवळ दोन दुर्दैवी दुर्घटना राहिल्या नसून त्या सर्व औद्योगिक देशातील शब्दकोशातील महाभयंकर शब्द बनले आहेत. ज्यांचा अर्थ 'प्रगत तंत्रज्ञानातील अविश्वसनीय शक्यतांचे महाभयंकर दुष्परिणाम' असा होतो.

औद्योगिक दुर्घटनांनी होणाऱ्या नुकसानीच्या बाबतीत – दोष सिद्ध झाला असो वा नसो – आपण परत मध्ययुगीन काळातील 'दोषांपेक्षा दोषांच्या कारणांकडे लक्ष केंद्रित करण्याच्या' दृष्टिकोनाकडे जास्त वळू लागलो आहोत, निदान तसे सतत बोलले, लिहिले तरी जात आहे. या बाबतीतील आदर्श कायदा कसा असावा, त्या कायद्याकडून कोणत्या आकांक्षा बाळगाव्यात असा विचार करायला लागले, तर 'देशात एक

'मध्यवर्ती राष्ट्रीय दुर्घटना निधी' उभारला जावा' असा कायदा अस्तित्वात येणे (निदान त्या दिशेने पावले उचलणे, उपक्रमाचा आरंभ करणे.) असंभवनीय वाटत नाही. विशेषत: ज्या देशात शासनाला आर्थिक बळ गोळा करण्याची प्रामाणिक इच्छा असेल आणि ते शक्यही असेल त्या देशात तरी तशा प्रकारच्या निधीची संस्थापना कायद्यानेच करता येईल. असा निधी केवळ शासनाच्याच तिजोरीतून वेगळा काढून उपलब्ध करून दिला पाहिजे असे मुळीच नाही. त्यातला बराचसा वाटा उद्योग स्वेच्छेने उचलू शकतील किंवा धोकादायक उद्योगांवर विशेष कर आकारून उद्योगांना अनिवार्यपणे त्या निधीत भर घालायला लावता येईल.

अशा प्रकारच्या खास निधीचा फार मोठा फायदा असा होईल की, त्यातून मानवनिर्मित (अनैसर्गिक) दुर्घटनांच्या बळींना लगेच, तातडीने, वेगाने उचित मदत पोहोचवता येईल. या निधीतून दिली जाणारी आर्थिक मदत, चूक कोणाची, अपघात होता का दुर्लक्ष किंवा हलगर्जीपणा होता ही चर्चा, त्यामागची कारणमीमांसा हे सर्व काही काळ बाजूला ठेवून सर्व संकटग्रस्तांपर्यंत तातडीने, सहजी पोहोचवता येईल. नुकसान कोणत्या प्रकारचे, किती झाले आहे, त्याचे गांभीर्य किती आहे, त्याच्यावरील उपायांचे स्वरूप काय असावे, यांचा आढावा घेऊन त्यानुसार नुकसानीची प्रतवारी करून, शिवाय वैयक्तिक विशेष गरजांसाठी थोडी लवचिकता ठेवून, प्रत्येक प्रकारच्या नुकसानीसाठी काही ठरावीक रक्कम ठरवून पीडितांना हंगामी भरपाई म्हणून त्वरित पोहोचवता येईल आणि मग सर्व कायदेशीर सोपस्कार झाल्यावर अंतिम भरपाईच्या रकमेबद्दल जो निर्णय होईल त्याप्रमाणे त्यांना उरलेली रक्कम एकावेळी किंवा वार्षिक हप्त्यातही मिळण्याची व्यवस्था करता येऊ शकेल. या निधीची काळजी वाहण्यासाठी आपदग्रस्तांच्या नुकसानीचे नि:पक्षपातीपणे वैद्यकीय आणि आर्थिक मोजमाप करणारे तज्ज्ञ निर्धारक असतील अशी स्वतंत्र यंत्रणा उभी करता येईल. आजच्या पद्धतीत खटले दाखल करणे, त्यांच्या सुनावण्या, पुनर्विचाराच्या याचिका, दुर्घटनेच्या दायित्वाबद्दलची खातरी, भरपाईच्या रकमेचे वाद, निर्णय आणि शेवटी दोषी व्यक्ती अथवा संस्था, कंपनी यांच्याकडून ती भरपाई आर्थिक स्वरूपात वसूल करून प्रत्यक्ष गरजूंच्या हातात पडणे, या सर्व प्रक्रियांना लागणारा अमर्याद वेळ अशा जमवून ठेवलेल्या निधीमुळे वाचेल. विशेषत: दुर्घटना फार विस्तृत परिणाम करणारी असेल, त्याचा फटका बसलेल्यांची संख्या प्रचंड मोठी असेल अशावेळी असा निधी अतिशय उपयोगी सिद्ध होईल. कुणालाच हाल अपेष्टा जास्त काळापर्यंत

सहन न करता आपत्तीहरणासाठी आवश्यक कारवाई विनाविलंब करता येईल. ज्यांची कायद्याच्या प्रदीर्घ वाटेने जाऊन जास्त भरपाई मिळवायची तयारी असेल त्यांचा तो मार्गही या योजनेने मोकळाच राहील. याचा आणखी एक फायदा कदाचित असाही होईल की, अशा खटल्यात बचावपक्षाकडून त्याच्यावरील जबाबदारी निश्चित सिद्ध होईपर्यंत विलंबाच्या प्रयुक्त्यांच्या 'हुकमी एक्क्या'चा हमखास केला जाणारा वापर कमी होईल, खटले लवकर निर्णयाप्रत पोहोचतील. मोठ्या प्रमाणावर घडणाऱ्या 'विषारी' दुर्घटनांचा अप्रत्यक्ष पण अटळ परिणाम म्हणून आणखी एका प्रकारचे 'विष' समाजात पसरते. (ते पुढे वर्णन केले आहे. त्याचाही प्रसार आणि त्याचे दुष्परिणाम टाळले जातील.)

४. प्रत्येक 'विषारी' दुर्घटनेचा परिणाम – 'समाजात क्रोधाच्या जहरी विषाचा फैलाव'

विषारी पदार्थ, वायू यांच्यामुळे जेव्हा अरिष्ट कोसळते, जेव्हा अनेकजण जखमी होतात, मृत्युमुखी पडतात तेव्हा संकटग्रस्तांच्या मनात चीड, राग यांनी रंजित अशी एक जळजळीत, हिंसक, जबरदस्त भावनिक प्रतिक्रिया उमटते. या उद्रेकाला जीवशास्त्रीय भाषेत 'टॉक्झिसिटी ऑफ अँगर'[१३] – 'क्रोधाचे विषारित्व' अशी संज्ञा आहे. या जहराचा परिणाम असा होतो :

- नुकसान भरपाई अगदी वाजवी, सयुक्तिक असली तरीही तिच्याबद्दल चटकन एकमत, सहमती होण्याविषयी एक अंगभूत दडपण येते.

- त्या दडपणामुळे खटल्यांची प्रक्रिया प्रदीर्घ काळापर्यंत, अगदी कडवटपणा येईपर्यंत, एखाद्या अटीतटीच्या स्पर्धेसारखी ताणण्याचे प्रयास केले जातात.

- अखेर समेट घडून भरपाईची रक्कम ठरली, तर त्याविषयी पीडितांच्या एखाद्या गटाकडून त्या निर्णयाला अगदी दात ओठ खाऊन (सहसा मोर्चे, घोषणा या मार्गाने) विरोध होतो आणि त्याला एखाद्या असंबंधित, नसत्या उठाठेवी करण्याची हौस असणाऱ्या 'समाजाच्या सेवकां'चा पाठिंबा मिळतो. विरोधकांच्या तक्रारी अशा असतात की, दोष कोणाचा, दुर्घटनेची जबाबदारी

कोणाची हे नेमके ठरवलेच गेले नाही, दोषींना त्यांच्या अपराधांच्या मानाने काहीच शिक्षा दिली गेली नाही, भरपाई मिळविण्यासाठी पुरेसे, निकराचे प्रयत्नच झाले नाहीत, त्या पैसेवाल्यांकडून सहज शक्य तेवढीही वसुली केली गेली नाही, यापेक्षा कितीतरी अधिक मदत मिळायला हवी होती, त्या धनदांडग्यांकडून त्यांच्या क्षमतेच्या मानाने अगदीच कमी रक्कम पदरात पडली.

◆ अखेरीस जेव्हा काही वर्षांनी केस अंतिम निकालाच्या स्थितीला पोहोचते, त्या वेळी बहुतेक करून दुर्घटनेच्या दायित्वाचा निर्णय हा सर्वसंमत असलेल्या कायद्याच्या तत्त्वांनुसार न होता न्यायासनावरील व्यक्तीच्या मनातील न्यायाविषयीच्या संकल्पनेप्रमाणे, समजाप्रमाणे, वैयक्तिक मतांवर होतो, कारण प्रसिद्ध अमेरिकन वकील आणि जज्ज बेंजामिन नाथन कारडोझो याने म्हटल्याप्रमाणे 'संकटांचे महापूर, आपत्तींच्या लाटा जेव्हा सामान्य माणूस, आम जनता यांना वेढून टाकतात, प्रवाहाबरोबर वाहात नेतात तेव्हा त्या लाटा न्यायाधीशांना काही वगळत नाहीत, तेही त्यात सापडतातच!'

◆ जेव्हा या सगळ्या चढ, उतार, वळणे, वाकणे यांच्या बिकट वाटेने वहिवाट करूनही समेट साधत नाहीच, तेव्हा मग झालेल्या नुकसानाचे मोजमाप व्यक्तिगत पातळीवर, शास्त्र, तर्क बाजूला ठेवून 'सोसावे लागलेले दुःख, क्लेश, मनस्ताप, आर्थिक मिळकतीची हानी' या भावनांच्या फूटपट्टीने होऊ लागते.

भावविवशता हा निर्णयाच्या प्रक्रियेतील फार मोठा अडसर आहे, योग्य मार्ग धूसर बनवणारे डोळ्यावरील पटल आहे, पण अशा दुर्घटना नेहमीच हमखास निर्णयाची वाट हरवून टाकणारे भावनांचे घनदाट जंगल निर्माण करीत असतात.

ज्या औद्योगिक कंपनीत दुर्घटना घडली असेल, किंवा जी कंपनी तिला जबाबदार ठरली असेल त्या कंपनीविरुद्धचा राग हा संसर्गजन्य असतो, तो सर्वत्र रोगाच्या साथीसारखा पसरतो, वणव्यासारखा पेटतो. त्याचा उद्रेकही फार विचित्र पद्धतीने होतो. समाजात सधन, सुखवस्तू लोकांचा एक वर्ग असतो. या आपत्तीची जराही झळ न पोहोचलेले, पण पीडितांच्या क्षोभाविषयी लांबूनच का होईना, भरपूर आस्था दाखवणारे आणि कोरडीच का होईना पण पुष्कळ सहानुभूती दाखवणारे खूपजण

असतात. या वर्गातील लोक स्वतः त्यांचे दुःख हलके करण्यासाठी स्वतःच्या खिशाला थोडीही तोशीस लावायला तयार नसतात, पण त्यांनी रोजच्या घटनांबद्दल वर्तमानपत्रातील बातम्या वाचून आणि कर्णोपकर्णी पसरणाऱ्या अफवा चवीने चघळून अपराध्याला योग्य शासन मिळालेच पाहिजे आणि त्यांना नुकसानीची पूर्ण भरपाई द्यायला लावलीच पाहिजे या घोषणा कानात पक्क्या साठवलेल्या असतात. अपराध्याच्या जागी कधी एखादी रसायने तयार करणारी कंपनी असते, तर कधी एखादा कारखाना असतो, यामुळे साहजिक सार्वजनिक लोकमत असे तयार होते, समाजात वातावरण असे पसरते की, फक्त नैसर्गिक आपत्ती कोसळली तरच समाजाने साहाय्याचा, आधाराचा हात पुढे करणे, त्यासाठी आर्थिक झळ सोसणे गरजेचे असते, पण औद्योगिक अथवा इतर कारणांमुळे उद्‌भवलेल्या अनैसर्गिक अरिष्टांचे वेळी फक्त ज्याच्या हातून दुष्कर्म घडले असेल त्यानेच, त्याच्याच खिशातून फक्त सर्वांना मदत करणे हेच अनिवार्य आहे. डिसेंबर, १९८४मध्ये भोपाळ विषारी वायुगळतीबाबतच्या ज्या निरनिराळ्या केसेस न्यायप्रविष्ट होत्या त्यांच्या निकालपत्रात भारताच्या सर्वोच्च न्यायालयाने या मुद्द्याकडे विशेषत्वाने लक्ष वेधले होते. (एका बाजूला) भारत सरकार (सर्व नुकसानभरपाईच्या हक्कदारांचे कायदेशीर प्रतिनिधी) आणि (दुसऱ्या बाजूला) कार्बाइड कॉर्पोरेशन ऑफ इंडिया आणि त्यांची भारतीय उपकंपनी यांच्यामधील संपूर्ण दिवाणी दाव्याच्या अंतिम समेटाला सर्वोच्च न्यायालयाने फेब्रुवारी, १९८९मध्ये मान्यता दिली. त्याला कोणत्या गोष्टी कारणीभूत झाल्या ते सांगताना ४ मे, १९८९ रोजी वाचल्या गेलेल्या निकालपत्रात सरन्यायाधीश पाठक यांनी लिहिले होते :

> हजारो गरीब आणि असाहाय लोकांच्या जिवावर बेतलेल्या या महाभयंकर दुर्घटनेबद्दल देशातील जनतेची जी संकुचित प्रतिक्रिया होती, त्यावर राष्ट्रीय पातळीवर गंभीरपणे विचार होणे आवश्यक आहे. ज्या कंपनीत विषारी वायुगळती झाली तिच्याबद्दल मनस्वी राग येणे, चीड येणे, तिची कडक शब्दांत निर्भर्त्सना करणे या गोष्टी होणार हे न्यायालयाला समजू शकते, कारण ते साहजिक आहे, परंतु खटल्यांच्या निकालाची प्रदीर्घ प्रक्रिया पूर्ण होईपर्यंत पीडितांना मदतीसाठी वाट पाहात हाल-अपेष्टा सहन करायला लागू नयेत, त्यांच्या दुःखांवर तातडीने इलाज व्हावेत, या सद्‌हेतूने देशातील कोणत्याही वर्गाने, गटाने, पक्षाने आपल्या शक्ती पणाला

लावून सार्वजनिक निधी उभा करण्याचे जराही प्रयत्न केले नाहीत. नुकत्याच पडून गेलेल्या गुजरातमधील दुष्काळाचे वेळी जनहिताची काळजी वाहणाऱ्या काही लोकांच्या 'भगीरथ' प्रयत्नांनी गुरा-ढोरांचे जीव वाचवण्याचे महान कार्य कसे घडले, हे सर्वश्रुतच आहे. ही गोष्ट भोपाळ दुर्घटनेच्या पार्श्वभूमीवर फार महत्त्वाची ठरते.[१४]

जनक्षोभाचे जहर न्यायपद्धतीत शिरून न्यायालयीन निर्णयांवर त्याचा परिणाम होणार नाही, ही गोष्ट 'विषारी' अपकृत्यांविरुद्धच्या कायद्यात 'कायदेशीर दुरुस्ती' करून साधता येणार नाही. ती काळजी सर्व संबंधितांना डोळ्यांत तेल घालून सत्याचा शोध घेऊन, कानात बोळे घालून अफवांपासून दूर राहून घ्यावी लागेल, कारण एकदा ते जहर पसरले की, मग चर्चा, मध्यस्थी यात त्याचा फार मोठा अडथळा निर्माण होतो, दोन बाजूंमध्ये तडजोड होण्याची शक्यता दुरावते, विलंब वाढतो, त्याचा परिणाम दुर्घटनाग्रस्तांच्या शारीरिक आणि मानसिक जखमा चिघळण्यात होतो आणि त्यांच्या वाढत्या यातनांचे पडसाद न्यायालयीन आणि अखेरीस निर्णयाच्या प्रक्रियेमध्येही उमटतात. इतर कोणत्याही कायद्याच्या शाखेपेक्षा या विशिष्ट शाखेत न्यायालयाच्या रंगभूमीवर घडणाऱ्या संवेदनशील नाट्यात समावेश असणारे – न्यायाधीश, हस्तक्षेप करणारे मध्यस्थ, दोन्ही बाजूंचे वकील – सर्वांनाच त्यांच्या कायद्यातील कौशल्याबरोबरच, त्याहून वेगळ्या प्रकारचे कसब दाखवण्याची गरज असते. या शाखेत सुसंगत अशा कायदेशीर तत्त्वांचा अभाव आहे आणि म्हणून मानवनिर्मित दुर्घटनांमुळे उद्‌भवणाऱ्या प्रश्नांचे गांभीर्य, त्यांची प्रचंड व्याप्ती या गोष्टी लक्षात घेऊन ते हाताळण्यासाठी खास अशा तंत्राचा वापर करावा लागतो. याचा अर्थ असा कदापि होत नाही की हक्कांसाठी, अधिकारांसाठी कायदेशीर मागण्या करू नयेत किंवा त्यांचे कायद्याच्याच मार्गाने बचाव, समर्थन, प्रतिवाद करू नये. हे उघड आहे की, हा मार्ग वळणा-वळणांचा, गुंतागुंतीचा आहे आणि म्हणूनच त्यातून आपले जनहिताचे उद्दिष्ट साधण्यासाठी तीन दिशांनी भगीरथ प्रयत्नांची आवश्यकता आहे :

एक : दुर्घटनेच्या बळींची संख्या, मृत किती, जखमी किती, त्यांच्या जखमांचे प्रमाण या गोष्टी लवकरातलवकर आणि काटेकोर अचूकतेने ठरवणे.

दोन : त्यातील सर्व लहान-सहान तपशिलांसह ती संपूर्ण माहिती

ज्यांना या अपकृत्यासाठी जबाबदार ठरवण्याचा प्रयत्न केला जाणार असेल त्यांच्यापर्यंत पोहोचवणे.

तीन : दायित्व, जबाबदारी या गोष्टींचा संदर्भ न घेता उभयपक्षी चर्चा करून, कोणताही आकस, कटुता न आणता पीडितांना हितावह ठरेल असा संपूर्ण समेट घडवून आणण्याचा प्रयत्न करणे.

जोपर्यंत सर्वसामान्य कायद्याच्या पायावर आधारलेल्या या अपकृत्याविषयीच्या कायदापद्धतीत काही विचारपूर्वक अनुकूल बदल कायद्यानेच घडत नाहीत, तोवर या सध्याच्या क्लिष्ट, जटिल, यातना देणाऱ्या, कूर्मगतीने पुढे सरकणाऱ्या, महागड्या पद्धतीतून आपले जनहिताचे लक्ष्य साध्य करण्याचे हेच परिणामकारक मार्ग आहेत. भारतीय सर्वोच्च न्यायालयानेही त्याच्या २२ डिसेंबर, १९८९च्या निकालपत्रात अशाच कायदादुरुस्तीची मागणी केली आहे.

५. 'भोपाळ विषारी वायुगळती दुर्घटना (नुकसान भरपाईच्या अर्जाची प्रक्रिया) कायदा १९८५ याची विधिग्राह्यता मान्य करताना सर्वोच्च न्यायालयाने केलेल्या उपयोगी सूचना – एक पुढे न सरकलेले प्यादे!

भोपाळ विषारी वायुगळती दुर्घटना (नुकसान भरपाईच्या अर्जांची प्रक्रिया) कायदा १९८५ याची विधिग्राह्यता मान्य करताना, अशा दुर्घटना पुन्हा-पुन्हा घडू नयेत, या उद्देशाने सर्वोच्च न्यायालयाने अनेक उपयोगी सूचना केल्या आहेत. 'चरणलाल साहू विरुद्ध भारत सरकार'[१५] या केसचा निकाल देताना सर्वोच्च न्यायालयाने भोपाळ दुर्घटनेच्या अतिशय कटू अनुभवाच्या पार्श्वभूमीवर कायदेमंडळाने आणि कार्यकारी कारवाईच्यामार्फत काय-काय केले पाहिजे हेही सांगितले आहे, त्यात केंद्र सरकारला सांगितले आहे की, ज्या उद्योगात अपकृत्य घडण्याचा धोका आहे अशा उद्योगांना परवानगी, परवाने देण्यासाठीचे नियम, त्या उद्योगांच्या कार्यपद्धतीच्या दर्जाचे, योग्यतेचे आदर्श अतिशय कडकपणे आणि काटेकोरपणे ठरवले पाहिजेत, जर एखादी दुर्घटना घडलीच तर विनाविलंब नुकसान भरपाई देता यावी, म्हणून आधीपासूनच उद्योगाने एक विशेष निधी उभारला पाहिजे, भरपाई देण्याची पद्धतही उद्योगाने आधीच नियमबद्ध केली पाहिजे; परवाना देण्यापूर्वी या सर्व आवश्यकतांची पूर्तता केलेली आहे याची खातरजमा केली गेली पाहिजे. त्यानंतर कोर्टाने कायद्यात पाच सुधारणा

सुचवल्या आहेत :

१. विषारी वायूची गळती किंवा त्या प्रकारच्या इतर अपघातातील नुकसानाचे प्रमाण ठरवण्यासाठीचे नियम कायदेबद्ध केले जावेत, त्यासाठी नुकसानाचा प्रकार, त्याचे होणारे परिणाम आणि जबाबदार व्यक्ती अथवा कंपनी यांची आर्थिक ताकद आणि खर्च करण्याची क्षमता या गोष्टी विचारात घेतल्या जाव्यात. कायद्यात नुकसानप्रतिबंधक उपाय, दंडासारख्या शिक्षांची तरतूद याही गोष्टी सरकारने स्वत: किंवा त्या क्षेत्रातील तज्ज्ञांची समिती नेमून त्या कायद्यात अंतर्भूत कराव्यात. 'हे भविष्याच्या दृष्टीने फार महत्त्वाचे आहे,' असा खास इशारा कोर्टाने नोंदला आहे.

२. आपद्ग्रस्तांना तातडीने मदत मिळालीच पाहिजे असा कायद्यातच नियम असावा, त्यासाठी औद्योगिक दुर्घटना अथवा अपघात यातील पीडितांना किती भरपाई मिळावी, हे ठरवण्यासाठी मुद्दाम तयार केलेल्या पद्धती वापरून ती निश्चित करणाऱ्या खास न्यायासनाचे गठन करणे अनिवार्य असावे. सर्वोच्च न्यायालयात अपील हे फक्त कायद्यातील काही प्रश्नांवरून करता यावे आणि तेही न्यायासनाने निश्चित केलेली हंगामी भरपाईची रक्कम पीडितांना दिली गेल्यावरच दाखल करण्यात यावे.

३. जर न्यायालयीन सुनावणी प्रदीर्घ काळापर्यंत लांबत चालली, तर काही रकमेचे मध्यावधी वाटपही पीडितांना करण्यात यावे, यामुळे जबाबदार व्यक्ती अथवा कंपनी यांच्या विरोधातील लोकांचा राग, क्षोभ हा आटोक्यात राहील.

४. 'औद्योगिक दुर्घटना निधी' उभारण्याची कायद्यानेच सक्ती केली जावी. सरकारखेरीज मोठ्या बहुराष्ट्रीय उद्योगसंस्था, त्यांच्या उपकंपन्या, खाजगी आणि सार्वजनिक स्थानिक उद्योग यांच्याकडूनही त्या निधीसाठी पैसा गोळा करण्यात यावा. हा 'कायम' निधी असावा, म्हणजे केव्हाही कुठेही दुर्घटना घडली तरीही त्वरित मदत उपलब्ध असेल; याने पीडितांना असाहायपणे मदतीची वाट पाहात बसावे लागणार नाही.

५. प्राणघातक अपघात कायदा-१८५५ – फेटल ॲक्सिडेंट्स लॉ-१८५५ – यातील जुन्या पुराण्या नियमात बरेच लक्षणीय असे बदल केले जावेत अथवा एक नवा कायदाच अस्तित्वात आणला जावा, त्यात इतर गोष्टींसोबत खालील मुद्दे यावेत :

अ) नुकसानीच्या दायित्वाच्या निर्णयाची आणि खटल्यांचे निकाल लागण्याची वाट न पाहता (मोटर व्हेइकल्स ॲक्टमध्ये समाविष्ट आहे तशी), नेमून दिलेल्या आधिकाऱ्याने, समितीने अथवा न्यायासनाने ठरवलेली किमान रक्कम पीडितांना देण्यात यावी.

ब) काही विशिष्ट प्रकारच्या अपघात, दुर्घटनांसाठी, आवश्यकता वाटल्यास, विशेष अधिकारप्राप्त अशा खास समितीची नेमणूक करण्याची तरतूद असावी.

क) अशा समित्यांनी वापर करण्याच्या पद्धती अशा विकसित केल्या जाव्यात की, त्या सरळ, सोप्या असतील, त्यात कोर्टातील दिरंगाईला पोषक असे उपचार नसतील आणि ज्यायोगे पीडितांच्या मागण्यांबद्दलचे निर्णय वेगाने घेतले जातील.

ड) जे उद्योग, कारखाने, कंपन्या धोकादायक पदार्थ, प्रक्रिया यांचा वापर करीत असतील त्यांना त्रयस्थ व्यक्तीच्या जीवित, मालमत्ता यांची हानी भरून देण्याची हमी देणारा विमा उतरवलाच पाहिजे, असा नियम त्या कायद्यात समाविष्ट करावा.

दु:खाची गोष्ट अशी की, धोकादायक प्रक्रिया वापरणाऱ्यांना त्रयस्थ व्यक्तीच्या जीवित, मालमत्ता यांची हानी भरून देणारा विमा अनिवार्य करण्याखेरीज (पब्लिक लायबिलिटी ॲक्ट १९९१ – सार्वजनिक दायित्वाचा कायदा) सर्वोच्च न्यायालयाने (१९८९ साली) केलेल्या इतर कोणत्याही सूचनांवर (गेल्या जवळ-जवळ वीस वर्षांच्या दीर्घ काळात) संबंधितांकडून काहीही कृती केली गेलेली नाही. त्या अमलात आणण्याचा, नवे कायदे करण्याचा विचारही सरकारने केलेला नाही, एवढेच नव्हे तर जनतेच्या हितासाठी लढण्याचे व्रत घेतलेल्या एकाही बिनसरकारी समाजसेवी संस्थेने त्यासाठी लढा तर सोडाच, त्यांची आग्रही मागणीही केलेली नाही.

‘सेमिनार’ या मासिकाच्या फेब्रुवारी, २००५च्या अंकात ‘कम्युनिकेशन्स’ – ‘संवाद – प्रतिसाद’ या सदरात संपादकांनी दोन महत्त्वपूर्ण पत्रे छापली होती. त्यातले एक होते प्राध्यापक उपेंद्र बक्षी यांचे आणि दुसरे होते विजय के. नागराज आणि नित्त्या व्ही. रामन यांनी संयुक्तपणे लिहिलेले. त्या दोघांनी त्या पत्रात बऱ्याच मुद्द्यांविषयी शंका विचारल्या होत्या. सज्जन संपादकांनी ती पत्रे छापण्यापूर्वी मला त्या पत्रांना उत्तर देण्याची संधी दिली होती. ती पत्रे आणि त्यांना मी दिलेले उत्तर खाली उद्धृत केली आहेत.

फली नरीमन यांना जाहीर पत्र

(लेखक – प्राध्यापक उपेंद्र बक्षी)

भोपाळ विषारी वायुगळती दुर्घटनेला वीस वर्षे झाल्याचे निमित्त साधून ‘सेमिनार’ने खास अंक काढायचे ठरवल्यावर संपादकांनी मला त्या अंकात लेख लिहिण्याची विनंती केली होती, पण ती मला मान्य करणे शक्य नव्हते, कारण त्याच अंकात फली नरीमन हे लेख लिहिणार होते आणि त्यांनी युनियन कार्बाइड कंपनीचे वकीलपत्र स्वीकारल्याच्या निषेधार्थ मी असा पण केला होता की, मी त्यांच्या बरोबर कोणत्याही सार्वजनिक मंचावर हजेरी लावणार नाही आणि माझ्या मते एकाच अंकात एकत्र लेख लिहिणे हेही माझ्या त्या निश्चयाच्या विरुद्ध ठरले असते. आज मी हा लेख लिहिण्याचा अपवाद यासाठी करतो आहे की, त्यांच्या डिसेंबर महिन्याच्या सेमिनारमध्ये प्रसिद्ध झालेल्या लेखात, फक्त मलाच नव्हे तर माझ्या काही सहकाऱ्यांनाही, युसीसीसारख्या एका ‘खुनी’ पक्षकाराचे वकीलपत्र स्वीकारून त्याच्या अपकृत्याची बाजू लढवल्याबद्दल क्षमेचा, अप्रत्यक्ष पण स्पष्ट, सूर ऐकू आला आहे. हे माझे मत वाचल्यावर ते काय म्हणतील हे जाणून घेऊन माझ्या मनाला त्यांच्या लेखातून झालेली क्षमायाचनेची, कदाचित चुकीची, पण निश्चित, चाहूल मला पुसून टाकायची नाही. त्यांनीच प्रस्तावित केलेल्या आणि तिला मान्यता मिळविण्यासाठी चिकाटीने प्रयास केलेल्या अन्याय्य, तर्कशून्य समेटाबद्दलचा पश्चात्ताप आणि क्षमेची भावना त्यात स्वच्छ प्रतिबिंबित झाली आहे, हे निश्चित सत्य आहे.

श्री. नरीमन यांना जे म्हणायचे आहे, ते त्यांनीच त्यांच्या लेखात औचित्यपूर्ण उल्लेख केलेल्या लॉर्ड एल्डन यांच्या शब्दांत म्हणून टाकले आहे. (अर्थात ‘ब्रिटिश’ अहंकार रक्तात असणाऱ्या वकिलांच्या शब्दकोशात क्षमेची भावना व्यक्त करायला याहून स्पष्ट शब्द नसणारच) ‘आयुष्यात

अनेक उन्हाळे-पावसाळे पाहिल्यानंतर मला हे पटले आहे की, माणूस अतिशय क्रोधित होऊ शकतो आणि तो अतिशय चूकही असू शकतो!' नरीमन यांनी लेखात असे म्हटले आहे की, मध्य प्रदेश उच्च न्यायालयाने दिलेल्या हंगामी भरपाई देण्याच्या निकालाला त्यांनी सर्वोच्च न्यायालयात विरोध केला ही त्यांची फार मोठी चूक होती, पण उच्च न्यायालयाने त्या दुर्घटनेसाठी, त्या 'विषारी अपकृत्या'साठी ('टॉक्झिक टॉर्ट) कायद्याच्या आधारे युसीसीला संपूर्ण जबाबदार धरले होते, यालाही त्यांनी सर्वोच्च न्यायालयात विरोध केला हीसुद्धा त्यांची घोर चूक होती, हे मात्र ते कबूल करीत नाहीत! त्या वेळी मी 'द टाइम्स ऑफ इंडिया'मध्ये लिहिलेल्या लेखात उच्च न्यायालयाच्या वरील दोन्ही निर्णयांची प्रशंसा केली होती. श्री. नरीमन मात्र त्यातल्या कमी महत्त्वाच्या, हंगामी भरपाईच्या मुद्द्याबद्दलच बोलतात. युसीसीच्या दायित्वाच्या निर्णयाचा त्यांनी विरोध केला हे कायद्याला, न्यायाला धरून होते आणि म्हणून त्याला त्यांनी केलेला विरोध 'न्याय्य'च होता याचा ते पुनरुच्चार करतात, त्यांनी त्यांचे वकिली कौशल्य पणास लावून सर्वोच्च न्यायालयातील न्यायाधीशांना भरपाईच्या मागणीवर समेट घडवून आणायला प्रवृत्त केले. नुकसानभरपाईच्या रकमेचा सर्वोच्च न्यायालयाने पुनर्विचार करावा असा आग्रह धरणारी जी याचिका आम्ही कार्यकर्त्यांनी एकत्रितपणे सर्वोच्च न्यायालयात दाखल केली होती तिला त्यांनी दात-ओठ खाऊन शत्रुवर तुटून पडणाऱ्या योद्ध्याच्या आवेशात कसून विरोधही केला!

श्री. नरीमन यांनी पुढे असेही लिहिले आहे की 'अपकृत्याने पीडित अशा हजारो लोकांच्या हाल-अपेष्टा, दुःख जरा तरी कमी व्हावे, त्यांच्या नुकसान भरपाईच्या हक्काच्या मागण्या न्याय्य, वाजवी आहेत हे सिद्ध करून त्यानुसार मदत मिळण्यासाठी न्यायालयाचा हुकूम हातात पडण्याची प्रदीर्घ प्रक्रिया आणि त्यानंतर सरकारी लाल फितीच्या दुष्टचक्रात सापडून, सही होऊन मान्यता मिळालेल्या भरपाईच्या रकमेचे वितरण होऊन प्रत्यक्ष पैसे हातात पडायलाही त्यांना वर्षानुवर्षे वाट पाहात राहायला लागू नये यासाठी, इतक्या वर्षांनंतर त्यांना तर्कशुद्ध वाटलेल्या, मनापासून पटलेल्या 'तातडीच्या हंगामी नुकसान भरपाई'च्या कल्पनेचे एका कायद्यात रूपांतर व्हावे;' पण त्याबरोबर ते याही जगन्मान्य दृष्टिकोनाला पुष्टी देतात जो असे समजतो की, 'लोकांच्या वैयक्तिक सुरक्षेकडे काणाडोळा करणे, कारखान्यात घडणाऱ्या काही अटळ स्वरूपाच्या अपघातांमुळे होणाऱ्या नुकसानांच्या भरपाईच्या आर्थिक ओझ्यापासून त्या औद्योगिक उपक्रमांना

सोयीस्कररित्या दूर ठेवणे, त्यांना त्यापासून वाचवणे यात व्यवहारी शहाणपणा आहे.' (पृष्ठ-२७) हा 'विरोधाभास' मोठा लक्षणीय आहे.

युसीसीच्या भोपाळच्या कारखान्यात १९८२ साली एक अपघात झाला होता, त्या अपघाताच्या कारणांचा शोध घेणारा एक 'अंतर्गत सुरक्षा अहवाल' कंपनीने स्वत: तयार केला होता, परंतु तो कंपनीने सोयीस्कररित्या दाबून टाकला, त्यातील तपशील बाहेर तर येऊ दिले नाहीतच, पण अशा अपघाताची पुनरावृत्ती टाळण्यासाठी त्या अहवालात सुचवलेल्या उपायांची अंमलबजावणीही केली नाही आणि म्हणूनच १९८४ मधील घोर संकट हजारो लोकांवर कोसळले. कंपनीने १९८२ साली योग्य ती पावले उचलली असती, तर १९८४ची भयानक दुर्घटना घडलीच नसती!! परंतु श्री. नरीमन यांना या दोन्ही दुर्घटना सारख्याच 'अटळ' वाटतात! १९८४ची दुर्घटना नक्कीच 'अटळ' नव्हती, ती निश्चित टाळता आली असती, नव्हे ती कंपनीने टाळायलाच हवी होती. हे दुर्दैवी अरिष्ट ओढवले त्याला पंधरा वर्षे पूर्ण झाली त्या दिवशी युसीसी कंपनीने अत्यंत आढे-वेढे घेत, आडवळणाने त्या दुर्घटनेची 'नैतिक' जबाबदारी स्वीकारली होती. या कंपनीला कितीतरी उशिराने घडलेल्या उपरतीतूनही हेच स्पष्ट होत नाही का की, ती दुर्घटना 'अटळ' अजिबात नव्हती? पण त्या कबुलीने श्री. नरीमन यांना काहीही फरक पडत नाही असे दिसते!

ते तर वाचकांना असे सांगतात की 'अपकृत्याची जबाबदारी, दायित्व ठरवताना आधी 'दोष कुणाचा?' याचे उत्तर ठरवणे गरजेचे आहे का, या वादग्रस्त प्रश्नावर कायदा, न्यायपद्धती यांनी सतत बदलत्या भूमिका घेतलेल्या दिसतात. 'अटळ अपघात' आणि व्यवस्थापनाच्या हलगर्जीपणाने, जास्त करून 'अविकसित देश'– थर्ड वर्ल्ड – किंवा 'जगाच्या दक्षिण गोलार्धातील देशांतच हमखास, 'घडवून' आणण्यात येणारे व्यापक प्रमाणातील अनर्थ, मोठ्या संख्येने होणारी जीवितहानी या दोन गोष्टींतील फरक समजावून सांगण्यास या 'बदलत्या भूमिकां'चे हे भूल पाडणारे विश्लेषण असमर्थ ठरते. भोपाळ केसमध्ये केवळ 'वैयक्तिक सुरक्षा' या वापरून-वापरून झिजलेल्या संकल्पनेलाच धोका पोहोचला, असे म्हणणे म्हणजे वास्तवापासून हजारो योजने दूर गेल्यासारखे होईल. त्या केसमध्ये त्याहून कितीतरी आधिक, गंभीर धोके दडलेले आहेत. मला खातरी वाटते की, श्री. नरीमनसुद्धा ज्या वेळी शांत बसून, अंतर्मुख होऊन विचार करीत असतील, तेव्हा त्यांच्या विवेकी मनाला 'अटळ अपघात' आणि 'मानवतेचा घात' यातील फरक लक्षात येत असेल!

श्री. नरीमन असे विधान करून समाधान मानून घेतात की, 'आधुनिक तंत्रज्ञान, कितीही सुरक्षित असले तरी ते अचूक, दोषातीत नाही, त्यातही चुका होतात आणि त्यातूनच अपघात, दुर्घटना आणि त्यामुळे मानवी जीवितहानी आणि इतर अनेक प्रकारचे जे नुकसान घडते ते नेमके कशामुळे, कोणत्या कृतीमुळे, कोणत्या आणि कुणाच्या दोषामुळे घडते यावर बोट ठेवणे, त्याची खातरजमा करून घेणे आणि ते सिद्ध करणे बऱ्याच प्रसंगात शक्य होत नाही' आणि त्यामुळे त्वरेने हंगामी स्वरूपाची मदत, भरपाई देणारे 'कायद्याचे नवे नियम' शोधले पाहिजेत. ही कोणालाही स्वागतार्ह वाटेल, अशी जनहितकारी सूचना समोर ठेवून श्री. नरीमन आपल्या वकिली कौशल्याच्या बळावर वाचकांना सत्य विसरायला लावून त्यांच्या मनावर असे बिंबवतात की, भोपाळ दुर्घटना ही एका बहुराष्ट्रीय कंपनीच्या भयंकर कुकर्मांचा परिणाम नव्हता तर ते त्या बिचाऱ्या बळी गेलेल्यांचे कमनशीब होते, दुर्दैव होते! मला असे वाटते की, हीच घटना जर मुंबई शहरात घडली असती (युसीसीने त्यांच्या भारतातील तीन कारखान्यांसाठीच्या जागांच्या मूळ प्रस्तावित योजनेत अणुसंशोधन केंद्र आणि विद्युतनिर्मितीकेंद्र यांच्या जवळ पडण्याच्या दृष्टीने मुंबईत जागा मागितली होती.) तर श्री. नरीमन यांनी या केसचा विचार वेगळ्या दिशेने, युक्तिवाद निराळ्या पद्धतीने केला असता!

खरे पाहायला गेले, तर पुलाखालून एवढे पाणी वाहून गेल्यानंतर, इतक्या उशिराने, चर्चमध्ये जाऊन 'कन्फेशन बॉक्स'मध्ये बसून अपराधांची कबुली दिल्यासारखे दाखवून पश्चात्तापापोटी 'हंगामी भरपाई'ची आग्रही विनंती करण्याचे कष्ट घेण्याचे श्री. नरीमन यांना काहीच कारण नव्हते, कारण पंतप्रधान व्ही.पी.सिंग यांच्या जनता दरबारात (जेथे ते जनतेची गाऱ्हाणी ऐकतात.) याचकांच्या रांगेत आम्ही अनेक जण सोशिकपणे तासन्तास उभे राहिल्याचे फलित म्हणून त्यांनी भोपाळ दुर्घटना पीडितांना खटल्याच्या निकालाआधीच हंगामी मदत देण्याचे आदेश दिलेलेच होते. खरं तर ती अगदीच अपुरी होती. (त्या दरबारातील त्यांच्याबरोबरच्या भेटीत पंतप्रधानांनी उदार होऊन मला 'भोपाळचा सन्माननीय नागरिक' असा बहुमानही प्रदान केला होता!! मी त्यांना जेव्हा विचारले की, 'किती दिवस लागतील मदत हातात पडायला?', तेव्हा त्यांनी माझ्या खांद्यावर मोठ्या मित्रत्वाने हात ठेवला आणि ते म्हणाले, 'मी माझ्या बाजूने लवकरातलवकर मदत मिळेल, असा जास्तीत जास्त प्रयत्न करीनच. तुम्ही भोपाळला परत जा आणि लोकांना सांगा की मी शब्द दिला आहे.')

श्री. नरीमन यांना असे वाटत असावे की, त्यांनी त्यांची सर्व ताकद पणाला लावून सर्वोच्च न्यायालयाकडून संपूर्ण खटल्याच्या समेटाचे जे आदेश मिळवले त्यामुळे त्या दुर्घटनेची त्यांनी पुढे केलेल्या नकली, बेगडी कारणांचे आपोआपच समर्थन झाले. आजही त्या दुर्घटनेला वीस वर्षे झाली. त्याप्रीत्यर्थ श्री. नरीमन यांना सर्व आपद्ग्रस्तांना एवढेच सांगायचे आहे की, 'भावविवशता हा निर्णयाच्या प्रक्रियेतील फार मोठा अडसर आहे, योग्य मार्ग धूसर बनवणारे डोळ्यांवरील पटल आहे, पण अशा दुर्घटना नेहमीच हमखास निर्णयाची वाट हरवून टाकणारे भावनांचे घनदाट जंगल निर्माण करीत असतात.' शब्दांचा लालित्यपूर्ण खेळ! त्याच न्यायाने भावविवशता बाजूला ठेवून, उघड्या डोळ्यांनी, कोणत्याही कोनातून बघितले तरी, आज वीस वर्षांनंतरही, त्या 'समेटाच्या निर्णया'बद्दलचे कोणत्याही तऱ्हेचे, अगदी अक्षरश: आडमुठेही समर्थन मिळू शकत नाही.

श्री. नरीमन यांनी त्यांच्या कृतीच्या समर्थनार्थ लेखात न्यायमूर्ती पाठक यांच्या निकालपत्रातील काही मुक्ताफळांचा उपयोग केला आहे. ते 'शेरे' म्हणजे खोटेपणाची आणि ढोंगीपणाची हद्द आहे! न्यायाधीश महाराज भोपाळ दुर्घटना पीडितांच्या मदतीसाठी, पुनर्वसनासाठी कंबर कसून उभ्या राहिलेल्या आमच्यासारख्यांच्या नाकर्तेपणाबद्दल अतिशय खेद व्यक्त करतात. म्हणतात, 'खटल्यांच्या निकालाची प्रदीर्घ प्रक्रिया पूर्ण होईपर्यंत पीडितांना मदतीसाठी वाट पाहात हाल-अपेष्टा सहन करायला लागू नयेत, त्यांच्या दु:खांवर तातडीने इलाज व्हावेत, या सद्हेतूने देशातील कोणत्याही वर्गाने, गटाने, पक्षाने आपल्या शक्ती पणाला लावून सार्वजनिक निधी उभा करण्याचे जराही प्रयत्न केले नाहीत.' प्रथम मला असे विचारायचे आहे की, असे 'शेरे' आणि 'ताशेरे' झाडणाऱ्या न्यायमूर्ती पाठक यांनी (ज्यांनी समेटाचा तर्कशून्य आणि क्रूर निकाल दिला.) आणि न्यायमूर्ती वेंकटचलैया यांनी (ज्यांनी मोठ्या पराकाष्ठेने न्यायतत्त्वे, कायदेशास्त्र यातून सुटकेचा मार्ग शोधून तो 'अन्याय्य' निर्णय 'कायद्यात 'बसवण्या'चे महत्कार्य केले) त्यांच्या पगारातून, बचतीतून एक रुपया तरी मानवतेच्या गळ्याला नख लावणाऱ्या त्या भयंकर संकटाचा सामना करणाऱ्या लोकांची दु:खे कमी करण्यासाठी काढून दिला होता का? माझ्या माहितीप्रमाणे 'नाही!' आम्ही पंतप्रधान व्ही. पी. सिंग यांचा दरवाजा खटखटवून, त्यांच्या मंत्रिमंडळाच्या खनपटीस बसून त्यांच्याकडून आर्थिक मदतीचा लाभ पीडितांना मिळवून दिला होता, शिवाय आमच्यासारख्या कितीतरी कार्यकर्त्यांनी त्यांच्या तुटपुंज्या कमाईतील

जास्तीतजास्त हिस्सा काढून तो या मदतकार्यासाठी दिला होता. मी श्री. नरीमन यांना आवाहन करतो की, त्यांनी युसीसीसारख्या राक्षसी मनोवृत्तीच्या कंपनीचा बचाव करण्यासाठी त्यांना मिळालेला लठ्ठ मोबदला भोपाळ पीडितांच्या आर्थिक आणि वैद्यकीय पुनर्वसनासाठी द्यावा.

श्री. नरीमन यांना याही गोष्टीचे मोठे दु:ख आहे की, सर्वोच्च न्यायालयाच्या कोणत्याही सूचना तत्त्वत:सुद्धा मान्य केल्या गेल्या नाहीत किंवा अमलातही आणल्या गेलेल्या नाहीत. ज्या न्यायालयाने नुकसानभरपाईची एवढी कमी रक्कम ठरवली आणि मृतांची संख्या, जखमांची, यातनांची तीव्रता या आणि पुढील पिढ्यांवरही गळलेल्या विषारी वायूचे होणारे भयानक गंभीर परिणाम यांची संपूर्ण माहिती न घेता, त्यावर सखोल विचार न करता ठरवलेली रक्कम कशी 'पुरेशी', 'योग्य' आहे हे सिद्ध करण्याचा आटापिटा केला, त्याच न्यायालयाने अशा सूचना करणे, म्हणजे स्वत:च वार करून नंतर मलमपट्टी करण्यासारखे आहे. न्यायपद्धतीची ही दारुण थट्टा नाहीतर काय आहे?

असो. आता श्री. नरीमन यांना काळजीचे कारणच उरलेले नाही, कारण आता ते स्वत:च राज्यसभेचे विद्वान विद्यमान सदस्य झालेले आहेत. त्या पदाचा उपयोग आता ते 'नव्या योजना' तयार करून, प्रत्यक्ष अमलात आणून अजूनही ज्यांच्या जखमा ओल्या आहेत, त्यांच्यासाठी 'नवे औषध' उपलब्ध करून देऊ शकतील. योगायोगाने त्यांच्या कारकिर्दीतच भोपाळ दुर्घटनेचा रौप्यमहोत्सवही 'साजरा' होणार आहे. सध्या तरी त्यांच्या नावावर 'प्रायव्हेट मेंबर्स बिल' – संसद सदस्य अधिवेशनाच्या काळात ज्या दिवशी संसदेत हजर राहणार नाहीत, त्या दिवशीचा दैनिक भत्ता – डेली अलाउन्स – त्यांना मिळणार नाही – हा 'क्रांतिकारी' कायदा पास करून घेण्याचे महान कार्यच काय ते नोंदले गेले आहे.

या पत्रात आत्तापर्यंत मी आपल्याला श्री. नरीमन असे संबोधले आहे. (आपली भोपाळ दुर्घटनेच्या आधीची घनिष्ट मैत्रीची खूण म्हणून) मी पत्राच्या अखेरीस तुम्हाला 'प्रिय फली' अशी साद घालून 'भोपाळ दुर्घटना पीडितांना न्याय मिळवून देण्याच्या आमच्या या युद्धात तुम्ही आमच्या खांद्याला खांदा द्यायला या,' असे मागणे मागू का? आपल्या दोघांच्याही आयुष्यांची संध्याकाळ जवळ आली आहे, निदान उन्हे उतरली आहेत, सावल्या लांबत चालल्या आहेत. मला असे वाटते की, आपल्या इतक्या वर्षांच्या मैत्रीच्या बळावर मी असे म्हणू शकतो की, आपण दोघेही अडचणींनी नाउमेद न होता, प्रयासांनी न दमता, लांबवरच्या वाटचालीतही

न थकता एकाच लक्ष्याशी प्रामाणिक राहिलो आहोत, त्याच्या प्राप्तीसाठी झटलो, झगडलो आहोत. ते लक्ष्य आहे – कायद्याचे नियम असे असावेत की, एकदम नाही तरी हळूहळू, टप्प्याटप्प्याने शासन, अनुशासन हे नि:पक्ष, न्याय्य, रास्त बनेल, अधिकार हा जबाबदार, जनतेशी बांधील होईल आणि देश आणि शासक नीतिशुद्ध होतील.

फली, आपले हे ध्येय एकच असले तरी मानवी हक्कांच्या भविष्याचे चित्र आणि ते पुरे होण्यासाठीचे मार्ग या दोन्ही गोष्टींविषयीची आपली समज आणि मते भिन्न आहेत याची मला पूर्ण जाणीव आहे, परंतु त्याच वेळी मला असे वाटत नाही की, त्यातला फरक अतिरेकी आहे. ती मते इतकी टोकाची नाहीत. भोपाळ आपत्तीचे बळी ठरलेले आपद्ग्रस्त (हॅम्लेटच्या शब्दांत सांगायचे तर) 'सत्तेच्या घमेंडीने आणि 'अधिकारपदाच्या मग्रुरी'ने बेदरकार, बेजबाबदार, बेपर्वा बनलेल्यांकडून उघडपणे परत नाडले जाऊ नयेत, यापुढे कधीच असे अरिष्ट त्यांच्यावर ओढवू नये, यासाठी आपण 'मानवी हक्क रक्षणा'च्या सामाईक पातळीवर एकत्र येऊन काम करायला तुमचा विरोध असणार नाही, नाही का?

या 'सेमिनार' मासिकाचे संस्थापक संपादक रोमेश थापर हे १९७५-७६ सालच्या आणीबाणीच्या जुलमी अन्यायाविरुद्ध अतिशय शौर्याने लढले होते. सत्तेच्या हुकमतीखाली जे तुडवले गेले, ज्यांच्या आक्रोशाचा आवाज दाबून टाकला गेला त्यांच्या बचावासाठी, रक्षणासाठीच संविधानाने वृत्तपत्रांना (आणि आता इलेक्ट्रॉनिक माध्यमांनाही) खुल्या आभिव्यक्तीच्या स्वातंत्र्याचा हक्क प्रदान केलेला आहे अशी त्यांची धारणा होती. युसीसी आणि त्यांचेच कित्ते गिरवणारे इतर उद्योजक यांनी दुर्घटनापीडित आणि त्यांचे पुढल्या पिढीतील वारस, जे जागतिकीकरणाच्या वाटेवर वेगाने प्रगती करणाऱ्या भारताचे भावी नागरिक असणार आहेत, यांच्या आयुष्यात त्या आणीबाणीपेक्षाही भयंकर आणि जास्त काळ टिकून राहणारी 'विषारी' आणीबाणी आणली आहे, तेव्हा 'सेमिनार'ने 'भोपाळ दुर्घटनाग्रस्तांचे मुखपत्र' बनून या शरीर आणि मने पोखरणाऱ्या चिकट रोगासारख्या दीर्घकालीन आणीबाणीविरुद्ध उभे ठाकले पाहिजे आणि तिचा पाडाव केला पाहिजे, अशी प्रामाणिक इच्छा मी या निमित्ताने प्रकट करतो.

उपेंद्र बक्षी
वॉरविक, यू.के.

विजय नागराज आणि नित्त्या व्ही. रामन यांचे संयुक्त पत्र :

१४ डिसेंबर, २००४

'सेमिनार'च्या भोपळ दुर्घटना विशेषांकातील आपला लेख आवर्जून वाचला. आपल्याविषयी आमच्या मनात असणारा आदर गुजरात प्रकरणामुळे दुणावला होता, परंतु भोपाळ वायुगळती खटल्यात आपण युनियन कार्बाइडचे वकीलपत्र स्वीकारून आपद्ग्रस्तांच्या विरोधात खटला लढवला होतात हे समजल्याने आम्हाला आश्चर्ययुक्त धक्का बसला. आपला लेख तरीसुद्धा विचारप्रवर्तक आहे आणि त्यामुळेच त्याने आमच्या मनात काही प्रश्न निर्माण केले आहेत.

आपण आपल्या लेखात असे म्हटले आहे की, विषारी पदार्थ, वायू यांच्यामुळे जेव्हा अरिष्ट कोसळते, जेव्हा अनेक जण जखमी होतात, मृत्युमुखी पडतात तेव्हा त्यातून चीड, राग यांनी रंजित अशी एक जळजळीत, हिंसक, जबरदस्त भावनिक प्रतिक्रिया त्या आपद्ग्रस्तांच्या मनात निर्माण होते. या उद्रेकाला जीवशास्त्रीय भाषेत 'टॉक्झिसिटी ऑफ अँगर'– 'क्रोधाचे विषारित्व' अशी संज्ञा आहे. या जहराचा परिणाम असा होतो की, नुकसानभरपाई वाजवी, सयुक्तिक असली तरी तिच्याबद्दल चटकन एकमत, सहमती होण्याविषयीच्या प्रक्रियेत त्यांच्यावर एक अंगभूत दडपण येते. भोपाळ केसमध्ये समेटाचा अंतिम निर्णय मृतांची नक्की संख्या, इतरांच्या जखमांची तीव्रता, गांभीर्य, त्यामुळे भोगावे लागणारे अल्पकालीन आणि दीर्घकालीन त्रास, अपंगत्व, व्यंग, मालमत्तेचे झालेले नुकसान यासंबंधीचे यथायोग्य तपशील हातात नसतानाच, अपुऱ्या माहितीच्या आधारावर घेतला गेला होता. आज जो मृतांचा अधिकृत आकडा आहे, तो त्या निकालात गृहीत धरलेल्याच्या पाचपट इतका मोठा आहे. नुकसानीचा आकडाही काही दशलक्ष डॉलर्सच्या घरात गेला आहे. तो समेट घडवून आणण्यापूर्वी ज्या लोकांना प्रत्यक्ष नुकसान भोगावे लागले, अशा कोणाशीही चर्चा, विचारविनिमय करून त्यांच्या व्यथा जाणून घेतल्या गेल्या नव्हत्या, खरे चित्र काय आहे ते शोधण्याचा प्रयत्न केला गेला नव्हता, तसे काही केले असल्याचा कुठलाही पुरावा उपलब्ध नाही. असे असूनही त्या समेटाच्या निष्कर्षाला 'योग्य, उचित, तर्कशुद्ध' म्हणणे कितपत रास्त आहे?

अशा प्रकारच्या संकटात झळ पोहोचलेल्या लोकांना तातडीने मदत

मिळावी म्हणून सरकारी तिजोरीतील पैसा, त्यात स्वेच्छेने लोकांनी, संस्थांनी घातलेली भर आणि उद्योगांचा भरीव आर्थिक सहभाग असा एक निधी उभा करावा अशी आपण केलेली सूचना खरोखरच उत्तम, उपयुक्त आणि व्यवहार्य आहे, पण भोपाळच्या वेळी दुर्दैवाने असा कुठलाच निधी उपलब्ध नसताना या मानवनिर्मित आपत्तीतील बळींना वेळेवर आणि पुरेशी मदत मिळावी म्हणून कोणता उपाय करायला हवा होता?

'जो प्रदूषण करतो तो त्याच्या नुकसानीच्या भरपाईला जबाबदार असतो,' हे तत्त्व भारतीय तसेच आंतरराष्ट्रीय कायद्यांनीही स्वीकारलेले तत्त्व आहे; असे असूनही युनियन कार्बाइड कंपनीला जबाबदार धरणे आपल्याला मान्य नाही. तुमच्या मते ज्या औद्योगिक कंपनीत दुर्घटना घडली असेल त्या कंपनीविरुद्ध सर्व पीडितांच्या मनात जो तीव्र राग, चीड असते, त्यांचा परिणाम म्हणून ते सगळे त्या कंपनीलाच सर्वस्वी जबाबदार धरतात, हा त्या संसर्गजन्य रोगाच्या साथीसारख्या पसरणाऱ्या, वणव्यासारखा पेटत जाणाऱ्या क्रोधाचा विचित्र पद्धतीने झालेला उद्रेक असतो. समाजातील सधन, सुखवस्तु वर्ग, ज्यांना या आपत्तीची जराही झळ पोहोचलेली नसते, ते पीडितांच्या क्षोभाविषयी लांबूनच का होईना, भरपूर आस्था आणि कोरडीच का होईना, खूप सहानुभूती दाखवतात आणि म्हणूनच ते लोकही त्या कंपनीविषयीच्या पीडितांच्या क्रोधाच्या उद्रेकातही पूर्णपणे सहभागी होऊन युनियन कार्बाइडलाच जबाबदार धरतात, पण त्या पीडितांच्या मदतीसाठी स्वतःच्या खिशाला मात्र जराही तोशीस लागू देत नाहीत, आर्थिक निधी वगैरे जमा करीत नाहीत, म्हणून आपण त्या वर्गातील लोकांवरही टीका केली आहे.

भारतातील कामगार स्वस्त आहेत, तेथे पर्यावरणाविषयीच्या नियमांचा जवळ-जवळ अभाव आहे याचा फायदा उठवून येथे हात-पाय पसरलेल्या एका बहुराष्ट्रीय संपन्न कंपनीच्या अक्षम्य निष्काळजीपणामुळे झालेल्या घोर नुकसानाच्या भरपाईसाठी त्या कंपनीलाच जबाबदार धरून तिला पैसे द्यायला न लावता त्यासाठी एका विकसनशील देशातील नागरिकांनीच खिशाला खार लावावा, अशी अपेक्षा धरण्याचा हा आपला दृष्टिकोन आम्हाला अतिशय विचित्र वाटतो. भारत सरकारने अमेरिकेतील कोर्टात नुकसानभरपाई म्हणून ३०० कोटी डॉलर्स एवढ्या प्रचंड रकमेची मागणी केली होती. तो आकडा लक्षात घेता या देशातील नागरिकांनी एकत्र येऊन किती रक्कम गोळा करायला हवी होती, असे आपल्यास वाटते?

ही दुर्घटना घडल्यापासून जे सुदैवी त्यातून वाचले त्यांनी, अनेक 'सधन सुखवस्तु' वर्गातील लोकांनी – डॉक्टर्स, वकील यांनी – पर्यावरणाच्या चळवळी उभारणारे, कार्यकर्ते, पत्रकार, विद्यार्थी आणि इतर हजारोंनी साहाय्य निधी उभारायला हातभार लावलेला आहे. काहींनी पीडितांची रात्रंदिवस सेवा केली आहे, तर कोणी दुर्घटनेच्या परिणामांच्या तपशिलांच्या चिकाटीने नोंदी करीत आहेत, कारखान्यातून होणाऱ्या प्रदूषणाचा काळजीपूर्वक अभ्यास करीत आहेत, काही जण आजही संकटग्रस्तांना सोसाव्या लागणाऱ्या हाल अपेष्टांकडे संबंधितांचे लक्ष वेधण्यासाठी प्रयत्नशील आहेत. दुर्घटनेला वीस वर्षे झाल्याच्या घटनेला देशातीलच नव्हे तर जगभरातल्या सर्व वर्गांतील, सधन, सुखवस्तु स्तरातील लोकांकडूनसुद्धा जे महत्त्व दिले गेले, जो उदंड जिवंत प्रतिसाद मिळाला तो आजवर अगणित लोकांनी या अरिष्टाचे बळी ठरलेल्यांसाठी केलेल्या संघटित कार्याचेच द्योतक नाही का? हा आंतरराष्ट्रीय पातळीवरील निरंतर प्रतिसाद पाहून आम्हाला असा विश्वास वाटतो की अशा प्रकारच्या मानवनिर्मित आपत्तीत होरपळावे लागणाऱ्यांना विनाविलंब मदत मिळावी, त्यांना योग्य तो 'खरा' न्याय मिळावा यासाठी जगातील वेगवेगळ्या प्रदेशांत कार्यरत असणाऱ्या बहुराष्ट्रीय कंपन्या, त्यांच्या कार्यपद्धती यांवर कडक नियंत्रण ठेवणारे आंतरराष्ट्रीय स्वरूपाचे कायदे कानून तयार होऊन ते अस्तित्वात येण्याच्या प्रक्रियेला निश्चित आकार येईल, वेग प्राप्त होईल.

श्री. नरीमन, समाजातील सधन, सुखवस्तुंच्यावतीने आम्ही हे कबूल करतो की, जे केले आहे ते जेवढे करायला हवे होते, त्या मानाने खूप कमी आहे, पण आम्ही आपणास नम्रपणे असे विचारू इच्छितो की, एक ख्यातनाम वकील, समाजाच्या सधन वर्गातील घटक आणि राज्यसभेचे सन्माननीय सदस्य या नात्याने भोपाळ दुर्घटना पीडितांच्या मदतीसाठी, स्वास्थ्यासाठी आमच्यासारख्यांनी काय करायला हवे होते, याचे कोणते उदाहरण आपण स्वत: आमच्या समोर ठेवले आहे?

विजय के. नागराज आणि नित्या व्ही. रामन
राजसमंड, राजस्थान

प्राध्यापक बक्षी आणि विजय के. नागराज व नित्या व्ही. रामन यांच्या पत्रांना फली नरीमन यांचे उत्तर –

गेल्या वर्षीच्या नोव्हेंबर महिन्यात माझ्याकडे असा एक प्रस्ताव आला की, मी वीस वर्षांपूर्वी घडलेल्या भोपाळ वायुगळतीच्या दुर्घटनेच्या संदर्भात माझे विचार मांडावेत. मी तो प्रस्ताव मान्य केला आणि 'सेमिनार'च्या डिसेंबर महिन्याच्या अंकात माझा तो लेख प्रसिद्ध झाला.

माझा लेख प्राध्यापक बक्षी यांनी वाचला आणि तो त्यांना अर्थातच आवडला नाही. माझ्या लेखातील विधायक सूचना काही वाचकांना स्वागतार्ह वाटल्या, पटल्या हेही अर्थातच त्यांना रुचले नाही. ३ जानेवारीला त्यांनी सेमिनारच्या संपादकांकडे ई-मेलद्वारा माझ्यासाठी एक जाहीर पत्र पाठवले. सेमिनारच्या संपादकांच्या चांगुलपणामुळे मला त्या पत्राविषयी कळले. तेजबिरसिंग यांनी ११ जानेवारीला ते पत्र माझ्याकडे पाठवले आणि 'मला त्या पत्राला उत्तर देण्याची इच्छा आहे का?' असे विचारले. मी त्यांचे या सौजन्याबद्दल मन:पूर्वक आभार मानले आणि होकार दिला. ते हे उत्तर –

प्राध्यापक बक्षी यांच्या पत्रातील पहिल्या वाक्याला – 'भोपाळ विषारी वायुगळती दुर्घटनेला वीस वर्षे झाल्याचे निमित्त साधून 'सेमिनार'ने खास अंक काढायचे ठरवल्यावर संपादकांनी मला त्या अंकात लेख लिहिण्याची विनंती केली होती, पण ती मला मान्य करणे शक्य नव्हते, कारण त्याच अंकात श्री. फली नरीमन हे लेख लिहिणार होते आणि त्यांनी युनियन कार्बाइड कंपनीचे वकीलपत्र स्वीकारल्याच्या निषेधार्थ मी असा पण केला होता की, मी त्यांच्याबरोबर कोणत्याही सार्वजनिक मंचावर हजेरी लावणार नाही' – अहंमन्यतेचा, बढाईखोरपणाचा दर्प येतो. वाचायला छान वाटते पण ते बरोबर मात्र नाही. बक्षी यांनी माझ्यावर टाकलेल्या बहिष्काराबद्दल त्यांनी मला कधीच कल्पना दिलेली नव्हती. ते जेव्हा-जेव्हा भारतभेटीसाठी येत असत आणि आमची भेट होत असे त्या-त्या वेळी ते माझ्याशी नेहमीच्याच मैत्रीपूर्ण आपुलकीने वागत आले आहेत, त्यामुळे पत्रातील पहिल्या वाक्याने मला खूपच आश्चर्य वाटले आणि ते संपूर्ण पत्र वाचून होईपर्यंत तसेच टिकून राहिले. त्यांचे पत्र वाचेपर्यंत मला हेही माहीत नव्हते की, सेमिनारच्या संपादकांनी माझ्याबरोबर बक्षींनाही डिसेंबरच्या अंकातच लेख लिहिण्याची विनंती केली होती; ते माहीत असते तर मी संपादकांना त्यांचेच पत्र छापण्याचा आग्रह केला असता.

माझ्या पत्रातील अनेक मुद्द्यांची बक्षी यांनी फारशी दखल घेतलेली दिसत नाही, तसेच भोपाळ केसने आपल्याला शिकवलेल्या मौल्यवान धड्यांबद्दल मी जे लिहिले आहे त्याबद्दलही ते मौनच पाळून आहेत, पण भोपाळ केसमधील माझ्या दोषांचा, वैगुण्यांचा जोरदार धिक्कार करून माझ्या बरोबरच भारताच्या दोघा सरन्यायाधीशांवरही त्यांनी खरमरीत टीका केली आहे – एक, ज्यांनी पहिल्यांदा भोपाळ खटल्याच्या अंतिम समेटाला मान्यता दिली आणि दुसरे, ज्यांनी पुनर्विचारानंतरही आधीचाच निकाल ग्राह्य धरला. जगातील कुठल्याही देशांप्रमाणेच आपल्या देशातही सर्वोच्च न्यायालय हे 'दोषातीत' समजले जाते, कारण केवळ त्याचे निर्णय हेच अंतिम असतात. १९९१ नंतर (भोपाळ केसबद्दलचा अखेरचा, तिसरा निर्णय सर्वोच्च न्यायालयाने दिल्यानंतर) कोणत्याही कायदेपंडिताने, त्यात प्राध्यापक बक्षी यांचाही समावेश आहे, (ज्यांनी त्या निर्णयांविषयी त्यांच्या पत्रात एवढी आग पाखडली आहे.) हाती आलेल्या काही नव्या माहितीच्या, किंवा सापडलेल्या निराळ्या, आधिक विश्वासार्ह पुराव्यांच्या आधारे, न्यायालयाच्या अखेरच्या संपूर्ण निर्णयाच्या अथवा त्यातील कुठल्याही विशिष्ट मुद्द्यांच्या पुनर्विचाराची याचिका दाखल केलेली नाही.

न्यायालयाचे निवाडे, वकिलांचे युक्तिवाद यावर नेहमी कोणी ना कोणी टीका करते. कधी ती तत्त्वनिष्ठांकडून होते तर कधी काही ध्येयाने भारलेल्यांकडून, कधी अर्वाच्य शब्दांत, तर कधी साहित्यिक भाषेत, हा वकील आणि न्यायाधीश यांच्या जीवनातील एक अविभाज्य घटकच होऊन बसलेला असतो. मीही असाच विचार करून कदाचित या पत्राकडेही दुर्लक्ष केले असते, परंतु मी जेव्हा ते 'जाहीर' पत्र पूर्ण वाचले तेव्हा मला याची जाणीव झाली की, प्राध्यापक बक्षी यांच्या मनात माझ्याविषयी केवढी प्रचंड चीड, केवढा तिरस्कार भरलेला आहे! पत्र वाचून झाल्यावरही माझ्या मनात मात्र त्यांच्याबद्दल त्यातील कोणतीही कटू भावना नाही.

भोपाळ केसमध्ये मी युसीसीचे वकीलपत्र स्वीकारायलाच नको होते, असे त्यांचे ठाम मत असल्याने त्यांच्या मनात गेल्या वीस वर्षांचा राग, चीड धुमसत आहे. वयाबरोबर शहाणपण वाढते (काहींच्या बाबतीत थोडी शंका असते.) हे जर गृहीत सत्य धरले, तर त्यांचे म्हणणे कदाचित योग्य असेल. माणसातला सर्वांत मोठा कमकुवतपणा हा असतो की, तो त्याच्यातल्या अनेक कमकुवतपणांबद्दल पश्चात्ताप होईपर्यंतही जिवंत राहतो. माझ्याही मनात प्राध्यापक बक्षी यांच्याविषयी एक अढी आहे आणि ती

वीस नाही तर तीस वर्षे जुनी आहे. त्यांनी त्यांच्या पत्रात असे लिहिले आहे की, 'सेमिनार' मासिकाचे संस्थापक संपादक रोमेश थापर हे १९७५-७६ सालच्या आणीबाणीच्या जुलमी अन्यायाविरुद्ध अतिशय शौर्याने लढले होते.' खरे आहे ते! पण हेही खरे आहे की, त्या काळात बक्षी मात्र लढले नव्हते! ते लढले पण ते आणीबाणी उठवली गेल्यावर! त्यामुळे थापर आणि बक्षी यांचा, वर्गच वेगळा होतो. आणीबाणी लादली गेल्याच्या दुसऱ्या दिवशी, २६ जून, १९७५ला मी त्या जुलूमशाहीचा निषेध म्हणून माझ्या महाकायदेपंडितपदाचा राजीनामा दिला. त्या काळात बक्षी मात्र आकाशवाणी, दूरदर्शन यांसारख्या माध्यमांतून, एकदा नव्हे, वारंवार आणीबाणीच्या बाजूने, प्रशंसेचे पूल बांधणारी भाषणे देत असलेले मी पाहिले आणि ऐकले आहे. अंतर्गत आणीबाणी म्हणजे राजकीय चातुर्याचा, मुत्सद्देगिरीचा क्वचित दिसणारा आविष्कार आहे, भारतीय जनतेमध्ये शिस्त, अनुशासन बाणवण्याचा अत्यावश्यक, देशाच्या फायद्याचे पण अत्यंत अवघड कार्य पार पाडणारा उत्तम आणि परिणामकारक मार्ग आहे, अशी स्तुतिसुमने उधळत होते. बक्षींना माझे युसीसीचे वकीलपत्र जितके बोचते तेवढेच त्यांचे ते आणीबाणीचा उदोउदो करणे, मला आणि माझ्या कुटुंबीयांनाही सलते. माणसातला आणखी एक मोठा कमकुवतपणा हा असतो की, त्याला स्वत:चा कमकुवतपणा दिसत नाही!

मी या गोष्टीवर प्रामाणिकपणे विश्वास ठेवतो आणि मी ते कुणा विशिष्ट व्यक्तींचा संबंध न जोडता उघडपणे, चार-चौघात सांगतोही की, आपल्यासारख्या कोणत्याही सर्वसाधारण माणसांनी, मग ते कोणत्याही क्षेत्रात काम करणारे असोत, सवंग लोकप्रियतेच्या मागे धावणे नेहमीच टाळले पाहिजे. फार पूर्वी ॲलिस्टर कूक या विख्यात समीक्षक, समालोचक आणि कार्यक्रमांचे प्रसारण करणाऱ्या लेखकाने, समाजातील एका प्रतिष्ठित परंतु घटस्फोटित महिलेशी विवाह करण्यासाठी इंग्लंडच्या सिंहासनाचा त्याग करणाऱ्या आठव्या किंग एडवर्डसंबंधी एक स्फुट लिहिले होते. त्यात राजाची खोटी स्तुती तर नव्हतीच, पण त्याचे शेवटचे वाक्य फारच 'झोंबणारे सत्य' होते :

> एक राजपुत्र, एक राजा किंवा एक माणूस म्हणून जरी किंग एडवर्ड यांच्या समाधीवर वास्तववादी मृत्युलेख लिहायचा म्हटला तर तसा आपल्याबद्दलही लिहिला जाईल की, काय अशी कोणाही आरामदायी, चिंतामुक्त आयुष्य जगणाऱ्याला भीती वाटावी असाच

लिहावा लागेल : 'सर्व काही सरळ, सुरळीत चाललेले असेपर्यंत यांची कामगिरी अगदी सर्वोत्कृष्ट असायची!'

विजय के. नागराज आणि नित्या व्ही.रामन यांच्या १४ डिसेंबर, २००४च्या पत्रात त्यांनी काही शंका व्यक्त केल्या आहेत, काही प्रश्न विचारले आहेत. ते तितके 'प्राणघातक' नाहीत! एवढ्या मोठ्या आपत्तीचा विचार करता त्याची सयुक्तिक उत्तरे शोधण्याचा प्रयत्न होणे आवश्यक आहे. ते पहिला प्रश्न विचारतात, 'मानवनिर्मित आपत्तीतील बळींना वेळेवर आणि पुरेशी मदत मिळावी म्हणून कोणता उपाय करायला हवा होता?' त्याचे उत्तर असे आहे की ज्यातून न्यायालयीन प्रदीर्घ कारवाई पूर्ण होईपर्यंत थांबायला न लागता आपद्ग्रस्तांना तातडीने मदत उपलब्ध होऊ शकेल असा कायम स्वरूपाचा 'राष्ट्रीय दुर्घटना निधी' जमविण्याची गरज किती निकडीची आणि महत्त्वाची आहे, हे या दुर्घटनेने सिद्ध झाले आहे.' इंग्लंडमध्ये एक 'डिझॅस्टर्स इमर्जन्सी कमिटी' आहे. त्या समितीला बऱ्याच बँकांचा आधार आहे आणि सर्व प्रसारमाध्यमेही तिला भरपूर पाठिंबा देतात. त्या समितीच्या प्रसारणाचे जाळे इतके पक्के, वेगवान आणि परिणामकारक आहे की, १९९९च्या नोव्हेंबरमध्ये त्या समितीने इंग्लंडमधल्या नव्हेतर आपल्या देशातल्या, ओरिसातल्या चक्रीवादळाच्या महासंहारक आपत्तीच्या वेळी संपूर्ण इंग्लंडमध्ये मदतीसाठी आवाहन केले होते, त्या वेळी या समितीने तीन आठवड्यांच्या अल्पावधीत ब्रिटिश जनतेकडून पंचेचाळीस लाख पौंडाची भरभक्कम, –एवढी आपण कल्पनाही करू शकणार नाही अशी प्रचंड– मदत उभी केली होती. तीव्र इच्छा आणि सर्वत्र पसरलेले प्रचार, प्रसार आणि कार्यकर्त्यांचे जाळे असले की काय करता येते याचे हे एक, आपल्यासारख्यांचे डोळे उघडणारे, उदाहरणच नाही का?

नागराज आणि रामन यांचा पुढील प्रश्न आहे: 'भारत सरकारने अमेरिकेतील कोर्टात नुकसान भरपाई म्हणून तीनशे कोटी डॉलर्स रकमेची मागणी केली होती. तो आकडा लक्षात घेता या देशातील नागरिकांनी एकत्र येऊन किती रक्कम गोळा करायला हवी होती असे आपल्यास वाटते?' त्यांनी असेही म्हटले आहे की, 'ज्या लोकांना प्रत्यक्ष नुकसान भोगावे लागले अशा कोणाशीही चर्चा, विचारविनिमय करून त्यांच्या व्यथा जाणून घेतल्या गेल्या नव्हत्या, खरे चित्र काय आहे ते शोधण्याचा प्रयत्न केलेला नव्हता, तसे काही केले असल्याचा कुठलाही पुरावा

उपलब्ध नाही.' त्यातून उत्पन्न झालेला त्यांचा प्रश्न आहे की 'असे असूनही त्या समेटाच्या निष्कर्षाला 'योग्य, उचित, तर्कशुद्ध' म्हणणे कितपत रास्त आहे?'

प्रश्न चांगले आहेत, योग्य आहेत, पण यापूर्वीच विचारलेही गेलेले आहेत आणि त्याची उत्तरेही सर्वोच्च न्यायालयाच्या, आपणा सर्वांवरच बंधनकारक असलेल्या, तीन निर्णयांतून दिली गेली आहेत. प्रथम – ४ मे, १९८९ रोजी सर्वोच्च न्यायालयाच्या (सरन्यायाधीश पाठक यांच्या अध्यक्षतेखालील) पाच जज्जेसच्या संविधान खंडपीठाने, त्याआधी कोर्टाने १५ फेब्रुवारी, १९८९ या दिवशी जो खटल्याचा संपूर्ण समेट सहमताने मंजूर केला गेला (तो १९८९ (३) एससीसी ३८, यात नोंद केला गेला आहे.) तो ते खंडपीठही का मान्य करीत आहे त्याची कारणे समजावून सांगणाऱ्या निकालपत्रात याची उत्तरे आहेत. त्यानंतर – सरन्यायाधीश मुखर्जी यांच्या अध्यक्षतेखालील पाच न्यायाधीशांच्या दुसऱ्या संविधान खंडपीठाने २२ डिसेंबर, १९८९ रोजी 'भोपाळ कायद्या'वर (संदर्भ – साहु केस, १९९० (१) एससीसी ६१३) परत एकवार शिक्कामोर्तब करताना दिलेल्या निर्णयातही याविषयी चर्चा होती आणि तिसऱ्यांदा – कोर्टाने मान्य केलेल्या समेटाच्या (१९९१ (४) एससीसी ५८४) विरोधात दाखल झालेल्या पुनर्विचार याचिकांच्या सुनावणीनंतर त्या याचिका फेटाळताना पाच न्यायाधीशांच्या संविधान खंडपीठाच्या सरन्यायाधीश मिश्रा, न्यायमूर्ती वेंकटचलैया आणि न्यायमूर्ती अहमदी या तिघांच्या निकालपत्रातही याचा ऊहापोह होता. शेवटच्या खटल्यात 'दुर्घटना पीडितांशी चर्चा न केल्याचा मुद्दा, तशा चर्चेशिवाय मंजूर केला गेलेला संपूर्ण खटल्याचा समेट चुकीचा, सदोष ठरतो का, हा प्रश्न आणि समेटातील नुकसानभरपाईची रक्कम अपुरी आहे का आणि जर ती कमी पडली, तर त्यावर काय उपाय करायचे हा मुद्दा यांचा विशेष करून ऊहापोह केलेला होता. मी पत्रलेखकांचे लक्ष या तीन निकालपत्रांकडे वेधू इच्छितो.

१४ फेब्रुवारी, १९८९च्या खंडपीठाच्या (१९८९ (१) एससीसी ६७४ यात नोंदलेल्या) प्रच्छन्न आदेशात कोर्टाने असा निर्णय दिला होता की, खटल्याचा संपूर्ण समेट झालेला असून त्याप्रमाणे ४७ कोटी अमेरिकन डॉलर्स एवढी रक्कम नुकसानभरपाईपोटी दिली जावी. या आदेशाची कारणमीमांसा त्याच खंडपीठाने (१९८९ (३) एससीसी ३८ यात नोंदणी केलेल्या) ४ मे, १९८९च्या त्याच्या निकालपत्रात देताना या समेटाची कलमे का आणि कशा पद्धतीने ठरवली गेली, ४७ कोटीची

रक्कम कोणत्या गृहीतांवर आधारलेली आहे आणि ती रक्कम सर्व अर्जांच्या भरपाईसाठी कोर्टाच्या दृष्टीने योग्य, न्याय्य आणि सयुक्तिक का आणि कशी आहे, याची स्पष्टीकरणे दिली होती. या ४ मे, १९८९च्या निकालपत्रात हेही मुद्दाम नमूद केलेले आहे की, भारत सरकारच्या महान्यायप्रतिनिधींनी (जे 'भोपाळ कायद्या'प्रमाणे सर्व अर्जदारांचे कायदेशीर प्रतिनिधी होते.) कोर्टाकडे पन्नास कोटी अमेरिकन डॉलर्सची मागणीच नोंदवली होती. निकालपत्राच्या २२ ते २९ या पृष्ठात न्यायाधीशांनी कोणत्या अंदाजांच्या आधारे ती रक्कम ठरवली त्याचे तपशील पुरवले आहेत. याच निकालपत्रात न्यायाधीशांनी असाही उल्लेख केला आहे की या समेटाला दिलेल्या न्यायालयीन मंजुरीचा निर्णय भविष्यात फिरवलाही जाऊ शकतो. १९८९ (३) एससीसीच्या पृष्ठ-५१वर असे म्हटले आहे की :

> या समेटाचा निर्णय खटल्यातील जे दोन प्रमुख प्रतिस्पर्धी आहेत त्यांच्याकडून प्राप्त करून घेतलेल्या माहितीवर आधारित आहे, त्यापलीकडे जाऊन उपलब्ध असूनही जास्त माहिती कोर्टाला दिलेली नसेल, असे लक्षात आणून दिले गेले अथवा दिलेली माहिती चुकीची, कोर्टाची दिशाभूल करणारी आहे असे सिद्ध केले गेले, काही वेगळे, केसच्या दृष्टीने महत्त्वाचे, केसची दिशा बदलू शकेल असे पुरावे कोर्टापुढे सादर झाले आणि त्यामुळे दुर्घटनापीडितांच्या संविधानिक आणि कायदेशीर हक्कांची पायमल्ली झाल्याचे अथवा त्यांच्यावर अन्याय झाल्याचे कोर्टाच्या लक्षात आले तर तो अन्याय दूर करण्याचे या कोर्टाचे कसून प्रयत्न राहतील, परंतु या सर्व प्रक्रिया पूर्णपणे कायद्याच्या चौकटीत राहूनच कराव्या लागतील, केल्या जातील याचा हे कोर्ट मुद्दाम उल्लेख करीत आहे. या कोर्टावर विश्वास टाकणाऱ्यांची निराशा होणार नाही.

या निकालानंतर पुनर्विचार याचिकांचा वर्षाव झाला; त्यातील बहुतेक सगळ्या 'नुकसानभरपाईची रक्कम फारच कमी आहे' याच तक्रारीच्या होत्या. त्यांच्या सुनावण्या कित्येक आठवडे चालत राहिल्या. अखेरीस संविधान खंडपीठाने त्या याचिकांतील 'अपुऱ्या नुकसानभरपाई'चा दावा फेटाळताना हे स्पष्ट केले की 'भारत सरकारनेच भोपाळ केसच्या वेळी तीनशे कोटी डॉलर्सची (३९०० कोटी रुपयांची) मागणी केली होती.

कोर्टापुढे सादर केल्या गेलेल्या प्रचंड कागदपत्रातील पुराव्यांनुसार कोर्टाने मान्य केलेली रक्कम कमी आहे आणि तिचा पुनर्विचार करणे गरजेचे आहे असे दिसत नाही.' खंडपीठाने असेही प्रतिपादन केले होते :

> कोर्टाच्या साहाय्याने झालेला समेट हा एका बाजूस भारत सरकार आणि दुसऱ्या बाजूस युसीसी आणि युसीआयएल (युनियन कार्बाइड इंडिया लिमिटेड) या दोघांमध्ये झालेला असून तो या दोघांपुरताच मर्यादित आणि दोघांनाच बंधनकारक आहे. १९८६ सालचा १११३ क्रमांकाचा दावा खरोखरच आणि खऱ्या अर्थाने 'ऑर्डर २३ रूल ३बी सीपीसी'च्या कक्षेतील प्रातिनिधिक दावा होता. त्याच्या निकालातील आदेश हे केवळ त्या दाव्यातील व्यक्तींना वैयक्तिकरित्या बंधनकारक होते. ऑर्डर २३ रूल ३बी यातील नियमांप्रमाणे त्या व्यक्तींना सूचना न देता जर कोणताही समेट केला गेला, तर तो निरर्थक, परिणामशून्य ठरतो.

पुढे त्यात असाही मुद्दा मांडण्यात आला होता :

> हा समेट योग्य, न्याय्य आणि सयुक्तिक आहे असे विधान करताना कोर्टाने नुकसानभरपाईची रक्कम ठरवताना काही विशिष्ट प्रकारचे खर्च जमेत धरलेले नाहीत, ते या घटकेला संबद्ध नाहीत, परंतु भविष्यात निश्चित करावे लागतील. उदाहरणार्थ, हजारो लोकांच्या प्रकृतीवर विषारी वायूच्या सततच्या संसर्गामुळे आरोग्याला निर्माण होणाऱ्या धोक्यांचा, होणाऱ्या दुष्परिणामांचा विचार करून त्यांचे वैद्यकीय निरीक्षण करणे आणि गरजेनुसार त्यावर उपाय करणे – तसेच त्या खर्चासाठी लागणाऱ्या रकमेची मागणी करण्यासाठी केस पुनर्जीवित करण्याचे कलमही आत्ता या निकालात अंतर्भूत करण्यात आलेले नाही.

निकालपत्रात दोन प्रश्नही समाविष्ट करण्यात आले होते :

> हा समेट बाजूला ठेवून मूळचा १९८६ सालच्या १११३ क्रमांकाच्या दाव्याच्या गुणावगुणांनुसार पुढे जायचे का?
>
> जर तसे करायचे नसेल तर आणखी कोणत्या भरपाईला मंजुरी देणे किंवा कोणत्या नव्या मार्गदर्शक तत्त्वांचा समावेश

करणे जरुरी आहे?

वर उल्लेख केलेल्या सर्व मुद्द्यांची उत्तरे, स्पष्टीकरणे (न्यायमूर्ती वेंकटचलैया यांनी खंडपीठाचे वतीने दिलेल्या) प्रमुख निकालपत्रात देऊन ते सर्व मुद्दे, प्रश्न, शंका नाकारल्या गेल्या होत्या. (१९९१ (४) एससीसी ५८४).

नुकसानभरपाईची रक्कम (युसीसीने कोर्टात भरलेले ४७ कोटी अमेरिकन डॉलर्स) अखेरीस कमी पडली (मृत्युमुखी पडणाऱ्यांची संख्या वाढत गेली आणि इतरही काही कारणांमुळे) तेव्हा त्याविषयी कोर्टाने पुढील नोंद केली आहे :

> परिच्छेद क्र.१९८ – नुकसानभरपाईविषयी काळजीपूर्वक विचार केल्यानंतर असे लक्षात येते की दुर्घटना पीडितांना या आर्थिक मदतीपासून वंचित ठेवणे योग्य आणि शहाणपणाचे ठरणार नाही, परंतु त्याबरोबरच याही गोष्टीची खातरजमा करून घेतली पाहिजे की, यदाकदाचित काही असंभाव्य कारणांमुळे जर ही ठरवलेली रक्कम सध्याच्या अर्जदारांसाठी अपुरी पडली तर त्यानंतर ज्यांना मदतीची आवश्यकता निर्माण होईल अथवा ज्यांचे मदतीचे अर्ज त्यानंतर मंजूर होतील त्यांना वाऱ्यावर सोडले जात नाही. आत्ता जेवढ्या रकमेला मान्यता दिलेली आहे ती पाहता अशी परिस्थिती आकस्मिकरित्या उद्‌भवणार नाहीच, पण दुर्दैवाने तसे घडलेच तर ज्या पद्धतीने, ज्या गृहीतांवर आधारित असा हा भरपाईच्या रकमेचा निर्णय घेतला गेला आहे तो लक्षात घेऊन, पीडितांचे हित जपण्यासाठीचा सयुक्तिक मार्ग हा राहील की त्या वेळी भारत सरकारने ती उणीव भरून काढावी. जनहिताची काळजी वाहणाऱ्या, भारताच्या कल्याणकारी शासनाकडून ही जबाबदारी पार पाडण्यात मुळीच हयगय होऊ नये. वरील योजना आम्ही गृहीत धरतो आणि तसे नमूद करतो.

कोर्टाने हेही स्पष्ट केले की पीडितांच्या नुकसानभरपाईतील त्रुटी भारत सरकारने भरून काढली, म्हणून सरकारही त्या अपकृत्यास जबाबदार होते असा अर्थ अजिबात होत नाही, ती फक्त जनकल्याणाची कृती ठरते, परंतु निकालपत्रातील या (फक्त याच) मुद्द्यावर खंडपीठातील एक न्यायाधीश (न्यायमूर्ती अहमदी) सहमत नव्हते त्यांची असहमती प्रगट करताना

त्यांनी असे म्हटले आहे की: (१९९१ (४) एससीसी पृष्ठ ६९४ परिच्छेद २२०)

परिच्छेद क्र.२२० – नुकसानभरपाईची रक्कम कमी पडते आहे असे जर माझ्या लक्षात आले तर मी तिचा फेरविचार करण्यासाठी दोन्ही बाजूंना परत समेटाच्या या बाबतीतल्या अटी आणि कलमे तपासायला किंवा नव्याने कोर्टात दावा दाखल करायला सांगण्याचा तर्कशुद्ध मार्ग अवलंबला असता. 'साहु केस'मध्ये सरन्यायाधीश मुखर्जी यांनीही असे दाखवून दिले होते की फिर्यादी पक्षाकडून असे कोणत्याही स्वरूपाचे पुरावे सादर केले गेले नव्हते, ज्यायोगे मंजूर झालेला समेट चुकीचा सिद्ध होईल. या केसमध्येही कागदपत्रांचे ढीगचे ढीग कोर्टापुढे ठेवले गेले आहेत, त्यानुसार भरपाईची रक्कम अपुरी पडेल, समेटाचा फेरविचार करावा लागेल असे वाटत नाही. अशा परिस्थितीत रकमेतील उणीव भरून काढण्याचे ओझे भारत सरकारच्या खांद्यावर टाकणे, विशेषत: या दुर्घटनेला सरकार दुरन्वयानेसुद्धा जबाबदार नसतानाही त्याच्यावर हा आर्थिक भार टाकणे हे मला योग्य वाटत नाही.

या नंतर कोर्टाने स्वत:लाच एक प्रश्न विचारला आहे:

आज जे लोक प्रत्यक्ष नुकसानग्रस्त नाहीत, ज्यांच्याजवळ तसा कोणताही पुरावाही नाही, त्यांचे काय? आज घडलेल्या विषारी वायूच्या संसर्गामुळे त्यांच्या प्रकृतीत जर भविष्यात भयकारी लक्षणे दिसू लागली, त्यांनाही त्रास सुरू झाला तर त्यांच्या वैद्यकीय मदतीची भरपाई कोण करणार? आज जरी हा समेट, ही रक्कम एकदाच अंतिम म्हणून ठरवली गेली असली तरी या संभाव्य शक्यतेचा विचार व्हायलाच हवा.

याचे उत्तर देताना कोर्टाने ही निरीक्षणे नोंदवली आहेत आणि ह्या सूचना केल्या आहेत:

अ) भोपाळमधील जनतेला पुढील आठ वर्षे नियमित वैद्यकीय तपासणीची व्यवस्था उपलब्ध करून देऊन विषारी वायूच्या दुष्परिणामांचे निरीक्षण करण्यात यावे, यासाठी उत्तम साधनसामुग्री

आणि सोयींनी युक्त असे किमान पाचशे खाटांचे हॉस्पिटल सुसज्ज करण्यात यावे. या हॉस्पिटलमध्ये भोपाळमधील जे लोक एमआयसी – मेथील आयसो सायनेट या विषारी वायूच्या संसर्गाने आजारी पडले असतील त्या रोग्यांवर आजपासून निदान आठ वर्षांपर्यंत मोफत उपचार केले जावेत. या हॉस्पिटलकरता राज्य सरकारने विनामूल्य जमीन उपलब्ध करून द्यावी.

ब) पीडितांच्या (ज्यांनी अजूनपर्यंत नुकसानभरपाई अर्ज दाखल केले नाहीत.) अल्पवयीन पाल्यांच्या नावाने योग्य असा सामूहिक वैद्यकीय विमा, भारतीय जीवन विमा निगम अथवा जनरल लाइफ इन्शुरन्स कॉर्पोरेशन ऑफ इंडिया यांच्याकडून उतरवला जाईल अशी भारत सरकारने सोय करावी. त्या योगे आज नाही पण भविष्यात गरज भासेल त्यांना आणि या नंतर जन्माला येणाऱ्या अर्भकांना गर्भावस्थेत अथवा जन्मत:च जर या एमआयसी या विषारी वायूमुळे काही आजार जडले तर त्या सर्व बालक–बालिकांना वैद्यकीय साहाय्य मिळेल. या विम्याला व्यक्तिगत कमाल मर्यादा नसावी आणि त्याची मुदत किमान आठ वर्षांची असावी. या विमायोजनेत साधारण एक लाख लोक समाविष्ट करावे लागतील असे गृहीत धरून योजना तयार करावी. या विम्याचे हप्ते नुकसानभरपाईसाठी कोर्टाने मंजूर केलेल्या रकमेतून भरले जावेत.

क) वरील योजनांतील हॉस्पिटल, त्यातील साधनसामुग्री आणि हॉस्पिटल आठ वर्षे चालवण्याच्या खर्चाचा आर्थिक भार, मानवतेच्या दृष्टिकोनातून आणि याआधी कंपनीसमोर मांडलेल्या प्रस्तावानुसार, युसीसी आणि युसीआयएल यांनी उचलावा.

नागराज आणि रामन यांनी भोपाळ केसच्या बाबतीत काही सयुक्तिक प्रश्न उपस्थित केले आहेत त्याची उत्तरे मी केवळ सर्वोच्च न्यायालयाच्या निकालपत्रातील उद्धरणे देऊन दिली आहेत, त्याचे कारण एवढेच आहे की मी आधी म्हटल्याप्रमाणे सर्वोच्च न्यायालयाच्या पाठोपाठच्या निकालपत्रात या दोघांनी विचारलेले प्रश्न आणि त्यांची उत्तरे दोन्ही समाविष्ट केलेलीच आहेत– तसे करण्यात त्यांना कमी लेखण्याचा किंवा कुणाचा मोठेपणा दाखवण्याचा उद्देश नाही. आता ती उत्तरे चुकीची असली, अयोग्य असली (बक्षी यांनी त्यांच्या जाहीर पत्रात तसे वारंवार म्हटले आहे) तरी आपल्या

देशाच्या राज्यघटनेनुसार ती सर्वांत उच्च कोर्टाची असल्याने, जोपर्यंत कोणाच्या तरी विनंतीनुसार ती मागे घेतली जात नाहीत, बदलली जात नाहीत तोवर ती आपणा सर्वांवर बंधनकारक असणार आहेत. आणि आजवर कोणीही– प्राध्यापक बक्षीदेखील– तशी याचिका घेऊन कोर्टाकडे गेलेले नाही.

प्राध्यापक बक्षी हे त्यांच्या जाहीर पत्रात न्यायमूर्ती पाठक यांच्या खटल्याच्या संपूर्ण समेटाच्या १९८९ (३) एससीसी ३८ या निर्णयाचे वर्णन 'तर्कशून्य आणि क्रूर असे करतात आणि त्याला 'खोटेपणाची, ढोंगीपणाची हद्द' समजतात. त्यापुढे जाऊन न्यायमूर्ती वेंकटचलैया यांनी तो समेट कायम करून त्याच्या फेरविचाराला नकार दिल्याच्या १९९१ (४) एससीसी ५८४ या निकालाला ते 'मोठ्या पराकाष्ठेने न्यायतत्त्वे, कायदेशास्त्र यातून सुटकेचा मार्ग शोधून 'अन्याय्य' निर्णय 'कायद्यात 'बसवण्या'चे 'महत्कार्य' म्हणतात. माझे असे मत आहे की 'न्यायतत्त्वे, कायदेशास्त्र' या गोष्टी आपण कायदेपंडितांवर सोडून द्याव्यात. सर्वोच्च न्यायालयाच्या तीन निरनिराळ्या सरन्यायाधीशांच्या (सरन्यायाधीश पाठक, मुखर्जी आणि मिश्रा) अध्यक्षतेखालील तीन संविधान खंडपीठाच्या, एक नव्हे, दोन नव्हे, तीन–तीन निर्णयांचे जहाल टीकास्त्रांनी वाभाडे काढणे हे आपल्यासारख्या क्षुद्र, मर्त्य मानवांचे काम नाही! अशा पश्चात टीकेने किंवा कठोर शब्द वापरल्याने ना ते निर्णय बदलणार आहेत, ना त्यातील निष्कर्ष खोटे ठरणार आहेत; शिवाय आपल्या देशाच्या कायदेपद्धतीप्रमाणे ते निर्णय लोकसभेला, राज्यसभेला, मंत्रिमंडळाला, अगदी नवे कायदे पास करून घेऊनदेखील बदलता किंवा रद्द ठरवता येणार नाहीत. ते काम फक्त आणि फक्त कोर्टालाच करता येऊ शकेल!!

नागराज आणि रामन यांचे माझ्या लेखावरून आणखी एक चुकीचे मत झाले आहे. त्यांना असे वाटते आहे की 'जो प्रदूषण करतो तो त्याच्या नुकसानीच्या भरपाईला जबाबदार असतो' या सर्वमान्य तत्त्वानुसार युसीसीला दुर्घटनेसाठी जबाबदार धरले जाऊ शकत नाही असे माझे म्हणणे आहे, परंतु असे माझे मुळीच म्हणणे नाही. उलट त्याच तत्त्वाचा आधार घेऊन ४७ कोटी अमेरिकन डॉलर्स इतकी नुकसान भरपाई युसीसीकडून वसूल करण्याच्या अटीवर समेट घडवला गेला, तो भारत सरकारच्या वतीने महान्यायप्रतिनिधींनी स्वीकारला आणि मग सर्वोच्च न्यायालयाने दोन निरनिराळ्या खंडपीठांपुढील सुनावणीत (१९८९ (३) एससीसी ३८, १९९० (१) एससीसी ६१३) आणि तिसऱ्यांदा पुनर्विचार याचिकेच्या सुनावणीनंतर (१९९१(४) एससीसी ५८४ प्रमाणे) आणि जेवढ्या

बिनसरकारी सेवासंस्थांचे प्रतिनिधी कोर्टापुढे हजर झाले त्या सर्वांचे म्हणणे ऐकून घेतल्या नंतर – त्रिवार – मंजूर केला.

आणखी एक– समाजातील सधन, सुखवस्तु वर्गाला मी फैलावर घेतलेले नाही. कोर्टाच्या निकालपत्रात त्यासंबंधी केलेला उल्लेख मी उद्धृत केला आहे: 'हजारो गरीब आणि असाहाय लोकांच्या जिवावर बेतलेल्या या महाभयंकर दुर्घटनेबद्दल देशातील जनतेची जी संकुचित प्रतिक्रिया होती त्यावर राष्ट्रीय पातळीवर गंभीरपणे विचार होणे आवश्यक आहे. ज्या कंपनीत विषारी वायुगळती झाली तिच्याबद्दल मनस्वी राग येणे, चीड येणे, तिची कडक शब्दात निर्भर्त्सना करणे या गोष्टी होणार हे न्यायालयालाही समजू शकते, कारण ते साहजिक आहे, परंतु खटल्यांच्या निकालाची प्रदीर्घ प्रक्रिया पूर्ण होईपर्यंत पीडितांना मदतीसाठी वाट पाहात हाल अपेष्टा सहन करायला लागू नयेत, त्यांच्या दु:खांवर तातडीने इलाज व्हावेत या सद्हेतूने देशातील कोणत्याही वर्गाने, गटाने, पक्षाने आपल्या शक्ती पणाला लावून सार्वजनिक निधी उभा करण्याचे जराही प्रयत्न केले नाहीत.' हे सरन्यायाधीश पाठक यांचे विधान निखालस खोटे असल्याचे बक्षी यांनी त्यांच्या पत्रात म्हटले आहे, परंतु कोणीही त्यातील चूक कोर्टाच्या निदर्शनास आणून देऊन ती खोटी, निंदास्पद वाक्ये निकालपत्रातून काढून टाकण्यासाठी कोर्टाला आव्हान देणारी याचिका सादर केलेली माझ्या ऐकिवात नाही.

पत्र संपवताना एक कबुली देतो. भोपाळ दुर्घटना पीडितांच्या मदतीसाठी, स्वास्थ्यासाठी इतरांनी काय करायला हवे होते याचे कोणतेही उदाहरण मी घालून दिलेले नाही! मी फक्त आपल्या कायदेपद्धतीतील उणिवांकडे (सर्वोच्च न्यायालयाने १९९०मध्ये निकालपत्रातून ज्या अधोरेखित केल्या आणि कायद्यात योग्य त्या सुधारणा घडवून आणून ज्यांची पूर्ती करण्याची सूचना केली.) लक्ष वेधले. भोपाळ दुर्घटनेसारख्या महाभयंकर अरिष्टाची भविष्यात पुनरावृत्ती होऊ नये आणि झालीच तर त्यापासून आपणा सर्वांचा बचाव व्हावा, रक्षण व्हावे यासाठीच माझी ही धडपड आहे. खरे तर माझ्या लेखात याच मुद्द्यावर माझा सर्वांत जास्त भर होता, किंबहुना तोच माझ्या लेखाचा मुख्य हेतू होता.

फली एस. नरीमन
दिल्ली

माझे हे दोन्ही पत्रांना लिहिलेले संयुक्त उत्तर 'सेमिनार'च्या फेब्रुवारी, २००५च्या अंकात प्रसिद्ध झाल्यानंतर, १६ फेब्रुवारीला उपेन्द्र बक्षी यांनी मला ई-मेल पाठवली आणि माझे उत्तर 'चोख प्रत्युत्तर' असल्याचे कळवले. त्यांनी त्या ई-मेलमध्ये 'काही गोष्टींचे स्पष्टीकरण' देण्याची मुभा घेतली होती. ती त्यांची (आजवर अप्रसिद्ध असलेली) ई-मेल वाचकांसमोर ठेवणे मला न्याय्य वाटते. या त्यांच्या ई-मेलने मी या कटू विषयावरील 'वाद संवादा'चा शेवट करीत आहे.

विषय: भोपाळ
बुधवार, १६ फेब्रुवारी, २००५,
प्रेषक- BaxiUpendra@aol.com
प्रति- fnariman@sansad.nic.in
प्रत- U.Baxi@warwick.ac.uk

प्रिय फली (जर असे संबोधण्याची अजूनही तुमची परवानगी असेल तर!)

माझ्या 'सेमिनार'मधील जाहीर पत्राच्या 'चोख उत्तरा'बद्दल मनापासून आभार! मानवी हक्कांच्या प्रश्नाबाबतीत आपले काही मतभेद असले तरी आपला एकमेकांविषयीचा आदर कमी झालेला नाही आणि काही मुद्द्यांवर असाच स्पष्ट, तगडा आणि तोही जाहीर सुसंवाद घडला पाहिजे याविषयी तर आपला मतभेदही नाही. असेच असायला हवे. तुमच्या पत्राबद्दल परत एकवार मनापासून दाद देतो. भोपाळ दुर्घटनेसारखा ज्वालाग्राही विषय आणि अशा प्रकारचे जाहीर प्रकटन, एकमेकांवरील वार प्रतिवारात, गुद्दागुद्दीत हमखास काही मुद्द्याला सोडून, असंबद्ध विधाने केली जातात. जनतेच्या जिव्हाळ्याच्या विषयाच्या अभिव्यक्तीत सहसा अशी विधानांची आतषबाजी, शब्दांच्या कोलांट्याउड्या होतातच!

पण तरीही इतक्या लांब अंतरावरून काही गोष्टींविषयी थोडे स्पष्टीकरण देण्याची परवानगी मागतो.

प्रथमत: मी हे स्पष्ट करू इच्छितो की तुम्ही लिहिले आहे तशी माझ्या मनात तुमच्याविषयी मनस्वी चीड, तिरस्कार अजिबात नाही. तशा कोणत्याही भावना माझ्या मनात तसूभरही नाहीत याची तुम्ही शंभर टक्के खातरी बाळगा. या पत्रांच्या देवाण घेवाणीतून एक गोष्ट मला परत एकवार प्रतीत झाली की भारतीय लोकांनी एकदा का कुठल्याही गोष्टीविषयी

अथवा व्यक्तीविषयी एखादे मत बनवले की ते त्यांचे अगदी प्रामाणिक मत होते, त्यांच्या मनावर पक्के कोरले जाते, खोलवर रुतून बसते. मी जेवढा काळ भारतात सार्वजनिक जीवनात भाग घेत होतो त्या काळात मी या व्यक्तिगत आकसाच्या राजकारणाविरुद्ध कायम लढा देत होतो. तेव्हा माझे तुमच्याशी कोणतेही वैर नाही हे परत एकदा, शेवटचे सांगतो. सत्ता, अधिकार प्राप्त होतात ते केवळ जनहितासाठी, लोककल्याणासाठी, सामाजाच्या सुख समाधानासाठी, स्थैर्यासाठी होतात आणि म्हणूनच सत्ताधीश, अधिकारी यांनी त्यांच्याकडे असलेल्या जनतेच्या उत्तरदायित्वाला, जनतेला उत्तर द्यायला कायम बांधील असले पाहिजे, या तत्त्वाचा तुम्ही जो सतत पाठपुरावा करीत आला आहात, त्याविषयी तुमची जी अचल निष्ठा आहे, त्याबद्दल आणि त्यामुळेच तुमच्याविषयीही मला नेहमीच अत्यंत आदर वाटत आला आहे.

ही माझी प्रामाणिक भावना मी घराच्या छपरावर उभा राहून जगाला ओरडून सांगायला तयार आहे. विशेषत: विकसनशील देशातील लोकांच्या सामाजिक आणि राजकीय हक्कांसाठी, त्यांच्या रक्षणासाठी आणि त्यांच्या अंमलबजावणीसाठी तुम्ही ज्या समर्पित वृत्तीने, निरलसपणे प्रयत्न करता आहात ते कार्य खरोखरच, नुसते स्पृहणीय नाही तर, अनुकरणीय आहे. या तुमच्या कार्याचा गौरवपूर्ण उल्लेख माझ्या कामाच्या निमित्ताने घडणाऱ्या बोलण्या-लिखाणातून करणे, हा माझा प्रदीर्घ काळाचा आवडता, मला आनंद देणारा छंद आहे. माझ्या लेखातून ही माझी भावना तुमच्यापर्यंत आणि लोकांपर्यंत पोहोचवण्याची संधी मला मिळाली नाही, याबद्दल मी तुमची क्षमा मागतो.

दुसरे मला खरोखरच, मनापासून असे वाटते (आणि तुम्हालाही खरोखरच, मनापासून माझे ते वाटणे चुकीचे वाटत असणार.) की, तुम्ही युसीसीच्या अपकृत्याचा सक्रिय बचाव केलात, या गोष्टीने मानवी हक्कांच्या रक्षणाला, त्यांच्या पुरस्काराला फार मोठे नुकसान पोहोचले आहे, अर्थात असे म्हणण्याने तुमच्या बाकीच्या वैयक्तिक आणि व्यावसायिक आयुष्यातील अलांच्छित, उज्ज्वल अशा कारकिर्दीला जरासुद्धा डाग लावायचा माझा हेतू नाही. फली, तुम्ही त्याला 'व्यावसायिक निष्ठा किंवा नीतिमत्ता' असे म्हणाल, पण मला एवढेच वाटते की, भोपाळ दुर्घटनेतील दोन लाख पीडित आणि त्यांच्या बाजूने उभे राहणारे, त्यांच्या बाजूने विचार करणारे असंख्य कार्यकर्ते यांच्या मतालाही काहीतरी किंमत, वजन द्यायलाच हवे, त्याचाही आदर करायला हवा, नाही का?

तिसरा मुद्दा ‘बहिष्कारा’चा. त्याचा उल्लेख मी आपला दोघांचा मित्र कृष्णा अय्यर याच्याजवळ केलेला होता आणि मला नाही वाटत की, त्यापलीकडे जाऊन जाहीरपणे त्याची वाच्यता करणे गरजेचे होते, योग्य ठरले असते. तुम्हाला हेही माहीत आहे की, कृष्णा अय्यर यांनी जेव्हा शाहबानो केसच्या निर्णयाविरुद्धचे विधेयक संसदेत आणल्याबद्दल राजीव गांधी यांना पत्र लिहिले होते, तेव्हा त्याच्या निषेधार्थ त्याच्याबरोबरही कोणत्याही सार्वजनिक मंचावर कित्येक वर्षे हजेरी न लावण्याचा माझा पण मी जाहीर केला होता, पण त्याचा मोठेपणा असा की, या माझ्या विरोधी कृतीमुळे त्याने आमच्या मैत्रीत कुठलाही अंतराय येऊ दिला नाही. तुमच्या बाबतीत, तुम्ही भोपाळ केसमध्ये युसीसीचे वकीलपत्र घेतल्यानंतर मी एकदाही तुमच्यासमवेत कोणत्याही कार्यक्रमात सामील झालेलो नाही. तुम्ही युपीपीएएसआयच्या परिषदेत शैक्षणिक सत्राचे उद्घाटन करताना व्याख्यान दिलेत, ज्यातून पुढे भारताची जिवंत राज्यघटना – इंडियाज लिव्हिंग कॉन्स्टिट्युशन – प्रसिद्ध झाले, त्या महत्त्वपूर्ण कार्यक्रमालासुद्धा मी उपस्थित राहिलो नव्हतो. कृष्णाच्या बाबतीत काय किंवा तुमच्या बाबतीत काय, माझ्या ह्या जाहीर निषेध व्यक्त करण्याच्या मार्गात, तुम्ही लेख लिहीत असल्याने मी लिहिण्याचे नाकारण्याच्या निर्णयात, ज्याला तुम्हाला ‘अहंमन्यतेचा, बढाईखोरपणारचा दर्प’ आला, कोणत्याही प्रकारच्या सौजन्याचा, नम्रतेचा अभाव होता असे मला वाटत नाही.

चौथा मुद्दा आहे तो, तुम्हाला जो नक्कीच माहीत आहे, तुम्ही मुद्दाम केलेल्या खोट्या आरोपाचा. तुम्ही असे लिहिले आहे की, ‘आणीबाणीच्या काळात बक्षी मात्र आकाशवाणी, दूरदर्शन यांसारख्या माध्यमातून, एकदा नव्हे, वारंवार आणीबाणीच्या बाजूने, प्रशंसेचे पूल बांधणारी भाषणे देत असलेले मी पाहिले आणि ऐकले आहे. अंतर्गत आणीबाणी म्हणजे राजकीय चातुर्याचा, मुत्सद्देगिरीचा क्वचित दिसणारा आविष्कार आहे, भारतीय जनतेमध्ये शिस्त, अनुशासन बाणवण्याचे अत्यावश्यक, देशाच्या फायद्याचे पण अत्यंत अवघड कार्य पार पाडणारा उत्तम आणि परिणामकारक मार्ग आहे, अशी स्तुतिसुमने उधळत होते.’ याला मी ‘सहेतुक अतिशयोक्ती’ म्हणू का? का योग्य वेळी योग्य तेच नेमके आठवण्याच्या आणि विसरण्याच्या तुमच्या वकिली कौशल्याची ती झलक होती असे म्हणू? कारण तुमच्या अभिमानास्पद अशा तीव्र स्मरणशक्तीकडून अशी चूक घडणे, केवळ अशक्यच आहे. दूरदर्शनकडे आजही त्या जुन्या कार्यक्रमांच्या चित्रफिती उपलब्ध आहेत, त्या पाहून

माझी उघड-उघड बदनामी करणाऱ्या तुमच्या विधानातील फोलपणा आणि रोमेश थापर यांच्या शौर्याचे कौतुक करायचा मला प्राप्त अधिकार या दोन्ही गोष्टी सहजी सिद्ध होतील.

रोमेश थापर यांच्या विनंतीवरून 'सेमिनार'च्या आणीबाणी विशेषांकाच्या प्रास्ताविकात मी 'सर्वोच्च न्यायालय आणि भारतीय राजकारण' या शीर्षकाचा एक लेख लिहिला होता, त्यात मी माझी आणीबाणीसंबंधीची भूमिका नीट स्पष्ट करून तिच्याविषयी जनमानसात पसरलेल्या गैरसमजुतींचे पूर्ण निरसनही केले होते. त्या लेखात कितीतरी प्रकारांनी आणीबाणीचे अभ्यासपूर्ण अवलोकन केलेले होते. फली, तुम्ही तुमच्या महाकायदेपंडित या उच्च पदाचा त्याग करण्यात असामान्य शौर्य आणि धाडस दाखविले; त्यापुढे आमचे, इतरांचे कार्य अगदीच निस्तेज, फिके असेल, पण मला वाटते सूर्याइतके नसेल, पण तिमिराचा नाश करून प्रकाश पसरवण्याचे कणभर श्रेय पणत्यांनाही मिळायला हवे, नाही का?

'खटल्यांचा समेट' हा माझा पाचवा मुद्दा आहे. अशा समेटासाठी जी न्यायालयीन सर्कस खेळली जाते, ती सर्कसच्या रिंगच्या अगदी जवळ बसून पाहणाऱ्या तुमच्यासारख्या प्रेक्षकांना कशी दिसत असेल याचा मी केवळ अंदाजच करू शकतो, त्यामुळेच कदाचित समेट घडवून आणण्याच्या न्यायालयीन पद्धतींची आखणी, त्यासाठी वापरल्या जाणाऱ्या निरनिराळ्या क्लृप्त्या यातील खोटेपणा, ढोंगीपणा याबद्दल अर्थातच आपली मते दोन टोकांची बनली आहेत. मला अशी आशा वाटत होती की वीस वर्षांच्या कालावधीनंतर, व्यावसायिक जबाबदारीतून मुक्त झाल्यावर तरी तुम्ही या सगळ्याकडे एका मानवी हक्कांची किंमत जाणणाऱ्या, त्यांचे महत्त्व ओळखणाऱ्या, त्यांचा धडाडीने पुरस्कार करणाऱ्या, त्यांच्या रक्षणासाठी झगडणाऱ्या एका कार्यकर्त्याच्या नजरेतून पाहाल, त्याच्या डोक्याने, त्याच्या मनाने स्वत:चे विचार मांडाल. शासकीय गुपिते उघड करायला नियमानुसार तीस वर्षांचा कालावधी उलटावा लागतो. त्यामुळे, मला वाटते, खटल्याचे समेट खरे-खरे कसे घडवले जातात हे जाणून घ्यायला मला, सध्या माझी प्रकृती मला देत असलेल्या विरोधी संकेतांना डावलून आणखी एक दशक वाट पाहावी लागणार! लढाऊ कार्यकर्त्याचे आयुष्य मर्यादित असले तरी त्याला त्याच्या कार्याच्या दीर्घायुष्यासाठी 'वरच्या कोर्टा'त अपील करता येत असावे. माझी हीच इच्छा आहे की आपल्या कार्याच्या ऐतिहासिक दस्तऐवजात आपल्यातील बरेचसे मतभेद दूर झाल्याचे पुरावे सापडावेत!!

फली, तुमच्या 'चोख प्रत्युत्तरा'बद्दलचे आभारप्रदर्शन फारच लांबले! तेव्हा थांबतो.

तुम्हाला आणि बाप्सी यांना प्रेमपूर्ण नमस्कार.

तुमचा,
उपेन
(डॉक्टर उपेंद्र बक्षी)

प्रिय वाचकहो, असे आहे हे 'भोपाळ दुर्घटना आणि मी' हे चित्र! अगदी माझ्यातला ओबडधोबडपणा, चेहऱ्यावरील पुटकुळ्या, चामखीळ यांच्यासकट!!

टीपा :

१. युनियन कार्बाइड ऑफ इंडिया विरुद्ध भारत सरकार, १९८९ (२) एससीसी ५४०.
२. युनियन कार्बाइड ऑफ इंडिया विरुद्ध भारत सरकार, १९८९ (३) एससीसी ३८.
३. पत्रात प्रथम भोपाळ येथील कोर्टात आणि शेवटी भारतीय सर्वोच्च न्यायालयात चाललेल्या खटल्यांच्या सुनावणीचे, निर्णयांचे तपशील वर्णन केलेले आहेत.
४. उमर खय्याम यांच्या रुबायांचा एडवर्ड फिट्झजेराल्ड यांनी केलेला अनुवाद (२००५) – अॅडामंट मिडिया कॉर्पोरेशन, लंडन.
५. ऑक्सफर्ड डिक्शनरी ऑफ कोटेशन्स, पृष्ठ १६७.
६. 'लॉ, पॉव्हर्टी अॅन्ड लीगल एड, अॅक्सेस टु क्रिमिनल जस्टीस' – 'कायदा, दारिद्र्य आणि कायदेशीर मदत, गुन्हेगारी न्यायनिर्णयपद्धतीतील हक्क' (२००४), लेक्सिस नेक्सिस, बटरवर्थ्स या अभ्यासपूर्ण पुस्तकाचा लेखक
७. तेजबीरसिंग यांनी संपादित केलेले.
८. सर्वोच्च न्यायालयाच्या न्यायासनाने १९ जुलै, २००४ रोजी दिलेला आदेश (न्यायमूर्ती शिवराज पाटील आणि न्यायमूर्ती बी. एन. श्रीकृष्णा)
९. 'परिच्छेद क्र. ९४. – पूरक कारवाई – न्यायदानाचा अंतिम हेतू साध्य होत नाही अशी परिस्थिती उद्‌भवू नये यासाठी कोर्टाने, नियत केल्याप्रमाणे... (ई) कोर्टाला जे न्याय्य वाटेल आणि जे परिस्थितीनुरूप सोयीस्कर असेल त्याप्रमाणे वादकालीन आदेश जारी करावेत.'
१०. 'परिच्छेद क्र.९ – दाव्याला प्रतिबंध अथवा आडकाठी नसलेल्या सर्व दिवाणी दाव्यांची कोर्टाने चौकशी करावी – ज्या दाव्यांची चौकशी स्पष्टपणे

वर्जित असेल किंवा वर्जित केलेली आहे असे दाखवले असेल, तेवढे दावे सोडून सर्व प्रकारच्या दिवाणी दाव्यांची चौकशी करण्याचे (येथे उल्लेखलेल्या तरतुदींनुसार) अधिकार कोर्टास आहेत.'

११. श्रीमती विद्यादेवी विरुद्ध मध्यप्रदेश स्टेट रोड ट्रान्सपोर्ट कॉर्पोरेशन, एआयआर १९७५ एम.पी. ८९, परिच्छेद क्र. ७ (न्यायमूर्ती जी. पी. सिंग आणि न्यायमूर्ती के. के. दुबे).

न्यायदान करताना न्यायवृद्धीसाठी, न्यायाधीशांच्या सदसद्‌विवेकबुद्धीला जर इंग्लिश कायद्याचा वापर करणे गरजेचे आहे असे वाटले, तर तेथील कायदे आपल्या, भारतीय समाजाला, येथील परिस्थितीला अनुरूप ठरतील याची काळजी भारतीय कोर्टातील न्यायाधीशांनी घेतलीच पाहिजे. इंग्लिश विधिमंडळाने त्यांच्या समान कायद्यातील एखादा नियम रद्द केला असेल, मागे घेतला असेल, त्यात काही बदल केले असतील तर भारतीय कोर्टांना तो जुना नियम नाकारून नवीन नियम लागू करण्याची मुभा आहे.

१२. १९९१ (४) एससीसी ५८४, पृष्ठ क्र. ६१५

१३. 'द ट्रस्टिंग हार्ट – ग्रेट न्यूज अबाउट टाइप 'ए' बिहेवियर' (१९८९), डॉक्टर रेडफोर्ड विल्यम्स (ड्युक युनिव्हर्सिटी) – रँडम हाउस व्हॅल्यु पब्लिशिंग.

१४. १९८८ सालातील सी.ए. क्र. ३१८७,३१८८ – ४ मे, १९८९: युनियन कार्बाइड कॉर्पोरेशन विरुद्ध भारत सरकार, १९८९ (३) एससीसी ३८.

१५. १९९० (१) एससीसी ६१३.

◆

प्रकरण ११

चांगली मने, मोठी माणसे

जी. के. चेस्टर्टन याने असे म्हटले आहे की, 'देवदूत उडू शकतात, कारण ते स्वत:ला फार मोठे वजनदार समजत नाहीत.' दलाई लामा हे कोणी अतिविद्वान नाहीत की खूप अनुभवीही नाहीत; पण ते साधे आहेत, शहाणे आहेत, कनवाळू आहेत आणि ते स्वत:ला फार मोठे वजनदार समजत नाहीत.

दलाई लामा – एक वैयक्तिक अनुभव आणि आदरांजली.

तिबेटमध्ये गेल्या चाळीस वर्षांपासून घडत असलेल्या घटना आणि त्यामुळे बदलत असलेली परिस्थिती यांविषयी 'इंटरनॅशनल कमिशन ऑफ ज्युरिस्ट्सला – 'आंतरराष्ट्रीय कायदेपंडितांच्या मंडळा'ला– चिंता वाटत होती. १९५९ साली त्या मंडळाने तिबेटबाबतचा त्यांचा पहिला अहवाल 'तिबेटचा प्रश्न आणि कायदा' – द क्वेश्चन ऑफ तिबेट ॲन्ड द रुल ऑफ लॉ – प्रसिद्ध केला. त्या अहवालाने जगभर खळबळ उडाली इतकी की, यूनोच्या सर्वसाधारणसभेच्या अधिवेशनात त्या विषयावर चर्चा घडून आली. त्या चर्चेदरम्यान आयर्लंडचे परराष्ट्रमंत्री फ्रँक ऐकेन यांनी पुढील स्फूर्तिदायक उद्गार काढले,

> आज या अधिवेशनात वर्तुळाकार आसनांवर बसून चर्चेत सक्रिय भाग घेणाऱ्या अनेक देशांच्या, माझ्याही देशाच्या – आयर्लंडच्याही – प्रतिनिधीमंडळांकडे पाहताना माझ्या मनात असा, जरा विचित्र विचार आला की जर एखादा छोटासा देश किंवा मूठभर लोक एखाद्या महाशक्तीच्या विळख्यात सापडले, गुदमरले, पायदळी तुडवले गेले तरीही त्यांना त्यांचे गाऱ्हाणे या यूनोच्या व्यासपीठावरून जगासमोर मांडण्याची संधी उपलब्ध झाली नसती, एकदा जर एखादा देश, जो समाज पराधीन, परतंत्र बनला तर तो कायमच तसाच राहणार अशीच जुलमी, अन्याय्य पद्धती येथे अस्तित्वात असती तर या सभागृहातील कितीतरी आसने रिकामीच राहिली असती!

तिबेटमधील कायदेपंडितांच्या मंडळाच्या याच विषयावरील (डिसेंबर, १९९७मध्ये प्रसिद्ध झालेल्या) दुसऱ्या अहवालात 'तिबेट : मानवी हक्क आणि कायदा' – तिबेट : ह्युमन राइट्स ॲन्ड द रुल ऑफ द लॉ – यात पहिल्या अहवालात प्रकट

केली गेलेली चिंता तशीच होती, किंबहुना ती वाढली होती.

१० मार्च, १९९८ रोजी दिल्लीतील संसदमार्गावर सहा शूर तिबेटीयन नागरिक (त्यात सत्तरीचे वृद्धही होते, आणि पंचविशीतील तरुणही होते.) आमरण उपोषणाला बसले. तिबेटमध्ये घडणाऱ्या सांस्कृतिक संहाराचा ते सत्याग्रही निषेध करीत होते. या उपोषणाची माहिती मला आंतरराष्ट्रीय कायदेपंडित मंडळाच्या जिनिव्हा येथील मुख्य कचेरीतून कळवली गेली. मी तातडीने हालचाल केली आणि अनेक संबंधित आधिकाऱ्यांना पत्रे लिहून त्यांचे लक्ष त्या सत्याग्रहाकडे वेधले, पण हाताच्या बोटावर मोजण्याइतक्या आधिकाऱ्यांकडूनही प्रतिसाद मिळाला नाही. मार्चच्या शेवटच्या पंधरवड्यात काही लोकांनी त्या सत्याग्रहींविषयीच्या सहानुभूतीपोटी, त्यांच्या आयुष्याच्या काळजीपोटी (त्यात सुप्रसिद्ध नट रिचर्ड गेरे, आंतरराष्ट्रीय कायदेपंडित मंडळाच्या नेदर्लंडच्या प्रतिनिधी क्रिस्टा मैंडर्समा यांचा समावेश होता.) त्यांनी उपोषण मागे घ्यावे म्हणून खूप विनंत्या, आग्रह केले, परंतु काहीही उपयोग झाला नाही.

जिनिव्हा येथे 'आयसीजे'चे मुख्य सचिव ॲडामा डिएंग आणि अध्यक्ष मायकेल किर्बे यांच्यासमवेत फली नरीमन

आमरण उपोषणाला बसलेल्यांचे हाल संपविण्यासाठी प्रयत्न करणाऱ्यांच्या साहाय्याला शेवटी आंतरराष्ट्रीय कायदेपंडित मंडळाचे मुख्य सचिव ॲडामा डिएंग हे जिनिव्हाहून मुद्दाम भारतात आले. ११ एप्रिलला त्यांनी दिल्लीत त्या सत्याग्रहींची भेट घेतली, पण सत्याग्रहींनी उपोषण मागे घेण्याची त्यांची विनंती मान्य केली नाही, त्यांनी त्यांचा हट्ट सोडायला नकार दिला. दुसऱ्या दिवशी, १२ एप्रिलला

ॲडामा आणि मी, असे दोघे जण दिल्लीच्या सेंटॉर एअरपोर्ट हॉटेलमध्ये जाऊन दलाई लामा यांना भेटलो. ते नुकतेच जपानच्या दौऱ्याहून परतले होते आणि धर्मशाला येथे जाण्यापूर्वीमध्ये दिल्लीत थांबले होते. आपल्या देशवासीयांच्या काळजीने ॲडामा मुद्दाम जिनिव्हाहून उठून दिल्लीत आले आहेत, हे ऐकल्यावर दलाई लामा इतके भारावून गेले की, त्यांनी ॲडामा यांना भावपूर्ण आलिंगन दिले. दलाई लामा यांनी त्यांची अडचण आम्हाला समजावून सांगितली. बुद्ध धर्माला हिंसा अजिबात मंजूर नाही, मग ती स्वत:च्या बाबतीत असली तरीही नाही, त्यामुळे त्यांच्या धर्मालाही आणि त्यांना स्वत:ला वैयक्तिक रित्यादेखील 'आमरण उपोषण' अजिबात मान्य नव्हते. ते जपानहून आले त्याच दिवशी त्यांनी संसदमार्गावर जाऊन त्या सहा वीरांची भेट घेतली होती, त्यांना आमरण उपोषणापासून परावृत्त करण्याचा त्यांनीही भरपूर प्रयत्न केला. त्या सत्याग्रहींच्या चेहऱ्यावर विलसत असलेले प्राणार्पणाच्या दृढ निश्चयाचे विलक्षण तेज आणि डोळ्यांत एकाच वेळी चिडीची धगधगती आग आणि वेदनांचे गरम अश्रू पाहिल्यावर दलाई लामांना त्यांच्या आध्यात्मिक, धार्मिक उच्च स्थानाचा, अधिकारपदाचा वापर करून त्या तिबेटच्या सुपुत्रांना मागे खेचणे, सर्वस्वी अयोग्य वाटले, अशक्य झाले. काही बोलण्याचा त्यांना धीरच झाला नाही, त्यांची जीभच रेटली नाही. ते असाहाय्य होऊन परत आले. त्यांच्याकडे त्या योद्ध्यांना द्यायला, यशस्वी होऊ शकेल असा, कोणताही पर्याय नव्हता. कोणतीही पुसटशीसुद्धा आशा ते त्या धडपडणाऱ्यांना दाखवू शकत नव्हते आणि त्यामुळेच त्यांना 'उपोषण थांबवा, लढा मागे घ्या' असे कोणत्या तोंडाने सांगायचे, असाच प्रश्न दलाई लामांना पडला होता. त्यांच्या सदसद्‌विवेकबुद्धीने त्यांना तिथून रिकाम्या हातांनी, पण भरल्या हृदयाने परत फिरायला भाग पाडले होते. दलाई लामांनी ही सर्व हकिगत आम्हाला सुट्या-सुट्या शब्दांची छोटी-छोटी वाक्ये ओठ आवळून बोलताना मधून-मधून थोडेसे खाकरण्याच्या त्यांच्या खास शैलीत ऐकवली आणि त्यानंतर त्यांनी आम्हाला अगदी थोडक्यात त्यांच्या स्वत:च्या तत्त्वज्ञानाचे सारच ऐकवले. ते ऐकताना जगातील एवढ्या लोकांना दलाई लामा एवढे का आवडतात, सगळ्यांवर त्यांची एवढी मोहिनी का पडते, याचा मला साक्षात्कार झाला. ते म्हणाले :

> माझा असा दृढ विश्वास आहे की, एकेक व्यक्तीसुद्धा समाजात बदल घडवून आणू शकते. हे विश्व एक विशाल कुटुंबच आहे, त्यातील प्रत्येक कुटुंबीयावर आपल्या कुटुंबाची वाटचाल प्रगतिपथावर होत राहावी, यासाठी स्वत:चे योगदान देण्याची जबाबदारी आहे आणि ती त्याने प्रामाणिकपणे पार पाडली पाहिजे. मी बुद्ध भिक्षू आहे तसाच एक माणूसही आहे. केवळ

धर्माची आज्ञा म्हणून नव्हे, तर माणूस म्हणून देखील मी माझ्या हृदयात अनुकंपेची भावना वाढीला लागेल असा सतत प्रयत्न करीत असतो, त्यासाठी मी एक उपयुक्त मार्ग अवलंबतो. मी अशी कल्पना करतो की, मी एकटा एका बाजूला आहे आणि दुसऱ्या बाजूला जगातील इतर भरपूर लोक आहेत, मग मी आपल्या मनाला प्रश्न विचारतो की, यातील कोणाचे सुख, समाधान, स्वास्थ्य, कोणाचे हित जास्त महत्त्वाचे आहे? त्या प्रश्नाचे उत्तर माझ्यासाठी अगदी स्वच्छ, स्पष्ट, उघड असते. मी खूप मोठा आहे, खूप महत्त्वाचा आहे असे जरी मला कितीही वाटत असले, तरी मी एक नगण्य जलबिंदू आहे आणि 'इतर भरपूर जे लोक' आहेत, ते असीम, अथांग असा जलाशय आहेत. या अनंतातला मी एक यःकश्चित कण आहे.

दलाई लामांनी अहेतुकपणे आम्हाला महापुरुषांत वसणाऱ्या कमालीच्या विनयाचे, नम्रतेचे सहज दर्शन घडवले, 'मीपण त्यांचे पक्व फळापरी सहजपणाने गळले हो, जीवन त्यांना कळले हो,' या ओळींचा साक्षात्कार घडवला. एक फार मोठा धडा शिकवला.

तिबेटियन धर्मगुरू दलाई लामा यांच्यासमवेत बाप्सी आणि फली नरीमन

त्या एका तासाच्या भेटीत माझ्या मनावर खोल ठसा उमटला तो 'हिज होलीनेस' दलाई लामा यांच्या साध्या, सरळ, सज्जन मनाचा, मृदू परोपकारी दयाळू हृदयाचा, त्यांच्या विशाल जनहिताच्या दृष्टिकोनाचा, बालकाच्या निरागसतेचा, संताच्या विनयाचा. आपल्या शत्रुविषयीसुद्धा म्हणजे चीन या देशाच्या – (पीपल्स रिपब्लिक ऑफ चायना – जनतेविषयी किंवा त्यांच्या प्रतिनिधींविषयीसुद्धा) त्यांच्या मनात राग, द्वेष, मत्सर अशा भावना जराही वास करीत नव्हत्या. आमच्या मंडळाने तिबेटला 'स्वनिश्चया'चे आवाहन केले होते, त्या संदेशाचेही दलाई लामांना फारसे कौतुक वाटले नाही. तिबेटला संपूर्ण स्वातंत्र्य मिळावे, एका स्वतंत्र राष्ट्राचा दर्जा मिळावा यासाठी ते त्या वेळी प्रयत्न करतच नव्हते. तिबेट

हा चीनचाच, पण एक पूर्णपणे स्वायत्त असा, घटक प्रदेश असावा अशीच त्यांची मागणी होती. तिबेटच्या पुरातन, पवित्र संस्कृतीवरील हल्ला मात्र त्यांना ताबडतोब थांबायला हवा होता. 'जे अटळ आहे ते घडणारच' यावरील त्यांचा अतूट विश्वास आणि 'जे होणार ते चांगले होणार, शेवटी सर्व काही चांगलेच होणार,' असे म्हणतानाचा त्यांच्या आवाजातील आशेचा सूर, चेहऱ्यावरील आश्वासक हास्य आणि डोळ्यांतील चमक या गोष्टी ऐकणाऱ्याला आणि पाहणाऱ्याला त्यांच्या प्रेमात पाडणाऱ्याच होत्या. 'आम्ही जे करू त्याने केवळ तिबेटच्याच लोकांचे नाही तर चिनी लोकांचेही कल्याण होणार' असे त्यांनी मोठ्या आत्मविश्वासाने आम्हाला सांगितले. 'आजच्या तंत्रज्ञानाच्या वेगवान युगातही तिबेटमधील लोकांना स्वनिग्रहाचे काटेकोर पालन करण्याचे योग्य शिक्षण मिळावे, त्यांनी त्यांच्या पूर्वजांवर श्रद्धा ठेवून त्यांच्यासारखे आध्यात्मिकदृष्ट्या प्रगत व्हावे, त्या अध्यात्मअमृताने परत एकदा ताजेतवाने व्हावे, अशी माझी इच्छा आहे.' असे दलाई लामांनी आम्हाला सांगितले. त्यांच्या अंदाजाप्रमाणे ही गोष्ट साध्य होण्यासाठी साधारण पंधरा वर्षांचा कालावधी लागणार होता, त्यानंतर तिबेटची जनता देशाचे शासन लोकशाही पद्धतीनुसार स्वतंत्रपणे, कुशलतेने, सुव्यस्थितपणे चालवायला लायक बनलेली असेल आणि राजकीय दृष्ट्याही स्वतंत्र अशा राष्ट्राची उभारणी करण्यासाठी संघर्ष करायला सिद्ध झाली असेल असे त्यांचे दृढ मत होते.

जी. के. चेस्टर्टन याने असे म्हटले आहे की, 'देवदूत उडू शकतात कारण ते स्वत:ला फार मोठे वजनदार समजत नाहीत, दलाई लामा हे कोणी अतिविद्वान नाहीत की खूप अनुभवीही नाहीत, पण ते साधे आहेत, शहाणे आहेत, कनवाळू आहेत आणि ते स्वत:ला फार मोठे वजनदार समजत नाहीत, पण त्यांच्या विचारांना मात्र वजन आहे आणि खोलीही आहे. मला आठवते आहे, टाइम्स ऑफ इंडियामध्ये बऱ्याच वर्षांपूर्वी (व्हिएन्ना करार झाला त्या वर्षी, म्हणजे १९९३ साली) त्यांचा एक लेख प्रसिद्ध झाला होता, त्यात त्यांनी लिहिले होते :

> एकीकडे राष्ट्र, वंश, जाती, धर्म, विविध तत्त्वप्रणाली, इतिहास या आणि अशा अनेक गोष्टींवरून जगात सतत वाद, भांडणे, तंटे, लढाया चालू आहेत, त्यात असंख्य लोक होरपळून निघत आहेत, हाल अपेष्टा भोगत आहेत, पण त्याचबरोबर दुसऱ्या बाजूला लोकांच्यातील बंधुभाव, एकमेकांविषयीच्या जबाबदारीची जाणीव, आपणा सर्वांना सामावून घेणारी धरित्री, ही पृथ्वी, तिच्या स्वास्थ्याची काळजी याबद्दल जगातील लोक सजगपणे विचार करू लागले आहेत, सतर्क होऊ लागले आहेत. मी या गोष्टीने खूप उत्साहित झालो आहे. समाजातल्या तळागाळातल्या लोकांच्या

मनात आशेचा किरण, नव्हे, आशेचा स्फुल्लिंग पेटताना दिसतो आहे, आपल्या आणि आपल्या बांधवांच्या, सर्व मानवजातीच्या, मूलभूत हक्कांचा पुरस्कार करण्याची, त्यांचे जोरदार समर्थन आणि कसोशीने रक्षण करण्याची तीव्र इच्छा, त्यासाठी झगडण्याची तयारी प्रकट होते आहे.

बोलण्या, चालण्या, वागण्याचे, अभिव्यक्तीचे स्वातंत्र्य असणे आणि स्वाभिमान, स्वत्व टिकवणे हे माणसाचे हक्कच नाहीत, तर त्या त्याच्या गरजा आहेत आणि कोणीही क्रूरपणे, पाशवी बळाने कितीही प्रयत्न केला, तरी त्या दडपल्या जाणार नाहीत. माणसाला अन्न, वस्त्र आणि निवारा एवढेच पुरेसे नसते, त्याला जगायला सतत स्वतंत्रतेचा श्वास छातीत भरून घ्यावा लागतो!

मानवी हक्कांची अंमलबजावणी कागदपत्रांचा पाऊस पाडून होत नाही, त्यासाठी लोकांच्या मनात त्याविषयीची आग पेटावी लागते. त्याच आगीच्या, आशेच्या पहिल्या स्फुल्लिंगाबद्दल दलाई लामांनी लिहिले होते. ॲडामा डिएंग आणि मी, आम्हा दोघांना त्या दिवशी (१२ एप्रिल, १९९८ या दिवशी) त्याच 'आशेच्या ठिणगी'चा निश्चित पुरावा अनुभवायला मिळाला.

आम्हा दोघांचे खरेच फार मोठे सौभाग्य की, आम्हाला अशा एका माणसाला भेटता आले, त्याच्याशी संवाद साधता आला, जो कोणताही देखावा न करता, कसलाही बडेजाव न माजवता, सहजपणे मानवी मनाचा ठाव घेऊ शकतो, त्याचा गाभा साध्या-सोप्या शब्दांत विशद करून सांगू शकतो : माणसाला अन्न, वस्त्र आणि निवारा एवढेच पुरेसे नसते, त्याला जगायला सतत स्वतंत्रतेचा श्वास छातीत भरून घ्यावा लागतो!

आम्ही त्यांची भेट घेऊन परतलो, पण माझ्या कानात त्यांचा चांगल्यावरचा गाढा विश्वास दर्शविणारे शब्द घुमत होते, 'जे होणार ते चांगले होणार, शेवटी सर्व काही चांगलेच होणार!!'[१]

***

मदर टेरेसा

उपनिषदकार जो पहिला धडा आपल्याला शिकवतात तो हा की, 'केवळ बुद्धी पुरेशी नाही.' ती आवश्यक नक्कीच आहे, व्यवहारी, मर्त्य, मिथ्या अशा वर्णनाच्या या जगात अत्यंत उपयोगी पडणारीही आहे, परंतु या जगाच्या पलीकडे एक 'विश्व' आहे, जे अक्षय आहे, अनंत आहे, चिरंतन सत्य आहे, तेथे बुद्धी अडखळते,

पांगळी पडते. मानवी हक्क हेही 'त्या' विश्वातील 'चिरंतन सत्य' आहे. त्यांचा प्रचार आणि प्रसार बुद्धीने नाही, डोक्यातून नाही तर भावनेने, मना मनातून, एका हृदयातून दुसऱ्या हृदयाकडे असाच होऊ शकतो. ती संकल्पना कागद, पाटी, पेन्सिल, शब्द, आकडे यांनी समजावून सांगण्यापेक्षा पंचेंद्रियांनी अनुभवली, मनाला पटली की जास्त चांगली, सहज उमजते, उमगते. हेच मदर टेरेसा यांचे साधे सोपे 'तत्त्वज्ञान' होते. मी आणि बाप्सी, आमचे महद्भाग्य की आम्हाला मदरना जवळून पाहण्या, ऐकण्याची, त्यांची ओळख होण्याची संधी लाभली.

मदर टेरेसा यांना १९७९ सालच्या नोबेल प्राइझने सन्मानित करण्यात आले. ते स्वीकारताना ओस्लो येथे (फेब्रुवारी, १९८०मध्ये) केलेल्या भाषणात त्यांनी म्हटले होते की, 'सर्व मानवी हक्कांचे मूळ हे माणसाला जे मौल्यवान जीवन लाभले आहे ते जगण्याच्या हक्कात आहे.' मी ते रेडिओवरून प्रसारित झालेले भाषण ऐकले होते, ते अत्यंत प्रेरणादायी होते, त्यात त्यांनी कोलकत्ता येथे अनुभवलेला एक प्रसंग वर्णन केला होता. माणूस कितीही गरीब असला, समाजातील अगदी खालच्या थरातील असला तरी तोही माणसाच्या या 'जीवन जगण्या'च्या हक्काची, ते जीवन फक्त स्वत:चेच नाही, तर दुसऱ्याचे असले तरीही, त्याच्या रक्षणाबाबत सतत किती काळजी वाहात असतो, किती जागरूक असतो हे दाखवणारा तो प्रसंग होता. तो सांगताना मदरच्या स्वरातला अतीव साधेपणा, त्यांच्या अंत:करणातला ओलावा, मानवजातीविषयीचा प्रामाणिक कळवळा हृदयाला भिडणारा होता. ते भाषण नंतर छापून आले होते, त्यातूनच मी खालील भाग घेतला आहे :

> ते एक हिंदु कुटुंब होते. आठ मुलामुलींचा पोरवडा होता. एक दिवस एक माणूस आमच्या घरी आला आणि त्याने या कुटुंबावर आलेल्या संकटाची आम्हाला माहिती दिली. तो म्हणाला, 'मदर, या कुटुंबातली आठही मुले गेले काही दिवस उपाशी आहेत, काहीतरी करा!' मी एका भांड्यात भात घेऊन त्या घरी गेले. पोटातली भूक मुलांच्या डोळ्यातसुद्धा उतरली होती. तुम्हाला कधी भुकेचे दर्शन घडले आहे की नाही मला माहीत नाही, मला ते पदोपदी घडत असते. त्या घरातील माउलीने मी नेलेला भात घेतला, त्यातला काही भाग तिच्या कच्च्या बच्च्यांसाठी बाजूला काढला आणि बराचसा भांड्यात तसाच ठेवून ती ते भांडे घेऊन माझ्या अंगावरून तरातरा घराबाहेर निघून गेली. थोड्याच वेळात ती परतली तेव्हा मी तिला विचारले, 'कुठे गेली होतीस तू?' तिचे उत्तर तिच्या दृष्टीने साधे, सोपे होते, सहजपणे तिच्या तोंडातून आले. 'मदर,

तेही भुकेले होते हो!' ते कोण होते याची तिला पूर्ण जाणीव होती, 'ते' एक मुसलमान कुटुंब होते, हे तिला माहीत होते. मी संध्याकाळीही दुपारएवढाच भात घेऊन गेले, जास्त नेला नाही, कारण मला त्यांचा 'एक घास सगळ्यांच्यात वाटून घेण्याचा' आगळा आनंद हिरावून घ्यायचा नव्हता.

केवळ मानवी हक्कांचा जगभर प्रसार करून भागणार नाही, त्यांविषयीचा आदर सर्वांच्या मनात ठसवणे जास्त गरजेचे आहे, हे लोकांच्या मनावर बिंबवण्याचा प्रयत्न जसा आणि जितका महात्मा गांधींनी केला तसाच आणि तितकाच तो मदर

मदर तेरेसा यांच्याशी बातचीत करताना बाप्सी नरीमन

टेरेसा यांनीही केला.

काही वर्षांपूर्वीची गोष्ट आहे. मी आणि बाप्सी (ती मदर टेरेसा यांच्या संस्थेच्या मदतीसाठी काही काम करीत होती.) एअर इंडियाच्या विमानाने रोमला चाललो होतो. आमच्या दोघांच्या खेरीज पहिल्या वर्गात आणखी एकच प्रवासी होता – मदर टेरेसा! त्यांच्या तत्त्वाप्रमाणे त्यांच्या संस्थेच्या पैशांतून त्या कधीही पहिल्या वर्गाने प्रवास करीत नसत, परंतु जे. आर. डी. टाटा यांनी एअर इंडियाला अशी आज्ञा देऊन ठेवलेली होती की, मदर एअर इंडियाच्या विमानाने केव्हाही, कुठेही प्रवास करीत असतील तर त्यांच्याकडून काहीही जास्त पैसे न घेता त्यांना पहिल्या वर्गातच आसन उपलब्ध करून देण्यात यावे. त्यांनी अशाही सूचना दिल्या होत्या की, विमानातून उतरताना विमानात उरलेली सगळी चॉकलेट्स आणि मुलांना आवडणारे

इतर खाद्यपदार्थ मदर यांच्याजवळ, त्या ज्या मुलांची देखभाल करीत त्या मुलांसाठी, बांधून देण्यात यावेत.

आम्ही दोघांनी त्या दिवशी रोमच्या वाटेवर मदरशी थोडीशी बातचीत करण्याची सुसंधी घेतली, त्यातही मदरनी मी त्यांच्यासाठी त्याआधी केलेल्या काही कामाबद्दल समाधानच नाही तर अत्यंत नम्रपणे कृतज्ञता व्यक्त करून मला लाजवले. त्यांनी बाप्सीला काही वर्षांपूर्वी त्यांच्या एका भेटीत एक स्मरणवस्तू दिली होती. तेही त्यांना नेमके आठवत होते, कारण त्यांनी तिला विचारले, 'बाप्सी, ती (अमुक-अमुक) वस्तु अजूनही तुझ्याजवळ आहे की नाही?' थोड्या वेळाने ती प्रेमळ माउली तिच्या आसनावर दोन्ही पाय वर घेऊन, पोटापाशी मुडपून एखाद्या निरागस बालिकेसारखी गाढ झोपी गेली. मदर टेरेसा आपल्या विमानातून प्रवास करीत आहे ही सुवार्ता विमानात पसरायला फारसा वेळ लागला नाही. मागे बसलेले इटालियन प्रवासी मोठ्या उत्सुकतेने, कुतूहलाने आदरणीय मदरचे दर्शन घेण्यासाठी गटागटाने पुढे येऊ लागले. काही उत्साही लोक कॅमेरा सरसावून त्यांचा फोटोही काढू लागले. कॅमेऱ्याचा फ्लॅश उडाला की, त्या लखलखाटाने मदरची झोप चाळवे. त्या चमकून डोळे उघडीत. समोरच्या आदराच्या भावनेने ओथंबलेले, आनंदात न्हाणारे चेहरे पाहिले की, मात्र गोडसे हसून त्या फोटो काढणाऱ्याकडे पाहून 'थँक यू' एवढेच उद्‌गार काढीत आणि परत डोळे मिटून गुडुप झोपी जात. रोमला उतरताना एअर इंडियाच्या कर्मचाऱ्यांनी भक्तिभावाने मदर यांच्या हातात चॉकलेट्स आणि मिठाईचे पुडे दिले. ते न्यायला आम्ही दोघांनी त्यांना मदत केली. निरोप घेताना मी त्यांना सहज विचारले, 'मदर, रोममध्ये पोप यांची भेट घेणार ना?' त्या म्हणाल्या, 'छे-छे, होली फादरना कशाला त्रास द्यायचा?' त्या वेळी त्यांच्या चेहऱ्यावर खरीखुरी विनयशीलता विलसत होती!

राष्ट्र, वंश, जाती, धर्म, विविध तत्त्वप्रणाली, इतिहास – या आणि अशा अनेक गोष्टींवरून जगात सतत वाद, भांडणे, तंटे, लढाया चालू असतात. त्या हिंसेच्या हैवानी थैमानालाही तोंड देऊन, तग धरून जगत राहण्याची मानवजातीची चिवट क्षमता खरोखरच अचंबित करणारी आहे, त्याहीपेक्षा आश्चर्यचकित करणारी आहेत ती अशा दुष्ट जंगलातही उगवणारी, मूळ धरणारी, फोफावणारी चांगुलपणाची रोपटी! या असमतेच्या, द्वेषांच्या, हेव्यादाव्यांच्या अशुद्ध, प्रदूषित वातावरणातही बावनकशी सोन्यासारखी शुद्ध हृदये असलेली माणसे पाहिली की, थक्कही व्हायला होते आणि त्या पवित्र चांगुलपणासमोर मान आदराने झुकते. मदर टेरेसा अशाच महान संत होत्या, तसेच होते हिज होलीनेस दलाई लामा! आर्चबिशप टुटु एकदा लंडनच्या चर्चमध्ये भाषण देत होते. त्यांनी श्रोत्यांना प्रश्न विचारला की महात्मा गांधी, मदर टेरेसा, दलाई लामा या व्यक्ती जगात एवढ्या लोकप्रिय होण्याचे कारण

काय? त्यांनी श्रोत्यांच्या उत्तराची वाट न पाहता त्याचे कारण स्वत:च पुढे सांगून टाकले :

> कारण – चांगुलपणा, मोठपणा यांसारखे गुण ओळखण्याची आपल्यात उपजतच क्षमता असते. त्याकडे, मुंगळा जसा गुळाकडे आपोआप ओढला जातो तसे, आपसूक खेचले जाण्याची आपल्यात प्रवृत्ती असते. आपण काय करू शकतो, कसे, किती चांगले, मोठे बनू शकतो याचे ती तसली माणसे ही जिवंत उदाहरणे असतात, म्हणूनच तसे बनणे, हा आपल्यासाठी अभिमानाचा भाग असतो. एका बाजूला कॉसॉव्होसारख्या भयानक दुर्घटना घडत असताना आपण सतत त्या 'चांगल्या'ची, त्या 'महानते'ची आठवण जागी ठेवून स्वत:ला आणि इतरांना वारंवार बजावले पाहिजे की, 'जगात चांगुलपणा आहे, चांगल्या गोष्टी घडतात, नक्की घडतात!'[२]

होय, दलाई लामा, मदर टेरेसा यांसारख्या 'चांगल्या, महान गोष्टी' जगात निश्चितच घडतात. मागील जन्मी आपण पुण्य केल्यासारख्या त्या कधी-कधी आपल्या आयुष्यातही येतात आणि आपली आयुष्ये श्रीमंत करून जातात, आपल्या जीवनाचे सार्थक घडवून जातात.

टीपा :

१. दलाई लामांची ही उक्ती रवींद्रनाथ टागोरांच्या 'गीतांजली'तील कवितेच्या या कडव्यांची आठवण करून देते :

> तो येत आहे, तो येत आहे, तो येतच असतो,
> ऐकली नाहीत तुम्ही त्याच्या दबल्या पावलांची नीरव चाहूल?
> युगानुयुगे, प्रत्येक दिवशी, प्रत्येक रात्री, क्षणोक्षणी
> तो येत आहे, तो येत आहे, तो येतच असतो,
> मनातले ओठांवर घेऊन येणाऱ्या माझ्या गीतांतून
> भावना अनेक पण सूर मात्र हा एकच आळवला जातो,
> तो येत आहे, तो येत आहे, तो येतच असतो,
> वसंतातल्या लख्ख दिवसांच्या रुपेरी उन्हात
> रानातल्या वळणावळणाच्या पाऊलवाटेवरून
> तो येत आहे, तो येत आहे, तो येतच असतो,
> पावसाळ्यातल्या गडद रात्रीच्या ओल्या अंधारात
> ढगांच्या गडगडाटी रथावर आरूढ होऊन

तो येत आहे, तो येत आहे, तो येतच असतो,
दु:खामागून दु:खे झेलणाऱ्या माझ्या हृदयाला
त्याच्या पावलांच्या चाहुलीचाच दिलासा असतो,
त्याच्या पावलांच्या चाहुलीनेच माझा मनमयूर
हर्षभराने पिसारा उभारून थुई-थुई नाचू लागतो,
तो येत आहे, तो येत आहे, तो येतच असतो

२. लंडन टाइम्स, शनिवार, १ मे, १९९९ : आर्चबिशप डेसमंड टूटू लंडनच्या साउथ बँकमधल्या साउथवार्क कॅथेड्रलमध्ये भाषण देत होते. त्यांची विनोदबुद्धी अतिशय तीक्ष्ण होती. त्यांनी त्यांच्या भाषणाची सुरुवात अशी केली की, 'आज येथे आपल्यासमोर उभे राहून बोलताना आनंदाने माझे गाल गुलाबी झाले आहेत, पण काय करू? माझ्या रंगामुळे ते आपल्याला खरे वाटणार नाही.'

◆

प्रकरण १२

व्यावसायिक आयुष्यातील काही वळणे

शासन अथवा शासकीय अधिकारी यांच्याकडून जर नागरिकांच्या हक्कांचे उल्लंघन होत असेल, तर त्याविरुद्ध दाद मागण्याचा कायदेशीर आधिकार आपण स्वीकारलेल्या संविधानात आपण सर्व नागरिकांनी आपल्याकडे घेतला आहे, ही निःसंशयपणे अतिशय चांगली गोष्ट आहे. पण मला वाटते त्या बरोबरच आपण जर एका राज्यातील नागरिकांची अन्य राज्यातील नागरिकांप्रतीची काही कर्तव्ये, विशेषत: एकाहून जास्त राज्यातून वाहणाऱ्या नदीच्या पाण्याचे राज्याराज्यांत न्याय्य पद्धतीने वाटप कसे करावे, यासंबंधीच्या जबाबदाऱ्या, कर्तव्ये हीसुद्धा जर संविधानात ठरवून दिली असती आणि तीही अनिवार्य ठरवली असती, तर आपल्या राष्ट्रनिष्ठेच्या कल्पनेत, आपल्या वागण्यात, वृत्तीत योग्य असा खूप फरक पडला असता.

'भोपाळ दुर्घटना' या प्रकरणात छापलेल्या विजय के. नागराज आणि नित्त्या व्ही. रामन यांच्या पत्रात त्यांनी एक वाक्य लिहिले होते, 'आपल्याविषयी आमच्या मनात असणारा आदर गुजरात प्रकरणामुळे दुणावला होता.' हे गुजरात प्रकरण माझ्या आयुष्यातील आणखी एक छोटेसे, वैशिष्ट्यपूर्ण वळण होते, ज्याच्याविषयी तुम्हाला सांगितलेच पाहिजे.

गुजरातमधील नर्मदा धरणाची उंची वाढवल्यामुळे तेथील ज्या आदिवासी जमातींना[१] स्थलांतरित, विस्थापित व्हावे लागले होते (आणि पुढेही आणखी बऱ्याच लोकांना व्हायला लागणार होते.) त्यांच्यातर्फे एक जनहित याचिका डिसेंबर, १९९८च्या आधी सर्वोच्च न्यायालयात दाखल करण्यात आली होती. गुजरात राज्याच्यावतीने ज्येष्ठ वकील म्हणून सरकारची बाजू मांडण्याचे काम माझ्यावर सोपवण्यात आले होते. या याचिकेद्वारा जे प्रश्न चर्चेत येणार होते ते हे होते की 'देशातील स्थानिक लोकांना त्यांना हव्या त्या कोणत्याही ठिकाणी, ते शतकानुशतके ज्या पद्धतीने राहात होते तसे राहण्याचा अंगभूत हक्क आहे का? लाखो लोकांच्या कल्याणाचा विचार करून त्यातील काही लोकांना त्यांची निवासस्थाने सोडून अन्य ठिकाणी, समुद्रपातळीपासून जास्त उंचीवरील प्रदेशात, सक्तीने हलवता येते का? येत असेल तर किती प्रमाणात? आणि या प्रश्नांशी निगडित असा आणखी एक प्रश्न – विस्थापितांच्या पुनर्वसनाची पुरेशी व्यवस्था उपलब्ध आहे का?'

ती याचिका न्यायालयात अनिर्णित अवस्थेत असताना एक दिवस गुजरातचे मुख्यमंत्री केशुभाई पटेल मला भेटायला माझ्या निवासस्थानी आले. ती सदिच्छा भेट होती असे मला सांगण्यात आले होते, तरी त्याच्या एका वेगळ्या पार्श्वभूमीची मला कल्पना होती. काही महिन्यांपूर्वी वर्तमानपत्रात अशा बातम्या प्रसिद्ध होत होत्या की गुजरातमधील काही भागांतील ख्रिश्चन लोकांना त्रास देण्यात येतो आहे, त्यांचा धर्मग्रंथ – बायबल – ठिकठिकाणी जाळला जात आहे. त्या बातम्या वाचल्याबरोबर

(या घटनेचा नर्मदा धरण प्रश्नांशी काहीही संबंध नव्हता, तरीही) मी गुजरातच्या मुख्यमंत्र्यांकडे त्या कृतीविषयी माझी स्पष्ट नाराजी आणि तीव्र निषेधाची भावना व्यक्त करून, त्यांना योग्य ती पावले उचलून या असल्या प्रकारांना तातडीने आळा घालण्याची विनंती केली होती. त्यांनी मला असे कळवले होते की, खरे म्हणजे त्या बातम्यात फारसा अर्थ नव्हता आणि तरीही ते लक्ष घालून योग्य ती कारवाई करतील.

त्यानंतर एक दोन महिन्यांनी नर्मदा धरण विस्थापितांच्या पुनर्वसनाविषयी काही धोरणात्मक निर्णय घ्यायचे होते, त्या संदर्भात माझी मुख्यमंत्र्यांशी प्रत्यक्ष भेट झाली होती. त्यावेळपर्यंत, वृत्तपत्रातील बातम्यांनुसार ख्रिश्चन अल्पसंख्याकांचे त्रास आधिकच वाढलेले होते. आता फक्त बायबल्सच जाळली जात नव्हती, तर चर्चेसनाही आगी लावणे, तेथील पावित्र्य भंग करणे, असे प्रकारही गुजरातच्या अनेक भागांत घडत होते. मी त्या बातम्या वाचून जसा अतिशय व्यथित झालो होतो, तसा रागावलोही होतो. मी त्या भेटीत मुख्यमंत्र्यांना जरा कडक शब्दांत सुनावले आणि त्यांना बजावले की, त्यांनी जर त्वरित उपाय योजले नाहीत, तर मला त्या बाबतीत योग्य ती पावले उचलावी लागतील.

परत एकदा त्यांनी मला तोंड भरून आश्वासने दिली, तोंडी आणि नंतर लेखीही, पण प्रत्यक्ष परिणाम काहीच दृष्टोत्पत्तीस येत नव्हता. अल्पसंख्याकांवर, विशेष करून ख्रिश्चन धर्मीयांवर होणारे जुलूम थांबवण्यात गुजरात सरकारची निष्क्रियता मला असह्य झाली आणि अखेर डिसेंबर, १९९८मध्ये गुजरात सरकारचे स्वीकारलेले वकीलपत्र मी मुख्यमंत्र्यांकडे परत केले आणि त्यांना माझा 'याच नाही तर कुठल्याच बाबतीत गुजरात राज्यसरकारचे वकीलपत्र न स्वीकारण्याचा निर्णय कळवून टाकला. माझ्या या निषेधाच्या कृतीमुळे सगळीकडे खूपच खळबळ उडाली होती.

ही घटना तुम्हाला सांगण्यात माझा मोठेपणा वर्णन करण्याचा माझा हेतू नाही. एक वेगळा मुद्दा मला तुमच्यासमोर मांडायचा आहे. लोकांना ज्या गोष्टीत रस असतो, त्याहीपेक्षा ज्या गोष्टी लोकांना समजणे जरुरीचे असते, कधी-कधी निकडीचे असते त्यांना प्रसिद्धी देणे, त्या सर्वत्र वितरित करणे, त्यांचा जास्तीतजास्त फैलाव होईल अशी व्यवस्था करणे ही प्रसारमाध्यमांची जबाबदारी आहे. अभिव्यक्तीस्वातंत्र्याच्या हक्का इतकेच ते कर्तव्यही महत्त्वाचे आहे. गुजरातमधील कानाकोपऱ्यातल्या गावात अल्पसंख्याकांवर अत्याचार होत आहेत ही बातमी वर्तमानपत्रांनी, प्रसारमाध्यमांनी जर प्रसारित केली नसती तर भारताच्या राजधानीत, दिल्लीत बसून मला त्यासंबंधी कधीच, काहीच समजले नसते. त्या निरपराध लोकांचे होणारे हाल केवळ वृत्तपत्रांनी, प्रसारमाध्यमांनीच चव्हाट्यावर आणले, अल्पसंख्याकांच्या जिव्हाळ्याच्या प्रश्नांना

तोंड फोडले. जे दुर्बल आहेत त्यांचा कैवार घेऊन, त्यासाठी सबल, सत्ताधीश आणि राज्यातील आणि केंद्रातील सरकारे यांच्या विरोधात दंड थोपटून उभे ठाकणे, हा त्यांच्या जबाबदारीतील (जबाबदारी या शब्दाचे वावडे असेल तर), संस्कृतीतील फार महत्त्वपूर्णच नव्हे तर अत्यंत आवश्यक, अनिवार्य असा हिस्सा आहे, म्हणूनच जेव्हा हुकूमशाही शासन लोकशाहीची गळचेपी करून सत्ता हातात घेते तेव्हा पहिल्या प्रथम वृत्तपत्रे, प्रसारमाध्यमे यांच्यावर बंधनांची संक्रांत आणली जाते.

माझ्या वकिली व्यवसायातला बऱ्यापैकी मोठा काळ 'आंतरराज्य पाणी लवादा'समोर राज्यांचे प्रतिनिधित्व करण्याच्या लक्षणीय कामाने व्यापलेला होता.

आपल्या भारतीय संविधानात (कलम १३१ प्रमाणे) राज्या-राज्यांमधल्या तंट्यांचे, वादांचे निराकरण करण्याचे काम फक्त देशाचे सर्वोच्च न्यायालयच करू शकते, तो हक्क इतर कोणत्याही कोर्टांना नाही, परंतु पाण्याच्या बाबतीतल्या वादांच्या बाबतीत अपवाद करण्यात आला आहे. एकाहून आधिक राज्यांतून वाहणाऱ्या नदीच्या किंवा तिच्या खोऱ्यातील पाण्याचा वापर, त्याचे वाटप अथवा नियंत्रण यासंबंधीच्या तक्रारी, मतभेद यांवर निर्णय देण्याचे कायदेशीर अधिकार (कलम २६२ (१) प्रमाणे) संसदेला देण्यात आले आहेत. संसदेने 'आंतरराज्य पाणी विवाद कायदा, १९५६' या नावाने एक कायदा पास करून त्या राज्य सरकारांकडून केंद्र सरकारकडे केल्या जाणाऱ्या तक्रारींची सुनावणी करणे आणि निर्णय देणे, हे काम केंद्र सरकारने प्रत्येक तक्रारीसाठी एक स्वतंत्र उच्चाधिकार प्राप्त असलेले न्यायासन, ज्याला आयोग अथवा लवाद असेही संबोधिले जाते, स्थापन करून त्याच्यावर सोपवावे असा नियम केला आहे.

या कायद्याप्रमाणे नेमलेल्या पहिल्या काही न्यायासनांत 'नर्मदा पाणी विवाद लवाद' नेमलेला होता. गुजरात, महाराष्ट्र आणि मध्यप्रदेश (आणि राजस्थान) या राज्यांतून वाहणाऱ्या नर्मदा नदीच्या पाण्याचा वापर, वाटप आणि नियंत्रण यांसंबंधीच्या या राज्यांतील मतभेदांची, तंट्यांची सुनावणी ऐकणे आणि त्यावर योग्य तो न्याय देणे, ही जबाबदारी त्या न्यायासनावर सोपवण्यात आली होती. त्याच्या अध्यक्षपदी सर्वोच्च न्यायालयाचे विद्वान न्यायाधीश न्यायमूर्ती व्ही. रामस्वामी[२] यांची नेमणूक करण्यात आली होती. अशा प्रकारचे तंटे सोडवण्यात उपयोगी पडतील, असे उपलब्ध मार्ग शोधण्यासाठी त्या अभ्यासू न्यायाधीशांनी खरोखरच शक्य तेथे, अगदी जगभरात सगळीकडे शोध घेतला होता. त्यांची ती अभ्यासू वृत्ती आणि त्या बाबतीतील उत्साहानेच प्रेरित होऊन मीही त्या वेळी नदीच्या पाण्याच्या संबंधित आंतरराष्ट्रीय कायद्यांची (जे एका देशातील घटक राज्यांनाही लागू होतील.) प्राथमिक तत्त्वे मिळवून ती अभ्यासली होती. ते ज्ञान माझ्या पदरात पडले त्याबद्दल मला व्ही. रामस्वामी यांचेच आभार मानले पाहिजेत. (मी या न्यायासनासमोर, मुंबईतील माझा

पहिला ‘चेला’ बोमी झाईवाला याच्या सक्षम सहकार्याने महाराष्ट्र राज्याचे प्रतिनिधित्व केले. बोमीची मैत्री आणि त्याची निष्ठा यामुळे त्याच्यासाठी माझ्या मनात खास स्थान आहे).

गुजरात राज्याने नर्मदा नदीवर एक अतिउंच धरणाचा प्रस्ताव मांडला होता. महाराष्ट्र सरकारच्या त्या विषयातील तज्ज्ञांनी त्या धरणाची उंची प्रस्तावित उंचीपेक्षा कमी ठेवण्याची सूचना केली होती. या दोन्हीतील कोणती उंची सर्व दृष्टींनी जास्त फायदेशीर ठरेल, हे ठरवण्यातच रामस्वामी आयोगाचा बराचसा वेळ खर्ची पडला. चारही राज्यांचे तोंडी आणि लेखी पुरावे, कागदपत्रे, लांबच लांब, न संपणारे युक्तिवादांमागून होणारे युक्तिवाद यात दहा वर्षांचा काळ गेला. शेवटी न्यायासनाने निर्णय जारी केला. गुजरात राज्याने सुचवल्याप्रमाणे अतिउंचीच्या (सरदार सरोवर डॅम) धरणाला न्यायासनाने प्रथम पसंती दिली. त्या अनुषंगाने धरणाच्या पाणलोटाखालील नर्मदेच्या काठावरील जमिनी ताब्यात घेणे, तेथील रहिवाशांचे विनातक्रार स्थलांतर घडवणे आणि त्यांचे अत्यंत यथायोग्य असे पुनर्वसन करणे यांसंबंधीच्या योजनांची (भारतात प्रथमच) अगदी तपशीलवार आखणी त्याच निर्णयात करण्यात आली होती, पण आजही, कित्येक वर्षांनंतरही त्यांची अंमलबजावणी करण्यात उभ्या राहिलेल्या अनंत प्रश्नांनी, अडचणींनी, अडथळ्यांनी ते धरण प्रस्तावित उंचीपर्यंत बांधता आलेले नाही.

पुढील न्यायासन स्थापन झाले (१९९० साली) ते ‘कावेरी पाणी विवादा’साठी. भारतीय संविधानाचा स्वीकार होण्याआधी (१८९२ आणि १९२४ या दोन वर्षी) त्या वेळच्या म्हैसूर आणि मद्रास या दोन संस्थानांमध्ये, त्यातून वाहणाऱ्या, कावेरी नदीच्या पाण्याविषयी एक करार झाला होता. नदीच्या सुरुवातीला तिच्या काठावर म्हैसूर आणि शेवटी-शेवटी ती बंगालच्या उपसागराला मिळताना मद्रास वसलेले होते. कराराप्रमाणे नदीच्या वरच्या अंगाला वसलेल्या म्हैसूर संस्थानने तिच्या पाण्यावर पूर्ण अधिकार सांगितलेला होता. या जुन्या करारांची वैधता हा त्या विवादातील मुख्य मुद्दा होता. तो पेच सोडवण्यातच लवादाचा वेळ आणि शक्ती खर्च होत होती. इंग्लंडच्या संसदेने – ‘१९४७ सालचा भारतीय स्वातंत्र्याचा कायदा’ पास केला, त्यानंतर त्या कायद्याप्रमाणे असे संस्थानांमधील जुने करार संपुष्टात आलेले होते, त्यामुळे युक्तिवादांचा सगळा रोख यावरच होता की, त्या कायद्याप्रमाणे ते करार जरी अवैध असले तरीही नवीन कोणत्याही व्यवस्था अस्तित्वात येत नाहीत आणि त्या १९५० सालच्या भारतीय संविधानाच्या चौकटीत बसवल्या जाऊन आत्ताच्या कर्नाटक आणि तामिळनाडू या दोन राज्यांना बंधनकारक केल्या जात नाहीत तोपर्यंत आहेत तेच करार वैध आहेत असे धरून चालायचे की नाही आणि त्या करारात आत्ताच सुधारणा, बदल करायचे, ते रद्द धरून नवे करार

करायचे की, त्यांची त्या वेळी ठरवलेली मुदत आहे, ती संपण्याची वाट पाहायची? या लवादाची सुनावणी इतकी लांबली की, ते न्यायासनच दोन वेळा पुनर्स्थापित करावे लागले. एकदा त्याच्या पहिल्या अध्यक्षांनी (अत्यंत रसिक वृत्तीचे, विद्वान निवृत्त मुख्य न्यायाधीश चित्ततोष मुखर्जी यांनी) राजीनामा दिला म्हणून आणि परत त्यातील तीन सदस्यांपैकी एकांचा अकाली मृत्यू झाल्याने. या लवादासमोर मी (आणि माझे उत्तम मित्र, ज्येष्ठ वकील अनिल धवन, शरद जावळी आणि मोहन व्ही. कर्नाटकी मिळून) कर्नाटक राज्याचे प्रतिनिधित्व करीत होतो. वीस वर्षांनी जेव्हा पुनर्गठित न्यायासनाने (५ फेब्रुवारी, २००७ या दिवशी) अंतिम निर्णय दिला तेव्हा त्यावर लगेच माझे पक्षकार कर्नाटक राज्य आणि केरळ राज्य यांनी त्यावर सर्वोच्च न्यायालयात अपील केले; त्यात संविधानात्मक मुद्द्यांचा समावेश असल्याने त्यावरील निर्णय देण्याचा अधिकार फक्त देशातील अत्युच्च न्यायसंस्थेलाच पोहोचत होता, त्यामुळे त्या अपीलाच्या सुनावणीसाठी भारतीय सर्वोच्च न्यायालयाने जास्त सदस्यांच्या मोठ्या खंडपीठाची स्थापना केली. तामिळनाडू राज्याने सुरुवातीला लवादाचा निकाल स्वीकारला होता, पण त्यांनीही नंतर घटनेच्या १३६व्या कलमाच[३] संदर्भ घेऊन सर्वोच्च न्यायालयात विशेष याचिका दाखल केली, तीही एका तशाच मोठ्या खंडपीठाकडे सोपविण्यात आली. ही दोन्ही अपीले आजतागायत न्यायालयात खोळंबलेली आहेत आणि त्यामुळे कावेरी नदीच्या पाण्याच्या वादांचे घोंगडेही तसेच भिजत पडलेले आहे!!

पाणी विवादांच्या बाबतीत, माझे असे एक निरीक्षण आहे की कुठल्याही राज्यातील, मग ते तक्रार करणारे राज्य असो किंवा ज्यांच्याबद्दल तक्रार केलेली आहे त्यातील एखादे राज्य असो, त्या राज्यातील सर्व राजकीय पक्षांचे एक धोरण समान दिसते ते म्हणजे विरुद्ध पक्षाचा एकही मुद्दा मान्य करायचा नाही, बरोबर असले तरी तसे कबूल करायचे नाही. दुसऱ्या राज्याचा प्रश्न आला की, एरवी एकमेकांवर शस्त्रे परजणारे कौरव-पांडव जसे बाह्यशत्रूशी लढण्यासाठी लगेच 'एकशेपाच' व्हायचे तसे सगळे राजकीय पक्ष आपले पक्षभेद, मतभेद, भांडणे बाजूस सारून विरोध करायला एकत्र येतात. उदाहरणार्थ, कावेरी नदीच्या विवादात कर्नाटक राज्यातील सर्व पक्षांचे राजकारणी आणि शेतकरीसुद्धा, तामिळनाडूच्या जनतेलाही पाणी मिळावे, यासाठी स्वत:च्या पिण्याच्या आणि शेतजमिनीसाठीच्या पाण्याच्या बाबतीत थोडासुद्धा त्याग करायला राजी नव्हते, तसेच तामिळनाडूतील राजकारणी आणि शेतकरी त्यांच्या शतकानुशतके वापरात असलेल्या जुन्या-पुराण्या पीकपद्धतींना चिकटून बसले होते, पाणी वाचवणारे – कोणतेही नवे बदल त्यांना आत्मसात करायची इच्छा नव्हती. त्यांचा एकच हेका, १९२४ साली म्हैसूर आणि मद्रास संस्थानांमध्ये झालेल्या कराराप्रमाणे पाण्याचा सतत पुरवठा होत

राहिलाच पाहिजे. दोन्ही बाजू आपापल्या मागण्यांवर घट्ट, दोघांची एक इंचभरही मागे सरकायची तयारी नव्हती.

पाणी विवाद आयोगाने केलेले पाण्याचे वाटप कुठल्याच संबंधित राज्याच्या सरकारलाही मान्य होणार नाही, राजकीय पक्षांना तर नाहीच नाही. सर्वोच्च न्यायालयाचे अंतिम निकालच, केवळ नाइलाज म्हणून, त्या न्यायालयाच्या वर जायला जागाच नाही म्हणून, त्यांना मान्य असोत नसोत, त्यांना स्वीकारावे लागतातच. भारतीय सर्वोच्च न्यायालयाचे निर्णय हे दोषातीत असतात, म्हणून अंतिम नसतात, ते देशाने स्वीकारलेल्या घटनेनुसार अंतिम असतात म्हणून ते दोषातीत मानावे लागतात.

जर केंद्रातील सरकार भक्कम, सबल असले, तर नदीच्या पाण्याच्या बाबतीतले वाद वेळेवर, सर्वसहमतीने सुटू शकतात. ते जर दुर्बल असले, परावलंबी असले तर ते गुंतून बसतात. नर्मदा नदीच्या पाण्याच्या वादात, जोपर्यंत (१९७०पर्यंत) केंद्रात एका पक्षाचे बलशाली सरकार सत्तेत होते तोपर्यंत त्या वेळच्या पंतप्रधान इंदिरा गांधी यांना त्या विवादातील सगळ्या राज्यांची – गुजरात, महाराष्ट्र आणि मध्य प्रदेश – मोट बांधून त्यांना तिच्या काठावर नसलेल्या राजस्थान राज्यालाही तिच्या पाण्यातला थोडासा वाटा द्यायला भाग पाडता आले. २३ फेब्रुवारी, १९७२ या दिवशी या चार राज्यांनी एकत्रितपणे त्या विवादाचा तोडगा स्वीकारला, त्यावर चारही राज्यांच्या मुख्यमंत्र्यांनी (इतकेच नव्हे तर केंद्रसरकारच्या त्यातील हस्तक्षेपाचे महत्त्व दर्शविण्यासाठी स्वत: पंतप्रधान इंदिरा गांधी यांनीही) सह्याही केल्या. नर्मदा पाणी विवाद आयोगाचे प्रथम असे मत होते की, राजस्थान हे राज्य नर्मदेच्या काठावर नसल्याने त्या राज्याला नर्मदा नदीच्या पाण्यात वाटा मिळण्याचा अधिकार पोहोचत नाही, परंतु चारही राज्यांची सहमती आहे असे पाहिल्यावर लवादाने ते मत बदलले. (१२ डिसेंबर, १९७९ रोजी दिलेल्या) या अंतिम निर्णयाच्या तिसऱ्या कलमानुसार, राष्ट्रीय हिताच्या विशाल दृष्टिकोनातून नर्मदा नदीवरील 'सरदार सरोवर धरणा'तून राजस्थान राज्याला ०.५ एमएएफ[४] इतके पाणी दिले गेले. चारही राज्यांच्या मुख्यमंत्र्यांनी सह्या केलेल्या, 'एकमताने' मान्य केलेल्या, करारानुसार नर्मदेचे पाणी राजस्थानातील भारत-पाकिस्तान सीमेलगत वसलेल्या अत्यंत रुक्ष, रखरखीत, (पाणी मिळण्याचा दुसरा कोणताही मार्ग उपलब्ध नसलेले) सदैव दुष्काळग्रस्त असे जालोर आणि बालमर या दोन जिल्ह्यांना पिण्यासाठी आणि शेतीच्या वापरासाठी देण्यात येणार होते.

याच्या विरुद्ध, १९९० सालानंतर केंद्रात परस्परविरोधी धोरणे असलेल्या अनेक पक्षांच्या 'सोयीस्कर' युतींची, बहुपक्षीय आणि म्हणूनच अतिशय दुबळी अशी सरकारे येत गेली आणि त्यामुळे पाठोपाठच्या पंतप्रधानांनी कितीही प्रयत्न केले तरी त्यांनाही कावेरी नदीच्या पाण्याच्या विवादात सर्वमान्य तोडगा काढून तो तडीस

नेण्यात अपयश आले. तो विवाद तसाच लोंबकळत राहिला.

नर्मदा नदीच्या पाण्याच्या बाबतीतले सर्व वाद सर्वसंमतीने मिटल्यावर, एव्हाना सरदार सरोवर हे धरण त्याच्या योजलेल्या, देशातील सर्वांत जास्त, ४५५ फूट (पूर्ण भरलेल्या जलाशयाची खोली) उंचीपर्यंत पोहोचायला हवे होते, पण नर्मदेच्या काठावर राहणाऱ्या आदिवासी जमातींच्या आणि इतरही रहिवाशांच्या स्थलांतरातील अनेक गंभीर प्रश्नांनी होणारा अतिविलंब, त्यांच्या पुनर्वसनाच्या अपुऱ्या, असमाधानकारक सोयी-सुविधा, त्या बाबतीत नागरिकांवर घडणारे अनेक अन्याय यामुळे सर्वोच्च न्यायालयाला या धरणबांधणीच्या कामात हस्तक्षेप करणे भाग पडले. संविधानाने देशाच्या नागरिकांना (कलम २१ तहत)[५] बहाल केलेल्या जगण्याच्या आणि स्वातंत्र्याच्या मानवी हक्कांची पायमल्ली होत असल्याचे कोर्टाच्या निदर्शनाला आल्याने त्या हक्कांचे संविधानिक संरक्षक या नात्याने सर्वोच्च न्यायालयाला धरणासंबंधीच्या संपूर्ण प्रक्रियेवर बारीक लक्ष ठेवणाऱ्या 'मुकादमा'ची, 'पर्यवेक्षका'ची, 'तपासणी आधिकाऱ्या'ची भूमिका स्वीकारावी लागली. लवादाने दिलेल्या निर्णयाबरहुकूम सरदार सरोवर प्रकल्पाची प्रगती होते आहे अथवा नाही, विशेषत: पुनर्वसन व्यवस्थितपणे, सचोटीने, न्याय्य पद्धतीने केले जात आहे की नाही, याची सर्वोच्च न्यायालय खातरी करून घेत आहे. कित्येक वर्षांच्या चर्चा, वादविवादांनंतर आता त्या ४५५ फुटांच्या विक्रमी उंचीच्या धरणप्रकल्पाला, त्याहून थोड्या कमी उंचीपर्यंत – सुमारे ४०० फूट – पोहोचण्यासाठी हिरवा कंदील दाखवण्यात आला आहे.[६] 'आम्ही भारतीय' या संकल्पनेच्या सर्वश्रेष्ठत्वावर भर देणाऱ्या आपल्या संविधानाच्या पायावर बळकटपणे उभ्या असलेल्या आपल्या चैतन्यपूर्ण – थोड्याशा विसंवादी – लोकशाहीची एवढी किंमत तर आपल्याला चुकवायला लागणारच!

आपल्या या अशा प्रकल्पाची आता जरा चीनमधील थ्री गॉर्जेस प्रॉजेक्ट'शी – तुलना करू या. चीनमधील यांगट्झे या खळाळत्या लाटांच्या, बेफामपणे वाहणाऱ्या नदीला नमविण्यासाठी, तिला काबूत आणण्यासाठी या महत्त्वाकांक्षी प्रकल्पाला एप्रिल, १९९२मध्ये बीजिंग या चीनच्या राजधानीत नॅशनल पीपल्स काँग्रेसने मान्यता प्रदान केली. हा प्रकल्प पूर्ण झाला की, त्यातील जलशक्तीचा उपयोग करून वीजनिर्मिती करण्यात येईल. त्या जनित्राची क्षमता आणि वार्षिक उत्पादन जगात सर्वाधिक असेल. तेथील पाण्याचा साठा हा जगातला सर्वांत मोठा जलसंचय असेल, पण त्याचबरोबर या प्रकल्पाने पाण्याखाली जाणाऱ्या प्रदेशाचे क्षेत्रफळ हेही जगातील मानवनिर्मित प्रकल्पाने जलमय होणाऱ्या प्रदेशाच्या आकाराचा एक विक्रमच असेल. तो ६५३ चौरस किलोमीटर्सचा प्रदेश हा चीनमधील एक अत्यंत दाट लोकवस्तीचा भाग आहे. त्यात कित्येक शहरे, जिल्हे, २१ तालुके अशी मिळून ३६५ मोठमोठया निवासी वसाहती रिकाम्या करायला लागणार आहेत,

शिवाय ३१००० हेक्टर्स शेतजमीनही पाण्याने व्यापली जाणार आहे. लहान मोठे कारखाने, खाणी मिळून सुमारे १५०० उद्योगांचे स्थलांतर अनिवार्य आहे. एवढे प्रचंड स्थलांतर आणि पुनर्वसन यांची जबाबदारी असलेल्या आधिकाऱ्यांसमोर हिमालयाएवढे काम आहे. त्यांनी दिलेल्या एका मुलाखतीत असे नमूद केले आहे की 'सुरुवातीचा उत्साह ओसरल्यावर स्थलांतराच्या आणि पुनर्वसनाच्या कामातल्या अडचणी हळूहळू जाणवू लागल्या आहेत, परंतु अंतिम यशाबद्दल आम्ही पूर्ण आशावादी आहोत.'

दोन एक वर्षांपूर्वी धरणाच्या तंत्रज्ञानातील रेमंड लॅफिटी नावाचे एक स्विस (स्विट्झर्लंडचे रहिवासी) तज्ज्ञ[७] दिल्लीत आले होते. मी त्यांना या चीनमधील 'थ्री गॉर्जेस प्रॉजेक्ट'विषयी त्यांचे मत विचारले. काही वेळ ते विचार करीत राहिले आणि मग म्हणाले, 'हा एक अत्यंत साहसी प्रकल्प आहे आणि त्याची करावी तेवढी प्रशंसा कमीच पडेल. वीस वर्षांच्या अखेरीला जेव्हा ते धरण बांधून तयार होऊन पूर्णपणे कार्यान्वित होईल त्या वेळी या नदीला पूर येण्याची शक्यता पूर्णपणे नष्ट झालेली असेल आणि पाच कोटी शेतकरी त्याच्या पाणलोटाखालच्या जमिनी लागवडीखाली आणून नियमित पिके घेऊ लागतील, सुखी, समाधानी आणि संपन्न बनतील.' मी त्यांना विचारले, 'पण या महान प्रकल्पामुळे दहा लाख लोकांना आपली राहती घरे गमवावी लागतील, घरदार सोडून अन्य कुठेतरी जाऊन राहावे लागेल, त्याचे काय?' त्याच्यावर त्यांनी उत्तर दिले, 'भविष्यातील सततच्या प्रगतीची, वाढत्या सुबत्तेची एवढी किंमत तर मोजायलाच हवी ना!!' मी मनात म्हणालो, 'हो ना, ही तर फार मोठी किंमत आहे!' आणि मग त्यांना म्हणालो, 'हा प्रकल्प अतिशय लाभदायक आहे हे निश्चित माहीत असून, पुरेपूर कळलेले असूनसुद्धा, व्यक्तिगत स्वातंत्र्य आणि मानवी हक्क यांच्या पायावर उभ्या असलेल्या आमच्या भारतासारख्या लोकशाहीत, दूरच्या भविष्यात अतिशय फायदेशीर ठरणाऱ्या अशा प्रचंड प्रकल्पाची कल्पनाही करता येत नाही, असा प्रकल्प आमच्या देशात होणे केवळ अशक्यप्रायच आहे.'

चीनमधले लोक बेंथामाइट तत्त्वावर श्रद्धा ठेवतात. ते तत्त्व सांगते की, 'जे सर्वांत जास्त लोकांच्या हिताचे ते सर्वोत्तम!' (किती योग्य तत्त्व!) चीन आणि भारत या दोन राष्ट्रांच्या शासनपद्धतींत फार मोठा फरक आहे. आपल्या देशात 'कायद्याचे शासन' आहे आणि चीनमध्ये 'शासनाचा कायदा!' असाच आणखी एक विरोधाभास असा आहे की, 'व्यक्तिगत स्वातंत्र्या'नेसुद्धा काही 'निर्बंध' पडतात! त्याच्या सुखाबरोबर काही दु:खे, त्याच्या फायद्याबरोबर काही तोटेही येतात, जे टाळता येत नाहीत. पीपल्स रिपब्लिक ऑफ चायनामध्ये तसे नाही. 'तेथे लोकशाही नाही,' अशी हाकाटी करण्यात काही अर्थ नाही. प्रत्येक स्वयंशासित, सार्वभौम, स्वतंत्र राष्ट्र जे

त्याच्या त्या स्थितीचा अभिमान बाळगते, ते त्याच्या नावात, घटनेत, कुठेतरी 'आम्ही लोकशाहीवादी आहोत,' असे जाहीर करीत असते. चीनच्या माहिती आणि प्रसारण विभागातर्फे नुकत्याच वितरित करण्यात आलेल्या शासकीय अधिकृत प्रसिद्धीपत्रकात याच गोष्टीवर मुद्दाम भर दिलेला आहे, त्यात म्हटले आहे, 'आमच्या देशातल्या लोकशाहीत जनतेचे प्रचंड बहुमत हेच राज्यशासनाच्या सर्व कार्याची सूत्रे हलवते. आमच्या देशात थोड्या लोकांची लोकशाही नाही, जास्त, खूप जास्त लोकांची लोकशाही आहे!' (बेंथामाइट तत्त्वाचा प्रभाव पाहा!)

म्हणूनच, नजीकच्या भविष्यकाळात हजारो लोकांना अवघड पण अल्पकालीन अडचणींना तोंड द्यावे लागेल, बरीच गैरसोय सहन करावी लागेल, परंतु तेवढी कळ काढली तर काही काळानंतर त्याची अतिमधुर फळे लाखो लोकांना चाखायला मिळतील, पुढच्या पिढ्याही ती आनंदाने खाऊ शकतील असा, थ्री गॉर्जेससारखा अवाढव्य तर सोडाच, पण जरा मोठ्या आकारमानाचा कोणताही जलसिंचनाचा किंवा जलविद्युत निर्मितीचा प्रकल्प हातात घेऊन तो पूर्ण करणे ही गोष्ट आपल्या देशातल्या लोकशाहीत शक्यच होणार नाही. असे शिवधनुष्य पेलणे हे आपल्या लोकशाहीला एक फार मोठे आव्हानच ठरेल. आपल्या लोकशाहीत 'देशाच्या प्रत्येक नागरिकाच्या संविधानिक हक्का'ला दिले जाणारे महत्त्व अमर्याद वाढत चालले आहे, त्याचा एक गंड तयार होऊन त्याने बऱ्याचजणांना पछाडून टाकले आहे, त्याचा नको एवढा बाऊ केला जात आहे. आजचे युगच 'हक्कांचे' युग बनत चालले आहे. त्यात निरनिराळ्या हक्कांना प्राधान्य मिळण्याची अपेक्षा, नव्हे आग्रह, धरणारे, त्यासाठी लढा देणारे निरनिराळे गट, पंथ निर्माण झाले आहेत आणि त्यामुळे असमाधानी व्यक्ती, गट, पंथ यांची संख्या वाढत आहे. हक्कांना अवास्तव महत्त्व प्राप्त झाले की, त्यांच्यावरूनही समाज दुभागला, विभागला जातो, समाजात असमाधान पसरते, लोक असंतुष्ट होतात. आज आपल्या देशात जे सर्वत्र प्रचंड प्रमाणावर असमाधान दिसते, त्याचे कारण हेच आहे की हक्कांच्या मागे धावण्यात आपल्याला आपल्या स्वत:विषयीच्या आणि त्याहीपेक्षा इतरांप्रतिच्या, एकमेकांबद्दलच्या कर्तव्यांचा पूर्ण विसर पडला आहे.

संयुक्त राष्ट्रसंघाची – युनायटेड नेशन्सची – 'मानवी हक्क समिती' जेव्हा (त्या वेळी प्रस्तावित) 'जागतिक मानवी हक्कांचा जाहीरनामा' तयार करण्याच्या उद्देशाने युनेस्कोच्या (युनायटेड नेशन्स एज्युकेशनल, सायंटिफिक अ‍ॅन्ड कल्चरल ऑर्गनायझेशन – संयुक्त राष्ट्रसंघाची शैक्षणिक, वैज्ञानिक आणि सांस्कृतिक संस्था.) सभासद राष्ट्रातील लेखक, विचारवंत, तत्त्ववेत्ते, वेगवेगळ्या विषयांतील तज्ज्ञ यांचे त्याविषयीचे विचार, मते जाणून घेण्याचे काम करीत होती, त्या वेळी त्या समितीने एक प्रश्नपत्रिका तयार करून ती सर्वांना दिली होती. त्यातील एक

व्यक्ती होती, मोहनदास करमचंद गांधी. त्यांनी त्यांचे विचार समितीचे अध्यक्ष डॉक्टर ज्युलियन हक्सले यांना एका छोट्याशा पत्राद्वारे कळवले होते. मे, १९४७मध्ये (भारताला स्वांतंत्र्य मिळायच्या आधीच्या त्रस्त, अस्वस्थ, चिंताक्रांत काळात) चालत्या आगगाडीत बसून महात्मा गांधींनी ते पत्र लिहिले होते, त्यात ते म्हणतात :

मला माझ्या अशिक्षित पण शहाण्या आईकडून ही शिकवण मिळाली आहे की, आपण ज्यांचे कसोशीने रक्षण करावे, पालन करावे, असे उचित हक्क आपल्याला आपण अतिशय उत्तम रीतीने पार पाडलेल्या आपल्या वाट्याच्या कर्तव्यातून मिळत असतात. हे हक्क आपल्या योग्यतेप्रमाणेच असतात. आपण या संपूर्ण विश्वाचे नागरिक म्हणून आपली विहित कर्तव्ये प्रामाणिकपणे केली की, आपल्याला जगण्याचा हक्क प्राप्त होतो. हे तत्त्व जर पायाभूत धरले तर जगातील सर्व स्त्री पुरुषांची कर्तव्ये ठरवून मग त्यांना हव्या असलेल्या प्रत्येक हक्कासाठी त्यांनी त्यातील कोणते कर्तव्य प्रथम व्यवस्थितपणे पूर्ण केले पाहिजे असे एक कोष्टक बनवणे, मला वाटते, सोपे होईल. त्याबाहेरील कोणताही हक्क 'बळकावण्या'साठी लढणे मग श्रेयस्कर ठरणार नाही.[८]

शासन अथवा शासकीय अधिकारी यांच्याकडून जर नागरिकांच्या हक्कांचे उल्लंघन होत असेल तर त्याविरुद्ध दाद मागण्याचा कायदेशीर अधिकार आपण स्वीकारलेल्या संविधानात आपण सर्व नागरिकांनी आपल्याकडे घेतला आहे ही निःसंशय अतिशय चांगली गोष्ट आहे, पण मला वाटते त्याबरोबरच आपण जर एका राज्यातील नागरिकांची अन्य राज्यातील नागरिकांप्रतिची काही कर्तव्ये, विशेषत: एकाहून जास्त राज्यांतून वाहणाऱ्या नदीच्या पाण्याचे राज्याराज्यात न्याय्य पद्धतीने वाटप कसे करावे यासंबंधीच्या जबाबदाऱ्या, कर्तव्ये हीसुद्धा जर संविधानात ठरवून दिली असती आणि तीही अनिवार्य ठरवली असती तर आपल्या राष्ट्रनिष्ठेच्या कल्पनेत, आपल्या वागण्यात, वृत्तीत योग्य असा खूप फरक पडला असता.

हा विचार कदाचित थोडा विषयाला सोडून वाटेल, पण तसे नाही. 'कायद्याचे शासन' असलेल्या देशात नदीच्या पाण्याच्या न्याय्य वाटपासंबंधीचे विवाद मिटवून योग्य त्या निर्णयाप्रत येण्यासाठी सहन करायला लागणाऱ्या, मार्गात पदोपदी उभ्या राहणाऱ्या अनंत अडचणी तुमच्या मनावर ठसवण्यासाठी तो सयुक्तिक, सुसंगतच आहे, तरीही त्या अडचणींवर मात करून ते विवाद परस्परांचे हितसंबंध जपून सोडवण्यासाठी आपल्याला काय करता येईल, त्यासाठी कोणत्या दिशेने कोणते प्रयत्न केले पाहिजेत, त्या बद्दलची चर्चा मी पुढील प्रकरणात केली आहे.

टीपा :

१. नर्मदा बचाओ आंदोलन.
२. व्ही. रामस्वामी हे शेवटचे आयसीएस (इंडियन सिव्हिल सर्व्हिस) जज्ज. १९६५ साली सर्वोच्च न्यायालयातील न्यायाधीशपदी त्यांची पदोन्नती होण्याआधी ते पटणा येथील उच्च न्यायालयाचे मुख्य न्यायाधीश होते.
३. कलम १३६ – सर्वोच्च न्यायालयाच्या परवानगीसाठीची विशेष याचिका – १- या प्रकरणातील उल्लेख केलेल्या गोष्टींबाहेर जाऊन, सर्वोच्च न्यायालय त्याच्या अखत्यारीत, भारताच्या प्रदेशातील कोणत्याही कोर्टाने, न्यायासनाने, लवादाने दिलेल्या कोणत्याही न्यायनिर्णय, निवाडा, निर्धारण, शिक्षेचा हुकूम अथवा आदेशाबद्दलच्या पुनर्विचाराची परवानगी मागणारी याचिका दाखल करण्यास मंजुरी देऊ शकते. २-वरील १ नंबरचे कलम लष्करी कायद्याप्रमाणे संस्थापित केलेल्या कुठल्याही कोर्टाच्या अथवा न्यायासनाच्या कोणत्याही न्यायनिर्णय, निवाडा, निर्धारण, शिक्षेचा हुकूम, अथवा आदेशास लागू होणार नाही.
४. एक दशलक्ष म्हणजे १ एमएएफ, एकर क्षेत्रफळाच्या जमिनीवर एक फूट उंचीचा पाण्याचा थर.
५. हा निर्णय नर्मदा बचाओ आंदोलन (एनबीए) विरुद्ध भारत सरकार, २००० (१०) एससीसी ६६४ या दाव्यात सर्वोच्च न्यायालयाच्या तीन न्यायाधीशांच्या खंडपीठाने दिला होता. त्या तीन न्यायाधीशांपैकी दोघांनी (सरन्यायाधीश आनंद आणि न्यायमूर्ती कृपाल यांनी) असे मत व्यक्त केले की सरदार सरोवर धरण बांधण्याला १९८७ साली मंजुरी दिली गेली होती, त्याविरुद्ध १९९४ साली, म्हणजे सात वर्षांनी, लेखी याचिका दाखल करायला फारच उशीर झालेला आहे. तिसरे न्यायाधीश (न्यायमूर्ती भरुचा) मात्र त्या दोघांशी सहमत नव्हते. त्यांच्या मते धरणग्रस्तांच्या स्थलांतर आणि पुनर्वसनाच्या प्रक्रिया सुरू झाल्या, त्यानंतर ही याचिका दाखल करण्याची कायदेशीर कृती करण्यात अर्जदारांनी (एनबीओ) उशीर केला आहे, असे म्हणता येत नाही, परंतु याचिकेवरील निर्णय मात्र तीनही न्यायाधीशांनी एकमताने दिला. तो निर्णय असा होता : संविधानाच्या कलम २१ तहत प्राप्त हक्क धरणविस्थापितांचे बाबतीत सुरक्षित नाहीत, त्यांचे उल्लंघन घडते आहे अशी सर्वोच्च न्यायालयाला चिंता वाटत असल्याने ही याचिका दाखल करून घेणे आणि विस्थापितांच्या स्थलांतराच्या आणि पुनर्वसनाच्या प्रक्रियेचे सर्वोच्च न्यायालयाकडून सतत पर्यवेक्षण करणे, त्यावर सतत लक्ष ठेवणेही गरजेचे आहे.
६. रामस्वामी लवादाचा निर्णय मध्य प्रदेश सरकारवर बंधनकारक असूनसुद्धा त्यांनी सरदार सरोवर धरणाच्या लवादाने परवानगी दिलेल्या उंचीला सर्वोच्च

न्यायालयात आव्हान दिले, परंतु आजतागायत सर्वोच्च न्यायालयाने तो अर्ज स्वीकारलेला नाही. नर्मदा बचाओ आंदोलन विरुद्ध भारत सरकार २००० (१०) एससीसी ६६२ (पृष्ठ ७६७, परिच्छेद २४६ ते २४९.)

७. भारताच्या चिनाब नदीवरील बागलिहार प्रकल्पासंबंधी 'सिंधू नदीच्या पाण्याविषयीच्या करारा'च्या – इंडस वॉटर ट्रीटीच्या – कलमांनुसार पाकिस्तानने काही आक्षेप घेतले होते. त्याविषयीचे एका तटस्थ तज्ज्ञाचे मत जाणून घेण्यासाठी वर्ल्ड बँकेने रेमंड लॅफिटी यांची नेमणूक केली होती. त्यांच्यासमोर होणाऱ्या साक्षींच्या वेळी हजर राहणाऱ्या विधीगटाचे नेतृत्व करण्याची जबाबदारी पंतप्रधानांनी माझ्यावर सोपवली होती.

८. या पत्राचा उल्लेख युनेस्कोचे अध्यक्ष फेड्रिको मेयर यांनी २९ नोव्हेंबर, १९९४ या दिवशी अमेरिकेतील फिलाडेल्फिया येथील युनिव्हर्सिटी ऑफ पेनसिल्व्हिनियामध्ये 'इंटरनॅशनल लिटरसी इन्स्टिट्युट'च्या – 'आंतरराष्ट्रीय साक्षरता संस्थे'च्या – उद्घाटनप्रसंगी केलेल्या भाषणात केला होता. – डीजी/ ९४/३३, पृष्ठ २.

◆

प्रकरण १३

आत्तापेक्षा चांगले काम करताच येणार नाही का?

आंतरराज्य पाणी विवादाच्या न्यायासनांच्या कार्यपद्धतीत बदल व्हायला हवा असेल, तर त्यासाठी न्यायासनाच्या सदस्यांच्या मनोवृत्तीत फरक घडवून आणावा लागेल. त्यांनी क्रिकेटच्या सामन्यांच्या पंचांसारखे दिल्या जागी उभे राहून चालणार नाही, त्यांनी फुटबॉलच्या सामन्यांच्या पंचांप्रमाणे सामन्यातील खेळाडूंच्या बरोबरीने पळले पाहिजे, पर्यवेक्षकाच्या भूमिकेतूनच, पण खेळात सहभागी झाले पाहिजे. त्यांचे काम न्यायालयाप्रमाणे एकमेकांविरुद्ध लावलेल्या दाव्याच्या बाबतीतला न्यायालयीन निर्णय देणे नसून एका वादाच्या बाबतीतल्या निरनिराळ्या बाजूंचा शोध घेऊन त्यातून सार्वत्रिक हिताचा मार्ग काढणे हे आहे. ते निवाडा करणारे न्यायाधीश नाहीत, पेच सोडवणारे मध्यस्थ आहेत.

नद्यांच्या पाण्याचा वापर, वाटप, नियंत्रण या बाबतीतले राज्याराज्यातील वाद, तंटे सोडवण्यासाठी आपण अमेरिकन पद्धतीचा (अमेरिकेची राज्यघटनाही आपल्यासारखीच तपशीलवार लिहिलेली आहे.) अवलंब केला नाही ही, माझ्या मते, आपली चूकच झालेली आहे. १९५६ साली जेव्हा आपल्या देशात प्रथम त्या पद्धतीचा विचार केला गेला तेव्हा कदाचित ती नवी, अत्यंत कल्पक, प्रायोगिक वाटली असेल पण तो प्रयोग अयशस्वी सिद्ध झालेला आहे. हे विधान मी 'आंतरराज्य पाणी विवाद कायदा १९५६' – हा अस्तित्वात आल्याला, थोडी थोडकी नाही चांगली, पन्नास वर्षे उलटल्यानंतर त्या काळातल्या त्याच्या अंमलबजावणीच्या, परिणामकतेच्या अनुभवांवरून करतो आहे. पहिले म्हणजे त्याची दोन स्तरांची कार्यपद्धतीच प्रचंड वेळखाऊ आहे. पहिल्या स्तरात कायद्याच्या विभाग क्रमांक ५(२) प्रमाणे विवादाच्या प्राथमिक संदर्भाच्या आधारावर केंद्र सरकार लवादाला त्याचा अंतिम निर्णय कळवते आणि दुसऱ्यात विभाग क्रमांक ५(३) राज्यांना त्या निर्णयावर प्रश्न विचारण्याची, त्यातील चुका, उणिवा लवादाच्या नजरेस आणण्याची मुभा दिली जाते. त्या प्रश्नाशी संबंधित असणाऱ्या कुठल्याही राज्याला लवादाकडून स्पष्टीकरण अगर मार्गदर्शन मागता येते, तसेच केंद्र सरकारच्या निर्णयाबाहेरीलही काही मुद्दे असले तरी तेही लवादासमोर मांडता येतात.[१] या पद्धतीचा परिणाम असा होतो की, एकदा स्थापन केलेले न्यायासन, कुठल्याही ठाम निर्णयाप्रत न पोहोचता कायम 'कार्यरत'च राहते. त्याचा झालाच तर मर्यादित फायदा असा होतो की, त्यामुळे काही निवृत्त न्यायाधीशांना आणि दहा-बारा वकिलांना किफायतशीर कामे मिळतात, पण लवादांचे काम कसे चालावे याचा आखीव-रेखीव असा कोणताही आराखडा आपल्याकडे उपलब्ध नाही. ही न्यायासने नेहमीच्या संस्थापित न्यायपद्धतीच्या कक्षेत येत नाहीत. त्यांना काही वेळापत्रक नसते, सुनावणीचा दिवस ते निवडतील तो असतो. रोज तर सोडाच, निदान आठवड्यातून एकदा सुनावणी होणे, हा 'अपवाद'च ठरतो! आणि त्याचा 'नियम'

तर नाहीच!! त्यांच्यावर न्यायालयांचे, मुख्य न्यायाधीश अगर सरन्यायाधीशांचे नियंत्रण नाही. ती न्यायासने (खाजगी मध्यस्थांसारखी) पूर्णपणे 'अनियंत्रित' असतात असे म्हटले, तर काही वावगे ठरणार नाही. २००२ साली आयएसडब्ल्युडी १९५६ या कायद्यात दुरुस्ती करण्यात आली आणि त्याप्रमाणे न्यायासनाने त्याचे काम वेळेच्या दिलेल्या मर्यादेत (तीन वर्षे, त्यापुढे जास्तीतजास्त दोन वर्षांपर्यंत वाढवता येण्याची सोय) पूर्ण केलेच पाहिजे असा नियम कायद्यात समाविष्ट केला गेला, परंतु त्यांच्या कामाच्या प्रगतीचा आढावा घेण्याची जबाबदारी काही त्या दुरुस्तीत सर्वोच्च न्यायालयावर सोपविण्यात आली नाही, परिणामी बरीच न्यायासने अतिशय उदासीनपणे, बेंगरुळपणे कामे करतात.

२४ जुलै, १९८५ रोजी रावी आणि बियास या दोन नद्यांच्या पाण्याच्या वाटपाच्या बाबतीत (पंजाब आणि हरियाना या दोन राज्यांत) एक 'लोंगोवाल करार' झाला होता. त्याबद्दल बरेच मतभेद, तंटे निर्माण झाले आणि ते १९८६ सालीच एका पाणी विवाद लवादाकडे सोपवण्यात आले होते. पाणी विवाद कायद्याच्या विभाग ५(२)प्रमाणे लवादाला ३० जानेवारी, १९८७ रोजी केंद्र सरकारचा निर्णय कळवण्यात आला, त्यानंतर विभाग (५(३) तहत) त्यावरील राज्यांनी विचारलेल्या प्रश्नांवर लवादाकडून काहीही काम झालेले नाही. अनेक मुदतवाढींनंतरही नुकतीच आणखी एक २०१० सालापर्यंतची दिलेली वाढ जमेस धरली तर, तब्बल चोवीस वर्षांनंतरही कोणताही ठोस निर्णय दृष्टिपथात येईल अशी सुतराम शक्यता दिसत नाही.

आपल्या पदाला जळूप्रमाणे चिकटून राहण्याचा मनस्वी सोस, त्यातच माणसाच्या वाढत्या आयुष्यमानाची भर, शिवाय अत्यंत चतुर वकिलांच्या न संपणाऱ्या युक्तिवादांची अखंड टकळी या सगळ्यांचा एकत्र होणारा दुष्परिणाम म्हणजे या १९५६च्या पाणी विवाद कायद्याची प्रक्रिया अत्यंत कंटाळवाणा, दमवणारा, सगळ्यांच्याच नाकी नऊ आणणारा उपद्व्याप होऊन बसते. एक-एक लवाद एक-एक पाणी विवाद घेऊन बसतो, त्यातील सदस्यांच्या मर्जीनुसार हवे तसे काम करीत, खरे म्हणजे न करीत, जिवंत राहतो. त्याला ना कुणाचा अंकुश, ना कुणाची भीती! या कायद्याचे हे संपूर्ण चित्रच अतिशय उबग आणणारे आहे.

नदीच्या पाणी वाटपाचा प्रश्न खूपच बिकट असतो, यात मुळीच शंका नाही. अमेरिकेतही ती कठीण समस्याच समजली जाते. अमेरिकेचे सर्वोच्च न्यायालय 'काँग्रेस'ला, म्हणजे तेथील विधिमंडळाला, या वादाच्या तोडग्याचे कायद्यातच रूपांतर करण्याचा, तसेच अमेरिकेतील सर्व राज्यांनाही अमेरिकेच्या घटनेतील 'परस्पर करारा'च्या कलमाचा[२] वापर करण्याचा वारंवार आग्रह करीत असते. अमेरिकेत राज्याराज्यातील पाणी वाटपाच्या आणि जलशक्तीच्या उपयोगासंबंधीच्या

कोणत्याही स्वरूपाच्या विवादात सल्ला देऊन, योग्य मार्ग दाखवून सर्व बाजूंच्या हिताचे असे समेटाचे करार करण्याचे अधिकार प्राप्त असलेल्या 'डेलवेअर' आणि 'सस्क्विहॅना रिव्हर बेसिन कमिशन' या दोन मध्यवर्ती शासनाशी संलग्न असलेल्या समित्या आहेत. अशा पद्धतीच्या करारात मध्यवर्ती सरकारला समाविष्ट करून घेऊन करारावर सरकारच्या मान्यतेची सही मिळवून सरकारलाही त्या कराराचा एक सदस्य करून घेणाऱ्या या अमेरिकेतील सर्वांत पहिल्या 'आंतरराज्य करार समित्या' आहेत. या समित्या असतानासुद्धा, एकाहून अधिक राज्यांतून वाहणाऱ्या नदीच्या पाणीवाटपाच्या आंतरराज्य विवादांवरील निरनिराळ्या न्यायालयांतर्गत निर्णयातील मतभेदांवरून दाखल होणाऱ्या दाव्यांचे अमेरिकेत पेव फुटलेले असते. राज्याराज्यातील वादविवाद सोडवणाऱ्या अमेरिकेतील उच्च न्यायालयाला 'द यूएस सुप्रीम कोर्ट' म्हणतात. त्याला (अमेरिकन संविधानाच्या अनुच्छेद-३, विभाग-२, कलम-२ प्रमाणे)[३] राज्याराज्यातील तंट्यातील 'मूलभूत नियंत्रण' प्राप्त आहे. या उच्च न्यायालयाने आजवर लॅरामी, नॉर्थ प्लेट, कनेक्टिकट, डेलवेअर, कोलोराडो यांसारख्या एकाहून आधिक राज्यांतून वाहणाऱ्या नद्यांच्या पाण्यासंबंधीच्या तंटे बखेड्यात न्यायालयीन निर्णय दिलेले आहेत. 'मूलभूत नियंत्रणा'चा अर्थ असा आहे की, उच्च न्यायालय 'चौकशी न्यायालया'चे काम करते. सर्व वादांच्या मुद्द्यांची सत्यता आणि त्या बाबतीतल्या पुराव्यांच्या नोंदी करून (त्यासाठी एका खास निष्णात माणसाची नेमणूक केलेली असते.) संबंधित कायद्यातील नियम, कलमे यांच्याशी ते ताडून पाहून त्यातील तथ्याची निश्चिती करते.

आंतरराज्य पाणी विवादावरील दाव्यात अमेरिकेचे हे उच्च न्यायालय संघराज्याच्या सर्वसामान्य कायद्याच्या ज्या तत्त्वांचा उपयोग करते त्यांना 'न्याय्य विभागणी' – इक्विटेबल ॲपॉर्शनमेंट – असे म्हणतात. 'न्याय्य विभागणी'त वादाच्या मुद्द्यांचे विश्लेषण नसते, अमेरिकन संघराज्यातील मर्यादित सार्वभौमत्व आणि स्वतंत्र सदस्यत्व असलेल्या दोन तुल्यबळ राज्यांच्या, आपापसातील मतभेदांच्या, तंट्यांच्या यथायोग्य, न्याय्य निर्णयाप्रत पोहोचताना न्यायालय कोणत्या प्रक्रियेतून गेले याचे वर्णन असते. या प्रक्रियेत न्यायालय अनेक पाणी हक्कांचे कायदे, आधीच्या त्यासारख्या दाव्यात न्यायालयाने वापरलेले नियम, मध्यवर्ती काँग्रेसचे अथवा राज्य सरकारांचे कायदे-कानून या सर्वांचा गरजेनुसार उपयोग करते. अमेरिकेचे जे सर्वोच्च न्यायालय आहे, त्याच्याकडे वादाच्या मुद्द्यांची सत्यता पडताळणे, त्यांसंबंधीचे पुरावे तपासून कायद्याच्या दृष्टिकोनातून पुढील मार्ग सुचविणे यांसारखी प्राथमिक अधिकारतेतून आवश्यक बनलेली जी कामे करावी लागतात त्याची सोय नसते, त्यासाठी सर्वोच्च न्यायालयाला एका खास तज्ज्ञाची नेमणूक करावी लागते. या तज्ज्ञाच्या शिफारसींना नेहमीच, न चुकता, राज्यांकडून अनेक आक्षेप घेतले जातात

आणि मग त्या पुनर्विचाराच्या याचिकांची सुनावणी सर्वोच्च न्यायालयालाच करावी लागते. त्यांचे अंतिम निर्णय देण्याचे काम सर्वोच्च न्यायालयावरच येऊन पडते. या जंजाळात कायदा, न्याय यापेक्षा व्यवस्थापकीय कामाचाच इतका प्रादुर्भाव होतो की, त्याचे ओझे न्यायालयाला पेलवेनासे होते, म्हणूनच सर्वोच्च न्यायालय अशा आंतरराज्य पाणी विवादांच्या तोडग्यांसाठी संविधानातील 'परस्पर करारां'च्या कलमांनुसार आपापसातील चर्चा, वाटाघाटी, सहमती या मार्गाने जाणाऱ्या, न्यायालयाव्यतिरिक्त इतर, उपलब्ध सोयींचा वापर करण्यास उत्तेजन देते. ॲरिझोना विरुद्ध कॅलिफोर्निया (१९६४) या खटल्याच्या[४] संदर्भात न्यायमूर्ती ह्युगो ब्लॅक यांनी असे म्हटले होते की :

> या दोन राज्यांतील नद्यांविषयीच्या मतभेदात न्यायालयाने 'न्याय्य विभागणी'च्या तत्त्वाचा वापर केला हे सत्य आहे, पण त्या बाबतीत विधिमंडळाने – 'विभागणीचे कायदे' केलेलेच नाहीत... संविधानाने पाण्यासंबंधी कायदे करण्याचे जे अधिकार बहाल केलेले आहेत त्याचा वापर करून जर विधिमंडळाने त्या बाबतीतले कुठलेही कायदे केलेले नाहीत तर त्याऐवजी 'न्याय्य विभागणी'चे तत्त्व वापरण्याचा न्यायालयाला, खरे म्हणजे, अधिकार पोहोचत नाही.

अमेरिकेच्या संविधानातील (अनुच्छेद १-१०) 'परस्पर करारा'सारखे कलम भारतीय घटनेत नाही, परंतु नद्यांच्या पाण्यांच्या वाटप, वापर आणि नियंत्रण यासंबंधीच्या करारांची संकल्पना आयएसडब्ल्युडी कायदा १९५६ यात मांडलेली आहे. 'पाणी विवाद' याची व्याख्या या कायद्यात 'दोन अथवा त्याहून आधिक राज्यांतील पाण्यासंबंधीच्या करारातील कोणत्याही अटी, करार यांसंबंधीचे मतभेद अथवा वाद' अशी केलेली आहे (आंतरराज्य पाणी विवाद कायदा, विभाग-२ (सी) (२). या कायद्यानुसार राज्यांना त्यांच्या हद्दीतून वाहणाऱ्या नद्यांच्या पाण्याच्या राज्यवार विभागणीचे करार करण्याची समर्थता प्रदान केलेली आहे, आणि तद्वत आजतागायत राज्याराज्यात तसे पन्नास करार झालेलेही आहेत,[५] पण ते बहुतेक सगळे छोट्या नद्या आणि त्यांच्या प्रवाहाचे काही फाटे याबद्दलच आहेत. मोठ्या, महत्त्वाच्या नद्यांच्या पाण्याच्या वापरावर एखाद्या राज्याने, दुसऱ्या राज्यालाही प्यायला आणि शेती बागायतीला पुरेसे पाणी मिळेल अशी सोय पाहून आपण होऊन मर्यादा घालून घेतली आहे असे मात्र एकही उदाहरण नाही, कारण त्यात राज्यातील राजकारण आड येते! असे लक्षात येते की अंतर्गत राजकारणामुळे संवेदनशील झालेल्या या विवादावरील तोडगा हा कायद्याचा बडगा दाखवून, 'अनिवार्य'म्हणून राज्यांच्या माथीच मारावा लागतो. संविधानाने त्याच्या (सातव्या परिशिष्टाच्या)

पहिल्या यादीतील ५६ क्रमांकाच्या नोंदीत देशाच्या संसदेला, विधिमंडळाला अशा नद्यांच्या पाण्यासंबंधी, त्या नद्यांची खोरी संपन्न होण्यासाठीच्या योजनांसंबंधी कायदे करण्याला समर्थ, सक्षम मानले आहे. संविधान असे म्हणते की, 'जोवर ते नियम, कायदे हे शासनाच्या नियंत्रणाखाली असतील आणि ते देशातील जनतेच्या सर्वांगीण हिताचा हेतू साध्य करण्यास उपयुक्त ठरतील असे असतील[६] तोवर हा कायदा उपयुक्त समजला जावा.' घटनेच्या या नोंदीतल्या अधिकाराचा वापर करून संसदेने आजवर 'रिव्हर बोर्ड्स ॲक्ट १९५६'– 'नदी मंडळ अधिनियम १९५६'– हा एकच कायदा पास केला आहे, पण त्याची कक्षा मर्यादित आहे, कारण त्या कायद्याचा एक भाग (एस-२) असे सांगतो की, 'देशातील जनतेच्या हिताच्या दृष्टीने नद्या आणि त्यांची खोरी यांचा विकास आणि त्यावरील नियंत्रण हे केंद्र सरकारने स्वतःच्या अखत्यारीत ठेवावे. त्याची कक्षा यापुढे दर्शवल्याइतकीच असेल.' त्यामुळेच या कायद्याप्रमाणे 'नद्यांसाठीची संचालक मंडळे' स्थापली जातात, परंतु त्यांच्या कार्याची व्याप्ती नद्या आणि त्यांची खोरी यांचा विकास आणि त्यावरील नियंत्रण याबाबतीत 'संबंधित राज्य सरकारांना सल्ला देणे' एवढ्यापुरतीच सीमित असते.

मंडळाने दिलेला सल्ला, सूचना यात किंवा त्यातील एखाद्या सूचनेनुसार केंद्र सरकारने केलेल्या एक अथवा अनेक कृतींत जर त्या राज्यांना काही आक्षेप असले, त्यांच्यात आपसात काही वाद, मतभेद निर्माण झाले, तर त्यावरील उपाय शोधून निर्णय देण्याचे दीर्घ काळ चालत राहणारे, त्रासदायक काम न्यायालयाने नेमलेल्या न्यायासनाकडे सोपवले जाते. ते न्यायासन सर्वोच्च न्यायालयाचे सरन्यायाधीश सर्वोच्च न्यायालयाच्या अगर उच्च न्यायालयाच्या न्यायाधीशांमधून निवडतात.

याचा मथितार्थ असा की, हा 'रिव्हर बोर्ड्स ॲक्ट १९५६' नद्या आणि त्यांची खोरी यांचा विकास साधण्यासाठी नसून त्याबद्दल केवळ राज्यांना सल्ला देण्याचे काम करणारी संचालक मंडळे स्थापन करण्यापुरताच आहे. ज्या काळात केंद्रीय सरकार सशक्त, सक्षम होते, त्याचवेळी, आयएसडब्ल्युडी १९५६ हा कायदा, लवादाच्या अनियंत्रित, अक्षम्य अशा प्रदीर्घ काळापर्यंत चालणाऱ्या आणि तरीही अंती परिणामशून्य ठरणाऱ्या कामामुळे कुचकामाचा ठरतो, हे लक्षात घेऊन, देशातील सर्व मोठमोठ्या, महत्त्वाच्या नद्या आणि त्यांची खोरी यांचा विकास, पाणी वाटप, वापर आणि नियंत्रण यांच्या योजनांची आखणी आणि पूर्तता या सर्व गोष्टी, राज्यांच्या सीमांचा अडसर न बाळगता केंद्रसरकारला स्वतःच्या अधिकारात घेऊन टाकणे शक्य होते, नव्हे सरकारने ते घेऊन टाकायलाच हवे होते, पण केंद्र सरकारने या देशाच्या सर्वांगीण विकासाच्या मुद्द्याकडे दुर्लक्ष केले, तसा अधिकार मिळवला नाही, ही फार मोठी चूक केली. यापुढेही (नजीकच्या आणि दूरच्या

भविष्यातही) सरकार संविधानाच्या सातव्या परिशिष्टाच्या पहिल्या यादीतील ५६ क्रमांकाच्या नोंदीप्रमाणे 'नद्यांसाठीची संचालक मंडळे'ही स्थापन करेल असे मला तरी वाटत नाही!

पण ही नद्यांसाठीच्या संचालक (जर स्थापन करण्यात आली तर) मंडळाची रचना, कार्यपद्धती कशी असावी याविषयीचा कच्चा आराखडा तरी आपल्या घटनाकारांच्या डोळ्यांपुढे निश्चितच असणार. घटनास्वीकृतीच्या म्हणजे १९५० सालाच्या कितीतरी वर्षे आधी सिंधू नदीविषयक समितीच्या – इंडस कमिशनच्या– अहवालात (राव कमिशन रिपोर्ट, खंड १) 'अनेक राज्यांतून वाहणाऱ्या नद्यांच्या पाण्याबद्दलचे राज्यांचे हक्क' या विषयांवर तीन निरनिराळे दृष्टिकोन अधिकारवाणीने मांडून त्यांचा ऊहापोहही केला होता, त्यातला पहिला होता – प्रत्येक राज्य त्याच्या स्वातंत्र्याच्या, सार्वभौमत्वाच्या अधिकाराचा वापर करून शेजारील राज्यावर कुठल्याही प्रकारचे लहान मोठे दुष्परिणाम होतील, याचा विचारही न करता त्या नदीच्या पाण्याचा राज्याच्या सीमांतर्गत वाटेल तसा उपयोग करू शकेल, उपभोग घेऊ शकेल[७]. (अहवालात राव कमिशनने म्हटले होते की,) हा दृष्टिकोन आंतरराष्ट्रीय कायदे ज्या दिशेने बदलत आहेत त्याच्या पूर्णपणे विरुद्ध आहे, शिवाय भारत सरकारच्या १९३५ सालच्या कायद्याच्या[८] १३०व्या भागाच्याही (आयएसडब्ल्युडी ॲक्टच्या तिसऱ्या भागासाठी मूळ संदर्भ म्हणून वापरलेल्या कायद्याच्या[९]) विरुद्ध आहे.

दुसरा दृष्टिकोन असा होता की, ज्या राज्यातील प्रदेश नद्यांच्या काठांवर वसलेले आहेत, त्या राज्यांच्या नदीच्या पाण्यावरील हक्कांची निश्चिती करण्यासाठी, इंग्लंडमध्ये सर्वसामान्य कायद्याची तत्त्वे वापरून नदीकाठावरील वैयक्तिक मालकीच्या शेतजमिनींवरील त्या त्या मालकांचे हक्क ठरवण्यासाठी वापरलेली पद्धतच वापरण्यात यावी, परंतु हाही दृष्टिकोन राव कमिशनने अमान्यच केला होता, कारण याप्रमाणे ज्या राज्यातील प्रदेश एखाद्या मोठ्या नदीच्या खालच्या म्हणजे समुद्राच्या बाजूच्या मुखाजवळ वसले असतील ते वरच्या बाजूच्या राज्यातील प्रदेशांना नदीच्या पाण्याचा व्यवहार्य वापरही करू देणार नाहीत.[१०]

तिसरा, 'न्याय्य विभागणी'चा दृष्टिकोन मांडून तोच राव कमिशनने मान्य केला होता आणि त्याचीच शिफारस केली होती. त्याप्रमाणे नदीच्या काठांवरील सर्व राज्यांतील सर्व प्रदेशांना पाण्यातील 'योग्य' वाटा मिळणे आवश्यक असते – यातील 'योग्यतेची एकच प्रमाणभूत व्याख्या मात्र करता येत नाही. ती प्रत्येक नदीचे उपलब्ध असणारे पाणी, काठावरील लोकांची पाण्याची एकूण गरज, इतर परिस्थिती या सगळ्या गोष्टींवर अवलंबून राहाते. 'न्याय्य विभागणी'च्या तत्त्वानुसार (नदीचे) पाणी ही सर्वच जनतेच्या आत्यंतिक गरजेची गोष्ट असल्यामुळे तिचे वाटप वरील व्याख्येप्रमाणेच 'योग्य' पद्धतीने झाले पाहिजे, मग ती जनता कोणत्याही राज्यांच्या

राजकीय सीमांमध्ये राहत असो. पाण्याच्या वाटपासारख्या प्रक्रियेत राज्यांच्या राजकीय सीमांना अवास्तव महत्त्व दिले जाता कामा नये.[११]

पंजाब प्रांताच्या सरकारने सिंधू नदी आणि तिच्या काही उपनद्यांवर धरणे, पाटबंधारे यांसारख्या योजना आखल्या होत्या, काही प्रगतिपथावरही होत्या, त्यासंबंधी सिंध प्रांताच्या सरकारने १९३५च्या भारत सरकारच्या कायद्यातील १३० या विभागानुसार त्याविरुद्ध तक्रारी दाखल केल्या होत्या. त्यांची सुनावणी राव कमिशन करीत होते. त्या कमिशनने सुचवलेली ही पाणीवाटपाची सर्वसामान्य आणि (सिंधू नदीच्या विवादातील दोन्ही राज्यांना) सर्वमान्य तत्त्वे प्रथम एका वकिली निवेदनाद्वारे मांडण्यात आली होती. त्या निवेदनाला आता या विषयातील 'भरतवाक्या'चा दर्जा प्राप्त झाला आहे, ते निवेदन असे आहे :

१. जेव्हा अशा विवादातील सर्व बाजू, त्यांच्या राजकीय सीमा, सामाजिक असमतोल या गोष्टीमध्ये न आणता, एकदिलाने, विवादाच्या प्रत्येक मुद्द्याची उकल एकाच तंत्रशुद्ध पद्धतीने करायला सहमत होतात, तेव्हाच अशा विवादावरील तोडगा निघतो. (संदर्भ – १९११ सालचा माद्रिद कायदा आणि १९२३ सालचे जिनिव्हा कन्व्हेन्शन, अनुच्छेद ४ आणि ५)

२. अशी सर्वमान्य सहमती झाली की त्यातूनच त्या विवादातील सर्वांच्या हक्कासंबंधीचा कायदा आपोआपच तयार होतो आणि जोवर त्याच पद्धतीने गरजेनुसार नवीन सर्वसंमत करार होत नाही तोवर अस्तित्वात राहतो. (संदर्भ – हॉलंड आणि बेल्जियम यांच्यातील मास (अथवा मझ) नदीसंबंधीच्या विवादावरील 'पर्मनंट कोर्ट ऑफ इंटरनॅशनल जस्टिस'ने १९३७ साली दिलेला निर्णय).

३. जर तशी सर्वसहमती होऊ शकली नाही तर 'न्याय्य विभागणी'चे तत्त्व वापरून सर्व प्रदेशांना, राज्यांना त्या नदीच्या पाण्याचा 'योग्य' वाटा मिळण्याचा हक्क ठरवला गेला पाहिजे. (अमेरिकन न्यायालयाचा निर्णय)

४. पाण्याचे दुर्भिक्ष्य असणाऱ्या, शुष्क प्रदेशात राहणाऱ्या जनतेच्या हिताचे रक्षण व्हावे यासाठी पाणीवाटपाची अथवा धरण, पाटबंधारे यांसारखी जी योजना सर्वांत जुनी असेल तिला इतर कुठल्याही नव्या योजनेऐवजी अग्रक्रम देण्यात यावा. 'विशिष्ट सद्हेतूला दिलेले प्राधान्य श्रेष्ठत्वाचा हक्क प्रदान करते.' (व्योमिन विरुद्ध कोलोराडो, २५९ यू.एस. ४१९, ४७०).

५. योजनेचे प्राधान्य निश्चित करताना, ती किती जुनी आहे हे ठरवताना त्या योजनेसाठीचे सर्वेक्षण कधी सुरू झाले ते पाहणे अयोग्य आहे, ती कार्यवाही करण्यास केव्हा पूर्णपणे तयार होती ती वेळ विचारात घेतली गेली पाहिजे आणि त्याहूनही महत्त्वाचे म्हणजे ती योजना हाती घेऊन ती तडीस नेण्यामागे 'विशिष्ट, निश्चित असा सार्वत्रिक जनहिताचा सद्हेतू आहे' याची खातरजमा केली गेलीच पाहिजे (व्योमिन विरुद्ध कोलोराडो, २५९ यू.एस. ४१९, ४९५; कनेक्टिकट विरुद्ध मॅसॅच्युसेट्स, २८२ यू.एस. ६६०, ६६७, ६७३).

६. अनेक योजना असतील तर त्यांचा क्रम ठरवताना 'त्यांचा हेतू' हा निकष वापरावा. अग्रक्रमाप्रमाणे हेतूंची यादी अशी असावी : १) घरगुती आणि आरोग्यरक्षण, २) वाहतूक, ३) जलविद्युतनिर्मिती ('जर्नल ऑफ द सोसायटी ऑफ कंपॅरेटिव्ह लेजिस्लेशन, न्यू सेरीज,' – 'कायद्याचा तौलनिक अभ्यास करणाऱ्या संस्थेचे नियतकालिक, नवी मालिका' – खंड १६, क्रमांक ३५, पृष्ठ ६ व ७).

'न्याय्य विभागणी'चे नेमके निकष ठरवणे ही फार अवघड गोष्ट आहे. सर्व राज्ये समान मानली पाहिजेत, त्यांच्यात डावे-उजवे करता कामा नये.[१२] एका राज्याने त्याची धोरणे दुसऱ्या राज्यावर लादता कामा नयेत.[१३] पाण्याच्या वापराचा फायदा सर्वांना सारखाच मिळाला पाहिजे.[१४] याचा अर्थ असा मात्र होत नाही की ज्या राज्यांतून ती नदी वाहात जाते त्या सर्व राज्यांना सारखेच (समान घनफळाइतकेच) पाणी दिले गेले पाहिजे.[१५]

पाण्याच्या 'न्याय्य विभागणी'च्या तत्त्वांमागचे अमेरिकेच्या सर्वोच्च न्यायालयाने ठरवलेल्या बळकट आधारांचे वर्णन न्यायमूर्ती ऑलिव्हर वेंडेल होम्स यांनी १९३१ सालच्या न्यूजर्सी विरुद्ध न्यूयॉर्क[१६] या केसच्या निकालपत्रात केले आहे. डेलवेअर नदीच्या काठावर आधी न्यूयॉर्क आणि मग पुढे न्यूजर्सी वसलेले आहे. न्यूयॉर्कने डेलवेअर आणि तिच्या उपनद्यांचे पाणी स्वतःच्या वापरासाठी अडवून, वळवून घेऊन जास्त पाण्याचा उपभोग घेणे यांवर न्यूजर्सीने आक्षेप घेतले होते, त्यांना विरोध केला होता. त्यासंबंधी लागू करण्यात येणारे कायदे आणि नियमांची चर्चा करताना 'न्यायमूर्ती होम्स' म्हणतात :

> नदीचे पाणी ही केवळ सुखसोयीची बाब नाही, तर तो एक मौल्यवान खजिना आहे, ते 'जीवन' आहे. त्याविना जगणे अशक्य आहे, म्हणूनच त्यावर सर्वांचा समान हक्क आहे. ते सर्वांनाच सम प्रमाणात वाटले गेले

पाहिजे. त्यांच्या क्षेत्रातील सगळेच पाणी अडवून ठेवून पुढे काहीही जाणार नाही अशी परिस्थिती न्यूयॉर्क निर्माण करू शकते, पण तसे करून पुढच्या सगळ्या राज्यांना तहानलेले ठेवणे, पाण्याच्या सर्व फायद्यांपासून वंचित राखणे असा जुलूम सहन करणे अशक्य आहे, पण त्याबरोबरच नदीचे सगळेच्या सगळे पाणी त्यांच्यापर्यंत पोहोचले पाहिजे आणि त्यासाठी न्यूयॉर्कने त्यांच्या सगळ्याच योजना रद्द कराव्यात अशी मागणीच नव्हे तर तशी अपेक्षा न्यूजर्सीने करणेसुद्धा गैर आहे. तशी परवानगी न्यू जर्सीला कदापिही देता येणार नाही. दोन्ही राज्यांचा नदीच्या पाण्यावर खरा आणि भरपूर हक्क आहे. त्या पाण्याचा फायदा दोन्ही राज्यांना मिळालाच पाहिजे, त्यासाठी त्यांच्या गरजांचा व्यवस्थित आणि जास्तीतजास्त मेळ घालायला हवा. देशातील ठिकठिकाणच्या राज्यांच्या परंपरा, संस्कृती, पद्धती निरनिराळ्या असतात, त्याप्रमाणे समेटाचे परिणाम वेगवेगळे, कमी जास्त मिळण्याची शक्यता आहे, परंतु कुठल्याही 'फॉर्म्युला'त – 'सूत्रा'त – न अडकता, निकषांचा कीस न काढता जास्तीतजास्त 'न्याय्य विभागणी' होईल यासाठी कसोशीने प्रयत्न करायला हवेत.[१७]

देशातील कोणत्याही नदीच्या पाण्यासंबंधीचा राज्याराज्यातील वाद सोडवण्याच्या प्रक्रियेत 'कुठल्याही 'फॉर्म्युला'त न अडकता, निकषांचा कीस न काढता जास्तीत जास्त 'न्याय्य विभागणी' होईल यासाठी कसोशीने प्रयत्न करायला हवेत.' हे मार्गदर्शक तत्त्व म्हणून वापरता येऊ शकले असते, पण तसे न करता १९५६ साली संसदेने 'रिव्हर बोर्ड्स ॲक्ट'मध्ये नुसती अधिकारशून्य अशी 'संचालक मंडळे' स्थापित करण्याची परिणामशून्य सुविधा ठेवली. १९५० साली देशाची घटना स्वीकारल्यानंतर जवळ जवळ पंचवीस वर्षांपर्यंत देशात केंद्र आणि बहुतेक सर्व राज्यांत काँग्रेस या एकाच पक्षाची सरकारे सत्तेवर होती, तरीही ही अशी परिस्थिती निर्माण केली गेली. 'भारतीय पाणी हक्काचा कायदा' तयार करून तो यशस्वीपणे अमलात आणून देशातील नद्यांच्या पाणीवाटपाचे सर्व प्रश्न सुयोग्य आणि परिणामकारक रीतीने सोडवण्याची सोन्यासारखी संधी सरकारने गमावली. १९९०नंतर तर केंद्रात केवळ सत्तेच्या लालसेने, बळेबळेच एकत्र आलेल्या पक्षांच्या दुबळ्या युतीची सरकारे येत राहिली आणि राज्यातही निराळी राजकीय समीकरणे तयार होऊ लागली, परिणामी संसदेने केलेल्या 'रिव्हर बोर्ड्स ॲक्ट'नुसार नेमलेल्या संचालक मंडळांना नदीच्या पाण्याचे राज्याराज्यातले वाद सोडवणे अधिकाधिक अवघड, अशक्यच होऊन बसले.

या सगळ्याची मोट बांधून अस्तित्वात आलेल्या संसदेला १९५६ सालच्या

रिव्हर बोर्ड ॲक्टमध्ये दुरुस्ती अथवा बदल करायचीही इच्छा नाही किंवा संविधानाच्या सातव्या परिशिष्टाच्या पहिल्या यादीतील ५६ क्रमांकाच्या नोंदीचा आधार घेऊन एक नवीन कायदा अस्तित्वात आणून आंतरराज्य पाणी विवादांना राष्ट्रीय पातळीवरील जनहिताच्या व्यापक प्रश्नाचा दर्जा देऊन ते विनाविलंब आणि परिणामकारकरित्या सोडवण्याचे प्रयत्न करण्याचीही तयारी नाही. अशा परिस्थितीत आत्ताची कधीच न संपणारी, कधीच सहमतीपर्यंत न पोहोचणारी 'अनियंत्रित न्यायासनांची' पद्धत चालू राखण्यावाचून देशाला गत्यंतरच नाही. त्यातल्यात्यात त्याच पद्धतीने लवकर आणि योग्य तोडगा शोधण्यासाठी काही करता आले तर करणे एवढेच आपल्या हातात राहिले आहे.

राष्ट्रपतींनी १९९१ साली न्यायालयाकडे पाठवलेल्या एका केसच्या[१८] संदर्भात सर्वोच्च न्यायालयाने 'न्याय्य पाणी विभागणी'च्या तत्त्वाचा पुनरुच्चार केला होता. कावेरी नदीच्या पाण्याच्या विवादासाठी नेमलेल्या लवादाच्या एका मध्यावधी हुकूमाची अंमलबजावणी करण्याचे टाळण्याच्या उद्देशाने कर्नाटक राज्याने स्वत:च्या विधिमंडळात एक कायदा पास करून घेतला होता. त्या कायद्याच्या वैधतेचे समर्थन करण्यासाठी कर्नाटक सरकारने त्याला संविधानाच्या दुसऱ्या यादीतील १७व्या नोंदीचा[१९] आधार असल्याचे दुबळे स्पष्टीकरण दिले होते. त्या कायद्यानुसार लवादाचा अंतिम निर्णय होण्याचे आधीच (कावेरी नदीच्या वरच्या अंगाला असलेल्या) कर्नाटक राज्याला कावेरी नदीचे किती पाणी स्वत:साठी बाजूला वळवायचे याचे अधिकार चक्क कर्नाटक सरकारने स्वत:कडे घेतले होते. तामिळनाडू राज्याने अर्थातच या कायद्याला विरोध करून त्याच्या वैधतेचा प्रश्न उपस्थित केला होता; तीच याचिका राष्ट्रपतींकडून सर्वोच्च न्यायालयाकडे पाठवली गेली होती. सर्वोच्च न्यायालयाच्या पाच न्यायाधीशांच्या खंडपीठाने कर्नाटक राज्यसरकारने केलेला कायदा राज्याच्या अधिकार कक्षेबाहेरील ठरवून एकमताने अवैध घोषित केला – त्या वेळी खंडपीठाने 'कावेरीसारख्या अनेक राज्यांतून वाहणाऱ्या नदीच्या पाण्यासंबंधीचा कायदा करणे हा अधिकार एका विशिष्ट राज्याला पोहोचतच नाही.' असा निकाल दिला होता – त्या वेळी न्यायालयाने अमेरिकेतील एका गाजलेल्या, कॅन्सास विरुद्ध कोलोराडो (जी केस 'ग्रँडफादर रिव्हर केस' या नावाने जगप्रसिद्ध आहे.) या केसचा संदर्भ दिला होता. न्यायालयाने म्हटले होते की, 'जेव्हा अनेक राज्यांतून वाहणाऱ्या नदीच्या पाण्याच्या वाटणीबद्दल राज्यात एकमत होत नाही तेव्हा 'आंतरराज्य पाणी विवाद कायदा १९५६'नुसार न्यायालयीन निर्णय घेतला गेला पाहिजे. सर्वोच्च न्यायालयाने 'खऱ्या कायदेशीर स्थिती'चा पुनरुच्चार करताना (जी राव कमिशनने १९४२ साली अतिशय नेमकेपणाने स्पष्ट केली होती.) खालील शब्द वापरले होते :

परिच्छेद ७१ : या ठिकाणी ही गोष्ट लक्षात घेणे सुसंगत ठरेल की, अनेक राज्यांतून वाहणाऱ्या नदीच्या पाण्याची आणि तिच्या काठावरील राज्यांच्या ते पाणी वापरण्याबद्दलच्या हक्कांची 'खरी कायदेशीर स्थिती' सारखीच आहे. अमेरिकेच्या सर्वोच्च न्यायालयाने कॅन्सास राज्य विरुद्ध कोलोराडो राज्य (१९०७, २०६ यू.एस. ४६) या केसच्या संदर्भात खालील निरीक्षण नोंदवले होते :

राज्याराज्यातील संबंधांत 'सर्व राज्यांना समान हक्क आहेत' हा अगदी आधारभूत आणि महत्त्वाचा नियम आहे. सर्व राज्ये एकाच पातळीवर आहेत, त्यात उजवे-डावे नाही. एक राज्य त्याचे कायदे दुसऱ्या कुठल्याही राज्यावर थोपू शकत नाही, त्याची मते, दृष्टिकोन कुणावरही लादू शकत नाही... जेव्हा एका राज्याने केलेल्या कायद्याचा परिणाम नैसर्गिक कायद्याच्या माध्यमातून दुसऱ्या राज्यावर होऊ लागला तर त्या दोन राज्यांच्या हक्कांची व्याप्ती आणि त्यांच्या मर्यादा हा वादाचा मुद्दा होतो आणि त्यावरील निर्णय न्यायालयाच्या अखत्यारीत येतो. या कोर्टावर आत्ता अशीच जबाबदारी टाकण्यात आली आहे की दोन्ही राज्यांच्या 'समान हक्कां'ना धक्का न लावता, ते शाबूत ठेवून या विवादावरील तोडगा शोधला जावा.

विवाद न्यायालयीन कक्षेत आला की तो एका विशिष्ट राज्याच्या कायदे करण्याच्या अधिकारात राहात नाही. तो खास न्यायासनासमोर, लवादामार्फतच सोडवावा लागतो.

वाहत्या पाण्यावरील हक्क नैसर्गिक संपत्तीतील एक प्रक्षोभक भाग बनला आहे. वाहते पाणी ही अशी जनसंपत्ती आहे की, जी आजूबाजूच्या सर्वांच्यात सामाईक आहे, सर्वांसाठी समान आहे, परंतु तिला कोणीही अडवू शकत नाही. वैयक्तिक वापरासाठी, स्वार्थासाठी, ती सगळीच्या सगळी कोणीच आपल्या बाजूला वळवूनही घेऊ शकत नाही. नदी, तिचे पाणी ही निसर्गाने मानवजातीला दिलेली अनमोल देणगी आहे आणि म्हणूनच तिचा न्याय्य, योग्य उपभोग घेण्याचा 'नैसर्गिक' हक्क त्या देणगीच्या प्रत्येक प्राप्तकर्त्याला आहे. प्राप्तकर्त्यांनी त्यांच्या जवळच्या जमिनीतून नदी, तिचे पाणी वाहात असताना तिला न अडवता, न वळवता, भला मोठा, अवास्तव वाटा न घेता, समजूतदारपणे, त्या पाण्याच्या प्रवाहाच्या रूपातील नैसर्गिक संपत्तीच्या बाकीच्या प्राप्तकर्त्यांचाही

> विचार करून जर पाण्याचा न्याय्य योग्य उपयोग केला तर मग त्यात काहीही चुकीचे, गैर नाही. नदीच्या खालच्या अंगाला राहणाऱ्यांवर त्यामुळे अन्यायही होणार नाही....[२०]

आता अनेक राज्यांतून वाहात जाणाऱ्या नदीच्या पाणीवाटपासंबंधीची कायद्यावर आधारित मार्गदर्शक तत्त्वे प्रस्थापित झालेली असल्याने एका राज्यातील जनतेचा हक्क विरुद्ध अन्य राज्यांतील जनतेचा हक्क या वादाच्या बाबतीतील कोर्टाच्या अथवा न्यायासनाच्या, लवादाच्या न्यायनिर्णयाची प्रक्रिया एका अत्यंत काटेकोर आणि पूर्णपणे कायदेनिष्ट पद्धतीने – 'लीगॅलिझम' असा शब्द सर ओवेन डिक्सन या ऑस्ट्रेलियाच्या प्रमुख न्यायाधीशांनी त्याला वापरला आहे – व्हायला हवी. सर ओवेन डिक्सन यांनी २१ एप्रिल, १९५२ या दिवशी प्रमुख न्यायाधीशपदाची शपथ घेतली. त्या शपथग्रहणाच्या भाषणात ते म्हणाले होते :

> संघराज्याची – संघीय – व्यवस्था याचा अर्थ अधिकारांच्या सीमांची काटेकोर निश्चिती आणि आखणी. त्या व्यवस्थेत केलेले कायदे प्राप्त अधिकाराच्या मर्यादेत बसतात अथवा नाही, हे ठरवण्याची जबाबदारी उच्च न्यायालयावर येऊन पडते... कायद्यांचा नीट अर्थ लावणे, त्यांचे स्पष्टीकरण देणे हेच न्यायालयाचे एकमेव काम आहे, हे अजून मान्य झालेले नाही... कायदे नियमांच्या गुणावगुणांशी न्यायालयाचा काहीही संबंध नाही. मला असे वाटते की, न्यायालयाचे हे एकमेव कार्य आहे असे मान्य केले की, आपणा सर्वांना हे पटेल. एकमेकांत वाद-विवाद असणाऱ्या संघराज्यातील सदस्य राज्यांचा विश्वास संपादन करायचा, तो टिकवायचा एकमेव मार्ग न्यायालयाने 'कायद्याच्या पायाभूत तर्काशी घट्ट चिकटून राहणे' हाच आहे, त्यामुळे न्यायालयावर असा आक्षेप घेतला जाईल की, 'न्यायालय कायद्याचा फारच कीस काढते'. क्षमा करा, पण मला तरी याला दुसरा कोणताही पर्याय दिसत नाही. अशा प्रकारच्या गंभीर विवादांच्या न्यायालयीन निर्णयांच्या बाबतीत तर अत्यंत काटेकोर, पूर्णपणे 'कायदेनिष्ठ पद्धत' – म्हणजेच 'लीगॅलिझम' याहून सुरक्षित आणि योग्य असा दुसरा मार्गदर्शक नाही.[२१]

भारत हेही संघराज्यच आहे, निदान म्हणायला तरी आहे.[२२] तेव्हा भारतातही आंतरराज्य विवादांच्या, विशेषत: नदीच्या पाण्यासंबंधीच्या न्यायालयीन प्रक्रियेतही सर ओवेन डिक्सन यांनी सांगितल्याप्रमाणे न्यायासनांनी, लवादांनी कायद्याच्या पायाभूत तर्काशी घट्ट चिकटून राहावे अशी अपेक्षा करणे अगदी रास्त आहे, परंतु

अत्यंत काटेकोर आणि पूर्णपणे कायदेनिष्ट पद्धतीचा वापर ही गोष्ट आपल्याकडे नेहमीच फक्त सर्वोच्च न्यायालयावरच सोडली जाते, तशा पद्धतीची अपेक्षा केवळ सर्वोच्च न्यायालयाकडूनच केली जाते, म्हणूनच आंतरराज्य पाणी विवाद तरी, संविधानाच्या २६२ या कलमाची बंधने न घालता फक्त १३१[२३] या कलमाखाली (आयएसडब्ल्यूडी ॲक्ट १९५६सह) थेट सर्वोच्च न्यायालयाकडेच सोपवावेत असे माझे मत होण्याचे हे एक मुख्य कारण आहे.

एका पाठोपाठ एक अशा अनेक पाणी विवादांच्या न्यायासनांबरोबर काम करण्याच्या, खरे तर काम न करण्याच्या अनुभवावरून 'आंतरराज्य पाणी विवाद कायदा-१९५६' अधिकृतरित्या रद्द करणे अत्यावश्यक झाले आहे असेच मी म्हणेन. राज्याराज्यांतील इतर सर्व मतभेद, तंटे याबद्दलच्या प्राथमिक दाव्यांप्रमाणेच (कलम १३१प्रमाणे) पाणी विवादही सर्वोच्च न्यायालयाकडेच दाखल करावेत. सर्वोच्च न्यायालयाच्या एका निवृत्त न्यायाधीशाच्या हाताखाली योग्य ते आणि योग्य तितके निर्धारक अधिकारी मदतीला देऊन वादातील मुद्द्यांची सत्यता, त्यांची कायद्यातील तरतुदींशी तुलना, त्यांची छाननी, तपासणी, पुराव्यांच्या नोंदी ही प्राथमिक कामे करून घेतली जावीत. या 'सत्यसंशोधना'च्या कामात राज्यांनी नेमलेल्या वकिलांच्या लांबचलांब आणि दिशाभूल करणाऱ्या युक्तिवादांची कटकट होऊन देऊ नये, अर्थात जरूर वाटली तर त्या खास न्यायाधीशांसमोर (किंवा निर्धारक अधिकाऱ्यांसमोर) वकिलांना राज्याचे प्रतिनिधित्व करण्याची संधी द्यावी, पण जर काही कायदेशीर प्रश्न उद्‌भवले तरच आणि तीही सुरुवातीला नव्हे तर प्राथमिक तपासणीच्या शेवटी द्यावी. 'न्याय्य विभागणी' हे तत्त्व 'समानते'चे तत्त्व आहे, ते लागू करताना इतर अनेक गोष्टी विचारात घ्याव्या लागतात.[२४] पाणी विवादातल्या काही बाबी समजावून सांगायला, त्याबाबतीतील स्पष्टीकरणे द्यायला अभियंत्याची, संबंधित विषयातील तज्ज्ञांची मदत, मार्गदर्शन लागतेच, परंतु समानतेच्या पायावरील न्याय्य विभागणीच्या तत्त्वाचा वापर हे कायदेशीर युक्तिवादाचे, कायदेशीर निष्कर्षांचेच काम आहे. एकदा विभागणीचे कायदेशीर मार्गदर्शक तत्त्व ठरले की मग त्या तत्त्वाला घट्ट चिकटून राहून प्रत्येक राज्यासाठी पाणी साठवणे, वळवणे, वापरणे, पाण्याचा प्रत्यक्ष वाटा ठरवणे, आर्थिक बाबींचा विचार करणे ही तंत्रशुद्ध, अभियांत्रिकी आणि आर्थिक क्षेत्रांतील कामे शास्त्रज्ञ, अभियंते, अर्थवेत्ते या तज्ज्ञ मंडळींवर सोपवावीत. वकिलांना त्यासंबंधीचे ज्ञान नसते. वकिलांचे कसब तत्त्वांची जुळणी करून ती हातातील विशिष्ट विवादाच्या संदर्भात योग्य रीतीने कशी लागू करायची हे ठरवण्यात उपयोगी पडते.

कावेरी पाणी विवादाच्या लवादाबरोबर काम करतानाच्या माझ्या स्वत:च्या अनुभवावरून माझे असे मत झाले की लवादांच्या अध्यक्षांनी कर्नाटक, केरळ आणि

तामिळनाडू या तीनही राज्यांच्या उच्च अभियंत्यांबरोबर एका बंद खोलीत बसवून लवादाच्या अध्यक्षांनी (आणि सदस्यांनीही) समोरासमोर, एकत्रितपणे त्यांच्याशी चर्चा केली असती, तर मतभेद बऱ्याच प्रमाणात कमी करता येऊ शकले असते, आणि वेळेचीही बचत झाली असती. अर्थात कुठल्या मुद्द्यांवर, कशा प्रकारे त्यांना सहमतीच्या पातळीवर आणायचे हे त्या अभियंत्यांवर न सोडता, लवादाने ते स्वत:च्या बुद्धिचातुर्यावर अवलंबून ठेवायला लागले असते. त्या तिघांच्या ज्ञानाचा, अनुभवाचा, कुशलतेचा फायदा, पाण्याचा अपव्यय कमी करून त्याचा सर्वांत फायदेशीर वापर कसा करता येईल, राज्याची पाण्याची खरी, किमान गरज किती आहे, शेतजमिनीत जी पिके घेतली जातात त्यात, त्यांच्या क्रमात लाभदायक बदल करता येतील का? या प्रश्नांची उत्तरे काढून घेऊन अत्याधुनिक तंत्रज्ञानाचा उपयोग करून सर्वांगीण जनहित कसे साध्य करता येईल यासारख्या मुद्द्यांचा मनमोकळा ऊहापोह करण्यात करून घेता आला असता. त्या अभियंत्यांना त्यांच्या 'राजकारणी बोलवित्या धन्यां'च्या दडपणाबाहेर काढून, वकिली डोकी चर्चेच्या काळात खोलीबाहेर ठेवून केवळ तांत्रिक चर्चेत मोकळेपणाने भाग घ्यायला लावण्यात जर लवादाची मुत्सद्देगिरी यशस्वी झाली असती, तर चित्र काही वेगळे घडले असते.

राज्याराज्यांमधले पाणी वाटपासकट सर्व वाद-विवाद, मतभेद, तंटे या बाबतीत घटनेच्या १३१व्या कलमाचा वापर करण्याने त्यांवर नि:पक्षपाती, सुयोग्य, न्याय्य तोडगा काढण्याचे काम देशातील एका अशा अत्युच्च अधिकारी समूहाकडे सोपवता येईल, ज्याला ते अधिकार निवडणुकीत निवडून येऊन मिळालेले नसतात किंवा ज्याचा राजकारणाशी दुरन्वयानेही काही संबंध नसतो. तो अधिकारी समूह म्हणजे 'भारताचे सर्वोच्च न्यायालय'. ते न्यायालय जसे राज्यांच्या सीमांबद्दलचेही वाद सोडवते तसेच पाणी वाटपाचेही सोडवेल आणि त्यामुळे आणखी एक फायदा असा होईल की निर्णय सर्वोच्च न्यायालयाने घेतल्यावर तो घटनेप्रमाणे वादातीत, अंतिम आणि म्हणून सर्वांनाच मान्य होईल आणि सर्वांवर बंधनकारकही राहील!

'कायद्याच्या तर्काशी घट्ट चिकटून राहणे,' हे राज्याराज्यातील पाणीवाटपासकट सर्व विवादांत सर्वांत उत्तम तत्त्व आहे हे मत मी मान्य करतो, न्यायासनांना न्याय्य निर्णयाप्रत येण्यात कुशल, प्रशिक्षित वकील मोलाचे साहाय्य करू शकतात याचीही मला पूर्ण जाणीव आहे, परंतु त्या बाबतीत मी एक इशारा देऊ इच्छितो – आंतरराज्य पाणी विवादाच्या लढाईत वकिलांची भूमिका महत्त्वपूर्ण असली तरी प्रत्यक्ष निर्णयाच्या चक्रव्यूहात, आत शिरणाऱ्या योद्ध्यात त्यांचा समावेश नसतो, त्यांचे युद्धातील स्थान चक्रव्यूहाच्या बाहेरच असते.

हा इशारा द्यायला माझा स्वानुभवच कारण आहे. सिंधु नदीची एक उपनदी चिनाब, तिच्या पाण्यावर चालणारे भारताने तयार केलेले 'बागलिहार जलविद्युत

निर्मितीकेंद्र'. त्याच्या संरचनेतील काही गोष्टी, त्यातील जलशक्तीवर चालणाऱ्या इंजिनाकडून खेचल्या जाणाऱ्या पाण्याचे घनफळ, पाणी खेचण्याच्या व्यवस्थेतील काही तपशील यांविषयी भारत आणि पाकिस्तान यांच्यात काही मतभेद निर्माण झाले होते. १९६० साली दोन देशांत याबद्दल 'भारत पाकिस्तान दरम्यानचा सिंधु नदीच्या पाण्यासंबंधीचा करार – इंडस वॉटर ट्रिटी (इंडो पाक) – झाला होता, त्यानुसार तो परस्परांतील वाद सोडवण्यासाठी वर्ल्ड बँकेने रेमंड लॅफिटी या स्वीस तज्ज्ञांची नेमणूक केली होती. लॅफिटी हे कुशल वकील नव्हते, जज्जही नव्हते, ते एक उत्तम, अनुभवी असे अभियंता होते. ते एक 'तटस्थ तज्ज्ञ' होते. त्यांच्याबरोबरच्या बैठका एकूण पाच आठवडे चालल्या होत्या. पहिल्या दोन बैठका प्रत्यक्ष निर्मितीकेंद्रावरच झाल्या. त्यांनी तिथल्या काम करणाऱ्या लोकांना बरेच प्रश्न, शंका, स्पष्टीकरणे विचारली, त्यानंतर तिसऱ्या महत्त्वाच्या बैठकीत दोन्ही देशांनी आपापल्या बाजू तोंडी आणि व्हिडिओच्या – चलत्‌चित्रांच्या – माध्यमातून (काही दिवसांत आठवड्यांत नव्हे.) लॅफिटी यांच्यासमोर मांडल्या; त्या वेळी दोन्ही देशांचे प्रतिनिधी आणि ते तज्ज्ञ यांच्यात जी प्रश्नोत्तरे झाली त्यांची व्यवस्थित नोंद ठेवण्यात आली. चौथ्या बैठकीत लॅफिटी यांनी त्यांच्या निर्णयाचा एक 'अंतिम मसुदा' प्रतिनिधींसमोर त्यांच्या विचारार्थ ठेवला. पाचव्या बैठकीत प्रतिनिधींनी त्या मसुद्यावर त्यांची मते, शंका, आक्षेप त्यांच्यापुढे मांडले. धरण आणि जलशक्तिप्रकल्प या विषयातील जगातील कुशल तज्ज्ञांत ज्यांची गणना केली जात होती, त्या रेमंड लॅफिटी यांनी सर्वसमावेशक विचार केला आणि विवादाचा अंतिम निर्णय ५ फेब्रुवारी, २००७ या दिवशी जाहीर केला.

या प्रत्येक बैठकीच्या सुरुवातीला आणि शेवटी दोन्ही बाजूंचे वकील जास्तीत जास्त दोन तास त्या विवादाशी संबंधित अंतर्गत आणि आंतरराष्ट्रीय कायद्यांची पार्श्वभूमी, त्यांचे विवादातील मुद्द्यांवर होऊ शकणारे परिणाम यावर बोलत असत, पण बैठकीत, चर्चेत मुख्य सहभाग अभियंते, तंत्रज्ञ यांचा असे आणि संपूर्ण प्रक्रियेवर त्या जगप्रसिद्ध तज्ज्ञाच्या ज्ञानी व्यक्तिमत्त्वाची गडद छाप असे – ते लोकच चर्चेच्या केंद्रस्थानी असत, वकील नाही. आणखी एक लक्षणीय गोष्ट म्हणजे बैठकीतील कामकाजाच्या तपशीलवार नोंदी लिखित स्वरूपात आणि काही तर व्हिडिओचे माध्यम वापरूनही ठेवण्यात आल्या होत्या. बैठकीच्या अखेरीला बैठकीत झालेले मध्यवर्ती निर्णय, सहमती यांच्या नोंदी लिहून काढल्या जात होत्या आणि त्यावर दोन्ही देशांच्या प्रतिनिधींच्या स्वाक्षऱ्याही घेतल्या जात होत्या.

स्वीस तज्ज्ञाने घालून दिलेल्या या आदर्शाप्रमाणे आपल्या आंतरराज्य पाणी विवाद कायदा १९५६अंतर्गत नेमल्या जाणाऱ्या न्यायासनांनी कार्यवाही करावी, असे मी सुचवू इच्छितो.

लवादांच्या निर्णयाला जो अक्षम्य विलंब होतो, तो टाळण्यासाठी माझ्या काही सूचना आहेत, त्यातील काही अल्पकालीन आहेत, काही दीर्घकालीन आहेत.

१. दीर्घकालीन सूचना : कायद्याला केवळ संविधानिक आधार प्रदान करणाऱ्या संविधानातील २६२ या कलमाला धक्का न लावता, आंतरराज्य पाणी विवाद कायदा १९५६ संसदेने निदान प्रायोगिक तत्त्वावर, काही काळासाठी तरी मागे घ्यावा; म्हणजे घटनेच्या १३१ या कलमांतर्गत सर्व आंतरराज्य विवादांचे, पाणी विवादांचे देखील, न्यायालयीन निर्णय सर्वोच्च न्यायालयाला घ्यावे लागतील. तसे झाले की सर्वोच्च न्यायालयाला, (घटनेच्या १४५ या कलमानुसार प्राप्त) त्याच्या नियम बनवण्याच्या अधिकारात, पाणी विवादाच्या न्यायालयीन प्रक्रियेसाठी अमेरिकन पद्धतीवर आधारित नवे नियम घालून देता येतील.[२५]

ज्याला कोर्टात खटले वेगाने निर्णयाप्रत नेण्याचा उत्तम अनुभव असेल अशा एका सर्वोच्च न्यायालयाच्या निवृत्त न्यायाधीशांना अथवा उच्च न्यायालयाच्या एका ज्येष्ठ मुख्य न्यायाधीशांना या विवादांसाठी खास न्यायाधीश किंवा खास न्यायालयीन अधिकारी म्हणून नियुक्त केले जावे. योग्य व्यक्तीची निवड करणे फार-फार महत्त्वाचे आहे. अविलंब आणि न्याय्य निर्णय मिळण्यासाठी ते अत्यंत गरजेचे आहे. या खास न्यायाधीशांनी अथवा खास न्यायालयीन अधिकाऱ्यांनी दोन्ही बाजूंच्या राज्यांची सर्व कागदपत्रे दाखल करून घेऊन त्यांच्या अनुषंगाने तंत्रज्ञ, अभियंते यांच्याकडून विवादातील प्रमुख मुद्द्यांविषयी माहिती मिळवावी आणि त्यानंतर वकिलांना बोलावून विवादातील कायदेशीर बाबींबद्दल चर्चा करावी. काही मध्यावधी निर्णय घेणे किंवा अंतिम तोडगा काढणे या प्रक्रियांच्या वेळी या गोष्टीचे भान, जाणीव ठेवली पाहिजे की, येथे कोर्टातील एकमेकांच्या विरोधात उभे ठाकलेल्यांच्यातल्या आरोपीला शिक्षा सुनवायची नसून, संशोधनाने समान पातळीवरील दोन राज्यांतील वादाचा तोडगा शोधायचा आहे. न्यायमूर्ती बचावत यांच्या अध्यक्षतेखालील न्यायासनाने (कृष्णा नदीच्या पाण्यासंबंधीच्या वादात) एक उपयुक्त असे उदाहरण घालून दिले आहे. त्या न्यायासनाने आधी दोन्ही बाजूंच्या कायदा प्रतिनिधींचे आणि राज्यांतर्फेच्या वकिलांचे कायदेशीर बाबींसाठी साहाय्य घेण्याअगोदर अभियंते, तंत्रज्ञ यांच्याकडून वादातील तांत्रिक बाबी नीट समजावून घेतल्या होत्या.

२. अल्पकालीन सूचना : (२००२ साली आंतरराज्य पाणी विवाद कायद्यात

दुरुस्ती करून लवादांना त्यांचे काम संपविण्यासाठी वेळेची कमाल मर्यादा घालून दिलेली होती. तो कायदा मागे न घेता जर त्या दुरुस्तीसकट वापरात ठेवायचा असेल तर)

अ) राज्यांतर्फे लवादांसमोर येणारे वकील, अभियंते अथवा इतर व्यक्ती यांच्याहून आपण कोणीतरी वरिष्ठ, जास्त ज्ञानी आहोत, अशी भूमिका न घेता लवादाने त्यांच्यातील एक होऊन विवादाकडे पाहिले पाहिजे. पाणी विवादाचे न्यायासन 'उच्चपदस्थ' होऊन राहिले की प्रत्येकाला, त्यातील सदस्यांनाही कोर्टातल्यासारखे, फिर्यादी – आरोपी असे वातावरण असल्यासारखे वाटते आणि ते विवादाचा तोडगा शोधण्यासाठी चुकीच्या मनोवृत्ती तयार करते. तसे होणे अयोग्य आहे. लवादाच्या कार्यपद्धतीत न्यायालयीन औपचारिकता अजिबात असता कामा नये. लवादाचे सदस्य, वकील, अभियंते, आणि सर्व सहभागी व्यक्तींनी मानसिक दडपणाशिवाय, परस्परसहकार्याने सर्व माहिती एकत्र करणे आवश्यक आहे, म्हणजे वादाच्या मुद्द्यांवरील लवादाचे निर्णय जास्त माहितीपूर्ण होतील.

ब) न्यायासनाचे अध्यक्ष आणि सदस्य यांनी वकिलांना मौलिक साहाय्यकांची जागा देऊन, जरा पाठीमागे ठेवून, राज्यांचे अभियंते आणि तंत्रज्ञ , काही विशेष विषयांचे तज्ज्ञ यांच्याबरोबरच प्रामुख्याने आणि सातत्याने चर्चा केल्या – त्याला 'कॉकस'[२६] असा शब्द वापरला जातो – तर विवादातील सर्व लहान सहान बाबी त्यांना आत्मसात करून घेता येतील, अर्थात या चर्चापूर्वी विवादाच्या सर्व बाजूंच्या तांत्रिक प्रतिनिधींनी वैयक्तिकरित्या त्यांचे म्हणणे लवादासमोर सादर केलेले असणे अत्यावश्यक आहे.

क) न्यायालयीन कोर्टातील साक्षी-पुरावे तपासण्यासाठी तपासणी आधिकाऱ्यासमोर चालणारी कायदेबद्ध कवायत, प्रतिज्ञापत्रे, शपथपूर्वक दिलेल्या जबान्या, प्रत्येक साक्षीदाराची तपासणी, फेरतपासणी, उलट तपासणी हे सर्व प्रकार लवादाने टाळले पाहिजेत. १९५६च्या कायद्याप्रमाणे तसे करणे गरजेचेही नसते.[२७] तांत्रिक प्रतिनिधींच्या सादरीकरणाच्या वेळी कोणालाही त्यावर शंका, प्रश्न विचारण्याची परवानगी असायला हवी. न्यायासनाने कोणते प्रश्न, कशा पद्धतीने विचारले जातात, यावर, एकंदरीतच प्रश्नोत्तरांच्या प्रक्रियेवर पुरेसे लक्ष व नियंत्रण मात्र ठेवले पाहिजे.

ड) सरतेशेवटी प्रत्येक बाजूच्या वकिलांनी दाखल केलेल्या कागदपत्रांचा, झालेल्या सादरीकरणाचा, चर्चांच्या लेखी नोंदींचा, एकूणच कार्यवाहीचा सारांश, त्याचे थोडक्यात कायदेशीर आणि विवादाशी संबंधित विश्लेषण करून तर्कशुद्ध आणि न्याय्य विभागणीच्या निर्णयांकडे निर्देश करावेत.

इ) आंतरराज्य पाणी विवादाच्या न्यायासनांच्या कार्यपद्धतीत अशा प्रकारचे बदल व्हायला हवे असतील तर त्यासाठी न्यायासनाच्या सदस्यांच्या मनोवृत्तीत फरक घडवून आणावा लागेल; त्यांनी क्रिकेटच्या सामन्यांच्या पंचांसारखे दिल्या जागी उभे राहून चालणार नाही, त्यांनी फुटबॉलच्या सामन्यांच्या पंचांप्रमाणे सामन्यातील खेळाडूंच्या बरोबरीने पळले पाहिजे, पर्यवेक्षकाच्या भूमिकेतूनच, पण खेळात सहभागी झाले पाहिजे. त्यांचे काम न्यायालयाप्रमाणे एकमेकांविरुद्ध लावलेल्या दाव्याच्या बाबतीतला न्यायालयीन निर्णय देणे नसून एका वादाच्या बाबतीतल्या निरनिराळ्या बाजूंचा शोध घेऊन त्यातून सार्वत्रिक हिताचा मार्ग काढणे हे आहे. ते निवाडा करणारे न्यायाधीश नाहीत, पेच सोडवणारे मध्यस्थ आहेत. १९५६च्या कायद्यांतर्गत नेमलेल्या आपल्याकडील लवादांनी मात्र कोर्टातील सर्वांपासून लांब अंतरावरील, 'उच्चपदस्थ' अशी न्यायाधीशाची भूमिका घेऊनच विवादांची कारवाई चालवलेली आहे– त्याला अपवाद (कृष्णा नदीच्या पाण्याच्या पहिल्या विवादाच्या, केडब्ल्युडीटी-१च्या) 'बचावत लवादा'चा होता. (१९६९-१९७८)[२८] त्यांची कार्यपद्धती खरोखरच आदर्श आणि अनुकरणीय होती. या लवादाला स्वतंत्र निर्धारकांची मदत दिलेली नव्हती, परंतु सर्व सदस्य न्यायमूर्तींनी एका टेबलाभोवती बसून अभियंते, तंत्रज्ञ यांच्याशी मोकळ्या वातावरणात चर्चा करून, सर्व मुद्दे समजावून घेतले होते, चर्चेच्या वेळी स्वत: कागद समोर ठेवून महत्त्वाच्या मुद्द्यांच्या, त्यावरील आक्षेपांच्या, सहमतींच्या तपशीलवार लेखी नोंदी ठेवल्या होत्या. जेव्हा लवाद काही मध्यावधी निर्णयांवर पोहोचले, त्या वेळी त्यांनी दोन्ही बाजूंच्या वकिलांना पाचारण केले होते, काही सत्य गोष्टींवर त्यांचीही सहमती घेतली होती, दोन्ही बाजूंनी 'ह्या ह्या मुद्द्यांना मान्यता दिलेली आहे' अशा निवेदनावरही त्यांच्याकडून शिक्कामोर्तब करून घेतले होते. काही महत्त्वाचे, तात्त्विक मुद्दे सोडले तर, ही पद्धत वापरल्यामुळे, बाकीच्या सगळ्या मुद्द्यांवरील न्यायालयीन निर्णयाचा लवादाचा खूप वेळ वाचला.[२९]

या विषयावरील एक शेवटचा विचार – पाणी वाटपाच्या विवादासंबंधीच्या लवादांच्या कार्यपद्धतीत वकिलांचा प्रमुख सहभाग नसतो, त्यांना मागे राहून कायद्यांसंबंधी मोलाचे साहाय्य देण्याचे काम करायचे असते असे मी म्हणालो असलो तरी एका गोष्टीचे असाधारण महत्त्व मला स्पष्ट करायचे आहे, ती म्हणजे 'कायदेविषयक शिक्षण.' वकील किंवा न्यायाधीश यांच्यावर कुठल्याही प्रकारच्या कार्याची जबाबदारी पडू दे, ती पार पाडायला हे शिक्षण त्यांच्या अतिशय उपयोगी पडते. हे शिक्षण घेतलेले असले की त्यांच्यामध्ये 'नीरक्षीरविवेक' येतो. दूध आणि पाणी यातला फरक जाणण्याचे कौशल्य अत्यंत बुद्धिमान व्यक्तीमध्येही नसते, त्यासाठी या कायदेविषयक शिक्षणाची गरज असते. आंतरराज्य पाणी विवादात अभियंते, तंत्रज्ञ, अर्थवेत्ते, निरनिराळ्या विषयांतील तज्ज्ञ ज्या गोष्टी सांगतात, जी मते व्यक्त करतात, जे योग्य, बरोबर आहे, असे पटवतात ते सगळे ऐकायला तर लागतेच, अगदी नीट, काळजीपूर्वक ऐकावे लागते, पण ते सगळेच्या सगळे मान्य करायलाच लागते, स्वीकारावेच लागते, असे मात्र मुळीच नसते. आणि काय घ्यायचे आणि काय त्यागायचे हे ठरवायलाच 'नीरक्षीरविवेक' लागतो आणि त्यासाठीच कायद्याचे शिक्षण लागते. कायद्याच्या शिक्षणाने आलेले असले शहाणपण आणि त्यात अनेक वर्षे त्या चतुराईचा वापर करीत केलेल्या कामांतील बऱ्या-वाईट अनुभवांची भर पडलेले सदस्य असले की लवादाला 'जनाचे ऐकून मनाचे करण्याची' क्षमता येते आणि 'न्याय्य' निर्णयांप्रत पोहोचता येते. जगप्रसिद्ध अणुविज्ञानाचा अभ्यासक नील्स बोअर स्वत:विषयी अतिशय नम्रतेने नेहमी म्हणत असे, 'ज्या माणसाने त्याच्या मर्यादित क्षेत्रात, जेवढ्या शक्य आहेत तेवढ्या सगळ्या चुका केलेल्या असतात तोच त्या क्षेत्रातला तज्ज्ञ बनतो!'

टीपा :

१. १९५६च्या कायद्यातील ५वा भाग असा आहे :

५ (१) : भाग ४नुसार ज्या वेळी एक न्यायासन स्थापन केले जाईल त्या वेळी, भाग ८ मधील प्रतिबंधांचा विचार करून, केंद्र सरकार पाणी वाटपाचे विवाद आणि त्याच्याशी संबंधित असलेले मतभेद त्या न्यायासनाकडे त्यावरील न्यायालयीन निर्णयांसाठी सुपूर्द करेल.

५ (२) : ते न्यायासन त्याकडे दिलेल्या विवादातील बाबींचा पूर्ण तपास करेल, त्यानंतर त्याची निरीक्षणे आणि निर्णय यासंबंधीचा अहवाल केंद्र सरकारला तीन वर्षांच्या आत देईल. जर काही टाळता न येण्यासारख्या

कारणांमुळे अहवाल तीन वर्षांच्या कालावधीत देणे अशक्य झाले तर केंद्र सरकार ती मुदत जास्तीतजास्त दोन वर्षांनी वाढवून देऊ शकेल.

५ (३) : न्यायासनाने दिलेल्या अहवालातील कुठल्याही मुद्द्याविषयी स्पष्टीकरण आवश्यक आहे, मार्गदर्शनाची गरज आहे, न्यायासनासमोर न आणल्या गेलेल्या एखाद्या मुद्द्याचा विचार करणे जरुरीचे आहे, यापैकी काहीही एक अथवा अनेक गोष्टी केंद्र सरकार अथवा राज्य सरकारला जाणवल्या तर अहवाल दिल्यापासून तीन महिन्यांच्या आत ती गोष्ट पुनर्विचारार्थ न्यायासनाकडे परत पाठवली गेली पाहिजे, त्यावर विचार करून न्यायासनाने एक वर्षाच्या आत आवश्यक ते स्पष्टीकरण, मार्गदर्शन दिले पाहिजे, नव्या मुद्द्यांवर विचार करून त्याप्रमाणे जरूर असेल तर निर्णयात फेरफार केले पाहिजेत. पुनर्विचारासाठी दिलेली एक वर्षाची मुदत, जर अत्यावश्यक वाटली तर, केंद्रसरकार योग्य तेवढी वाढवू शकेल.

५ (४) : न्यायासनातील सदस्यांत जर एखाद्या मुद्द्याविषयी मतभेद झाले तर बहुमताचा निर्णय अखेरचा मानला जाईल.

२. अमेरिकेने जेव्हा त्यांच्या संघराज्याची घटना तयार केली, त्या वेळी संघराज्यातील घटक राज्यांना आधीपासून आपापसात 'परस्पर करार' करण्याचे जे अधिकार होते ते अबाधित राखले, त्यात फक्त 'त्या करारांना मध्यवर्ती काँग्रेसची मान्यता घेणे अनिवार्य केले. यू.एस.सुप्रीम कोर्टाने याबाबत बोलताना म्हटले आहे की, 'आपल्या संघराज्यातील सार्वभौम राज्यांना जे आपापसात करार करण्याचे अधिकार दिलेले आहेत ते स्वतंत्र, सार्वभौम राष्ट्रांना युगानुयुगे प्राप्त असलेल्या तशाच अधिकारांशी अगदी मिळते जुळते आहेत... एकाहून अधिक राज्यांतून वाहणाऱ्या नद्यांच्या पाण्याची 'न्याय्य विभागणी' करताना व्यक्तिगत, खाजगी अधिकारांची न्यायालयीन समाप्ती होत नाही, पण त्यांवर कधीकधी अतिक्रमण मात्र होते.

३. कलम २ : ज्या दाव्यात अन्य देशांतील भारताचे राजदूत, देशातील सार्वजनिक मंत्री किंवा परराष्ट्रातील आपल्या देशाच्या दूतावासातील अधिकारी वर्ग गुंतलेला असेल अथवा ज्यात देशातील एक राज्य वादी किंवा प्रतिवादी असेल अशा दाव्यांचीच प्रारंभिक आधिकारिता सर्वोच्च न्यायालयाला आहे. बाकी सर्व दाव्यांत सर्वोच्च न्यायालयाला न्याय आणि तथ्य या दोन्हीच्या बाबतीत केवळ अपीली – पुनर्विचाराची – आधिकारिताच प्राप्त आहे, अर्थात संसद जे कायदे, नियम करेल, अपवाद ठरवेल ते सर्व त्या आधिकारितेलाही लागू होतील.

४. ३७६ यूएस ३४० – ११ एल एड. २ डी ७५७ (१९६४).

५. त्या सर्व करारांची माहिती 'भारतातील नद्यांचे कायदेशीर दस्तऐवज (अनेक

राज्यांतून वाहणाऱ्या नद्यांसंबंधीचे करार)' – लीगल इन्स्टुमेंट्स ऑन रिव्हर्स इन इंडिया (अॅग्रीमेंट्स ऑन इंटरस्टेट रिव्हर्स) – या पुस्तकाच्या खंड ३मध्ये दिलेली आहे. हे पुस्तक सेंट्रल वॉटर कमिशन (इंटरस्टेट मॅटर्स डायरोक्टरेट) नवी दिल्ली, यांनी १९९५मध्ये प्रकाशित केले आहे.

६. अनुच्छेद २४६ (१) : २४६ : विषय – संसदेने आणि राज्यांच्या विधिमंडळांनी केलेले कायदे : (१) पुढे कलम (२) आणि (३)मध्ये दिलेले सर्व अस्तित्वात असतानासुद्धा संसदेला संविधानाच्या सातव्या परिशिष्टातील पहिल्या यादीत (त्या यादीला संविधानात 'केंद्र यादी' – युनियन लिस्ट – असे संबोधले आहे.) दिलेल्या विषयांपैकी कोणत्याही विषयांसंबंधी कायदे तयार करण्याचे खास अधिकार प्राप्त आहेत. त्या यादीतील ५६ क्रमांक असा आहे : ५६ – संसदेने नद्या आणि त्यांची खोरी यांच्या विकासाच्या योजना आणि नियम यातील जो भाग केंद्र सरकारच्या ताब्यात सोपवला असेल, त्या सर्वांमागे आम जनतेच्या सर्वांगीण हिताचा, कल्याणाचा सद्हेतू असला पाहिजे.

७. १८९२ सालाच्या आधी त्या वेळच्या म्हैसूर संस्थानाने (आत्ताचे कर्नाटक राज्य) कावेरी नदीच्या संस्थानाच्या हद्दीतून वाहणाऱ्या पाण्यावरील संस्थानाच्या अधिकाराचे विधान 'हार्मन डॉक्टरीन' या तत्त्वानुसार केलेले होते, परंतु संस्थानातील ब्रिटिश सरकारच्या प्रतिनिधीने ते विधान रद्द ठरवले. त्याला प्राप्त असलेल्या 'सर्वश्रेष्ठ अधिकारा'चा वापर करून त्याने असा निर्णय घेतला की, ज्यामुळे ब्रिटिशांच्या हिताला (त्यात प्रामुख्याने मद्रास संस्थानचा समावेश होता.) धक्का पोहोचेल अशा कुठल्याही अधिकारांना मान्यता दिली जाणार नाही.

८. १३० : कोणत्याही राज्यपालांच्या अधिकारातील प्रांताच्या सरकारला किंवा कोणत्याही स्वतंत्र प्रांताच्या शासकाला असे निदर्शनास आले की, दुसऱ्या प्रांतातून येणाऱ्या पाण्याच्या नैसर्गिक पुरवठ्यात खालील कारणांमुळे व्यत्यय निर्माण होऊन त्यामुळे त्या प्रांतांच्या, त्यात राहणाऱ्या जनतेच्या हिताला बाधा पोहोचत आहे.

अ) एखादी कार्यकारी कारवाई, एखादा पास झालेला अथवा प्रस्तावित कायदा.

ब) पाण्याचा वापर, वाटप आणि नियंत्रण यासंबंधातील प्राप्त अधिकाराचा एखाद्या आधिकाऱ्याकडून दुरुपयोग किंवा तो न वापरण्याचा हलगर्जीपणा तर अशा त्या कारणांमुळे त्या प्रांताच्या राज्यपालाला अथवा शासकाला 'गव्हर्नर जनरल'कडे तक्रार करता येईल.

९. आयएसडब्ल्यूडी १९५६च्या कायद्यातील विभाग तीन खालीलप्रमाणे आहे:

विभाग ३ – पाणी विवादासंबंधीच्या राज्य सरकारच्या तक्रारी :
कोणत्याही राज्यसरकारला जर असे निदर्शनास आले की, दुसऱ्या राज्यातून

येणाऱ्या पाण्याच्या नैसर्गिक पुरवठ्यात खालील कारणांमुळे व्यत्यय निर्माण होऊन त्यामुळे त्या राज्याच्या, त्यात राहणाऱ्या जनतेच्या हिताला बाधा पोहोचत आहे आणि त्यामुळे त्या राज्यांमध्ये मतभेद, विवाद निर्माण झाले आहेत अथवा निर्माण होण्याची शक्यता आहे.

अ) एखादी कार्यकारी कारवाई, एखादा पास झालेला अथवा प्रस्तावित कायदा.

ब) पाण्याचा वापर, वाटप आणि नियंत्रण यासंबंधातील प्राप्त अधिकाराचा एखाद्या आधिकाऱ्याकडून दुरुपयोग किंवा तो न वापरण्याचा हलगर्जीपणा.

क) अन्य राज्यांबरोबर पाण्याचे वाटप, वापर आणि नियंत्रणासंबंधीच्या झालेल्या कराराचा भंग किंवा त्यातील मान्य केल्या गेलेल्या अटींच्या, कलमांच्या पालनाचा अभाव.

१०. नदीच्या वरील अंगाला वसलेल्या म्हैसूर संस्थानमधील कावेरी नदीच्या पाण्याच्या बाबतीत मद्रास हा ब्रिटिश इंडियन प्रांत खालील नियमाचे पालन करीत असे. सर ऑलिव्हर सेंट जॉन या म्हैसूरस्थित ब्रिटिश प्रतिनिधीच्या १३ जून, १८८९ या तारखेच्या पत्रात तो नियम म्हैसूर संस्थानास कळवला गेला होता. त्या पत्रात संस्थानिकांच्या मालकीच्या म्हैसूर संस्थानापेक्षा मद्रास हा ब्रिटिश इंडियन प्रांत श्रेष्ठ असल्याचा दावा करून कावेरी नदीच्या पाण्यावरील मद्रास प्रांताचा अधिकार खालील हुकूमवजा शब्दांत बजावून सांगितला आहे :

सर ऑलिव्हर सेंट जॉन यांची अशी इच्छा आहे की, मी आपणास असे कळवावे की, 'जगातील सर्व देशांतील कायदे आणि रिवाजांनुसार म्हैसूरला त्याच्या हद्दीतून वाहणाऱ्या पाण्याचा संपूर्ण वापर करण्याचा अधिकार आहे.' हे आपले विधान त्यांना मुळीच मान्य नाही, ते त्याचा स्वीकार करूच शकत नाहीत. आपण 'सर्व देशांतील कायदे' असे म्हणता तेव्हा आपणास 'आंतरराष्ट्रीय कायदा' म्हणायचे आहे असे आम्ही समजतो. सर्वप्रथम हे ध्यानात घ्या की, म्हैसूरसारख्या एका संस्थानिकांच्या आधिपत्याखालील संस्थानाला मद्राससारख्या श्रेष्ठ सत्तेबरोबरच्या संबंधात 'आंतरराष्ट्रीय कायदा' लागूच होऊ शकत नाही आणि समजा तसे झाले असते, तरीही त्या कायद्याने देखील म्हैसूर संस्थानाला आपण कळवलेला अधिकार प्राप्त होऊ शकला नसता. म्हैसूर आणि मद्रास यांच्या स्थानांची तुलना स्वित्झर्लंड आणि उत्तर व पश्चिम युरोपियन देशांच्या स्थानाशी करता येईल. कुठल्याही आंतरराष्ट्रीय कायद्याप्रमाणेदेखील स्वित्झर्लंडला ऱ्हाइन नदीचे पाणी ऱ्होन नदीत किंवा ऱ्होनचे पाणी ऱ्हाइन नदीत वळवून जर्मनी किंवा फ्रान्स या देशांच्या अंतर्गत दळणवळणाची धमनी असलेली जलवाहतूक बंद करण्याचा परवाना मिळत नाही, तो अधिकार पोहोचत नाही.

आपल्या सचिवाकडून आलेल्या पत्रात तर आपण याहूनही काही अधिक मागता आहात! पाणी वाटपाचे बाबतीत कुठलाही मार्ग अवलंबिताना हे तत्त्व कायम लक्षात ठेवावे की, म्हैसूरकडून मद्रासकडे वाहात येत असलेल्या पाण्याच्या प्रवाहात व्यत्यय आणणाऱ्या ज्या योजनांमुळे मद्रास प्रांताच्या हितावर घाला घातला जात असेल, तर त्यापैकी कुठल्याही योजनेला परवानगी मिळणार नाही, तशी कोणतीही योजना खपवून घेतली जाणार नाही. मद्रास प्रांताच्या हिताचे महत्त्व आम्ही अधोरेखित करीत आहोत.

११. सिंधु नदी लवादाचा अहवाल – इंडस कमिशन रिपोर्ट – पृष्ठ ३२ व ३३, परिच्छेद ५०, ५१ आणि ५२ पाहा.
१२. कॅन्सस विरुद्ध कोलोराडो, २०६ यू.एस. ४६ (१९०७) पृष्ठ ९७ व ९८
१३. वरील केसचा अहवाल, पृष्ठ ९७, ९८.
१४. वरील केसचा अहवाल, पृष्ठ ११७, ११८.
१५. कनेक्टिकट विरुद्ध मॅसॅश्युसेट्स, २८२ यू.एस. ६६०, ६७० (१९३१); व्योमिंग विरुद्ध कोलोराडो, २५९ यू.एस. ४१९, ४६५ (१९२२).
१६. २८३, यू.एस. ३३६ (१९३१).
१७. वरील अहवाल पृष्ठ ३४२, ३४३.
१८. १९९३ (पुरवणी १) एससीसी ९६.
१९. संविधानाच्या सातव्या परिशिष्टातील दुसरी यादी याप्रमाणे आहे :

१७. पहिल्या यादीतील ५६व्या नोंदीतील तरतुदींनुसार पाणी, धरणे, पाटबंधारे, जलसिंचन, कालवे, बंधारे, जलनि:सारण, जलसंचय, जलशक्ती आणि जलविद्युत यासाठीचा पाण्याचा पुरवठा.

टीप : संविधानाच्या सातव्या परिशिष्टातील दुसऱ्या यादीत समाविष्ट असलेले सर्व विषय राज्यांच्या कायदेमंडळांच्या अधिकारकक्षेत येतात. संविधानातील अंतर्भूत अनुच्छेद २४६ (३) असे सांगतो :

(३) कलम १ आणि २ यांच्या अधीन राहून कोणत्याही राज्याच्या कायदेमंडळाला त्या राज्यासाठी किंवा त्यातील काही भागांसाठी संविधानाच्या सातव्या परिशिष्टातील दुसऱ्या यादीतील (त्या यादीला संविधानात राज्य यादी – स्टेट लिस्ट – असे संबोधले आहे.) कुठल्याही विषयांसंबंधी कायदे करण्याचे अधिकार – खास अधिकार – पोहोचतात.

२०. संदर्भ : कावेरी पाणी विवाद लवाद १९९३ (पुरवणी १) ९६, पृष्ठे १३८ व १३९.
२१. ८५ कॉमनवेल्थ रिपोर्टस् (१९५२) ११, पृष्ठ १३ ते १५.
२२. कर्नाटक राज्य विरुद्ध केंद्र सरकार, १९७७ (४) एससीसी ६०८, पृष्ठ ६४८.

२३. कलम १३१: सर्वोच्च न्यायालयाची प्राथमिक अधिकारिता: संविधानातील तरतुदींच्या अधीन राहून, देशातील इतर न्यायालयांना वगळून, सर्वोच्च न्यायालयाला खालील बाजूंमधील विवादांविषयीची प्राथमिक अधिकारिता बहाल केलेली आहे :

अ) भारत सरकार आणि इतर एक अथवा अनेक राज्ये यांमधील विवाद.
ब) भारत सरकार आणि एक राज्य एका बाजूस आणि एक अथवा अनेक राज्ये दुसऱ्या बाजूस, असे विवाद.
क) एक राज्य एका बाजूस आणि दुसरे एक अथवा अनेक राज्ये दुसऱ्या बाजूस असलेले विवाद.

विवाद जर कायद्याने दिलेला हक्क पूर्णपणे अथवा काही प्रमाणात डावलला गेला आहे, त्याचे उल्लंघन झाले आहे अशा (कायद्याच्या अथवा तथ्याच्या) मुद्द्यावरून, प्रश्नावरून उत्पन्न झालेला असेल (आणि तो संविधान स्वीकार होण्याआधी अस्तित्वात आलेल्या आणि अजूनही बंधनकारक असलेल्या कोणत्याही कराराच्या, समेटाच्या, करारनाम्याच्या, वचनबद्धतेच्या, 'सनदे'च्या बाबतीत जर उद्‌भवलेला नसेल.) तरच सर्वोच्च न्यायालय प्राथमिक अधिकारितेचा वापर करू शकते.

२४. एका राज्यासाठी 'न्याय्य विभागणी' म्हणजे काय हे त्या विशिष्ट दाव्यातील अनेक संबंधित मुद्द्यांवर अवलंबून राहते. – त्यात पुढील (किंवा त्याहूनही काही अधिक) गोष्टींचा विचार होणे गरजेचे असते : १. भौगोलिक स्थिती, लोकसंख्या, पाणी या नैसर्गिक संपत्तीची त्या भागातील वापरासाठी, निरनिराळ्या उपयोगांसाठी केली जाणारी विभागणी, जलसंचय इत्यादींचा अभ्यास (हायड्रॉलॉजी) आणि हवामान, २. पाणी वाटपाबद्दलचे या आधीचे आणि त्या वेळी अस्तित्वात असलेले करार, पाण्याच्या वापराचे गेल्या काही वर्षांचे आणि सध्याचे आकडे, ३. पुढील काळातील कार्यान्वित झालेल्या, होणाऱ्या, आणि प्रस्तावित योजना लक्षात घेऊन त्यासाठी आवश्यक पाण्याची गरज, ४. नदीच्या खोऱ्यातील सर्व राज्यांच्या सामाजिक आणि आर्थिक गरजा, ५. पाण्याचे पर्यायी साधन, होणारा अपव्यय, तो टाळण्याच्या आणि बचतीच्या सध्याच्या आणि भावी योजना, ६. त्याच नदीच्या पाण्यावर अवलंबून असणाऱ्या इतर राज्यांच्या गरजा, त्यांच्या हिताची जपणूक. या प्रत्येक मुद्द्याला किती वजन (महत्त्व) द्यायचे हे सर्व मुद्द्यांचा तौलनिक अभ्यास करून ठरवावे लागते – त्यानुसार सर्व मुद्द्यांचा एकत्रितपणे विचार करून सर्वंकष असा निर्णय घेऊन 'न्याय्य विभागणी'ची कलमे ठरवावी लागतात.

२५. 'अमेरिकन ज्युरिस्प्रुडन्स' – 'अमेरिकन न्यायतत्त्वे' – खंड ३२ अ, परिच्छेद ५७२मध्ये असे लिहिलेले आहे की :

जर कुठल्याही प्राथमिक दाव्यात तथ्याविषयीच्या काही प्रश्नांविषयी, मुद्द्यांविषयी साक्षी-पुरावे ऐकण्याची गरज निर्माण झाली तर सर्वोच्च न्यायालय ते काम एखाद्या खास न्यायअधिकाऱ्याकडे सोपवू शकते, पण जर तसे कुठलेही प्रश्न उपस्थित झाले नाहीत, पुरावे ऐकण्याची गरज नसली आणि विवादातील सर्व बाजूंना कायद्याच्या प्रश्नावर लवकरात लवकर निर्णय हवा असेल तर तसे काही करणे जरुरीचे नाही. हेही लक्षात ठेवणे आवश्यक आहे की, पुराव्यांच्या सुनावणीसाठी न्यायअधिकारी नेमण्याने न्यायालयावरील गुंतागुंतीच्या दाव्याची योग्य उकल करून निर्णयाप्रत पोहोचण्याच्या जबाबदारीचे ओझे कमी होत नाही. त्या न्यायअधिकाऱ्याने काढलेले निष्कर्ष मान्य अथवा अमान्य करण्याची, त्यांचा पूर्णपणे अथवा अंशतः स्वीकार किंवा अस्वीकार करण्याची आणि अंतिम तोडगा शोधण्याची सर्वस्वी जबाबदारी न्यायालयाचीच राहते. जर एखादा विवाद जिल्हा न्यायालयाच्या अधिकारक्षेत्रात बसत असेल, तर सर्वोच्च न्यायालय तो जिल्हा न्यायाधीशाकडे सुपूर्द करू शकते. जिल्हा न्यायाधीश विवादाचा निर्णय न्यायअधिकाऱ्याहूनही जास्त चांगल्या पद्धतीने देऊ शकतो आणि मग तो निर्णय सर्वोच्च न्यायालय त्याच्या पुनर्विचाराच्या अधिकारात तपासून पाहून त्यावर शिक्कामोर्तब करू शकतो. सर्वोच्च न्यायालयाने न्यायअधिकारी नेमण्याचे ठरवले तर त्याला वकिलांची निवेदने दाखल करण्याच्या वेळा ठरवणे, पुढील आवश्यक कारवाया पूर्ण करणे, साक्षीदारांना बोलावणे, साक्षी नोंदणे, न्यायालयाचे आदेश पोहोचवणे, गरजेनुसार मध्यावधी अहवाल देणे, या कामांचे अधिकार प्राप्त होतात. हस्तक्षेपाचे प्रस्तावही तो न्यायअधिकारी हाताळू शकतो. तो साक्षी-पुरावे नोंदवून त्यांचा अहवाल न्यायालयाला देऊ शकतो विवादातील कायदेशीर प्रश्न काढून न्यायालयापुढे निर्णयासाठी ठेवू शकतो, किंवा स्वतः निर्णयापर्यंत पोहोचवून तो प्रस्तावित निर्णय न्यायालयाला आणि विवादातील दोन्ही बाजूंनाही विचारार्थ देऊ शकतो. तो प्रस्ताव आणि दोन्ही बाजूंचे त्यावर असलेले आक्षेप असे सर्व न्यायालय तपासून पाहून अंतिम निकाल देऊ शकते, किंवा दोन्ही बाजूंना एकत्र येऊन सहमतीने समेट घडवायला उद्युक्त करू शकते. तसे घडू शकले नाही तर न्यायअधिकारी परत पुढील कारवाई हाती घेऊन नव्याने उपाय सुचवू शकतो.

२६. ज्या विवादात लवाद सुरुवातीला मध्यस्थाची, समेट घडवून आणणाऱ्या सल्लागाराची भूमिका बजावत असतो, त्या लवादांच्या बाबतीत 'कॉकस' हा शब्द वापरला जातो. लवाद विवादातील सर्व बाजूंना, स्वतंत्रपणे अथवा एकत्रितपणे भेटतो, त्यांच्याशी मोकळेपणाने, समपातळीवरून चर्चा करतो, त्याला 'कॉकसिंग' असे म्हणतात.

२७. कावेरी पाणी विवादाच्या लवादापुढे साक्षीदारांच्या ज्या उलट तपासण्या होत त्या लवादाचा हस्तक्षेप न होता घेतल्या जात आणि त्यामुळे त्या संपतच नसत,

साक्षीदारांनाच नाहीतर सगळ्यांनाच त्या अगदी जेरीस आणत. प्रत्येक बाजूच्या साक्षीदारांची विरुद्ध बाजूच्या वकिलांकडून उलट तपासणी घेतली जायची. लवाद महिन्यातून सात दिवसांपेक्षा कधीच जास्त दिवस काम करायचा नाही, त्यामुळे या उलट तपासण्या चार वर्षे रखडत-रखडत चालल्या होत्या! शेवटी ते तोंडी पुरावे फारसे कामाला आलेच नाहीत, लेखी पुरावे, निवेदनेच जास्त महत्त्वाची शाबित झाली.

२८. न्यायमूर्ती आर.एस.बचावत हे भारतीय सर्वोच्च न्यायालयाचे न्यायाधीश होते. त्यांना कावेरी पाणी विवादाच्या पहिल्या आयोगाचे (केडब्ल्युडीटी-१) अध्यक्ष नेमले होते. मला आठवते आहे, सर्वोच्च न्यायालयात त्यांच्यासमोर केस चाललेली असली की, ते वकिलांना स्वत:चे म्हणणे अगदी थोडक्यात सांगण्यास उद्युक्त करीत असत. 'थोडक्यात खूप आणि महत्त्वाचे' यासाठी ते 'औषधाच्या कॅप्सूल'ची उपमा वापरायचे.

२९. ही माहिती पुरवल्याबद्दल मी ज्येष्ठ वकील शरद एस. जावळी यांचा ऋणी आहे. जावळी हे बचावत आयोगापुढे वकील म्हणून उभे राहिले होते.

◆

प्रकरण १४

सर्वोच्च न्यायालयाच्या न्यायाधीशांविषयी थोडेसे

न्यायाधीश माणसेच असतात आणि माणसांच्यात, अवकाशातील ताऱ्यांवरील डागांसारखे, काही दोष असतात. पण त्या डागांसहित ते तारे आणि त्या दोषांसह ती माणसे स्वतेजाने चमकत राहतातच.

मला वाटते मी असा दावा निश्चित करू शकतो की, १ मे, १९७२नंतर (ज्या दिवशी मी दिल्लीला स्थलांतरीत झालो.) सर्वोच्च न्यायालयाच्या न्यायासनावर बसलेल्या जवळ-जवळ प्रत्येक न्यायाधीशासमोर मी कधी ना कधी उभा राहिलेलो आहे. काहींच्या (न्यायमूर्ती सुब्बाराव आणि न्यायमूर्ती हिदायतुल्ला यांच्या) समोर तर त्याही आधी, मुंबईत वकिली करीत असताना क्वचित मिळालेल्या संधीचा फायदा घेऊन, उभा राहिलेलो आहे. मी स्वत:ला भाग्यवान समजतो की, माझ्या कारकिर्दीत मला दोन 'युगां'तील न्यायमूर्तींसमवेत काम करायला मिळाले. एक 'सुब्बाराव युग' आणि दुसरे 'कृष्णा अय्यर युग'. ती माझ्या व्यावसायिक कारकिर्दीतील दोन महत्त्वपूर्ण वळणे होती. मी अगदी नि:शंकपणे आणि आत्मविश्वासपूर्वक असे म्हणू शकतो की, आपल्या देशाच्या कायद्याच्या इतिहासातील त्या दोनही महान युगांत काम केल्याने मी एक चांगला वकील बनलो.

उच्च आणि सर्वोच्च न्यायालयातील ज्या अनेकविध न्यायाधीशांबरोबर मी माझ्या दीर्घ व्यावसायिक कारकिर्दीत काम केले त्यातील काही सर्वोत्तम होते, काही उत्तम होते, काही तितकेसे चांगले नव्हते, काही उच्चभ्रू, आढ्यतेखोर होते, तर काही अत्यंत सज्जन, कमालीचे विनयशील होते. काही तीक्ष्णबुद्धी होते तर काही अगदीच मंदबुद्धी, डोक्यात काहीच न शिरणारेही होते.

विश्वनाथ शास्त्री हे अतिशय सुपीक डोक्याचे, धारदार बुद्धीचे वकील होते. त्यांनी मला अशा 'मंदबुद्धी' डोक्याच्या न्यायाधीशांविषयी सांगितलेले मला आठवते. मी मुंबईत अजून 'लिंबू-टिंबू' वकील होतो, त्या काळात मला शास्त्री यांच्याबरोबर काही केसेसमध्ये सर्वोच्च न्यायालयात काम करण्याची सुसंधी लाभली होती. माझे मुंबईतील पक्षकार मला आणि एका कायदेपंडिताला शास्त्रींशी चर्चा करण्यासाठी दिल्लीला पाठवायचे, पण त्या केससंबंधी त्यांना माहीत नाही असे काहीही नवीन अथवा अधिक वेगळे मी सांगू शकायचो नाही. त्यांच्याबरोबर काम करायचे म्हणून मी अत्यंत काळजीपूर्वक, खूप कष्ट घेऊन केसवर काम करून न्यायचो, पण मी

त्यांच्या ज्ञानात, समजुतीत काहीही भर घालू शकायचो नाही. शास्त्री म्हणजे कायद्याच्या ज्ञानाचे महाआगर होते. सर जमशेटजी कांगा यांच्याप्रमाणेच त्यांच्या बरोबरच्या बैठका अर्ध्या तासाच्या वर कधीही चालायच्या नाहीत. अशाच एका बैठकीनंतर, शास्त्री जरासे मोकळे होऊन आमच्याशी गप्पा मारीत होते. शास्त्री बोलायला लागले की, त्यांचा आवाज एका विशिष्ट लयीत लहान-मोठा व्हायचा, पण ते खूप साधेपणाने, सहजपणे बोलायचे. मला त्यांनी विचारले, 'फली, तुम्ही महाराष्ट्रातले ना? अलाहाबादच्या हायकोर्टात एकदा एका केसच्या वेळी तुमच्या प्रांतातले म्हणजे एक महाराष्ट्रीय जज्ज होते...' मी कुतूहलाने आणि उत्सुकतेने विचारले, 'कसे वाटले, सर, आमचे महाराष्ट्रीय जज्ज?' उत्तर देताना त्यांचे डोळे मिश्कील हसत होते, म्हणाले, 'बाप रे, काही शिरतच नव्हतं त्यांच्या डोक्यात!' त्यांचे मत शंभर टक्के खरे असेलच असे नाही, पण विश्वनाथ शास्त्रींसारख्या हुशार वकिलाने त्या न्यायाधीशांबद्दल असा शेरा ऐकवल्यापासून त्या न्यायाधीशांच्या निर्णयांविषयी मात्र मी चांगलाच साशंक बनलो!

काही न्यायाधीश जरा विक्षिप्तही असायचे. अशाच एका न्यायाधीशांची ही गोष्ट कै. धीरूभाई देसाई यांनी ते सर्वोच्च न्यायालयाचे न्यायाधीश असताना आम्हाला सांगितली होती. त्यांचेच एक साहाय्यक, कनिष्ठ न्यायाधीश (नाव घेत नाही.) एकदा न्यायालयाच्याच काही कामानिमित्त राजस्थानमध्ये कुठेतरी गेले होते. सर्वोच्च न्यायालयातील एक न्यायाधीश गावात आले आहेत, हे समजले म्हणून तेथील स्थानिक वकिलांच्या मंडळाने त्यांच्या सन्मानार्थ रात्रीच्या जेवणाचा कार्यक्रम आयोजित केला आणि त्यांना सन्मानाने निमंत्रण देण्यासाठी मंडळाचे प्रतिनिधी त्यांच्याकडे गेले. आमंत्रणावरील न्यायाधीशांची प्रतिक्रिया आश्चर्यचकित करणारी होती. ते जवळ-जवळ खेकसलेच, 'लेखी पाठवा, लेखी पाठवा!!' बिचारे वकील! वैतागले, पण काही न बोलता बाहेर आले आणि नाइलाजास्तव 'न्यायाधीश महाराज,...' अशी सुरुवात करून एक 'आमंत्रण याचिका'च लिहायला बसले. वकिलांनी भीत-भीत लेखी आमंत्रण न्यायाधीश महाराजांच्या हातात ठेवले. त्यांनी ते वाचले, पेन हातात घेतले आणि त्याच आमंत्रणाच्या कागदाच्या समासात खरडले, 'रिजेक्टेड!!'– खास परवानगीच्या पुनर्विचाराच्या याचिकेसारखीच न्यायाधीशांनी, बहुधा सवयीने, वकिलांची जेवणाच्या आमंत्रणाची याचिकाही 'फेटाळून' लावली होती!!

या दोन विनोदी कथा जरा बाजूला ठेवल्या, तर आपल्या देशातील शेकडो न्यायाधीशांत मानाचे स्थान लाभलेल्या न्यायाधीशांचे मी अत्यंत गंभीरपणे तीन प्रकारांत वर्गीकरण करीन. पहिला वर्ग – ज्यांच्या विषयपत्रिकेवर राजकारण हा प्रमुख विषय होता. दुसरा वर्ग – ज्यांच्या विषयपत्रिकेवर समाजकारण हा प्रमुख

विषय होता आणि तिसरा – ज्यांची विषयपत्रिका कोरी होती. आपल्या देशात न्यायाचे पीक जोमाने वाढले, याचे कारण माझ्या मते तिसऱ्या वर्गातील न्यायाधीश सुदैवाने सर्वांत जास्त होते हे होय. लॉर्ड डेनिंग यांची तुलना एका इंग्लिश जज्जने ओक वृक्षाशी केली होती. तो म्हणाला होता की, आमच्या देशाला लॉर्ड डेनिंग यांच्याबद्दल अभिमान आहे, कारण ओक वृक्ष खूप नसतात, मोजकेच असतात! सर्वोच्च न्यायालयाच्या सगळ्याच न्यायाधीशांनी न्यायमूर्ती सुब्बाराव यांच्यासारखी राजकारणाची कास धरली असती आणि निकालावरही राजकारणाचाच पगडा दाखवला असता किंवा कृष्णा अय्यर यांच्याप्रमाणे आपल्या सगळ्या निर्णयांतून समाजकारणावरच भर दिला असता, तर मला वाटते त्याबद्दल समाजात नक्कीच तीव्र प्रतिक्रिया उमटली असती, लोकक्षोभच झाला असता, पण असे न्यायाधीश हाताच्या बोटांवर मोजण्याइतकेच होते आणि म्हणूनच ते इतिहासावर त्यांचा ठसा उमटवून गेले.

पृथ्वीच्या उत्तर गोलार्धातील आकाशात एक असा तारकासमूह आहे, जो फक्त हिवाळ्यातच दिसतो. त्याला खगोलशात्रज्ञ 'उर्सा मेजर' असे म्हणतात, पण तो 'ग्रेट बेअर'– 'महाअस्वल' या नावाने जास्त लोकप्रिय आहे. त्या तारकासमूहात सात तेजस्वी तारे आहेत. भारतीय खगोलशास्त्रानुसार ते सात तारे पुराणातील सात महान ऋषी आहेत आणि म्हणूनच त्यांना 'सप्तर्षी' असे सार्थ नाव आहे; त्यातले दोन ऋषी– दोन तारे हे दिशादर्शक, मार्गदर्शक आहेत. अढळ स्थान प्राप्त असलेल्या ध्रुव ताऱ्याकडे निर्देश करून त्याची दिशा, त्याच्यापर्यंत पोहोचण्याचा मार्ग ते दोन तारे सतत दाखवीत असतात.

न्यायजगतातही गेल्या पन्नास वर्षांच्या कालावधीत, त्या सप्तर्षीसारखे अनेक लखलखते, तेज:पुंज तारे झळकलेले आहेत. त्यांच्या अत्यंत सुबोध, सुस्पष्ट निर्णयांतून त्यांची असामान्य बुद्धी चमकलेली आहे. न्यायमूर्ती व्हिव्हियन बोस, सरन्यायाधीश एस. आर. दास, नानाविषयपटु, धुरंधर असे सरन्यायाधीश पी. बी. गजेंद्रगडकर यासारख्यांचे न्यायालयीन निवाडे आंतरराष्ट्रीय ख्यातीच्या कायद्यांच्या अहवालात स्थान मिळवून आहेत. त्यांनी दिलेले निर्णय वर्षानुवर्षे संदर्भ म्हणून, आदर्श म्हणून वाचले जातात, याहून त्यांच्या महानतेला साजेशी दुसरी कोणती आदरांजली असेल? सात ताऱ्यांतील दोन पथदर्शक ताऱ्यांसारखे न्यायाधीशांच्यातही काही अगदी मोजके 'पथदर्शक' न्यायाधीश होऊन गेलेले आहेत, त्यातील दोघांचा मी उल्लेख करू इच्छितो – एक – न्यायमूर्ती के. सुब्बाराव आणि दुसरे – न्यायमूर्ती व्ही. आर. कृष्णा अय्यर. दोघेही अगदी वेगवेगळे होते, पण दोघांनीही त्यांच्या न्यायविषयक सर्जनशील विचारांनी १९६०, १९७० आणि १९८० या तीनही दशकांवर विशेष प्रभाव पाडला होता. त्यांनी नव्या, अवघड आणि अनवट

आगळ्या-वेगळ्या विचारांचे मार्ग प्रकाशित केले आणि त्या वाटांवरून अनेकांनी यशस्वी प्रवास केला.

पन्नास वर्षांहून आधिक काळ 'लॉ क्वार्टरली रिव्ह्यू'च्या – 'कायद्याचा तिमाही अहवाल'च्या – संपादनाचे काम केलेले आर्थर गुडहार्ट १९७५ साली निधन पावले. त्यांचा इंग्लंडच्या उच्च न्यायवर्तुळावर किती प्रचंड प्रभाव होता हे सांगताना लॉर्ड डिपलॉक यांनी लिहिले होते, 'प्राध्यापक आर्थर गुडहार्ट यांनी न्यायाधीशांचे 'मनपरिवर्तन'च करून टाकले! त्यांची विचार करण्याची पद्धतच बदलून टाकली!' भारतात न्यायपद्धतीचा आरंभ झाला तो प्रामुख्याने जुन्या पद्धतींची उदाहरणे समोर ठेवून, जे वर्षानुवर्षे घडत आले त्याचीच री ओढून! त्यामुळे सर्वोच्च न्यायालयाच्या पहिल्या दशकात सर्वांच्या मनोवृत्तीवर परंपरेचा पगडा होता आणि त्यामुळे ज्यांनी प्रदीर्घ काळपर्यंत कायद्याचा, वकिलीचा व्यवसाय केल्यानंतर न्यायालयीन क्षेत्रात उच्च पदे भूषविली होती त्यांच्या मनातही, साहजिकच नव्या गोष्टींना, जे 'चालत' आले आहे त्यात बदल करायला विरोध करण्याची प्रवृत्ती घट्ट घर करून बसली होती. त्याला धक्का दिला तो के.सुब्बाराव आणि व्ही.आर.कृष्णा अय्यर यांनी. त्यांनीही निरनिराळ्या मार्गांचा अवलंब करून, नवे आत्मसात करून, इतरांना ते आपलेसे करायला लावून त्या वेळच्या, म्हणजे १९६०, ७० आणि ८० या कालातील 'न्यायाधीशांचे 'मनपरिवर्तन'च करून टाकले, त्यांची विचार करण्याची पद्धतच बदलून टाकली!'

सुब्बारांवांचा करिष्मा ते जानेवारी, १९५८ साली प्रथम सर्वोच्च न्यायालयाचे, ते सुद्धा एक कनिष्ठ न्यायाधीश म्हणून निवडले गेल्यापासूनच दिसू लागला. सुरुवातीपासूनच त्यांचे प्रस्थापितांशी तीव्र मतभेद होत असत. ते २९ जून, १९६६ रोजी सर्वोच्च न्यायालयाचे सरन्यायाधीश झाले आणि त्यांनी राष्ट्रपतीपदाची निवडणूक लढविण्यासाठी ११ एप्रिल, १९६७ रोजी त्या पदाचा त्याग केला. या त्यांच्या सरन्यायाधीशपदाच्या कारकिर्दीच्या दहा महिन्यांत न्यायजगतात 'सुब्बाराव युग' अवतरले. या अल्पावधीत त्यांनी ६२ केसेस हाताळल्या, ज्यातील बहुतेक सगळ्या अत्यंत महत्त्वाच्या, संविधानिक समस्यांवरील आणि खूप क्लिष्ट अशा होत्या. ६२ पैकी ६० दाव्यांसाठीच्या खंडपीठांचे अध्यक्षपद सुब्बाराव यांनी भूषविले होते आणि विशेष म्हणजे त्या सर्वांचे निकाल एकमताने घेतले गेले होते! खरोखरच, न्यायपद्धतीतील उत्तम, ठाम नेतृत्वाचे ते एक अपवादात्मक उदाहरण होते.

ज्या दोन निर्णयांच्या बाबतीत एकमत होऊ शकले नव्हते, त्यातील एकात खंडपीठाच्या नऊपैकी आठ सदस्यांची मते सुब्बाराव यांच्याच बाजूने होती.[१] दुसरी केस होती ती प्रसिद्ध 'गोलकनाथ' केस, ज्यात मला ए. के. सेन आणि नानी पालखीवाला या दोघा दिग्गजांचा कनिष्ठ साहाय्यक म्हणून काम करण्याचे भाग्य

लाभले होते. त्या केससाठी सुब्बाराव यांच्या नेतृत्वाखाली अकरा न्यायाधीशांचे खंडपीठ स्थापन करण्यात आले होते. त्यांनी घेतलेल्या निर्णयाला न्यायमूर्ती हिदायतुल्ला यांची सहमती होती, (मात्र हिदायतुल्ला यांनी त्यांचे मत स्वतंत्रपणे व्यक्त केले होते.) परंतु त्यांना बहुमत मात्र अगदी निसटते (६:५) मिळाले होते.

ज्यांनी-ज्यांनी सुब्बाराव यांच्याबरोबर काम केले त्यांनी-त्यांनी हे अगदी खुल्या दिलाने कबुल केले की, ते केवळ त्यांची असाधारण बुद्धी आणि क्षमता यांनीच प्रभावित झालेले नव्हते, तर त्याचबरोबर त्यांचे उपजत सौजन्य, विनम्रता आणि स्वत:चे मत दुसऱ्याला पटवून देण्यासाठीचे ते नहमीच कसून करीत असलेले प्रामाणिक प्रयत्न यांचाही त्यांच्या मनावर खोल ठसा उमटलेला होता. शेवटी कुठल्याही बदलाला, नव्या गोष्टीला चालना मिळायला आपल्या आजूबाजूलाच काम करणाऱ्या, आपल्या कामाच्या गुणवत्तेने, विशेषत्वाने सर्वांच्या आदरास पात्र झालेल्या एखाद्या व्यक्तीने त्या पटवून देणे, त्यांच्या उपयुक्ततेविषयी निर्वाळा देणे आणि त्यांचा स्वीकार करण्याचा वैयक्तिक आग्रह करणे हेच कारणीभूत होत असते. अशा गोष्टी जर लादल्या गेल्या, बळजबरीने करायला लावल्या गेल्या तर त्यांचा मनावरील परिणाम दीर्घ काळ राहात नाही, पण त्याच बदलाचे बीज जर मनाची व्यवस्थित मशागत करून, तिला नीट खत-पाणी घालून रुजवले गेले तर ते मनाच्या मातीत चांगले घट्ट मूळ धरते. सुब्बाराव यांनी नेमके हे मनांच्या मशागतीचे कार्य केले (जे त्यानंतर, फेब्रुवारी, १९९३ ते ऑक्टोबर, १९९४ या काळात सरन्यायाधीश वेंकटचलैया यांनीही केले).

सरन्यायाधीश एस. आर. दास सप्टेंबर, १९५९मध्ये निवृत्त झाले. त्यांच्या निरोप समारंभाच्या वेळी त्यांनी केलेले भाषण 'लॉ रिपोर्ट्स'मध्ये छापून आले होते. (आपल्या बऱ्याच समकालीन न्यायाधीशांचा जरा खेळकर शैलीत उल्लेख केल्यानंतर) ते सुब्बाराव यांच्याविषयी विशेष विनोदप्रचुर बोलले होते. ते सुब्बाराव यांचा उल्लेख 'ब्रदर सुब्बाराव'[२] असा करीत. ते म्हणाले होते :

> '...आणि आमचे 'ब्रदर सुब्बाराव'! फार-फार दु:खी होते हो! काय करणार? त्यांचे सहकारी न्यायाधीश काहीतरी चुकीच्या कल्पना डोक्यात ठेवून भलते-सलते निर्णय देऊन रिकामे व्हायचे आणि त्यामुळे जनतेच्या पायाभूत हक्कांची पार वाट लागायची, त्यांचा सत्यानाश व्हायचा आणि मग आमच्या ब्रदरना त्या निकालांचा पुनर्विचार करत बसायला लागायचा!....'

यातील विनोदात सुब्बारावांविषयीचे एक गंभीर सत्यही सांगितले गेले आहे. त्यांची मानवी हक्कांवरील अटळ निष्ठा! ते त्यांच्या निष्ठेचे वर्णन 'शब्द आणि अक्षरे यांच्या पलीकडे जाऊन केलेला विचार' असे करायचे. सर्वोच्च न्यायालयाच्या

सुरुवातीच्या, पहिल्या दशकात संविधानाच्या तिसऱ्या भागातील तरतुदींचा अर्थ त्या काळातील न्यायाधीशांनी योग्य प्रकारे केला नाही, त्यांना त्या तरतुदींचा जो अर्थ समजला आणि त्यानुसार त्यांनी जे निर्णय दिले ते न्यायतत्त्वाची पीछेहाट करणारे होते, असे सुब्बाराव यांचे स्पष्ट मत होते. त्यांच्या सर्वोच्च न्यायालयातील सात वर्षांच्या कारकिर्दीत, ज्यातली सहा वर्षे ते कनिष्ठ न्यायाधीश होते, त्यांनी ती पीछेहाट थांबवून, जेवढी प्रगती साधणे त्यांना शक्य झाले तेवढी साधण्याचा प्रामाणिक प्रयत्न केला. सुरुवातीला त्यांची प्रागतिक मते सगळ्यांना मान्य होत नव्हती, त्या वेळी त्यांनी निदान त्यांचे विरोधी मत नक्कीच नोंदवले. पुढेपुढे त्यांना, त्यांच्या मताला पाठिंबा मिळू लागला. जरूर पडली तर भांडून, वाद घालून किंवा बुद्धिबळ आणि वाक्पटुत्व यांचा वापर करून पाठिंबा मिळवण्याचे धैर्य आणि कसबही त्यांना प्राप्त झाले. आधी नुसताच तात्त्विक विरोध दर्शवून 'नोंदवलेली' प्रगत मते पुढे त्यांना देशाच्या कायद्यात रूपांतरित करता आली.

सर्व प्रकारच्या कायद्यांच्या बाबतीत, विशेषत: संविधानाशी संबंधित विषयात सुब्बाराव यांची मते, दृष्टिकोन अत्यंत स्वच्छ आणि सुस्पष्ट होते आणि ते त्यांचे विचार तितक्याच स्वच्छ आणि सुस्पष्ट शब्दांत मांडायची त्यांना हातोटीही होती. बहुमताबरोबर वाहात जाणे, त्यांना कधीच मंजूर नसायचे. मतैक्य असतानाही ते बहुतेक वेळा त्यांचे विचार स्वतंत्रपणे नोंदवणे पसंत करायचे. बहुमताशी ते सहमत झालेल्याची भरपूर उदाहरणे आहेत, पण बहुमताच्या विरोधात जास्तीतजास्त केसेसमध्ये, ४९ केसेसमध्ये, मत देणारेही तेच आहेत. तुलनाच केली तर त्यांचे समकालीन सहा न्यायाधीश असे होते की, जे एकदाही बहुमताच्या विरुद्ध गेले नाहीत आणि सहा असे होते ज्यांनी केवळ एकदाच तसे केले होते. त्यांच्या निर्णयातील नि:संग्धिता, स्पष्टता, नेमकेपणा आणि त्यांची गुणवत्ता यांचा त्यांच्या सहकारी न्यायाधीशांवर पडलेला खोल आणि कायमचा ठसा हेच त्यांच्या मोठेपणाला मिळालेले सर्वांत उत्तम प्रशस्तिपत्र आहे. न्यायमूर्ती जे. एम. शेलाट यांनी त्यांच्या निवृत्तीनंतर मला एकदा सांगितले होते की ते आणि न्यायमूर्ती जे. सी. शाह यांच्यावर सुब्बाराव यांचा फार मोठा पगडा होता. मूलभूत हक्कांविषयीची विलक्षण आस्था आणि संसदेतील बहुमतावरील संपूर्ण गैरविश्वास या दोन गोष्टींमुळे सुब्बाराव यांचे बरेचसे निर्णय वादग्रस्त ठरले. निरंकुश सत्तेच्या प्रदर्शनाचा त्यांना मनस्वी तिरस्कार होता, विशेषत: त्यामुळे कमालीच्या उद्धट, उर्मट आणि बेदरकार बनलेल्या मग्रूर वृत्तीचा. मग ती कोणा कनिष्ठ व्यवस्थापकीय आधिकाऱ्याने अनुभवायला लावलेली असो नाहीतर श्रेष्ठ विधिमंडळाने कायदे बनवताना दाखवलेली असो. वेळ पडली तर त्या बेमुर्वत सत्तेच्या एखाद्या घटकाच्या सत्ताधिकाराच्या वैधतेलाच ललकारायला ते मागे-पुढे पाहात नसत.

पोलिसांनी ज्यांच्यावर आरोप ठेवलेला आहे अशा संशयित व्यक्तींच्या राहत्या घरी रात्रीच्या वेळी तपासासाठी जाण्याचा अधिकार पोलिसांना देणाऱ्या एका नियमाबद्दलचा प्रश्न 'खरकसिंग केस'[३]मध्ये उपस्थित झाला होता; त्या केसमध्ये प्रथमच संविधानाच्या २१व्या कलमाचा एक व्यापक अर्थ सुब्बाराव यांनी समोर मांडला. ते म्हणाले, 'न्यायालयापुढे आलेल्या या याचिकेने एका फार दूरगामी अशा प्रश्नाला वाचा फोडली आहे – तो आहे स्वतंत्र भारताच्या प्रत्येक नागरिकाला कायद्याच्या चौकटीत राहून त्याच्या मर्जीप्रमाणे स्वतंत्र जीवन जगण्याच्या संविधानिक हक्काचा प्रश्न.' त्या केसच्या बाबतीत तो प्रश्न ज्या व्यक्तीच्या संदर्भात ऐरणीवर आला होता ती व्यक्ती मुरलेली आरोपी होती, कुविख्यात होती, (खरकसिंगविरुद्धच्या गुन्ह्यांची यादी खूप मोठी होती.) त्यामुळे बहुमत त्याच्या विरोधात असूनसुद्धा सुब्बाराव त्यांच्या मूलभूत दृष्टिकोनापासून ढळले नाहीत. त्यांचा मुद्दा असा होता की 'पोलीस जे या अर्जदाराच्या बाबतीत करू शकतात तेच ते एखाद्या प्रामाणिक, पापभीरू, कायद्यानुसार चालणाऱ्या व्यक्तीच्या बाबतीतही करतील! घटनेच्या २१व्या कलमात ज्याला 'जीवन' म्हटले आहे त्याचा केवळ 'जीवनहरणास मज्जाव' एवढाच मर्यादित अर्थ नाही, त्याबरोबरच ते जीवन सुखा समाधानात जगण्यासाठी आवश्यक ते शरीराचे सर्व अवयव, इतकेच नव्हे तर इतरही सर्व प्रकारच्या शक्ती, निरनिराळ्या सोयी, सुविधा यांच्या अपहरणालाही अटकाव! इतका तो व्यापक आहे.' यातील 'सुखा समाधानात जगण्यासाठी आवश्यक त्या निरनिराळ्या सोयी, सुविधा' हे शब्द विशेष लक्षात घेण्यासारखे आहेत, कारण कालांतराने, न्यायमूर्ती कृष्णा अय्यर यांच्या 'युगा'त संविधानाच्या त्याच २१व्या कलमाचे आणि विशेष करून त्यातील 'स्वातंत्र्य' या संकल्पनेचे जरा उदार, थोडेसे स्वैर असे स्पष्टीकरण केले गेले त्याची सुब्बाराव यांचे ते शब्द म्हणजे नांदीच होते. 'व्यक्तिगत स्वातंत्र्या'चा मूलभूत हक्क म्हणजे फक्त व्यक्तीच्या हालचालींवर, स्थलांतरावर कुठलेही बंधन नसणे एवढेच नाही, त्याच्या खाजगी आयुष्यात दखल देणे, हस्तक्षेप करणे यालाही पूर्णपणे प्रतिबंध असणे हेही आहे असे ते म्हणाले होते.

खरकसिंग केसमध्ये राज्यसरकारतर्फे असा युक्तिवाद केला गेला होता की, 'फ्रीडम ऑफ मुव्हमेंट'चा मूलभूत हक्क म्हणजे 'कोणाही व्यक्तीस एका जागेवरून दुसऱ्या जागी कोणत्याही नियंत्रणावाचून, निर्बंधावाचून जाण्याचा अधिकार'. 'सध्याच्या मुक्त समाजाच्या संकल्पनेत हा संकुचित अर्थ मुळीच स्वीकारार्ह नाही' असे सांगून सुब्बाराव यांनी तो युक्तिवाद फेटाळून लावला. ते पुढे म्हणाले :

> 'जर एखाद्या व्यक्तीवर सतत पाळत ठेवली गेली, त्याचा पाठलाग केला गेला तरी त्याच्या हालचालींवर मर्यादा येतात. तो शारीरिक हालचाल

करू शकतो पण स्वेच्छेप्रमाणे, त्याच्या मर्जीनुसार नाही. पोलिसांच्या शोधक, भेदक नजरा एखाद्यावर रोखलेल्या असताना केलेल्या हालचालींना 'अनियंत्रित, बंधमुक्त हालचाल' असे कसे म्हणता येईल? त्यांच्यासाठी संपूर्ण देश पोलिसकोठडी, तुरुंगच होऊन जाईल! घटनेतील १९ कलमाच्या 'डी' या उपभागातील 'हालचालींचे स्वातंत्र्य' म्हणजे 'स्वतंत्र, मुक्त देशातील हालचाल.' असा देश जिथे कोणीही त्याला जे हवे ते, जे आवडेल ते करू शकतो, कुठलीही भीती न बाळगता त्याच्या पसंतीच्या कोणालाही भेटू शकतो, त्याला हवे त्याच्याशी, आवडेल त्याच्याशी बोलू शकतो. हे सगळे करताना त्याने सामाजिक हित, सुरक्षितता यासंबंधीच्या नियमांच्या मर्यादेत मात्र राहिले पाहिजे. सतत पोलिसी देखरेखीखाली असणारा अर्जदार अशा स्वातंत्र्यापासून निश्चितच वंचित राहील.'

सत्ताधीश शासनाच्या युक्तिवादाचे वाभाडे काढताना वापरलेले 'संपूर्ण देश पोलिसकोठडी, तुरुंगच होऊन जाईल' हे वाक्य त्यांच्या मनातील ज्वलंत तिरस्काराचे 'बोलके' द्योतक आहे; त्यानंतर कित्येक वर्षांनी, सुब्बाराव न्यायालयाशी संबंधित राहिले नसतानाही, खरकसिंग केसमध्ये त्यांनी व्यक्त केलेल्या या परखड मतातून स्फूर्ती घेऊन गोविंद विरुद्ध मध्यप्रदेश[४] या खटल्याच्या वेळी तीन न्यायाधीशांच्या (न्यायमूर्ती मॅथ्यु, न्यायमूर्ती कृष्णा अय्यर आणि न्यायमूर्ती गोस्वामी) खंडपीठानेही असा दृष्टिकोन मांडला की, 'आपल्या घटनाकारांच्या नजरेसमोर देशातील परिस्थिती त्याच्या नागरिकांना सुख-समाधान देणारी राखण्याचाच कल्याणकारी उद्देश असणार याबद्दल जराही शंका बाळगायचे कारण नाही, म्हणूनच त्यांनी प्रत्येक व्यक्तीच्या भोवती, ज्यात त्या व्यक्तीला (शासन, सत्ता यांपासून सुरक्षित) एकटे, शांतपणे 'स्वांतसुखाय' राहता येईल, असे एक 'हक्क कवच' निर्माण केले, असे मानायला कोणताही प्रत्यवाय नाही.' 'खरकसिंग' केसमधील सुब्बाराव यांच्या विरोधी मताने दाखवलेल्या मार्गावरून 'गोविंद' केसमधील खंडपीठ चार पावले पुढे गेले. संविधानाने प्रत्येक नागरिकाला दिलेला 'सर्वकाळ शांतते'चा हक्क त्या खंडपीठाने जाहीरपणे मान्य करून 'संविधानिक मूलभूत हक्कां'च्या अध्यायात नागरिकांच्या आयुष्याच्या 'खाजगी'पणाला एक घट्ट स्थान मिळवून दिले.

सुब्बाराव सर्वोच्च न्यायालयाचे सरन्यायाधीश होईपर्यंत इंग्रजी सत्तेपासून स्वतंत्र झालेल्या आपल्या देशात एक इंग्रजी कायदा तसाच चालू होता – तो कायदा असा होता की, 'मुद्दाम उल्लेख न केला गेलेला कुठलाही कायदा सरकारला लागू होत नाही.' ब्रिटिश राज्यात राजा-राणी, राजघराणे हे 'कायद्यांच्या पलीकडले' समजले जायचे. 'राजा कधीही, काहीही गैर वागत नाही' या ब्रिटिशांच्या राजनिष्ठ (त्यांच्या

मते तर्कशुद्ध) तत्त्वाचा आपल्याकडील मंडळींनी 'सरकार कधीही, काहीही गैर वागत नाही' असा सोयीस्कर विस्तार केलेला होता, आणि सखेद आश्चर्याची गोष्ट अशी की, सात न्यायाधीशांच्या एका खंडपीठाने १९६० साली[५] तो मान्यही केला होता. सुब्बाराव सरन्यायाधीश झाल्याबरोबर त्यांनी 'डायरेक्टर ऑफ रेशनिंग विरुद्ध कलकत्ता महानगरपालिका' या खटल्यातील आधी घेतल्या गेलेल्या निर्णयाचा पुनर्विचार करण्यासाठी नऊ न्यायाधीशांचे[६] खंडपीठ स्थापन केले. सुब्बाराव यांनी खंडपीठातील त्यांच्या आठही सहन्यायाधीशांना असे पटवून दिले की, तो इंग्लिश कायदा कायद्याच्या नियमांचा घात करणारा आहे; त्यांनी असेही दाखवून दिले की, इंग्लंडमध्येही 'राजसत्तेविरुद्धच्या कायदेशीर कार्यवाहीचा कायदा' – क्राउन प्रोसिडिंग ॲक्ट – अस्तित्वात आल्याने तो जुना कायदा १९४७ सालीच रद्द केला गेला आहे आणि त्यामुळे त्या कायद्याला भारतीय संविधानांतर्गत संमती देता येणार नाही. पश्चिम बंगालचे राज्यसरकार एक खरेदी-विक्रीचा व्यवसाय चालवीत होते. कलकत्ता महानगरपालिका कायद्याच्या २१८ विभागानुसार प्रत्येक व्यापार करणाऱ्या व्यक्तीने त्यासाठी परवाना घेणे आवश्यक होते. राज्यसरकारचे म्हणणे असे होते की, त्या कायद्यात तसा विशिष्ट उल्लेख नसल्याने तो कायदा राज्यसरकारवर बंधनकारक होत नाही. सर्वोच्च न्यायालयाच्या त्या नऊ सदस्यांच्या खंडपीठाने जाहीर केले की, राज्यसरकारलाही इतर कुठल्याही खाजगी व्यक्तीप्रमाणेच व्यापार परवाना काढणे कायद्याने बंधनकारक आहे. आधीच्या सात सदस्यांच्या खंडपीठाचा निकाल फेटाळून लावण्यात आला. सुब्बाराव यांच्या नेतृत्वाखाली एकमताने दिल्या गेलेल्या त्या निर्णयाने 'तुम्ही कितीही श्रेष्ठ असा, कायदा तुमच्याहूनही, नव्हे, सर्वांहून श्रेष्ठ आहे.'[७] हे अबाधित सत्य परत एकदा सिद्ध झाले. सर्वोच्च न्यायालयाच्या त्यापुढील कित्येक निर्णयांवर, विशेषत: प्रशासकीय मामल्यातल्या आणि कार्यकारी आधिकाऱ्यांच्या आणि कायदेमंडळांच्या कारवायांवरील निर्णयांवर, त्या सत्यवादी निर्णयाचा जबरदस्त प्रभाव पडत राहिला.

सुब्बाराव यांची सर्वोच्च न्यायालयावर नेमणूक झाल्यानंतर लगेचच सप्टेंबर, १९५८मध्ये, राधेश्याम खरे विरुद्ध मध्यप्रदेश सरकार[८] या केसचा निवाडा जाहीर झाला. सुब्बाराव यांनी अतिशय जोरदारपणे त्यांचे विरोधी मत व्यक्त केले. त्यांचे म्हणणे असे होते की, कुठल्याही व्यवस्थापकीय मंडळाने नैसर्गिक कायद्यांचे पालन केलेच पाहिजे. त्या केसमध्ये एका नगरपालिकेची स्थानिक समिती नगरपालिका कायद्याने तिच्यावर सोपवलेली जबाबदारी, कर्तव्ये पार पाडण्यास असमर्थ आहे असे कारण दाखवून बरखास्त करण्यात आली होती. बहुमत असे होते की समिती बरखास्त करणे ही न्यायालयीन कारवाई नसल्याने नैसर्गिक कायद्याची तत्त्वे पाळून त्या समितीतील सदस्यांना बरखास्तीपूर्वी एकदा त्यांचे म्हणणे ऐकून घेण्याची,

त्यांना एक संधी देण्याची काहीही आवश्यकता नव्हती. सुब्बाराव यांच्या नि:पक्षपाती वृत्तीला, न्यायनिष्ठतेला ते मत सर्वस्वी अमान्य होते, ते म्हणाले :

> 'अक्षम, नालायक ठरवले जाणे, हे लांच्छनास्पद आहे. सोपवलेली जबाबदारी पाळायला असमर्थ असण्याचा, कर्तव्यात कसूर केल्याचा कलंक लागण्यापेक्षा आधिक मानहानीची गोष्ट आणखी कोणती असू शकते? असा भयंकर आरोप करून त्यांचे म्हणणे देखील ऐकून न घेता सार्वजनिक क्षेत्रात काम करणाऱ्यांना पदच्युत करण्याची शिक्षा फर्मावणे हे एका लोकशाही देशात घडते हे मान्य करणे, निमूटपणे स्वीकारणे योग्य, उचित, वाजवी आहे?'

त्या वेळी त्यांच्या विरोधी मताच्या आवाजाला उच्च पदाचा, मोठ्या अधिकाराचा ध्वनिवर्धक नव्हता, पण तरीही काही कानांनी तो बरोबर टिपला, काही मनांनी तो नीट साठवून ठेवला; त्यानंतरच्या काही खटल्यांच्या निकालात – उदाहरणार्थ, ए. के. क्रैपक विरुद्ध भारत सरकार[९] या खटल्यात आणि त्यानंतर बऱ्याच वर्षांनी संविधान खंडपीठाने एस. एल. कपूर विरुद्ध जगमोहन[१०] या खटल्यात सुब्बाराव यांच्या त्या विरोधी मताचा अनेक न्यायाधीशांवर चांगलाच प्रभाव पडलेला दिसून आला. एस. के. क्रैपक खटल्यात असे मत व्यक्त केले होते की, फक्त व्यवस्थापकीय कारवाई केली गेली असली तरीही नैसर्गिक कायद्याची तत्त्वे पाळणे टाळता येणार नाही, तर एस. एल. कपूर खटल्यात असा निर्णय देण्यात आला की कर्तव्यात कसूर केल्याचा आरोप ठेवून नगरपालिकेच्या समितीसदस्य पदावरून काढून टाकण्यात 'दुसऱ्या बाजूचे म्हणणे ऐकून घेणे' हे तत्त्व पाळलेले नाही.

सुब्बाराव सरन्यायाधीश होण्याच्या आधी सुमारे एक वर्ष त्यांनी एका संविधानिक खंडपीठाच्या अध्यक्षपदावरून प्रतिबंधक स्थानबद्धतेच्या अटींबद्दल एक निकाल[११] दिला होता. प्रभाकर संझगिरी नावाच्या एका व्यक्तीस 'भारतीय सुरक्षा नियम १९६२' – डिफेन्स ऑफ इंडिया रुल्स १९६२ – नुसार अटक करण्यात आली होती. त्याच्या आजारपणातील सक्तीच्या विश्रांतीच्या काळात त्यांनी एक मराठी पुस्तक लिहिले होते, त्याचे नाव होते 'अणूच्या आत'. पुस्तक फक्त वेष्टण घातलेल्या हस्तलिखित स्वरूपात होते. पदार्थविज्ञानातील नव्या 'क्वांटम थिअरी'चा प्राथमिक परिचय करून देण्याच्या उद्देशाने ते लिहिलेले होते – त्याचा भारतीय सुरक्षेशी दुरन्वयानेही संबंध नव्हता आणि त्या पुस्तकामुळे सार्वजनिक सुरक्षेला कोणताही धोका पोहोचण्याची सुतराम शक्यता नव्हती. त्यांना ते पुस्तक छापण्यासाठी पाठवण्याची परवानगीही नाकारण्यात आली होती; त्या वेळी (भारत चीन युद्धामुळे) देशात आणीबाणी पुकारलेली होती, १९६२ त्यामुळे संविधानाची १९ आणि २१

ही दोन्ही कलमे ३५८ आणि ३५९ या कलमांनुसार रद्द करण्यात आली होती. संझगिरी यांना सुरक्षा कायद्यानुसार अटक करण्यात आली असल्याने साहजिकच त्यांना १९ आणि २१ या कलमांनुसार कोर्टाकडे जाण्याचा हक्कही नाकारण्यात आला होता. प्रभाकर संझगिरी यांच्यातर्फे आलेली पुस्तकाच्या प्रकाशनाची परवानगी मागणारी लेखी याचिका फेटाळताना महाराष्ट्र सरकारने असे कारण दिले होते की, अटक झालेल्या व्यक्तीने त्याचे स्वातंत्र्य गमावलेले असते आणि अटकेच्या नियमानुसार मिळू शकणाऱ्या मर्यादित हक्कावरच फक्त त्याचा अधिकार पोहोचतो.

प्रभाकर यांच्या बाबतीत 'द बॉम्बे कंडिशन्स फॉर डिटेन्शन ऑर्डर १९५१' लागू होत होत्या; त्यात पुस्तक लिहिणे, ते प्रसिद्ध करणे याला परवानगी नव्हती. महाराष्ट्र सरकारच्या या कृतीला १९५० सालच्या ए. के. गोपालन केसच्या[१२] निकालाचा कायदेशीर आधारही होता, परंतु सुब्बाराव यांनी या सर्व गोष्टी, आक्षेप, आधार बाजूला सारले. 'वैयक्तिक स्वातंत्र्याचे अनेक पैलू असतात,' अशी भूमिका घेऊन त्यांनी असा मुद्दा समोर आणला की, व्यक्तीने अटकेमुळे मुक्त हालचालीचे स्वातंत्र्य गमावले असले तरी इतर कुठल्याही स्वातंत्र्याचे हक्क गमावलेले नाहीत. पुस्तक लिहिणे, ते प्रसिद्ध करणे यांचे त्याचे स्वातंत्र्य 'भारतीय सुरक्षा कायदा' हिरावून घेऊ शकत नाही. 'द बॉम्बे कंडिशन्स फॉर डिटेन्शन ऑर्डर' अटक झालेल्या व्यक्तीच्या स्वातंत्र्यावरील बंधने नियंत्रित करते, याचा अर्थ असा होत नाही की, ती व्यक्ती तिच्या इतर कुठल्याच हक्कांची मागणी करू शकत नाही. महाराष्ट्र राज्य सरकारच्या युक्तिवादातील विवेकशून्यता उघडकीला आणताना ते म्हणाले की, 'हा (राज्यसरकारचा) युक्तिवाद स्वीकारायचा ठरवला तर असेही मानावे लागेल की, कायद्यात जर लिहिले नसेल तर अटक झालेल्याला अन्नही न देता उपाशी ठेवले जाईल! पुस्तक प्रसिद्धीसाठी तुरुंगातून बाहेर पाठविण्याची परवानगी आधिकाऱ्यांनी नाकारणे, हे कायद्याच्या विरुद्ध आहे'.

ही प्रभाकर संझगिरी यांची केस[१३] ही एक स्फूर्तिदायक, मार्गदर्शक केस ठरली, त्यानंतरच्या प्रतिबंधक स्थानबद्धतेच्या अनेक खटल्यांत – १९७०च्या आणि १९८०च्या दशकातही सत्ताधीशांनी केलेल्या अटकसत्रातील खटल्यात प्रभाकर केसच्या निकालात वापरलेल्या तत्त्वाचाच पुनरुच्चार केला गेला, त्यातील आदर्शाचेच न्यायालयाने पालन केले. होस्कोट,[१४] सुनील बात्रा यांच्यावरील दोन खटले,[१५] फ्रान्सिस कोराली केस[१६] ही सर्व त्याचीच उदाहरणे आहेत.

१९७५ सालच्या आणीबाणीच्या काळ्या दिवसांत मात्र सर्वोच्च न्यायालयाने सरन्यायाधीश रे यांच्या नेतृत्वाखाली त्या तत्त्वांना काळिमा फासला. प्रभाकर संझगिरी खटल्यात असे प्रतिपादन करण्यात आले होते की, संविधानातील २१व्या कलमात 'व्यक्तिस्वातंत्र्य' ही संकल्पना साठवलेली आहे. (एडीएम जबलपूर केसमध्ये)[१७]

सर्वोच्च न्यायालयाने अशी भूमिका घेतली की, 'राष्ट्राध्यक्षांनी काढलेला आणीबाणीचा आदेश सर्व हक्क, सवलती बिनशर्त तहकूब करणारा, निलंबित ठरवणारा असल्याने स्थानबद्ध व्यक्तीला 'अन्नही न देता उपाशी ठेवले गेले' (सुब्बाराव यांच्या निकालपत्रातील नेमके वाक्य वापरले होते!), तर त्यावर काहीही उपाय नाही'. सरन्यायाधीश रे हे आणखी एक पाऊल पुढे जाऊन असेही म्हणाले की, 'स्वातंत्र्य' ही नागरिकांना कायद्याने दिलेली देणगी आहे आणि कायदा ती कधीही काढून घेऊ शकतो!' दुर्दैवाने रे यांच्या विक्षिप्तपणाला खतपाणी घालणारे 'होयबा' सहकारी न्यायाधीश त्या वेळी आजूबाजूला होते, त्यामुळे हेच मत देशातील 'काळा कायदा' बनले! त्या 'होयबा'तील काहींनी कालांतराने खाजगीत आपली घोडचूक कबूल केली ती गोष्ट अलाहिदा!!

'गोलकनाथ' केसबद्दल न सांगता सुब्बाराव अध्यायाची सांगता होऊच शकत नाही. संसद आणि न्यायसंस्था यांच्यातील दीर्घकालीन लढाईची परिणती म्हणजे 'गोलकनाथ' केस. त्याची सुरुवात खूप आधी, घटनेच्या ३१व्या कलमाचे (मालमत्तेचे आवश्यक संपादन) निरनिराळे अर्थ लावण्यावरून झाली. सुब्बाराव यांनी एकांड्या शिलेदारासारखी – काही समविचारी सहकाऱ्यांच्या केवळ तात्त्विक, नैतिक पाठिंब्यावर – संसदेचे आव्हान स्वीकारले आणि कडवी झुंज दिली. ५ ऑक्टोबर, १९६४ या दिवशी न्यायालयाच्या संविधान खंडपीठांचे मुंबई आणि मद्रास या दोन ठिकाणच्या भूमिसंपादनाच्या खटल्यांचे एकमताचे निर्णय जारी झाले. दोन्ही निकालांच्या बाबतीत न्यायालयाचे प्रवक्ते म्हणून सुब्बाराव यांनी निवेदन केले. जीजिभॉय विरुद्ध ठाण्याचे उपजिल्हाधिकारी[१८] आणि वज्रवेलु विरुद्ध मद्रासचे उपजिल्हाधिकारी[१९] या दोन्ही खटल्यांतील वादग्रस्त कायदे – एक घटनास्वीकृतीच्या पूर्वीचा आणि एक नंतरचा – खंडपीठानी संविधानाच्या ३१ए या कलमात (मालमत्ता आणि संपत्ती यांच्या संपादनाचे कायदे सोडून) अंतर्भूत नाहीत आणि तद्वत ते निरर्थक, अकार्यशील ठरतात, असा निर्णय दिला.

सुब्बाराव यांची जीजिभॉय (१९६५) आणि वज्रवेलु (१९६५) या दोन्ही खटल्यांच्या खंडपीठावर नेमणूक होणे हा खरोखरच विचित्र योगायोग होता – तो घडवून यायला काही प्रमाणात सी. के. दप्तरी कारणीभूत होते. त्या दोन्ही खटल्यांच्या खंडपीठांचे नेतृत्व सरन्यायाधीश पी. बी. गजेंद्रगडकर करणार होते, परंतु मुंबईतील मध्यस्थांकडून अशी विनंती करण्यात आली की, या खटल्यांची सुनावणी गजेंद्रगडकर यांनी करू नये, कारण १९६३ साली त्या मध्यस्थांच्या मालकीची जमीन ज्या सहकारी गृहरचना संस्थेसाठी संपादित करण्यात आली होती, त्या संस्थेचे गजेंद्रगडकर हे एक सदस्य होते. ती भूसंपादन प्रक्रिया टीकेस पात्र झालेल्या 'बॉम्बे ॲक्ट'खाली करण्यात आली होती. सगळ्यांना गजेंद्रगडकर यांच्या फटकळपणाकडे झुकणाऱ्या स्पष्टवक्तेपणाची चांगलीच कल्पना असल्याने कोणीच

वकील ती विनंती त्यांच्यासमोर प्रत्यक्ष करायला धजावत नव्हता, पण त्यांच्यात एक 'ढाण्या वाघ' होता. पुरुषोत्तमदास त्रिकमदास! मध्यस्थांतर्फे ती विनंती सरन्यायाधीशांना करण्याची जबाबदारी त्यांनी स्वीकारली. सुरुवातीला खरोखरच सरन्यायाधीशांनी ती विनंती धुडकावून लावली, पण टिकमदास यांनी चिकाटी सोडली नाही. आपली बाजू त्यांनी लावून धरली. अखेरीस ते ज्या मुंबईच्या जीजिभॉय केसमध्ये गुंतलेले होते, त्या केसचा कोणताही संबंध न लावता आपण आधी वज्रवेलु ही मद्रास केस ऐकू, असे सरन्यायाधीशांनी जाहीर केले; शेवटी त्या केसेसमध्ये भारत सरकारचे प्रतिनिधित्व करणाऱ्या भारताच्या महान्यायप्रतिनिधींनी – सी. के. दप्तरी यांनी – सर्वांची अस्वस्थता जराशा अधिकारवाणीने आणि स्पष्टपणे गजेंद्रगडकर यांना समजावून सांगितली आणि दोन्ही केसेसची सुनावणी त्यांनीच करण्याच्या त्यांच्या निर्णयापासून त्यांना परावृत्त केले. दुसऱ्याच दिवशी खंडपीठांच्या अध्यक्षपदी सुब्बाराव यांची नेमणूक जाहीर झाली. गजेंद्रगडकर यांचे भूमिसंपादन या विषयावरील विचार काय आहेत याची पूर्ण कल्पना असल्याने बऱ्याचजणांना – निदान दप्तरी यांना तरी – नक्की त्या वेळी गजेंद्रगडकर यांचे त्या केसेसचे निकाल सुब्बाराव यांच्या निर्णयाहून अगदी वेगळेच असते, याविषयी जराही शंका नव्हती, आजही नाही. खरे म्हणजे दप्तरी यांचे पक्षकार असलेले भारत सरकार त्या केसेस जिंकले असते, पण तसे व्हायचे नव्हते. दप्तरी हारले. त्यांनी त्रिकमदास यांच्या विनंतीचा पुरस्कार केला. वकिलांच्या साधनशुचितेची पाठराखण केली आणि पराजय ओढवून घेतला.

दरम्यानच्या काळात संसदेने सतरावा घटनादुरुस्ती कायदा १९६४, पास केला – त्यानुसार सर्व भूसंपादन कायद्यांतील सर्व सुधारणा संविधानाच्या नवव्या परिशिष्टात[२०] आणून त्यांना १४, १९ आणि ३१व्या कलमांच्या उल्लंघनासकट सगळ्या संविधानिक आव्हानांपासून रक्षण दिले.

जीजिभॉय, वज्रवेलु आणि नंतरच्या काळातील मेटल कॉर्पोरेशन[२१] (सप्टेंबर, १९६६) या सर्व खटल्यांच्या सुब्बाराव यांनी दिलेल्या निवाड्यांनी हे सिद्ध झाले की, (चौथ्या) घटनादुरुस्तीने बदल केलेल्या संविधानाच्या ३१व्या कलमाचे स्पष्टीकरण आणि संविधानपूर्व कायद्याला ३१ए हे कलम लागू होते, हा युक्तिवाद या दोन्ही गोष्टी कोर्टाला पटवण्यात भारत सरकार अयशस्वी ठरले, म्हणून सरकारने घटनादुरुस्तीचा अधिकार वापरून संविधानाच्या नवव्या परिशिष्टाचे शस्त्र आणि कलम ३१बीच्या व्याप्तीचे संरक्षक कवच नव्याने न्यायालयाबरोबरच्या युद्धासाठी परजले, त्यामुळे साहजिकच (सतराव्या) घटनादुरुस्तीच्या वैधतेचा प्रश्न ऐरणीवर आला. गोलकनाथ केसमध्ये या प्रश्नावर अंतिम निर्णय होऊ शकला नाही, परंतु त्या केसने सुब्बाराव यांच्या नेतृत्वगुणांची कसोटीच पाहिली, पण अखेरीस सर्व कसब पणाला लावून सरकारच्या घटनादुरुस्तीच्या अधिकाराच्या अमर्याद आणि

अनिर्बंध वापराला खीळ घालण्यासाठी खंडपीठातील न्यायाधीशांची अगदी निसटत्या (६:५) बहुमताने सहमती मिळवण्यात ते यशस्वी झालेच.

***

मला आठवते आहे, कै. एम. के. नंबियार (के. के. वेणुगोपाल यांचे माननीय पिताश्री) यांनी मला एकदा सांगितले होते की, त्यांनी 'म्हैसूर लँड रिफॉर्म्स ॲक्ट, १९५३' हा कायदा (सतराव्या) घटनादुरुस्ती कायद्यांतर्गत संविधानाच्या नवव्या परिशिष्टात समाविष्ट केला गेला म्हणून त्या घटदनादुरुस्तीला आव्हान देणारी पहिली याचिका सर्वोच्च न्यायालयात प्रस्तावित केली होती, पण ती दाखल करून घेतली जाण्याचीही त्यांना आशा नव्हती. सर्वोच्च न्यायालयाने त्यापूर्वी जारी केलेला कायदा त्यांच्या याचिकेच्या विरोधात जाणाराच होता. शंकरी प्रसाद सिंग विरुद्ध भारत सरकार[२२] या केसमध्ये भारताच्या पहिल्या सरन्यायाधीशांनी म्हणजेच सर हरीलाल कानिया यांनी अध्यक्षस्थान भूषविलेल्या पाच न्यायाधीशांच्या संविधान खंडपीठाने संसदेच्या घटनादुरुस्तीच्या अधिकाराला उचलून धरले होते. 'संविधानिक अधिकार न्यायालयीन परीक्षणाच्या कक्षेबाहेरचा आहे' असा असहाय दृष्टिकोन खंडपीठाने व्यक्त केला होता, त्याच दृष्टिकोनाला सज्जनसिंग केसमध्ये[२३] सरन्यायाधीश पी. बी. गजेंद्रगडकर यांच्या नेतृत्वाखालील खंडपीठाने, एकमताने नाही पण, बहुमताने मान्यता दिली होती, परंतु सरन्यायाधीश सुब्बाराव यांनी त्या बाबतीत अगदी वेगळा, जोरदार पवित्रा घेतला, त्यांनी असे प्रतिपादन केले की '३१बी'च्या कलमाचे ठिगळ मूळ संविधानाला जोडण्याची संसदेला गरज पडली ही गोष्टच हे सिद्ध करायला पुरेशी आहे की, संसद ज्या संविधानानुसार निवडली जाऊन सत्तेवर आरूढ झालेली आहे तिच्याशी ती अनुरूप नाही. सुब्बाराव यांच्या या मताला पुढे काही वर्षांनी एक अत्यंत विद्वान न्यायाधीश न्यायमूर्ती पी. बी. मुखर्जी – कलकत्ता उच्च न्यायालयाचे मुख्य न्यायाधीश – यांनीही बळकट दुजोरा दिला होता. नंबियार यांची याचिका नुसती दाखलच झाली नाही तर ती सर्वोच्च न्यायालयाच्या अकरा कायमस्वरूपी न्यायाधीशांच्या स्थायी न्यायालयाकडे सोपविण्यातही आली त्यामुळे नंबियार आश्चर्यचकितच झाले. त्यावेळच्या मानाने खंडपीठासमोरील युक्तिवाद खूपच दीर्घ काळपर्यंत – बावीस दिवस – चालले होते, अर्थात पुढे जेव्हा ३१सी या कलमाची[२४] वैधता तपासून पाहणे आणि गोलकनाथ केसच्या निकालाची[२५] सत्यता पडताळून पाहणे यांसाठी स्थापन करण्यात आलेल्या भल्यामोठ्या खंडपीठापुढे चाललेल्या युक्तिवादांनी खाल्लेल्या वेळापेक्षा ते कमीच होते.

वकिलांच्या युक्तिवादादरम्यान खंडपीठाच्या सदस्य न्यायाधीशांकडून पदोपदी प्रश्न विचारले जात, स्पष्टीकरणे मागितली जात, परंतु अकरा न्यायाधीशांच्या रांगेत

दोन्ही कडेला बसलेले दोन न्यायाधीश मात्र संपूर्ण सुनावणीच्या काळात एक अक्षरही बोलले नाहीत; एक होते न्यायमूर्ती सी. ए. वैद्यलिंगम आणि दुसरे न्यायमूर्ती जे. के. मित्तर. अशा गप्प राहणाऱ्या न्यायाधीशांच्या मनाचा ठाव वकिलांना लागत नाही आणि त्यांचा कल कोणत्या बाजूला झुकतो आहे, या बाबतही काही अंदाज बांधता येत नाही. त्या खंडपीठासमोर युक्तिवाद चाललेले असताना आम्ही कनिष्ठ वकिलांनी त्या पुतळ्यांसारख्या अचल न्यायाधीशांपैकी प्रथम कोण बोलेल यावरून पैजाही लावल्या होत्या. जे. के. मित्तर यांच्या बाजूने पैज लावणारे जिंकले. एक वकील एका लिखित अहवालातून काही भाग वाचून दाखवीत असताना, न्यायमूर्ती मित्तर यांनी त्या वकिलाला विचारले, 'कितवे पान?' वैद्यलिंगम यांनी मात्र अखेरपर्यंत त्यांचे मौन सोडले नाही, ते फक्त ऐकत राहिले! अर्जदाराची बाजू मांडणाऱ्या नंबियार यांना मात्र वैद्यलिंगम हे त्यांच्याच बाजूला आहेत अशी बालंबाल खातरी होती, कारण त्यांनी आम्हाला सांगितले त्याप्रमाणे वैद्यलिंगम यांची विचारपद्धती सुब्बाराव यांच्याशी मिळती-जुळती होती, त्यांनी हळूच हेही गुपित उघड केले की, ते सुब्बाराव वकिली करीत असताना त्यांचे कनिष्ठ म्हणून काम करीत असत. संसदेला प्राप्त असलेल्या संविधीय अधिकारात संसद संविधानाच्या तिसऱ्या भागातील मूलभूत हक्क क्षीण करू शकते, त्यांच्यावर प्रतिकूल परिणाम करू शकते, ही गोष्ट स्वीकारण्याचे सरन्यायाधीश सुब्बाराव यांनी ठामपणे नाकारले, पण त्या भूमिकेमुळे घटनादुरुस्तीचे अधिकार वापरून कायदेशीर ठरवलेल्या भूसंपादन कायद्यातील सुधारणा किंवा जमीनदारी विरोधातील कायदे हेही अग्राह्य ठरले असते. सुब्बाराव यांनी आपल्या न्याय्य मताला आधार शोधण्यासाठी जगभरातील न्यायपद्धतींकडे नजर फिरवली आणि त्यांच्या मतावर एका अमेरिकन सिद्धांताचे रोपण केले. हा सिद्धांत अमेरिकेतील अनेक न्यायालयांनी स्वीकारलेला होता – तो सिद्धांत होता 'प्रॉस्पेक्टिव्ह ओव्हररूलिंग'चा. पूर्वी घेतल्या गेलेल्या एखाद्या निर्णयाचा मूळ हेतू लक्षात घेऊन, त्याचा नीट, खरा अर्थ लावून त्यावरून सांप्रत परिस्थितीस साजेसे, यथायोग्य निष्कर्ष काढणे, म्हणजे 'प्रॉस्पेक्टिव्ह ओव्हररूलिंग.' हा सिद्धांत घटनादुस्तीच्या निर्णयाला लावून सुब्बाराव यांनी सतरावी घटनादुरुस्ती वैध ठरवली, पण नवे कायदे करून ते संविधानाच्या नवव्या परिशिष्टात घुसडण्याचा संसदेने बळकावलेला अधिकार नाकारला. मला आठवते आहे, गोलकनाथ केसची सुनावणी चालू असताना सुब्बाराव यांनी त्या वेळी भारताचे एकमेव अतिरिक्त महाकायदेपंडित असलेले निरेन डे यांना 'प्रॉस्पेक्टिव्ह ओव्हररूलिंग' या सिद्धांताविषयी त्यांचे मत विचारले होते आणि त्यांनी दिलेल्या 'मला त्याबद्दल काहीही बोलायचे नाही,' या तुटक उत्तराने सुब्बाराव काही वेळ चांगलेच अस्वस्थ झाले होते.

गोलकनाथ केसच्या निर्णयावर त्यावेळीही टीका झाली आणि आजही तिचे

काही टीकाकार आहेत. निर्णयाविषयी वेगवेगळी मते असली तरी मला वाटते एका बाबतीत सर्वांचे एकमत होईल की, ती केस म्हणजे सहकाऱ्यांना आपल्या मतांचे समर्थक बनविण्याच्या न्यायालयीन नेतृत्वाच्या कौशल्याची अप्रतिम कारागिरी होती. सुब्बाराव यांचा मानवी मूलभूत हक्कांविषयीचा जो 'शब्द आणि अक्षरे यांच्या पलीकडे जाऊन केलेला विचार' होता, त्याला त्यांनी गोलकनाथ केसच्या निर्णयात प्रकटरूप दिले. 'संविधानाच्या १९व्या कलमाच्या २ आणि ६ या उपकलमात कायद्याने 'सयुक्तिक बंधने' घालण्याची परवानगी देणाऱ्या ज्या तरतुदी उपलब्ध आहेत त्या, समाजहिताच्या सद्हेतूने केलेल्या कायद्यांना अधिकृत रित्या ग्राह्य ठरवणे, त्यांना भरीव पाठिंबा देणे, या गोष्टी करायची लवचिकता न्यायालयांना प्रदान करतात यावर माझा ठाम विश्वास आहे.' या त्यांच्या मताचा त्यांनी गोलकनाथ केसच्या सुनावणीच्या दरम्यान वारंवार उच्चार केला होता.

***

केशवानंद भारती या (१९७३ सालच्या) केसमध्ये खंडपीठाने गोलकनाथ केसच्या निकालातील मुख्य निष्कर्षाचा (तेरा न्यायाधीशांमध्ये ७:६अशा) बहुमताने अस्वीकार केला असला, तरी सुब्बाराव यांनी निकालपत्रात केलेल्या दुसऱ्या जोरदार विधानाचे मात्र समर्थन केले होते, जे अंतिम निर्णयात गरज नसल्याने समाविष्ट केले गेले नव्हते – ते विधान होते : 'घटनेत बदल करण्याचा अधिकार म्हणजे संविधानाच्या मुख्य कण्यालाच धक्का लावण्याची दिली गेलेली परवानगी नव्हे!'

गोलकनाथच्या टीकाकारांना मी असे सांगू इच्छितो की, गोलकनाथ केस (१९६७) जर तशी झाली नसती, तर केशवानंद भारतीही तशी झाली नसती मग आपली राज्यघटना सत्ताधीशांची बटीक बनली असती आणि भारतही (१९७३) त्याच्या अनेक शेजारी राष्ट्रांसारखा बनला असता. सत्ताधारी पक्षाकडे नेहमीच निर्विवाद बहुमत असल्याने त्यांच्या सत्तेच्या पिपासेपोटी त्यांनी घटनादुरुस्तीचे हत्यार वापरून लोकशाहीचा वध करून, आधुनिक जगाच्या सभ्य भाषेत ज्या एकाधिकारशाहीसाठी 'अध्यक्षीय शासनपद्धती' असा गोंडस शब्दप्रयोग केला जातो ती, 'हुकूमशाही' आपल्या देशात आणली असती. ज्या दोन स्वातंत्र्यांचे हक्क सरन्यायाधीश सुब्बाराव आणि सी. के. दप्तरी हे धडाडीचे वकील सतत उराशी बाळगून होते ते दोन्ही हक्क – प्रसारमाध्यमांच्या खुल्या अभिव्यक्तीचा हक्क आणि न्यायपद्धतीच्या स्वतंत्रतेचा हक्क – आपण गमावून बसलो असतो.

१९७५ सालच्या आणीबाणीनंतर, ज्या न्यायाधीशांनी सत्ताधीशांच्या विरोधात निकाल दिले होते, अशा 'गुन्हेगारां'ना त्यांच्या 'पापा'चे प्रायश्चित्त म्हणून त्यांच्या बदल्यांचे सत्र सुरू झाले होते; त्या वेळी दप्तरी मला म्हणाले होते, 'फली, अशा

वेळी आपल्याला एखाद्या सुब्बारावची गरज आहे बघ!' सर्वोच्च न्यायालयाच्या सरन्यायाधीशपदी लायक उमेदवारांच्या (जे. एम. शेलाट, के. एस. हेगडे, ए. एन. ग्रोव्हर) झालेल्या गळचेपीबद्दल दप्तरी माझ्याशी बोलले त्या वेळी त्यात द्वेष, वैर यांचा जरासाही स्वर नव्हता, होती ती निराशा, दु:ख! ज्या व्यक्तीला ते महत्त्वपूर्ण पद दिले गेले ते ए. एन. रे हे बँक नॅशनलायझेशन केसच्या[२६] अकरा न्यायाधीशांच्या खंडपीठातील सरकारच्या अन्याय्य भूमिकेला पाठिंबा देणारे एकमेव सदस्य होते, त्याच 'स्वामीनिष्ठे'चे बक्षीस त्यांना दिले गेले होते; यासंबंधी बोलताना मात्र दप्तरींच्या स्वरात चांगलीच कटुता होती. योग्य व्यक्तींच्या ऐवजी 'आपल्या' माणसाला सरन्यायाधीशपदी बसवण्याच्या लाजिरवाण्या घटनेचे दप्तरींनी राज्यसभेत (ज्या शासनाने आणीबाणी जाहीर केली, त्याच शासनाने दप्तरी यांची राज्यसभेवर नेमणूक केली होती.) एका वाक्यात वर्णन केले होते :

> 'ज्या विद्यार्थ्याने उत्तम निबंध लिहिला, त्याला पहिले पारितोषिक मिळाले!!'

तो 'विद्यार्थी' म्हणजे अर्थातच ए. एन. रे होते, 'उत्तम निबंध' म्हणजे 'बँक नॅशनलायझेशन केस'मध्ये त्यांनी नोंदवलेले एकमेव विरोधी मत होते. हे मत खंडपीठाच्या बहुमताच्या विरोधात परंतु सत्ताधीशांच्या बाजूने होते, आणि 'पहिले पारितोषिक' म्हणजे रे यांना त्यांच्याहून ज्येष्ठ असलेल्या तीन न्यायाधीशांना डावलून दिले गेलेले सरन्यायाधीशपद होते.

***

न्यायजगतातील दुसरा तेज:पुंज पथदर्शक तारा म्हणजे न्यायमूर्ती कृष्णा अय्यर. त्यांनी सर्वोच्च न्यायालयाला एक नवी दिशा दिली, नवी प्रेरणा दिली, न्यायालयाला सशक्त बनवले; त्यांनी न्यायपद्धती 'माणसाळवली' – विशेषत: फौजदारी गुन्ह्यांसंबंधीची न्यायतत्त्वे आणि तुरुंगांच्या सुधारणा या दोन क्षेत्रांतील त्यांचे योगदान फार मोठे आहे. शासनाचे सतत वाढते आणि बदलते कारभार, त्यासाठी वापरली जाणारी साधने, पद्धती या बाबतीतल्या शासनाच्या जबाबदारीच्या, शासनाच्या उत्तरदायित्वाच्या सीमा त्यांनी रुंदावल्या. 'कायदा काय सांगतो? कायद्याप्रमाणे निर्णय काय आहे?' या प्रश्नांचे उत्तर आणि 'देशाचे हित कशात आहे?' या प्रश्नाचे उत्तर बऱ्याच वेळा एकच येत नाही या वास्तवाच्या डोळस जाणिवेने प्रेरित होऊन त्यांनी न्यायदानाची वर्षानुवर्षे चालून चालून मळलेली पायवाट सोडून नव्या वाटा शोधण्याचे प्रयत्न केले. जाळे बांधणाऱ्या कोळ्याच्या नाजूकपणाने आणि कल्पकतेने न्यायपद्धतीच्या जाळ्याची हलकेच उकल करून त्यातील धागे सुटे-सुटे करून त्यापासून त्यांचा

स्वत:चा असा एक कोष विणला, त्यात राहून त्यांनी न्यायदान केले. त्यांनी बंधनकारक निर्णय नेहमीच त्या-त्या विशिष्ट खटल्यातील परिस्थितीपुरतेच लागू केले आणि इतर न्यायाधीशांनाही तसेच करायला प्रवृत्त केले, त्यामुळे कृष्णा अय्यर यांच्या कामगिरीचे मोजमाप सुब्बारावांप्रमाणे त्यांनी दिलेल्या खटल्यांच्या निकालांवरून करणे हे योग्य ठरणार नाही, त्यांच्या जराशा शब्दबंबाळ आणि काही वेळा असंबद्ध वाटणाऱ्या निर्णयांनी त्यांनी बऱ्याच बाबतीत इतर न्यायाधीशांना कोड्यात टाकलेले आहे, विचारात पाडलेले आहे. बहुमताच्या बाजूने मत देतानाही ते निकालपत्रात, अल्पमतातील निकालपत्रात व्यक्त करतात तशी 'भविष्याविषयीची चिंता' व्यक्त करणारी वाक्ये घालायचे. मी वाचलेल्या एका विद्वत्तापूर्ण लेखात लेखकाने असा प्रश्न विचारला होता की, 'न्यायाधीशाला स्वत:लासुद्धा जे अप्रस्तुत, अप्रांसगिक आहे हे माहीत असते, तसे तो अप्रत्यक्षरित्या कबूलही करीत असतो, ते निकालपत्रात लिहिण्यात त्याला काय स्वारस्य वाटते?' त्याचे उत्तर असे होते की, 'निकालपत्रांचे विविध, विभिन्न श्रोते, वाचक असतात. काही न्यायाधीश त्यांच्या निकालपत्राद्वारे सतत फक्त खटल्यातील वादी, प्रतिवादी, त्यांचे वकील यांना त्यांचे निर्णय कळवीत असतात, पण काही, त्याबरोबरच भावी, अगदी पुढच्या पिढीतील वकील, न्यायाधीश यांच्यापर्यंतही त्यांचे त्या विषयांवरील विचार पोहोचवीत असतात. कृष्णा अय्यर यांची निकालपत्रे दुसऱ्या प्रकारात मोडणारी होती. लॉर्ड डेनिंग[२७] यांनी ज्याला 'परपल पॅसेजेस' ('परपल पॅच' याला पर्यायी शब्द) म्हटले आहे त्याचा भारतीय न्यायालयीन जाहीर निवेदनात वापर करणारे कृष्णा अय्यर हे पहिले न्यायाधीश होते. लॉर्ड डेनिंग म्हणतात :

> 'जेव्हा तुम्ही एखाद्या महत्त्वपूर्ण, गंभीर, जड अशा विचारांना शब्दांची वस्त्रे चढवीत असाल, तेव्हा त्यांविषयी अनभिज्ञ असणाऱ्यांचेही त्याकडे लक्ष वेधले जावे, त्यांनाही त्यांविषयी कुतूहल, आकर्षण निर्माण व्हावे यासाठी त्या वस्त्रांवर आकर्षक वाक्ये, परिच्छेद यांचे एक दोन ठसठशीत, डोळ्यात भरणारे गडद जांभळ्या रंगाचे आकारबद्ध तुकडे शिवायला विसरू नका.'

कृष्णा अय्यर यांच्या निकालांना नेहमीच 'जांभळे तुकडे' शिवलेले असायचे.

न्यायाधीशांनी त्यांच्या समोर येणाऱ्या कायदेशीर प्रश्नांकडे पाहताना सामाजिक दृष्टिकोन बाळगला पाहिजे आणि माणुसकीची जाणीव ठेवली पाहिजे, हे ते जाहीरपणे सांगत. 'नागरिकांच्या मूलभूत हक्कां'बद्दल सुब्बाराव आग्रही होते, तो त्यांचा जिव्हाळ्याचा विषय होता, तसा कृष्णा अय्यर यांना दीन, दुबळे, पददलित अशा लोकांबद्दल अत्यंत कळवळा होता. तशा निराधार गरजवंतांनाही त्यांची

गाऱ्हाणी सर्वोच्च न्यायालयापर्यंत पोहोचवता यावीत, यासाठी सर्वोच्च न्यायालयाच्या अभेद्य, भव्य प्रवेशद्वाराला त्यांनी एक छोटासा दरवाजा उघडून दिला. न्यायमूर्ती पी. एन. भगवती यांच्याबरोबर काम करून त्यांनी आजवर कोर्टाचे लक्षही न गेलेल्या संविधानातील मूलभूत हक्कांच्या प्रकरणातील अनेक कलमांना नवीन परिमाणे दिली. २३व्या कलमात वर्णन केलेले शोषण, पिळवणूक यांविरुद्ध गोरगरिबांना संरक्षण देणारे जे हक्क आहेत त्यांना कृष्णा अय्यर यांच्या कारकिर्दीत खरा अर्थ प्राप्त झाला, त्यांची जपणूकच नव्हे तर अंमलबजावणीही झाली.

उत्तम न्यायाधीशाच्या अंगी असणारा आणखी एक गुण त्यांच्यात प्रकर्षाने आहे, तो म्हणजे निर्भयता. त्यांची लॉ कमिशनमधून – विधी आयोगातून – न्यायाच्या अत्युच्च संस्थेत, सर्वोच्च न्यायालयात कनिष्ठ न्यायाधीश म्हणून पदोन्नती झाली. त्यानंतर लगेच कोर्टाच्या १९७५ सालच्या उन्हाळ्याच्या विश्रांतीच्या काळात त्यांनी 'सुट्टीतील न्यायाधीश' म्हणून काम पाहिले. योगायोग असा की, ती उन्हाळ्याची सुट्टी केवळ न्यायालयाच्याच नव्हे, तर देशाच्या इतिहासातील एक 'संस्मरणीय कालखंड' ठरली. राज नारायण यांनी इंदिरा गांधी यांच्याविरुद्ध अलाहाबाद उच्च न्यायालयात दाखल केलेली निवडणूक याचिका त्या हारल्या होत्या. त्या निकालानुसार त्यांनी त्यांची लोकसभेतील जागाही गमावली होती. अलाहाबाद उच्च न्यायालयाच्या संपूर्ण निकालाला बिनशर्त तहकुबी मिळावी अशी याचिका त्यांनी सर्वोच्च न्यायालयात दाखल केली. ती याचिका साहजिकच सुट्टीच्या काळात न्यायाधीशपदावर असलेल्या कृष्णा अय्यर यांच्यासमोर सुनावणीसाठी आली. खरे पाहता सुट्टी संपल्यानंतर कोर्टाच्या तीन अथवा पाच न्यायाधीशांच्या खंडपीठासमोर सुनावणी सुरू होईपर्यंतच्या सुट्टीतील काळापुरती मर्यादित तहकुबी देऊन अय्यर यांना वेळ मारून नेता आली असती. संपूर्ण राष्ट्राचे लक्ष लागून राहिलेल्या, संवेदनशील, महत्त्वपूर्ण केसमधून अंग काढून घेऊन स्वत:चा बचाव करता येणे, स्वत:वरील जबाबदारी झटकणे, शक्य होते. त्यांना तसे करणे एका अर्थी श्रेयस्करही होते, पण त्यांनी तसे केले नाही. जराही न डगमगता त्यांनी ते अवजड आणि अवघड ओझे एकट्याने पेलले. अशा प्रकारच्या याचिकांवरील त्या आधीच्या दिलेल्या निर्णयांची परंपरा राखत, अर्जदाराच्या नावाकडे, पदाकडे न पाहता संपूर्ण निर्णयाला बिनशर्त स्थगिती न देता, मर्यादित स्थगितीच दिली आणि सत्ताधीशांचा राग ओढवून घेतला. त्यांनी असे प्रतिपादन केले की, इंदिरा गांधी जोवर त्या पदावर आहेत, तोवर पंतप्रधान म्हणून संसदेच्या दोन्ही सभागृहांत बोलू शकतात, चर्चेत सहभागी होऊ शकतात, परंतु एका सक्षम न्यायालयाच्या निर्णयानुसार त्यांनी त्यांची लोकसभेतील जागा गमावलेली आहे, त्यामुळे साहजिकच त्या लोकसभेतील प्रत्यक्ष कारभारात मात्र भाग घेऊ शकणार नाहीत आणि कोणत्याही मुद्द्यावर

मतदानही करू शकणार नाहीत. भारतीय संविधानाचे एक महान इतिहासकार एच. एम. सिरवी यांनी एरवी कृष्णा अय्यर यांच्या अनेक निर्णयांवर टीकास्त्र चालवले असले, तरी आणीबाणीच्या वादळाची हलकी चाहूल लागत असलेल्या या काळाचे वर्णन 'फर्स्ट पिरियड' – 'पहिला प्रहर' असे केले आहे, ते म्हणतात :

> 'या पहिल्या प्रहराचा अंत आणीबाणी जाहीर झाली त्याच्या आदल्या दिवशी सर्वोच्च न्यायालयाने घडवला. इंदिरा गांधी यांना अलाहाबाद उच्च न्यायालयाने निवडणुकीत अनैतिक, भ्रष्ट पद्धतींचा वापर केल्याच्या आरोपाखाली सहा वर्षे निवडणुकीला उभे राहण्यास अपात्र ठरवणारा निकाल दिला होता. त्या निकालास संपूर्ण तहकुबी द्यावी, अशी याचिका इंदिरा गांधी यांनी सर्वोच्च न्यायालयात दाखल केली. २४ जून, १९७५ रोजी न्यायमूर्ती कृष्णा अय्यर यांनी न्यायालयाच्या या प्रकारच्या याचिकांच्या या आधी दिलेल्या निर्णयांच्या रिवाजाला कोणताही अपवाद न करता ती याचिकाही फेटाळून लावली. न्यायपद्धतीच्या शिरस्त्याप्रमाणे त्यांनी याचिकेला मर्यादित स्थगितीच दिली. याचिकेच्या पुनर्विचाराच्या या सुनावणीच्या वेळेला इंदिरा गांधी यांचे ख्यातनाम, सक्षम वकील नानी पालखीवाला यांनी न्यायमूर्तींना या गोष्टीची वारंवार आठवण करून दिली की, संपूर्ण देश पंतप्रधानांच्या पाठीशी ठामपणे उभा आहे. त्यांनी असेही बजावले की जर उच्च न्यायालयाच्या निकालाला संपूर्ण स्थगिती दिली गेली नाही तर त्याचे फार गंभीर परिणाम होतील. राष्ट्राच्या दृष्टीने ते भयंकर असतील, अनर्थकारी ठरतील, तरीही कृष्णा अय्यर यांनी त्यांच्या निर्णयात जराही फेरफार केला नाही.' (सिरवीज कॉन्स्टिट्युशन ऑफ इंडिया, पहिला खंड, तिसरी आवृत्ती, पृष्ठ १०१८)

किती प्रशंसनीय!! कृष्णा अय्यर यांच्यासाठी कायदा हा जीवनाच्या नैतिक मूल्यांइतकाच मौल्यवान आणि महत्त्वाचा होता. त्यांच्या सामाजिक दृष्टिकोनाचा उपयोग ते केवळ कायद्याचा अर्थ लावण्यापुरता सीमित ठेवत नसत. खरे म्हणजे तो त्यांच्या न्यायपद्धतीचा, न्यायालयीन निर्णयांचा महत्त्वाचा, अविभाज्य असा घटक, त्यांचा प्रमुख हेतूच बनला होता. त्यांनी न्यायतत्त्वांचा एक नवा 'सामाजिक संप्रदाय'च स्थापन केला. त्याचे त्या काळात खूपच न्यायाधीश अनुयायी झाले होते, त्यांनंतरही होत राहिले. सुदैवाने सध्याही काही आहेत, पण अगदी हाताच्या बोटावर मोजण्याइतकेच!

न्यायाधीश नेहमीच काही घट्ट समजुती, काही पूर्वग्रह बाळगून असतात. (न्यायमूर्ती होम्स त्यांना 'त्यांचे निरुपाय' म्हणतात.) कृष्णा अय्यर आणि त्यांचे चेले

यांच्या बाबतीतही काहीसे तसेच होते. अमेरिकेत 'सर्वोच्च न्यायालय हेही 'राजकीय प्रतिष्ठान' आहे' असे प्रतिपादन केले जायचे आणि कृष्णा अय्यर यांचा त्यावर, एवढेच नव्हे तर 'आपल्या भारतातही ते तसेच आहे' यावर, गाढा विश्वास होता. ते म्हणत असत की, 'राजकीय दृष्टी नसली तर कायदा आंधळा होईल आणि कायद्याविना राजकारण बहिरे बनेल.' 'योग्य आणि खरा न्याय होणे, हे सर्वांत महत्त्वाचे' हे त्यांचे आग्रही तत्त्व होते. कायद्याच्या चौकटीत राहिल्याने अन्याय होतो आहे, असे त्यांना वाटले तर न्यायासाठी ते ती चौकट मोडायला मागे पुढे पाहात नसत. निवृत्तीनंतर तर त्यांनी असे (जरा अतिशयोक्तीपूर्ण) विधान केले होते की, 'न्यायालयात न्याय मिळतो ही दंतकथा आहे, मिथक आहे, ती न्यायाची मंदिरे नसून अन्यायाची दुकाने आहेत.' या प्रकारच्या त्यांच्या मतप्रदर्शनाच्या प्रभावाने काही न्यायाधीश कायद्याची फिकीर न करता त्यांच्या मनाला न्याय्य वाटेल तसे न्यायदान करू लागले होते. कृष्णा अय्यर यांच्या जवळ बऱ्या-वाइटाची पारख करण्याची, तांदुळातून नेमके खडे वेचून बाजूला टाकण्याची जी क्षमता होती, कायद्याचे जे असाधारण ज्ञान होते त्यांचा अभाव असलेले देशातले अनेक न्यायाधीश आंधळेपणाने त्यांचे अनुकरण करू लागले, त्यामुळे न्यायदानाच्या कल्पनांमध्ये बदल व्हायला लागले. त्यांविषयी गैरसमज निर्माण झाले. असे अंधानुकरण करणारे न्यायाधीश गंभीर चुका करू लागले, टीकेचे लक्ष्य बनू लागले आणि त्यांच्या अपयशाचे खापर नकळत कृष्णा अय्यर यांच्या माथी फुटू लागले. त्यांच्या निकालपत्रांच्या शैलीची भ्रष्ट नक्कल होऊ लागली, एक वाक्य पुरेसे असताना, ते लिहितात म्हणून गरज नसताना चार-सहा वाक्ये लिहिली जाऊ लागली; त्या लोकांना कृष्णा अय्यर यांची उंची गाठणे अशक्य होते. आपल्या मनातील कल्पनेचा आपल्याला अभिप्रेत असलेला प्रवास विना अडथळा होण्यासाठी ते भाषेचे वाहन वापरीत, त्यांच्या सुपीक डोक्यातील बहुविध कल्पना नेमक्या व्यक्त करायला भाषेतील प्रचलित शब्द कमी पडू लागले, दुबळे वाटू लागले तर नवे शब्द, नवे वाक्प्रचार, इंग्लिश भाषेतील शब्दांची भारतीय रूपे वापरायला त्यांना मुळीच संकोच वाटत नसे. समशेरसिंग विरुद्ध पंजाब राज्य[२८] या खटल्यात सात न्यायाधीशांचे खंडपीठ या संविधानिक मुद्द्यावर खल करीत होते की, देशाचे राष्ट्रपती आणि राज्यांचे राज्यपाल ही खरोखर सत्तास्थाने आहेत की इंग्लंडमधील राजा, राणी यांच्याप्रमाणे ते नामधारी सत्ताधीश आहेत? कृष्णा अय्यर खंडपीठाच्या बहुमताशी सहमत होते, परंतु त्यांनी त्यांचे स्वतंत्र निकालपत्र वाचले, त्यात त्यांनी तो प्रश्न असा मांडला :

> 'राष्ट्रपती निवास किंवा राजभवन हे भारतीय बकिंगहॅम पॅलेस आहेत की, त्यांचे स्थान बकिंगहॅम पॅलेस आणि व्हाइट हाउस यांच्या मध्ये

कुठेतरी आहे?' असा कल्पनाविलास हा कृष्णा अय्यर यांनाच शोभून दिसणारा होता. अन्य कुणी तसा दुबळा प्रयत्न केला, तर ते हास्यास्पद होई, असह्य होई.

जे लोक त्यांची नक्कल करण्याचा प्रयत्न करीत त्यांच्या ही गोष्ट लक्षात येत नसे की, अशा खास, कल्पक शब्दांची पेरणी ही त्यांचा अभ्यासपूर्ण सायास नसे, ती त्यांच्यासाठी सहज घडणारी गोष्ट होती. ते कोर्टात निकाल प्रत्यक्ष ऐकवीत असत, तेव्हाही तसेच त्यांच्या 'स्वरचित', मोठमोठ्या शब्दांचा उपयोग करीत असत. ते नेहमी तीन नंबरच्या कोर्टात बसायचे. एकदा त्याच तीन नंबरच्या कोर्टात मी त्यांचे एक तोंडी निकालपत्र ऐकले होते. ते आधी तयार केलेले नव्हते, आयत्या वेळचे भाषण होते – त्यातही ते शाब्दिक कसरती करीत होते, त्यात ते 'रेशिओसायनेशन' (म्हणजे 'तर्कशुद्ध, पद्धतशीर विचार') असा एक लंबाचौडा, क्लिष्ट, सहसा वापरात नसणारा, अनवट शब्द सहजी वापरून गेले. कोर्टात वादी, प्रतिवादी, वकील यांची गर्दी होती, पण मला खातरी आहे त्यातल्या निम्म्याजणांना तो शब्द नीट उच्चारता आला नसता आणि त्याचा अर्थ तर बहुतेक कुणालाच माहीत नव्हता!

कृष्णा अय्यर यांच्या निकालपत्रात कायदा, राजकारण आणि व्यवहार यांचे एक उंची मिश्रण असायचे आणि सर्वांत महत्त्वाचे म्हणजे त्या मिश्रणात प्रामुख्याने त्यांच्या हृदयातील अतीव अनुकंपा मिसळलेली असायची. अबलख घोड्याला काबूत करून त्यावर जेव्हा एखादा घोडेस्वार घट्ट मांड ठोकतो, त्या वेळी त्याच्या चेहऱ्यावर जे 'जेत्या'चे हास्य उमटते ते 'विजयी' हास्य मला न्यायासनावर आरूढ झालेल्या कृष्णा अय्यर यांच्या चेहऱ्यावर विलसताना दिसायचे आणि मला लॉर्ड डेनिंग यांच्या तशाच हास्याची आणि त्यांच्या 'सार्वजनिक धोरणा'च्या व्याख्येची आठवण व्हायची. त्यांना एकदा एक वकील म्हणाले, 'लॉर्ड, कृपया 'सार्वजनिक धोरणा'तील एका नव्या भागाचा शोध लावू नका!' त्यावर लॉर्ड डेनिंग यांनी उत्तर दिले, 'मला माहीत आहे की, 'सार्वजनिक धोरण' हे एखाद्या बेलगाम घोड्यासारखे असते. उधळलेल्या घोड्याला वठणीवर आणायला जसा एखादा पटाईत अश्वरोहक लागतो तसा या सार्वजनिक धोरणाच्या घोड्याला लगाम घालून त्याला न्यायाच्या बाजूला वळवायला एखादा अत्यंत कुशल, सक्षम असा न्यायाधीशच लागतो.' कृष्णा अय्यर त्यांच्या कारकिर्दीत अशा अनेक अनावर घोड्यांना लगाम घालून ते त्यावर स्वार झाले होते. खरे तर ते अशा बेफाम घोड्यांच्या शोधातच असायचे! काही घोड्यांच्या बाबतीत न्यायाच्या बंदिस्त तबेल्यात त्यांना आणून बांधायला असाधारण अशी शक्ती आणि कौशल्य तर लागायचेच, पण कधी-कधी वाटेवरची

कायद्यांची मोडलेली कुंपणेही दुरुस्त करायला लागायची! त्यांनी देशातील अत्युच्च न्यायसंस्थेला दिलेली नवी दृष्टी युगप्रवर्तक होती. त्यांनी दिलेल्या निर्णयातून उघडलेली नव्या विचारांची वाट त्यांच्या निवृत्तीनंतरही अनेक जण चोखाळत राहिले. त्यांना सरन्यायाधीश हे बिरुद नसतानाही, १९७०च्या दशकाच्या उत्तरार्धात, त्यांनी दिलेल्या अनेक निवाड्यांवर त्यांनी त्यांची स्वत:ची खास छाप सोडली होती. तो ठसा खरोखरच आगळा, वेगळाच होता; त्याच निकालांनी न्यायजगतात 'कृष्णा अय्यर युग' अवतरले होते, पण हे नेहमीच लक्षात ठेवणे गरजेचे आहे की, ज्या व्यक्तीसारखे तुम्ही कधीच होऊ शकणार नाही याची खातरी असते त्याची नक्कल करायला कधीही जाऊ नये, ते अतिशय अवघड तर असतेच पण ते कधी-कधी फार धोक्याचे ठरते. डॉक्टर जॉन्सन यांनी म्हटले आहे, 'वागणुकीतील विसंगती ही प्रामुख्याने, ज्यांची बरोबरी करणे आपल्याला कधीच जमणे शक्य नसते, त्यांचे अनुकरण करण्याच्या अट्टाहासातून निर्माण होते.'

मोहिंदरसिंग गिल विरुद्ध निवडणुक आयोग[२१] या खटल्याच्या निकालात कृष्णा अय्यर यांनी न्यायालयीन निर्णयांना वस्तुनिष्ठ प्रमाणे नसल्याबद्दलची तीव्र नापसंती जाहीरपणे व्यक्त केली होती. ॲलन बाथ या विचारवंताने त्याच्या ('प्रॉफेट्स विथ ऑनर (१९७५), व्हिंटेज बुक, न्यूयॉर्क) पुस्तकात दिलेली न्यायनिर्णयाची मानके त्यांना मान्य होती, त्यातील खालील परिच्छेद त्यांनी निकालपत्रात वापरला होता :

> 'जे न्यायासन एकदा लोकप्रियतेला बळी पडून जनेच्छा पूर्ण करण्याच्या मोहात पडते ते अनिर्बंधतेला, बेबंदपणालाच आमंत्रण देत असते, कारण पुढच्या वेळी ते स्वत:च्या इच्छेलाही बळी पडणार नाही याची मुळीच खातरी देता येत नाही. लोकशाही तत्त्वावरील समाजात न्यायालयांना त्याची जबाबदारी उत्तम रीतीने पार पाडायची असेल तर त्यांचे निर्णय कुणाच्या तरी इच्छेवर अवलंबून न ठेवता 'तर्कसंगत आदर्शां'ना घट्ट धरून असतील याची खातरी बाळगली पाहिजे, तीच त्याची उचित मर्यादा आहे. 'तर्कसंगत आदर्श' हे व्यक्तिनिरपेक्ष असतात आणि ते स्वच्छ आणि स्पष्ट शब्दांत सर्वांसमोर मांडता येतात.'

'वरील विधान निवडणूक आयोगाच्या बाबतीतही खरे आहे.' असे सांगून कृष्णा अय्यर पुढे म्हणाले, 'आणि त्याच तत्त्वानुसार ते देशातील श्रेष्ठ, सर्वश्रेष्ठ न्यायालयांना म्हणजे सर्वोच्च न्यायालयालाही लागू होते.'

कृष्णा अय्यर भरपूर काम करीत आणि भरमसाठ लिहीत. लिहून-लिहून ते कधी थकत नसत आणि कामाला कधीही कंटाळत नसत. सुब्बाराव यांच्या तुलनेत त्यांच्या निकालपत्रांच्या कागदांची संख्या कितीतरी पटींनी जास्त होती. त्यांच्या

सर्वोच्च न्यायालयातील आठ वर्षांच्या कारकिर्दीत सुब्बाराव यांनी एकंदर ५६० खटल्यांच्या निर्णय प्रक्रियेत भाग घेतला होता आणि त्यातील २५४ निकाल स्वत: दिले होते. त्यांच्याहून जरा कमी कालावधीत (जुलै, १९७३ ते नोव्हेंबर, १९८०) कृष्णा अय्यर ७०० खटल्यांत सहभागी झाले होते आणि ३५०हून आधिक खटल्यांचे निकाल त्यांनी स्वत: लिहिले होते. खटला लवकरातलवकर निकालात काढण्याची त्यांची धडपड त्यांच्या निकालातूनही प्रतीत होते आणि तसे करण्याची न्यायालयाची असमर्थताही प्रकट होते. त्यांनी त्यांच्या एका निकालपत्राची सुरुवातच अशी केली होती[३०] :

> 'या दोन पुनर्विचारांच्या याचिका गेल्या दोन दशकांहून जास्त काळ न्यायालयात अनिर्णित अवस्थेत पडल्या होत्या, यावरून हे उघड दिसते आहे की, न्यायपद्धतीत आमूलाग्र बदल केल्याशिवाय तात्काळ, निदान लवकर, न्याय मिळणे अशक्यच आहे.'

ऑस्ट्रेलियाच्या उच्च न्यायालयाचे मुख्य न्यायाधीश लॅथॅम असे म्हणायचे की, 'मला या न्यायासनावर बसून ऑस्ट्रेलियाच्या राज्यघटनेतील व्यापार, व्यवसाय आणि विनिमय यासंबंधीच्या कायदे, नियमांवर आधारित इतके खटले चालवायला लागले आहेत की, मी मेल्यावर त्या कायदे, नियमांच्या घटनेतील विभागाचे नाव – 'विभाग ९२' – माझ्या हृदयावर कोरलेले सापडेल!' विज्ञानाने गेल्या दशकात प्रचंड प्रगती केलेली आहे, पण तरीसुद्धा असे उपकरण अजून निघाले नसेल जे प्रिय न्यायमूर्ती कृष्णा अय्यर यांच्या हृदयावरील लेख वाचू शकेल! पण जर तसे साधन शोधले गेलेच तर मला वाटते ते शब्द असतील 'कायद्याचा आधार'. खरे पाहायला गेले, तर आपल्या संविधानातील 'समानतेच्या संकल्पने'ला त्यांनीच नवा अर्थ प्राप्त करून दिला. 'आपल्या देशात कायद्याचे साहाय्य गरीबांच्या आवाक्याच्या बाहेर आहे आणि म्हणूनच संविधानाच्या १४व्या कलमाने सर्वांना जी समान संरक्षणाची हमी दिली आहे ती गरिबांच्या वाट्याला येऊ शकत नाही, हे कटू सत्य आहे' असे ते स्पष्टपणे म्हणत.

न्यायमूर्ती विल्यम डग्लस त्यांची तीन दशकांची दीर्घ कारकिर्द संपवून अमेरिकेच्या सरन्यायाधीशपदावरून निवृत्त झाले तेव्हा एका मासिकातील त्यांच्यावरील प्रशंसापर लेखात त्यांचे वर्णन असे केले होते : 'भेदक डोळ्यांचे, पांढऱ्या, दाट केसांचे आपल्या सर्वोच्च न्यायालयाचे स्वतंत्र आणि प्रगतिशील विचारांचे आणि (आपल्या संघराज्याच्या घटनेच्या) 'पहिल्या घटनादुरुस्ती'ची कमालीची काळजी वाहणारे, त्यासाठी सतत झगडणारे महान न्यायाधीश.' मला वाटते, या वाक्यातील 'पहिल्या घटनादुरुस्ती'ची हे शब्द काढून टाकून 'गोरगरिबां'ची हे शब्द घातले तर हेच वाक्य

कृष्णा अय्यर यांचे गुणवर्णन चोख करू शकेल.

अमेरिकेचे राष्ट्राध्यक्ष बराक ओबामा यांना २००९ सालच्या 'नोबेल शांतता पुरस्कार' – नोबेल पीस प्राइझ – या जगातील अत्युच्च सन्मानाने भूषविण्यात आले. (अनेकांच्या मते हा सन्मान त्यांना 'अकाली' मिळालेला आहे.) तेव्हा वयाची नव्वदी ओलांडलेल्या कृष्णा अय्यर यांनी ओबामा यांना उद्देशून एक जाहीर पत्र ('द हिंदु' या वृत्तपत्राच्या १५ ऑक्टोबर, २००९च्या अंकात) लिहिले; त्या पत्रातील भावपूर्ण प्रतिभाविलास पाहा :

'मि. ओबामा, मी विश्वशांतीचा एक निष्ठावान पुरस्कर्ता आहे आणि एक ९५ वर्षांचा भारतीय आहे. मी परमेश्वरचरणी अशी प्रार्थना करतो की, गोऱ्या कातडीच्या दडपशाहीखाली नैतिक शक्ती गमावलेल्या या विश्वाचे जाती, वंश, रंग, पंथ या सर्व भेदांपासून मुक्त अशा शांततापूर्ण समाजात परिवर्तन करण्यासाठी लागणारी सर्जनशील ऊर्मी त्याने तुम्हाला प्रदान करावी, म्हणजे त्या संपन्न समाजातील सर्व घटकांना हे जग नवे दिसेल, चैतन्यमय भासेल, परमेश्वर म्हणजे एक निराकार आध्यात्मिक संकल्पना न वाटता ऐहिक पायावर उभी असलेली, नीतिमत्तेचा पोशाख घातलेली साकार मूर्ती वाटेल. ज्या देशात देवाला पायदळी तुडवले गेले त्याच अमेरिकेत तुम्ही त्या 'देवाचे प्रेषित' बना. तुमच्या देदीप्यमान कर्तृत्वावर गैरसमजाचे मळभ पसरलेले आहे, पण तुम्ही 'अद्वैता'ची पहाट घेऊन आलेला एक आशेचा किरण आहात. शत्रू तर असतीलच, टीका तर होईलच पण देव आहे आणि विजय सत्याचाच होणार आहे.

इमर्सनने म्हटले आहे : 'चुकीचा समज होणे, खरंच, इतके वाईट आहे का? पायथागोरसविषयीही गैरसमज झालाच होता, सॉक्रेटिसही जगाला समजला नव्हताच, ल्युथर, कोपर्निकस, गॅलिलिओ, न्यूटन यांनाही जग ओळखू शकले नव्हते, प्रत्यक्ष जीझसही त्यातून सुटला नव्हता. ज्या-ज्या पवित्र आणि शहाण्या आत्म्याने शरीर धारण केले त्या प्रत्येकाला या अग्निपरीक्षेतून जावेच लागले होते. महानतेच्या मुकुटाला हे गैरसमजाचे, जगाच्या हेटाळणीचे काटे असतातच!

तुमच्या या जगात येण्याला एक विशेष प्रयोजन आहे. तुम्हाला युद्ध, शस्त्रास्त्रे यांचा वापर न करता, मानवी रक्त न सांडता या जगातून दहशतवादाचे समूळ उच्चाटन करायचे आहे.'

या महान न्यायाधीशाच्या हृदयातील अशी भावनांची उत्कटता क्वचितच अन्य

कुठल्या निवृत्त (अथवा विद्यमान) उच्च न्यायाधीशाच्यात पाहायला मिळेल! ते न्यायासनावर आरूढ होते तेव्हा तर ती आग मनात धगधगत होतीच, पण निवृत्तीनंतर तीस वर्षांनीही व्यक्ती, विषय, घटना या बाबतीत त्या आगीची धग जराही कमी झालेली नाही, त्याचे कारण असे आहे की करुणा, अनुकंपा, यांचे 'तेल' तिला कधीच कमी पडत नाही. त्यांच्या हृदयाच्या एका कप्प्यात तीव्र भावना आणि दुसऱ्यात परपीडाहरणाची कामना भरून राहिल्या आहेत.

असे म्हटले जाते की, सुब्बाराव (आणि त्यांचे न्यायालय) 'उजवे' होते आणि या उलट कृष्णा अय्यर – 'डावे'! पण हे 'पंथीय' विचारसरणीच्या लोकांनी केलेले वरवरचे मूल्यमापन आहे, ते खरे नाही. त्या दोघांच्या अतूट चिंतेचे, मनस्वी काळजीचे विषय बऱ्याच अंशी सारखे, समान होते.

सुब्बाराव यांच्या सर्वांत पहिल्या आणि अगदी शेवटच्या केसच्या हाताळणीत त्यांच्या अंत:करणाच्या अगदी जवळचे विषय कोणते होते, ते दिसून येते. पहिल्या खटल्यात त्यांनी न्यायसंस्थेच्या स्वातंत्र्याचा, स्वायत्ततेचा पुरस्कार केला. कनिष्ठ न्यायालयातील नेमणुकी फक्त न्यायालयीन क्षेत्रात काम करणाऱ्यांतूनच निवडल्या गेल्या पाहिजेत असा ठाम निर्णय दिला. चंद्र मेनन विरुद्ध उत्तर प्रदेश राज्य सरकार[३१] या खटल्यात सरकारतर्फे असा युक्तिवाद केला गेला होता की, 'कनिष्ठ न्यायालयातील न्यायाधीशांची निवड फक्त वकील, कायदेतज्ज्ञ, अधिवक्ते यांच्यातूनच न करता सरकारी खात्यात महसूल अथवा सचिवीय क्षेत्रात काम करणाऱ्या आधिकाऱ्यांमधूनही करता येईल असे अधिकार देणारे कायदे करण्याची राज्यपालांना (म्हणजेच पर्यायाने राज्य सरकारला) परवानगी आहे.' सरन्यायाधीश सुब्बाराव यांनी (ते सरन्यायाधीश झाल्यानंतरच्या पहिल्या खटल्यात) हा तर्क अमान्य केला. ज्यांनी संविधानात जास्तीतजास्त नियम, अटी, कलमे, तरतुदी पुरवून न्यायसंस्था संपूर्ण स्वतंत्र, स्वायत्त राखली आहे त्यांच्या त्या सद्हेतूला अशा पद्धतीच्या आडवळणाच्या मार्गांचा वापर करून धक्का पोहोचवणे पूर्णपणे अयोग्य, अनुचित आहे असा निकाल त्यांनी दिला. 'जिल्हा न्यायाधीशांच्या पदावर सरकारी आधिकाऱ्यांना बसवणे याहून न्यायसंस्थेला अधिक अपायकारक, हानिकारक काय असू शकते?' असा खडा सवाल विचारून त्यांनी उत्तर प्रदेश राज्य सरकारने तयार केलेले 'उत्तर प्रदेश न्यायसेवा नियम' असंविधानिक घोषित करून रद्द ठरवले.

कृष्णा अय्यर यांनीही 'न्यायाधीशांच्या बदल्या'[३२] या गाजलेल्या केसच्या निकालातही न्यायसंस्थेच्या स्वायत्ततेचाच आदर केला होता, तिचा मान राखला होता, तिची मान ताठ ठेवली होती. कोणत्याही उच्च न्यायालयातील न्यायाधीशाची बदली एका उच्च न्यायालयातून दुसऱ्या उच्च न्यायालयात करणे जनहिताच्या दृष्टीने योग्य आणि गरजेचे असेल, तर त्या कृतीपूर्वी सर्वोच्च न्यायालयाच्या

सरन्यायाधीशांशी सल्लामसलत करावी, असा संविधानाने जवळ जवळ आदेशच दिला आहे. सरन्यायाधीशांचे बदलीसंबंधातील मत, कायद्याने बंधनकारक नसले तरीसुद्धा, स्वीकारले जाणे हे अनिवार्य ठरलेच पाहिजे, नाहीतर ती एक अहेतुक, लहरी, अतार्किक कृती ठरेल असा निवाडा त्यांनी दिला होता.

'न्यायसंस्थेचे स्वातंत्र्य आणि स्वायत्तता' हा त्यांच्यातील पहिला समान धागा.

मानवी हक्क, नागरिकांचे अधिकार, त्यांचे स्वातंत्र्य या बाबतीतले त्या दोघांचे विचारही भिन्न नव्हते. त्यांच्या मतांचा, विचारांचा त्यांच्या सहकाऱ्यांवर आणि त्यांच्या नंतरच्या काळातील न्यायाधीशांवर चांगलाच प्रभाव असल्याने त्या सर्वांचेही त्या बाबतीत दुमत नव्हते.

सुब्बाराव यांच्या समोरील शेवटचा खटला 'सतवंतसिंग विरुद्ध उप पारपत्र अधिकारी[३३] हा होता. अर्जदाराची बाजू त्या काळातील एका कुशल, तरुण वकिलाने (सोली सोराबजी यांनी) अत्यंत यशस्वीपणे मांडली होती. या खटल्यात सुब्बाराव यांनी पाच न्यायाधीशांच्या खंडपीठाच्या अध्यक्षपदावरून खंडपीठाने बहुमताने घेतलेला निर्णय जाहीर करताना असे प्रतिपादन केले की, संविधानाने २१व्या कलमात 'व्यक्तिगत स्वांतंत्र्या'चा जो हक्क भारतीय नागरिकांना दिला आहे त्यात मुक्त हालचालींचे, प्रवासाचे, परदेशात प्रवास करण्याचेही स्वातंत्र्य समाविष्ट आहे आणि जर कोणतेही कायदेशीर सबळ कारण नसताना सरकारने एखाद्या व्यक्तीला पारपत्र देण्याचे नाकारले तर तो सत्तेचा लहरी दुरुपयोग होईल आणि त्यामुळे संविधानातील समानतेच्या कलमाचेही उल्लंघन होईल. काही वर्षे आधी खरकसिंग[३४] केसच्या निकालात त्यांनी हेच मत व्यक्त केले होते, पण त्या वेळी ते अल्पमतात होते. आता त्यांनी त्यांचे तेच मत न्यायमूर्ती जे. एम. शेलाट आणि सी.ए. वैद्यलिंगम या त्या खंडपीठातील सदस्य न्यायाधीशांच्या मदतीने देशाचा कायदा म्हणून घोषित केले. सुब्बाराव यांच्या या शेवटच्या केसच्या कथेचा एक 'उत्तरार्ध'ही आहे, आणि त्यात कृष्णा अय्यर यांनी भाग घेतला होता.

सतवंतसिंग केसचा[३५] निकाल १९६६ साली लागला, त्यानंतर सरकारने 'पासपोर्ट ॲक्ट १९६७' पास करून घेतला, त्यात पारपत्र देण्याच्या आणि ते नाकारण्याच्या, तसेच दिलेले पारपत्र रद्द करण्याच्याही तपशीलवार अटी, नियम जाहीर केले होते. दहा वर्षांनी (१९७७ साली) जनता पक्षाचे सरकार सत्तेवर होते आणि इंदिरा काँग्रेस विरोधी पक्ष बनला होता. इंदिरा गांधी यांच्या स्नुषा मनेका गांधी यांच्या विरुद्ध दिल्लीच्या रिजनल पासपोर्ट ऑफिसकडून असा हुकूम काढण्यात आला की, सरकारने जनहिताचा विचार करून त्यांचा पासपोर्ट 'पासपोर्ट ॲक्ट'च्या अन्वये, जप्त करण्याचा निर्णय घेतलेला आहे. तेव्हा त्यांनी त्याचा त्याग करून ताबडतोब कार्यालयात भरणा करावा. त्यांनी त्या कृतीची कारणे मागितली असता

त्यांना असे सांगण्यात आले की सर्वसामान्य जनतेच्या हिताच्या दृष्टीने सरकारने कारणांच्या यादीची प्रत त्यांना न देण्याचे ठरवले आहे. मनेका गांधी यांनी सर्वोच्च न्यायालयात याचिका दाखल केली आणि याचिकेची सुनावणी होऊन निकाल लागेपर्यंत त्यांचा पासपोर्ट कार्यालयात देण्याऐवजी कोर्टाच्या रजिस्ट्रारकडे सुपूर्द केला. कृष्णा अय्यर यांनी सात सदस्यीय खंडपीठाच्या अध्यक्षपदावरून याचिकेच्या सुनावणीस प्रारंभ केला. त्या खंडपीठाच्या पी. एन. भगवती यांनी वाचून दाखवलेल्या निर्णयाशी सहमती दर्शवून कृष्णा अय्यर यांनी एका स्वतंत्र निवेदनात सुब्बाराव यांच्या सतवंतसिंग केसच्या निकालातील मुद्द्यालाच दुजोरा दिला. खळबळ उडवून दिलेल्या या खटल्याच्या निकालात कृष्णा अय्यर यांनी त्यांच्या मानवी हक्क आणि व्यक्तिगत स्वातंत्र्य याबद्दलच्या सखोल आस्थेचेच दर्शन घडवले.

खंडपीठाने त्याच्या निकालात आणि कृष्णा अय्यर यांनीही त्यांच्या वैयक्तिक निवेदनात हे स्पष्ट केले की, 'परदेश प्रवास संविधाना'च्या २१व्या कलमात उल्लेखलेल्या हक्कात समाविष्ट आहेच पण त्या कलमात हेही स्पष्ट केले आहे की तो हक्क जर कार्यपद्धती नियमांनुसार अव्हेरला गेला असेल तर ते नियम रास्त आणि नि:पक्ष असले पाहिजेत. २१व्या कलमात 'कायद्यानुसार कारवाई' हे शब्द आहेत त्याचा अर्थ 'औपचारिक, शाब्दिक कायदा' असा नसून 'योग्य, रास्त, नि:पक्ष कायदा' असा अभिप्रेत आहे.' त्यांचे शब्द असे होते: 'येथे कायद्याचे राज्य आहे. येथे पारपत्र आधिकाऱ्याला ज्युलियस सीझरच्या सम्राटाच्या रुबाबात किंवा त्याच्या एखाद्या उद्दाम दरबाऱ्याच्या थाटात वागता येणार नाही... कितीही धाडसी मतभेद असले तरी आपल्या संविधानातील आज्ञांप्रमाणे त्याची परिणती 'पासपोर्ट जप्ती'त होऊ शकत नाही.' खंडपीठाने आणि अर्थातच कृष्णा अय्यर यांनीही पारपत्र अधिकाऱ्याने बजावलेला हुकूम आणि कारणे देण्याला दिलेला नकार या दोन्ही गोष्टी नैसर्गिक कायद्यांचेही उल्लंघन करणाऱ्या आणि अन्याय्य ठरवल्या. त्यांच्या निवेदनाचा शेवट त्यांनी एका 'अंतिम इशाऱ्या'ने केला होता. 'लोकांच्या येण्या जाण्यावर पोलिसांनी पाळत ठेवणे, हे नागरिकांच्या स्वातंत्र्याला धोका पोहोचवणारे आहे. कोणीही या गोष्टीचा जराही विसर पडू देता कामा नये की, आपल्या देशात 'जनतेचे राज्य' आहे, 'पोलिसांचे शासन' नाही!' पाहिलात सुब्बाराव आणि कृष्णा अय्यर यांच्यातील 'मानवी हक्कांच्या आस्थे'चा दुसरा समान धागा?

परंतु या कथेचा शेवट येथे होत नाही आणि तो सुखांतही नाही! कारण मला याचे राहून राहून दु:ख होते की, एवढे सगळे तत्त्वज्ञान सांगितल्यानंतरही कृष्णा अय्यर यांनी खंडपीठाच्या बहुमताच्या निर्णयात सहभागी होऊन मनेका गांधी यांना त्यांचा पासपोर्ट मात्र परत मिळवून दिला नाही. सरकारतर्फे भारताच्या महान्याय-प्रतिनिधींनी कोर्टाला असे सांगितले की मनेका गांधी यांच्याशी सरकार कृतिपश्चात

किंवा निर्णयपश्चात संवाद साधेल आणि जर त्यानंतर पासपोर्ट जप्त करण्याचा निर्णय सरकारने मागे घेतला नाही तर ती जप्ती फक्त सहा महिन्यांपुरतीच असेल आणि तोपर्यंत पासपोर्ट कोर्टाकडेच राहील. महान्यायप्रतिनिधींचे हे प्रतिपादन खंडपीठाने (ज्यात भारताचे दोन भावी सरन्यायाधीश – न्यायमूर्ती यशवंत व्ही. चंद्रचुड आणि न्यायमूर्ती पी. एन. भगवती यांचा समावेश होता.) मान्य केले आणि पारपत्र कार्यालयाचा हुकुम बेकायदेशीर, निरर्थक ठरवूनही आपल्याच मताशी पूर्णपणे विसंगत, तर्काला न पटणारा निकाल बहुमताने दिला. खंडपीठाने त्याच्या अंतिम निकालाने मनेका गांधी यांच्या पासपोर्टची कायमची जप्ती नुसती खपवूनच घेतली नाही तर तिला अप्रत्यक्षपणे संमतीच दिली! उद्वेग या गोष्टीचा येतो की खंडपीठाच्या या आश्चर्यजनक निर्णयात कृष्णा अय्यर सामील होते!! केवळ अनाकलनीय!!

सतवंतसिंग आणि मनेका गांधी – दोन खटल्यांच्या परिणामांतील तफावत पाहा! १९६७ साली, परदेश प्रवासाला हरकत घेणे हे मूलभूत हक्कांचे उल्लंघन आहे आणि सतवंतसिंग यांना त्यांचा पासपोर्ट परत न मिळणे, हे कोणत्याही कायद्यात बसत नाही या कोर्टाच्या निकालाने सतवंतसिंग यांना त्यांचा पासपोर्ट परत मिळाला आणि १९७७ साली मनेका गांधी यांना मात्र सरन्यायाधीश कृष्णा अय्यर आणि इतर सहा दिग्गज न्यायाधीशांच्या खंडपीठाने पारपत्र कार्यालयाचा जप्तीचा हुकूम बेकायदेशीर, निरर्थक ठरवूनही त्यांचा पासपोर्ट परत मिळून त्यांना परदेशप्रवासाचा हक्क बजावता आला नाही. पासपोर्ट जप्तीचा हुकूम बेकायदेशीर ठरविल्याने त्या केस जिंकल्या, पण पासपोर्ट परत न मिळाल्याने त्यांना अंतिम न्यायापासून मात्र वंचित राहावे लागले! इंदिरा गांधी आणि पर्यायाने त्यांचे कुटुंबीय यांच्याविषयी जनतेत जराही न उरलेले प्रेम, आदर आणि जनता पक्षाची अफाट लोकप्रियता (केसची सुनावणी १९७७च्या उत्तरार्धात झाली आणि निकाल १९७८च्या जानेवारी महिन्यात दिला गेला.) यांच्या लाटेत कोर्टही वाहून गेले हे वकील आणि न्यायक्षेत्रातील विचारवंतांच्या लक्षात आल्यावाचून राहिले नाही. न्यायमूर्ती कार्डोझो यांनी वेगळ्या देशात, वेगळ्या काळात केलेले हे विधान 'सार्वत्रिक सत्य' आहे हे पटते : 'महत्त्वपूर्ण घटनांच्या जबरदस्त पाणलोटाच्या दबावापासून न्यायाधीशही दूर, कोरडे राहू शकत नाहीत!' हे वाक्य येथे उद्धृत करण्यात कृष्णा अय्यर यांच्यावर टीका करण्याचा उद्देश आहे, असे कोणाला वाटेल पण नाइलाज आहे!

सुब्बाराव यांच्या एरवीच्या अत्यंत कणखर व्यक्तिमत्त्वालाही एक नाजूक कोपरा होताच! एक गंभीर कमजोरी! एका बाजूला राजकारणी लोक न्यायसंस्थेवर, न्यायाधीशांवर दबाव आणतात अशी हाकाटी करणाऱ्या सुब्बारावांचे ते सरन्यायाधीशपदावर असतानादुद्धा अनेक राजकारण्यांशी चांगलेच गूळपीठ होते, अगदी घनिष्ट संबंध होते. ते निवृत्त झाल्याच्या दुसऱ्या दिवशी संसदेतील विरोधी पक्षनेत्यांनी मिनू मसानी

यांनी विरोधी पक्षाचे राष्ट्रपतीपदाचे उमेदवार म्हणून त्यांचे नाव जाहीर केले, यावरून तर हे निर्विवादपणे सिद्ध होते की, न्यायासनावर बसून सरकारविरुद्धच्या जनतेच्या गाऱ्हाण्यांचे न्यायालयीन निकाल देत असतानाच, देशाच्या न्यायसंस्थेचे नेतेपद भूषवीत असतानाच, ते राजकारणी पक्षांच्या सदस्यांना आणि नेत्यांना नियमितपणे भेटत होते, योजना आखत होते. त्यांच्या कारकिर्दीची उज्ज्वलता, नाही म्हटले तरी, या गोष्टीने डागाळतेच!

अखेरीस या सगळ्यातून आणखी एका 'सार्वत्रिक सत्या'ची प्रचिती येते की, न्यायाधीश माणसेच असतात आणि माणसांच्यात, अवकाशातील ताऱ्यांवरल्या डागांसारखे, काही दोष असतात, पण त्या डागांसहित ते तारे आणि त्या दोषांसह ती माणसे स्वतेजाने चमकत राहतातच. या दोन महान न्यायाधीशांचेही तसेच आहे. त्यांच्यातील दोष आणि उणिवा यांच्यासकट ते दोघे उत्तर क्षितिजावरील दोन पथदर्शक तेजस्वी ताऱ्यांसारखे लखलखतच राहिले आणि राहतील!

***

सरन्यायाधीशांच्या अन्याय्य बदल्यांच्या घटनांच्या आधीच्या काळातील एक न्यायाधीश एस. एम. सिक्री हे मे, १९७२मध्ये मी अतिरिक्त महाकायदेप्रतिनिधी म्हणून दिल्लीला गेलो त्या वेळी भारताचे सरन्यायाधीश होते. एव्हाना बहुतेक जण इतक्या जुन्या सरन्यायाधीशांना विसरले असतील, परंतु कधी-कधी आपले भविष्य दृष्टिपथात आणायला, त्याची वाट तयार करायला असा जुना इतिहास उकरून काढणे श्रेयस्कर ठरते. तो इतिहास आहे दोन अशा घटनांचा ज्यात सरन्यायाधीशांच्या निवृत्तीनंतर सर्वोच्च न्यायालयाच्या सर्वांत ज्येष्ठ न्यायाधीशांची त्या पदावर नेमणूक करण्याचा शिरस्ता मोडला गेला होता.

सरन्यायाधीश सिक्री यांनी त्यांच्या (२५ एप्रिल, १९७३ या दिवशीच्या) निवृत्तीच्या बऱ्याच आधी (रिवाजानुसार) सरकारला सर्वोच्च न्यायालयातील सर्वांत ज्येष्ठ न्यायाधीश न्यायमूर्ती जे. एम. शेलाट यांचे नाव त्यांच्या पदाचे वारस म्हणून सुचवले होते, त्या वेळी न्यायमूर्ती सिक्री केशवानंद भारती या प्रसिद्ध केसच्या सर्वांत मोठ्या खंडपीठाचे नेतृत्व करीत होते. तेरा न्यायाधीशांचे हे भले मोठे खंडपीठ एका अत्यंत जटिल अशा, सर्वांचे लक्ष लागलेल्या प्रश्नाबाबत निवाडा देण्यासाठी स्थापन करण्यात आले होते. प्रश्न असा होता की, संसद तिला संविधानाने बहाल केलेल्या अधिकाराचा वापर करून, दोन तृतियांश बहुमताच्या जोरावर भारतीय संविधानातील सगळ्या अथवा कोणत्याही तरतुदींमध्ये बदल करू शकते का? योगायोग असा की, याचा निकाल जाहीर करायला खंडपीठ एकत्र आले तो सरन्यायाधीश सिक्री यांच्या निवृत्तीच्या आदला दिवस होता. निकाल

विसंवादी होता. तेरा सदस्यांमध्ये एकूण अकरा निकालपत्रे वाचली गेली – त्यांची एकूण पृष्ठसंख्या सहाशे होती. निकालपत्रात भरपूर विद्वत्ता होती, पण नि:संदिग्धता नव्हती, स्पष्टता फारच कमी होती. सरकारने अर्थातच अनिर्बंध अधिकाराची मागणी केली होती. सरकार (अगदी थोड्या फरकाने – ६:७) हारले.

परंतु केसमधील हार-जीत हा मुद्दा खंडपीठाच्या सदस्यांचे आपापसातील मतभेद, भांडणे, एकमेकांविषयीची कटुता या गोष्टींपुढे दुय्यम ठरला. बहुमताने घेतल्या गेलेल्या निर्णयाबद्दलही सदस्यांच्यात एकमत नव्हते. (१९७३ सालच्या एससीआर १ या पुरवणी अहवालातील नोंदींनुसार) त्यातल्या काहींनी तर अंतिम आदेशावर सही करायलाही चिडखोरपणे नकार दिला होता, खाली दिलेल्या अंतिम आदेशावर अखेरीस तेरापैकी नऊजणांनीच सही केली होती :

> या लेखी याचिकेवरील खंडपीठाच्या बहुमताचा दृष्टिकोन असा आहे –
>
> १. गोलकनाथ केसचा निकाल रद्द करण्यात येत आहे.
>
> २. ३६८ कलम संसदेला संविधानाच्या पायाभूत रचनेत, त्याच्या मूळ चौकटीत बदल करायला समर्थ बनवीत नाही.
>
> ३. घटनादुरुस्ती (२४वी) कायदा १९७१ वैध, बंधनकारक आहे.
>
> ४. घटनादुरुस्ती (२५वी) कायदा १९७१ मधील विभाग २(अ) आणि २(ब) हेही बंधनकारक आहेत.
>
> ५. घटनादुरुस्ती (२५वी) कायदा १९७१ मधील विभाग ३चा पहिला भागही वैध आहे. दुसरा भाग – 'या धोरणाचा परिणाम घडवण्याच्या उद्देशाने केलेल्या कोणत्याही कायद्याला, तो तसा परिणाम घडवीत नाही असा आक्षेप घेऊन कोणत्याही कोर्टात आव्हान देता येणार नाही' – अवैध, अमान्य आहे.
>
> ६. घटनादुरुस्ती (२९वी) कायदा १९७१ वैध आहे.
>
> घटनादुरुस्ती (२६वी) कायदा १९७१ याच्या वैधतेच्या निश्चितीचा निर्णय संविधान खंडपीठ कायद्याच्या आधारे घेईल.
>
> केसेस संविधान खंडपीठाकडे पाठविण्यात येत आहेत. आजवर झालेल्या खर्चाविषयी कोणताही आदेश देण्यात येत नाही.

एस. एम. सिक्री, सरन्यायाधीश
जे. एम. शेलाट, न्यायाधीश
के. एस. हेगडे, न्यायाधीश
ए. एन. ग्रोव्हर, न्यायाधीश
पी. जगमोहन रेड्डी, न्यायाधीश
डी. जी. पालेकर, न्यायाधीश
एच. आर. खन्ना, न्यायाधीश
ए. के. मुखर्जी, न्यायाधीश
वाय. व्ही. चंद्रचुड, न्यायाधीश

२४ एप्रिल, १९७३

या नंतर जे घडले ते याहूनही वाईट होते. न्यायाधीशांमधील मतभेद, कटुता, वैमनस्य पाहून सत्ताधारी शासनाने जे. एम. शेलाट यांना सरन्यायाधीशपद देण्याची सरन्यायाधीश सिक्री यांची सूचना डावलण्याचे धाडस करून दाखवले. न्यायाधीशांच्या गटात फाटाफूट पडली की, शासन त्याचा कसा लगेच फायदा उठवू शकते, याची शासनाने चुणूक दाखवली. केशवानंद भारतीच्या खटल्यात सरकारच्या विरोधात मत नोंदवणाऱ्या, एक नाही, दोन नाही, तीन ज्येष्ठतम न्यायाधीशांना (न्यायमूर्ती जे. एम. शेलाट, न्यायमूर्ती के. एस. हेगडे आणि न्यायमूर्ती ए. एन. ग्रोव्हर) बाजूला सारून ज्यांनी त्या केसमध्ये सरकारच्या बाजूने मान डोलावली होती, अशा न्यायाधीशांमधून एका निवडक न्यायाधीशाला हेरून शासनाने देशातील न्यायव्यवस्थेतील सर्वोच्च पदाचे बक्षीस दिले. न्यायमूर्ती ए. एन. रॉय यांची सरन्यायाधीशपदासाठी निवड केली गेली. 'संविधानाच्या श्रेष्ठत्वा'च्या खटल्यातील भोंगळ निर्णयपद्धती आणि पाठोपाठ ही सरन्यायाधीशपदाच्या बदलाची ओंगळ कार्यपद्धती यांनी भूकंपसदृश परिस्थिती निर्माण झाली होती. संपूर्ण न्यायवर्तुळ हादरून गेले होते, ढवळून निघाले होते, शक्तिपात व्हावा तसे हतबल बनले होते. न्यायासनाची ताकद खच्ची करणारा अशा प्रकारचा तो पहिलाच प्रसंग होता, आणि तसेच प्रसंग पुढेही येत राहतील अशी धास्तीही त्याने सर्वांच्या मनात उत्पन्न केली होती आणि तसे झालेही. एप्रिल, १९७३ मधील सरन्यायाधीशपदातील बदलाची पुनरावृत्ती जानेवारी, १९७७मध्ये घडली. ए. एन. रे यांच्या निवृत्तीनंतर ज्येष्ठतेत तिसऱ्या क्रमांकावर असलेल्या एच. एम. बेग यांना दुसऱ्या स्थानावर असलेल्या एच. आर. खन्ना यांच्याऐवजी संधी देण्यात आली. खन्ना यांनी काय पाप केले होते? एक नाही दोन महत्पापे केली होती. एक – त्यांच्या विरोधी मताने त्यांनी केशवानंद भारती खटल्यातील निकालाचे पारडे सरकारच्या विरोधात झुकवायला मदत केली होती, घटनादुरुस्तीचे अधिकार

विस्तृत, विनाअट असले तरी ते संविधानाची पायाभूत रचना, मूळ तत्त्वे यात बदल करायला वापरता येणार नाहीत, असे स्पष्ट मत त्यांनी नोंदवले होते, आणि दुसरे – आणीबाणीच्या (एडीएम जबलपूर) खटल्यात[३६] तर बहुमताच्या विरोधात एकमेव मत देण्याची हिंमत, धिटाई दाखवली होती.

या वेळी खन्ना यांना डावलायला सरकारकडे भरभक्कम कारण होते. सरन्यायाधीश ए. एन. रे यांनीच दुसऱ्या क्रमांकावरील खन्ना यांच्याऐवजी तिसऱ्या स्थानावर असूनही एच. एम. बेग यांच्याच नावाचा पुरस्कार केला होता!

या दोन नेमणुकींमुळे जनतेतील विचारवंतांचे असे पक्के मत बनले की, शासनाला स्वतंत्र मनोवृत्तीचे, फक्त कायद्याचाच पक्ष घेणारे न्यायाधीश नकोच आहेत. या दोन कटू प्रसंगांनंतर भविष्यात परत तसे घडले नाही, पण लोकांची गढुळलेली मने काही स्वच्छ झाली नाहीत. मला असे विधान करताना अभिमान वाटतो की अपवाद वगळता आपल्या न्यायालयांना कायम उत्तमोत्तम, धाडसी, शूर, स्वतंत्र विचाराचे न्यायाधीश मिळत गेले, पण तरीही देशाच्या न्यायालयीन व्यवस्थेला असे धक्के परत बसतील या भीतीची टांगती तलवार सतत त्यांच्या डोक्यावर आहे असे लोकांना वाटते, त्यासाठी केवळ विद्यमान सरकारने सत्तेपुढे न झुकणारे, कायद्याचीच बूज राखणारे न्यायाधीश नेमणे पुरेसे नाही. जनतेला, सर्वसामान्य नागरिकांना त्याची प्रचिती येणे, त्यांना तशी खातरी वाटत राहणे महत्त्वाचे आहे, गरजेचे आहे. सरन्यायाधीश सिक्री हे त्यांच्या कारकिर्दीत कधीही दुर्बल झाले नाहीत, कधी डगमगले नाहीत, त्यामुळे लोकांच्या मनातील न्यायसंस्थेवरील, त्यांच्या नेतृत्वावरील विश्वास वाढीला लागला होता, पण त्याला त्यांच्या निवृत्तीनंतरच्या पदबदलाच्या राजकारणाने धक्का पोहोचला आणि त्यांच्या नंतरचे सरन्यायाधीश त्यांच्या कार्याने तो परत मिळवू शकले नाहीत.

असा एकात्मतेवरचा, सचोटीवरचा ढळलेला विश्वास परत कसा मिळवायचा यावरचा एक उपाय न्यायमूर्ती जे. एल. जैन (ते त्या वेळी मोनोपलीज ॲन्ड रिस्ट्रिक्टिव्ह ट्रेड प्रॅक्टिसेस – एमआरटीपी – कमिशनचे अध्यक्ष होते.) यांनी १९७५च्या उत्तरार्धात आयोजित केलेल्या एका भोजनसमारंभात माजी सरन्यायाधीश पी. बी. गजेंद्रगडकर यांनी मला समजावून सांगितला होता. ते मार्च, १९६६मध्ये सरन्यायाधीशपदावरून निवृत्त झाले होते आणि त्यांची 'भारतीय कायदा आयोगा'चे – लॉ कमिशन ऑफ इंडिया – अध्यक्ष म्हणून नेमणूक झाली होती, ते मला म्हणाले :

> 'फली, माझ्याहून ज्येष्ठ असणाऱ्या न्याधीशांना बाजूला सारून माझी जर अशी सरन्यायाधीशपदी नेमणूक केली असती आणि त्या अन्याय

झालेल्यांना राजीनामा देणे भाग पडले असते तर मी काय केलं असतं माहीत आहे?'

'आपणच सांगा. ' मी नम्रपणे म्हणालो. त्या संत प्रवृत्तीच्या सूज्ञाने मला त्यांचा खास 'नुस्खा' सांगितला –

'शासनाविरुद्धची जी पहिली केस माझ्या समोर आली असती ना त्याचा निकाल मी शासनाच्या विरुद्ध दिला असता!'

पण सगळेच पी. बी. गजेंद्रगडकर नसतात! 'शासनाकडून कधीही, काहीही चूक होऊच शकत नाही.' हे सरन्यायाधीश रे यांचे मत आधीपासून होतेच, त्यातून आणीबाणी (जून, १९७५) जाहीर झाल्यावर तर ते अधिकच दृढ झाले होते!

***

यानंतर आणखी काही न्यायाधीशांबद्दल – त्यातील चौघांनी माझ्या मनावर, विचारांवर लक्षणीय प्रभाव पाडला आहे आणि काही कारणपरत्वे माझ्या स्मरणात राहिले आहेत. ते चौघे म्हणजे न्यायमूर्ती एम. हिदायतुल्ला, न्यायमूर्ती जे. सी. शाह, न्यायमूर्ती ए. पी. सेन आणि न्यायमूर्ती डी. ए. देसाई. हेच चौघे का, याला तर्कशुद्ध कारण नाही. जेव्हा काहीतरी आवडते, पसंत पडते, मनाला पटते तेव्हा तर्क फारच कमी काम करतो!

न्यायमूर्ती एम. हिदायतुल्ला फेब्रुवारी, १९६८ ते डिसेंबर, १९७० या काळात भारताचे सरन्यायाधीश होते. त्यांच्या नेतृत्वाखालील खंडपीठासमोर उभे राहण्याचे भाग्य मला लाभले होते, ते अतिशय विद्वान होते, पण ते त्याचे प्रदर्शन करीत नसत किंवा त्या विद्वत्तेचा दुसऱ्यावर दबावही टाकत नसत. सुखद दर्शन, सौजन्यपूर्ण वागणूक, वकिलांवर अजिबात दबाव नाही. ते कोर्टात बोलताना शब्द, वाक्यरचना, वाक्प्रचार यांची निवड मोठ्या रसिकतेने पण तेवढ्याच काटेकोरपणे करीत (फ्रेंच लोक त्याला 'ल मो झीस्ट' – 'चपखल शब्द' असे म्हणतात.). त्यांच्या निकालपत्रांखेरीजचे, कोर्टाबाहेरील लिखाणही अतिशय रसाळ पण नीटस आणि नेटके होते. मुल्ला यांच्या 'मुस्लिमांचे कायदे'– मोहमदेन लॉ – या पुस्तकाच्या सोळाव्या आवृत्तीला हिदायतुल्ला यांनी लिहिलेली प्रस्तावना कायद्यावरील वैशिष्ट्यपूर्ण, असाधारण अशा प्रकारच्या लिखाणाचा एक नमुना आहे.

कोर्टाबाहरच्या त्यांच्या बोलण्यात नेहमीच नर्म विनोदाची पखरण असायची. प्रशासनाच्या तीन प्रमुख अंगांचे – कार्यकारी प्रशासन, कायदा प्रशासन आणि न्यायप्रशासन – त्यांनी केलेले बोचरे, विडंबनात्मक वर्णन केवळ अविस्मरणीय

परदेशी प्रतिनिधींबरोबर एम. हिदायतुल्ला आणि फली नरीमन

आहे. शासनाच्या कारभारात जिथे तिथे जे 'बाबू'लोक ठिय्या देऊन बसलेले असतात, कोणतेही काम होण्यामध्ये जे पदोपदी आडवे येतात त्यांची 'कार्यपद्धती' त्यांनी एका परंपरागत चालत आलेल्या ('टेन लिट्ल निगर्स' या) बालगीताच्या विडंबनातून सांगितली आहे :

कचेरीतल्या एका रिकाम्या 'बाबू'ने
भिंतीला तुंबड्या लावता-लावता,
एक 'मेमो' खरडून टाकला,
आणि एका बाबूचे झाले दोन!

दोन 'बाबूं'नी बसल्या बसल्या
चहाचा पाचवा कप संपवता-संपवता
एक 'पक्ष' स्थापून टाकला
आणि दोनाचे झाले तीन!

तीन बाबूंना काय करावे कळेना,
तेव्हा त्यांनी 'फॉर्म्स'चाच एक ढीग करून टाकला
आणि ते भरायला चौथा आला,
चार बाबूंना झाला साक्षात्कार

‘विना सहकार नहीं उद्धार’
म्हणून त्यांनी पाचव्याला बोलावून टाकला,
आणि चाराचे झाले पाच....

असे करीत करीत शेवटच्या ओळी होत्या,

बिनकामाच्या नऊ बाबूंना
कामाचा पसारा काही आवरेना,
तेव्हा त्यांनी ‘डिमांड’ टाकला
आणि दहावा बाबू ‘जॉइन’ झाला!!

विधिमंडळाच्या सदस्यांबद्दल त्यांचे निरीक्षण असे होते की, फार थोडे सदस्य त्यांच्या कायदे करण्याच्या अधिकाराचे गांभीर्य ओळखून काम करतात. बरेचजण काहीही न बोलणारे असतात. ‘नुसतीच तोंडाची वाफ दवडून प्रत्यक्ष काहीच न करणाऱ्या विधिमंडळापेक्षा न बोलता चांगले कायदे करणारे विधिमंडळ बरे’ असे ते म्हणायचे. ‘न्यायाधीशांनी निवाडा करताना टोकाची भूमिका घेऊन हेकेखोरपणा टाळावा, निकालपत्र लिहिताना त्यात स्वत:ची महती गायचा प्रयत्न कधीही करू नये, उगाचच जाडे-जाडे, अवघड शब्द वापरून ते दुर्बोध करू नये, साधे, सोपे, अर्थवाही आणि सामान्यांनाही सहज कळेल असे निकालपत्र असावे,’ असे ते सांगत. काही विशिष्ट निकालपत्रांचे वर्णन ते ‘कच्चे अथवा करपलेले, अळणी किंवा अति झणझणीत, हवे ते कमी आणि नको ते नेमके जास्त वाढलेले असे जेवण’ हे डॉक्टर सॅम्युअल जॉन्सन यांचे शब्द वापरून करीत. वाईट निकालपत्रांसाठी किती चपखल उपमा! त्यांची अगदी जवळची मित्रमंडळी त्यांना ‘हाड्डी’ अशी हाक मारीत. इंग्रजीचे भाषाप्रभू डॉक्टर सॅम्युअल जॉन्सन हे त्यांचे अत्यंत आदरणीय आणि आवडते लेखक होते. त्यांची उद्धरणे हिदायतुल्ला लिहिण्या-बोलण्यात वारंवार वापरीत. डॉक्टर सॅम्युअल जॉन्सन यांचे चरित्र जेम्स बॉसवेल या सिद्धहस्त लेखकाने इतके सुंदर लिहिले आहे की, उत्तम चरित्रलेखनाला ‘बॉसवेल’ असेच नाव रूढ झाले आहे. सॅम्युअल जॉन्सन या चतुरस्त्र लेखकावरील प्रेमाने हिदायतुल्ला यांनी त्यांच्या आत्मचरित्राचे नाव ‘माय ओन बॉसवेल’ (अरनाल्ड – हाइनमन पब्लिशर्स (इंडिया) लिमिटेड, नवी दिल्ली, १९८०) असे ठेवले आहे. एम. हिदायतुल्ला या विद्वान, वाक्‌चतुर, यशस्वी न्यायाधीशाचे पिढ्यान्‌पिढ्या, कायम स्मरण होत राहील, असेच ते आत्मचरित्र आहे. पुढल्या पिढ्यांतील न्यायाधीशांसाठी त्यांची आदर्श निकालपत्रे ही मौल्यवान असा ठेवा ठरतील. वकिलीच्या व्यवसायात, न्यायक्षेत्रात जवळ जवळ साठ वर्षे घालवल्यानंतर ‘न्यायाधीशासाठी त्याच्या मृत्यूनंतर

लिहिला जावा असा सर्वांत उत्तम मृत्युलेख कोणता?' असा प्रश्न जर मला विचारला तर मी सांगेन, 'या न्यायाधीशाने त्याच्या कारकिर्दीत कधीही वाईट निकालपत्रे लिहिली नाहीत, जी लिहिली ती सगळीच्या सगळी सुरेख, सफाईदार आणि सर्वांनाच वाचनीय वाटावीत अशीच लिहिली!' आमच्या परमप्रिय 'हाड्डी' यांच्यासाठीही हाच सर्वोत्तम मृत्युलेख अगदी समर्पक ठरेल.

***

न्यायाधीश म्हटले की, जी मूर्ती सर्वांच्या डोळ्यांसमोर उभी राहील, अगदी तसेच दिसत दाट, रुपेरी केसांचे न्यायमूर्ती जे. सी. शहा! त्यांचे व्यक्तिमत्त्वच उठावदार, वैशिष्ट्यपूर्ण, नजरेत भरणारे होते. प्रसिद्ध 'गोलकनाथ' केसच्या खंडपीठातील अकरा न्यायाधीशांच्यात जे. सी. शहा इतके उठून दिसायचे, इतके रुबाबदार दिसायचे की प्रेक्षकांत बसलेल्या एका अमेरिकन स्त्री वार्ताहाराने तिच्या जवळ बसलेल्या तिच्या भारतीय सहकाऱ्याला विचारले, 'हे एवढे सुरेख दिसणारे जज्ज बोलत आहेत आणि हा कोण माणूस समोर उभा राहून त्यांच्या बोलण्यात सारखा व्यत्यय आणतो आहे?' त्या 'सुरेख' न्यायाधीशाला अडवणारा, त्या अमेरिकन वार्ताहाराला खुपणारा तो 'माणूस' नानी पालखीवाला होते. या कथेची (कदाचित दंतकथेची) आठवण काही वर्षांनंतर सी. के. दप्तरी यांनी सरन्यायाधीश सिक्री यांना करून दिली. त्या वेळी सिक्री 'केशवानंद भारती'(१९७३) केससाठीच्या तेरा न्यायाधीशांच्या अतिविशाल खंडपीठाचे नेतृत्व करीत होते, आणि नानी पालखीवालाच समोर उभे राहून युक्तिवाद करीत होते. फरक हा होता की या केसमध्ये न्यायाधीश वकिलांना वारंवार प्रश्न विचारून अडथळे आणीत होते आणि तोच मुद्दा नेमका दप्तरी यांना सिक्री यांच्या लक्षात आणून द्यायचा होता. हेतू सफल झाला, कारण सिक्री कथा ऐकून मिश्किलपणे हसून म्हणाले, 'कळलं, कळलं, मुद्दा लक्षात आला!!' न्यायमूर्ती जे. सी. शहा मात्र त्या अति बोलणाऱ्या न्यायाधीशांपैकी नव्हते, ते अबोल होते, पण 'गोलकनाथ' केसमध्ये सर्वोच्च न्यायालयाच्या न्यायासनावर बसलेले असताना ते केवळ 'मूक प्रेक्षक'ही बनले नव्हते.

माझ्या वकिलीतील सुरुवातीच्या वर्षांत मी त्यांना प्राथमिक दाव्यांमध्ये अध्यक्षपदी असणारे न्यायाधीश म्हणून ओळखत होतो. मुंबईत नोव्हेंबर, १९५० साली मी वकिली सुरू केली त्या वेळी ते न्यायाधीशपदी पोहोचलेले होते. मुंबईतील त्यावेळच्या न्यायाधीशांच्यात ते एक गंभीर दिसणारे आणि तसेच असणारे, कधीही विचलित न होणारे न्यायाधीश होते. त्यांच्या चेहऱ्यावर हास्य तर सोडाच, हलके स्मित उमटलेलेही कोणी पाहिले नव्हते, पण एकदा याला अपवाद घडलेला पाहायला मी तिथे उपस्थित होतो. एका मृत्युपत्राविषयीच्या खटल्यातील महत्त्वाच्या साक्षी घेणे

चालले होते. डॉ. वजीफदार या तज्ज्ञ डॉक्टरांची उलट तपासणी चालली होती. मृत व्यक्तीला मृत्युपत्र व्यवस्थित समजले होते का, त्या वेळी ती व्यक्ती ते नीट समजण्याच्या मनस्थितीत होती का असे प्रश्न होते. (डोक्यावर सिंहाच्या आयाळीसारखे भरदार रुपेरी केस असलेले) न्यायमूर्ती जे. सी. शहा यांना अगदी शोभतील असेच ख्यातनाम फौजदारी वकील के. ए. सोमजी साक्षीदारांना प्रश्न विचारीत होते. साक्ष खूपच लांबली होती. दुसऱ्या का तिसऱ्या दिवशी वकिली प्रश्नांच्या सततच्या माऱ्याने डॉ. वजीफदार थकून म्हणण्यापेक्षा वैतागून गेले असावेत, कारण एक प्रश्न दोनदा विचारूनही ते त्याचे उत्तर देईनात. सोमजी यांनीही (वैतागून) डॉक्टरांना विचारले, 'काय डॉक्टर, काय होतंय? कसला विचार करताय?' डॉक्टरांचा सगळा वैताग त्यांच्या उत्तरातून प्रकट झाला, 'मी विचार करीत होतो, तुम्ही जर मला इथे असा माझा छळ करीत अडवून ठेवले नसते, तर मी किती सुखात ब्रिजचा डाव खेळत बसलो असतो!' त्या डॉक्टरांच्या खऱ्या, सडेतोड उत्तराने सोमजी काही खूश झाले नाहीत, पण कधीही स्मितही चेहऱ्यावर न येऊ देणारे न्यायमूर्ती शहा यांना मात्र हसू आवरले नाही!!

प्राथमिक दावे असोत नाहीतर पुनर्विचाराच्या केसेस असोत, (जास्त करून पुनर्विचाराच्याच केसेस, कारण न्यायाधीशपदावर उन्नती होण्याआधी ते त्याच क्षेत्रात ख्यातनाम सल्लागार होते.) ते नेहमीच रोखठोक विचारांचे, स्वत:च्या मतावर ठाम असणारे अत्यंत प्रभावी असे न्यायाधीश होते. एकदा त्यांच्या समोर स्वत:ची बाजू मांडायचा आटोकाट प्रयत्न करूनही यशस्वी न झालेले एक ज्येष्ठ वकील शहा यांच्या कोर्टातून घाम पुसत बाहेर येऊन मला म्हणाले होते, 'छे, छे, या माणसाला त्याच्या मतापासून जरासुद्धा ढळवणे अशक्य आहे! एकदा दार बंद म्हणजे बंद!!' मुंबईत असताना त्यांचा कल शासनाच्या बाजूला झुकणारा होता. भारतीय साक्ष अधिनियम १८७२च्या – इंडियन एव्हिडन्स ॲक्ट १८७२ – मुळाशी अशी धारणा आहे की, 'शासकीय कार्य नेहमीच नियमितपणे, चोख केले जाते.' या धारणेवर न्यायमूर्ती शहा यांचा नैसर्गिकपणे त्यावर फारसा विचार न केल्याने असेल कदाचित विश्वास होता, पण वकिली करताना जसजसे त्यांना त्याच्या विरुद्ध अनुभव येत गेले, तसतसा तो ओसरू लागला आणि ऑक्टोबर, १९५९मध्ये ते सर्वोच्च न्यायालयाचे न्यायाधीश झाले तोपर्यंत तर त्यांचे ते विश्वसनीय मत बदलणे त्यांना भागच पडले.

मी १९७२ साली मुंबई सोडून दिल्लीला गेलो त्या वेळी सर्वोच्च न्यायालयाच्या अनेक न्यायाधीशांमध्ये ते सर्वांत प्रभावी होते. खटले वेगाने निकाली काढण्याबद्दलही त्यांची ख्याती होती. ते उत्तम श्रोते होते, त्यांची आकलनशक्ती उत्तम होती; ते अतिशय लक्ष देऊन ऐकत असत. तासन्‌तास ऐकत राहिले, तरी त्यांचे लक्ष जराही

विचलित होत नसे. त्यांची ऐकण्याची अमर्याद क्षमता वकिलांनाच दमवीत असे, मग ते जरुरीपेक्षा जास्त वेळ त्यांचा युक्तिवाद चालू ठेवण्याचे स्वत:हूनच टाळत. मला आठवते आहे, माझ्या एका याचिकेच्या पुनर्विचाराची सुनावणी सर्वोच्च न्यायालयात होणार होती. मी केसची भरपूर तयारी केली होती. परवानगी आणि परवाना – लीव्ह ॲन्ड लायसेन्स – हा दस्तऐवज म्हणजे लांब मुदतीचा भाडेपट्ट्याचा करार – लीझ – नव्हे हे सिद्ध करणाऱ्या बऱ्याच केसेसची एक यादीच बनवली होती आणि तिच्या बळावर मी माझी बाजू मांडणार होतो. एकापेक्षा एक धारदार बुद्धीचे असे दोन न्यायाधीश न्यायासनावर होते. न्यायमूर्ती जे. सी. शहा आणि के. एस. हेगडे. अशा विद्वान, कुशलतम न्यायाधीशांसमोर युक्तिवाद करणे हेच मोठे आव्हानात्मक, मनाला उत्तेजित करणारे आणि आनंद देणारे असायचे. त्यांनी माझे म्हणणे ऐकून घेतले, मी ज्या निर्णयजन्य निष्कर्षांचा आधार घेत होतो तेही त्यांनी ऐकले, पण माझे म्हणणे बाजूला सारून जे. सी. शहा यांनी एका वाक्यात केसचे सार मला ऐकवले. ते म्हणाले, 'आमच्या समोरील दस्तऐवज जर लीझसारखा दिसतो आहे, तर तो लीझच आहे, लायसेन्स नाही!' त्यांनी एका तासात आम्हाला आउट केले आणि बाहेर काढले. सगळी तयारी फुकट गेली.

मुंबईच्या दिवसांपासूनचे माझे सहकारी चंदुलाल दप्तरी यांना शहा यांचे काही निर्णय मुळीच पसंत पडत नसत. कधी-कधी तर ते चिडत. एक पुनर्विचाराची केस होती, धनराजमल गोविंदराम विरुद्ध शामजी कालिदास आणि कंपनी (एआयआर १९६१ एससी १२८५) त्या वेळी मी अजून मुंबईतच वकिली करीत होतो. ज्या मोजक्या केसेसमध्ये मला सर्वोच्च न्यायालयात उभे राहण्याचा प्रसंग आला त्यातली ही एक होती. चंदुलाल त्या केसमध्ये माझे सल्लागार होते. न्यायमूर्ती जे. एल. कपूर, न्यायमूर्ती हिदायतुल्ला आणि जे. सी. शहा या तीन जणांच्या खंडपीठासमोर सुनावणी सुरू झाली. शहा आमचे म्हणणे नीट ऐकूनच घेत नव्हते. दप्तरी यांनी जेव्हा चिकाटीने आमची बाजू मांडण्याचा प्रयत्न केला तेव्हा शहांनी एकदम कायद्याच्या संदर्भात एक प्रश्न उपस्थित केला की मध्यस्थी कराराच्या वैधतेचा प्रश्न न्यायालयीन निर्णयाच्या कक्षेत येतो का? हे त्यांचे म्हणणे त्यांनीच मुंबईत असताना दिलेल्या निर्णयाशी विसंगत होते. मला ती केसही आठवत होती, सुनावाला विरुद्ध नटवरलाल. एआयआर १९५२ मुंबई ३४९[३७] हा तिचा लिखित संदर्भही मी बरोबर आणलेला होता. मी तत्परतेने उठून दप्तरी यांच्या कानात त्या केसबद्दल सांगितले आणि त्यांच्या हातात तो संदर्भ कोंबायचा प्रयत्न केला, पण दप्तरी म्हणजे हाडाचे, परिपूर्ण वकील. त्यांनी त्या क्षणी तो संदर्भ माझ्या हातातून घेतला नाही. त्यांचा युक्तिवाद तसाच नेटाने चालू ठेवला आणि एका अचूक क्षणी त्यांनी त्याच सुनावाला केसच्या मुंबई उच्च न्यायालयाच्या निर्णयाचा उल्लेख केला, तीक्ष्ण लक्ष असलेले

शहा तो संदर्भ ऐकताक्षणीच म्हणाले, 'हो, हो, तो माझाच निर्णय आहे.' ते ऐकल्यावर तर मी माझ्या हातात तयार ठेवलेला संदर्भ सरळ शहांच्याच पुढे करायला सरसावलो. शहा यांनीही तो घेण्यासाठी हातही पुढे केला, परंतु दप्तरी यांनी मला थोपवले. ते स्वत:ही तो पुरावा घेत नव्हते आणि आता शहा यांनाही तो द्यायला मला अटकाव करीत होते. त्यांनी मला बळेबळेच खाली बसवले. जेव्हा शहा यांनी स्वत:च तो त्यांना देण्याचा आग्रह धरला तेव्हा दप्तरी यांनी त्यांच्या खास शैलीत न्यायमूर्तींना ऐकवले, 'नाही, नाही, न्यायाधीश महाराज, तो तर आपला मुंबई उच्च न्यायालयातला निर्णय आहे. आता या सर्वोच्च न्यायासनावर बसून तो निर्णय दिल्याबद्दल पश्चात्ताप करायची आपल्याला जरूर संधी आहे, माय लॉर्ड!' शहा यांच्या अविचारी विधानाबद्दल त्यांना धडा शिकवण्याचा दप्तरी यांचा कावा, त्यांना चांगलेच ओळखणाऱ्या कपूर आणि हिदायतुल्ला या जोडगोळीच्या लक्षात आला आणि त्यांनी चक्क गालातल्या गालात हसून आणि एकमेकांना कोपराने ढोसून त्याची पावतीही दिली. न्यायमूर्ती शहा यांना मात्र दप्तरींचा शेरा झोंबल्यावाचून राहिला नाही.

***

न्यायमूर्ती के. एस. हेगडे निवृत्त झाल्यावर बंगलोरला स्थायिक झाले. आम्ही जेव्हा कधी बंगलोरला जायचो, तेव्हा-तेव्हा ते मला आणि बाप्सीला मोठ्या प्रेमाने रात्री जेवायला घरी बोलवायचे. गप्पा रंगायच्या, जुन्या आठवणींना उजाळा मिळायचा.

एम. हिदायतुल्ला यांच्याबरोबर बाप्सी आणि फली नरीमन

त्यांच्या रसभरित कथांत बऱ्याच वेळा जे. सी शहा यांचा उल्लेख असायचा. ते दोघे त्या काळी एकेका दिवसात पाच-पाच, सहा-सहा केसेस, त्याही गंभीर अपीलांच्या, ऐकायचे. शहा सुनावणीच्या दुसऱ्या दिवशीच्या संध्याकाळच्या आत त्यांच्या लेखनिकाला त्या दिवशी ऐकलेल्या केसेसचे निकाल तोंडी सांगायचे आणि त्याने लिहून काढलेले निकाल सकाळी सकाळी हेगडे यांच्या टेबलावर त्यांना वाचण्यासाठी पाठवून द्यायचे. ही शहा यांच्या वेगवान कामाच्या प्रशंसेची कथा ते आम्हाला आवर्जून ऐकवायचे. न्यायमूर्ती हिदायतुल्ला हेही त्यांच्या निवृत्तीनंतर खूप वेळा दिल्लीतल्या आमच्या घरी यायचे आणि त्यांच्या बोलण्यातही शहा यांचा विषय हमखास निघायचाच. आमचे ज्येष्ठ मित्र हाड्डी मोठे गोष्टीवेल्हाळ होते आणि त्यामुळेही ते आम्हाला फार प्रिय होते. त्यांनीच आम्हाला ही खाजगी तनख्याच्या केसची (माधवराव सिंदिया विरुद्ध भारत सरकार, AIR १९७१, एससी ५३०.) कथा ऐकवली होती. अकरा न्यायाधीशांच्या खंडपीठाचे सरन्यायाधीश हिदायतुल्ला नेतृत्व करीत होते आणि जे. सी. शहा हे त्या खंडपीठाचे एक सदस्य होते. संविधानाच्या ३६६(२२) या कलमाप्रमाणे ज्या संस्थानिकांनी, त्यात माधवराव सिंदिया यांचाही समावेश होता, त्यांची संस्थाने स्वतंत्र संघराज्यात विलीन करून टाकली होती त्यांचे पूर्वीचे सर्व अधिकार एका राष्ट्रपतींच्या हुकुमाप्रमाणे काढून घेण्यात आले होते. सर्वोच्च न्यायालयाने तो हुकूम बेकायदेशीर ठरवून संस्थानिकांना, जणू राष्ट्रपतींचा हुकूम निघालाच नसल्यासारखे, त्यांचे पूर्वीचे हक्क, अधिकार, त्यांचे भत्ते, तनखे परत देऊन टाकले होते. दोन्ही बाजूंचे युक्तिवाद संपल्यानंतर लगेच शहांनी त्या महत्त्वपूर्ण केसचा त्यांचा निर्णय लिहून काढून खंडपीठाच्या सर्व सदस्यांकडे आणि सरन्यायाधीशांकडे पाठवून दिला. इतक्या लवकर अनपेक्षितपणे निकाल आलेला पाहून हिदायतुल्ला चकित तर झालेच, पण त्यांनी आम्हाला सांगितले की शहांच्या काम करण्याचा तो वेग पाहून तेही दोन रात्री नेटाने उशिरापर्यंत काम करीत बसले आणि स्वतःचे निकालपत्र तयार करून त्यांनी ते सगळ्या सदस्यांकडे पाठवून दिले, पण तोवर उशीर झाला होता. सर्व सदस्यांनी (न्यायमूर्ती सिक्री, जे. एम. शेलाट, वशिष्ठ भार्गव, सी. ए. वैद्यलिंगम, ए. एन. ग्रोव्हर आणि आय. डी. दुवा.) शहांचा निवाडा वाचून तोच ग्राह्य धरलेला होता, सरन्यायाधीशांचा नाही! (न्यायमूर्ती के. एस. हेगडे आणि मित्तर यांनी त्यांचे वेगळे निकाल लिहिले होते.) इतक्या वर्षांनंतरही ती हकिकत सांगताना भारताच्या सरन्यायाधीशांच्या निर्णयाला प्राधान्य, महत्त्व न मिळता तो बाजूला सारला जाऊन शहांच्या निर्णयाला सर्वमान्यता मिळाल्याचा सल हिदायतुल्ला यांच्या आवाजात जाणवत होता, पण त्या हकिकतीत शहांच्या कामाच्या विलक्षण झपाट्याचे कौतुकही जाणवत होते. शहांची निकालपत्रे वाचली की, त्यातील विचारांची

सुस्पष्टता, मुद्देसूदपणा आणि साधा सोपेपणा लगेच लक्षात यायचा.

अमेरिकेच्या सर्वोच्च न्यायालयातील एका अगदी अलीकडच्या पुष्टीकरणाच्या केसच्या सुनावणीत सरन्यायाधीश न्यायमूर्ती जॉन रॉबर्ट्स यांनी असे उद्‌गार काढले की, 'कायद्याच्या भाषेत स्पष्टपणा, सुटसुटीतपणा असला की, त्या प्रक्रियेतील सामान्य नागरिकांच्या सहभागाला उत्तेजन मिळते, तो प्रकर्षाने वाढतो'. त्यांच्या विधानाच्या पुष्टीखातर त्यांनी त्यांच्या आवडत्या न्यायमूर्ती जॅक्सन यांचे उदाहरण दिले. जॅक्सन म्हणायचे की, 'न्यायालयाचा निर्णय तुम्हाला समजायला तुम्ही वकील असण्याची गरज भासता कामा नये'. रॉबर्ट्स यांच्या मते जॅक्सन यांची न्यायालयातील सर्वोत्तम निकाल लिहिणाऱ्या मोजक्या न्यायाधीशांच्यात गणना केली जाते – त्याचे प्रमुख कारण हेच आहे की, ते त्यांच्या निकालात कायद्याची जड, बोजड, अनाकलनीय परिभाषा कटाक्षाने टाळायचे. जे. सी. शहा यांच्या बाबतीतही असेच म्हणता येईल. खटल्यांचे निकाल लिहिण्याचे काम ज्यांना करावे लागते त्यांनी शहा यांचे उदाहरण जरूर समोर ठेवावे.

अचूक नेमबाजांच्यात डोळ्याचे पाते लवते न लवते, तोच पिस्तुलातून गोळी सोडणाऱ्याला 'क्विकेस्ट ऑन द ड्रॉ' अशी संज्ञा देतात. न्यायालयात समोरची केस निकाली काढण्याच्या बाबतीत न्यायमूर्ती शहा तसे 'क्विकेस्ट ऑन द ड्रॉ' होते. सुनावणीत युक्तिवाद पूर्ण झाले की, कमीतकमी वेळात राखून ठेवलेले निर्णय देण्याचा विक्रम त्यांच्याच नावावर आहे. ते तसे आवर्जून का करीत असत, याचे अतिशय सयुक्तिक असे कारण त्यांनीच मला सांगितले होते. ते निवृत्त झाल्यानंतर दोन एक वर्षांनंतर दिल्लीतल्या एका पार्टीत आम्ही भेटलो असताना ते म्हणाले, 'सुनावणी संपल्याबरोबर निर्णय दिला नाही, मध्ये वेळ गेला ना की केसच्या सुनावणीत घडलेले, बोलले गेलेले सगळेच्या सगळे तसेच्या तसे, नीट संगतवार आठवणीत राहत नाही!' त्या काळात केसची तपशीलवार माहितीच तेवढी कोर्टापुढे ठेवली जात असे, वकिलांच्या तोंडी युक्तिवादांपूर्वी ते कोर्टाला लिखित स्वरूपात देण्याची आत्ताची पद्धत त्या काळात अस्तित्वात नव्हती.

ती पद्धत 'गोलकनाथ' केसपासून अस्तित्वात आली. त्या केसच्या सुब्बाराव यांच्या अध्यक्षतेखालील अकरा न्यायाधीशांच्या खंडपीठात शहा यांचा समावेश होताच, त्यात प्रमुख वकील एम. के. नंबियार होते. आम्हा सर्व कनिष्ठ वकिलांची अशी इच्छा होती की युक्तिवादाची सुरुवात नंबियार यांच्यापासून व्हावी, पण 'घटनादुरुस्ती करून संविधानातील पायाभूत हक्कांना धक्का लावता येतो का?' याच मुद्द्यावर, अति बोलणारे वकील म्हणून प्रसिद्ध असलेल्या नागपूरच्या आर. व्ही. एस. मणी यांनी आधीच एक याचिका दाखल केलेली होती, तेव्हा त्यांना अग्रक्रम मिळावा असा त्यांनी आग्रह धरला. त्यांनी युक्तिवादाला सुरुवात केली.

'न्यायाधीश महाराज, माझा पहिला प्रस्ताव असा आहे की...' खंडपीठाच्या सर्व सदस्यांनी ते बोलत असताना तो प्रस्ताव त्यांच्या समोरील कागदावर लिहून घेतला. ते पुढे म्हणाले, 'न्यायाधीश महाराज, माझा दुसरा प्रस्ताव असा आहे की...' सर्व जण लिहू लागले. असे प्रस्ताव वाढत चालले, कागद भरू लागले. ते जेव्हा त्यांच्या दहाव्या प्रस्तावाला पोहोचले आणि त्यांनी सुरुवात केली की, 'न्यायाधीश महाराज, माझा दहावा प्रस्ताव असा आहे की...' तेव्हा मात्र न्यायमूर्ती शहांचा संयम संपला. त्यांनी हातातील लेखणी खाली टाकली आणि ते जवळ-जवळ ओरडलेच, 'बस, बस. बास करा हे तुमचे प्रस्ताव! ते सगळे सुवाच्य अक्षरात लिहून काढा आणि आम्हाला द्या!' आणि तेव्हापासून सर्वोच्च न्यायालयात वकिलांनी तोंडी युक्तिवादांच्या आधी ते लिहून न्यायालयाला आगाऊ सादर करण्याची पद्धत सुरू झाली.

कायदा, न्याय या क्षेत्रातील सगळ्याच गोष्टींकडे, विशेषत: नागरिकांच्या मूलभूत हक्कांकडे पाहण्याच्या आपल्या दृष्टिकोनात लक्षणीय बदल घडवून आणणाऱ्यांच्यात जे. सी. शहा यांचा आवर्जून उल्लेख करावा लागेल. मुंबईत असताना प्रशासनाच्या बाजूने असणारे शहा सर्वोच्च न्यायालयात पोहोचेपर्यंत आम जनतेच्या, सर्वसामान्य नागरिकांच्या बाजूचे झाले होते. या योग्य दिशेने झालेल्या बदलाला त्यांच्यावरील सुब्बाराव यांचा प्रभाव सर्वांत जास्त कारणीभूत होता.

न्यायमूर्ती शहा सर्वोच्च न्यायालयात अकरा वर्षांहून आधिक काळ होते, पण सरन्यायाधीशपदावर मात्र त्यातला केवळ एकच महिना होते! सर्वोच्च न्यायालयाची स्थापना झाल्यापासून सर्वांत जास्त खटल्यांचे निकाल देणारे न्यायाधीश म्हणून त्यांचे स्थान अढळ आहे.[३८] शहांनी डिसेंबर, १९७०मध्ये हिदायतुल्ला यांच्याकडून सरन्यायाधीशपदाची सूत्रे घेतली आणि जानेवारी, १९७१मध्ये ती सिक्री यांच्या हाती सोपवली. वकिलांच्यातून थेट सरन्यायाधीशपद गाठणारे सिक्री पहिले. ते वयाच्या पासष्टाव्या वर्षी, २५ एप्रिल, १९७३ रोजी, म्हणजे केशवानंद भारती केसच्या (ज्या निकालाने (७:६) भूकंप घडवला, न्यायालयसुद्धा हादरले.) महत्त्वपूर्ण निकालानंतर दोनच दिवसांनंतर निवृत्त झाले. 'सर्वांत मोठ्या (तेरा न्यायाधीशांचे) खंडपीठाने सर्वांत जास्त वेळ (चार महिने) घेऊन, 'घटनादुरुस्तीच्या अधिकाराला अंगभूत अशीच बंधने, मर्यादा आहेत,' असे ठासून सांगणारा निकाल असे त्याचे त्या वेळी वर्णन करण्यात आले होते. असा निकाल देणाऱ्या न्यायमूर्ती शेलाट, हेगडे आणि ग्रोव्हर या तिघांनाही, शेलाट तर ज्येष्ठतम असून, डावलून ए. एन. रे यांना सरन्यायाधीशपद देण्यात आले आणि ते त्यांनी आनंदाने स्वीकारलेही! रे यांच्या अन्याय्य नेमणुकीनंतर लगेच शेलाट आणि हेगडे या दोघांनीही आणि मग जराशा नाखुशीनेच ग्रोव्हर यांनीही राजीनामे दिले. हा सगळा प्रकार अगदी जवळून बघत

असणारे शहा अत्यंत व्यथित झाले. न्यायसंस्थेला अशा तऱ्हेने वेठीस धरणाऱ्या इंदिरा गांधींना त्यांनी कधीच माफ केले नाही. मार्च, १९७७मध्ये इंदिरा गांधी निवडणुका हारल्यानंतर 'शहा आयोग' स्थापन करण्यात आला होता, ते सर्वश्रुतच आहे; तो आयोग चालवताना त्यांचा तो राग व्यक्त होत होताच. शहांनी त्या आयोगाच्या अध्यक्षपदावरून पूर्ण जबाबदारीने काम केले, योग्य तो परिणामही साधला, पण असे राहून-राहून वाटते की, त्या पदावर असताना त्यांच्यातील मूळचे धीरगंभीर, समतोल विचारांचे न्यायमूर्ती कुठेतरी हरवलेले होते.

'जज्जेस' या आपल्या पुस्तकात (ऑक्सफर्ड युनिव्हर्सिटी प्रेस, १९७९, पृष्ठ ९.) न्यायमूर्ती पॅट्रिक डेव्हिन यांनी म्हटले आहे, 'खरे स्वातंत्र्य आणि नि:पक्षपातीपणा याबद्दलची ख्याती ही अशी अनमोल राष्ट्रीय संपत्ती आहे की, जी लुटून आपल्याकडे यावी म्हणून पाठोपाठ येणाऱ्या प्रत्येक सरकारने जीवतोड प्रयत्न करावा.' दक्षिण आफ्रिकेत ज्या काळात वर्णद्वेषाचे वारे जोरात होते, त्या काळात नाताल या शहरातील न्यायालयात जॉन मिल्न नावाचे एक न्यायाधीश होते. त्यांना जज्ज – प्रेसिडेंट जॉन मिल्न म्हणत असत. त्यांची आणि माझी ओळख होती, आम्हा दोघांच्यात नियमित पत्रव्यवहार होता. जॉन मिल्न यांचेही विचार असेच होते. त्यांनी एका पत्रात मला लिहिले होते (सूर निराशेचा होता),

> 'न्यायसंस्था आणि प्रशासन एकमेकांपासून अगदी स्वतंत्र असल्या पाहिजेत असे कोणी कितीही तोंडाने म्हटले, त्यावर व्याख्याने दिली तरी जगभरात कोठेही, कुठल्याही काळात राजकारण्यांना त्यांच्या कलाने चालणारे, त्यांच्या ताटाखालची मांजरे होऊन राहणारे, त्यांची मर्जी सांभाळणारे, 'होयबा' लोकच आजूबाजूला हवे असतात. स्वतंत्र वृत्तीच्या, विचारांच्या आणि स्वतंत्रपणे निर्णय घेऊन कृती करणाऱ्या न्यायाधीशांविषयी त्यांना अतिशय चीड असते.'

शहा असेच स्वतंत्र विचारांचे, प्रामाणिक न्यायाधीश होते आणि त्यांचेही असेच मत होते की, सरकार कुठलेही असो, आपले न्यायदानाचे कर्तव्य करणाऱ्या स्वतंत्रपणे पार पाडणाऱ्या न्यायाधीशाला त्रास देणे, छळणे, हे त्यांचे समान उद्दिष्ट असते. ज्यांना आपण मान द्यावा, ज्यांचा आदर करावा, अशा आपल्या देशातील श्रेष्ठतम न्यायाधीशांच्या पंक्तीत शहा यांची जागा आहे.

***

त्या पिढीतील न्यायाधीशांविषयी बोलताना आणखी एक नाव घेतलेच पाहिजे, ते आहे न्यायमूर्ती ए. पी. सेन यांचे. १९६७ आणि ६८ ही दोन वर्षे ते मध्यप्रदेश

सरकारचे महाअधिवक्ता होते. त्यानंतर आठ वर्षे (१९६८ ते १९७६) ते त्याच राज्याच्या उच्च न्यायालयात न्यायाधीश होते. शिवकांत शुक्ला विरुद्ध ए. डी. एम. जबलपूर या केसच्या त्यांनी १ सप्टेंबर, १९७५ रोजी दिलेल्या संस्मरणीय निर्णयासाठी ते मान्यता पावलेले आहेत. जबलपूर येथील ख्यातनाम अधिवक्ता ('सरदारसाहिब' या नावाने ओळखले जाणारे.) राजिंदरसिंग यांनी त्या केसमध्ये कोर्टाचे खास सल्लागार म्हणून काम केले होते. 'अंतर्गत सुरक्षा कायद्या'त महत्त्वाचे बदल घडवून आणल्यानंतर आणि आणीबाणीची अधिकृत घोषणा झाल्यानंतर कोणतीही लेखी याचिका कोर्टात सादरच करता येणार नाही, हे सरकारचे म्हणणे ए. पी. सेन यांच्या मध्यप्रदेश उच्च न्यायालयाने फेटाळून लावले. 'संविधानातील ३२ आणि २२६ या दोन कलमांतील संविधानिक उपायांना विधिमंडळाच्या सामान्य कायद्याने प्रतिबंध येत नाही, सामान्य कायदा तशी आडकाठी आणूच शकत नाही, त्यासाठी घटनादुरुस्ती हाच मार्ग अनुसरणे अनिवार्य आहे' असा महत्त्वाचा निकाल ए. पी. सेन आणि आर. के. तन्खा या दोघा न्यायमूर्तींनी दिला.

आणीबाणीच्या काळोखात शिवकांत शुक्ला विरुद्ध ए. डी. एम. जबलपूर या केसच्या उच्च न्यायालयाच्या धाडसी निकालांसारखे जे काही मोजके (देशातल्या उच्च न्यायालयांचे एकूण नऊ) मुक्तीचे, स्वातंत्र्याचे दीप प्रज्वलित होत होते, ते सर्व एप्रिल, १९७६ मधल्या सर्वोच्च न्यायालयाच्या कुविख्यात निर्णयाने पार विझवून टाकले. महायुद्धाच्या काळातील इंग्लंडमधल्या लिव्हरसिज विरुद्ध अँडरसन – १९४२, अपील केस २०६, या खटल्याचा हाउस ऑफ लॉर्ड्सने (त्या काळातील इंग्लंडमधील सर्वोच्च न्यायालयाने) जो निकाल दिला होता त्याचे वर्णन 'कॉन्स्टिट्युशनल अॅन्ड अॅडमिनिस्ट्रेटिव्ह लॉ'[३९] – या पुस्तकाच्या ई. सी. एस. वेड नावाच्या लेखकाने 'युद्धाच्या नावाखाली खपवल्या जाणाऱ्या प्रशासनाचे बेछूट निर्णय कायद्याच्या कसावर घासून घेण्याची न्यायालयांची अनिच्छा' असे केले आहे. ए. डी. एम. जबलपूर खटल्याच्या वेळी तर सर्वोच्च न्यायालयाला पुढे करायला युद्धाचेही कारण नव्हते! देशात त्या वेळी शांतता नव्हती, अगदी स्मशानशांतताच होती. तो खटला, त्याचा सर्वोच्च न्यायालयाने केलेला निवाडा हा स्वतंत्र देशाच्या न्यायसंस्थेवरील एक फार मोठा काळिमा आहे. ए. पी. सेन यांनी नि:पक्षपाती निर्णय देण्याचे जे धाडस दाखवले त्याची शिक्षा त्यांना भोगावीच लागली, नंतर हा निर्णय सर्वोच्च न्यायालयाने अपीलात फिरवला. जून, १९७६मध्ये त्यांची तडकाफडकी, अकारणच राजस्थानला बदली करण्यात आली. आणीबाणी उठल्यानंतर फेब्रुवारी, १९७८मध्ये त्यांना 'मध्यप्रदेश उच्च न्यायालयाचे मुख्य न्यायाधीश' म्हणून मानाने परत बोलावण्यात आले.

त्यानंतर लवकरच त्यांची पदोन्नती होऊन ते सर्वोच्च न्यायालयाचे न्यायाधीश झाले. त्यांची नम्रता एवढी पराकोटीची होती की, या सन्माननीय नेमणुकीबद्दल

बोलताना ते म्हणाले होते की, 'त्यांच्या ऐवजी त्या जागेसाठी जास्त लायक असलेले, त्यांचे आदरणीय प्राध्यापक जी. पी. सिंग[४०] यांची नेमणूक व्हायला हवी होती, (प्राध्यापक सिंग १९७८ ते १९८४ या काळात मध्यप्रदेश उच्च न्यायालयात न्यायाधीश होते.) ए. पी. सेन यांच्याशी माझी आणि माझ्या पत्नीची खूपच जवळीक निर्माण झाली होती. ते एकच न्यायाधीश होते, ज्यांना भेटायला आम्ही दिल्लीत त्यांच्या घरी बऱ्याच वेळा जायचो. ते जेव्हा निवृत्त झाले तेव्हा मी त्यांना एक पत्र लिहिले होते, त्यात मी लिहिले होते, 'मी तुमच्यासमोर घेऊन आलेल्या विशेष परवानगी याचिकांपैकी एकही तुम्ही स्वीकारली नाहीत, सगळ्या तडकाफडकी फेटाळून लावल्यात, पण तरीसुद्धा आता मला तुमची उणीव प्रकर्षाने जाणवेल!' एकदा तर त्यांनी मला इतके खजील केले की, माझी एक याचिका पाहून ते मला म्हणाले, 'श्री. नरीमन, ही विशेष परवानगी याचिका तुम्ही घेऊन आला आहात एवढीच काय ती त्यात जरा बरी, जराशी महत्त्वाची बाब आहे! डिसमिस्ड!! (फेटाळली!!)' हे वाक्य उच्चारताना त्यांनी ओढून ताणून गंभीर ठेवलेला चेहरा त्यांना वाक्य संपल्यावर काही तसाच ठेवता आला नाही. आम्ही दोघेही खळखळून हसलो! हा विनोदाचा भाग सोडला तर ए. पी. सेन एखाद्या डोंगरासारखे ताठ आणि अचल होते, विशेषत: 'वृत्तपत्रांचे स्वातंत्र्य' आणि 'व्यक्तिगत स्वातंत्र्य' हे दोन विषय त्यांच्या अगदी जिव्हाळ्याचे होते. त्या दोन स्वातंत्र्यांवर घाला घालणाऱ्यांवर ते जखमी वाघासारखे तुटून पडायचे. त्या बाबतीतल्या कोणत्याही अन्यायाविरुद्धच्या लढ्यात यथोचित न्यायासाठी कोणीही त्यांच्यावर विसंबून निश्चिंत राहावे अशी परिस्थिती होती. आम्ही 'इंडियन एक्सप्रेस'च्या केसच्या[४१] बाबतीत तेच केले. त्या केसशी संबंधित असणे ही मी माझ्या आयुष्यातली एक अत्यंत अभिमानास्पद अशी घटना समजतो. त्याची कथा सांगायची तर 'प्रथम वंदन' त्याच्या 'स्फूर्तिस्थाना'ला केले पाहिजे.

रामनाथ गोएंका.. 'इंडियन एक्सप्रेस'समूहाचे संस्थापक आणि व्यवस्थापकीय संचालक आणि संपादक. धैर्याचा मूर्तिमंत पुतळा. रात्री-बेरात्री जरी हाक दिली तरी छाती पुढे काढून, ताठ मानेने, पूर्णपणे अनपेक्षित अशा संकटाचा, कोणतीही पूर्वतयारी नसतानाही अटी-तटीचा सामना करायला सिद्ध असणारा माणूस. नेपोलियन अशा प्रकारच्या धैर्याला, मनोबलाला 'टू ओ क्लॉक इन द मॉर्निंग काइंड' असे म्हणायचा. रामनाथ गोएंका यांनी जून, १९७५मधील देशातील आणीबाणीला मोठ्या कणखरपणे, निर्धाराने, जिद्दीने, हिमतीने तोंड दिले. ती मागे घेतली जाईपर्यंत (मार्च, १९७७पर्यंत) ते एखाद्या पेटून उठलेल्या स्वातंत्र्यसैनिकाच्या तडफेने, वृत्तपत्रीय स्वातंत्र्यावर सत्ताधीशांनी घातलेली बंधने झुगारून देऊन त्याच्या रक्षणासाठी खंबीरपणे लढले. त्या काळात मुसक्या बांधलेल्या सर्व प्रसारमाध्यमांचे तेच आधारस्तंभ

होते. सरकारने इंडियन एक्सप्रेस समूहाच्या मागे कोर्टाचा ससेमिरा लावला होता. 'कंपनी ॲक्ट, १९५६' या कायद्याखाली कुठल्या तरी आवश्यक कागदपत्रांची पूर्तता केलेली नाही, केली असली तर ती निर्धारित वेळेत केलेली नाही असे अनेक तकलादू आरोप समूहावर ठेवण्यात आले होते आणि त्याविरुद्ध, मुद्दाम, देशभरातील निरनिराळ्या ठिकाणच्या कोर्टात त्यांच्यावर दावे लावण्यात आले होते. जवळ जवळ प्रत्येक न्यायालयातील (जुलमी शासनाचे 'होयबा') न्यायाधीश आकसाने 'समूहाच्या व्यवस्थापकीय संचालकांनी स्वत:च कोर्टात हजर राहिले पाहिजे' असा हुकूम काढायचे. रामनाथजी या गावाहून त्या गावाला न्यायालयात हजेरी लावीत पायाला भिंगरी लावल्यासारखे हिंडत होते, पण त्यांनी 'दे माय धरणी ठाय' करून हतबल करण्याचा सरकारचा कुटिल हेतू कणभरही सफल होऊ दिला नाही. ते शांत राहिले, आपल्या विहित कार्यापासून ढळले नाहीत. ते त्या काळात 'मूर्तिमंत धैर्य'च झाले होते. हाडांचा क्षय झाल्याने वयाच्या अवघ्या पंचविसाव्या वर्षी एक पाय कापून टाकलेल्या, दुर्दैवाने गांजलेल्या अवस्थेत सुप्रसिद्ध इंग्लिश कवी विल्यम हेन्ले यांनी हॉस्पिटलमधील अंथरुणावरून लिहिलेल्या 'इन्व्हिक्टस' – अजेय – या अजरामर कवितेतील ओळी जणू त्यांचेच वर्णन करतात :

परिस्थितीचा विळखा पडला, शरीर जखडले, पिळून निघाले,
तोंडावाटे तरीही माझ्या हूं का चूंऽही नाही निघाले
दुर्दैवाने टोला हाणला, माथा फुटला, रक्त वाहिले,
मान तरीही ताठ राहिली, शिरही माझे नच झुकले!
काळकोठडी नशिबी आली, हाल कितीही झाले,
डगमगले ना तिळभरही मन अन् धैर्यही नाही खचले
कारण माझ्या प्रारब्धाचा शिल्पकार मी आहे,
अजेय आहे आत्मा माझा, मीच तयाचा स्वामी आहे!

शत्रूला कितीही छळले तरी तो झुकत नाही, दयेची याचना न करता ताठ मानेने सर्व सहन करतो असे लक्षात आले की, जुलूम करणारा जास्तच चवताळतो. सरकारचेही तसेच झाले. सरकारच्या दडपशाहीला विरोध करण्याच्या सर्व हालचालींची सूत्रे त्या वेळी इंडियन एक्सप्रेसच्या मुंबईतील बहादुर शहा जाफर मार्गावरील मुख्य कार्यालयातून हलवली जायची. त्या कार्यालयावरच सरकारने वक्र दृष्टी वळवली. नगरपालिकेच्या कुठल्यातरी उपकायद्याचे उल्लंघन झाले आहे अशी नोटीस पाठवून ती इमारत जमीनदोस्त करण्यासाठी नगरपालिकेला सोपवण्याचा हुकूम बजावण्यात आला, मग मात्र गोंका यांनी संविधानाच्या ३२व्या कलमाचा आधार घेऊन देशाच्या सर्वोच्च न्यायालयाचे दरवाजे ठोठावले, पर्यायाने सरकारच्या बेधुंद सत्तेलाच ललकारले!

संपादक अरुण शौरी, चार्टर्ड अकाउंटंट एस. गुरुमूर्ती आणि ॲडव्होकेट अरुण जेटली यांच्यासारखी ताकदीची मंडळी त्यांच्या मदतीला धावली. कोर्टात त्यांचे प्रतिनिधित्व मी केले. आमच्या सुदैवाने केस ए. पी. सेन यांच्या नेतृत्वाखालील न्यायासनासमोर सुनावणीसाठी आली. दुसरे कुठलेही कारण असते तर जराशा नकारार्थी वृत्तीच्या एपींकडून साहाय्य मिळवणे जरा कठीणच गेले असते, पण ते ज्याविषयी अगदी हळवे होते तोच, वृत्तपत्र स्वातंत्र्याचा प्रश्न होता, त्यामुळे ते सोपे झाले. ए. पी. फारसे बोलत नसत, पण अत्यंत काळजीपूर्वक ऐकत असत. भुंकणारी कुत्री चावत नाहीत, जी कधी भुंकत नाहीत त्यांचा चावा मात्र हाडापर्यंत पोहोचणारा असतो. 'आमच्या केसमधील सरकारची भूमिका अन्यायाची आहे' अशी एकदा त्यांची खातरी पटल्यावर त्यांनीही केस नेटाने चालू ठेवली. प्रश्नांची धार तीक्ष्ण राखली, कठोरपणे सत्य ओढून बाहेर काढले. जवळ जवळ एक वर्ष ती केस, थोड्या थोड्या अंतराने, सुनावणीसाठी येत राहिली आणि अखेरीस योग्य, न्याय्य निर्णयाप्रतही पोहोचली. प्रमुख निकालात (ए. पी. सेन यांनीच तो जाहीर

दिल्लीमध्ये पारशी अंजुमनच्या दिवशी बाप्सी व फली नरीमन – नीना व खुर्शीद या आपल्या नातवंडांसह

केला.) कोर्टाने ह्या गोष्टी मान्य केल्या की ज्या जमिनीवर एक्सप्रेसचे ऑफिस आणि छापखाना उभे आहेत तिचा लांब मुदतीचा भाडेकरार संपल्यावर त्या जमिनीचा ताबा मागणे आणि इमारती पाडून टाकणे हे दोन्ही हुकूम केवळ इंडियन एक्सप्रेसचा आवाज बंद करण्याच्या उद्देशाने काढण्यात आले आहेत, ते संविधानाच्या १४व्या कलमाचा संदर्भ घेऊन १९ –१(अ) त्याचे उल्लंघन करणारे आहेत आणि कोर्टाने ३२व्या कलमातहत दाखल करण्यात आलेली याचिका स्वीकारून नगरपालिकेने काढलेले हुकूम फेटाळून लावले. सत्तेची ताकद वापरून संविधानिक हक्कसुद्धा पायाखाली तुडवण्याचे विद्यमान सरकारचे बेमुर्वत बेत न्यायासनाने धुळीला मिळवले. मला आठवते आहे, ही दीर्घ लढाई लढताना कधी कधी मी वैतागायचो, माझा धीरसुद्धा डळमळायचा. मी रामनाथजींना म्हणायचो देखील, 'का नाही तुम्ही सरकारशी जरा नमते घेत आणि काहीतरी तडजोड करीत?' ते धीरोदात्तपणे, ताठ मानेने, निर्धाराने लढणाऱ्या योद्ध्याच्या आत्मविश्वासाने, मुठी वळवून मला म्हणायचे, 'नाही, नरीमन, नाही. मी लढणार, शेवटच्या श्वासापर्यंत लढणार!!'

ए. पी. सेन यांचे एक वैयक्तिक ऋण आहे माझ्यावर. त्यांनी माझी डॉक्टर आर. के. कारोली यांच्याशी पुनर्भेट घडवली. आम्ही जेव्हा मे, १९७२मध्ये दिल्लीला आलो तेव्हा प्रथम ७, सफदरजंग लेनमध्ये राहात होतो. तो बंगला इंदिरा गांधी यांच्या निवासस्थानाच्या बरोबर मागेच असल्याने तेथे पाणी आणि वीज अगदी मुबलक होती. त्या काळात दिल्लीतील तो सर्वांत उत्तम निवासी भाग होता. संध्याकाळच्या वेळी आशियातील तमाम पक्षीगण आमच्या बागेत हजेरी लावायचे. तिथे राहात असताना आमची डॉक्टर कारोली यांच्याशी ओळख झालेली होती. ते नुसते उत्तम डॉक्टरच नव्हते, तर ते राष्ट्रपतींचे खास डॉक्टर होते! मी १९७५मध्ये राजीनामा दिला. त्यानंतर आमचा त्यांच्याशी संपर्क तुटला होता. ए. पी. सेन निवृत्त झाल्यावर नागपूर येथे स्थायिक झाले होते. दिल्लीला आले असताना आमच्या हौज खासच्या घरी जेवायला आले होते; त्यांनी मला सल्ला दिला की मी प्रकृतीच्या बाबतीत डॉक्टर कारोली यांना भेटावे. त्यांचा तो मलाही अतिशय पसंत पडलेला, आवडलेला उपदेश अर्थातच मी लगेच मानला आणि डॉक्टरांची भेट घेतली, त्यानंतर डॉक्टरांनी माझ्याच नाही तर माझी पत्नी आणि आमच्या संपूर्ण कुटुंबाच्या प्रकृतीस्वास्थ्याची कित्येक वर्षे काळजी वाहिली. दिल्लीत असताना आम्ही त्यांना कोणत्याही वेळी त्रास देत असूच, पण प्रवासाच्या निमित्ताने जगाच्या पाठीवर कुठेही असलो तरी तेथूनही आम्ही त्यांनाच फोन करून कुठले औषध, कसे घेऊ असले प्रश्न विचारून त्यांचा अमूल्य सल्ला घेत असू. ते हृदयरोगातील तज्ज्ञच होते, पण माणसाच्या शरीरातल्या कोणत्याही अवयवाची दुखणी ते बरी करू शकत असत. डॉक्टर कारोली हे नरीमन कुटुंबाचा एक अत्यंत उपयुक्त घटक बनले होते.

एकदा का माणसाने सत्तरी पार करून ऐंशीत प्रवेश केला की, त्याला एका 'जीवनाधारा'ची गरज भासते. माझ्या बाबतीत बाप्सी, माझी प्रिय पत्नी हा माझा पहिला आणि प्रमुख जीवनाधार आहे आणि आता दुसरा 'नवजीवनाधार' लाभला आहे तो आमच्या लाडक्या दोन नातवंडांचा! नीना आणि खुर्शीद. त्यांना रोज भेटले, त्यांच्याशी बोलले, त्यांच्या बरोबर वेळ घालवला की नवी शक्ती मिळते, वार्धक्य विसरायची संधी मिळते. आणखी एक बळकट आधार मिळतो तो अनेक जिवलग मित्रांकडून. मुंबईला राहणाऱ्या तीन जिवलगांचा उल्लेख केलाच पाहिजे. लिमजी सी. मिस्त्री, बोमी एम. मिस्त्री आणि रुसी लाला. मी मुंबईला गेलो की त्यांना भेटतोच

जिवलग मित्र – बोमी मिस्त्री आणि फली नरीमन

हे काही वेगळे सांगायला नको, पण दिल्लीला असलो तरी आमचा सतत फोनवरून संपर्क असतो. त्या तिघांची मला अपरिमित मदत होत आलेली आहे. मी कायम त्यांच्या ऋणात राहू इच्छितो. हे माझे तीन जीवनाधार प्रेम, माया, जिव्हाळा देऊन मला मानसिक रित्या संपूर्ण निरोगी राखतात, पण चांगले जीवन जगायला मनाबरोबर शरीराचे आरोग्यही उत्तम असावे लागते. तो वैद्यकीय आधार मला डॉक्टर कारोली पुरवतात, म्हणूनच मी आधी म्हणालो त्याप्रमाणे ते आमच्या दैनंदिन जीवनाचा (विशेषत: आजारीपणात, अचानक उद्भवलेल्या संकटात) एक अविभाज्य भागच बनले आहेत. ते हे सगळे आमच्यासाठी निरपेक्ष सेवाभावाने आणि जुन्या मैत्रीला जागून करीत असतात. मी जेव्हा जेव्हा डॉक्टरांकडे जातो, किंवा त्यांच्याशी फोनवर

बोलतो त्या त्या वेळी मला ए. पी. सेन यांची आवर्जून आठवण होते आणि मी अभावितपणे त्यांच्या आणि डॉक्टर कारोली या दोघांच्याही क्षेम कुशलाची देवाजवळ प्रार्थना करतो, 'देवा, या माझ्या सुहृदांना जप, त्यांच्यावर कृपादृष्टी ठेव!!'

***

असे म्हटले जाते की ज्या न्यायाधीशांना समाजकारणाचा दृष्टिकोन नसतो, जनहिताविषयी आस्था नसते ते न्यायाधीश समोर आलेल्या नेमक्या प्रश्नांच्या कायदेशीर उत्तरांचे उत्तम संशोधक होऊन राहतात, पण ते समाज स्वच्छतेच्या संघर्षातले योद्धे होऊ शकत नाहीत. या कायदासंशोधन कौशल्याचेही अनेक सदुपयोग असतातच. मला असे वाटते की, प्रगतिशील न्यायपद्धतीमधील वरच्या स्तरात, म्हणजे उच्च आणि सर्वोच्च न्यायालयातील न्यायाधीशांच्यात पंचाहत्तर टक्के असे अचूक निकाल देणारे कायदासंशोधक आणि फक्त पंचवीस टक्केच 'धर्मयोद्धे' न्यायाधीश असले, तर ते मिश्रण आदर्श ठरेल.

धीरूभाई ए. देसाई हे त्यांचे न्यायक्षेत्रातील मार्गदर्शक कृष्णा अय्यर यांच्यासारखेच धर्मयोद्ध्या न्यायाधीशांपैकी एक होते. अमेरिकेच्या सर्वोच्च न्यायालयातील जज्जेसविषयी अनादराने असे म्हटले जाते की, 'ते एकदा त्या पदावर आरूढ झाले की, मग ते त्यांच्या मनाला येईल ते करू शकतात!' हे वाचल्यावर अनेक जण जराशा काळजीने असा विचार करू लागले असतील की, मग आपल्या सर्वोच्च न्यायालयातले न्यायाधीशही तसेच करतात का? मी त्यांना खातरीपूर्वक सांगेन की, 'मुळीच काळजी करू नका. कुठल्याही प्रकारच्या अन्यायांचे न्यायालयीन परीक्षण आणि गरजेनुसार न्यायालयीन हस्तक्षेप या गोष्टी आपल्याकडे अजिबात नवीन, अनोळखी नाहीत. आज कित्येक वर्षे धीरूभाई देसाई यांच्यासारख्या अगणित न्यायाधीशांनी तो धर्म म्हणून कसोशीने पाळला आहे.' खरोखरच धीरूभाई प्रगतिशील विचारांचे आणि स्वतंत्र वृत्तीचे न्यायाधीश होते आणि म्हणूनच मला खूप प्रिय होते.

धीरूभाईंचे नाव घेतले की, आठवते ती गुजरात उच्च न्यायालयातील 'वूडपॉलीमर केस!' वूड पॉलीमर विरुद्ध बेंगाल हॉटेल्स प्रायव्हेट लिमिटेड, १०९ आयटीआर १७७ – १९७७. या दोन कंपन्यांच्या विलिनीकरणाची योजना आखली गेली होती. दोन्ही कंपन्यांच्या, कायद्यानुसार आवश्यक असणाऱ्या भागधारकांच्या बहुमताने तिला मान्यताही दिली होती, तरीही कोर्टाने त्या योजनेला मंजुरी नाकारली, कारण कंपनी अधिनियम १९५६च्या आधारे कोर्टाने असे मत दिले की, हे विलिनीकरण करण्याचा घाट केवळ कर चुकवण्याच्याच हेतूने घालण्यात आला आहे. त्या दोन कंपन्यांपैकी एका कंपनीची इमारत कोणताही भांडवली फायद्यावरील कर – कॅपिटल गेन टॅक्स – न भरता दुसऱ्या कंपनीच्या मालकीची करून घेता यावी, यासाठी ती

योजना राबवण्यात येत होती. एक कंपनी बंद न करताच दुसऱ्या कंपनीत विसर्जित केली जाणार होती, म्हणजे त्यातही भांडवली फायद्यावरील कर वाचणार होता. हे करचुकवेगिरीचे कारस्थान धीरूभाईंनी ती योजना फेटाळून उधळून लावले. त्यांना जे उचित, न्याय्य वाटले ते त्यांनी निर्भयपणे केले. या त्यांच्या निर्णयात आम्हाला त्यांच्या सामाजिक सजगतेचे दर्शन घडले.

त्याच्याही बरीच वर्षे आधी, १९७१मधली गोष्ट असेल, त्या वेळी मी मुंबईत वकिली करीत होतो. गुजरातमधील एका कंपनीच्या प्रमुख संचालकांनी माझ्या माहितीच्या काही वकिलांना त्यांची कंपनी बंद करण्याबाबत सल्ला मागितला होता. ते वकील त्या केसच्या संदर्भात गुजरातला जाऊन 'कंपनी जज्ज'ना भेटून आले. त्या 'कंपनी जज्ज' बरोबर त्यांची जी प्रदीर्घ आणि सगळ्यांच्या डोक्याला पार मुंग्या आणणारी चर्चा झाली, त्याने ते अतिशय हताश झाले होते, वैतागले होते. त्याच चिंतेच्या सुरात माझ्याजवळ त्या कंपनी जज्जचे वर्णन करताना ते म्हणाले, 'फली, तो धीरूभाई देसाई म्हणून कंपनी जज्ज आहे ना, अरे, तो ठार वेडा आहे!!'

बंद होणाऱ्या कंपनीच्या संचालक मंडळावरील प्रत्येक सभासदाला पुढच्या सुनावणीच्या वेळी कोर्टात प्रत्यक्ष हजर राहण्याचा हुकूम फर्मावून त्या 'वेड्या' जज्जने त्याच्या वेडेपणाचा आणखी एक पुरावा दिला. धीरूभाईंनी सर्व सभासदांना खडसावून बजावले की, कंपनी बंद करण्यापूर्वी कर्मचाऱ्यांच्या प्रॉव्हिडंट फंडातील कंपनीचा हिस्सा जर त्यांनी पुढील सुनावणीच्या तारखेच्या आत जमा केला नाही तर त्या सगळ्यांना तुरुंगात पाठवले जाईल! धीरूभाईंच्या वेडात एक खोल, नेमका, सद्विचार होता. मला असे कळले की, पुढच्या सुनावणीच्या वेळी खरोखरच सर्व सभासद अहमदाबादच्या कंपनी कोर्टात भयचकित अवस्थेत हजर राहिले होते. एवढेच नव्हे तर, कायद्यानुसार बंधनकारक नसूनही त्यांनी कर्मचाऱ्यांच्या फंडातील कंपनीचा हिस्सा निमूटपणे भरून टाकला होता. नुसती कायद्याची झापडे लावून न्याय केला गेला असता तर खऱ्या न्यायाचा बळी गेला असता. धीरूभाईंनी जनहिताची चिंता केली, 'योग्य' न्यायाची कास धरली आणि त्वरित आणि परिणामकारक निकाल दिला.

त्या वेळेपासूनच माझ्या मनात या असाधारण न्यायाधीशांबद्दल आदर निर्माण झाला होता. त्यांना मी प्रत्यक्ष भेटलोही नव्हतो, पण त्यांच्या कार्यावर माझे बारीक लक्ष होते. सप्टेंबर, १९७७मध्ये त्यांची सर्वोच्च न्यायालयाचे न्यायाधीश म्हणून नेमणूक झाली तेव्हा ते केवळ ५८ वर्षांचे होते. अहमदाबादहून दिल्लीला जाताना त्यांनी त्यांचा गरीब, पददलितांविषयीचा, विशेषत: दुर्दैवी विधवा स्त्रियांबद्दलचा आत्यंतिक कळवळा आवर्जून आपल्याबरोबर नेला. त्यांच्या नेमणुकीला एक महिनाही झाला नव्हता, एका केसमध्ये मंडसूर या मध्यप्रदेशातील गावातल्या धान्यविक्रीचा परवाना रद्द झालेल्या एका छोट्या दुकानदाराच्या दुकानातील तांदूळ आणि गहू यांचा साठा

जप्त करण्याचा आदेश धीरूभाईंनी अयोग्य म्हणून घोषित केला.

तो हुकूम तेथील कलेक्टरने दिला होता. स्थानिक अपील अधिकाऱ्यांनी (सेशन्स जज्ज यांनी) असे सांगितले होते की, त्या दुकानदाराचा परवाना रद्द करणे ही शिक्षा पुरेशी आहे, धान्याचा ५०,००० रुपये किमतीचा साठा जप्त करण्याचा दंड देणे अयोग्य होईल. केस उच्च न्यायालयात गेली, तेथील न्यायाधीशांनी असे प्रतिपादन केले की, 'उपयुक्त वस्तु अधिनियम' हा फार गंभीर कायदा आहे, दुकानदाराने परवान्याच्या नियमांचे उल्लंघन केले आहे, तेव्हा त्याकडे गंभीरपणेच बघितले गेले पाहिजे आणि म्हणून धान्यसाठा जप्तीचा आदेश ही जास्तीची शिक्षा योग्य आहे. न्यायमूर्ती देसाई यांनी सर्वोच्च न्यायालयाच्या वतीने बोलताना उच्च न्यायालयाचा निकाल बाजूला सारून सेशन्स जज्जने दिलेला आदेश पुनर्स्थापित केला, त्यासाठी त्यांनी एका वादग्रस्त तांत्रिक मुद्द्याचे कारण पुढे केले. तो मुद्दा असा होता की, 'फौजदारी व्यवहार संहिते'प्रमाणे अपील अधिकाऱ्याच्या निष्कर्षात ढवळाढवळ करणे उच्च न्यायालयाच्या अधिकारकक्षेत बसत नाही'. हे सहेतुकपणे, ओढून ताणून केलेले विधान होते. तसे करण्याचे खरे कारण त्यांनी निकालपत्राच्या शेवटच्या दोन परिच्छेदांत उघड केले होते :

> परिच्छेद १७ – परवानाधारकाचा मृत्यू झालेला आहे, त्याच्या मागे त्याची निराधार विधवा पत्नी आणि लहान मुले आहेत. त्याचा व्यवसाय पुढे चालू राहू शकणार नाही. त्याच्या सुरक्षित ठेवीची रक्कम आधीच जप्त केली गेली आहे. या वस्तुस्थितीची जाणीव ठेवून धान्यसाठ्याच्या जप्तीच्या विरोधातील आदेशात उच्च न्यायालयाने हस्तक्षेप करायला नको होता, असे आमचे मत आहे.
>
> परिच्छेद १८ – त्या मताप्रमाणे हे कोर्ट याचिका मंजूर करीत आहे. उच्च न्यायालयाचा निर्णय फेटाळून सेशन्स जज्ज यांनी दिलेला निकाल पुनर्स्थापित करीत आहे.

हे अंत:करणाचे मार्दव, गरीब निराधार विधवा, लहान मुले यांच्याबद्दलचा कनवाळूपणा, त्यांच्या हाल-अपेष्टांविषयीची प्रामाणिक काळजी देसाई यांच्या सर्व प्रकारच्या खटल्यांच्या न्यायालयीन निर्णयात नेहमीच दिसून आली. ज्यांच्यावर दैव रुसले आहे अशांकडे त्यांनी अतिशय दयाळू दृष्टीने पाहिले. न्याय होणे सर्वांत महत्त्वाचे मानले. कायदा पाळून तो झाला तर उत्तमच, पण नाही तर कुशलतेने, चतुराईने कायद्याला वळवून, त्याला योग्य ती मुरड घालून 'न्याय झालाच पाहिजे'

हे तत्त्व त्यांनी पाळले. पुरातन काळी गावातील एखादे ज्ञानी आणि अनुभवी वृद्ध पामच्या झाडाखाली बसून, स्वत:च्या सद्‌सद्‌विवेकबुद्धीचा उपयोग करून लोकांच्यातील वाद सोडवायचे, पापी जनांना शिक्षा फर्मावायचे, योग्य, उचित न्याय करायचे. त्या जुन्या न्यायदानाच्या पद्धतीवरून कायद्याचा बाऊ न करता, परिणामप्रधान, व्यवहारचतुर अशा न्यायालयीन निर्णयांना 'पाम ट्री जस्टिस' अशी संज्ञा दिलेली आहे. धीरूभाई तसे 'पाम ट्री जस्टिस' करणारे न्यायाधीश होते, परंतु धीरूभाईंसारखे न्यायाधीश आपल्याला जास्त लाभले नाहीत, हे एका दृष्टीने बरेच झाले असे म्हणावेसे वाटते, कारण 'कायद्याचे शासन' असलेल्या आपल्या देशात, समाजात अशा प्रकारे जनहित साधण्यासाठी कायद्याला वाकवून दिलेल्या निर्णयांचा जर अतिरेक झाला, दुरुपयोग होऊ लागला तर ते देणाऱ्या न्यायाधीशांबद्दल सामान्यांच्या मनात गैरसमज निर्माण होऊ शकतो, आणि तसे झाले तर त्यात काही फार मोठी चूक आहे, असे म्हणता येणार नाही.

अशाच एका सर्वोच्च न्यायालयातील केसमध्ये मी वकील म्हणून काम पाहात होतो, त्याच्या निवाड्यातही धीरूभाईंनी याच त्यांच्या वैशिष्ट्याचे दर्शन घडवले होते आणि त्याविषयी सर्वत्र खूपच चर्चा, मतभेद झाले होते. ती केस होती, 'गुजरात स्टेट फायनान्शियल कॉर्पोरेशन' विरुद्ध 'लोटस हॉटेल प्रायव्हेट लिमिटेड' (१९८३) एआयआर १९८३ एससी ८४८ गुजरात फायनान्शियल कॉर्पोरेशनने एका लिखित करारानुसार लोटस हॉटेलला कर्ज देण्याचे मान्य केले होते. त्या कर्जातील शेवटची काही रक्कम देण्याचे कॉर्पोरेशनने नाकारले, त्यामुळे हॉटेलचे बांधकाम अपूर्ण राहिले होते. 'ती रक्कम करारानुसार मिळावी' असा हॉटेलने अर्ज केला. कॉर्पोरेशनने एक वेगळाच कायदेशीर मुद्दा काढला. कराराची पूर्तता झाली नाही, अशा तक्रारीच्या अर्जाला कायद्याप्रमाणे मंजुरी देता येत नव्हती. १९८३ साली कायदा असे सांगत होता की, केवळ करारातील अटी पूर्ण केल्या नाहीत या कारणास्तव राज्य सरकार अथवा कायद्यानुसार प्रस्थापित कॉर्पोरेशन्स यांच्याविरुद्ध अर्ज देता येणार नाही, त्यासाठी खटलाच दाखल करावा लागेल. सर्वोच्च न्यायालयाच्याच तीन सदस्यीय खंडपीठाने १९७७ सालच्या एका केसच्या निकालात अधिकृतरित्या हा आदेश दिलेला होता (राधाकृष्ण अगरवाल यांची केस – एआयआर १९७७ एससी १४९६), आणि लोटस हॉटेलच्या खटल्यासाठी दोनच न्यायाधीशांचे खंडपीठ नेमले गेल्याने तीन सदस्यांच्या खंडपीठाचा पूर्वनिर्णय देसाई यांच्यावर बंधनकारक होता. कायदा कॉर्पोरेशनच्या बाजूने होता, पण न्याय हॉटेलच्या! म्हणूनच धीरूभाईंनी कायद्याकडे काणाडोळा केला, न्यायावर नजर ठेवली आणि कॉर्पोरेशनला लोटस हॉटेलचा अर्ज मंजूर करण्याचा परमादेश दिला.

अमेरिकेच्या सर्वोच्च न्यायालयाचे दीर्घ काळापर्यंत न्यायाधीश असणारे न्यायमूर्ती

विल्यम जे. ब्रेनन म्हणत असत की, ‘कायदा आणि न्यायालये यांची भूमिका मानवजातीच्या हितकर्त्याची असली पाहिजे’. न्यायमूर्ती देसाई यांचीही अगदी हीच धारणा होती, त्यामुळेच सामान्यांना अडचणीत आणणाऱ्या, त्यांच्यावर अन्याय करणाऱ्या अशा कोणत्याही अविचारी कृती शासनाकडून, अधिकारी वर्गाकडून घडल्या असल्या, सत्तेचा दुरुपयोग होत असला, तर देसाई त्याचा पूर्ण शक्तीनिशी विरोध करीत. ‘जमीनदार’ वर्गाबद्दल त्यांना तिरस्कारच होता. माझ्या मते ती अतिरेकी भावना त्यांच्या उज्ज्वल कारकिर्दीला अशोभनीय होती. त्यांची आणखी एक अशीच कमजोरी होती. मालक आणि कर्मचारी, भांडवलदार आणि कामगार यांच्यातील कुठल्याही प्रकारच्या वादात ते कधीही, चुकून सुद्धा, मालकांच्या, भांडवलदारांच्या बाजूने निकाल देत नसत, देऊच शकत नसत. जमीनदार आणि भांडवलदार यांना त्यांच्या न्यायाचे दार कायम बंदच होते. न्यायाधीश म्हणून या दोन गोष्टी त्यांच्यातील उणिवा होत्या.

आपल्या भारतीय समाजातील प्रतिष्ठित, लब्धप्रतिष्ठित म्हणा हवे तर, वर्गात एक अवगुण हमखास प्रत्ययास येतो, तो म्हणजे दांभिकपणा. बाहेर एक आणि आत दुसरे. खाजगीत एक बोलतील, जाहीरपणे काहीतरी वेगळेच सांगतील. धीरूभाईंच्यात हा दोष अजिबात नव्हता. ते एक अत्यंत प्रामाणिक न्यायाधीश, निरागस वृत्तीचे माणूस होते. त्यांनी जे काही केले ते खुलेपणाने, छातीठोकपणे केले. ते अतिशय स्पष्टवक्ते होते, कोणाचीही भीड न बाळगणारे होते आणि सर्वांत महत्त्वाचे म्हणजे ते फार फार प्रेमळ होते.

जगाच्या इतिहासातील अतिमहान योद्ध्यांमध्ये ज्याची गणना केली जाते, तो फ्रेंच आरमाराचा धुव्वा उडवणारा ब्रिटिश नौदलाचा सेनापती नेल्सन हा एका डोळ्याने आंधळा होता, म्हणून देसाई यांच्यासारखा जो एखादा न्यायाधीश कायद्याकडे किंवा पूर्वापार निर्णयांकडे कानाडोळा करतो, त्याला ‘नेल्सन आय’ असे म्हणतात. तसे करणे हे कायद्यात बसत नसेल, कदाचित पण इंग्लिश साहित्यात तसे करण्याला फार सुंदर सबब सापडते. ख्यातनाम साहित्यिक, निबंधकार राल्फ वाल्डो इमर्सन याने लिहिले आहे :

> ‘शहाण्या माणसाने फार कायदा पाळू नये!’[४२]

लक्षात घ्या, इमर्सनच्या या वाक्यात ‘कायदा’ या शब्दावर जोर नसून तो ‘फार’वर आहे.

धीरूभाई देसाई यांनी उत्तम कार्य केले, ते ‘शहाणे’ होते आणि त्यांनी ‘फार’ कायदा पाळला नाही!!

टीपा :

१. सुपरिन्टेडेंट ॲन्ड रिमेंब्रन्स ऑफ लिगल अफेअर्स, वेस्ट बंगाल विरुद्ध कॉर्पोरेशन ऑफ कलकत्ता, एआयआर १९६७ एससी ९९७.
२. १९५९ एससीआर (परिशिष्ट) २६.
३. खरकसिंग विरुद्ध उत्तर प्रदेश सरकार, एआयआर १९६३ एससी १२९५.
४. (१९७५) २ एस्सीसी १४८.
५. डायरेक्टर ऑफ रेशनिंग विरुद्ध कॉर्पोरेशन ऑफ कलकत्ता, एआयआर १९६० एस्सी १३५५.
६. सुपरिन्टेडेंट ॲन्ड रिमेंबन्स ऑफ लिगल अफेअर्स, वेस्ट बंगाल विरुद्ध कॉर्पोरेशन ऑफ कलकत्ता, एआयआर १९६७ एससी ९९७.
७. ब्रिटिश डॉक्टर आणि विचारवंत डॉक्टर थॉमस फुलर (१६५४-१७३४) यांनी तीनशे वर्षांपूर्वी हे उद्‌गार काढले आहेत : 'तुम्ही कितीही श्रेष्ठ असा, कायदा तुमच्याहूनही, नव्हे सर्वांहून श्रेष्ठ आहे.' (विसाव्या शतकातील मान्यवर इंग्लिश न्यायाधीश) लॉर्ड डेनिंग यांच्यासमोर १९७७ साली एक केस आली होती, त्या केसमध्ये इंग्लंडचे महान्यायप्रतिनिधी – ॲटर्नी जनरल – यांना एका गौरियेट नावाच्या व्यक्तीने दिलेल्या माहितीवरून पोस्ट ऑफिसच्या कामगार संघटनेविरुद्ध कारवाई करण्यास महाअधिवक्ता यांनी नकार दिला होता, त्या वेळी महाअधिवक्ता या कायद्याच्या अतिउच्च पदावरील अधिकाऱ्याला उद्देशून लॉर्ड डेनिंग यांनी तेच वाक्य वापरले होते. आपल्या देशात अंतर्गत आणीबाणी पुकारली गेली होती (जून, १९७५ ते मार्च, १९७७) त्या काळात 'ऑल इंडिया रिपोर्टर'च्या प्रकाशकांच्या आमंत्रणावरून लॉर्ड डेनिंग भारतात आले होते. त्यांच्या भाषणांचा विषय म्हणूनही त्यांनी तेच वाक्य निवडले होते.
८. एआयआर १९५९, एससी १०७.
९. ए. के. कैपक विरुद्ध भारत सरकार, (१९६९) २ एससीसी २६२.
१०. (१९८०) ४ एस्सीसी ३७०.
११. स्टेट ऑफ महाराष्ट्र विरुद्ध प्रभाकर पांडुरंग संझगिरी, (१९६६) १ एससीआर ७०२.
१२. ए. के. गोपालन विरुद्ध स्टेट ऑफ मद्रास, १९५० एस्सीआर ८८.
१३. स्टेट ऑफ महाराष्ट्र विरुद्ध प्रभाकर पांडुरंग संझगिरी, (१९६६) १ एससीआर ७०२.
१४. एम. एच. होस्कोट विरुद्ध स्टेट ऑफ महाराष्ट्र, (१९७८) ३ एससीसी ५४४.
१५. सुनील बात्रा (१) विरुद्ध दिल्ली ॲडमिनिस्ट्रेशन, (१९७८) ४ एस्सीसी ४९४ आणि सुनील बात्रा (२) विरुद्ध दिल्ली ॲडमिनिस्ट्रेशन, (१९८०)

३ एससीसी ४८८.

१६. फ्रान्सिस कॅरोली मुलीन विरुद्ध ॲडमिनिस्ट्रेटर, यु.टी. ऑफ दिल्ली, (१९८१) १ एससीसी ६०८.

१७. ए.डी.एम. जबलपूर विरुद्ध शिवकांत शुक्ला, (१९७६) २ एससीसी ५२१

१८. एआयआर १९६५ एससी १०९६.

१९. एआयआर १९६५ एससी १०१७.

२०. संविधानाच्या ३१ ब या कलमानुसार कुठल्याही (केंद्र आणि राज्य यांच्या) कायद्यांना कलम १३, १४, १९ अथवा ३१ या 'मूलभूत हक्कां'च्या प्रकरणातील कलमांखाली आव्हान देता येत नाही.

२१. एआयआर १९६७ एससी ६३७.

२२. एआयआर १९५१ एससी ४५८.

२३. सज्जनसिंग विरुद्ध स्टेट ऑफ राजस्थान, एआयआर १९६५ एससी ८४५.

२४. कलम ३१ सी : विशिष्ट तत्त्वांच्या अंमलबजावणीसाठी कायद्यांना संरक्षण – कलम १३ अस्तित्वात असताना देखील संविधानाच्या चौथ्या प्रकरणातील सर्व अथवा काही तत्त्वे सुरक्षित राखण्याच्या राज्याच्या धोरणाच्या अंमलबावणीसाठी केलेल्या कोणत्याही कायद्याला तो कलम १४ किंवा कलम १९ मधील हक्कात कपात करतो अथवा ते हक्क हिरावून घेतो, असे कारण दाखवून अवैध ठरवता येणार नाही, तसेच ज्या कायद्यामध्ये त्या तत्त्वरक्षणाचा उद्देश जाहीर केला गेला आहे असा कायदा ते धोरण राबवीत नाही, असा आक्षेप घेऊन त्याच्या वैधतेविषयी कोणत्याही न्यायालयात प्रश्न उपस्थित करता येणार नाही. जर असा कायदा एखाद्या राज्याच्या विधिमंडळाने केलेला असेल, तर जोपर्यंत त्या कायद्याला राष्ट्रपतींची मंजुरी मिळत नाही, तोवर या कलमाच्या तरतुदी लागू होणार नाहीत.

२५. केशवानंद भारती (१९७३ ४ एससीसी २२५) या केसची सुनावणी १३ सदस्यांच्या खंडपीठासमोर तीन महिन्यांहून आधिक काळ चालली होती.

२६. आर. सी. कूपर विरुद्ध भारत सरकार, (१९७०) १ एससीसी २४८.

२७. पाहा – 'लीव्हज् फ्रॉम माय लायब्ररी : ॲन इंग्लिश अँथॉलॉजी' (१९८६) – 'माझ्या ग्रंथालयातील काही पाने : एक इंग्लिश साहित्यसंग्रह' – लॉर्ड डेनिंग, बटरवर्थ्स, लंडन, प्रस्तावना, पृष्ठ ५ आणि ६. हे रूपक ख्रिस्तपूर्व काळातील रोमन कवी होरीस याचे आहे.

२८. (१९७४) १ एससीसी ८३१.

२९. (१९७८) एससीसी ४४७.

३०. कुदरत उल्ला विरुद्ध म्युनिसिपल बोर्ड, (१९७४) १ एससीसी २०२.

३१. एआयआर १९६६ एससी १९८७.

३२. भारत सरकार विरुद्ध संकलचंध हिंमतलाल शेठ, (१९७७) ४ एससीसी १९३.
३३. (१९६७) ३ एससीआर ५२५.
३४. मनेका गांधी विरुद्ध भारत सरकार, १९७८ (१) एससीसी २४८.
३५. १९६७ (३) एस्सीआर ५२५.
३६. एआयआर १९७६ एस्सी १२०७.
३७. मुंबई उच्च न्यायालयात हे जाहीर करण्यासाठी एक अर्ज दाखल केला गेला होता की, वादी (सूनावाला) आणि प्रतिवादी (नटवरलाल) यांच्यामध्ये अंमलबजावणी करण्याजोगा कोणताही करार अस्तित्वात नाही. मध्यस्थ म्हणून ज्यांना नेमले गेले होते, त्यांना वादी आणि प्रतिवादी ज्या 'ईस्ट इंडिया कॉटन असोसिएशन'चे सभासद होते त्याचे कायदे, पोटकायदे यांवरून त्या दोघांमध्ये निर्माण झालेल्या वादांसंबंधी कोणतेही अधिकृत निर्णय घेण्याचे अधिकार नाहीत. न्यायमूर्ती जे. सी. शहा यांनी एकट्यानेच या केसची सुनावणी ऐकली आणि त्यांनी असा निकाल दिला की मध्यस्थांना दोन बाजूंमधील कराराची वैधता ठरवण्याचा अधिकार नाही.
३८. सर्वोच्च न्यायालयात गेल्या ५५ वर्षांत सुमारे १७० न्यायाधीश नेमले गेले आहेत. न्यायमूर्ती जे. सी शहा यांनी न्यायालयाचे वतीने ५९५ खटल्यांचे निकाल दिलेले आहेत. हा विक्रम न्यायमूर्ती के. रामस्वामी यांनी मोडलेला आहे. त्यांनी १,४२८ खटल्यांचे निवाडे केलेले आहेत. खरोखरच हे स्पृहणीय असे कार्य आहे. हे मी एकदा कोणासमोर तरी बोललो असताना मला अशी माहिती मिळाली की, रामस्वामी यांचे प्रत्यक्ष खटल्यांचे, अपीलांचे असे निकाल ३०३च आहेत, बाकीचे (लॉ रिपोर्टसमध्ये छापले गेलेले.) 'आदेश' ११२५ आहेत, तरीही स्पृहणीयच!
३९. 'कॉन्स्टिट्युशनल अॅन्ड अॅडमिनिस्ट्रेटिव्ह लॉ' (१९८६), दहावी आवृत्ती, ई. सी. एस. वेड अॅन्ड ए. डब्ल्यु. ब्रॅडली, लाँगमन, लंडन आणि न्यूयॉर्क.
४०. कायद्यांचे अर्थ समजावून सांगणारे शैक्षणिक, क्रमिक पुस्तक 'प्रिन्सिपल्स ऑफ स्टॅच्युटरी इंटरप्रिटेशन्स' (२००६) दहावी आवृत्ती, न्यायमूर्ती जी. पी. सिंग, वधवा अॅन्ड को. नागपूर.
४१. एक्सप्रेस न्यूजपेपर्स आणि इतर विरुद्ध भारत सरकार आणि इतर, १९८६ (१) एससीसी १३३.
४२. इमर्सन यांच्या १८४४ साली प्रसिद्ध झालेल्या (राजकारणावरील) एका निबंधातून : 'प्रत्येक राज्यसत्ता अनैतिकच असते. शहाण्या माणसाने फार कायदा पाळू नये. 'पॉलिटिक्स' म्हणजे 'राजकारण' यातील मूळ 'पॉलिटिक' या शब्दाचा अर्थ 'शहाणा, समजुतदार' असा आहे, यासारखा दुर्दैवी विरोधाभास जगात अन्य कोणताही नसेल; त्यावरून हेच सिद्ध होते की, राजकारण, राज्यसत्ता हीच एक फार-फार मोठी चलाखी आहे.'

◆

प्रकरण १५

न्यायव्यवस्था – हक्क आणि कर्तव्ये

न्यायासनावर बसणाऱ्या काही स्त्रियांना अथवा पुरुषांना काही वेळा त्या आसनाच्या अधिकारांच्या, त्याच्या शक्तीच्या व्याप्तीची (आणि मर्यादांची) कल्पना नसते, जाणीव नसते; आवश्यक त्या नेमक्या वेळी न्यायालयीन संयम वापरण्याची संवेदनशीलता नसते. संविधानाने त्या आसनावर बसणाऱ्यांवर जी न्यायदानाची अत्यंत अवघड जबाबदारी सोपवलेली आहे, ती पार पाडायला तसे (काही) स्त्री-पुरुष लायक नसतात. याचा अर्थ असा होतो की, आपल्या न्यायसंस्थेच्या (निदान) उच्च स्तरातील न्यायाधीशांची निवड करण्याची जी पद्धत सध्या वापरली जाते, त्यापेक्षा आधिक चांगली, परिणामकारक पद्धत वापरण्याची वेळ आलेली आहे.

काही संस्मरणीय न्यायाधीशांच्या महान कार्याचे, त्यांच्यातील असाधारण, अनुकरणीय गुणांचे वर्णन, त्यांच्याविषयीच्या विचारप्रवर्तक आठवणी वाचताना अनेकांच्या मनात साहजिक डोकावलेला 'सध्याची न्यायपद्धती' हा अत्यंत जिव्हाळ्याचा विषय टाळणे योग्य ठरणार नाही, खरे म्हणजे तो मुद्दा स्पष्ट शब्दांत मांडायचा असेल, तर 'खऱ्या न्यायाचा शोध' असे म्हणायला हवे. विचारवंत न्यायाधीश रोनाल्ड डॉर्किन यांचे याबद्दल असे म्हणणे आहे की – दुर्दैवाची गोष्ट अशी आहे की, ज्या संविधानाने न्यायाधीशांना त्यांचे स्थान प्राप्त करून दिले त्या संविधानाच्या निर्मात्यांशी, त्यांनी घटना लिहिताना मनात बाळगलेल्या मनोधारणेशी आजच्या न्यायाधीशांचा दुरन्वयानेही संबंध राहिलेला नाही; खरे पाहायला गेले तर न्यायाधीशांनी जणू घटनाकारांच्या मांडीला मांडी लावून बसल्यासारखे, त्यांच्या बरोबरीने, त्यांच्या साहाय्यकांची भूमिका घेऊन 'संविधान' हा एक सातत्याने चालू राहणारा 'आपला' प्रकल्प आहे, हे लक्षात ठेवून, घटनाकारांच्या मूळ कल्पनेचे, त्यांना जे सद्‌हेतु पूर्ण व्हायला हवे होते, जे परिणाम साधले जायला हवे होते त्यांचे भान ठेवून, त्यांचा संदर्भ जराही न विसरता, त्या ऐतिहासिक, अत्यंत महत्त्वपूर्ण दस्तऐवजाचा अर्थ, बदलता काळ, परिस्थिती यांच्या नव्या प्रकाशात वारंवार नव्याने समजावून घेतला पाहिजे आणि त्याप्रमाणे न्यायदान केले पाहिजे.[१]

देशाच्या संविधानात पायाभूत मानलेल्या लोकशाहीच्या कल्पनेचाच डॉकिन यांनी पुरस्कार केला आहे. संविधानाने जी लोकशाहीची मूल्ये ग्राह्य धरली आहेत आणि त्या मूल्यांवर आधारित जे अनेक हक्क देशातील नागरिकांना बहाल केले आहेत, त्यांच्या अंमलबजावणीसाठी, त्यांच्या संरक्षणासाठी आणि त्यांचे उल्लंघन टाळण्यासाठी न्यायसंस्था अस्तित्वात आणलेली आहे, त्यासाठी कायदे, नियम यांची भली मोठी यादी तयार केली गेलेली आहे. न्यायसंस्थेने न्यायदान करताना त्या कायद्यांचे शब्द, त्यांची रचना, त्यातील अटी, तरतुदी यांपेक्षा ज्या मूल्यांच्या आणि हक्कांच्या रक्षणासाठी ते तयार केलेले आहेत, त्या मूल्यांकडे लक्ष केंद्रित केले

पाहिजे. खरा आणि योग्य न्याय त्या मूल्यांच्या जपणुकीने मिळतो, नुसत्या कायद्यातील कलमांच्या कडक पालनाने नाही. 'संख्याशास्त्रावर चालणारी, म्हणजे बहुमताच्या जोरावर चालणारी लोकशाही' पुरेशी नाही, तिला सर्व नागरिकांना समान लेखणारे, प्रत्येक व्यक्तीला, मग ती कोणीही असो, कुठल्याही जाती, वंश, धर्म, पक्षाची असो सारख्याच आदराने वागवणारे, संविधानाने प्रत्येकाला दिलेल्या मूलभूत सामाजिक आणि राजकीय हक्कांची हमी देणारे राजकीय निर्णयच आवश्यक आहेत. असे निर्णय जे शासन घेईल त्या शासनाने राबवलेल्या योजनांना 'सामूहिक, समान लोकशाही'चा बळकट आधार आवश्यक आहे, असे डॉर्किन यांचे म्हणणे आहे.

१९८०च्या दशकाच्या सुरुवातीला कॅनडाच्या राज्यघटनेतील हक्कांची सनद अस्तित्वात आल्याला पंचवीस वर्षे पूर्ण झाली, त्या रौप्यमहोत्सवाच्या निमित्ताने आंतरराष्ट्रीय नियतकालिकात बरेच लेख प्रसिद्ध झाले होते. त्यातील 'ऑक्सफर्ड जर्नल ऑफ लीगल स्टडीज'[२]मध्ये कॅनडातील ऑंटारिओ राज्यातील किंग्सटन या गावी असलेल्या क्वीन्स युनिव्हर्सिटीतील एका प्राध्यापकाने त्या वेळी नुकत्याच प्रसिद्ध झालेल्या 'कॉमन लॉ थिअरी ऑफ ज्युडिशियल रिव्ह्यू – द लिव्हिंग ट्री'[३] या पुस्तकाचे एक अतिशय उत्तम परीक्षण लिहिले होते – 'लोकशाही असलेल्या देशाच्या प्रशासनातील, संसद, विधिमंडळ यातील सर्व महत्त्वपूर्ण जागा मतदानाच्या, निवडणुकीच्या, बहुमताच्या माध्यमातून निवडल्या जातात, पण न्यायासनावर बसवण्यात येणाऱ्या लायक व्यक्तींची निवड त्या पद्धतीने केली जात नाही.' अशा भिन्न प्रकारे निवड केलेल्या न्यायाधीशांचे देशाच्या घटनात्मक धोरणाच्या संरचनेत कसे भरीव योगदान असते, कसा सक्रिय सहभाग असतो, या विषयाचा त्या अभ्यासपूर्ण प्रबंधासारख्या पुस्तकात लेखकाने ऊहापोह केला आहे. तो करताना तत्त्वज्ञान, राजकारण, संविधान आणि इतरही काही विशेष विषयांचा त्याने परामर्श घेतला आहे, त्यात लेखकाने देशातील न्यायसंस्थेतील अत्युच्च म्हणजे सर्वोच्च न्यायालयातील न्यायाधीशांच्या भूमिकेवर जास्त भर दिला आहे. त्याने न्यायाधीशांचे दोन गट पाडले आहेत. कॅनडाच्या संविधानाचा आदर करणारा, त्याला सतत उचलून धरणाऱ्या न्यायाधीशांच्या गटाला त्याने 'बूस्टर' गट – 'प्रोत्साहक' गट असे नाव दिले आहे आणि त्यावर टीका करणारा, त्याकडे दुर्लक्ष करणाऱ्या गटाला 'बॅशर' गट – 'संहारक' गट. 'प्रोत्साहकां'ना संविधानातील लवचिकपणाचा संपूर्ण अभाव हाच त्याचा सर्वांत मोठा गुण वाटतो, त्यामुळेच देशासाठी संविधान अमूल्य ठरते आणि 'संहारकां'ना तोच कडकपणा, ताठरपणा त्यातील सर्वांत मोठा दोष वाटतो.

पण लेखकाने पुढे असे म्हटले आहे की, हे दोन्ही दृष्टिकोन संविधानाच्या पोषणासाठी, संरक्षणासाठी परिपूर्ण, अनुकूल नाहीत. त्याच्या मते संविधानाला 'द लिव्हिंग ट्री'– 'एक सजीव वृक्ष'– मानले पाहिजे– ज्याची मुळे समाजाच्या

संविधानाविषयीच्या अतूट निष्ठेत, तिच्या इतिहासात घट्ट रुजलेली आहेत, ज्याच्या फांद्या म्हणजे काळ आणि परिस्थितीनुरूप जन्माला आलेले सर्वसामान्यांच्या हिताचे कायदे आणि खऱ्या, योग्य न्यायाची तत्त्वे आहेत. त्याच्या फांद्यात सातत्याने वाढ झाल्यामुळे त्यांच्या डेरेदार छायेत सर्व नागरिक सुखा समाधानात, निश्चिंतपणे जगत आहेत. लेखकाने (डब्ल्यू. जे. वालुचौ याने) याच कल्पनेचा पुढे विस्तार करून असेही दाखवले आहे की त्या फांद्यात जसा ताठपणाही असतो आणि लवचिकताही असते तशीच ती संविधानातही असते, या दृष्टिकोनातून त्याच्याकडे पाहिले पाहिजे. त्याने या मतालाही दुजोरा दिला आहे की संविधानाने नागरिकांना दिलेल्या व्यक्तिगत हक्कांच्या रक्षणाची जबाबदारी परंपरागत सामाजिक पायावर उभ्या केलेल्या संस्थेकडे म्हणजेच बहुमताचा, निवडणुकींचा मार्ग न चोखाळता निवड केलेल्या नि:पक्षपाती न्यायाधीशांच्या गटाने बनलेल्या न्यायसंस्थेवरच सोपवली गेली पाहिजे.

न्यायाधीश त्यांच्या समोर येणाऱ्या प्रश्नांची उत्तरे शोधताना, म्हणजेच खटल्यांचे निकाल देताना जनहिताची काळजी किती आणि कशी घेतात, त्यासाठी शासनाच्या, सत्तेच्या अन्यायकारक कृतींवर अंकुश कसा ठेवतात, संविधानाचा अनादर करण्याची प्रवृत्ती कितपत नियंत्रणाखाली ठेवतात – यातूनच त्यांच्या निर्णयांमुळे ज्या जनतेच्या आयुष्यावर बरा-वाईट पण मोठा परिणाम घडू शकतो. त्या जनतेच्या बाबतीतली संविधानाने त्यांच्यावर सोपवलेली जबाबदारी, त्यांचे उत्तरदायित्व न्यायसंस्था कशी पार पाडते आहे, याचे मूल्यमापन होत असते. संविधानाचे रक्षक या स्थानाची त्यांची कर्तव्ये त्यांनी योग्य रीतीने पूर्ण केली की त्याचे स्पष्ट पुरावे त्यांच्या निकालावरील समाजाच्या प्रतिक्रियांतून, तसेच त्या निकालांनी घडवलेल्या अल्पकालीन आणि दूरगामी परिणामातून मिळत असतात. त्यांच्या प्रामाणिक कर्तव्यपूर्तीने संविधान तयार करण्यामागच्या भावनेला, त्याच्या मूलभूत धारणेला, त्याच्या पायाभूत उद्देशांना खतपाणी घातले जाते, त्याची मुळे आधिक घट्ट रुजवली जातात. वाईट या गोष्टीचे वाटते की, आजकालचे काही न्यायाधीश – फक्त आपल्या देशातलेच नाहीत तर अन्य देशांतीलसुद्धा – त्यांच्या कार्याचे गांभीर्य, त्याचे महत्त्व जाणून घेत नाहीत. आदर्श न्यायाधीश हा संविधानाचा पुरस्कर्ताही असला पाहिजे आणि तसाच त्याचा खंदा रक्षकही असला पाहिजे. आदर्श न्यायाधीश म्हणवून घ्यायचे असेल तर धर्मोपदेशक जसा सतत स्वत:जवळ बायबल, कुराण, भगवद्‌गीता – त्याचा धर्मग्रंथ – स्वत:जवळ बाळगून तो धर्म ज्यांच्यासाठी आहे, त्या जनताजनार्दनाशी संग करीत हिंडत असतो, तसे, न्यायाधीशाने कोर्टाच्या चार भिंतींत आणि बाहेरच्या जगात वावरतानादेखील एक क्षणही संविधानाशी जवळीक सोडता कामा नये. तो जेवढे जास्त बारकाईने संविधान समजावून घेईल तेवढे त्यातील तरतुदींचा उपयोग प्राप्त परिस्थितीत, आजच्या जगातले प्रश्न सोडविण्यासाठी परिणामकारकरित्या

कसा करून घ्यायचा आणि संविधानकर्त्यांना अभिप्रेत असलेला परिणाम कसा घडवून आणायचा हे त्यांना जास्त चांगल्या रीतीने समजेल.

भारतात ज्या दिवशी संविधान अस्तित्वात आले, त्याच दिवशी सर्वोच्च न्यायालयाचीही संस्थापना झाली – ती तारीख होती २६ जानेवारी, १९५० सर्वोच्च न्यायालयाच्या एका विद्वान न्यायाधीशांनी (न्यायमूर्ती व्हिव्हियन बोस यांनी) १९५४मध्ये संविधानातील हक्क, सवलती, तरतुदी म्हणजे न्यायसंस्थेसाठी, त्यांच्यासारख्या न्यायाधीशांसाठी काय आहेत, हे न्यायाधीशांनाच फार सुंदर शब्दांत समजावून सांगितले आहे; ते म्हणतात :

> संविधानाचे अभेद्य चिलखत अंगावर चढवून, त्याच्या संरक्षक तत्त्वांची कवचकुंडले घालून, त्याने आपल्याला दिलेल्या असाधारण अधिकारांच्या तीक्ष्ण धारेची लखलखती समशेर हातात घेऊन आपण त्याने दाखवलेल्या न्यायाच्या मार्गावर पुढे चालायचे आहे.

न्यायमूर्ती बोस ज्या 'असाधारण अधिकारांच्या समशेरी'चा उल्लेख करतात ती म्हणजे संविधानाचे १४२ हे कलम आहे. ते सर्वोच्च न्यायालयाला 'त्याच्यासमोर न्याय मागायला आलेल्याला योग्य, खरा, संपूर्ण न्याय मिळण्यासाठी आवश्यक असलेला कोणत्याही प्रकारचा हुकूम, आदेश जारी करण्याचा निर्विवाद, अंतिम सर्वाधिकार प्रदान करते.' असा निर्विवाद, अंतिम अधिकार फक्त सर्वोच्च न्यायालयाला दिला गेलेला आहे, अन्य कोणत्याही न्यायालयाला नाही. संविधानाने ही अशी विशिष्ट शक्ती सर्वोच्च न्यायालयाला मुद्दाम दिलेली आहे. जर विधिमंडळाने केलेला कायदा खऱ्या न्यायापर्यंत पोहोचवत नसेल, योग्य न्यायाला पोषक ठरणारा नसेल, तर अशा प्रसंगी संविधानाने फक्त सर्वोच्च न्यायालयाला असा अधिकार दिलेला आहे की, आवश्यकतेनुसार त्या कायद्याला वाकवून, मुरड घालून संपूर्ण आणि खरा न्याय होईल असाच निर्णय ते देऊ शकते. आपल्या घटनाकारांना, आपल्या देशातील नागरिकांना कोणत्याही परिस्थितीत, कायद्याच्याही पलीकडे जाऊन खरा न्यायच मिळायला हवा होता आणि त्यासाठी त्यांनी आपल्या अत्युच्च न्यायासनाला अत्युच्च अधिकार दिले. न्यायाधीश सुयोग्य रीतीने त्यांचा वापर करून घटनाकारांचा मूळ उद्देश सफल करतील असा केवढा तरी प्रचंड विश्वास घटनाकारांनी न्यायाधीशांवर टाकलेला आहे! परंतु दुर्दैवाने आपल्या सर्वोच्च न्यायालयातील न्यायाधीश गेली कित्येक वर्षे १९९१ सालच्या एका निकालाचा[४] सन्मान्य अपवाद वगळता हे शिवधनुष्य स्वीकारायला, ते समर्थपणे पेलायला नकार देत आलेले आहेत. 'आम्ही काही करू शकत नाही, कायदाच तसा आहे, त्याच्या बाहेर आम्ही तरी कसे जाणार?' अशा लंगड्या सबबी सांगून, कायद्याच्या पदराआड लपून, त्यांचेच

अधिकार वापरून, त्यांच्याच कर्तव्यांना जागून, त्यांच्यावर टाकण्यात आलेली आपल्या लोकशाहीतील फार मोठी जबाबदारी ते टाळीत आहेत. सर्वोच्च न्यायालयाच्या एका निकालपत्रात तर असेही विधान करण्यात आले आहे की, 'न्यायालयाने कायद्याचा आदर राखला पाहिजे.[५] मोठे शब्द, पण कोती कल्पना! खऱ्या न्यायासाठी कायद्यालाही ओलांडून जाण्याचा असाधारण अधिकार फक्त आणि फक्त सर्वोच्च न्यायालयातील न्यायाधीशांसाठीच राखून ठेवताना, त्यांच्यावरच फक्त इतका गाढा विश्वास टाकताना घटनाकारांचा असा विचार होता की, या अशा देशातील सर्वांत उंच आणि महत्त्वपूर्ण अशा न्यायासनावर बसणाऱ्या व्यक्ती अयोग्य, अनुचित वागणार नाहीत, नि:पक्षपातीपणा, कर्तव्य, सचोटी यांपासून ढळणार नाहीत. घटनाकारांनी सर्वोच्च न्यायालयाच्या न्यायाधीशांवर हा जो भरवसा ठेवला होता, त्याला न्यायाधीश जागले नाहीत; याला कारण कदाचित त्यांचा स्वत:वरच्याच विश्वासाचा अभाव हे असेल!

ज्या लोकशाहीत 'प्रौढ', 'सज्ञान' मतदारांच्या बहुमताने निवडून आलेल्या, निर्वाचित सभासदांचे विधिमंडळ कायदे तयार करते, मंजूर करते त्या 'संख्याशास्त्रावर आधारलेल्या लोकशाही'ची स्तोत्रे गाण्यापेक्षा, कायद्याच्या अभ्यासकांनी, विद्यार्थ्यांनी, ज्यांनी कायद्याला वाहून घेतले आहे अशा कायद्याच्या सर्व अनुयायांनी (सर्व वकील, न्यायाधीश हे याच पंथात मोडतात.) 'खरा, योग्य न्याय मिळेल, अशी न्यायपद्धती' आत्मविश्वासपूर्वक आत्मसात करावी. मुद्दाम थोडा वेळ काढून भारताची राज्यघटना वाचावी. अद्वितीय अशा आपल्या संविधानात प्रशासनाच्या तीन प्रमुख शाखा सांगितल्या आहेत : १ – संसद आणि विधिमंडळे, म्हणजे लोकप्रतिनिधी, २ – केंद्र आणि राज्यांची सरकारे आणि अधिकारी, म्हणजे प्रशासन आणि ३ – उच्च न्यायसंस्था (उच्च आणि सर्वोच्च न्यायालये).

घटनेतील प्रत्येक हक्क, सवलती, तरतुदी यांना न्यायालयीन परीक्षणाची सोय आहे, त्यांच्या संरक्षणासाठी, त्यांच्या उल्लंघनाविरुद्ध दाद मागण्यासाठी न्यायालयाचे दरवाजे उघडे ठेवलेले आहेत. काही अपवाद आहेत, पण ते अगदीच मोजके आहेत, ज्यात संसदेतील कारवायांबद्दल प्रश्न उपस्थित करण्याचा, त्याला आक्षेप घेण्याचा अधिकार न्यायालयांना दिलेला नाही आणि विद्यमान न्यायाधीशांच्या वर्तनाविषयी चर्चा करण्याचे अधिकार संसदेला दिलेले नाहीत.

घटनाकारांच्या न्यायाधीशांविषयीच्या अपेक्षा काही विद्यमान आणि माजी न्यायाधीशांनी पुऱ्या केलेल्या आहेत, काहींनी केलेल्या नाहीत, पण हा मुद्दा घटकाभर बाजूला ठेवून घटनेतील पर्याप्त व्याप्ती असलेली काही विशेष कलमे पाहा: कलम ३२ (मूलभूत हक्कांच्या अंमलबजावणीतील कोणत्याही समस्येसाठी सर्वोच्च न्यायालयात धाव घेण्याचा अधिकार), २२६ (उच्च, सर्वोच्च न्यायालयांनो विशिष्ट निर्णय

देण्यासंबंधीचे अधिकार), २२७ (इतर सर्व न्यायालये, लवाद, न्यायासने यांच्यावर देखरेख आणि नियंत्रण ठेवण्याचा उच्च आणि सर्वोच्च न्यायालयांचा अधिकार) या कलमांद्वारे संविधानाने, राजकारणी नेत्यांना कितीही डाचले तरी, न्यायाधीशांनाच अग्रस्थान प्रदान केले आहे. देश, समाज, जनता यांच्या हितासाठी, कल्याणासाठी कार्यरत राहण्याची जबाबदारी असणाऱ्या प्रशासनाची दिशा ठरवणारे, त्यावर नियंत्रण ठेवणारे सुकाणू घटनेने उच्च आणि सर्वोच्च न्यायालयातील न्यायाधीशांच्या हाती सोपवलेले आहे.

संविधानाने जरी प्रशासन तीन प्रमुख शाखांत विभागले असले तरी त्यांना एकमेकांपासून पूर्णपणे तोडलेले नाही, त्यांची तोंडे तीन दिशांना राखलेली नाहीत. पन्नासाहून आधिक वर्षांपूर्वीच्या (१९५५ सालच्या) राम जावया या केसमध्ये (राम जावया विरुद्ध पंजाब सरकार, एआयआर १९५५, एस्सी ५४९) सर्वोच्च न्यायालयाने या गोष्टीचा स्पष्टपणे उल्लेख केलेला होता, याचा अत्यंत महत्त्वपूर्ण निकाल न्यायमूर्ती बी. के. मुखर्जी यांनी जाहीर केला होता. त्यांचे तैलचित्र कोर्टाच्या एक नंबरच्या दालनात, भारताच्या पहिल्या सरन्यायाधीशांच्या– हरीलाल कानिया यांच्या– तसबिरीसमोर लावलेले आहे. न्यायमूर्ती मेहेर चंद महाजन यांच्या निवृत्तीनंतर, २३ डिसेंबर, १९५४ रोजी मुखर्जी भारताचे सरन्यायाधीश बनले. खरे म्हणजे, जानेवारी, १९५४मध्ये सरन्यायाधीश पातंजली शास्त्री सरन्यायाधीशपदावरून निवृत्त झाले, त्याच वेळी पंतप्रधान जवाहरलाल नेहरू यांनी मुखर्जी यांना ते पद स्वीकारण्याची विनंती केली होती, परंतु मुखर्जींनी ती विनंती नाकारली, कारण ज्येष्ठतेनुसार त्या पदावर मेहेर चंद महाजन यांचा हक्क होता. पंतप्रधानांनी त्यांना खूप आग्रह केला, पण त्यांनी पंतप्रधानांना स्पष्टपणे सांगितले की सर्वोच्च पदाच्या मोहाने ज्येष्ठतेला डावलण्यापेक्षा ते राजीनामा देणे पसंत करतील! ४ जानेवारी, १९५४ या दिवशी मेहेर चंद महाजन यांची त्या अत्युच्च पदावर नेमणूक करण्यात आली. ते त्यांच्या वयाची पासष्ट वर्षे पूर्ण झाल्यामुळे, नियमाप्रमाणे, डिसेंबर, १९५४मध्ये निवृत्त झाले आणि मुखर्जी यांनी ते पद स्वीकारले. सरन्यायाधीश मुखर्जी हे माझ्या आधीच्या काळातील, सर्वोच्च न्यायालयाच्या सुरुवातीच्या वर्षातील न्यायाधीशांपैकी ज्यांच्याविषयी मी प्रंशसोद्‌गार काढलेले आहेत त्यांच्यातील सर्वश्रेष्ठ न्यायाधीश होते.

राम जावया ही केस अशी होती : ज्यांनी कोर्टात याचिका दाखल केली होती, ते पंजाबमधील शाळांतील निरनिराळ्या इयत्तांसाठीची क्रमिक पुस्तकांचे मुद्रक आणि प्रकाशक होते. पंजाब राज्यसरकारच्या शिक्षण विभागाने क्रमिक पुस्तकांचे मुद्रण, प्रकाशन आणि विक्री यांचे राष्ट्रीयीकरण करण्याचे धोरण आखले होते आणि त्याप्रमाणे १९५० सालापासून विभागातर्फे वेगवेगळ्या अधिसूचना जारी करण्यात

आलेल्या होत्या, त्या अधिसूचनांमुळे संविधानाने कलम १९(१)जी या कलमाच्या अंतर्गत नागरिकांना कुठलाही व्यापार धंदा करण्याचा जो अधिकार दिला आहे, त्या अधिकारावर अतिक्रमण होते आहे अशी अर्जदारांची तक्रार होती. सरकारच्या शिक्षण विभागाचे म्हणणे असे होते की, विभागाने लागू केलेली बंधने संविधानाच्याच कलम १९(२)च्या तरतुदीत बसणारी आणि त्यामुळे योग्य होती. अर्जदारांनी कोर्टाला सांगितले की केवळ विभागाच्या अधिसूचनेने व्यापार धंदा करण्याच्या १९(१)जी मधील मूलभूत हक्कावर कोणतेही बंधन घालता येणार नाही, त्यासाठी वैध कायद्याचा आधार आवश्यक आहे, परंतु कोर्टाने एकमताने अर्जदाराचे विधान नाकारले. निकालात सरन्यायाधीश बी. के. मुखर्जी यांच्या अध्यक्षतेखालील संविधान खंडपीठाने निकालात असे नमूद केले की, घटना अधिकाराचे विलगीकरण मान्य करीत नाही. कायद्याच्या स्वरूपात जारी केलेल्या नसल्या तरीसुद्धा सरकारी अधिकारी विभागीय अधिसूचनांच्या अधिकारांचा, दुय्यम कायद्यांचा वापर करू शकतो. फक्त तशा अधिसूचनांमुळे अस्तित्वात असलेल्या कायद्याचे उल्लंघन होता कामा नये आणि संविधानाने सर्व नागरिकांना प्रदान केलेल्या मूलभूत हक्कांना बाधा येता कामा नये. शिक्षण विभागाच्या अधिसूचनेमुळे अर्जदाराच्या संविधानिक हक्कांवर गदा आणली गेली असे म्हणता येत नाही. कोणती क्रमिक पुस्तके लावली जावीत, हा नाहीतरी शाळा कॉलेजमधील अध्यापक आणि व्यवस्थापनाचा प्रश्न आहे, ते प्रकाशक ठरवू शकत नाही.

काही वर्षांपूर्वी मी दिल्लीत झालेल्या एका समारंभात 'संविधानानुसार अधिकारांचे विलगीकरण' या विषयावर भाषण दिले होते. त्या भाषणाला लोकसभेचे अध्यक्ष सोमनाथ चटर्जी उपस्थित होते. (अध्यक्षस्थानी माजी सरन्यायाधीश जे. एस. वर्मा होते.) म्हणजे त्या दिवशी शासनाच्या तीनपैकी दोन प्रमुख शाखांचे, संसद आणि न्यायसंस्था, (अनुक्रमे विद्यमान आणि माजी) प्रमुख एकाच वेळी हजर असण्याचा योग आला होता. माझ्या भाषणाच्या सुरुवातीलाच मी म्हणालो की, या दुर्मीळ आणि सयुक्तिक योगायोगाने आज मला एक छोटीशी गोष्ट सांगावीशी वाटते आहे. चर्चमध्ये नव्यानेच नेमलेला प्रीस्ट आदरणीय, ज्येष्ठ अशा बिशप यांच्या भेटीला जातो. बिशप त्याचे स्वागत करून त्याला असा सल्ला देतात की, दर रविवारी तो धर्मगुरू चर्चमध्ये जे प्रवचन देईल त्यात त्याने मृत्यूनंतर सत्कर्माने जे स्वर्गात गेले आहेत त्यांची प्रशंसा करावी आणि कुकर्माने ज्यांना नरकाचा रस्ता दाखवला गेला आहे त्यांची निर्भर्त्सना करावी. धर्मगुरू जरासा अस्वस्थ झाला, धीर एकवटून बिशपना म्हणाला,

'मला क्षमा करा, पण मी आपण सांगता आहात तसे नाही करू

शकणार, कारण दोन्ही ठिकाणी माझे मित्र आहेत!!'

वस्तुस्थिती त्या गोष्टीहून काही वेगळी नाही. खरोखरच माझे मित्रगण दोन्ही ठिकाणी आहेत! सुदैवाने म्हणा किंवा दुर्दैवाने म्हणा मी 'कुंपणाच्या दोन्ही बाजूंना' राहिलेलो आहे. सहा वर्षे (१९९९ ते २००५) कायदे करणाऱ्यांबरोबर घालवली आहेत, त्यांच्याकडून खूप काही शिकलो आहे आणि माझ्या प्रदीर्घ व्यावसायिक आयुष्याचा काळ वकील आणि न्यायाधीश यांच्या समवेत व्यतीत केला आहे, त्याचमुळे मला असे वाटते की, या विषयावर मी तटस्थपणे, निर्विकारपणे, समतोल असा दृष्टिकोन व्यक्त करू शकेन.

***

कायदे करणाऱ्या कायदेमंडळाच्या आणि त्यांची अंमलबजावणी करणाऱ्या व्यवस्थापकीय कारवाईला न्यायालयाने नेमके कोणत्या परिस्थितीत त्याचे अधिकार वापरून थोपवावे, त्यांच्यावर आक्षेप घ्यावा, त्यांच्यावर आरोप करावा आणि अपवादात्मक परिस्थितीत संसदेनेही न्यायसंस्थेवर केव्हा वचक ठेवावा, न्यायासनांच्या निर्णयाविरुद्ध संसदेने काही करावे किंवा संसद तसे काही करू तरी शकते का? या प्रश्नाचे सरळ आणि थेट उत्तर उपलब्ध नाही. जे उत्तर आहे ते असे आहे की, 'ते बऱ्याच गोष्टींवर अवलंबून आहे!' त्या गोष्टीतील सर्वांत महत्त्वपूर्ण गोष्ट ही आहे की न्यायालयाचे निर्णय आम जनतेला किती प्रमाणात स्वीकारार्ह होतात, जनता न्यायालयाच्या निकालांचा किती आदर करते, त्यावर किती विश्वास ठेवते, त्यांची जनतेच्या लेखी किती आणि काय किंमत आहे! आपल्या देशात न्यायसंस्थेच्या अधिकारात काय आणि किती अंतर्भूत आहे, न्याय देण्याचे अधिकार न्यायसंस्थेखेरीज इतर कोणालाही प्रदान केलेले आहेत का याचा कोठेही, आपल्या घटनेतही, अगदी स्पष्ट शब्दात उल्लेख केलेला नाही, परंतु आपले संविधान ज्या वेस्टमिन्स्टर पद्धतीच्या, म्हणजे इंग्लिश अथवा ब्रिटिश पद्धतीच्या घटनेवरून बेतलेले आहे, त्या पद्धतीतच त्या विषयाची स्पष्ट व्याख्या कधीच केली गेलेली नाही.

माझ्या काही वकील मित्रांना लियानागे ही केस आठवत असेल (१९६६)[६]. ती केस सिलोनच्या (आत्ताचे श्रीलंका) प्रिव्ही कौन्सिलसमोर– सरकारी गुप्त परिषदेसमोर – चालली होती; त्या वेळी सिलोनमध्ये भारताप्रमाणेच 'वेस्टमिन्स्टर पद्धती'ची घटना अस्तित्वात होती. सिलोन सरकारच्या विरुद्ध, सरकार उलथवून लावण्याच्या उद्देशाने एक हिंसात्मक उठाव अनपेक्षितरित्या घडवण्यात आला होता, तो अयशस्वी ठरला होता, पण त्या बेकायदेशीर बंडात सरकारच्याच तीन मंत्र्यांचा सहभाग असल्याचे उघडकीला आले होते. त्या तीन बंडखोर मंत्र्यांविरुद्धचा

खटला नेहमीच्या कोर्टात न चालवता एका खास न्यायासनासमोर चालवला जावा असा वटहुकूम सिलोन सरकारने काढला होता. 'न्यायालयाचा न्याय देण्याचा अधिकार त्यामुळे बळकावला गेला' असा दावा करून त्या वटहुकुमाला आव्हान देण्यात आले. सरकारच्या वकिलाने असा मुद्दा मांडला की, वेस्टमिन्स्टर पद्धतीच्या राज्यघटनेत न्यायालयीन अधिकार कोणा कोणाला प्रदान केले आहेत याबद्दल कोठेही उल्लेख नाही, ती पद्धत तशा अधिकारांची विशिष्ट मर्यादा मान्यही करीत नाही, परंतु प्रिव्ही कौन्सिलने तो मुद्दा फेटाळून लावला. सिलोनच्या राज्यघटनेतील (जी भारताच्याच घटनेचीच प्रतिकृती होती.) तरतुदी व्यवस्थित समोर मांडून प्रिव्ही कौन्सिलने असा निकाल दिला :

> 'जरी न्यायपद्धतीच्या व्यवस्थापनात न्यायालयांना प्रदान केलेल्या अधिकाराचे हक्कदार कोण आहेत, याचा स्पष्ट उल्लेख केलेला नसला तरी त्यात असे स्वच्छ म्हटले आहे की, गव्हर्नर जनरल यांनी संसदेच्या दोन्ही सभागृहांत औपचारिकरित्या जाहीर केल्याशिवाय न्यायालयांच्या न्यायाधीशांना डावलता येत नाही, बाजूला करता येत नाही.'

प्रिव्ही कौन्सिलने निकालात पुढे असे सांगितले की, 'या तरतुदींद्वारे घटनेला जो हेतु, उद्देश प्रकट करायचा आहे तो असा आहे की, न्यायसंस्था ही राजकारण, कायदेमंडळ आणि कार्यकारी व्यवस्थापन यांच्या नियंत्रणापासून मुक्त, स्वतंत्र असली पाहिजे.'

> ज्या घटनेला न्यायालयांचे अधिकार न्यायालयीन व्यवस्थापनाकडेच राखून ठेवायचे असतात त्या घटनेत अशा प्रकारची तरतूद असणे हेच योग्य आणि आवश्यक ठरते.
>
> ज्या घटनेचा कायदेमंडळ आणि कार्यकारी व्यवस्थापन यांच्यात न्यायालयीन अधिकार वाटून द्यायचा उद्देश असेल, त्या घटनेत अशा तरतुदी अयोग्य ठरतील.
>
> त्यानंतर त्या निकालाकडे सर्वांचे लक्ष जावे, त्यातील संदेश दूरगामी ठरावा यासाठी प्रिव्ही कौन्सिलने निकालाला 'जांभळे तुकडे' जोडीत म्हटले :
>
> 'न्यायालयीन अधिकारांची जबाबदारी शतकानुशतके न्यायालयीन व्यवस्थापनेकडेच राहिलेली आहे. या परंपरेशी, इतिहासाशी घटनेलाही

इमान राखायचे आहे, त्यात कोणताही बदल करायचा नाही आणि जे सर्वांना ज्ञात आहेच ते परत वेगळे सांगायचे काहीच प्रयोजन नसल्यामुळे संविधानाने त्याविषयी मौन पाळलेले आहे. त्या अधिकारांची कायदेमंडळ आणि कार्यकारी व्यवस्थापन यांच्यात वाटणी करण्याचा घटनेचा अंधूकसाही हेतू दिसत नाही.'

अगदी सरळ आणि स्पष्ट! सिलोनच्या प्रिव्ही कौन्सिलने त्या निकालात न्यायिक अधिकाराच्या धारकांविषयी जे सांगितले तेच आपल्या घटनेलाही अभिप्रेत आहे.

न्यायिक अधिकारात काय अंतर्भूत आहे ते आपली घटना तपशीलवार सांगत नाही. १८६२ साली काढण्यात आलेल्या उच्च न्यायालयांविषयीच्या एका अधिनियमानुसार त्या वेळच्या सनदी उच्च आणि सर्वोच्च न्यायालयांना (त्या वेळच्या मुंबई, मद्रास आणि कलकत्ता या उच्च न्यायालयांना), ते न्यायिक अधिकार प्रदान केले गेले होते. आपल्या घटनाकारांनी तोच संदर्भ वापरला आहे. घटना स्वीकृतीनंतर ते अधिकार भारताचे सर्वोच्च न्यायालय आणि देशातील २१ उच्च न्यायालये यांना देण्यात आले.

देशाच्या विधिमंडळाने मंजूर केलेल्या एखाद्या कायद्याचे खंडन करण्याचा जो अधिकार संविधानाने न्यायालयांना दिलेला आहे, तो अनेकांच्या मते लोकशाही तत्त्वांच्या विरुद्ध आहे, कारण त्यामुळे लोकांनी त्यांच्या इच्छेने, बहुमताने निवडून दिलेल्या आधिकाऱ्यांनी केलेल्या कृतीचा अवमान होतो, म्हणजेच पर्यायाने लोकप्रतिनिधी नसलेल्या न्यायाधीशांकडून लोकांच्या इच्छेचाच अनादर होतो. या दृष्टिकोनावर चर्चा होऊ शकते, पण त्या मुद्द्यावरील चर्चेला आता फार उशीर झाला आहे. गेली तब्बल साठ वर्षे आपणही संघराज्याच्या धोरणावर आधारलेली घटना वापरीत आहोत – त्याप्रमाणे केंद्र आणि राज्ये यांच्या अखत्यारीतील कायद्यांचे वेगवेगळे विषय ठरवून दिलेले आहेत. घटनेने नागरिकांना जे मूलभूत हक्क प्रदान केलेले आहेत, ते संविधानाच्या एका भागात तपशीलवार लिहिलेले आहेत आणि त्यांचे उल्लंघन, त्यावर अतिक्रमण करणारा कोणताही अधिनियम, कायदा हा अवैध, अस्वीकारार्ह असल्याचेही त्यात स्पष्ट केले आहे. अशा परिस्थितीत साहजिकच असे घडू शकते की, एखादा कायदा हा त्या प्रकारात मोडतो अथवा नाही असा वाद उद्भवतो, त्याविषयी तीव्र मतभेद निर्माण होतात. अशा वेळी तो वाद सोडवणारे, मतभेदातून योग्य मार्ग काढणारे, मध्यस्थाचे कार्य करणारे आणि अधिकारवाणीने अंतिम निर्णय देणारे कोणीतरी असणे गरजेचेच असते. आपल्या घटनेने ते कार्य देशाच्या सर्वोच्च न्यायालयावर सोपवलेले आहे.

असाही एक मतप्रवाह आहे की, ज्या गोष्टीत न्याय्य आणि अन्याय्य यांची मानके ठरवून ती संदर्भ म्हणून उपलब्ध करून दिली गेलेली नाहीत, त्या गोष्टीत न्यायालयांनी ढवळाढवळ करू नये. ती गोष्ट त्यांनी लोकप्रतिनिधींवर, संसद सदस्यांवर सोडून द्यावी. हे मत तर्कसंगत आहे, पण जर लोकप्रतिनिधींनी ती जबाबदारी योग्य, न्याय्य पद्धतीने पार पाडली नाही तर? तर काय?

१९५० सालापासून म्हणजे राज्यघटना अस्तित्वात आल्यापासून देशाने लोकसभेच्या १४ निवडणुका अनुभवल्या. त्या निवडणुकात लोकांनी निवडून दिलेल्या उमेदवारांनी संसदेत, लोकसभेत, विधिमंडळात बसून जे काही 'कार्य' केलेले आहे त्याबाबत आम जनता मुळीच समाधानी नाही. ते तिथे जाऊन काही काम करतात यावरच लोकांचा विश्वास उरलेला नाही. गेल्या काही वर्षांत लोकसभेचे, संसदेचे जवळ जवळ प्रत्येक अधिवेशन काहीतरी कारणाने, कोणत्यातरी प्रश्नावरून, धरणे धरून, सभात्याग करून उधळून लावण्यात आलेले आहे. ती कारणेही कधी महत्त्वपूर्ण राष्ट्रीय समस्येशी संबंधित नव्हती. त्या अधिवेशनात जनहिताच्या, देशाच्या उन्नतीच्या, प्रगतीच्या विषयांवरील चर्चाही अगदी क्वचितच होतात. मी राज्यसभेचा सदस्य होतो त्या काळात देशाचे आर्थिक अंदाजपत्रक दोन्ही सभागृहांत काही मिनिटांत मंजूर करण्यात आले होते! त्यावर ना काही भरीव चर्चा झाल्या ना कोणी काही विधायक सूचना मांडल्या! फक्त अभूतपूर्व गोंधळ घातला गेला आणि असभ्य आरडा-ओरडा करण्यात आला. हे बरोबर नाही, चूक आहे, घोर चूक आहे!

पंतप्रधान डॉ. मनमोहनसिंग यांनी ज्याचे (माझे नम्र मत असे आहे की, चुकीचे) वर्णन 'न्यायिक अधिकारांचा अतिरेक' असे केले, त्याचे खरे कारण 'पेरावे तसे उगवते', 'जसा खुराक तशी ताकद,' हे आहे. संविधानाने ज्यांना अधिकाराची शक्ती दिलेली आहे ती अनेक मंडळे – कायदे करणारी विधिमंडळे, अंमलबजावणीचे आदेश देणारी कार्यालये, अंमलबजावणी करणारे हजारो अधिकारी यांनी त्यांचे अधिकार योग्य रीतीने वापरले नाहीत, त्यांची कामे बेजबाबदारपणे पार पाडली किंवा पार पाडलीच नाहीत. ते कर्तव्याला चुकले. या परिस्थितीचा परिणाम म्हणून न्यायसंस्था बलिष्ठ बनली, त्यांचे क्षेत्र विस्तारले. मी तर असे म्हणेन की, पंतप्रधान ज्या 'न्यायिक अधिकारांच्या अतिरेका'बद्दल बोलले तो परिणाम खरे पाहता 'कायदे करणारे आणि त्याची अंमलबजावणी करणारे यांच्या दुर्दैवी नाकर्तेपणाचा, त्यांच्या कार्यातील संपूर्ण अपयशाचा' आहे. जर न्यायाधीशांनी अंतर्मुख होऊन त्यांच्या अधिकारांच्या आणि कर्तव्यांच्या पालनाचा आढावा घेणे गरजेचे असेल (मी असे प्रामाणिकपणे सांगू इच्छितो की ते तो घेतात, वारंवार घेतात.), तर त्यांच्यापेक्षा ती गरज राजकारण्यांना दुप्पट आहे. त्यांनी जनतेच्या कल्याणासाठी झटावे, त्यांच्या हिताचे कायदे करावेत, त्यांचे दु:ख, कष्ट कमी होतील या दृष्टीने त्या कायद्यांची

कसून, प्रामाणिकपणे अंमलबजावणी करावी, यांसारख्या रास्त अपेक्षा बाळगून जनतेने त्यांना निवडून अधिकारांच्या जागी पाठवलेले, बसवलेले असते. त्या जनतेच्या अपेक्षा ते पुऱ्या करत आहेत का याचा विचार त्यांनीच अत्यंत गंभीरपणे करण्याची गरज आहे.

देशाच्या प्रशासनाचा, परिस्थितीवरील संपूर्ण नियंत्रणाचा हक्क, त्यासंबंधीचे विस्तृत अधिकार जनतेने स्वेच्छेने, बहुमताने फक्त त्यांच्यावर सोपवलेला आहे, त्यामुळे न्यायसंस्थेने त्यात लक्ष ठेवू नये, त्यांच्यावर मुकादमी करू नये असे संसद सदस्य, राजकारणी नेते, शासकीय अधिकारी यांचे स्पष्ट मत आहे. त्यांना जर खरेच तसे वाटत असेल, न्यायाधीशांचा अंकुश फार टोचत असेल, तो नकोसा झाला असेल तर त्यांनी प्रशासनाचा हत्ती अगदी सरळ वाटेने, शहाण्यासारखा चालवला पाहिजे. जनहिताच्या कर्तव्यात जराही कसूर करता कामा नये. जे तसे वागतील त्यांना या महान राष्ट्राची जनता १९८०च्या आधीसारखे, केंद्रात, राज्यात निर्विवाद बहुमताने निवडून देईल. गेल्या साठ वर्षांचा आढावा घेतला तर न्यायसंस्थेने तिची शक्ती त्या-त्या काळा-वेळेच्या गरजेनुसार, परिस्थितीची निकड लक्षात घेऊनच आवश्यकतेनुसार कमी जास्त प्रमाणात वापरलेली आहे, असेच दिसून येते.

आणीबाणीच्या काळात (जून, १९७५ ते मार्च, १९७७) न्यायसंस्थेची संपूर्ण गळचेपी झालेली होती. त्याच काळात न्यायालयांचे अधिकार सर्वांत जास्त आकुंचित झाले होते. ते दडपूनच टाकण्यात आले होते. आणीबाणीविरुद्ध लढा देणाऱ्यांच्यात मुख्य नाव होते संसद सदस्य आणि नंतरच्या काळात लोकसभेचे सन्माननीय स्पीकर बनलेल्या, सोमनाथ चटर्जी यांचे. 'स्वातंत्र्य हेच जिवंतपणाचे लक्षण आणि त्यावर घाला म्हणजे जिवावरचा हल्ला!' हेच त्यांचे जीवन तत्त्व होते. त्यांनी त्यांच्या आयुष्यात जुलूम-जबरदस्ती आणि धर्मांधता हे दोन प्रमुख शत्रू मानले आणि त्यांचा कडाडून विरोध केला, त्यामुळे ते आणीबाणी सहन करणे शक्यच नव्हते. आणीबाणीचे दुसरे कट्टर विरोधक होते भारतीय वृत्तपत्र क्षेत्राचे लढाऊ नेते, धैर्यधर रामनाथ गोएंका. त्यांच्या इंडियन एक्सप्रेस या वृत्तपत्राविरुद्ध सरकारने सर्वोच्च न्यायालयात (१९८५ साली) जी केस चालवली होती, ती त्यांच्या बाजूने मी लढलो होतो. त्यांच्यासारखेच आणखी एक लढवय्ये होते कलकत्त्याच्या 'स्टेट्समन' या वर्तमानपत्राचे सर्वेसर्वा, माझे घनिष्ट मित्र कुस्रो इराणी. जेव्हा देशातील न्यायशक्तीला ओहोटी लागलेली होती, त्या वेळी हे वीर पुरुष दीपस्तंभासारखे उभे राहिले आणि त्यांनी स्वातंत्र्याचा दीप जागता ठेवला.

त्या काळ्या दिवसांतीलही गडद अमावस्या ठरली, ज्या दिवशी सर्वोच्च न्यायालयाच्या, न्यायसंस्थेच्या त्या वेळच्या अत्युच्च नात्याने, सरन्यायाधीश ए. एन. रे यांनी ए. डी. एम. जबलपूर (१९७६) या केसचा दुर्दैवी निकाल ऐकवला!

तो निकाल खरे म्हणजे त्वरित रद्द ठरवायला हवा होता. (परंतु, अरेरे! आजतागायत तो रद्द ठरवला गेलेला नाही!) ते म्हणाले :

> 'स्वातंत्र्य ही कायद्याने दिलेली देणगी आहे, कायदा त्यात केव्हाही संक्षेप करू शकतो अथवा ती देणगी तो परतही घेऊन टाकू शकतो!!'

हे अचंबित करणारे आणि मनस्वी चीड आणणारे विधान त्या केसच्या खंडपीठातील तीन अन्य न्यायाधीशांनी खालमानेने ऐकून घेतले, त्याविरुद्ध ब्र ही काढला नाही. पाच न्यायाधीशांच्या खंडपीठातील पाचवे सदस्य (सरन्यायाधीशांच्या खालोखाल ज्येष्ठत्व असलेले) न्यायमूर्ती एच. आर. खन्ना हे एकटे त्या निकालाच्या विरोधात उभे राहिले, त्यांनी विरोधी मतही नोंदवले. यांना त्यांच्या या 'अपराधा'बद्दल सत्ताधीशांनी शिक्षाही फर्मावली, त्यांची ज्येष्ठता डावलून न्यायमूर्ती बेग यांना सरन्यायाधीशपद देऊन टाकले. दुसरी दडपशाही – सेकंड सप्रेशन – म्हणून इतिहासात नोंद झालेल्या त्या अन्यायाचा निषेध म्हणून एच. आर. खन्ना यांनी तात्काळ राजीनामा दिला. त्यांच्या कारकिर्दीत ते ज्या दोन क्रमांकाच्या कोर्टात बसत त्या कोर्टाच्या भिंतीवर त्या धैर्यशील लढवय्याची तसबीर आजही मानाने झळकते आहे. खंडपीठाच्या त्या बहुमताच्या निर्णयाने आणखी एक वाईट परिणाम घडून आला, तो म्हणजे 'मिसा' या नावाने कुप्रसिद्ध ठरलेला 'अंतर्गत सुरक्षा अधिनियम' न्यायालयांच्या अधिकारांच्या कक्षेबाहेर ढकलला गेला आणि सत्ताधीशांच्या हातातील अमोघ शस्त्र ठरला!

आपले सर्वांचे नशीब बलवत्तर असावे म्हणूनच ए. डी. एम. जबलपूर केसच्या निकालात प्रकट केला गेलेला 'कायद्याने राज्य' हा 'अविचारी' विचार आपल्या घटनाकारांनी संविधानाचा पाया म्हणून स्वीकारलेला नाही, तो 'कायद्याने राज्य' असाच राखला आहे, (सामान्यपणे या वाक्प्रचारांचा अर्थ उलटा घेतला जातो. त्याप्रमाणे), पण जर 'कायद्याचे राज्य' म्हणजे राजदंड आणि न्यायदंड न्यायाधीशांच्या हातात आणि 'कायद्याने राज्य' म्हणजे ज्याला न्यायसंस्थाही आव्हान देऊ शकत नाही, ज्यावर ती वचकही ठेवू शकत नाही, अशी लोकांनी बहुमताने निवडून दिलेल्या लोकप्रतिनिधींच्या हातातील निरंकुश सत्ता असे या दोन वाक्प्रचारांचे अर्थ असतील, तर मग मी अगदी खातरीलायकरित्या सांगतो की, मी 'कायद्याने चालवलेल्या राज्या'पेक्षा 'कायद्याच्या राज्या'त राहणे पसंत करीन.

आनंदाची, समाधानाची गोष्ट अशी घडली की, आणीबाणी उठली आणि २१व्या कलमासंबंधीच्या मताचा लंबक दुसऱ्या टोकाला गेला! आणीबाणीनंतरच्या काळात उच्च आणि सर्वोच्च न्यायालयांनी आणि संसदेनेसुद्धा (लक्षात घेण्यासारखी गोष्ट आहे की संसदेनेसुद्धा) हे निर्विवादपणे, अगदी नि:संदिग्धपणे मान्य केले की

संविधानाचे ‘जीवन आणि स्वातंत्र्य’ या दोन हक्कांचे २१वे कलम कोणत्याही परिस्थितीत, आणीबाणीतही, कोणीही रद्द करू शकणार नाही. त्या म्हणण्यावर लगेच घटनादुरुस्ती कायद्याच्या माध्यमातून कायमचे शिक्कामोर्तब करण्याच्या संसदेच्या उमद्या कृतीने संविधानाने शासनाच्या ज्या तीन प्रमुख शाखा ठरवलेल्या आहेत त्यातील न्यायसंस्थेची शाखा ही सर्वांत उच्च स्थानी आहे, सर्वश्रेष्ठ आहे हे सिद्ध झाले.

हे असे विधान नि:संदिग्धपणे सर्व जण का करू शकले? कारण त्यापूर्वी सर्वोच्च न्यायालयाने आपल्या ‘खऱ्या’, ‘योग्य’ न्यायदानाच्या धर्माला अनुसरून दिलेल्या त्याआधीच्या अनेक, शेकडो निर्णयांतून संविधानाच्या २१व्या कलमाच्या चौकटीतील सर्व मूलभूत हक्कांचा जोरदार पुरस्कार केला होता, त्यांचे संरक्षण केले होते, त्यांवरील अतिक्रमणे हटवली होती. उदाहरणार्थ – नागरिकांचा मुक्त हालचालींचा, परदेशप्रवासाचा हक्क, स्वत:चे खाजगी असे आयुष्य स्वेच्छेनुसार जगण्याचा हक्क, एकांतवासाच्या किंवा स्थानबद्धतेच्या विरुद्धचा हक्क, कायद्याची मदत उपलब्ध होण्याचा हक्क, कोणत्याही आरोपांची त्वरित आणि वेगवान चौकशी होण्याचा हक्क, खटला चालू असताना पोलिसकोठडीत केल्या जाणाऱ्या पोलिसी जुलूमांविरुद्धचा हक्क, तातडीची वैद्यकीय मदत मिळण्याचा हक्क, डोक्यावर छत असण्याचा, आसरा, निवास मिळण्याचा हक्क, कामाच्या ठिकाणी कामगारांच्या सुरक्षेचा आणि वैद्यकीय मदतीचा हक्क, सामाजिक न्यायाचा हक्क, आर्थिक प्राप्तीचा हक्क, प्रदूषणमुक्त पाणी आणि हवा मिळण्याचा हक्क, प्रत्येक देशवासीयाला अन्न, वस्त्र, निवारा मिळण्याचा हक्क, सांस्कृतिक वारशाच्या अमूल्य ठेव्याच्या संरक्षणाचा हक्क, प्रत्येक बालकाच्या संगोपनाचा, जोपासनेचा, त्याच्या जीवनप्रगतीचा हक्क, डोंगर-दऱ्यात राहणाऱ्यांना रस्त्यांच्या उपलब्धतेचा हक्क, शिक्षणाचा हक्क, गावे, शहरे, वस्त्या यांच्या कमीतकमी प्रदूषित आणि स्वच्छ अशा वातावरणाचा हक्क – यादी न संपणारी आहे. थोडक्यात सांगायचे झाले तर आपल्या प्रत्येक देशवासीयाला त्याचे किंवा तिचे आयुष्य मानाने, प्रतिष्ठेने जगता येण्यासाठी त्याला संविधानाने प्रदान केलेल्या हक्कांच्या संरक्षणासाठी न्यायालयाने सर्वतोपरी प्रयत्न केले आहेत.

नुकतेच म्हणजे ११ सप्टेंबर, २००७मधील एका केसच्या संदर्भात न्यायालयाने असे विधान केले आहे की, प्रत्येक व्यक्तीला तिचे आयुष्य जगण्याचा जो हक्क आहे त्यात त्याला प्रगतीच्या, उन्नतीच्या सर्व संधीही समाविष्ट आहेत. अशा उपलब्ध संधींवरही त्या व्यक्तीचा पूर्ण हक्क आहे. त्या केसमध्ये वेळोवेळी जाहीर होणाऱ्या शासकीय निविदा भरण्याची अगदी रूक्ष, पूर्ण व्यवस्थापकीय स्वरूपाची संधी[७] हा वादाचा विषय होता. कोर्टाने अशी मागणी केली की, ती मामुली स्वरूपाची

भासणारी संधीही देशातील सर्व नागरिकांना अगदी समान पद्धतीने उपलब्ध व्हायला हवी, त्यात कोणत्याही प्रकारचा तरतमभाव, पक्षपात होता कामा नये.

संविधानाच्या २१व्या कलमाचा खरा अर्थ समजून घेऊन त्याची एवढी विस्तृत व्याख्या करणाऱ्या न्यायपद्धतीच्या सुजाणतेविषयी, श्रेष्ठत्वाविषयी कोण शंका घेईल? ते श्रेष्ठत्व घटनेच्या २१व्या आणि इतरही कलमांत मान्य केलेलेच आहे आणि त्या संविधानाचा पायाभूत अर्थ समजावून सांगण्याची अंतिम जबाबदारी असलेल्या सर्वोच्च न्यायालयाने ते आपल्या अशा अनेक उत्तमोत्तम, जनहितवादी निर्णयांतून सिद्धही केलेले आहे.

संविधानाच्या चौथ्या भागात शासकीय धोरणाची मार्गदर्शक तत्त्वे सांगितलेली आहेत, ती राष्ट्राच्या प्रशासनाच्या दृष्टीने अगदी मूलभूत असूनसुद्धा त्यातील बरीचशी तत्त्वे अशी आहेत की, ज्यांच्याविरुद्ध न्यायालयात फिर्याद मागता येत नाही, परंतु सर्वोच्च न्यायालयाने ज्या पद्धतीने २१व्या कलमाचा उदारपणे विचार करून व्यापक असा अर्थ समोर आणला आहे त्यामुळे संविधानाने कोर्टाबाहेर ठेवलेली ती तत्त्वेही आपोआपच न्यायालयात शिरली आहेत आणि त्यांनी न्यायालयांच्या अधिकारकक्षेत प्रवेश मिळवला आहे. जगात भारत हा असा एकच देश आहे जिथे न्यायालयांनी, न्यायाधीशांनी आपल्या कर्तृत्वाने ही गोष्ट शक्य करून दाखवली आहे, स्वत:ची अशी वेगळी, वैशिष्ट्यपूर्ण प्रतिमा घडवली आहे.

अशी प्रतिमा घडवायला 'आयुधे' लागतात, तीही न्यायालयांनी कुठून बाहेरून आणलेली नाहीत. ती घटनाकारांनीच पुरवली आहेत. कलम २१, ३२, २२६ आणि २२७ सरन्यायाधीश हिदायतुल्ला यांना त्यांच्या निवृत्तीनंतर बऱ्याच वर्षांनी असा प्रश्न विचारण्यात आला होता की, न्यायालयांनी संविधानाच्या मूलभूत सिद्धांतापर्यंत पोहोचण्याचा प्रवास कसा केला? तेव्हा त्यांनी हे जाहीरपणे सांगितले होते की, त्याचे बीज संविधानाच्याच ३२व्या कलमात सापडते. संसदेच्या ज्या अधिवेशनात राज्यघटना स्वीकृत करण्यात आली त्यात बोलताना घटनाकार डॉक्टर बाबासाहेब आंबेडकर यांनीही हेच सांगितले होते; ते म्हणाले होते की, '३२वे कलम हेच संविधानाचा 'आत्मा' आहे. तेच त्याच्या मर्मस्थानी आहे आणि त्याच्याविना संविधान परिणामशून्यच होईल!'

२२६वे कलम उच्च आणि सर्वोच्च न्यायालयांना लेखी हुकूम, परवाने, आदेश, निवाडे देण्याचा अधिकार देते, त्यात केवळ मूलभूत हक्कांची अंमलबजावणी एवढेच समाविष्ट नाही, 'इतर कोणत्याही कारणांसाठी' असे शब्द त्या अधिकारांची व्याप्ती दर्शविताना वापरलेले आहेत. २२७वे कलम सर्व न्यायासनांना त्यांच्या अधिकाराच्या कक्षेत, मर्यादेत काम करण्याचे आदेश देते, त्यावर नियंत्रण आणते. २२६व्या कलमाच्या व्यापकपणाविषयी सर्वोच्च न्यायालयाच्या संविधान खंडपीठाने

फार पूर्वी, १९५५ साली असे उद्गार काढले आहेत :

> ‘जोपर्यंत आमचे आदेश, हुकूम, निकाल हे इंग्लिश कायद्याने न्यायालयांच्या लेखी आदेश देण्याच्या अधिकारांच्या कक्षा ठरवताना जी पायाभूत आणि व्यापक तत्त्वे घालून दिलेली आहेत त्याच्या मर्यादेत बसतात, तोपर्यंत न्यायालय सर्व सयुक्तिक घटनांच्या बाबतीत समुचित पद्धतीने कनिष्ठ न्यायालयांना दिलेल्या आदेशांच्या स्वरुपात लेखी हुकूम, निवाडे देऊ शकतो.

या विधानातील सर्वांत महत्त्वाचे शब्द आहेत – ‘सयुक्तिक घटना आणि समुचित पद्धती’. अशा काळजीपूर्वक पद्धतीने, जागरूकतेने केलेला अधिकारांचा वापर हा समुचित, योग्य असणारच. अनुचित घटना आणि अनुचित पद्धती न्यायसंस्थेची विश्वासार्हता, श्रेष्ठत्व कमी केल्यावाचून राहात नाहीत.

***

जवळ जवळ चारशे वर्षांपूर्वी म्हणजे १६१५ साली इंग्लंडचे त्यावेळचे सरन्यायाधीश सर एडवर्ड कोक यांनी असे जाहीर वक्तव्य केले होते की, न्यायसंस्थेचे अधिकार केवळ घडलेल्या चुका दुरुस्त करणे, गैरवर्तणुकीत सुधारणा घडवणे एवढे संकुचित नाहीत; त्यात प्रशासनाच्या, अनुशासनाच्या विरुद्ध जाणाऱ्या, अहितकारी कृतीही समाविष्ट आहेत. ‘ज्यायोगे कोणालाही खाजगी अथवा सार्वजनिकरित्या हानी पोहोचू नये, कोणावर विनाकारण अन्याय होऊ नये आणि जर झालाच तर कायद्याच्या आधारे अपराध्याला दंड मिळावा, शिक्षा मिळावी आणि तशा कृती, घटना यांची पुनरावृत्ती होऊ नये यासाठी आवश्यक त्या सुधारणा घडून याव्यात असे उपाय योजणे’ हे त्या अधिकारात येते.

न्यायासनावर बसणाऱ्या काही स्त्रियांना अथवा पुरुषांना काही वेळा त्या आसनाच्या अधिकारांच्या, त्याच्या शक्तीच्या व्याप्तीची आणि मर्यादांची कल्पना नसते, जाणीव नसते, आवश्यक त्या नेमक्या वेळी न्यायालयीन संयम वापरण्याची संवेदनशीलता नसते. संविधानाने त्या आसनावर बसणाऱ्यांवर जी न्यायदानाची अत्यंत अवघड जबाबदारी सोपवलेली आहे ती पार पाडायला तसे काहा स्त्री-पुरुष लायक नसतात, याचा अर्थ असा होतो की आपल्या न्यायसंस्थेच्या निदान उच्च स्तरातील न्यायाधीशांची निवड करण्याची जी पद्धत सध्या वापरली जाते, त्यापेक्षा अधिक चांगली, परिणामकारक पद्धत वापरण्याची वेळ आलेली आहे.

संविधानाच्या ३२ आणि २२६ कलमानुसार, शासकीय अथवा प्रशासकीय आधिकाऱ्यांच्या हातून घडलेल्या कोणत्याही पक्षपाती, पूर्वग्रहदूषित, अन्याय्य,

कृतींमुळे किंवा त्यांनी योग्य ती कृती न केल्यामुळे, कामचुकारपणा आणि दुर्लक्ष केल्यामुळे ज्याला हानी पोहोचलेली आहे, ज्याचा हक्क डावलला गेला आहे अशी कोणीही, तिऱ्हाइत, सर्वस्वी असंबंधित व्यक्तीही ('स्ट्रेंजर्स' असा शब्द संविधानात वापरलेला आहे.) न्यायालयाकडे दाद मागू शकते. भारताच्या संविधानाचे इतिहासकार एच. एम. सीरवी यांनी (त्यांच्या 'कॉन्स्टिट्युशनल लॉ ऑफ इंडिया' या ग्रंथाच्या चौथ्या आवृत्तीच्या पहिल्या खंडात, पृष्ठ-३८१.), या ३२ आणि २२६ कलमांतर्गत कोर्टाने न्याय मिळवून दिलेल्या 'स्ट्रेंजर'चे एक फार छान उदाहरण दिलेले आहे. डिसेंबर, १९८१मध्ये पाच न्यायाधीशांच्या खंडपीठाने 'फर्स्ट जजेस केस' या नावाने प्रसिद्धी पावलेल्या (एस. पी. गुप्ता विरुद्ध भारत सरकार) केसमध्ये 'लोकस स्टँडी'विषयी म्हणजे 'कोर्टाकडे न्याय मागण्याच्या, याचिका दाखल करण्याच्या, दाद मागण्याच्या हक्का'विषयी खूपच व्यापक आणि उदार असा दृष्टिकोन मांडला होता, पण त्याआधीच, १९५५ साली मुंबई उच्च न्यायालयातील एक न्यायाधीश न्यायमूर्ती गांधी यांनी लोकहितवादी वृत्तीचे सामाजिक कार्यकर्ते पिलू मोदी यांनी दाखल केलेल्या एका लेखी याचिकेवरील निकालात तशीच भूमिका मांडली होती, पण पिलू मोदी विरुद्ध महाराष्ट्र राज्य या केसची बहुधा कोठेही नोंद ठेवली गेलेली नव्हती. ती केस सीरवी यांनी पुढे आणली. त्यावेळच्या मुंबई शासनाने मंत्रिमंडळातील तीन मंत्र्यांच्याद्वारे सरकारच्या मालकीचा एक भूखंड लांब मुदतीच्या कराराने कुणाला तरी अत्यंत कमी किमतीत, अवमूल्यांकित दरात भाड्याने दिला होता. पिलू मोदी यांनी त्याविरुद्ध अर्ज दाखल केला होता. सरकारने बचाव असा केला की, अर्जदाराचा त्या भूखंडाशी काहीही संबंध नाही, त्या व्यवहाराशीही नाही, तेव्हा त्याला शासनाच्या कृतीविरुद्ध 'लोकस स्टँडी'चा – कोर्टात तक्रार करण्याचा – अधिकार पोहोचत नाही. न्यायाधीशांनी हा बचाव फेटाळून लावला. करार वाईट हेतूने प्रेरित होऊन कमी दरात केले गेले आहेत हे अर्जदाराचे म्हणणे कोर्टाने मान्य केले. करारात ठरलेल्यापेक्षा ३३.३३ टक्के अधिक रक्कम सरकारने भाडेकरूकडून घ्यावी असा न्यायमूर्तींनी आदेश दिला. एका सर्वस्वी असंबंधित पण अत्यंत जागरूक अशा नागरिकाने – मान्यवर पिलू मोदी यांनी – अर्ज करून कोर्टाचे दरवाजे खटखटवून जो न्याय मिळवला, त्यामुळे मुंबई सरकारला, म्हणजेच अप्रत्यक्षपणे जनतेला, त्यापुढची ९९ लांब वर्षे प्रतिवर्षी एक कोटी रुपये त्या भूखंडाच्या भाड्यापोटी जास्त मिळाले! या केसच्या यशाने, न्यायमूर्ती गांधी यांच्या खऱ्या न्यायाने 'पी.आय.एल.' – 'जनहितयाचिका' या संकल्पनेला नव्याने चालना मिळाली, तशा याचिका न्यायालयात वाढत्या संख्येने दाखल होऊ लागल्या (काही वेळा त्यांचा टीकास्पद असा दुरुपयोगही केला गेला.). 'जनहितयाचिका' ही कल्पना नाकारून चालणार नाही, रद्द तर कधीच केली जायला नको, पण त्यांचा गैरवापर

टाळला जाईल, त्यांचा यथायोग्य कारणासाठीच उपयोग केला जाईल यासाठी त्यात काही सुधारणा करायला हव्यात, त्यासाठी काही काटेकोर पद्धती, कडक नियम ठरवायला हवेत.

संविधानाने प्रशासनाच्या ज्या तीन प्रमुख शाखा ठरवून दिलेल्या आहेत, त्यांच्यात 'अधिकारांचा समतोल' राखला जावा या मताचा मी नाही, परंतु या बाबतीत मात्र मी आग्रही आहे की न्यायसंस्थेची व्याख्या तुम्ही कशीही केलीत तरी संसद, विधिमंडळे, केंद्र अथवा राज्य यांचे शासकीय अधिकारी यांच्याकडून न्यायसंस्थेच्या अधिकारांवर कधीही, कोणत्याही प्रकारचे अतिक्रमण होता कामा नये, त्यांची पायमल्ली होता कामा नये.

१९५१ साली घटनादुरुस्ती करून त्यात नववे परिशिष्ठ घुसडले गेले होते. त्या घटनादुरुस्तीच्या पहिल्याच अधिनियमाने विधिमंडळाने असे ठरवले की केंद्र सरकार आणि राज्य सरकार जे अनेक कायदे पास करतात त्यातील संसदेला जे वाटतील ते कायदे निवडून संसद त्या नव्याने घातलेल्या नवव्या परिशिष्टात समाविष्ट करेल आणि देशातील कोणतेही न्यायालय 'संविधानाच्या मूलभूत हक्कांचे उल्लंघन झाले,' असे कारण दाखवून त्या परिशिष्टातील कायद्यांचे परीक्षण करू शकणार नाही, म्हणजेच त्यांनी असे जाहीर केले की, नववे परिशिष्ट हे संपूर्णपणे न्यायालयांच्या अधिकारकक्षेच्या बाहेर असेल. त्या अधिनियमाच्या आधारे सरकारने तर त्यापूर्वी कोर्टाने 'हक्क उल्लंघनावरील उपाय' म्हणून रद्द ठरवलेले काही जुने कायदेसुद्धा परत लागू करून घेतले. त्या वेळी न्यायसंस्थेच्या अधिकारांचे पूर्ण खच्चीकरण करणाऱ्या त्या ३१बी या कलमाला[८] विरोध झाला नाही, कारण त्या वेळी त्यात फक्त भूमीसुधार अधिनियमच समाविष्ट करण्यात आलेले होते, पण कालांतराने सर्वोच्च न्यायालयांच्या निवाड्यांतून असे स्पष्ट झाले की, नववे परिशिष्ट केवळ भूमीसुधार अधिनियमांपुरतेच सीमित ठेवण्यात आलेले नव्हते. परिणाम काय झाला? अंतर्गत आणीबाणीच्या काळात (१९७५) त्यावेळच्या केंद्रसरकारने काय केले? :

- प्रथम 'मिसा' (महाभयंकर असा 'सुरक्षा अधिनियम'.) नवव्या परिशिष्टात घातला आणि त्यातील जुलमी तरतुदींपर्यंत न्यायालयांचे हातही पोहोचणार नाहीत, अशी सोय करून घेतली.
- त्यानंतर 'आक्षेपार्ह मजकुराच्या प्रसिद्धीला बंदी घालणारा अधिनियम १९७६' हाही त्या परिशिष्टात समाविष्ट करून वृत्तपत्र स्वातंत्र्यावर गदा आणली, प्रसारमाध्यमांची गळचेपी केली.

परमेश्वराची कृपाच म्हटली पाहिजे की, आणीबाणी उठली आणि त्या महाभयंकर संकटावरील अतिशय तीव्र अशी प्रतिक्रिया म्हणून काँग्रेसच्या विरोधातील जनता पक्ष लोकप्रियतेच्या लाटेवर आरूढ होऊन सत्तेवर आला. त्या पक्षाच्या सरकारच्या कार्यकाळात संसदेने आपण होऊन ('आपण होऊन,' हे लक्षात घेतले पाहिजे.) 'मिसा' हा कुप्रसिद्ध अधिनियम नवव्या परिशिष्टातून वगळला (खरेच, फार मोठी कामगिरी!) आणि वृत्तपत्रस्वातंत्र्याचा गळा घोटणारा कायदा रद्द केला. संविधानाच्या १९ (१) ए या कलमातील 'व्यक्तीच्या जगण्याचा आणि वैयक्तिक स्वातंत्र्याचा' शिवाय 'वृत्तपत्रांच्या, प्रसार माध्यमांच्या स्वातंत्र्याचा' हक्क हे विधिमंडळांच्या आणि शासकीय यंत्रणांच्या पंजातून सोडवले, मुक्त केले.

हे फार मोठे कार्य बलिष्ठ अशा संसदेने, एकपक्षीय बहुमताच्या जोरावर पार पाडले, कारण त्यावेळचे संसदेतील निर्वाचित प्रतिनिधी विचारी होते, बऱ्या वाइटाची परीक्षा करू शकणारे होते, तुमच्या–आमच्यासारख्या सामान्य नागरिकांच्या व्यक्तिस्वातंत्र्याची कास धरणारे होते. त्यांचा या सत्य स्थितीवर विश्वास होता की, स्वातंत्र्यासारख्या अनमोल हक्कांचे संरक्षण हे विधिमंडळ किंवा शासकीय अधिकारी यांना जमणारे काम नाही, त्यासाठी फक्त आणि फक्त न्यायालयेच लायक आणि अगदी पूर्णपणे सक्षम आहेत.

२००६ सालची सर्वोच्च न्यायालयातील एक केस आठवा – (कोहेलो केस[१] त्या बरोबरील आणखी एक केस) ज्यात संविधानाच्या मूलभूत सिद्धांताच्या व्याप्तीचाच मुद्दा ऐरणीवर आणला गेला होता. सरकारतर्फे (ते सरकार आजही सत्तेवर आहे.) अतिशय गंभीरपणे असा युक्तिवाद केला गेला की, ३१बी या कलमानुसार नवव्या परिशिष्टात भूमीसुधारणा कायद्याखेराजही इतर कायदेही समाविष्ट करता येऊ शकतात आणि त्यामुळे त्यावरील न्यायालयीन परीक्षण पूर्णपणे टाळता येऊ शकते! केंद्रसरकारच्या वकिलांनी असे धारिष्ट्यपूर्ण विधान केले की राज्य विधिमंडळांनी (किंवा संसदेने) पास केलेले कायदे संविधानाच्या मूलभूत हक्कांच्या विभागातील हक्कांविरुद्ध असले तरीसुद्धा कायद्यानुसार ते नवव्या परिशिष्टात घालता येऊ शकतात.

कोहेलो यांच्या बाजूने मी ती केस कोर्टात लढवली. आणखी एका अर्जदारांचे प्रतिनिधित्व करणारे ज्येष्ठ वकील हरीष साळवे यांची मला खूप मदत झाली. सुदैवाने आम्ही केस जिंकलो. सरन्यायाधीश सबरवाल यांनी अतिशय त्वरेने (सुनावणी फक्त पाच दिवस चालली.) चतुर मुत्सद्यासारखा सरकारच्या विरोधात निकाल दिला. नऊ न्यायाधीशांच्या खंडपीठाने असे मत व्यक्त केले की, संविधानाच्या पायाभूत सिद्धांतांचा विचार करता नागरिकांच्या हक्कांचा भंग न्यायालयीन परीक्षणाच्या कक्षेबाहेर ठेवताच येणार नाही. सरकारचा युक्तिवाद म्हणजे संविधानाच्या इतर दोन्ही शाखांच्या अधिकाराचा अतिरेक होता. सरकार त्याचे हात वाजवीपेक्षा अधिक

लांबवर पोहोचवण्याचा प्रयत्न करीत होते, त्याला कारणही तसेच होते. दिल्ली सरकारने 'दिल्ली लॉज, (स्पेशल प्रोव्हिजन) २००६' – 'दिल्ली अधिनियम (खास तरतूद) २००६' – पास करून त्या कायद्यानुसार काही स्थानिक परिसरांवरील प्रतिबंध एक वर्षाच्या मर्यादित काळापुरते उठवले होते. सर्वोच्च न्यायालयाने एका आदेशानुसार ते प्रतिबंध परत जारी केले होते. दिल्ली प्रशासनाला तो कायदा नवव्या परिशिष्टात घालून सर्वोच्च न्यायालयाचे ते त्यांना जाचक होणारे आदेश रद्द ठरवायचे होते, पण न्यायालयाने कोहेलो केसच्या निर्णयाने संविधानातील ३१बी या कलमाचे सरकार खणीत असलेले 'कृष्ण विवर' बुजवून टाकले.

***

आणीबाणीच्या काळोख्या दिवसांत इंदिरा गांधींच्या मंत्रिमंडळात स्वर्णसिंग हे परराष्ट्रमंत्री होते. त्या काळोखातच आपला कार्यभाग साधू पाहणाऱ्या सरकारी वटवाघळांना संविधानातील २२६व्या सर्वांत प्रकाशमान कलमाचा फारच त्रास होत होता. त्यांतील काही दिवे फोडून त्याचे तेज हिरावण्यासाठी, वैयक्तिक अन्यायाचा शोध घेऊन त्याविरुद्ध कडक कारवाई करण्याच्या उच्च न्यायालयांच्या अधिकारात कपात करण्याच्या कुटिल हेतूने सरकारने एक 'संविधान संशोधन समिती' स्थापन करण्याचे नाटक केले होते. अनेक कुशल, पण राजकारणी वकील घटनादुरुस्ती करून आपला हेतू साध्य करणाऱ्या त्या कपटी समितीचे सदस्य होते आणि परराष्ट्र मंत्री स्वर्णसिंग हे तिचे अध्यक्ष होते. स्वर्णसिंग यांनी समितीतील सदस्यांना प्रामाणिकपणे आणि स्पष्टपणे सांगितले की, पंजाब राज्याच्या सरकारात ते मंत्री असताना पक्षांतर्गत राजकारणामुळे होणाऱ्या जबरदस्त ओढाताणीमुळे वैयक्तिक अन्यायांच्या घटनांच्या विरोधात कडक कृती करणे त्यांना सर्वस्वी अशक्य होत असे. या त्यांच्या स्वानुभवावरून त्यांनी समितीसदस्यांना असे पटवून दिले की २२६ या कलमाला हात न लावता त्यातील अवघड, जोखमीचे काम न्यायालयांवरच सोडणे श्रेयस्कर ठरेल!

खरोखरच आपण सर्वांनी स्वर्णसिंग याचे ऋणी राहिले पाहिजे की, त्यांच्यासारख्या वकील नसलेल्या एका मंत्र्याने त्या समितीतील वकील असलेल्या राजकारण्यांकडून २२६ हे कलम नष्ट होण्यापासून वाचवले. उच्च न्यायालयांचा अन्यायाविरुद्ध आवाज उठविण्याचा हक्क अबाधित राखला. या घटनेतून हा बोध घेतला पाहिजे की, राजकारणाकडे विशेष ओढ असणाऱ्या पट्टीच्या वकिलांपासून आपण सावध राहायला हवे, कारण ते त्यांच्या युक्तिवादाच्या अमोघ कौशल्याने कोणत्याही प्रकारच्या जुलमी, दडपशाहीच्या कृतीसुद्धा योग्य, सयुक्तिक असल्याचे पटवून देऊ शकतात.

सगळयाच बाबतीत संसद ही सर्वशक्तिमान आहे, असे म्हणणे योग्यही नाही आणि कोणी तसे समजत असेल तर वेळीच तो गैरसमज दूर केला पाहिजे. न्यायाधीश आपल्या मर्यादेच्या बाहेर जात आहेत अशी हाकाटी करून त्यांचे पंख छाटण्याच्या गोष्टी करणे हेही चुकीचे आहे, कारण त्यात संविधानाचा आणि घटनाकारांचाच अवमान आहे.

सर्वोच्च न्यायालयाच्या एखाद्या निकालावर टीका करणे हे मी समजू शकतो, ती मीही बऱ्याच वेळा करतो, त्याला मुळीच हरकत नाही. प्रशासनाचे काम हे लोकप्रतिनिधींचे, अधिकाऱ्यांचे क्षेत्र आहे. ते काम त्यांच्यावरच सोडणे योग्य असते, पण कधी कधी उच्च न्यायालयांच्या काही निर्णयांत – विशेषत: जनहितयाचिकांच्या बाबतीत – देशाच्या प्रशासनातील काही नित्याच्या नियमांत, नियंत्रणात, बंधनात ढवळाढवळ केलेली दिसते. असे निर्णय, अशा खोडसाळ जनहितयाचिका न्यायपद्धतीला बदनाम करतात.

'जनहितयाचिका' ही संकल्पना सर्वोच्च न्यायालयानेच जन्माला घातली. ज्यांच्यावर अन्याय घडला आहे, घडतो आहे, जे जुलूम-जबरदस्तीने गांजले आहेत आणि त्यामुळे साहजिकच चिडले आहेत अशा सामान्य नागरिकांना, गरीब जनतेला न्यायालयानेच न्यायालयाचे दरवाजे उघडण्याची किल्ली जनहितयाचिकेच्या स्वरूपात दिली. जनहितयाचिकेच्या या मूळ सद्हेतूशी इमान राखलेल्या जनहितयाचिका न्यायालयासमोर आल्या तर काहीही प्रश्न उभे राहणार नाहीत, योग्य, खरा न्याय अर्जदाराला निश्चित मिळेल, परंतु काही जनहितयाचिका विशिष्ट स्वार्थी, भ्रष्ट हेतूने प्रेरित असतात. अलीकडे अशा याचिकांच्या जंतूंनी सगळी सामाजिक, सार्वजनिक क्षेत्रे दूषित करून टाकली आहेत.

अशा 'छुप्या' जनहितयाचिकांच्याद्वारे प्रशासनाची कोणतीतरी विशिष्ट धोरणे किंवा त्यांची अंमलबजावणी करणाच्या पद्धती (बऱ्याच वेळा याचिकेच्या मागे असणाऱ्या वेगळ्याच, पडद्याआडून स्वार्थ साधून घेणाऱ्या गुप्त, 'बोलवित्या धन्या'ला!) हव्या तशा बदलण्यासाठी सापळा रचलेला असतो आणि काही न्यायाधीश त्यात बरोबर अडकतात.

इंग्लंडमधील लॉर्ड ॲक्टन यांचे एक सुप्रसिद्ध वचन आहे, 'सत्ता सहसा भ्रष्टाकाराकडे झुकतेच आणि ती जर निरंकुश असेल, तर भ्रष्टाचारही निश्चितपणे तसाच निरंकुशपणे फोफावतो.' इंग्लंडमधलेच अग्रेसर वकील अँथनी लेस्टर (लॉर्ड लेस्टर) यांनी आधुनिक काळातील इंग्लंडमधील काही न्यायाधीशांनी याच वचनाचे केलेले एक वेगळेच रूप ऐकवले. न्यायाधीश म्हणतात, 'न्यायिक अधिकार ही देणगी आहे आणि अनिर्बंध, निरंकुश न्यायिक अधिकार हे तर वरदानच!' लॉर्ड लेस्टर यांनी कदाचित ते वचन विनोदाने लिहिले असेल, पण आपल्या देशातील

काही न्यायाधीशांना खरोखरच तसे वाटत असावे, कारण ते काही वेळा वरदानाने उन्मत्त झाल्यासारखे वागतात, न्यायसंस्थेला लांच्छन आणतात. आपण न्यायासनावर आरूढ झालेले 'सम्राट' आहोत अशा खोट्या भ्रमात राहतात.

दोन वर्षांपूर्वी (२००८ साली) मी आणि माझे लढाऊ वकील मित्र आणि सहकारी नानी पालखीवाला, दोघे मिळून टेलिकॉम क्षेत्रातील एका घोटाळ्याची केस चालवत होतो. त्या सुनावणीच्या दरम्यान नानी पालखीवाला यांनी असे विधान केले की, 'आपल्या देशातली सध्याची परिस्थिती, विशेषत: २००९च्या निवडणुका दाराशी येऊन ठेपल्या असतानाची परिस्थिती नेमकी वर्णन करायची म्हटली तर लॉर्ड ॲक्टन यांच्या सुप्रसिद्ध वचनात ('सत्ता सहसा भ्रष्टाचाराकडे झुकतेच आणि ती जर निरंकुश असेल, तर भ्रष्टाचारही निश्चितपणे तसाच निरंकुशपणे फोफावतो.') जरा बदल करून करता येईल :

> सत्ता ही भ्रष्ट असतेच आणि ती हातातून जाण्याची भीती निर्माण झाली, तर मग ती भ्रष्टाचाराच्या सगळ्या सीमा ओलांडते.

आजच्या घडीला न्यायलयीन अधिकार कमी करून नक्कीच चालणार नाही. आज खरी गरज आहे ती 'खूप न्यायिक अधिकारांचा खूप शहाणपणाने केलेल्या उपयोगा'ची, त्यांच्या वापरात परिपक्व, प्रगल्भ असा विचारीपणा आणण्याची!

स्वत:ला 'न्यायासनावरील सम्राट' समजून वर्तन करणारे न्यायाधीश आपल्याला मुळीच नको आहेत, असे न्यायाधीश!

ज्यांना उच्चपदाची हाव नाही,
ज्यांनी सदसद्विवेकबुद्धी सत्तेला विकलेली नाही
ज्यांच्या मनाला जाग आहे,
ज्यांची मते ठाम आहेत, ध्येयासक्ती अनंत आहे
ज्यांनी आत्मसन्मान जपला आहे,
ज्यांना सत्य प्राणाहूनही जास्त प्रिय आहे
ज्यांच्यात धैर्य ठासून भरले आहे,
जे सत्तांधांसमोर खंबीरपणे उभे राहतात
जे त्यांच्या धमक्यांना जराही धूप घालत नाहीत,
जे त्यांच्या भूलथापांना जराही भीक घालत नाहीत
जे चारित्र्याने आकाशाएवढे उंच असतात,
जे धुके वितळवणाऱ्या सूर्यासारख्या तेजस्वी बुद्धीचे असतात
जे एरवी शांत आणि विचारी असतात,

जे जनसामान्यांवरील अन्यायाविरुद्ध मात्र चवताळून उठतात[१०]....

टीपा :

१. 'लॉज एम्पायर'– 'कायद्याचे साम्राज्य'– (१९८६). रोनाल्ड डॉकिन, हार्वर्ड लॉ युनिव्हर्सिटी प्रेस, केंब्रिज. पृष्ठ ६१-६३.

२. 'ऑक्सफर्ड जर्नल ऑफ लीगल स्टडीज', खंड २७ (क्र.४), नोव्हेंबर, २००७, लंडन.

३. 'ए कॉमन लॉ थिअरी ऑफ ज्युडिशियल रिव्ह्यू : द लिव्हिंग ट्री' (२००७), डब्ल्यु. जे. वालुचौ, केंब्रिज युनिव्हर्सिटी प्रेस, लंडन.

४. दिल्ली ज्युडिशियल सर्व्हिस विरुद्ध गुजरात राज्य, एआयआर; १९९१ एससी २१७६.

५. युनियन कार्बाइड कॉर्पोरेशन विरुद्ध भारत सरकार, १९९१ (४) एससीसी ५८४; आणि सुप्रीम कोर्ट बार असोसिएशन विरुद्ध भारत सरकार, एआयआर १९९८ एससी १८९५.

६. १९६६ (१) ऑल इंग्लंड रिपोर्ट्स ६५० (प्रिव्हि कौन्सिलच्यावतीने लॉर्ड पीअर्स यांनी व्यक्त केलेले कौन्सिल सदस्यांचे मत).

७. रिलायन्स एनर्जी लिमिटेड विरुद्ध महाराष्ट्र स्टेट रोड डेव्हलपमेंट कॉर्पोरेशन लिमिटेड – २००७ (८) एससीसी १.

८. संविधानात (पहिल्या) घटनादुरुस्ती विधेयक १९५१द्वारे समाविष्ट करण्यात आलेले ३१बी हे कलम असे आहे :

   ३१बी : काही अधिनियम आणि विनियमांना (कायद्यांनी) संमत करणे – कलम ३१ए मधील तरतुदींवर सामान्यपणे कोणताही प्रतिकूल प्रभाव न पाडता, संविधानाच्या नवव्या परिशिष्टात समाविष्ट केलेले अधिनियम आणि विनियम आणि त्यातील कोणत्याही तरतुदी, ते अधिनियम, विनियम आणि तरतुदी संविधानाच्या या भागाने बहाल केलेल्या हक्कांशी विसंगत आहेत, त्या ते हक्क काढून घेतात अथवा त्यात कपात घडवतात, या कारणांवरून देशातील कोणत्याही न्यायालयाच्या, लवादाच्या, न्यायपीठाच्या निर्णयाने, आदेशाने, हुकुमाने निरर्थक, अकार्यशील ठरणार नाहीत आणि कायद्याने सक्षम असे कोणतेही विधिमंडळ त्यात बदल, दुरुस्ती करीत नाही, त्यातील अधिनियम, विनियम रद्द, अकार्यशील ठरवत नाही, तोपर्यंत ते सर्व अधिनियम आणि विनियम वैध राहतील, प्रवृत्त राहतील.

९. आय. आर. कोहेलो विरुद्ध तामिळनाडू राज्य – २००७ (२) एससीसी १.

१०. या ओळी 'लाइफ ऑफ अब्राहम लिंकन (१९९८), या जोशिआ गिल्बर्ट

हॉलंड या लेखकाच्या, बायसन बुक पब्लिशर्स यांनी प्रकाशित केलेल्या पुस्तकातून घेतल्या आहेत. ही कविताही त्याच लेखकाची आहे. नानी पालखीवाला यांची ती अत्यंत आवडती कविता होती आणि त्यामुळे ते बऱ्याच वेळा त्यांच्या भाषणातूनही ती म्हणायचे. त्या कवितेच्या अखेरच्या ओळी निराशाजनक, अमंगलाची सूचना देणाऱ्या आहेत :

धर्म, पंथ, संप्रदाय यांच्या टोप्या डोक्यांवर चढवून,
झेंडे-पताकांच्या तोबा गर्दीत,
तार स्वरात घोषणा देत, गलका करीत,
अन्य धर्म, पंथ, संप्रदायांशी संघर्ष करणाऱ्या
स्वार्थाचे गुलाम बनलेल्या कृतिशून्य जमावाच्या
अविचारांनी व्यथित झालेले स्वातंत्र्य,
बिचारे, कोपऱ्यात अश्रू ढाळते आहे.
असत्य, अनाचार, अनैतिकता, अन्याय
यांचे देशात थैमान चालले आहे.
आणि न्यायाने उद्वेगाने डोळे झाकून घेतले आहेत!!

◆

प्रकरण १६

मी जिंकलो, मी हरलो

सर्वोच्च न्यायालयातील सर्वांत ज्येष्ठ असे पहिले पाच न्यायाधीश – त्यांच्यात विशेष काय आहे, हे मला कधीच समजले नाही. त्यांची श्रेष्ठता त्यांच्या सेवेतील ज्येष्ठतेमुळे आलेली आहे, त्यांच्यातला शहाणपणा किंवा त्यांची कामातली क्षमता यांमुळे ती आलेली असेल असे नाही. जेव्हा उच्च न्यायालयातील एखाद्या न्यायाधीशाला (किंवा एखाद्या नामवंत वकिलाला) सर्वोच्च न्यायालयात न्यायाधीश म्हणून नेमायचे असते, तेव्हा सर्वोच्च न्यायालयातील सगळ्याच न्यायाधीशांचे मत, सल्ला का घेतला जात नाही, हे मला कधीच समजलेले नाही. माझ्या मते सर्वोच्च न्यायाधीशांच्या 'पंचकडी'ला प्रदान केलेले अग्रस्थान मोडून काढायला हवे.

'अशी कोणती केस आहे की, जी सर्वोच्च न्यायालयात जिंकल्याचा तुम्हाला पश्चात्ताप होतो आहे,' असा प्रश्न जर मला विचारला तर माझे उत्तर अगदी तयार आहे : सुप्रीम कोर्ट अॅडव्होकेट्स ऑन रेकॉर्ड असोसिएशन विरुद्ध युनियन ऑफ इंडिया[१]. १९९३ सालच्या या केसचा निकाल 'सेकंड जजेस केस' या नावाने प्रसिद्ध आहे. मग 'फर्स्ट जजेस केस' कोणती? सुरुवातीपासूनच सांगतो :

१३ डिसेंबर, १९८५ या दिवशी युनायटेड नेशन्सच्या जनरल असेंब्लीने पूर्ण एकमताने न्यायव्यवस्थेच्या स्वतंत्रतेविषयीच्या काही मूलतत्त्वांचा एका विधेयकाद्वारे स्वीकार केला, त्यात न्यायाधीशांच्या निवडीची पद्धत प्रत्येक देशाच्या संविधानाप्रमाणे ठरविण्याची मुभा दिली गेली होती, परंतु कोणत्याही परिस्थितीत न्यायव्यवस्थेचे स्वातंत्र्य अबाधित राखले जाईल आणि देशाच्या घटनेत, कायद्याच्या नियमातही ते प्रकर्षाने प्रकट झालेले, प्रतीत झालेले असेल, अशी सर्व देशांकडून हमी घेतली गेली होती. ज्या व्यक्ती न्यायासनावर बसवल्या जातील, त्यांची निवड जरी कोणत्याही पद्धतीने (ती पद्धत त्या तत्त्वात समाविष्ट केलेली नव्हती, कुठल्या एखाद्या पद्धतीला पसंतीही दिली गेली नव्हती.) केली गेली तरी त्या व्यक्ती कायद्याचे चौफेर शिक्षण घेतलेल्या, त्यातील उच्च पदविका प्राप्त केलेल्या तर असल्या पाहिजेतच, शिवाय त्या अतिशय प्रामाणिक, सचोटीच्या असल्या पाहिजेत आणि त्यांची निवड कोणताही वाईट हेतू साध्य करण्याच्या उद्देशाने केलेली नसली पाहिजे, अशी तत्त्वे त्यात समाविष्ट केली गेली होती. नेमणुका अथवा निवड केले गेलेले न्यायाधीश निवृत्तीच्या वयाला पोहोचेपर्यंत त्यांची कारकिर्द अबाधितपणे चालू राहील, अशी तरतूद त्या विधेयकात केली गेली होती.

मागच्या प्रकरणात हे सांगितलेच आहे की, आपल्या देशाची घटना त्या वेळच्या संसदेने २६ नोव्हेंबर, १९४९ रोजी (तो दिवस 'कायदा दिवस' – लॉ डे – म्हणून साजरा केला जातो.) स्वीकारली आणि तिचा जाहीरनामा २६ जानेवारी, १९५० या दिवशी निघाला, त्यात असे नमूद केलेले आहे की, (नेमणुकींचे

अधिकार असलेले.) भारत सरकार उच्च आणि सर्वोच्च न्यायालयांच्या न्यायाधीशांच्या नेमणुका सर्वोच्च न्यायालयाचे प्रमुख म्हणजे सरन्यायाधीश आणि संविधानाच्या कलम १२४ (२) आणि २१७ (१) यात उल्लेख केलेल्या काही इतर न्यायाधीश आणि अधिकारी यांच्या सल्ल्याने करेल.

सर्वोच्च न्यायालयातील न्यायाधीशांच्या संदर्भात कलम १२४(२)मध्ये असे लिहिले आहे :

> (२) सर्वोच्च न्यायालयाच्या प्रत्येक न्यायाधीशाची नेमणूक राष्ट्रपती त्यांना योग्य, आवश्यक वाटेल त्या सर्वोच्च न्यायालयातील आणि उच्च न्यायालयातील न्यायाधीशांची मते जाणून घेऊन, त्यांच्याशी चर्चा, सल्ला मसलत करून राष्ट्रपतींच्या सही शिक्क्याच्या लेखी अधिपत्राद्वारे करतील आणि त्या न्यायाधीशांच्या वयाच्या पासष्टाव्या वर्षांपर्यंत ते न्यायाधीश त्या पदावर राहतील. सरन्यायाधीशपद वगळता इतर सर्व न्यायाधीशांच्या पदावरील नेमणुकी करताना राष्ट्रपतींनी भारताच्या सरन्यायाधीशांचा सल्ला घेणे जरुरीचे आहे.

उच्च न्यायालयातील न्यायाधीशांच्या संदर्भात कलम २१७ (१)मध्ये असे लिहिले आहे :

> (१) उच्च न्यायालयाच्या प्रत्येक न्यायाधीशांची नेमणूक राष्ट्रपती भारताचे सरन्यायाधीश, संबंधित राज्याचे राज्यपाल आणि मुख्य न्यायाधीशपद सोडल्यास बाकीच्या सर्व नेमणुकांच्या बाबतीत त्या उच्च न्यायालयाचे मुख्य न्यायाधीश यांची मते जाणून घेऊन, त्यांच्याशी सल्ला मसलत करून राष्ट्रपतींच्या सही शिक्क्याच्या लेखी अधिपत्राद्वारे करतील आणि त्या न्यायाधीशांच्या वयाच्या बासष्टाव्या वर्षांपर्यंत ते न्यायाधीश त्या पदावर राहतील. जर ते न्यायाधीश अतिरिक्त न्यायाधीश अथवा कार्यकारी न्यायाधीश असतील, तर ते कलम २२४मधील अटींनुसार त्यांच्या पदावर राहतील.

घटना स्वीकार केल्यातनंतरच्या पहिल्या दशकात, जानेवारी, १९५० ते नोव्हेंबर, १९५९ या कालावधीतील सर्वोच्च न्यायालयाच्या १९ न्यायाधीशांच्या नेमणुका संविधानाने सांगितलेल्या वरील पद्धतीनेच करण्यात आल्या. प्रत्येक नेमणुकीच्या वेळी भारताच्या सरन्यायाधीशांची पसंती विचारात घेतली गेली. त्याच कालावधीत झालेल्या निरनिराळ्या राज्यांतील उच्च न्यायालयाच्या २११ न्यायाधीशांच्या

नेमणुकांपैकी २१० नेमणुकाही सरन्यायाधीशांच्या सल्ल्याने, त्यांच्या मंजुरीने केल्या गेल्या.[२]

परंतु १९६०च्या दशकात परिस्थिती बदलली. संसद आणि न्यायसंस्था यांच्यातील संबंध सलोख्याचे राहिले नाहीत. घटनेतील संपत्तीच्या गौणवाक्याचा सर्वोच्च न्यायालयाने शब्दश: अर्थ लावून दिलेल्या निर्णयांनंतर तर संसद आणि उच्च न्यायालये यांच्यात तेढच निर्माण झाली. संविधानाच्या मूळ म्हणजे १९५० सालच्या आवृत्तीत ३१व्या कलमानुसार 'कायद्याच्या अधिकाराचा अपवाद सोडला तर एखाद्या व्यक्तीची संपत्ती इतर कोणालाही हिरावून घेता येत नाही आणि 'मोबदला' अथवा 'भरपाई' दिल्याशिवाय ती हस्तांतरित करता येत नाही.' अनेक दाव्यांतील निर्णयांना भारत सरकारतर्फे जोरदार आव्हान देऊनसुद्धा, विरोध करूनसुद्धा सर्वोच्च न्यायालयाने अशी भूमिका घेतली की, त्या कलमातील 'मोबदला' या शब्दाचा अर्थ 'पूर्ण मोबदला' असा आहे. अमेरिकन न्यायालयांनीही 'मोबदला' याचा अर्थ 'योग्य, समतुल्य मोबदला' असा लावला होता. या न्यायालयाच्या ठाम भूमिकेमुळे जमीनदारीची जुनी परंपरा नष्ट करण्याच्या सरकारच्या बहुचर्चित योजनेला खीळ बसत होती, कारण जमिनींच्या सुधारणांसाठीचा उपाय म्हणून जमीनदारांचे प्रचंड भूखंड घेताना न्यायालयाच्या निर्णयानुसार जमीनदारांना 'पूर्ण, योग्य, समतुल्य' मोबदला देणे सरकारला शक्यच होत नव्हते, परवडतच नव्हते.

सरकारातील उच्चस्थ पदाधिकाऱ्यांना सर्वोच्च न्यायालयाचा हा दृष्टिकोन 'भांडवलदारी'कडे झुकणारा आणि म्हणून समाजविरोधी वाटला आणि बोचला. त्यांना असे वाटू लागले की, सर्वोच्च न्यायालयातील न्यायाधीश नेमताना जरा प्रगतिवादी, 'पुरोगामी'वृत्तीचे, सरकारच्या आर्थिक धोरणांना पुष्टी देणारे न्यायाधीश नेमणे गरजेचे आहे. त्या वेळी सरकार एकपक्षीय होते, (काँग्रेस) पक्ष बलिष्ठ होता, निर्विवाद बहुमतात होता, त्यामुळे कोणतेही विधेयक, कोणताही कायदा, घटनेतील दुरुस्तीसुद्धा सहजपणे करून घेणे, त्यांना अजिबात अवघड नव्हते.

काळाची पावले ओळखणारे लोक असतातच. न्यायाधीशही वाहणाऱ्या वाऱ्याची दिशा ओळखून त्यांचे विचार, त्यांची मतेही त्या दिशेला वळवू लागले आणि आपण तसे केले आहे हे 'योग्य' अधिकारी व्यक्तींच्या कानावर पडेल, त्यांच्या लक्षात येईल इतक्या जोराने, जाहीरपणे सांगूही लागले. सरकारच्या अपेक्षेप्रमाणे आपण कसे पुरोगामी, प्रगतिवादी, समाजाभिमुख आहोत, हे ते त्यांच्या न्यायालयीन निर्णयातूनही दर्शवू लागले, आणि मग सत्ताधीशांची मेहेरबानी, कृपादृष्टी संपादन करण्यासाठी अहमहमिका सुरू झाल्याचे दु:खद दृष्य दिसू लागले. उच्च न्यायालयांच्या काही मुख्य न्यायाधीशांनीदेखील न्यायाधीशांच्या नेमणुकींच्या बाबतीत त्यांची पसंती देताना सरकारी धोरणांशी 'मिळते-जुळते' घ्यायला मागे-पुढे पाहिले नाही! तशाच

'लायक' न्यायाधीशांची एक फौजच त्या काळात तयार झाली. न्यायवर्तुळात 'शासकीय इच्छेशी इमान' राखण्यातले हे अनन्यसाधारण महत्त्व खालपासून अगदी वरपर्यंत सर्वांच्यातच कसे आणि किती भिनले होते, हे भारत सरकारच्या कायदा सचिवांनी 'सेकंड जजेस' केसमध्ये (१९९४ साली) शपथपूर्वक दिलेल्या प्रतिज्ञापत्रात वस्तुस्थितीचे वर्णन करणाऱ्या विधानातून स्पष्ट होते; त्यात असे दाखवले होते की, १९८३ ते १९९३ या दहा वर्षांच्या काळात मुख्य न्यायाधीशांनी उच्च न्यायालयांच्या न्यायाधीशांच्या केलेल्या एकूण ५४७ निवडींपैकी फक्त सात निवडी सर्वोच्च न्यायालयाच्या सरन्यायाधीशांच्या पसंतीस उतरल्या नव्हत्या!

आमच्या सर्वोच्च न्यायालयाचे काही सरन्यायाधीशसुद्धा सुदैवाने त्यांची संख्या फार नव्हती, त्या वात्रटिकेतली लेडी केंट जशी 'मी नाही हो त्यातली!' असे म्हणत-म्हणत शेवटी त्यांच्यातलीच होते, तसे 'आम्ही नाही त्यांच्या 'हो'ला 'हो' भरणार' असे म्हणूनही अखेरीस त्या 'होयबां'च्या आग्रहाला बळी पडलेच!!

एका बाजूला शासन, एकपक्षीय सरकार आणि दुसऱ्या बाजूला न्यायसंस्थेचे अत्युच्च पदस्थ, सर्वोच्च न्यायालयाचे सरन्यायाधीश यांच्यात त्या काळात काय चर्चा घडत होत्या, कुठल्या आणि किती बाबतीत सहमती अथवा मतभेद होत होते, काय बोलाचाली होत होती यांचा मी काही साक्षीदार नव्हतो, पण एक गोष्ट नक्की, अगदी स्पष्ट आहे की, १९५०नंतरच्या पहिल्या दशकात संविधानाच्या बाबतीतल्या चर्चा, विचारविनिमय ज्या मूलभूत संकेताला धरून चालायचे तसे ते १९७०, १९८०च्या दशकात होत नव्हते. सुरुवातीच्या काळात उच्च आणि सर्वोच्च न्यायालयातील न्यायाधीशांच्या नेमणुकांच्या बाबतीत शासन सरन्यायाधीशांनी दिलेला सल्ला पूर्ण विश्वासार्ह मानून नि:संशयपणे, निर्विवादपणे मानीत होते.

त्याच काळात १९८१ साली, एस. पी. गुप्ता यांची केस[३] सर्वोच्च न्यायालयाच्या सात न्यायाधीशांच्या खंडपीठासमोर आली. (हीच केस पुढे 'फर्स्ट जजेस केस' म्हणून सुप्रसिद्ध – का कुप्रसिद्ध? झाली.). त्या केसच्या निकालात खंडपीठाने 'विरोधी' सूर लावला. 'न्यायसंस्थेतील उच्च पदांवरील न्यायाधीशांच्या नेमणुकांच्या बाबतीत सरन्यायाधीश यांचे मत, सल्ला मानणे, हे शासनावर घटनेनुसार अनिवार्य, बंधनकारक नाही,' असा निकाल अगदी निसटत्या (४:३) बहुमताने खंडपीठाने दिला. निकालाच्या बाजूने होते न्यायमूर्ती पी. एन. भगवती, फझल अली, डी. ए. देसाई आणि ई. ए. वेंकटरामय्या आणि अल्पमतात होते न्यायमूर्ती ए. सी. गुप्ता, व्ही. डी. तुळजापुरकर आणि आर. एस. पाठक. निकाल घटनेच्या कलमांनुसार बरोबर असला, तरी तो घटनेच्या मूलभूत संकेताला धरून मात्र नव्हता. बहुमताचे म्हणणे असे होते :

उच्च न्यायालयातील एका न्यायाधीशांच्या नेमणुकीविषयी संबंधित अधिकाऱ्यांच्यात मतभेद आहेत. घटनेचे पालन होते याची खातरी करण्याची जबाबदारी असणाऱ्या अधिकाऱ्यांच्यात असे मतांतर असताना कोणा एकाच्या अथवा काहींच्या मताला प्राधान्य अथवा जास्त वजन असत नाही, प्रत्येकाचे मत ऐकून घेऊन, त्यांचे यथायोग्य महत्त्व ठरवून, कोणाचे मत स्वीकारायचे आणि त्यानुसार कोणत्या व्यक्तीची न्यायाधीशपदी नेमणूक करायची याचा अंतिम निर्णय स्वतंत्रपणे घेण्याचा शासनास अधिकार आहे, तसेच सर्वोच्च न्यायालयातील न्यायाधीशांची नेमणूक करताना सरन्यायाधीशांचा सल्ला घेतला पाहिजे, पण तो सल्ला म्हणजे एक मत आहे, एक विचार आहे एवढेच, नेमणुकीसाठी त्यांची सहमती अथवा मान्यता गरजेची नाही. न्यायसंस्थेचे अत्युच्च पदाधिकारी या नात्याने सरन्यायाधीश यांच्या मताला निश्चितच महत्त्व आहे, परंतु त्यांच्या सल्ल्याप्रमाणेच वागले पाहिजे असे बंधन मात्र केंद्र सरकारवर मुळीच नाही. न्यायाधीशांच्या नेमणुकीचा अंतिम अधिकार हा केंद्र सरकारचाच आहे. ही पद्धत इतर अनेक लोकशाही राष्ट्रांमध्ये प्रचलित असणाऱ्या शिरस्त्यास धरून आहे.

त्याच निकालपत्रात पुढे म्हटले होते :

संविधानाच्या (कलम १२४(२)मधील) या तरतुदीप्रमाणे एक किंवा अनेक न्यायाधीशांच्या नेमणुका करताना संबंधितांची मते जाणून घेतल्यानंतर निवड करण्याचे अंतिम अधिकार सर्वस्वी केंद्र सरकारच्या अधीन असण्यात घटनेच्या उद्देशांचे पुरेसे संरक्षण होऊ शकते, असे आम्हास वाटत नाही. आम्ही अशी सूचना करू इच्छितो की, उच्च आणि सर्वोच्च न्यायालयांच्या न्यायाधीशांच्या निवडीच्या विषयात राष्ट्रपतींना नावांची शिफारस करण्यासाठी एक मंडळ स्थापन करण्यात यावे, म्हणजे शिफारसीचे अधिकार आत्तापेक्षा जरा जास्त विस्तृत होतील आणि त्यात विविध क्षेत्रांची मते सामील होतील. मंडळाच्या सभासदांना न्यायासनावर बसणाऱ्या न्यायाधीशांच्या अंगी कोणते गुण असले पाहिजेत, याबद्दल आणि तशा लायक व्यक्तींविषयी तपशीलवार माहिती असणे अपेक्षित आहे. गुणांची अचूक पारख ही गोष्ट अत्यंत महत्त्वाची आणि या पद्धतीवर सखोल आणि दूरगामी परिणाम करणारी आहे. समाजातील रंजल्या-गांजल्यांच्या, वंचितांच्या आणि शोषितांच्या दृष्टीने अर्थपूर्ण आणि परिणामकारक शाबित होईल, अशी न्यायपद्धती राबवणारे आणि वर वर्णन केल्याप्रमाणे खऱ्या अर्थाने स्वतंत्रवृत्तीने विचार

करणारे न्यायाधीश आपल्या न्यायालयात असण्याची हमी मिळण्यासाठी 'रत्नपारखी' लोक त्या मंडळात असणे आवश्यक आहे. आम्ही येथे हे मुद्दाम नमूद करू इच्छितो की, ऑस्ट्रेलिया आणि न्यूझीलंड या देशांनी न्यायसंस्थेतील उच्चपदस्थ न्यायाधीशांच्या नेमणुकींसाठी 'न्याय आयोग' – ज्युडिशियल कमिशन – नेमण्याच्या दिशेने पावले उचललेली आहेत. नुकतेच जुलै, १९७७मध्ये ऑस्ट्रेलियाच्या सरन्यायाधीशांनी ऑस्ट्रेलियात तसे सल्लागार मंडळ स्थापन करण्याची वेळ आली असल्याचे जाहीरपणे सांगितले आहे. न्यूझीलंडमध्ये 'रॉयल कमिशन ऑन द कोर्ट्स'चे अध्यक्ष न्यायमूर्ती बीट्ल हे आता न्यूझीलंडचे गव्हर्नर जनरल झाले आहेत आणि त्यांनीही त्यांच्या नव्या अधिकारात असेच सुचवले आहे की, उच्च न्यायालयांच्या न्यायाधीशांसकट सर्व न्यायालयीन नेमणुकांची जबाबदारी एका न्याय आयोगाने उचलावी. या आमच्या शिफारसीचा भारत सरकारने गंभीरपणे विचार करावा.

या 'फर्स्ट जजेस केस'चा निकाल न्यायालयीन स्वातंत्र्याच्या दृष्टीने फारच घातक ठरला. कारण, दुर्दैवाने भारत सरकारने निकालातील 'न्याय आयोगा'च्या शिफारसीच्या भागाकडे सोयीस्कररित्या दुर्लक्ष करून फक्त सरकारला अनुकूल असणारा पहिलाच भाग उचलून धरला, त्यावरच सर्व भर दिला आणि मग पुढील सरकारेही न्यायाधीशांच्या नेमणुकीतील 'सरकारी हस्तक्षेपा'ला सर्वोच्च न्यायालयाने दिलेली मान्यता त्यांच्या फायद्यासाठी वापरीत राहिली. उच्च न्यायालयातील एखाद्या न्यायाधीशाच्या सरकारला हव्या असलेल्या उमेदवाराच्या नावाला जर सरन्यायाधीशांनी आग्रही आक्षेप घेतला, तर सरकार संबंधित उच्च न्यायालयाच्या मुख्य न्यायाधीशांना आपल्या बाजूला वळवून घेत असे आणि सर्वोच्च न्यायालयातील न्यायाधीशांच्या नेमणुकीत जर सरन्यायाधीशांनी व्यत्यय आणला, तर सर्वोच्च न्यायालयाच्या इतर विद्यमान न्यायाधीशातील ज्यांचे विचार सरन्यायाधीशांशी न जुळणारे असतील अशा न्यायाधीशांना हेरून त्यांचा 'सल्ला' ग्राह्य धरून सरकार त्याला हव्या त्या व्यक्तीची नेमणूक नक्की करीत असे. या सरकारच्या स्वार्थी, आपमतलबी चलाखीमुळे उच्चपदस्थ न्यायाधीशांच्यातील एकीला तडे गेले, त्यांच्यात तेढ निर्माण झाली.

आतील बाजूने फटी पडल्या तरच किल्ल्यांची तटबंदी ढासळते. न्यायसंस्थेच्या पडझडीलाही 'फर्स्ट जजेस केस'च्या (१९८१) कायदेशीरदृष्ट्या बरोबर, परंतु अत्यंत दुर्दैवी असा त्याच न्यायसंस्थेच्या काही सदस्यांनी दिलेला निकालच कारणीभूत ठरला.

त्या निकालाच्या बाजूने मत देणाऱ्यांपैकी न्यायमूर्ती पी. एन. भगवती जुलै, १९८५मध्ये (सरन्यायाधीशांच्या खालोखालच्या ज्येष्ठतम न्यायाधीशांना निरपवादरित्या

सरन्यायाधीशपद दिले जाण्याच्या पद्धतीनुसार)[४] सरन्यायाधीश झाले. 'फर्स्ट जजेस केस'मधील त्यांनीच दिलेल्या निकालाचा हवाला देऊन सरकार त्यांनी न्यायाधीशपदासाठी सुचवलेली नावे बेलाशक नाकारत राहिले. खरोखरच अतिशय लायक अशा नावांनाही सरकारकडून होणारा विरोध पाहून त्यांच्या कारकिर्दीच्या शेवटी-शेवटी तर भगवती अतिशय अस्वस्थ होत असत, अगदी चडफडत असत.

***

सरकारच्या या केसच्या निकालावरील प्रतिक्रियेच्या परिणामांची बरीच वर्षे कडू चव चाखल्यावर सर्वोच्च न्यायालयातील काही नव्याने आलेल्या न्यायाधीशांनी संविधानाच्या या विषयावरील कलमांचा परत एकदा ताज्या दमाने, नव्या दृष्टीने विचार करण्याचे ठरवले, त्यात न्यायमूर्ती एस. रत्नवेल पांडियन, ए. एम. अहमदी, कुलदीपसिंग, जे. एस. वर्मा, एम. एम. पुंछी, योगेश्वर दयाळ, जी. एन. रे, डॉ. ए. एस. आनंद आणि एस. पी. भरुचा यांचा समावेश होता. ही मंडळी या निष्कर्षाप्रत आली की, 'फर्स्ट जजेस केस'च्या निकालातील निसटत्या बहुमताच्या मुद्द्याचा पुनर्विचार करणे गरजेचे आहे.

या विषयात मी गोवला गेलो तो या ठिकाणी. 'सुप्रीम कोर्ट ॲडव्होकेट ऑन रेकॉर्ड असोसिएशन'ने दाखल केलेल्या पुनर्विचाराच्या याचिकेवरील सुनावणीत अर्जदाराचे प्रतिनिधित्व न्यायालयात मी केले आणि 'सेकंड जजेस केस'[५] उभी राहिली. त्यावेळचे ॲडव्होकेट ऑन रेकॉर्ड मुकुल मुदगी (जे पुढे दिल्ली उच्च न्यायालयाचे न्यायाधीश झाले आणि पंजाब आणि हरियाना या राज्यांच्या उच्च न्यायालयाचे मुख्य न्यायाधीश होते.) यांनी मला बहुमोल साहाय्य केले. आम्ही केस जिंकलो, पण त्या वेळी आणि त्यानंतर जो प्रचंह कलह उभा राहिला तो आम्हाला सर्वस्वी अनपेक्षित होता.

'सेकंड जजेस केस'चा निकाल १९९३ साली (७:२ अशा) बहुमताने आमच्या बाजूने लागला, पण त्या निकालाने १९८१च्या पूर्वीच्या स्थितीवर काही शिक्कामोर्तब झाले नाही. अमेरिकन लोक ज्याला सर्वस्वी नवी 'बॉल गेम' म्हणतात तसे काहीतरी घडले. आपल्या संविधानाने न्यायसंस्थेच्या स्वातंत्र्याची धुरा सर्वोच्च न्यायालयाच्या प्रमुखांच्या म्हणजे सरन्यायाधीशांच्या खांद्यावर दिलेली आहे. सरन्यायाधीशपदाला दिलेल्या या प्राधान्याच्या, महत्त्वाच्या स्थानाला जून, १९७५ ते मार्च, १९७७ या जुलमी अंतर्गत आणीबाणीच्या काळात त्यावेळचे सरन्यायाधीश यांनी न्यायाधीशांच्या एका उच्च न्यायालयातून दुसऱ्या उच्च न्यायालयात केलेल्या उचलबांगड्यांनी काळिमा फासला. ज्या न्यायाधीशाने सत्ताधीशांच्या दृष्टीने महत्त्वाच्या असलेल्या एखाद्या केसमध्ये खऱ्या न्यायाची बाजू घेऊन केंद्र अथवा राज्य सरकारांच्या विरोधात

निकाल दिला की, त्या नकोशा झालेल्या, निरंकुश सत्तेच्या मार्गातील काटा बनणाऱ्या 'दगलबाजा'ला उचल त्याच्या जागेवरून आणि दे धाडून कुठेतरी असा प्रकार चालू होता. खरा न्याय देण्याऱ्या 'अपराधी' न्यायाधीशांना सर्रास 'बदलीची शिक्षा' फर्मावण्यात येत होती.

सरन्यायाधीशांच्या मताच्या प्राधान्याचा सरन्यायाधीश रे यांनी न्यायाधीशांच्या नेमणुकी आणि बदल्या यांच्या बाबतीत केलेल्या दुरुपयोगाचा 'सेकंड जजेस केस'च्या न्यायाधीशांच्या मनावर इतका जबरदस्त पगडा होता की, त्या केसच्या निकालात न्यायाधीशांचे बहुमत 'फक्त सरन्यायाधीशांच्या एकट्याच्या मताला अग्रस्थान देण्या'च्या सिद्धांताला पुष्टी द्यायला धजावतच नव्हते, म्हणून खंडपीठाने एक नवीन सिद्धांत 'विकसित केला' म्हणण्यापेक्षा 'जन्माला घातला.'

त्या केसच्या निकालात न्यायमूर्ती वर्मा[६] यांनी 'फर्स्ट जजेस केस'चा निकाल अस्वीकृत असल्याचे सांगितले – त्यात सुचवलेली पद्धत सध्या वापरात असणाऱ्या रिवाजांशी जुळणारी नाही असे दर्शवून त्यांनी असे सुचवले की, 'सरन्यायाधीशांच्या मताला प्राधान्य देण्याचा सिद्धांत जरासा सुधारून त्यांचे मत म्हणजे त्यांच्या दोन सर्वांत ज्येष्ठ सहकारी न्यायमूर्तींशी त्यांनी चर्चा, सल्ला मसलत करून त्यावर आधारित असे मत असा असावा'. असे करण्याने ते मत आपोआपच 'एकत्रित सहमत' बनेल. एकाच व्यक्तीच्या मतापेक्षा असे अनुभवी न्यायाधीशांच्या मतांची जोड असलेले 'सहमत' चांगले. 'फर्स्ट जजेस केस'च्या निकालात जी 'सल्लागार मंडळा'ची कल्पना मांडली होती तिला या निकालात 'जर शासनाने मंडळाची शिफारस मान्य न करता न्यायाधीशांची नेमणूक केली, तर शासन 'विश्वसनीय'– बोनाफाइड – नाही असे समजले जाईल.' अशी पुस्ती जोडण्यात आली.

'सेकंड जजेस केस'च्या निर्णयाने १९८१ सालच्या 'फर्स्ट जजेस केस'चा निकाल चुकीचा ठरवून तो फेटाळून लावला, त्यात म्हटले होते की, संविधानाचा अर्थ शब्दश: लावला जाऊ नये – त्यातील शब्द आणि वाक्य यांच्या रचनेमागचा 'संदर्भ' आणि 'हेतू' लक्षात घेणे जरुरीचे आहे. निकालात तसे म्हटले गेले तरी खंडपीठाने निकालात संविधानाच्या १२४व्या (आणि २१७व्या) कलमाचा लावलेला अर्थ 'संदर्भ' आणि 'हेतू' विचारात न घेताच लावला होता. 'घटनाकारांना न्यायाधीशांच्या नेमणुकींची जबाबदारी ज्येष्ठ न्यायाधीशांवर सोपवायची होती असा हेतू, असा संदर्भ, असा अर्थ संविधानातील त्या कलमात वापरलेल्या भाषेत, वाक्यात, शब्दात किंवा घटना मांडली गेली त्यावेळच्या संसदेच्या सभेत झालेल्या चर्चेत, मतप्रदर्शनातही व्यक्त झालेला नव्हता.

अनेकांना असे वाटले की, कोर्टाने त्या केसच्या काळात उमर खय्यामची ही रुबाई[७] ऐकली असावी :

प्रिये, आपल्या समोरच्या दु:खाचा डोंगर पार करायला
आपल्या दोघांना प्रारब्धाशी हातमिळवणी करता येईल का?
त्याच्या साहाय्याने डोंगराचा चक्काचूर करून,
त्या मातीतून आपल्या मनोरथांचा महाल उभा करता येईल का?

'सेकंड जजेस केस'च्या न्यायालयीन निर्णयाने संविधानाची १२४ आणि २१७ ही दोन कलमे त्या न्यायाधीशांनी त्यांच्या 'मनोरथां'नुसार लिहिली!

या निर्णयावर केवळ भारतातल्याच नव्हे, तर जगभरातल्या न्यायाधीशांकडून विरोधाचे सूर उमटले, त्यातल्या काहींनी त्यांच्या भारतभेटीत ते स्पष्टपणे व्यक्तही केले. लॉर्ड रॉबिन कुक यांनी त्यांच्या दिल्लीतील भाषणाचा विषय एका बोचऱ्या, धारदार (पण शालजोडीतल्या) वाक्यात वर्णन केला होता : 'जेथे देवदूतही पाय ठेवायला घाबरतात...' हे अर्धवाक्य त्यांनी अठराव्या शतकातील ख्यातनाम इंग्लिश कवी अलेक्झांडर पोप[८] यांच्या एका कवितेतील जगप्रसिद्ध ओळीवरून घेतले होते. ती ओळ अशी होती : 'जेथे देवदूतही पाय ठेवायला घाबरतात, तेथे मूर्ख गर्दी करतात!!' रॉबिन कुक यांनी सहेतुकपणेच त्या ओळीतील उत्तरार्ध गाळला, कारण त्यांना भीती होती की, अलेक्झांडर पोप हा कवी आणि त्याचे हे काव्य यांच्याशी जे भारतीय परिचित नसतील, त्यांना उत्तरार्धातील विशेषणाचा न्यायाधीशांना मारलेला खास टोमणा अपमानास्पद वाटेल आणि तो पचवणे त्यांना चांगलेच अवघड जाईल.

१२४(२) या कलमाचे स्पष्टीकरण देण्याच्या मिषाने त्याची पुनर्रचना (१९९३) केल्यानंतरसुद्धा निकालात मांडलेला नवा सिद्धांत न्यायाधीशांच्या नेमणुकी होताना प्रत्यक्ष व्यवहारात वापरला जातच नव्हता, हे काही गुपित राहिले नव्हते, त्यात सांगितल्याप्रमाणे 'एकत्रित सहमत' होण्यासाठी तीन ज्येष्ठतम (सरन्यायाधीश आणि त्यांच्या खालोखालचे दोन सर्वांत ज्येष्ठ न्यायाधीश) त्या विषयावर एकविचाराने चर्चा करण्यासाठी एकमेकांसमोर येणे हे नेहमी शक्य होत होतेच असे नाही!

उदाहरणादाखल एक प्रत्यक्ष घडलेली हकिकत सांगतो : एका उच्च न्यायालयाच्या प्रमुख न्यायाधीशाच्या जागेसाठी 'सर्वोच्च अधिकार त्रिकुटा'पैकी दोघांनी एकत्र येऊन सरन्यायाधीशांना एक नाव सुचवले. सरन्यायाधीश पूर्वीच्या सर्वाधिकाराच्या तोऱ्यात त्या नावाला 'नाही' म्हणाले आणि त्या नकाराच्या पुष्ट्यर्थ सरन्यायाधीशमहाराजांनी त्यांच्या वेगळ्याच आणि कनिष्ठ अशा दोन न्यायाधीशांचे नकारार्थी मत पुढे केले!!

***

सेकंड जजेस केसच्या न्यायाधीशांनी शोधलेल्या नवीन सिद्धांतानुसार न्यायसंस्थेतील उच्च न्यायाधीशांच्या पदांवर चांगल्या, सक्षम, प्रामाणिक स्त्री-पुरुषांच्या (स्त्रिया

अगदीच कमी. साठ वर्षांत केवळ हाताच्या बोटांवर मोजण्याइतक्याच![९]) नेमणुका झाल्या हे खरे आहे, पण हेही तितकेच खरे आहे की, ज्यांच्या सचोटीबद्दल त्यांचे शत्रूही संशय घेणार नाहीत असे प्रामाणिक, उत्तम, समर्थ असे काही लोक कोणत्याही सयुक्तिक कारणाशिवाय डावललेही गेले; याचे कारण असे आहे की, न्यायाधीशांच्या नावांच्या शिफारसी करणे, त्यातून योग्य व्यक्तीची निवड करणे या प्रक्रियेची कोणतीही सुगठित, सुविहित, प्रस्थापित पद्धत उपलब्ध नाही. लायक उमेदवारांसंबंधीची सर्व उपयुक्त माहितीही एकत्रित संग्रहित केलेली नाही.

१९९८ सालच्या जानेवारी महिन्यात न्यायमूर्ती पुंछी हे सरन्यायाधीश झाले, त्यानंतर त्यांनी त्यांच्या दोन ज्येष्ठतम सहकाऱ्यांच्या मान्यतेसकट एकत्रित सहमताने सर्वोच्च न्यायालयातील न्यायाधीशांच्या पाच मोकळ्या जागांसाठी काही नावांची शिफारस केली. (सेकंड जजेस केसच्या निकालाबरहुकूम सर्व काही असूनही) त्यातील एक-दोन नावांबद्दल सरकारला खरोखरच काही शंका असल्यामुळे सरकार त्या शिफारसी स्वीकारायला विलंब लावू लागले. सरन्यायाधीशांनी सर्वोच्च न्यायालयातील नेमणुकांसाठी सुचवलेल्या त्या यादीतील ती शंकास्पद नावे सरकारने काही ज्ञानी, उत्तम माहीतगार आणि अतिशय निःस्पृह अशा व्यक्तींकडे त्यांचे मत जाणून घेण्यासाठी पाठवली.

सर्व शहानिशा झाल्यानंतर सरकारने सरन्यायाधीशांना त्यातील काही नावांबद्दलचा नकार कळवला, परंतु सरन्यायाधीशांनी अशी ताठर भूमिका घेतली की, 'नेमले तर सगळे, नाहीतर कोणीच नाही!' सरन्यायाधीशांच्या सगळ्याच्या सगळ्या शिफारसी मान्य झाल्या नाहीत, तर संबंधित सरकारी अधिकाऱ्याविरुद्ध 'न्यायालयाचा अपमान' केल्याचा आरोप ठेवून कायदेशीर कारवाई केली जाण्याच्या शक्यताही बोलून दाखवण्यात येऊ लागल्या.

प्रकरण फारच टोकाला पोहोचून अवघड परिस्थिती निर्माण होऊ नये म्हणून सरकारने संविधानाच्या १४३व्या कलमाचा[१०] आधार घेऊन 'सेकंड जजेस केस'च्या निवाड्यातील काही भागाबद्दल 'स्पष्टीकरण' मागून त्यानुसार सरन्यायाधीशांच्या वादग्रस्त शिफारसींविषयी राष्ट्रपतींचा सल्ला जाणून घेण्याच्या उद्देशाने एक 'निर्देश' राष्ट्रपतींकडे पाठवला. (भारत सरकारने राष्ट्रपतींकडे दाखल केलेला तो सर्वांत निरर्थक निर्देश होता.) या नाट्यमय घटनेत भाग घेतलेल्या 'कलाकारां'चा अवमान न करता मी त्या 'नाटका'चे वर्णन 'न्यायविरोधी पुंछी निर्देश' असे करीन, यावरून हेच सिद्ध होत होते की, अचूक निवडीसाठी जसे सर्वोच्च पदावरील एकुलत्या एक व्यक्तीवर विसंबून राहता येत नाही, तिच्यावर पूर्णपणे विश्वास टाकता येत नाही, तसाच तो 'सर्वोच्च त्रिकुटा'वरही टाकता येत नाही!

राष्ट्रपतींनी 'निर्देश' परीक्षणासाठी सर्वोच्च न्यायालयाकडेच पाठवला. अर्जाची

सुनावणी नऊ न्यायाधीशांच्या खंडपीठापुढे[११] सुरू झाली – ती केस म्हणजेच 'थर्ड जजेस केस!' सरकारतर्फे खंडपीठाला असे सांगण्यात आले की, सरकार सेकंड जजेस केसच्या निकालाच्या पुनर्विचाराची मागणी करीत नाही, न्यायाधीशांच्या निवडीसाठी सल्लागार मंडळ असावे असेही सरकारचे म्हणणे नाही. सरन्यायाधीश आणि त्यांचे दोन ज्येष्ठ सहकारी यांनी केलेल्या न्यायाधीशांच्या सगळ्याच नावांच्या शिफारसींशी सरकार असहमत आहे किंवा त्या शिफारसी सरकार असंमत करते आहे असेही सरकारचे म्हणणे नाही.

अशा रीतीने राष्ट्रपतींच्या निर्देशाच्या परीक्षणाच्या नाट्याचा शेवटही काहीही निष्पन्न न होताच झाला. निवडीची प्रक्रिया आधिक चांगली व्हावी, आणखी मते, वेगवेगळे दृष्टिकोन त्यात समाविष्ट व्हावेत, निवड जास्त विश्वासार्ह, सुरक्षित व्हावी, या उद्देशाने सरन्यायाधीशांनी दोघांच्याऐवजी चार ज्येष्ठ न्यायाधीश सहकाऱ्यांशी चर्चा करावी, असा निकाल खंडपीठाने दिला. न्यायालयीन निर्णयाने 'त्रिकुटा'ची 'पंचकडी' झाली. हे सगळे रामायण घडेपर्यंत सरन्यायाधीश पुंछी वयाची पासष्टी गाठल्याने निवृत्त झाले, त्यांच्या नंतरच्या सरन्यायाधिशांनी, ज्याकरता ते 'रामायण' घडले होते, त्या न्यायाधीशांच्या पाच रिकाम्या जागांसाठी त्यांच्या चार ज्येष्ठ न्यायाधीश सहकाऱ्यांशी चर्चा करून सर्वमान्य अशी नवीन नावे सुचवली आणि ती सरकारने मान्यही केली!

***

'थर्ड जजेस केस'च्या (१९९८) निकालाने आधीचे मूळ प्रश्न तसेच राहिले. तीन डोक्यांची पाच डोकी झाली एवढेच, त्यामुळे निवडप्रक्रियेसाठी ज्या सुगठित, सुविहित, प्रस्थापित अशा पद्धतीची गरज होती, ती काही उपलब्ध झाली नाही आणि उच्च न्यायालयातील शेकडो न्यायाधीशांपैकी कोणते न्यायाधीश (उच्च न्यायालयातील न्यायाधीशांच्या निवृत्तीचे वय बासष्ट होते.) सर्वोच्च न्यायालयातील पदासाठी लायक, सुयोग्य समजावेत याचे कोणते निकषही ठरवले गेले नाहीत.

***

सर्वोच्च न्यायालयातील सर्वांत ज्येष्ठ असे पहिले पाच न्यायाधीश – त्यांच्यात विशेष काय आहे, हे मला कधीच समजले नाही. त्यांची श्रेष्ठता त्यांच्या सेवेतील ज्येष्ठतेमुळे आलेली आहे, त्यांच्यातला शहाणपणा किंवा त्यांची कामातली क्षमता यांमुळे ती आलेली असेल असे नाही. जेव्हा उच्च न्यायालयातील एखाद्या न्यायाधीशाला किंवा एखाद्या नामवंत वकिलाला सर्वोच्च न्यायालयात न्यायाधीश म्हणून नेमायचे असते, तेव्हा सर्वोच्च न्यायालयातील सगळ्याच न्यायाधीशांचे मत, सल्ला का

घेतला जात नाही, हे मला कधीही समजलेले नाही. माझ्या मते सर्वोच्च न्यायाधीशांच्या 'पंचकडी'ला प्रदान केलेले अग्रस्थान मोडून काढायला हवे; ती मंडळी स्वकेंद्रित असतात. इतर कोणालाही विचारीत नाहीत की कोणाचे मत घेत नाहीत. स्वत:चे पत्ते स्वत:च्या छातीशी घट्ट धरून बसतात! वर्षानुवर्षे हे असेच चालले आहे. एक अपवाद आहे ज्यांनी सेकंड जजेस केसच्या खंडपीठाचा निकाल तयार केला आणि त्याला अधिकृत केले त्या सरन्यायाधीश जे. एस. वर्मा यांचा. ते सहकारी न्यायाधीशांशी तर बोलायचेच, पण काही अनुभवी, ज्येष्ठ वकिलांचादेखील (माझासुद्धा) सल्ला घ्यायचे (ते तो नेहमी मानायचेच असे मात्र नाही.) खरे तर त्यांनी मला असेही सांगितले होते की आम्ही दिलेली मते, सल्ला ते संबंधित न्यायाधीशाच्या फाइलवर नोंदवूनही ठेवायचे. सेकंड जजेस केसचा निकाल देताना न्यायाधीश निवडीच्या प्रक्रियेत न्यायमूर्ती वर्मा यांनी 'सरन्यायाधीश यांच्या नेतृत्वाखालील एकत्रित सहमत' या संकल्पनेला जे सर्वांत जास्त महत्त्व दिले होते, त्याच पद्धतीचा ते स्वत: आदर्श होते आणि त्यांनी अशी रास्त अपेक्षा ठेवली होती की, इतर सरन्यायाधीशांनीही तोच आदर्श पाळावा. माझी अशी सूचना आहे की, जर सांप्रत परिस्थितीत न्यायालयीन निर्णयानुसार 'एकत्रित सहमताने निवड' हीच पद्धत वापरायची असेल – आणि मला वाटते आपल्या देशात तीच पद्धत गरिबीसारखीच वर्षानुवर्षे तशीच टिकून राहील – तर त्यात सर्वोच्च न्यायालयाच्या सगळ्या न्यायाधीशांच्या मतांचा, विचारांचा समावेश असावा आणि शिवाय सरन्यायाधीशांना इतर कोणा ज्ञानी, अनुभवी व्यक्तींचा सल्ला घेणे योग्य वाटले, तर तोही त्यांनी घ्यावा. पाचच न्यायाधीशांच्या मतांवर अवलंबून न राहता खूप जास्त मते, दृष्टिकोन यांचा साकल्याने विचार करण्याइतकी ती निवड प्रक्रिया देशाच्या दृष्टीने, संविधानाच्या संरक्षणाच्या दृष्टीने नक्कीच महत्त्वपूर्ण आहे.

मी परत एकदा हे स्पष्ट करू इच्छितो की, सध्याच्या 'पंच'पद्धतीने चांगले, सुयोग्य न्यायाधीश निवडले गेले नाहीत असे मुळीच नाही, नक्कीच निवडले गेले आहेत, परंतु कदाचित मतांच्या सीमित संख्येमुळे त्याहून बरेच चांगले न्यायाधीश खालीच राहिले, दुर्लक्षित राहिले.

असे परत-परत तेच-तेच सांगण्यापेक्षा एक उदाहरणच देतो. मुंबईतच घडलेली घटना आहे. ही मी यापूर्वी अनेकदा सांगितलेलीही आहे आणि तिच्याविषयी लिहिलेलेही आहे. मी नावे घेऊनच सांगणार आहे, कारण त्याशिवाय त्याचे महत्त्व नीट, पूर्णपणे लक्षात येणार नाही. मुंबई उच्च न्यायालयाचे एक न्यायाधीश न्यायमूर्ती एम. एल. पेंडसे यांची काही काळापुरती कर्नाटक राज्याच्या उच्च न्यायालयाच्या मुख्य न्यायाधीशपदी बदली झाली होती. पेंडसे हे अत्यंत उत्तम न्यायाधीश होते आणि खटले त्वरेने निकाल देऊन ते समाधानकारकरित्या संपवण्यासाठी

प्रसिद्ध होते. त्यांनी मार्च, १९९६मध्ये राजीनामा दिला.

न्यायमूर्ती पेंडसे हे सर्वोच्च न्यायालयात न्यायाधीश होण्यास अत्यंत लायक अशी व्यक्ती आहेत असे मी सर्वोच्च न्यायालयातील न्यायाधीश मनोज कुमार मुखर्जी यांच्याजवळ बोललो तेव्हा त्यांनीही मला सांगितले की, पेंडसे हे देशातील उच्च न्यायालयातील सर्वांत उत्तम न्यायाधीश आहेत असे तेही मानतात. मी त्यांना पेंडसे यांच्याबद्दल सरन्यायाधीशांकडे शब्द टाकण्यास सुचवल्यावर ते मला म्हणाले की, त्यांनी ते याआधीच केले आहे, पण! कोणता 'पण'मध्ये आला माहीत नाही, पण पेंडसे यांना अत्यंत यशस्वीपणे सर्वोच्च न्यायालयाच्या न्यायाधीशपदापासून दूर राखण्यात आले!

त्याचे पहिले कारण होते, 'अवज्ञा'! त्यांची मुंबईहून कर्नाटकला केलेली बदली त्यांनी प्रथम (काही वैयक्तिक कारणांमुळे) नाकारली होती, त्यामुळे सरन्यायाधीश त्यांच्यावर नाराज होते. (त्यांना जेव्हा अन्य पर्यायच ठेवला नाही, तेव्हा त्यांनी ती बदली नाइलाजास्तव स्वीकारली होती.) दुसरे कारण त्या वेळी सर्वोच्च न्यायालयात न्यायाधीश म्हणून मुंबईतून जे न्यायाधीश निवडून गेले होते, त्या मुंबईकर न्यायाधीशांचा गट मत्सरी वृत्तीमुळे पेंडसे यांच्या पदोन्नतीच्या विरोधात होता. या परिस्थितीत सरन्यायाधीशांनी इतर ठिकाणच्या – कलकत्ता, अलाहाबाद – उच्च न्यायालयातून आलेल्या सहकाऱ्यांशी पेंडसे यांच्याविषयी चर्चा करायला हवी होती. माझी सर्व सरन्यायाधीशांना ही कळकळीची विनंती आहे की, 'सर, कृपा करून संभाव्य व्यक्ती ज्या ठिकाणची असेल, त्याच ठिकाणच्या उच्च न्यायालयातून आलेल्या आपल्या सहकारी न्यायाधीशांच्या मतांवर सर्वस्वी अवलंबून राहू नका.' (बहुतेकदा) त्या लोकांचे मूल्यमापन जरा पूर्वग्रहदूषित, कलुषित असू शकते. काही वेळा 'अतिपरिचयात् अवज्ञा' होते, काही वेळा त्यामुळेच त्या व्यक्तीचे चांगले आणि वाईट – सहसा वाईट – गुण जरा अतिशयोक्तीने वर्णन केले जातात.

बऱ्याच वर्षांचे माझे निरीक्षण असे सांगते की, 'पंचां'नी केलेल्या खूपशा शिफारसी 'चांगल्या' होत्या, काही 'तेवढ्या चांगल्या' नव्हत्या आणि काही 'त्याहून जास्त चांगल्या' असणे सहज शक्य होते. अगदी अलीकडची एक तर फारच वाईट होती. इतकी की ती चुकूनसुद्धा, कधीही, करायला नको होती अशी होती. सर्वोच्च न्यायालयाच्या न्यायाधीशपदासारख्या अतिमहत्त्वाच्या पदावर एखाद्या न्यायाधीशाची शिफारस करताना ज्या गांभीर्याने विचार केला गेला पाहिजे तसा केला जात नाही, त्यासाठी आवश्यक असणारा 'अभ्यास', हो, मी अभ्यासच म्हणतो आहे, कारण ते कामच तसे काळजीपूर्वक, काटेकोरपणे, अभ्यासपूर्वक करण्याचे आहे, तो अभ्यास सल्लागार न्यायाधीशांकडून केला जात नाही.

सरतेशेवटी परिणाम काय? तर न्यायाधीश निवडीची कुठलीच पद्धत आपल्या

देशात कधीच नीट चालली नाही. १९८१ ते १९९२मधली (ज्या काळात निवडीबाबत सरकार सर्वाधिकारी होते.) चालली नाही, १९९३नंतरचीही (ज्या काळात तीन आणि मग पाच ज्येष्ठतम न्यायाधीशांच्या एकत्रित सहमताला प्राधान्य होते.) चालली नाही.

या महत्त्वाच्या प्रश्नाचे उत्तर आहे तरी कशात? या समस्येवरील रामबाण उपाय आहे तरी कोणता? राष्ट्रीय सल्लागार मंडळ? राष्ट्रीय न्याय आयोग? तो लागू पडावा असे मनापासून वाटते, पण जितकी जास्त डोकी, जितकी जास्त मते तेवढा जास्त गोंधळ, तेवढा मोठा संदेह असे होणार नाही ना? कदाचित होईल, कदाचित नाहीही होणार. काय होईल ते काळ आणि अनुभवच सांगू शकेल. ही 'राष्ट्रीय न्याय आयोगा'ची कल्पना खरोखरच उत्तम आहे, राबवून पाहावी अशी निश्चित आहे, पण तीन वेळा तसे स्वतंत्रपणे प्रयत्न होऊनही तिला संसदेकडून काही मंजुरी मिळू शकलेली नाही.

> पहिला प्रयत्न झाला १८ ऑगस्ट, १९९५ या दिवशी. कायदामंत्री दिनेश गोस्वामी यांनी त्या दिवशी सदुष्टावे घटनादुरुस्ती विधेयक लोकसभेत मांडले. राष्ट्रीय न्याय आयोगाची कल्पना १२१व्या 'लॉ कमिशन रिपोर्ट'मधील – 'राष्ट्रीय कायदा आयोगाच्या अहवाला'तील सूचनेनुसार समाविष्ट केली गेली होती, परंतु ते विधेयक काही मंजुरीपर्यंत पोहोचू शकले नाही, कारण त्यापूर्वीच पंतप्रधान व्ही. पी. सिंग यांच्या नेतृत्वाखालील सरकार बरखास्त झाले. (नोव्हेंबर, १९९०).
>
> दुसरा प्रयत्न त्यानंतर आलेल्या चंद्रशेखर सरकारच्या राज्यात कायदामंत्री राम जेठमलानी यांनी केला. त्यांनी घटनादुरुस्ती विधेयक (विधेयक क्रमांक ५४, १९९०) लोकसभेला सादर केले, परंतु परत इतिहासाची पुनरावृत्ती झाली, चंद्रशेखर सरकारचा पाठिंबा काँग्रेस पक्षाने काढून घेतल्याने त्या वरकारला सत्ता सोडावी लागली, नव्याने निवडणुका जाहीर झाल्या आणि 'राष्ट्रीय न्याय आयोग' परत बासनातच पडून राहिला.
>
> २००३ साली घटनादुरुस्ती विधेयक क्रमांक ९८ संसदेसमोर ठेवण्यात आले, त्यातही (कायदा मंत्री अरुण जेटली यांनी) संविधानाच्या १२४ आणि २१७ या कलमांमध्ये 'राष्ट्रीय न्याय आयोग' ही पद्धती समाविष्ट करावी, अशी दुरुस्ती सुचविण्यात आली होती, पण २००४ साली त्या लोकसभेची मुदत संपली आणि ते विधेयक लोप पावले!

न्यायपद्धतींविषयीच्या रूढीवादाच्या, परंपराप्रियतेच्या बालेकिल्ल्यात म्हणजे इंग्लंडमध्येच जेव्हा इंग्लंडच्या न्यायसंस्थेचे प्रमुख – लॉर्ड चॅन्सेलर – यांनी न्यायाधीशांच्या निवड प्रक्रियेत 'लोकांचा सहभाग वाढवण्या'चा प्रस्ताव विचारार्थ ठेवला तेव्हा असा प्रश्न उपस्थित करण्यात आला होता की, 'कोण लोक? 'योग्य' लोक कोण?' सध्या इंग्लंडमध्ये न्यायालयीन उच्च पदे केवळ गुणवत्तेनुसार लायक उमेदवारांपुरती मर्यादित उरलेली नाहीत. त्या पदांची चक्क जाहिरात दिली जाते, आणि इच्छुक लोक त्यांच्या निवडीसाठी त्यांच्या योग्यतेचे पुरावे जोडून लिखित अर्ज पाठवून त्या जाहिरातीला प्रतिसाद देतात.

खरे तर आपल्या देशात न्यायाधीशांची निवड (किंवा शिफारस) किती लोक एकत्र येऊन करतात, कोणत्या प्रकारच्या लोकांवर ती जबाबदारी सोपवलेली आहे, यावर निवडपद्धतीची यशस्विता अवलंबून नाही, त्यासाठी गरज आहे ती पद्धत, तिचे निकष, त्यातील प्रत्येक पायरी स्पष्ट आणि संपूर्ण पारदर्शक असण्याची! शिफारसी आणि निवड ज्या पदासाठी केली जाते त्या पदाचे घटनेने वर्णिलेले असाधारण महत्त्व, सर्वोच्च न्यायालयावर संविधानातील कोणत्याही कलमाचा, देशातील सर्व कायद्यांचा योग्य अर्थ लावून खरे आणि योग्य न्यायदान करण्याची! टाकलेली संपूर्ण आणि अत्यंत गंभीर जबाबदारी यांची सखोल जाणीव असण्याची!

संपूर्ण पारदर्शकता म्हणजे खुली प्रसिद्धी असा मात्र गैरसमज कोणी करून घेऊ नये. शिफारस आणि निवडपद्धतीची एकदा व्यवस्थित संरचना झाली, त्यातील व्यक्तिनिष्ठता शक्य तेवढी कमी झाली की, मग त्यात बाहेरच्या कोणीही, जनतेने आणि प्रसार माध्यमांनी देखील लक्ष घालण्याचे, त्यामध्ये पडायचे काहीही कारण नाही. न्यायाधीशांच्या चर्चेचे, विचारांच्या देवाण-घेवाणीचे आणि त्या सगळ्यावर आधारित असलेल्या योग्य व्यक्तीच्या शिफारसीचे आणि निवडीचे काम संबंधितावर सोपवून बाकीच्यांनी निश्चिंत राहावे. सर्वोच्च न्यायालयाच्या न्यायाधीशांच्या जागांसाठी उत्तम व्यक्तीची निवड करण्याच्या कामी न्यायाधीश लक्ष घालीत नाहीत असे नाही, पण ते किती लक्ष घालू शकतात, याला मर्यादा पडतात, कारण पहिल्यापासूनच सातत्याने जी अडचण येते आहे, ती अशी आहे की जे ज्येष्ठ न्यायाधीश असतात आणि त्यातले जे सर्वांत ज्येष्ठ पाच असतात, त्यांच्यापुढे क्लिष्ट, जटिल अशा केसेसची लांबच लांब रांग सतत लागलेली असते, त्यांची सुनावणी, त्यांचे निकाल यात ते अतिशय कार्यरत असतात; त्यांना त्यांच्या त्या 'प्रथम' कर्तव्यासाठीच वेळ अपुरा पडत असतो, मग ते 'अवांतर' कामाला वेळ किती आणि कसा काढणार?

तरीसुद्धा माझ्या आठवणीनुसार पहिल्या पहिल्यांदा न्यायाधीशांच्या निवडीच्या कामात आजच्या मानाने खूपच जास्त काळजी घेतली जायची. १९७०च्या उत्तरार्धात मला (मी त्या वेळी खाजगी वकिली करीत होतो.) एका केसच्या संदर्भात बऱ्याच

वेळा केरळ राज्याच्या उच्च न्यायालयात जायला लागले होते. न्यायासनावर न्यायमूर्ती व्ही. बालकृष्ण इराडी होते. केसचा निकाल माझ्या पक्षकारांच्या विरोधात लागला, पण सुनावणी दरम्यान इराडी यांची कुशाग्र बुद्धी, त्यांची विषयाची समज, त्यांचे ज्ञान आणि क्षमता याने मी फारच प्रभावित झालो होतो. मी दिल्लीला गेलो असताना सर्वोच्च न्यायालयातील एक न्यायाधीश एन. एल. उंटवालिया यांच्याजवळ मी न्यायमूर्ती इराडी यांचे यथार्थ गुणवर्णन केले. उंटवालिया यांनी माझे ते मत लगेच सरन्यायाधीश वाय. व्ही. चंद्रचूड यांच्या कानावर घातले. चंद्रचूड यांनी त्याच दिवाळीच्या सुट्टीत उंटवालिया यांना केरळला पाठवले, इराडी यांच्याविषयी स्थानिक न्यायाधीश आणि वकील मंडळींच्यात बारीक चौकशी करून आधिक माहिती गोळा करायला लावली. न्यायाधीशांविषयीची खरी, परखड मते वकिलांकडून सर्वांत चांगली मिळू शकतात आणि वकिलांच्या कौशल्याविषयीची न्यायाधीशांकडून! उंटवालिया यांनी परतल्यावर माझ्या मतालाच दुजोरा दिला.

सरन्यायाधीशांनी (तो काळ सरन्यायाधीशांच्या मताला अग्रक्रम, प्राधान्य असण्याचा होता.) तातडीने इराडी यांच्या नावाची सरकारला शिफारस केली आणि इराडी यांची विनाविलंब सर्वोच्च न्यायालयाचे न्यायाधीश म्हणून नेमणूकही झाली. न्यायमूर्ती इराडी दिल्लीला आल्यानंतर कित्येक दिवस आल्या गेल्याला आवर्जून सांगायचे की, 'माझी ही नेमणूक नरीमनमुळे झाली.' ही गोष्ट मी माझे उच्चपदस्थात कसे वजन आहे, माझ्या शब्दाला कशी किंमत आहे (तसे काहीही नाही हे मला चांगलेच माहित आहे.) हे दाखवण्यासाठी सांगत नाही, तर योग्य व्यक्तीसंबंधी काही माहिती कळली तर तिची सर्वतोपरी तपासणी, पडताळणी करून, जास्तीतजास्त लोकांची मते जाणून घेऊन, त्यावर बारकाईने विचार करून मगच, त्याविषयी पक्की खातरी पटल्यावरच शिफारस आणि नेमणूक कशी केली जाऊ शकते, ती कशी केली जावी हे संबंधितांना समजावे म्हणून सांगतो आहे.

न्यायाधीश निवडीचे काम अत्यंत गंभीरपणे घेणाऱ्या आणखी एका सरन्यायाधीशांचे नाव मी घेऊ शकेन, ते म्हणजे सरन्यायाधीश आर. एस. पाठक (ते १९८६ ते १९८९ या काळात, म्हणजे सरन्यायाधीशांच्या मताला अग्रस्थान असतानाच्या काळात, सरन्यायाधीश होते). ते जेव्हा जेव्हा कामानिमित्त इतर शहरांना भेटी देत तेव्हा तेव्हा तेथील उत्तम, तल्लख, नाव कमावलेल्या न्यायाधीशांच्या कार्याबद्दल, क्षमतेबद्दल वेगवेगळ्या लोकांशी बोलून, चर्चा करून प्रत्यक्ष आणि अप्रत्यक्षपणे, चौकसपणे माहिती काढीत. असेच ते एकदा (१९८७ साली) बंगलोरला गेले असताना त्यांनी तेथील स्थानिक वकील, न्यायाधीश यांच्याशी भरपूर चर्चा केली त्यातून प्रकर्षाने वर आले ते नाव होते न्यायमूर्ती एम. एन. वेंकटचलैया यांचे. (ते त्या वेळी कर्नाटक राज्याच्या उच्च न्यायालयातील न्यायाधीशात ज्येष्ठतेनुसार

तिसऱ्या स्थानावर होते.). त्यांची लगेचच सर्वोच्च न्यायालयाच्या न्यायाधीशपदी निवड झाली. त्यांची कारकिर्द यशस्वी ठरली. ते सरन्यायाधीशपदी मात्र फक्त वीसच महिने होते. त्या अल्प काळातही त्यांनी त्यांच्या उत्तम कामाने नाव मिळवले. ही अशा शोधक नजर, जराशी पद्धतशीर धडपड करण्याची तयारी, दुर्दैवाने काळजीपूर्वक माहिती मिळवण्यासाठीचे प्रयास या गोष्टी आता अभावाने दिसतात ही वस्तुस्थिती आहे! सेकंड जजेस केसच्या बाबतीत 'मी जिंकलो, मी हारलो' असे जे मी म्हणतो आहे ते या कारणासाठी. आजच्या घटकेला तर न्यायाधीश निवडीच्या प्रक्रियेविषयी संबंधितांच्यातल्या उदासीनतेबद्दल, तिच्या आजच्या काळजी करण्यासारख्या परिस्थितीबद्दल मी फक्त चिंता व्यक्त करू शकतो, क्वचित मला होणारा मनस्ताप बोलून, लिहून दाखवू शकतो.

आपल्या देशाच्या सर्वोच्च न्यायालयात मी गेली सदतीस वर्षे (मे, १९७२ पासून) सातत्याने काम करतो आहे. न्यायालयाने दिलेले निकाल सामान्यत: अर्जदारांचे समाधान होईल असे, योग्य न्याय करणारे सिद्ध झालेले आहेत. आपल्या सर्वोच्च न्यायालयाच्या निकालांचे सर्वत्र स्वागतच होत आले आहे, त्याविषयी जनतेत आदरही आहे. हे सगळे ताठ मानेने, अभिमानाने मान्य करीत असतानाच आणखी एक गोष्ट मोठ्या खेदाने मान्य करावी लागते की, असे असूनही सर्वोच्च न्यायालयाची पूर्वीच्या काळची प्रतिष्ठा आता राहिलेली नाही. त्याचे कारण, सर्वोच्च न्यायालयावर टाकण्यात आलेली एका अतिरिक्त, गंभीर अशा कामाची, देशातील सर्वांत महत्त्वपूर्ण पदावरील व्यक्तीची निवड करण्याची जबाबदारी जेवढ्या काळजीपूर्वक, सावधगिरीने पार पाडायला हवी तेवढी ती पार पाडली जात नाही, हे आहे; त्यात पारदर्शकता नाही, सातत्य नाही. ते काम 'कसे तरी', 'करायचे म्हणून' केले जाते आणि परिणामी सर्वोच्च न्यायालयाच्या नावलौकिकाला बाधा येते.

टीपा :

१. १९९३ (४) एससीसी ४४१; एआयआर १९९४ एससी २६८.

२. हा तपशील राज्यसभेत कायदा आयोगाच्या १४व्या अहवालावरील चर्चेदरम्यान गोविंद वल्लभ पंत यांनी पुरविला होता.

३. एस. पी. गुप्ता विरुद्ध भारत सरकार – १९८१ (अतिरिक्त) एससीसी, पृष्ठ ८७.

४. याला दोन अपवाद आहेत. एक – १९७३ साली न्यायमूर्ती हेगडे, शेलाट आणि ग्रोव्हर या तिघांना डावलून ए. एन. रे यांची केली गेलेली नेमणूक आणि दुसरी – १९७७मध्ये (ज्येष्ठतेत दुसऱ्या क्रमांकावर असलेल्या)

न्यायमूर्ती एच. आर. खन्ना यांना बाजूस सारून तिसऱ्या क्रमांकावरील एम.एच. बेग यांची नेमणूक. न्यायसंस्थेच्या इतिहासातील गळचेपीच्या या दोन कुप्रसिद्ध घटना. या दोन्ही कुप्रसिद्ध घटनांत संबंधित डावलल्या गेलेल्या न्यायाधीशांनी राजीनामे दिले होते.

५. सुप्रीम कोर्ट ॲडव्होकेट्स ऑन रेकॉर्ड असोसिएशन आणि इतर विरुद्ध भारत सरकार – १९९३ (४) एससीसी ४४१.

६. न्यायमूर्ती अहमदी यांच्यानंतर न्यायमूर्ती वर्मा सरन्यायाधीश झाले.

७. उमर खय्यामच्या रुबाया, कवी एडवर्ड फिट्झजेराल्ड, किसिंजर पब्लिशिंग, एलएलसी, व्हाइटफिश, मोंटाना.

८. एसेज् इन क्रिटिसिझम.

९. या विषयी द टाइम्स ऑफ इंडियाच्या (२५ डिसेंबर, २००९च्या) अंकात पहिल्याच पानावर टाइम्सच्या कायदा या विषयावरील वार्ताहराने दिलेली ही बातमी वाचून मला अतिशय आनंद झाला :

सर्वोच्च न्यायालयातील न्यायाधीशपदी स्त्रियांच्या नेमणुकीचा राष्ट्रपतींचा आग्रह – नवी दिल्ली : सर्वोच्च न्यायालयातील न्यायाधीशांच्या तीस जागांपैकी एकाही जागेसाठी आजपर्यंत स्त्री न्यायाधीशाची नेमणूक झालेली नाही. या परिस्थितीत आता लवकरच सुधारणा होईल, असे दिसते कारण सर्वोच्च न्यायालयात स्त्री न्यायाधीशांच्या नेमणुकीविषयी आता राष्ट्रपती प्रतिभाताई पाटील स्वत: उत्सुक आहेत. सरन्यायाधीश के. जी. बालकृष्णन यांनी पाठवलेल्या अन्य न्यायाधीशांच्या शिफारसीच्या फाइलवर राष्ट्रपतींनी असा शेरा मारला आहे की, सर्वोच्च न्यायालयात स्त्री न्यायाधीश आणण्याची वेळ आलेली आहे.

१०. कलम १४३ – राष्ट्रपतींचा सर्वोच्च न्यायालयाचा सल्ला मागण्याचा अधिकार :

१. राष्ट्रपतींच्या कधीही असे लक्षात आले की, एखादा कायदाविषयक किंवा सत्यशोधनाचा असा प्रश्न उपस्थित झाला आहे की, जो जनहिताच्या दृष्टीने महत्त्वाचा आहे, संवेदनशील आहे अथवा एखादा तसा प्रश्न उपस्थित होण्याची शक्यता आहे आणि त्याविषयी सर्वोच्च न्यायालयाचे मत जाणून घेणे किंवा सल्ला प्राप्त करणे गरजेचे आहे, तर ते तो प्रश्न सर्वोच्च न्यायालयाकडे पाठवू शकतात आणि न्यायालय त्यावर न्यायालयाला योग्य आणि आवश्यक वाटणारी कारवाई करून त्यावरील न्यायालयाचे मत राष्ट्राध्यक्षांकडे पाठवू शकते.

११. १९९८ सालचा खास संदर्भ क्रमांक १-१९९८ (७) एससीसी ७३९.

◆

प्रकरण १७

राज्यसभेतील दिवस

माझा राज्यसभेतील सहा वर्षांचा काळ छान पार पडला. पहिली दोन वर्षे मी माझ्या सर्वोच्च न्यायालयातील वकिलीच्या कामात खूपच व्यग्र होतो त्यामुळे मला राज्यसभेत चालणाऱ्या विविध विषयांवरील चर्चांमध्ये भाग घेणे तितकेसे जमत नसे, पण तिसऱ्या वर्षी मला असे प्रकर्षाने जाणवू लागले की, हे असे दोन डगरींवर हात ठेवून चालणे काही योग्य नाही, दोन्ही कामांवर सारखेच लक्ष देणे शक्य होत नाही. मी असे ठरवले की, दोन्हींपैकी एक काहीतरी थांबले पाहिजे आणि मी माझी वकिली थांबवली आणि मी पूर्ण वेळ राज्यसभेच्या कामावर लक्ष केंद्रित केले.

आयुष्याची सत्तर वर्षांची वाट चालल्यावर ती परत एक मोठे वळण घेईल हे मला अगदी अनपेक्षित होते. मला आठवते आहे, १९९९चा नोव्हेंबर महिना होता, मी आणि बाप्सी लंडनमध्ये होतो. भारतीय जनता पक्षाच्या सरकारचे गृहमंत्री एल. के. अडवानी यांचा मला तिथे फोन आला. राज्यसभेच्या सदस्यांच्या जागांच्या नियुक्तीसाठी ते दोन-तीन नावांची शिफारस घेऊन मंजुरीसाठी राष्ट्रपतींना भेटायला जाणार होते आणि त्यातील एक नाव माझे होते![1] बाप्सीचे असे एक अनुभवसिद्ध निरीक्षण आहे की, कोणीही अचानकपणे माझ्यासमोर कसलाही नवा प्रस्ताव ठेवला की माझी पहिली प्रतिक्रिया ही नेहमीच नकाराची असते; त्याहीवेळी ती वेगळी नव्हती. मी अडवानींना नाहीच म्हणालो पण सौजन्याचा भाग म्हणून मी त्यांना असे सांगितले की मी पुढच्या आठवड्यात भारतात परत आल्यावर माझे निश्चित मत त्यांना कळवेन, पण अडवानींनी त्यांचा आग्रह सोडला नाही. ते मला म्हणाले, 'मी आत्ता राष्ट्रपतींकडे निघालो आहे आणि मला आत्ताच तुमचे मत आणि तोही होकारच हवा आहे.' आमचे बोलणे ऐकत असलेल्या बाप्सीला माझ्या प्रतिक्रियेचा लगेचच अंदाज आला आणि तिने दुरूनच 'हो म्हणा, हो म्हणा,' असा धोशा लावला. ती जवळ-जवळ ओरडतच होती, तिला माझा नकार दाबून टाकायचा होता. तिचेही बरोबर होते. या आधी दोन वेळा मी तिला माझ्या अशाच 'प्रथम नकारा'ने निराश केले होते. १९९६च्या जुलै महिन्यात देवेगौडा यांनी पंतप्रधानपदाची सूत्रे हाती घेतल्याबरोबर मला देऊ केलेले भारताचा महान्यायप्रतिनिधी[2] – ॲटर्नी जनरल ऑफ इंडिया – हे पद मी असेच नाकारले होते. १९९८च्याच मार्च महिन्यात भारतीय जनता पक्षाचे सरकार सत्तेवर आले आणि अटल बिहारी वाजपेयी पंतप्रधान झाले, त्यानंतर थोड्याच दिवसांनी न्यायमूर्ती एच. आर. खन्ना (त्यांनी सर्वोच्च न्यायालयाच्या न्यायाधीशपदाचा राजीनामा दिल्याला त्या वेळी बराच काळ लोटलेला होता.) पंतप्रधानांचा निरोप घेऊन आमच्या घरी आले. ते म्हणाले की, पंतप्रधान मला देशाचा महान्यायप्रतिनिधी बनवू इच्छितात. त्या प्रस्तावालाही मी

होकार दिला नव्हता. खन्ना यांनी मला सांगितले होते की, मी 'नाही' म्हणालो तर पंतप्रधान सोली सोराबजी यांना विचारणार होते आणि त्यानंतरचे नाव के. के. वेणुगोपाल यांचे होते, पण त्यांचे प्राधान्य, पहिली पसंती माझ्या नावाला होती. एक तर मला भारतीय जनता पक्षाच्या सरकारचा भाग व्हायची इच्छा नव्हती आणि दुसरे सुप्त कारण हेही होते की, मला अशी भीती वाटत होती की परत एकदा १९७५ मधील आणीबाणीसारखी एखादी अपवादात्मक परिस्थिती निर्माण होईल आणि मला परत एकदा स्वत:च्या तत्त्वांच्या संरक्षणासाठी सरकारी अधिकारीपदाचा राजीनामा देण्याच्या अतिपीडादायक अनुभवाचा सामना करावा लागेल. या दोन्ही कारणांमुळे मी न्यायमूर्ती खन्ना यांना नकार दिला होता. त्या दोन्ही वेळची घोर निराशा याहीवेळी वाट्याला येऊ नये या तीव्र इच्छेने बाप्सी मला होकार देण्याला प्रवृत्त करीत होती, अगदी भरीसच घालत होती. तिच्या आग्रहापुढे, खरे तर हट्टापुढेच म्हटले पाहिजे, नमते घेऊन (मला 'बायकोच्या मुठीतला नवरा' म्हटले तरी चालेल.) मी अडवानी यांना होकार दिला, त्यानंतर लगेचच, मी इंग्लंडमध्येच असतानाच, 'राज्यसभेचा निर्वाचित सदस्य'[३] म्हणून माझ्या नावाची जाहीर घोषणा झाली. मी भारतात परतलो आणि माझा राज्यसभेच्या सदस्यपदाचा रीतसर शपथविधी पार पडला.

एमव्ही होराइझन या अलास्कन क्रूझवरती बाप्सी व फली नरीमन

माझा राज्यसभेतील सहा वर्षांचा काळ छान पार पडला. पहिली दोन वर्षे मी माझ्या सर्वोच्च न्यायालयातील वकिलीच्या कामात खूपच व्यग्र होतो, त्यामुळे मला राज्यसभेत चालणाऱ्या विविध विषयांवरील चर्चांमध्ये भाग घेणे तितकेसे जमत नसे, पण तिसऱ्या वर्षी मला असे प्रकर्षाने जाणवू लागले की, हे असे दोन डगरींवर

हात ठेवून चालणे काही योग्य नाही, दोन्ही कामांवर सारखेच लक्ष देणे शक्य होत नाही. मी असे ठरवले की दोन्हीपैकी एक काहीतरी थांबले पाहिजे, त्यामुळे मी वकिली थांबवली आणि पूर्ण वेळ राज्यसभेच्या कामावर लक्ष केंद्रित केले.

त्यानंतर मात्र राज्यसभेचे अधिवेशन आहे आणि मी माझ्या आसनावर बरोबर सकाळी अकरा वाजता स्थानापन्न झालेलो नाही असे कधीही घडले नाही. अधिवेशनाचे सर्वच्या सर्व दिवस मी राज्यसभेत उपस्थित तर असायचोच, शिवाय मी अधिवेशनातील सर्व विषयांवरील चर्चेत आवश्यकतेनुसार हिरिरीने भागही घ्यायचो. निरनिराळ्या कारणांसाठी स्थापन करण्यात आलेल्या विविध सभा-समित्यांचा सदस्य म्हणूनही मी काम केले. माझी शंभर टक्के उपस्थिती, माझा वक्तशीरपणा, कामातील सक्रिय सहभाग या गोष्टींची दखल घेऊन राज्यसभेच्या अध्यक्षांनी (म्हणजे उपराष्ट्रपतींनी) माझ्या कारकिर्दीच्या शेवटी-शेवटी माझी 'राज्यसभेचा पर्यायी उपाध्यक्ष' म्हणून नेमणूक केली. अध्यक्ष आणि उपाध्यक्ष या दोघांच्या अनुपस्थितीत मला अध्यक्षांच्या स्थानावर बसून सभेचे कामकाज चालवण्याचा मान प्राप्त झाला.

माझ्या सदस्यत्वाच्या काळात 'सभात्याग' करण्याचे प्रमाण त्यानंतरच्या काळाच्या मानाने खूपच कमी होते. राज्यसभेची अधिवेशने वर्षातले शंभर दिवस चालायची. राज्यसभेसमोर येणाऱ्या काही विधेयकांच्या, ठरावांच्या बाजूने अथवा त्यांच्या विरोधात मी केलेल्या काही भाषणांविषयी मला खरोखरच अभिमान वाटतो.

माझे पहिले संस्मरणीय भाषण होते, गुजरात राज्यात उसळलेल्या हिंसक दंग्यांच्या (दंगे कसले; हत्याकांडच होते ते!) धिक्काराचे!

> हे मान्य करताना शरम वाटते आहे की, गुजरातमधील भयानक हत्याकांडाला सुरुवात झाल्याला आज पासष्ट दिवस झाले आहेत! त्याहूनही लज्जास्पद गोष्ट ही आहे की, या सातत्याने केल्या जात असणाऱ्या अविचारी, पिसाट, पाशवी हत्या एका राजकीय पक्षाच्या विकृत लाभासाठी घडवून आणण्यात येत आहेत. हिंसाचाराची एक तरी बातमी ऐकल्याशिवाय दिवस मावळत नाही असे गेले कित्येक दिवस चालले आहे. मी सर्व राजकारणी नेत्यांना आवाहन करतो : बस करा हा अत्याचार! मनातून कटूता, तिरस्कार बाहेर काढून फेकून द्या. गोडसे, हिटलर यांची नावे भडक बातम्यांच्या मथळ्यात वापरायला चांगली असतात, पण त्याने मन अधिक कडवट बनते, चीड फोफावते, द्वेष वाढीला लागतो, सामाजिक विभाजनाची दरी रुंदावते.
>
> या क्षणी आपण नानाजी देशमुख यांचे (नानाजी राज्यसभेचे सदस्य होते.) स्फूर्तिदायक शब्द आठवू या. गेल्याच आठवड्यात राज्यसभेत

झालेल्या चर्चेत त्यांनी हस्तक्षेप करून सध्याची ही कोंडी फोडून पुढे पाऊल टाकण्याचा फार उत्तम उपाय सुचवला होता. त्यांनी त्या चर्चेच्या वेळी उपस्थित असलेल्या पंतप्रधान अटलबिहारी वाजपेयी यांना अशी सूचना केली होती की, पंतप्रधान आणि श्रीमती सोनिया गांधी या दोघांनी मिळून, एकत्र गुजरातचा दौरा करावा. त्या दोघांना एकत्र पाहिले तरच लोक त्यांचे मतभेद बाजूला ठेवतील, मनातील किल्मिषे झटकून टाकतील आणि तरच तेथे शांती प्रस्थापित होईल आणि नांदेल. असे घडण्याचे कारण सांगताना नानाजींनी भगवद्गीतेतील वचन उद्धृत केले होते, 'जे थोर लोक करतात, सामान्य त्यांचाच कित्ता गिरवतात, थोर जो आदर्श घालून देतात तोच सामान्य गिरवतात.'

नानाजींनी गांधीजींचेही एक उदाहरण दिले होते. १९४७च्या फाळणीनंतर देशात उसळलेल्या गंभीर हिंसाचाराच्या परिस्थितीत त्यांनी मुस्लीम नेते सुऱ्हावर्दी यांच्या हातात हात घालून कलकत्ता आणि नौआखली या दंगलग्रस्त भागांचा दौरा केला होता, दोघांनी मिळून दंगलपीडितांचे अश्रू पुसले होते, दोघांनी एकत्र येऊन लोकांच्या हृदयातील आग विझवली होती आणि हजारो जीव वाचवले होते.

शासनापासून अलिप्त असलेल्या आणि शासनाच्या विरोधातही नसलेल्या आपल्यासारख्या जबाबदार नागरिकांना सरकारला हा प्रश्न विचारण्याचा हक्क पोहोचतो की, 'गुजरातमधील पीडाग्रस्तांच्या यातना थांबवण्यासाठी, त्यांच्या दुःखहरणासाठी शासन काय करते आहे?'

काही करायची आतून तीव्र इच्छा असेल, तर आपले गृहमंत्री (एल. के. अडवानी) बरेच काही करू शकतात. २४ एप्रिल रोजी गृहमंत्र्यांनी गुजरातवरील एका प्रश्नाचे उत्तर देताना येथे काही आकडेवारी सादर केली होती – त्या वेळी मी त्यांना असा प्रश्न विचारला होता की, गुजरात सरकारने उच्च न्यायालयातील एका निवृत्त न्यायाधीशांच्या अध्यक्षतेखाली जसा एक चौकशी आयोग नेमला आहे तसाच पण त्याहून विस्तृत आणि अधिक अधिकार असलेला, एखाद्या सर्वोच्च न्यायालयाच्या विद्यमान न्यायाधीशांच्या अध्यक्षतेखालील चौकशी आयोग केंद्र सरकार का नेमू शकत नाही? अशी परिस्थिती हाताळताना असा उच्चाधिकारप्राप्त आयोग केंद्र सरकारने नेमावा, अशी खास शिफारस अल्पसंख्याक आयोगानेदेखील केलेली आहे.

मी माननीय मंत्रीमहोदयांच्या लक्षात एक गोष्ट आणून देऊ इच्छितो. केवळ चौकशीच्या अधिकाराच्या मर्यादा न घालता, चौफेर तपासाचे आणि पीडितांच्या वेदनांपासून त्यांच्या सुटकेचे उपाय करण्याचे, त्यांना मदत पोहोचवण्याचेही विशेष अधिकार असलेला आयोग नेमला गेला तर अपराध्यांच्या मनात धाक आणि पीडित अल्पसंख्याकांच्या मनात विश्वास पैदा होण्याच्या दृष्टीने त्याचा फार त्वरित आणि चांगला परिणाम होतो. हा प्रश्न केवळ 'शासकीय' नाही, कायद्याच्या पालनाचाही नाही आणि तो सोडवायला अवघडही नाही, त्यासाठी संविधानाचे ज्ञान असणाऱ्या कुशल वकिलांच्या समर्थ मार्गदर्शनाचीही गरज नाही. हवी आहे प्रश्न सोडवण्याची खरीखुरी आणि जबर इच्छा आणि भावना बाजूस सारून निवडलेला 'व्यवहार्य मार्ग'. व्यवहार्य मार्ग हा आहे की, केंद्रीय गृहमंत्र्यांनी फोन उचलायचा, गुजरातच्या मुख्यमंत्र्यांना लावायचा आणि त्यांना सांगायचे की, 'केंद्र सरकार अल्पसंख्याकांच्या मतांचा, इच्छांचा, अपेक्षांचा आदर करते, आपण नेमलेला के.जी. शहा आयोग, ज्याने नाहीतरी आजतागायत काहीही काम केलेले नाही, बरखास्त करा'. फोनपाठोपाठ केंद्र सरकार अल्पसंख्याक आयोगाच्या शिफारसीनुसार एक अतिउच्चाधिकार आयोग नेमत असल्याची अधिसूचना जारी करायची. गुजरातचे मुख्यमंत्री श्री. मोदी हे त्यांच्याच पक्षातील ज्येष्ठतम नेता असलेल्या केंद्रीय गृहमंत्र्यांच्या इच्छेचा अनादर करतील अशी शक्यता वाटत नाही.

अत्यंत महत्त्वाच्या, प्रभावशाली स्थानांवर विराजमान व्यक्ती नेहमीच बरोबर असतात, त्या नेहमी योग्यच वागतात असे नाही, तसेच सत्तेवर असणारे सरकारही सर्व बाबतीत बरोबर वागत अथवा कृती करीत नाही. त्या स्थानामुळे, त्या अधिकारांमुळे, प्राप्त झालेल्या सत्तेमुळे आपणच बरोबर आहोत, आपण कधीच चूक करूच शकत नाही असा वृथा समज, भ्रम त्या व्यक्तींमध्ये, सरकारमध्ये निर्माण झालेला असतो.

आजपर्यंत सरकारी आणि बिनसरकारी माध्यमांमधून केवळ तोंडी माहितीतून, कागदपत्रांतून आणि दृक्श्राव्य असेही जे भयानक चित्र समोर आले आहे, जे पुरावे गोळा झाले आहेत त्यावरून तरी केंद्रसरकारची अशी खातरी पटायला हरकत नाही की, गुजरातमधील परिस्थितीचे मूल्यमापन त्यांनी पूर्णपणे चुकीचे केलेले आहे, तिचे गांभीर्य फार-फार कमी लेखलेले आहे.

'संसद सदस्यांचे वेतन, भत्ते आणि निवृत्तीवेतन २००३' – सॅलरी ॲन्ड अलाउन्सेस ॲन्ड पेन्शन ऑफ मेंबर ऑफ पार्लियामेंट २००३ – हे विधेयक (२३ डिसेंबर, २००३ रोजी) राज्यसभेत मंजुरीसाठी आलेले असताना त्यावर मी असे भाष्य केले होते :

> उपाध्यक्ष महोदया, या विधेयकाने सभागृहात आनंदाचे वातावरण पसरलेले असताना मी जरा वेगळा, सावधगिरीचा सूर लावतो आहे, याबद्दल मला खरोखरच वाईट वाटते आहे. जेव्हा-जेव्हा संसदसदस्यांच्या सुखसोयीत, अतिरिक्त सुविधांच्यात वाढ केली जाते, तेव्हा-तेव्हा त्यावर टीका होतेच. मला वाटते आपल्या कामाचे खरे मूल्यमापन हे लोकांचे त्याविषयी काय मत आहे, त्यांच्या समाधानाची पातळी किती उंच आहे, यावर केले जाते आणि ते तसेच केले जायला हवे. मी असे म्हणालो तर ते चूक ठरणार नाही की, या घडीला जनता आपल्या संसदेतील कार्याने पूर्ण समाधानी नाही, त्यांच्या अपेक्षांच्या मानाने ते खूपच खुजे आहे. हे सत्य कटू आहे, पण आपण ते मान्य करू या, त्याला सामोरे जाऊ या. अशा वेळी आपण आत्मपरीक्षण करणे, आपल्या परीक्षकांच्या नजरेतून आपल्या कामाकडे पाहाणे योग्य ठरेल. उदाहरणार्थ, आपण ज्या उत्साही एकमताने या विधेयकाला मंजुरी देणार आहोत, तशाच एकमताने आपण त्याबरोबरच असा ठराव पास करू या की, जर कोणत्याही कारणाने संसदेचे काम एखादे दिवशी बंद राहिले, बंद केले गेले, तर त्या दिवशीच्या वेतनास सदस्य अपात्र ठरतील. काम नाही, वेतन नाही! भगवद्गीता सांगते की, 'सामान्य जन थोरांचा आदर्श गिरवतात.' आपण आदर्श का घालून देऊ नये? जनता आपल्याकडून अशा प्रकारच्या आदर्शांची निश्चितच अपेक्षा करते. आपण जर लोकांच्या इच्छांचा आदर केला, त्यांच्या अपेक्षांना योग्य प्रतिसाद दिला, तर लोकही मग आपले हे वाढीव वेतन, जादा सुविधा मान्य करतील. केवळ शाब्दिक उपदेशांचे डोस पाजण्यापेक्षा आपण अशा कृतिशील उदाहरणाने जनतेला पटवून देऊ या की, संसदीय लोकशाही ही सर्वोत्तम शासनपद्धती आहे. त्या दिशेने आणखी एक पाऊल टाकण्याच्या दृष्टीने मी असेही सुचवतो की, राज्यसभेने यापूर्वीच स्वीकारलेले 'नीति समिती'चे – एथिक्स कमिटीचे – तीन अहवाल आपल्याकडे पडून आहेत, त्यांचीही आपण त्वरित अंमलबजावणी करू या. आपणा सर्वांचे मन:पूर्वक आभार!

या सूचनेचा, आवाहनाचा काहीही उपयोग झाला नाही. विधेयक आवाजी

मतदानाने मंजूर झाले आणि अधिनियम म्हणून अस्तित्वात आले. आमचे वेतन, भत्ते, सुविधा यात वाढ झाली.

'केंद्रीय दक्षता आयोग अधिनियम २००३'– द सेंट्रल व्हिजिलन्स कमिशन ॲक्ट २००३ – लोकसभेने मंजूर केला आणि त्यानंतर लगेचच, ऑगस्ट, २००३मध्ये तो राज्यसभेच्या मंजुरीसाठी आला. सार्वजनिक क्षेत्रात कार्यरत असणाऱ्या सरकारी अधिकारी वर्गाच्या भ्रष्टाचाराचे समूळ उच्चाटन हा त्या अधिनियमाचा हेतू होता. एका उच्चपदस्थ समितीच्या शिफारसीनुसार निवडल्या गेलेल्या तीन सदस्यांची, निश्चित कालावधीसाठी नेमणूक करून, एक समिती स्थापन करण्यात आली होती. तिचे 'सेंट्रल व्हिजिलन्स कमिशन (सीव्हीसी) – 'मध्यवर्ती दक्षता आयोग' असे नामाभिधान करण्यात आले होते. या आयोगावर सरकारचे नियंत्रण राहणार नव्हते, तो स्वतंत्रपणे काम करणार होता. या अधिनियमाच्या २६व्या विभागातील तिसऱ्या उपकलमात आकर्षक पण फसव्या शब्दबंबाळात एक 'छुपी' तरतूद होती, जिला 'सिंगल डायरेक्टिव्ह' असे म्हणतात.

या अधिनियमाप्रमाणे केंद्रसरकारातील संयुक्त सचिव या श्रेणीच्या खालच्या कोणत्याही सरकारी आधिकाऱ्याविषयी भ्रष्टाचाराचा संशय असेल, लोकांच्यात चर्चा, जराही कुजबूज असेल तर त्याची केंद्रीय गुप्तहेर खात्या – सीबीआय – कडून चौकशी केली जाईल आणि त्या तपासावर, कारवाईवर 'मध्यवर्ती दक्षता आयोग' घारीसारखे बारीक लक्ष ठेवेल, देखरेख करेल अशी योजना अमलात येणार होती. संयुक्त सचिव आणि त्यावरील श्रेणीचे अधिकारी यांच्यावर कोणत्याही प्रकारच्या गुन्ह्याचा आरोप केला गेला तरी त्यांना मात्र या चौकशीतून, तपासातून वगळलेले होते. 'केंद्र सरकारच्या पूर्वपरवानगीशिवाय'[४] त्यांच्यावर कोणतीही कारवाई करता येणार नाही, अशी त्या अधिनियमात सोय करून ठेवलेली होती. उच्चपदस्थ अधिकाऱ्यांच्या बाबतीत केल्या गेलेल्या या खास फरकाबद्दल सरकारने (अधिनियमावरील संसदेत झालेल्या चर्चेत उपस्थित केलेल्या प्रश्नाचे उत्तर देताना) असे स्पष्टीकरण दिले होते की, 'ज्या अधिकाऱ्यांना धोरणात्मक निर्णय घ्यावे लागतात त्यांना संरक्षण देणे आणि त्यांना प्रामाणिक, योग्य, जरुरीनुसार कडक, कठीण, अवघड निर्णय घेताना कोणतीही चिंता, काळजी असू नये, त्यासाठी काही त्रास, छळ सहन करायला लागेल अशी त्यांच्या मनात जराही भीती उद्‌भवू नये या हेतूने ते संरक्षण दिले गेलेले आहे.[५] स्पष्टीकरण सयुक्तिक वाटत होते, पण मी जेव्हा ते विधेयक मांडणाऱ्या मंत्रिमहोदयांना अशी सूचना केली की, त्यातील 'केंद्र सरकारच्या पूर्वपरवानगीशिवाय' ही अट बदलून त्याऐवजी 'मध्यवर्ती दक्षता समितीच्या पूर्वपरवानगीशिवाय' अशी अट ठेवावी तेव्हा त्यांनी त्या सूचनेला तीव्र विरोध केला, ती मुळीच स्वीकारली नाही. या गोष्टीचे कारण मात्र मला समजू शकले नाही, ते

अनाकलनीयच राहिले!

तुम्हीच जी स्वतंत्र अधिकार असलेली 'मध्यवर्ती दक्षता समिती' स्थापन करणार आहात, ती समिती संयुक्त सचिवांच्या खालील श्रेणीच्या कुठल्याही अधिकाऱ्याला – एखाद्या विभागप्रमुखाला – अंडरसेक्रेटरीला – उगाचच, विनाकारण त्रास देणार नाही, 'भ्रष्टाचार प्रतिबंध अधिनियमा'खाली त्यांच्यावर खटले भरीत सुटणार नाही असा तुम्हाला नि:संशय विश्वास आहे, तर मग तीच समिती संयुक्त सचिव आणि त्यावरील श्रेणींच्या अधिकाऱ्यांनाही तशीच समजूतदारपणे वागणूक देईल अशी खातरी तुम्हाला का वाटू नये? आणि तशी खातरी नसेल तर मग अशी स्वतंत्र 'मध्यवर्ती दक्षता समिती' हवीच कशाला? फक्त कनिष्ठ आधिकाऱ्यांवर, 'छोट्या माशां'वरच लक्ष ठेवायला? सरकारी खात्यांच्या कामकाजातील ही पद्धत तर आता सर्वांनाच माहीत आहे की, जे धोरणात्मक निर्णय घेतले जातात ते प्रथम प्रस्तावाच्या स्वरूपात, मसुदा म्हणून फाइलमध्ये नोंदले जातात आणि ती फाइल सर्व श्रेण्यांच्या अधिकाऱ्यांकडे फिरत राहते. आपल्या देशातील संसदीय लोकशाहीत धोरणविषयक अंतिम निर्णय हे नेहमीच मंत्र्यांच्या पातळीवरच घेतले जातात, हेही सर्वश्रुतच आहे. सचिव, अतिरिक्त सचिव किंवा संयुक्त सचिव यापैकी कोणीच संसदेला जबाबदार असत नाही, फक्त मंत्रीच संसदेला जबाबदार असतात. तेव्हा निर्णय घेण्याच्या कठीण जबाबदारीचे कारण पुढे करून सरकारी अधिकाऱ्यांना निराळ्या पद्धतीने वागवणे हे केवळ पक्षपातीपणाचेच नाही तर संविधानाच्या 'समते'च्या, 'सर्वसमभावा'च्या कलमाचे[६] उल्लंघन आहे. हे माझे मत मी विधेयकावरील चर्चेत स्वच्छपणे, स्पष्टपणे मांडले.

त्याच चर्चेत माझे सन्मित्र पी. सी. अलेक्झांडर यांनीही त्यांचा मनस्ताप या शब्दांत व्यक्त केला :

> १९४८ साली मी सरकारी नोकरीत प्रवेश केला त्या वेळी देशाला नुकतेच स्वातंत्र्य मिळालेले होते. त्या काळात आम्हाला अशी चिंता असायची की, आमचा तहसीलदार, एखादा सब-इन्स्पेक्टर किंवा कोर्टातला क्लार्क लाच खातो का, भ्रष्टाचार करतो का! एखादा वरिष्ठ अधिकारी अप्रामाणिक असेल, गैरव्यवहार करीत असेल, असा विचार चुकूनही मनाला शिवायचा नाही. एकेक करीत मी वरच्या, अधिकाराच्या पायऱ्या चढत गेलो तेव्हा माझा पाय कधी अशा वाकड्या मार्गावर पडेल, कधी घसरेल अशी कल्पना मी कधी स्वप्नातही केली नाही. (आणि या अधिनियमात) आपण उच्च स्तरावरील अधिकाऱ्यांना संरक्षण पुरवतो आहोत! त्यांची चौकशी करायलाही सरकारची अनुमती घ्यायला लावणार आहोत[७]!!

अधिनियमातील या अटीचे वर्णन डॉ. अलेक्झांडर यांनी 'कायद्याचा एक नंबरचा शत्रू' या शब्दांत केले[८] आणि माजी केंद्रीय दक्षता आयुक्त श्री. एन. विठ्ठल यांनी या तरतुदीला 'दुष्ट हेतूने प्रेरित' असे विशेषण दिले. शासनाच्या या प्रकारच्या दूषित विचारसरणीने माझ्या मनाला खूप क्लेश झाले. सरकारने ते विधेयक या ना त्या मार्गाने अखेरीस पास करून घेतलेच (त्यातील इतर तरतुदी फारच सामान्य होत्या.) आणि विधेयक मांडणाऱ्या मंत्र्यांनी माझी उपकलमातील बदलाची सूचना मान्य केली नाही, या दोन्ही गोष्टींपेक्षा माझ्या मनाला अगदी खोल जखम केली ती या गोष्टीने – त्या वेळी जे राज्यसभेतील सदस्य सरकारच्या विरोधी पक्षात होते (जे आता सरकारच्या पक्षात आहेत.). त्यांच्यात ऑगस्ट, २००३मध्ये एकत्र येऊन ते उपकलम नाकारण्याची सांख्यिक शक्ती निश्चित असूनही त्यांनी त्या पूर्ण विधेयकाला विनाबदल, पूर्ण स्वरूपात मंजुरी दिली! मला वाटते, 'सज्ञान' मताधिकाराच्या लोकशाहीत सरकार जसे आपल्या लायकीप्रमाणे मिळते, तसा न्यायही आपल्या लायकीप्रमाणेच मिळतो!!

पण राज्यसभेत एक विधेयक असे मांडले गेले की, ज्याचा मला खूप अभिमान वाटतो. 'खूप अभिमान' अशासाठी की, ते विधेयक माझे होते. ते मी तयार केले होते आणि राज्यसभेत ३ डिसेंबर, २००४ या दिवशी सादरही मीच केले होते. त्याचे नाव होते 'प्रायव्हेट मेंबर्स बिल, क्रमांक ३९, २००४'. विषय होता 'संसदेतील कामकाजात व्यत्यय (भत्त्याचा हक्क रद्द)'. या विधेयकात अशी तरतूद होती की, संसदेच्या सभासदांनी वैयक्तिकरित्या अथवा सामुदायिकरित्या संसदेच्या कामात जर कोणत्याही प्रकारचा व्यत्यय आणला, संसदेचे काम होऊ दिले नाही आणि त्यामुळे जर संसद तहकूब करावी लागली, तर त्या दिवसाचे वेतन आणि भत्ता सभासदांना मिळणार नाही. त्यातील मुख्य कलमे होती कलम ३ आणि ४. ती अशी होती :

> ३ : संसदेच्या कोणत्याही सभागृहाच्या कामात संसद सदस्यांनी, कोणी एकाने, गटाने अथवा सामुदायिक रित्या व्यत्यय आणला, ते बंद पाडले आणि त्यामुळे सभागृहाचे काम थांबवावे लागले किंवा काहीही काम होऊ शकले नाही आणि सभागृहाचे कामकाज दिवसाचा बराचसा वेळ तहकूब करावे लागले आणि ही वस्तुस्थिती जर स्पीकर किंवा अध्यक्ष यांनी ते प्रमाणित केले, तर त्या दिवशीचा 'संसद सदस्यांचे वेतन, भत्ता आणि निवृत्तीवेतन अधिनियम १९५४च्या विभाग क्रमांक तीनमध्ये मंजूर केलेला कोणताही मोबदला, त्यांनी त्या दिवशी अधिनियमातील नियमानुसार हजेरीपुस्तकात सही केलेली असली तरीही, संसद सदस्यांना मिळणार

नाही. तो दिवस सदस्यांच्या 'कामाच्या दिवसां'च्या हिशोबातही धरला जाणार नाही.

४ : प्रत्येक अधिवेशनाच्या शेवटी कोणते आणि एकूण किती दिवस संसद सदस्यांच्या वैयक्तिक अथवा सामुदायिक व्यत्ययामुळे सभागृहाचे कामकाज तहकूब करावे लागले, ते सभागृहाचे स्पीकर अथवा अध्यक्ष प्रमाणित करतील.

(कोणाही मंत्र्याने अथवा इतर सदस्यांनी संसदेला विधेयक सादर करताना त्याच्या अखेरीस सूचकाचे नाव लिहावे लागते आणि त्याला जोडावे लागते, ते) 'कारणे आणि हेतू' यासंबंधीचे निवेदन असे होते :

संसद सदस्य हे पद अतिशय महत्त्वपूर्ण, प्रतिष्ठेचे आहे आणि त्या पदावर जनता जो अनन्य विश्वास टाकते, त्याला पात्र ठरलेच पाहिजे असे स्थान आहे. संसद सदस्य हे जनतेचे प्रतिनिधी आहेत, त्यांच्यावर जनतेचे उत्तरदायित्व आहे. संसदेच्या कामकाजात त्यांची उपस्थिती आणि सक्रिय सहभाग हे त्यांचे जनतेच्या प्रति परम कर्तव्य आहे. संसद सदस्यांना या त्यांच्यावरील जबाबदारीची कायम जाणीव असली पाहिजे आणि त्यांनी त्यांची कर्तव्ये प्रामाणिकपणे, गांभीर्याने आणि मुख्य म्हणजे नियमितपणे आणि वक्तशीरपणे पार पाडली पाहिजेत. त्यांनी राष्ट्राच्या घटनेचा आदर ठेवला पाहिजे, घटनेने घालून दिलेले नियम, संकेत, संसदेच्या कामकाजाचे शिष्टाचार यांचे निष्ठेने पालन केले पाहिजे. संसदेच्या दोन्ही सभागृहांच्या अध्यक्षांचे निर्णय मानले पाहिजेत.

संसदीय लोकशाही या गृहीतावर आधारित असते की, सर्व कार्यकारी अधिकारी हे संसदेला जबाबदार असतात आणि संसद सदस्य त्या अधिकाऱ्यांच्या कामकाजावर, कृतींवर अतिशय दक्षतापूर्वक लक्ष ठेवून असतात, नियंत्रण राखून असतात, योग्य, परखड मूल्यमापन करीत असतात आणि त्यासंबंधी जरुरीनुसार उचित कारवाई करीत असतात. हा शासनाचा मूलमंत्र आहे. संसद सदस्यांकडून अशी अपेक्षा आहे की, ते संसदेच्या सर्व बैठकांना नियमितपणे हजर राहतील आणि कामकाजात सक्रिय भाग घेतील. संसदेची अधिवेशने भरवण्यात प्रतिवर्षी अक्षरश: कोट्यवधी रुपये खर्च केले जातात, त्यात जर अडथळे आणले गेले, तिचे नियोजित कामकाज होऊ दिले गेले नाही, तर नाइलाजाने ते तहकूब करावे

लागते आणि त्यामुळे जनतेचा प्रचंड पैसा वाया जातो, व्यर्थ उधळला जातो, त्यात होणाऱ्या वेळेच्या अपव्ययाने शासनाच्या कार्याचा आढावा घेणे, अधिकाऱ्यांच्या कामाचे कायदेशीर परीक्षण करणे, ही महत्त्वाची कामे होऊ शकत नाहीत. या संसद सदस्यांच्या घातक आणि खर्चीक प्रवृत्तीला आळा घालण्याच्या उद्देशाने आणि संसदेच्या दोन्ही सभागृहांची प्रतिष्ठा अबाधित ठेवण्याच्या हेतूने असा प्रस्ताव सभागृहासमोर ठेवण्यात येत आहे की, संसदेच्या कोणत्याही सभागृहाच्या कामात संसद सदस्यांनी, कोणी एकाने, गटाने अथवा सामुदायिकरित्या व्यत्यय आणला, ते बंद पाडले आणि त्यामुळे सभागृहाचे काम थांबवावे लागले किंवा काहीही काम होऊ शकले नाही आणि सभागृहाचे कामकाज दिवसाचा बराचसा वेळ तहकूब करावे लागले, तर त्या दिवशीचे वेतन, भत्ता संसद सदस्यांना मिळू नये.

या विधेयकाद्वारे वर वर्णन केलेला उद्देश साध्य करण्याचा प्रयत्न केलेला आहे.

विधेयक मांडले त्या वेळी प्रत्येकाने माझे तोंड भरून अभिनंदन केले, अगदी संसद सदस्यांनीसुद्धा! माझा सहा वर्षांचा सदस्यपदाचा कालावधी संपला तसे ते विधेयक लोप पावले, कारण दरवेळी 'मांजराच्या गळ्यात घंटा बांधणार कोण?' हा प्रश्न उपस्थित होऊ लागला आणि हळूहळू माझे हे आवडते 'प्रायव्हेट मेंबर्स बिल' विस्मृतीत जमा झाले!!

२० एप्रिल, २००५ या दिवशी 'नीति समिती'चे अध्यक्ष डॉक्टर करण सिंग यांनी खालील ठराव मांडला :

नीति समितीने १४ मार्च, २००५ रोजी सादर केलेला चौथा अहवाल आणि समितीने त्यात केलेल्या सूचना, शिफारसी यांच्याशी राज्यसभा सहमत आहे.

नीति समितीने १४ मार्च, २००५ रोजी राज्यसभेसमोर तिचा जो चौथा अहवाल सादर केला, त्यावर शासनाने विचार करावा.

मी त्या ठरावाच्या बाजूने बोललो :

'नीतिसमितीच्या अध्यक्षांनी मांडलेल्या समितीच्या अहवालाच्या स्वीकृतीच्या ठरावाची मी प्रशंसा करतो, त्याचे अनुमोदन करतो. त्यात दोन महत्त्वाचे मुद्दे मांडलेले आहेत, एक पारदर्शकता आणि दुसरा

उत्तरदायित्व. दोन आठवड्यांपूर्वी आपल्या राज्यसभेचे अध्यक्ष, राष्ट्राचे उपराष्ट्रपती 'सार्वजनिक क्षेत्रातील पारदर्शकता आणि उत्तरदायित्व' या विषयावरील एका राष्ट्रीय अधिवेशनाचे उद्‌घाटन करणार होते. दुर्दैवाने त्यांची रोमची अधिकृत भेट त्याच वेळी आल्याने ते त्या समारंभास स्वत: उपस्थित राहून भाषण देऊ शकले नाहीत, परंतु त्या वेळी त्यांचे छापील भाषण अधिवेशनात वितरित करण्यात आले होते. 'पारदर्शकता आणि उत्तरदायित्व या दोन विषयांसंबंधी वर्षानुवर्षे लिहिले, बोलले जात आहे,' असे म्हणून त्यांनी त्या भाषणात फ्रेंच तत्त्वज्ञ ॲन्ड्रे झिड याचे एक वाक्य उद्‌धृत केले होते. ते असे होते : 'सगळे काही सांगून सवरून झालेले असते, पण कोणीच ते ऐकत नाही, त्यामुळे ते परत परत, सुरुवातीपासून सांगत राहावे लागते!' अगदी खरे आहे. कोणी ऐकत नसले (म्हणजे ज्यांनी ते ऐकणे महत्त्वाचे आहे, गरजेचे आहे, ज्यांनी ते ऐकायलाच हवे आहे तेही ऐकत नसले.) तरीही त्याच विषयावर सातत्याने बोलत राहणे चांगले, कारण सतत कानावर पडत असले की कधीतरी त्याकडे लक्ष जाते. इंग्लिश भाषेचा ऑक्सफर्ड किंवा केंब्रिज यांखेरीज एक अनोखा शब्दकोश आहे. त्याला 'शंकेखोरांचा शब्दकोश' – डाउटर्स डिक्शनरी – म्हणतात. त्यात 'एथिक्स' (नीतिमत्ता) या इंग्रजी शब्दाचा अर्थ 'आपल्या रोजच्या व्यवहारी जीवनातील असा अत्यंत जिव्हाळ्याचा विषय, ज्याच्याविषयी त्याच्यापासून मैलभर दूर राहणारे, त्याच्याकडे जाणून-बुजून काणाडोळा करणारे सर्वांत जास्त बोलत असतात' असा दिला आहे. पण अध्यक्षमहाराज, या सभागृहाला, त्यातील कुणालाच तसे करून चालणार नाही. नीतिमत्ता मूलत: माणसाच्यात एक धाक निर्माण करते, स्वत:चाच स्वत:ला धाक! आज या सभागृहात बसण्याचा अधिकार प्राप्त असलेल्या आपणा सर्वांवर ही फार मोठी जबाबदारी आहे की, आपण येथे बसून जे बोलतो, जे करतो ते सर्वतोपरी व्यक्तिनिरपेक्ष असते, ते सद्‌हेतूपूर्वक केले जाते, त्यात व्यक्तिगत स्वार्थाचा लवलेशही नसतो, असा दृढ विश्वास आपण जनतेच्या मनात जागृत करतो आणि तो आपल्या कामाने चिरस्थायी करतो, म्हणूनच डॉक्टर करणसिंग यांनी म्हटल्याप्रमाणे त्यासाठी स्पष्ट हितोद्देशांची खातरजमा, नैतिक आचारसंहितेचे काटेकोर पालन आणि दोहोंच्या जराशा उल्लंघनाबद्दलही कडक शासन या तीन गोष्टींची नितांत आवश्यकता आहे. अध्यक्षमहाराज, मला त्या अहवालातील ४.७ या परिच्छेदाकडे आपले विशेष लक्ष वेधायचे आहे. राज्यसभेच्या कामकाजात वारंवार येणाऱ्या व्यत्ययाबद्दल आपल्याला चिंता आहेच, तरीही संसदीय लोकशाहीत एकमेकांची मते,

दृष्टिकोन जाणून घेणे, मतभेदांविषयी सहिष्णुता बाळगणे, या गोष्टींना अनन्यसाधारण महत्त्व आहे, हे मत आपण सर्वांनी एकमताने व्यक्त केलेले आहे. परंतु अध्यक्षमहाराज, काल घडलेल्या प्रसंगाने मला अतोनात दु:ख पोहोचलेले आहे. काल जेव्हा अहवालावरील प्रतिक्रिया संसदेच्या पटलावर ठेवल्या गेल्या त्या वेळी जॉर्डन देशाचे संसदीय प्रतिनिधी मंडळ सभागृहात उपस्थित होते. आपल्या उपाध्यक्षांनी त्या प्रतिनिधीमंडळाच्या सुंदर स्वागतपर भाषणात अशी अपेक्षाही व्यक्त केली होती की, आलेले पाहुणे आपल्या संसदीय लोकशाहीच्या पद्धतीतून काहीतरी नवीन, उपयुक्त, अनुकरणीय शिकतील. काय शिकले असतील ते? ते केवळ दहा मिनिटे सभागृहात होते आणि तेवढा सगळा वेळ त्यांनी फक्त गोंधळ ऐकला, दुसऱ्याचे ऐकून घेण्याची सभ्यता गुंडाळून ठेवून एकाच वेळी अनेक जण आपलेच घोडे कसे पुढे दामटतात ते पाहिले आणि ऐकले. आपल्या लोकशाहीचे असले असभ्य प्रदर्शन आपल्यालाच नव्हे, तर संपूर्ण देशाला लांच्छनास्पद आहे. अध्यक्षमहाराज, मला कालच्या लज्जास्पद प्रकाराची राहून राहून शरम वाटते आहे.

कोणाला दोष द्यायचा आणि कोणाला नाही, हा प्रश्न गौण आहे. मला वाटते महत्त्वाचे हे होते की, या परदेशी पाहुण्यांच्या भेटीची सर्वांनाच कल्पना होती. तर त्याची जाणीव ठेवून निदान तेवढ्यापुरते तरी, पाहुणे सभागृहात असेपर्यंत तरी, आपापसातील भांडणे, विरोध, मतभेद बाजूला ठेवून सभागृहाचे कामकाज सौजन्यपूर्वक वातावरणात, समंजसपणे चालवायला हवे होते.

जॉर्डनमध्ये संसदीय लोकशाही आत्ता कुठे मूळ धरू पाहते आहे, ती तेथे अगदी बाल्यावस्थेत आहे. तेथील मंडळी काही नेहमी भारतात येत नाहीत. त्या देशातील संसदसदस्यांनी संसदेचे कालचे स्वरूप पाहिल्यावर या लोकशाही पद्धतीचा धसकाच घेतला असेल. 'अशी असेल तर ती न स्वीकारलेलीच बरी,' अशी त्यांची गैरसमजूत आपण करून दिली असेल. मी राज्यसभेच्या सदस्यांना नम्रपणे असे सांगू इच्छितो की, या सभागृहाचे कामकाज चालवण्याची पद्धत हीदेखील संसदेच्या प्रतिष्ठेइतकीच, कीर्तीइतकीच महत्त्वाची आहे.

मी पुन्हा एकदा अहवालाबद्दल समितीचे मनापासून कौतुक करतो, प्रशंसोद्‌गार काढतो. आभार!'

'पैशाचा गैरवापर प्रतिबंध विधेयक २००२' – प्रिव्हेंन्शन ऑफ मनी लाँडरिंग

बिल २००२ – हे जेव्हा आम्ही संसद सदस्यांनी मंजूर केले तेव्हा आम्हा सर्वांनाच फार आनंद झाला होता, मोठा अभिमान वाटला होता. कोणत्याही गैरकृत्यातून मिळालेल्या संपत्तीचा विनियोग करून संपादन केलेली अथवा त्या प्रकरणात प्रत्यक्ष वा अप्रत्यक्ष गुंतलेली जी मालमत्ता असेल, ती जप्त करण्याची तरतूद या विधेयकात होती. युनायटेड नेशन्सच्या (८ जून ते १० जून, १९९९ या कालावधीत भरलेल्या) सर्वसाधारण सभेने एक राजकीय ठराव स्वीकृत केला होता, ज्यात सर्व सभासद देशांनी पैशाच्या गैरव्यवहाराविरुद्धचा अधिनियम आणि त्याच्या अंमलबजावणीचा कार्यक्रम आपापल्या देशात राबवण्याचे मान्य केले होते. युनोच्या त्या ठरावानुसार भारतालाही हे विधेयक संसदेकडून मंजूर करून घ्यावे लागले होते. विधेयक पास झाले, कायदा तयार झाला, त्याला राष्ट्रपतींची मान्यता मिळाली, परंतु संसद सदस्यांना याची जरासुद्धा कल्पना नव्हती की तो कायदा प्रत्यक्ष वापरात आणण्यासाठी करावी लागणारी विशिष्ट कार्यवाही सरकारने केलीच नाही. २००५ साली परत तेच विधेयक संसदेसमोर आले आणि त्या वेळी ते विधेयक मांडणाऱ्या मंत्रिमहोदयांनी जेव्हा ती आश्चर्यकारक माहिती संसदेला दिली तेव्हाच सर्वांना वस्तुस्थिती कळली!

एखादे विधेयक संसदेच्या दोन्ही सभागृहांत मंजूर केले जाते आणि त्याला राष्ट्रपतींचीही मान्यता प्राप्त होते, तेव्हा ते कायद्यात रुपांतरित होते. संसदेने जर 'या कायद्याची अंमलबजावणी कायदा झाल्यादिवसापासून सुरू होईल.' असे स्पष्टपणे मंजुरी देतानाच जाहीर केलेले नसेल, तर त्यानंतर जोपर्यंत सरकार त्या कायद्याच्या अंमलबजावणीची तारीख अधिकृतरित्या जाहीर करीत नाही तोवर तो कायदा वापरात येत नाही.

ही नियमातील खोच दुसऱ्यांदा विधेयक राज्यसभेसमोर आले तेव्हा लक्षात आल्यावर मी (११ मे, २००५च्या राज्यसभेच्या कार्यवाहीच्या नोंदीप्रमाणे) खालील निवेदन केले :

> माननीय उपाध्यक्ष, मी कॉलेजमध्ये शिकत असताना आम्हाला श्री. अप्पादुराई यांनी लिहिलेले 'हाउ इंडिया इज गव्हर्न्ड?'– 'भारताची शासनपद्धती'– या नावाचे एक पुस्तक होते. आपली शासनपद्धती कशी आहे, ती किती भोंगळ आहे, ते आज मला कळले! २००२ साली जेव्हा हेच विधेयक इथेच मांडले गेले होते, तेव्हा उपस्थित असलेल्या जयराम रमेश यांची नाराजी मी समजू शकतो, कारण मीही त्यादिवशी सभागृहात हजर होतो आणि आज मीही त्यांच्यासारखाच अत्यंत दुःखी आहे! हा कायदा अस्तित्वात न आणण्यामागचा उद्देश किती महाभयंकर होता हे लक्षात येऊन तर मनाला प्रचंड यातना होतात. राज्यसभेच्या सन्माननीय

सभासदांना कदाचित काही गोष्टी माहीत नसतील आणि त्यांना ती माहिती असावी, असे मला प्रकर्षाने वाटते, म्हणून मी आत्ता बोलायला उभा राहिलो आहे. राज्यसभा आणि लोकसभा या दोन्ही सभागृहांनी एखाद्या विधेयकाला मंजुरी दिल्यानंतर त्याचे कायद्यात रूपांतर होते, परंतु जोपर्यंत सरकारतर्फे 'कायदा वापरात आला' असे एका विशिष्ट तारखेसह अधिकृतरित्या जाहीर केले जात नाही, तोवर त्याची अंमलबजावणी करता येत नाही.

सर्वोच्च न्यायालयाच्याच एका पूर्वीच्या निर्णयानुसार सर्वोच्च न्यायालयसुद्धा सरकारला तसे करायला भाग पाडू शकत नाही. तेव्हा परिस्थिती अशी आहे की, सरकारला वाटेल तेव्हा विधेयक आपल्यासमोर येते, आपण त्यावर साधक-बाधक चर्चा करतो, ते मंजूर झाल्याबद्दल आनंदही व्यक्त करतो, पण त्यानंतर सरकारने जर ते कायदा झाल्यावरही तो वापरात आल्याचे नियमानुसार अधिकृतपणे जाहीर केलेच नाही, तर आपणच काय कोणीच काहीही करू शकत नाही. हा प्रकार किती भयंकर आहे, किती गंभीर आहे हे समजून घ्या. पैशाच्या गैरवापराच्या घटना शोधून काढून, त्याचा तपास करून, तो सिद्ध करून त्यावर कारवाई करणे या सगळ्या प्रक्रियेसाठी जी प्रचंड महाकाय यंत्रणा उभारावी लागली असती ती टाळण्यासाठी, त्याकरता लागणारा खर्च वाचवण्यासाठी बहुधा सरकारने तो कायदा २००२मध्ये वापरात आणला नसावा, पण त्यामुळे काय काय झाले ते पाहा. पैशाच्या गैरवापरातून उत्पन्न झालेल्या संपत्तीवरील जप्ती ही अत्यंत महत्त्वाची गोष्ट, जी या कायद्याने अमलात यायची होती, ती आलीच नाही. पैशाच्या गैरवापराचा उगम हा भ्रष्टाचारातून, म्हणजेच 'भ्रष्टाचार प्रतिबंध कायद्या'च्या उल्लंघनांचे जे गुन्हे उघडकीला आणले जातील त्यातून असणार होता, हे समजायला काही कठीण नाही.

२००२पासून आजपर्यंत भ्रष्टाचार प्रतिबंध अधिनियमाखाली किती लोकांवर खटले भरले गेले किंवा या घटकेला किती खटले न्यायालयात चालू आहेत आणि त्यातून किती कोटी रुपये वसूल करण्यात आले? भ्रष्टाचार तर कोट्यवधी रुपयांचे उघडकीला आले आहेत, परंतु ते पैसे नाहीसे झाले, त्याचा पत्ता लागलाच नाही, त्याची वसुली केली गेलेली नाही, का? कारण ती करण्याचा अधिकार देणारा हा 'पैशाच्या गैरवापराच्या प्रतिबंधा'चा अधिनियम वापरातच आणला गेला नाही! अध्यक्ष महाराज, माझी माननीय अर्थमंत्री यांना, खरे तर सर्वच मंत्र्यांना आणि जे-जे लोक अशा विधेयकांच्या चर्चेत सहभागी होतात त्या सर्वांनाच अशी विनंती

आहे की, ज्या क्षणी विधेयक पास होऊन कायदा तयार होईल आणि त्याला राष्ट्राध्यक्षांचीही मान्यता मिळेल, त्या क्षणी त्यातल्या पहिला भागातील पहिला उपभाग तरी वापरात आल्याचे जाहीर करावे, म्हणजे कालांतराने तो लागू करताना त्या आधीच्या व्यवहारांना तो लागू करायचा की नाही, हा प्रश्नच उद्‌भवणार नाही, शिवाय बाकीची कलमे जेव्हा वापरात आणली जातील तेव्हाच तो कायदा वापरात आला असेही म्हणावे लागणार नाही, कारण तो आधीच लागू झालेला असेल. गुन्ह्यांच्या तपासासाठी, चौकशांसाठी तुम्ही 'अन्वेषण संचालनालय' उभारणार आहात. त्या संचालनालयाला आधी घडलेल्या भ्रष्टाचाराच्या घटनांचा तपास करण्याचे अधिकार असतील का? अर्थातच नसतील! म्हणजे ते सगळे गुन्हेगारही सहीसलामत सुटून जातील!

२००२ साली जेव्हा हे विधेयक आपण भरपूर विचार विनिमय करून, उलट-सुलट चर्चेनंतर समजून-उमजून मंजूर केले त्या वेळी आपल्याला त्याचा एक महत्त्वपूर्ण पैलू माहीत नव्हता. युनायटेड नेशन्सच्या सर्व सभासद देशांनी एकमताने स्वीकार केलेल्या एका ठरावानुसार ज्या कृती सभासद देशांना पूर्ण करणे अनिवार्य होते, त्यात ते विधेयक कायदा या स्वरूपात लागू करणे ही एक मुख्य पायरी होती. त्या ठरावात हा कायदा पास न करणाऱ्या सभासद देशावर विशेष निर्बंध घातले जाण्याची अट होती. ठरावातील ते कलम 'जरतारी' होते, त्यातील भाषा 'जर पैशाच्या गैरवापराचा प्रतिबंध करणारा कायदा केला गेला नाही तर...' अशी होती. तो ठराव आंतरराष्ट्रीय स्तरावरील दहशतवाद, हिंसाचार आणि अतिगंभीर गुन्हे यांविरुद्ध युनोने आंतरराष्ट्रीय पातळीवर उभारलेल्या लढ्याचा एक भाग होता. त्या ठरावाप्रमाणे कृती न करणे 'अत्यंत गंभीरपणे घेतले जाईल,' असा इशारा त्यात दिला गेलेला होता. आपल्या देशाच्या वेगवेगळ्या पक्षांच्या सरकारांनी त्या ठरावाला किती आणि काय महत्त्व दिले ते आपण पाहतोच आहोत. कोणीच तो घ्यायला पाहिजे होता तेवढ्या गांभीर्याने घेतलेला नाही. अध्यक्ष महाराज, हा फार मोठा प्रमाद घडलेला आहे असे मला वाटते. हे आणि या आधीच्या सरकारनेही यावर अक्षरश: गोगलगायीच्या वेगाने कृती केली आहे, हिमालयातील हिमनगसुद्धा यापेक्षा आधिक वेगाने घसरतात! सन्माननीय मंत्रिमहोदयांनी आणि इतरही संबंधित मंत्र्यांनी या 'अपराधा'चे स्पष्टीकरण दिलेच पाहिजे अशी मी मागणी करतो.

आपण येथे बसून विधेयके पास करतच राहू, आज एक, उद्या

आणखी कुठले तरी. 'उत्तमोत्तम कायदे देशात लागू करण्यात आपण योगदान दिले' अशा – खोट्या समाधानात राहू, पण त्या विधेयकांची घोंगडी अशीच भिजत राहतील. सरकारने त्यावरून केले गेलेले कायदे वापरात आणण्याची कारवाई पुरी केली नाही म्हणून त्यांची अंमलबजावणी होऊ शकणार नाही. जोपर्यंत ती होणार नाही तोपर्यंत त्यांचे उल्लंघन करणाऱ्यांना, अपराध्यांना काहीही शासन देता येणार नाही. आपण पुढची सगळी तयारी करून बसलो आहोत, शिक्षा ठरवल्या आहेत, दंड निश्चित केले आहेत, मुख्य कायद्यातील तरतुदींप्रमाणे विशेष न्यायालये स्थापन केली आहेत, पण २००२पासून या कायद्यानुसार एकही फौजदारी कारवाई केली गेलेली नाही, कोर्टात एकही खटला उभा राहिलेला नाही, पण हे ध्यानात घ्या की हे सगळे घडत नाही म्हणून पैशांचे गैरव्यवहार व्हायचे काही थांबलेले नाहीत, ते चालूच आहेत आणि ते करणारे समाजात उजळ माथ्याने वावरत आहेत. देशातील कायद्याची ही शोककथा आपल्याला उघड्या डोळ्यांनी पाहण्याव्यतिरिक्त दुसरा उपायच उरलेला नाही. हा प्रश्न फार-फार मोठा, महत्त्वाचा आणि गहन आहे आणि त्यात कुणीतरी लक्ष घातलेच पाहिजे.

हा कायदा २००२पासून अमलात न आणल्याची चूक अर्थमंत्र्यांनी प्रामाणिकपणे आणि स्पष्टपणे कबूलच करून टाकली आहे, त्यासाठी आवश्यक ती यंत्रणा उभी करायला हवी असून ती केली गेली नाही हे त्यामागचे कारण असेल कदाचित, पण त्यामुळे कायदा नुसताच कागदावर राहिला, निरर्थक शाबित झाला. युनोला सांगायला ठरावाप्रमाणे कायदा झाला, ठरावातील अट पूर्ण झाली, पण इकडे, श्री. जयराम रमेश म्हणाले तसा, पैशांचा गैरव्यवहार चालूच राहिला. त्याची ना कुणाला खंत, ना कुणाला त्याचा खेद! आता यातच समाधान मानायचे की मंत्रिमहोदयांनी उशिरा का होईना, तो कायदा परत एकदा हातात घेऊन, त्यावरील धूळ झटकून, त्यात काही बदल करून आपल्यासमोर आणला आहे, पण आतातरी त्याच्या अंमलबजावणीसाठी आवश्यक त्या सुविधा आहेत का? कुठे आहेत? कोर्ट्स, विशेष न्यायासने? केव्हापासून गुन्हे करणारे घेरले जाणार आहेत? गैरमार्गाने मिळवला जाणारा पैसाच 'भ्रष्टाचार प्रतिबंध अधिनियमा'तील गुन्ह्यात सर्रास वापरला जात आहे, हे आपल्याला चांगलेच माहीत आहे. शस्त्रास्त्रांचा कायदाही यात गोवलेला आहे, पण मी सध्या त्याबद्दल काही बोलत नाही.

हे आत्ताचे विधेयक व्यवस्थित आहे, निरुपद्रवी आहे आणि ते आपण

एकमताने मंजूर करायला काहीच प्रत्यवाय नाही, परंतु माझी माननीय अर्थमंत्र्यांना एवढीच विनंती आहे की, हे विधेयकही या आधीच्या विधेयकासारखे पडून राहू देऊ नका. हे लक्षात असू द्या की, कायदा अमलात आणण्यासाठी सरकारला कोणीही भाग पाडू शकत नाही, ते सरकारनेच स्वतःच करायला हवे. मंत्री ही गोष्ट जाणतात की, नाही मला माहीत नाही पण अशा प्रकारची एक घटना याआधीही घडलेली आहे. संविधानाचे २२वे कलम असे सांगते की, प्रतिबंधक स्थानबद्धतेबद्दल सरकारला सल्ला देणाऱ्या मंडळाचे सदस्य हे विद्यमान न्यायाधीश असणे अनिवार्य आहे. फार पूर्वी म्हणजे १९७८ साली त्या तरतुदींवर आधारित एक अधिनियम विधिमंडळाने तयार केलेला होता, तो आजतागायत म्हणजे सत्तावीस वर्षांनंतरही सरकारकडून अधिकृतरित्या 'वापरात आणला' गेलेला नाही!!

याखेरीज मी 'प्रायव्हेट मेंबर्स बिल्स' या प्रकारात मोडणारी बरीच विधेयके राज्यसभेत मांडली, त्यातील तीन अशी होती :

१. ज्युडिशियल स्टॅटिस्टिक्स बिल, २००४ – न्यायालयीन कामकाज, न्यायालयांनी दिलेले निर्णय यांसंबंधीची प्रत्यक्ष अनुभवजन्य अशी माहिती एकत्र करून ती प्रसिद्ध करण्याविषयीचे विधेयक : न्यायाधीश स्वतः होऊन ही अशी माहिती जाहीरपणे सांगायला अनुत्सुक असतात, सांगायचे टाळतात, परंतु ती माहिती कायद्याच्या अभ्यासकांना अतिशय उपयुक्त असते, शिवाय कायदा आणि न्याय या विषयाचा एक संदर्भ संग्रह तयार व्हायला त्याने मदत हाते. इंग्लंड-अमेरिकेत प्रचलित असणारी या माहितीवर आधारित एक वार्षिक अहवाल प्रसिद्ध करण्याची पद्धत जर आपल्याही देशात सुरू केली, तर प्रसारमाध्यमे आणि सर्वसाधारण जनता यांना न्यायसंस्थेच्या कार्याविषयी अत्यंत उपयोगी अशी माहिती उपलब्ध होईल, त्यावरून त्यांना न्यायसंस्थांच्या कार्याचे महत्त्व कळेल, त्याचे मोजमापही करता येईल. आपले कार्य जनतेपुढे येते आहे आणि जनता तिचे मूल्यमापनही करू शकते आहे, त्यावर बऱ्या-वाईट प्रतिक्रिया व्यक्त करू शकते आहे, या जाणिवेने न्यायसंस्थाही सतत सतर्क, जागरूक राहतील. 'कायदा आणि न्यायपद्धती यांचे काहीतरी आगळे-वेगळे, जरासे गूढ असे जग आहे.' ही सामान्यांची समजूत दूर करायला, त्याबद्दल लोकांच्या मनात असणारे कुतूहल शमवून त्यांना वास्तविकाचे ज्ञान करून देण्याला हे असे वार्षिक अहवाल फार परिणामकारक सिद्ध होतील.

२. उच्च न्यायालयातील न्यायाधीशांचे निवृत्तीचे वय ६२ वरून ६५ वर न्यावे यासाठीच्या (१०३व्या) घटनादुरुस्तीचे विधेयक : 'भारतीय कायदा आयोगा'च्या – लॉ कमिशन ऑफ इंडियाच्या – न्यायपद्धतीतील सुधारणाविषयक चौदाव्या अहवालात आणि त्यानंतर 'संविधानानुरूप कार्यपद्धतीच्या अवलोकनासाठीच्या राष्ट्रीय आयोगा'च्या – नॅशनल कमिशन फॉर रिव्ह्युइंग द वर्किंग ऑफ द कॉन्स्टिट्युशनच्या – (न्यायमूर्ती वेंकटचलैया आयोगाच्या) शिफारसीत याच सूचनेचा समावेश होता. सर्वोच्च न्यायालयातील न्यायाधीशांचे निवृत्तीचे वय ६५ आहे. उच्च न्यायालयातील न्यायाधीश लवकरात लवकर, या ना त्या मार्गाने आपली पदोन्नती होऊन आपण सर्वोच्च न्यायालयांत कसे पोहोचू आणि मग वयाच्या ६५ वर्षापर्यंत काम करीत राहण्याची संधी प्राप्त करून घेऊ याच प्रयत्नात असलेले दिसून यायचे, आज ही दिसून येतात; त्यासाठी ते सतत सर्वोच्च न्यायालयातील न्यायाधीशांशी-सरन्यायाधीशांशीसुद्धा लागेबांधे जोडण्यासाठी, त्यांची मर्जी संपादन करण्यासाठी प्रयत्नशील असतात, जरूर पडली तर छक्के-पंजेही लढवीत राहतात. हे विधेयक जर मंजूर झाले, तर उच्च न्यायालयातील न्यायाधीशांच्या या 'लांगुलचालना'त जाणारा वेळ त्यांना योग्य कारणी लावता येईल.

३. 'लोकप्रतिनिधित्वाचे (दुरुस्ती) विधेयक, २००४' – द रिप्रेझेंटेशन ऑफ द पीपल (अ‍ॅमेंडमेंट) बिल, २००४ – संसदेत अथवा राज्यांच्या विधिमंडळात गुन्हेगारी पार्श्वभूमी असणाऱ्यांच्या प्रवेशास प्रतिबंध घालण्यासाठी कायदा करावा यासाठीचे हे विधेयक होते. सध्या अस्तित्वात असणाऱ्या कायद्यात फक्त मोठ्या, गंभीर स्वरूपाचे अपराध शाबित होऊन दोषी ठरवलेल्यांनाच तसा प्रतिबंध लागू होतो, त्यात दुरुस्ती करून मी असा प्रस्ताव ठेवला होता की, चौकशीनंतर जर एखाद्या व्यक्तीवर अगदी लहान स्वरूपाच्या गुन्ह्यापासून – म्हणजे अगदी कोर्टाच्या कामात दिरंगाई केल्याच्या, व्यत्यय आणल्याच्या गुन्ह्यांपासून – ते अत्यंत दुष्ट, भयंकर गुन्ह्यापर्यंत कुठल्याही प्रकारच्या गुन्ह्यासाठी न्यायालयात आरोप ठेवण्यात आला असेल, तर त्या सक्षम न्यायालयाच्या आरोपाच्या आधारावर त्या व्यक्तीला संसदेच्या अथवा विधिमंडळाच्या कोणत्याही निवडणुकीला उभे राहण्यासाठी अपात्र घोषित करण्यात यावे. हा प्रस्ताव कायदा आयोगाच्या निवडणूकविषयक नियमात सुधारणा सुचवणाऱ्या १७०व्या अहवालात आणि न्यायमूर्ती वेंकटचलैया आयोगाने २००२ साली केलेल्या सूचनांचा

आधार घेऊन मांडलेला होता.

राज्यसभेत सोमवार ते शुक्रवार सकाळ या काळात अधिकृत कामकाज चालायचे. 'प्रायव्हेट मेंबर्स बिल्स' म्हणजे लोकप्रतिनिधी नसलेल्या, राष्ट्रपतींनी नियुक्ती केलेल्या सदस्यांनी मांडलेली विधेयके आणि ठराव – फक्त शुक्रवारी दुपारी मांडण्याची मुभा असायची. माझ्या या तीनही विधेयकांना आणि २००४मधील माझ्या 'संसदीय कामकाजातील व्यत्यया'बद्दलच्या विधेयकालाही, सभासदांनी तोंडी मंजुरी दिली होती, परंतु माझी राज्यसभेतील कारकिर्द नोव्हेंबर, २००५ला संपुष्टात आली तोपर्यंत ती विधेयके 'विचाराधीन'च राहिली आणि मग माझ्या निवृत्तीनंतर ती लोप पावली... दुर्भाग्य! पण नाइलाजही!!

***

सर जमशेटजी कांगा यांच्या चेंबरमधील माझ्या व्यावसायिक कारकिर्दीच्या प्रारंभीचे दिवस हा माझ्या व्यावसायिक जीवनातील अत्यंत सुखावह असा काळ होता, हे मी याआधीही सांगितलेलेच आहे, त्यानंतर तसाच परम सुखाचा काळ मी राज्यसभेतील (१९९९ ते २००५ या) सहा वर्षांत अनुभवला. सर्वच सभासदांनी माझ्यावर दाखलेल्या प्रेमाने, विश्वासाने मी सुखावलो. त्या सर्वांनी माझे म्हणणे नेहमीच मान्य केले नाही, पण नेहमी सभ्यपणे ऐकून मात्र घेतले.

२००५ सालच्या पावसाळ्यात प्रचंड पूर आल्याने मुंबईत हाहाकार उडाला होता, सर्व सोयी-सुविधा पार कोलमडून गेल्या होत्या, लोक त्यांच्या गाड्यात तासन्‌तास अडकून पडले होते, शासनाची अकार्यक्षमता उघडी पडली होती. त्यावेळचा एक प्रसंग मला आठवतो. मुंबईच्या त्या भयंकर परिस्थितीवरून राज्यसभेतील वातावरण चांगलेच तापले होते. मीही चिडलो होतो. त्या आवेगात, तिरीमिरीत मी उभा राहिलो आणि अशी मागणी केली की, 'मुंबई हा केंद्रशासित प्रदेश घोषित करावा!' झाले, त्यावरून सभागृहात एकच हलकल्लोळ उडाला. काँग्रेसचेच नव्हे, तर भारतीय जनता पार्टीचे महाराष्ट्रातील प्रतिनिधीही खवळून उठले. त्यांच्यासकट इतर सर्वच सभासदांनी माझ्या सूचनेचा धिक्कार केला (त्याला अपवाद फक्त राज्यसभेचे उपाध्यक्ष, जे त्या वेळी अध्यक्षपदी होते, त्यांचा होता). त्यावेळचे सवालजबाब राज्यसभेच्या अधिकृत नोंदीतून मी खाली देत आहे :

> श्री. फली नरीमन (निर्देशित सभासद) : अध्यक्ष महाराज, आत्ता जी विधाने केली गेली त्यांच्याशी मी पूर्ण सहमत आहे. आत्ता आपण सूचनांच्या पातळीवर आहोत, त्यामुळे मी मंत्रिमहोदयांना दोन सूचना, अगदी निश्चित स्वरूपाच्या दोन सूचना करू इच्छितो – मुंबईच्या संकटकाळात

राजकारण घुसवण्याचे थांबवा, मुंबईकरांना त्यापासून दूर राहू द्या. मुंबई जशी आहे, 'भारताची व्यापारी राजधानी'– कमर्शियल कॅपिटल ऑफ इंडिया – ती तशीच राहू दे, तिला राजकारणाची छावणी बनवू नका, त्यासाठी दिल्ली पुरेशी आहे. या शोककथेतूनही आपल्याला बरेच काही प्राप्त करून घेता येईल, त्यासाठी दुसरी सूचना ही आहे की, मुंबईला केंद्रशासित प्रदेशाचा दर्जा प्रदान करावा.

श्री. प्रमोद महाजन : अध्यक्ष महाराज, या सूचनेला मी संपूर्णरित्या विरोध करतो, मुंबई महाराष्ट्राची आहे आणि तिला महाराष्ट्रापासून हिरावून घेण्याचा कोणताही प्रयत्न खपवून घेतला जाणार नाही. (व्यत्यय, बोलाचाली).....

श्री. फली नरीमन : सूचना पटत नसेल, मुंबई सोडणे सहन होत नसेल तर मग तिला नीट सांभाळा, तिची काळजी घ्या. (अडथळे)....

श्री. फली नरीमन : शांत व्हा, माफ करा मला, पण मंत्रिमहोदय, आपण जमशेदपूरचे उदाहरण पाहा. जुनी जमीनदारी मालमत्ता होती, ती नष्ट करून जमशेदपूर लांब मुदतीच्या भाडेपट्टीच्या कराराने देऊन टाकण्यात आले. कालांतराने बिहार राज्यात समाविष्ट केले गेलेले जमशेदपूर हे आज देशातील सर्वोत्तम शासनव्यवस्थेचा आदर्श बनले आहे आणि ते कायम तसेच राहील! श्री. महाजन, आपणही मुंबईचा कारभार उत्तम रीतीने चालण्याचा तसाच एखादा नामी उपाय शोधून काढा. मला प्रामाणिकपणे असे वाटते की, त्यासाठी सर्वप्रथम मुंबईच्या कारभारातून राजकारणाची सर्वप्रथम हकालपट्टी होणे गरजेचे आहे. तुमच्या मंत्र्यांना, मुंबईच्या सगळ्याच मंत्र्यांना, लोक वैतागले आहेत, विटलेले आहेत. तुमचे मंत्री गाड्या उडवतात, सतत घाईत, गडबडीत असल्याचे दाखवीत गाड्यांवर झेंडे फडकवत नुसते हिंडतात. एकेकाकडे पाच-पाच गाड्यांचा ताफा आहे दिमतीला, पण रस्ते पाण्याखाली गेले, एवढे पूर आले तेव्हा त्यांच्यापैकी एकाने तरी गाड्या सोडून देऊन बोटीत बसून पाण्यात बुडणाऱ्यांची, वाहत जाणाऱ्यांची, पुरात अडकलेल्यांची मदत केली का? (अडथळे , व्यत्यय)....

श्री. जनार्दन पुजारी : अध्यक्ष महाराज, ही सूचना आम्हाला अजिबात मान्य नाही, ती कुणालाच मान्य नाही! (व्यत्यय)....

माननीय उपाध्यक्ष : मान्य नाही तुम्हाला तर नसू दे, तुम्हाला कोण

म्हणते आहे तुम्ही सूचना मान्य केलीच पाहिजे म्हणून? त्यांना त्यांचे मत व्यक्त करू दे ना! (अडथळे)....

श्री. सी. रामचंद्रय्या : अहो, आपल्याला नसूदे सूचना मान्य, त्यांना काय वाटते ते त्यांना बोलू दे!

माननीय उपाध्यक्ष : प्रत्येक सन्माननीय सभासदाला त्याचा दृष्टिकोन मांडायचा हक्क आहे, तुम्हाला तो आवडणार नाही असे होऊ शकते!

श्री. फली नरीमन : बरोबर आहे, तुम्हाला तो नापसंत असू शकतो. (व्यत्यय)....

श्री. जनार्दन पुरोहित : मला हे सांगताना खेद होतो आहे, पण या सूचनेशी आम्ही कुणीच सहमत नाही. यावर आता आणखी वाद होऊ नये. (अडथळे).... श्री. नरीमन, माफ करा!

श्री. फली नरीमन : अध्यक्ष महाराज, मी आपणास अशी नम्र विनंती करतो की, सरकार कोणत्याही पक्षाचे असो, मुंबईची काळजी घेण्याचे काम मंत्रीगण त्यातल्यात्यात उत्तम कसे करतील, व्यवस्थितपणे कसे करतील याकडे आपण कृपया लक्ष पुरवावे. मुंबई देशाची 'व्यापारी राजधानी' आहे, तिचे ते स्थान अबाधित राहू द्या. आभार!! (निवेदन संपले.).

श्री. सी. रामचंद्रय्या : ही चुकीची प्रवृत्ती आहे. अध्यक्ष महाराज, माननीय सदस्यांना त्यांची मते बोलून दाखवण्याचा हक्क आहे. आपण ती मान्य करू वा ना करू, पण त्यांचा मतप्रदर्शनाचा हक्क डावलला जाता कामा नये. तसे करण्याची कुणालाही परवानगी दिली जाता कामा नये. (व्यत्यय)....

माननीय उपाध्यक्ष : या ठिकाणी सर्व जण आपली मते मोकळेपणाने, स्पष्टपणे मांडू शकतात. (व्यत्यय)....

श्री. जनार्दन पुजारी : अध्यक्ष महाराज, आम्हाला त्यांची सूचना मुळीच मान्य नाही!! (व्यत्यय)....

संसद सदस्य या भूमिकेतील माझ्या प्रवासात मी अनुभवांनी खूप श्रीमंत झालो, माझ्या ज्ञानातही चांगली भर पडली. मला अनेक जण विचारतात, 'फली, तुमच्यासारखा

बुद्धिजीवी मनुष्य त्या इतर सभासदांच्यात कसा काय रमला?' किंवा अशीही विचारणा करतात की, 'संसद सदस्य म्हणून तुम्ही स्वत:चे मूल्यमापन कसे कराल?' या काहीशा उपहासात्मक कटू प्रश्नाला माझे उत्तर असे असते की, राज्यसभा हे आपल्या देशाचे एक प्रातिनिधिक, लघुरूप आहे असेच मी मानतो, त्यामुळे त्यातही देशातल्याप्रमाणेच समाजातील अनेक प्रकारचे, निरनिराळ्या स्तरांचे प्रतिनिधी एकत्र येतात, परिसंवाद घडवतात, आपापल्या आणि देशासमोरच्या वेगवेगळ्या प्रश्नांबद्दल चर्चा करतात, बहुतांशी एकमेकांशी मिळून-मिसळून वागतात, एकमेकांच्या मतांचा आदर करतात, देशात सहिष्णुतेची भावना फारशी फोफावलेली दिसत नसली, तरी संसद सदस्यांमध्ये ती बऱ्याच जास्त प्रमाणात दृष्टोत्पत्तीस येते.

माझ्या सदस्यत्वाची सहा वर्षांची मुदत संपल्यानंतर त्या पदाचा त्याग करताना मला वाईट वाटले. त्याची अखेरही काही जोरदार, समारंभपूर्वक वगैरे झाली नाही. राज्यसभेवर राष्ट्रपतींनी माझी नेमणूक केली ती २२ नोव्हेंबर, १९९९ या दिवशी. ऑक्टोबर, १९९९पासून सुरू झालेले संसदेचे (मध्यावधी) अधिवेशन त्या वेळी चालूच होते. २००५ सालचे पावसाळी अधिवेशन ऑक्टोबर, २००५च्या अखेरीस संपलेले होते आणि त्या पुढील हिवाळी अधिवेशनाचा आरंभ काही डिसेंबरशिवाय होणार नव्हता. माझी निवृत्तीची तारीख २१ नोव्हेंबर ही मध्येच असल्याने माझ्या बाबतीत रिवाजाप्रमाणे होणारा निरोप समारंभही झाला नाही आणि त्यामुळे त्या वेळी केली जाणारी स्तुतिपर भाषणेही माझ्या सहसदस्यांच्या मनातच राहिली!!

मला मात्र माझ्या निवृत्तीच्या वेळी माझे एक विद्वान मित्र आणि सहकारी जी. रामस्वामी (ते जीआर म्हणून प्रसिद्ध होते, दुर्दैवाने ते आता हयात नाहीत.) यांचे उद्गार आठवले. ते नोव्हेंबर, १९९२मध्ये जेव्हा भारताच्या महान्यायप्रतिनिधीपदावरून निवृत्त झाले त्या वेळी ते मला म्हणाले होते : 'मला सरकारने दिलेले महान्यायप्रतिनिधी हे उच्चपद स्वीकारतानाच, हे पद निश्चित कालावधीनंतर आपल्याकडून काढून घेतले जाणार आहे (आणि दुसऱ्याकडे सोपवले जाणार आहे.). हा व्यवसायातील अनिवार्य असा धोका मीही सर्वांसारखा समजून उमजून स्वीकारलेला होता, पण, फली, तुला एक गोष्ट माहिती आहे का? आता माझा 'माजी कायदेप्रतिनिधी' हा किताब कोणी माझ्यापासून हिरावून घेईल हा धोका मात्र अजिबात उरलेला नाही!! हा... हा... हा...!!!'

***

येथे थोडे विषयांतर करून मी भारतातील सार्वजनिक आयुष्यातील एका महत्त्वाच्या लक्षणासंबंधी थोडे लिहिणार आहे. खरे म्हणजे त्याला 'गंड' असेच म्हटले पाहिजे. तो 'गंड' आहे 'व्ही.आय.पी.' असण्याचा!! व्हेरी इम्पॉर्टंट पर्सन –

अतिमहत्त्वाची व्यक्ती. हा शब्द फार पूर्वी इंग्रजांनी रूढ केला त्या वेळी त्यात खरोखरच व्यक्तिसन्मान होता, आत्ता त्याला जो शिष्टपणाचा, अहंमन्यतेचा वास आहे, तो नव्हता. दुसऱ्या महायुद्धात जेव्हा महत्त्वपूर्ण व्यक्ती एकत्रितपणे एकाच विमानाने एका ठिकाणाहून दुसरीकडे प्रवास करून जायच्या असायच्या त्या वेळी त्यांची नावे जाहीर करणे, हे शत्रूकडून धोका उत्पन्न होण्याच्या दृष्टीने अयोग्य असायचे, त्यात घातपाताची भीती असायची. त्या वेळी फक्त 'व्ही.आय.पी.' प्रवास करणार आहेत' एवढेच जाहीर केले जायचे. आज साठ वर्षांनंतरही आपण तोच संक्षिप्त रूपातील शब्द 'सामाजिक, व्यावसायिक अगर कायदेशीर मान, प्रतिष्ठा असलेले खास स्थान' दर्शविण्यासाठी वापरतो. आपल्या संविधानाने सर्वसमभाव प्रस्थापित केला असला, समानतेचाच आग्रह धरला असला तरीही काही व्यक्तींना त्या समस्तराच्या 'वर'ची, त्याच्या 'अप्राप्य' असलेली खास जागा आपण त्या शब्दाने बहाल करीत असतो.

आपल्या देशाचा सर्वांत महत्त्वाचा आणि बिकट प्रश्न हा वाढत्या लोकसंख्येचा आहे. 'त्याच्या खालोखालचा प्रश्न कोणता?' असे जर विचारले तर मी म्हणेन, 'तो आहे जनता आणि शासक, म्हणजेच 'शासित' आणि 'शास्ते' यांच्यातील प्रचंड तफावतीचा, त्यांच्या मधील खोल दरीचा!' हा 'उच्च-नीचते'चा वारसा आपण दोनशे वर्षांच्या मुगल राजवटीकडून आणि दीडशे वर्षांच्या ब्रिटिश साम्राज्याकडून घेतला आहे आणि तो जोपासला आहे. सामान्य जनतेला आज 'शास्ते' हे वेगळ्याच वंशाचे, परग्रहावरचे असतात असे वाटू लागले आहे.

१९४० साली इंग्रजांच्या राज्यात – आम्ही त्या वेळी कॉलेजात शिकत होतो – विनोदाने असे म्हटले जायचे की, इंग्रजांनी त्यांच्या ब्रिटिश साम्राज्याचा पाया भारतात इंग्रजांनी 'ब्रिटिश कंट्री क्लब्ज' स्थापन करून घातला. ते क्लब्ज फक्त निवडक व्यक्तींसाठीच होते, म्हणजेच इतरांना त्या निवडकांच्या जवळ फिरकण्याची परवानगी नव्हती. क्लब्जमध्ये त्या 'खास' लोकांना जे लाभेल ते 'इतरांना' मिळणार नाही, यातूनच 'विभाजन' सुरू झाले, 'फाटाफूट' निर्माण झाली, 'डिव्हाइड ॲन्ड रूल' या ब्रिटिशांच्या तत्त्वाचा प्रारंभ झाला. इंग्रज हे 'सत्ताधारी' होते, 'सम्राट' होते, 'गुलामांवर' आधिपत्य गाजवणारे होते (आणि ते तसे राजरोसपणे, उघडपणे करीत होते). ते 'लोकप्रतिनिधी' नव्हते, जनतेचे 'पालक' नव्हते, देशाचे 'व्यवस्थापक' नव्हते, त्यामुळे त्यांना व्यवस्थापनातील प्रश्नांचा सामना करायची गरज भासत नव्हती, पण तरीही इंग्रजी अधिकाऱ्यांच्यात कमालीची शिस्त होती, त्यांची कार्यपद्धती खरोखरच 'शासकीय सेवे'चा आदर्श होती. अधिकारी कितीही मोठा असला, कितीही उच्च पदावर असला तरी त्याला या गोष्टीची जाणीव असायची की, तो प्रथम आणि शेवटपर्यंत जनतेचा सेवक आहे.

इंग्रज देश सोडून गेले तेव्हा तो पिढ्यान्‌पिढ्या चालत आलेला त्यांच्या अधिकारी वर्गातला 'आदर्श' सेवाभाव, शिस्तबद्ध कार्यपद्धती त्यांच्याबरोबर देशाबाहेर गेली, पण ते विभाजन, ती फाटाफूट, ती विषमता, तो 'मालक गुलाम'पणा ते इथेच सोडून गेले. तो मग आपल्या कार्यपद्धतीत घट्ट रुतून राहिला. शासन 'जनताभिमुख' होण्याऐवजी 'लोकविन्मुख' बनले, लपविण्यासारखे खूप काही घडू लागल्याने त्यांच्या कार्यपद्धतीत गुप्तता शिरली. ब्रिटिशांनी शासनाच्या दृष्टीने काही आवश्यक गोपनीयता राखण्यासाठी त्या काळी 'कार्यालयीन गुप्तता अधिनियम' – ऑफिशियल सिक्रेट्‌स ॲक्ट – केला होता. स्वातंत्र्यानंतरच्या काळात तो कायदा कार्यालयीन गुप्ततेच्याऐवजी कार्यालयीन अधिकाऱ्यांची व्यक्तिगत रहस्ये गुप्त ठेवण्यासाठी वापरला जाऊ लागला.

'व्ही.आय.पी.' म्हटले की, इतरांच्या मनात त्या व्यक्तींविषयी एक प्रकारचा दुरावलेपणा निर्माण होतो, अंतर पडते. रशियातील साम्यवादी राजवटीचा एक टीकाकार अलेक्झांड्रिया सोल्झेनिट्‌सीन याने म्हटले आहे, 'जो माणूस रस्त्याने सतत गाडीतूनच हिंडत असतो, त्याला 'पादचारी' समजणे, चर्चा, भाषणे यातून त्याचे कितीही वर्णन केले तरीही 'तो' कळणे कधीच शक्य होणार नाही!' व्ही.आय.पी. हाही एकदा सुरक्षारक्षकांच्या गराड्यातल्या गाड्यातून प्रवास करू लागला की लोकांपासून दूर जातो, ज्या जनतेने त्याला त्या गाडीत बसवलेले असते तिलाच तो विसरतो.

इतर काही देशांत काय घडते, ते जरा पाहू या आणि त्यापासून काही धडे घेता येतात का, ते बघू या.

मे, २००४मध्ये दक्षिण आशियातील पारशी समाजाने एकत्र येऊन सिंगापूरमध्ये झोरोस्ट्रियन संस्कृतीचे दर्शन घडवणाऱ्या कलाकुसरीच्या वस्तूंचे एक संग्रहालय तयार केले होते. मला आणि बाप्सीला त्याच्या उद्‌घाटन समारंभाचे आमंत्रण होते. उद्‌घाटन सिंगापूरच्या सांस्कृतिक खात्याच्या मंत्र्यांच्या हस्ते होणार होते; ते त्यांच्या लिमोझिनमधून येतील त्या वेळी सर्वांनी त्यांच्या स्वागतासाठी प्रवेशकक्षात जमावे असे कार्यक्रमाच्या संचालकांनी सुचवले. आम्ही सर्व जण त्यांच्या आगमनाची वाट पाहात उभे होतो. आता पोलिसांच्या गाड्यांचे सायरन वाजतील, मागोमाग मंत्रिमहोदयांच्या शुभागमनाची वार्ता घेऊन आघाडीच्या गाड्यांचा भला मोठा ताफा हजर होईल अशा अपेक्षेने मीही त्या गर्दीत सामील झालो होतो, पण तसे काहीच घडले नाही. एक व्यक्ती चालत चालत पुढे येत होती तिला पाहताच संचालक व इतर स्थानिक मंडळी पुढे झाली आणि त्यांनी त्या व्यक्तीचे यथोचित स्वागत केले – तेच सन्माननीय मंत्री होते!! ते स्वतःची गाडी स्वतःच चालवत आले होते आणि गाडी त्या इमारतीखालील वाहनतळात योग्य जागी उभी करून, एकटेच समारंभस्थळी

पोहोचले होते! नंतर त्या मंत्र्यांशी वार्तालाप करण्याची संधी मला प्राप्त झाली तेव्हा त्यांनी मला अशी माहिती दिली की, सिंगापूरमधील मंत्र्यांना सरकारकडून गाडी आणि चालक दिले जात नाहीत. ते त्यांच्या स्वत:च्या गाड्या स्वत:च चालवतात आणि त्यांना विशेष पोलीस संरक्षणही दिले जात नाही. आपल्या देशात गरीब जनतेच्या नम्र सेवकांच्या गाड्या दिल्लीतील रस्त्यांवरून हिंडताना कसा अभूतपूर्व पोलीस बंदोबस्त ठेवला जातो, हे त्यांना सांगण्याचे धाडस काही मला झाले नाही! माझे आपल्या नेत्यांना असे सांगणे आहे की, 'या 'व्ही.आय.पी.'पणाने तुमच्या हृदयातील माणुसकी शोषून घेऊन तुमच्या काळजाचा दगड बनवण्यापूर्वी त्या 'गंडा'ला झटकून टाका, त्यातून बाहेर या.'

***

राज्यसभा सदस्यत्वाचा अंगरखा उतरवून 'माजी राज्यसभा सदस्य' हे बिरुद घेऊन मी जेव्हा परत 'श्री. फली नरीमन, ॲडव्होकेट' झालो, तेव्हा मी परत मूळचा वकिली व्यवसाय सुरू केला, पण जरा संथपणे, जरा आरामात. 'आंतरराष्ट्रीय व्यापारी मध्यस्थी' या क्षेत्रात माझे बरेच नाव झाले होते, त्यामुळे तशा मध्यस्थीच्या कामासाठी नेमल्या जाणाऱ्या अनेक न्यायासनांवर कधी अध्यक्ष तर कधी सदस्य म्हणून, काम करण्याची मुबलक संधी त्या काळात मला लाभली. त्या न्यायासनांचे सदस्य असलेल्या वकिलीच्या निरनिराळ्या क्षेत्रांतील निष्णात लोकांबरोबर काम करतानाचा अनुभव खूपच समृद्ध होता. अशा प्रकारच्या आंतरराष्ट्रीय व्यापारी मध्यस्थीसाठी स्थापन होणाऱ्या न्यायासनांचे वैशिष्ट्य हे असते की, ती न्यायासनेच फक्त (नेहमीची न्यायालये नाहीत.) व्यावसायिक अथवा व्यापारी विवादांवरील निर्णय देताना 'दिवाणी, नागरी कायदापद्धती' – सिव्हिल लॉ सिस्टिम – आणि 'समान कायदापद्धती' – कॉमन लॉ सिस्टिम – या दोन्ही पद्धती एकत्रितपणे वापरतात. या विशेष पद्धतीचा परिणाम निकालांवर कसा सुयोग्य होतो, ते त्या न्यायासनांचे उपभोक्तेच सांगू शकतील.

***

माझ्या प्रदीर्घ व्यावसायिक जीवनात राष्ट्रपतींनी माझ्याकडून वकिली सल्ला मागितल्याच्या काही संस्मरणीय घटना घडलेल्या आहेत. जास्त करून आर. वेंकटरामन यांच्या राष्ट्रपतिपदाच्या कारकिर्दीत (१९८७ ते १९९२) मला ती सुसंधी प्राप्त झाली, त्या खालोखाल के. आर. नारायणन राष्ट्रपती असताना (१९९७ ते २००२ या कालावधीत) एक दोन वेळा आणि ए. पी. जे. अब्दुल कलाम यांना (२००२ ते २००७ या काळात) एकदाच माझ्या ज्ञानाचा थोडाफार

फायदा मला करून देता आला. के. आर. नारायणन आणि त्यांच्या प्रसन्न व्यक्तिमत्त्वाच्या पत्नी उषा यांची आणि आमची मैत्रीच जमली होती. उषा बर्मीज होत्या आणि बऱ्याच वेळा माझ्याशी बर्मीज भाषेत बोलून मातृभाषेच्या जवळिकीचे सुख अनुभवायच्या. बर्मीज भाषेत बोलताना मी एक-दोन शब्दांपलीकडे पोहोचू शकत नसे, पण 'आपली भाषा कळणारा तरी कोणीतरी भेटला' हे समाधान मी त्यांना देऊ शकत असे. ती भाषा मी फक्त शाळेतच शिकलो होतो, त्यामुळे ती साहजिकच विस्मृतीत गेली होती, परंतु त्या भाषेतील एक वाक्य मात्र माझ्या चांगले स्मरणात राहिले होते आणि ते मी अस्खलितपणे बोलू शकत होतो : 'थामिन सा पी बी ला?'– 'आपले जेवण झाले का?'– यात शेवटच्या 'ला' ('का') या प्रश्नार्थक अव्ययावर जोर देऊन एका विशिष्ट लयीत ते वाक्य बोलले जायचे. अर्थात 'आपले जेवण झाले का?' हा प्रश्न नुसत्या भेटीत, सामान्य गप्पांत कसा वापरता येणार? नाही का?

राष्ट्रपती के. आर. नारायणन यांच्याशी हस्तांदोलन करताना फली नरीमन, सोबत उषा नारायणन

राष्ट्रपती के. आर. नारायणन हे अत्यंत नम्र आणि सज्जन असे गृहस्थ होते. त्या अत्युच्च पदावरही त्यांनी त्यांचे स्वत्व जपले होते, अस्मिता जागी ठेवली होती. त्या काळात आय. के. गुजराल हे पंतप्रधान होते. त्यांनी त्यांच्या मंत्र्यांचे एक शिष्टमंडळ राष्ट्रपतींकडे पाठवले होते. संविधानाच्या ३५६व्या कलमाखाली बिहार राज्यात 'राष्ट्रपती राजवट' लागू करण्याचा प्रस्ताव त्या शिष्टमंडळाने राष्ट्रपतींसमोर ठेवला. नारायणन यांनी तो प्रस्ताव नाकारला आणि त्यांच्या निर्णयाच्या समर्थनासाठी नेहमीच्या त्यांच्या शिरस्त्याप्रमाणे योग्य आणि नि:संदिग्ध कारणे देऊन संविधानाच्या ७४ए या कलमानुसार[१] तो प्रस्ताव मंत्रिमंडळाच्या पुनर्विचारासाठी परत पाठवून

दिला. या प्रकाराचा सर्वत्र बराच गवगवा झाला. गुजराल यांच्या नेतृत्वाखालील बहुपक्षीय सरकारने तो प्रस्ताव परत राष्ट्रपतींकडे न पाठवण्याचा सूज्ञपणा दाखवला. तसा त्यांनी तो दाखवला नसता तर जनतेने त्यांनाच नाकारले असते. राजकारणात तारतम्य बाळगणे, सावधपणा दाखवणे यातच खरे शौर्य असते.

आपल्या लोकशाहीत जनता आणि सत्तेवरील सरकार यांच्यामध्ये जी एक विलगतेची, विभक्ततेची भिंत निर्माण झालेली असते, त्या भिंतीतील एक खिडकी खरे तर एकमेव खिडकी म्हणजे राष्ट्रपती हे पद असते असे मला कायम वाटत आले आहे. राष्ट्रपतींनी एखादा असंविधानात्मक, अयोग्य म्हणून नाकारून मंत्रिमंडळाच्या पुनर्विचारासाठी पाठवलेला एखादा प्रस्ताव जर मंत्रिमंडळाने परत तसाच दुसऱ्यांदा राष्ट्रपतींकडे मंजुरीसाठी धाडला तर घटनादुरुस्ती अधिनियमाप्रमाणे त्यांना तो पुन्हा नाकारता येत नाही, परंतु त्या अधिनियमाने होकार देण्यासाठी त्यांच्यावर कोणतीही कालमर्यादा मात्र घातलेली नाही. ते तो प्रस्ताव कितीही काळ त्यांच्या जवळ 'विचाराधीन' म्हणून ठेवून सरकारची अयोग्य कारवाई अमर्याद काळापर्यंत थोपवू शकतात. संविधानाने काळाला राष्ट्रपतींच्या बाजूने वागण्याची मुभा दिलेली आहे. या सवलतीचा फार छान आणि चातुर्यपूर्ण उपयोग ग्यानी झैलसिंग यांनी त्यांच्या राष्ट्रपतीपदाच्या (१९८२ ते १९८७ या) कालावधीत केला होता. 'पोस्ट ऑफिस बिल १९८७' असा एक अधिनियम झैलसिंग यांच्याकडे मंजुरीसाठी पाठवला गेला होता. त्या अधिनियमातील तरतुदींवर बरीच टीका झाली होती, त्यातील एक कलम तर असे होते की, ज्यामुळे सरकारला पोस्टाने पाठवलेल्या कोणत्याही पत्रव्यवहारात हस्तक्षेप करून तो उघडून वाचायचा अधिकार प्रदान करण्यात आला होता. त्यावर तर सर्वच जण चिडले होते. अधिनियम दोन्ही सभागृहांनी पास केला होता, पण ग्यानीजींनी मंजुरीची घाई केली नाही. जनतेच्या नापसंतीची जाणीव बाळगून त्यांनी निर्णय राखून ठेवला. मंजुरी दिली नाही. राष्ट्रपतीपद सोडण्यापूर्वी त्यांनी त्या अधिनियमाच्या फाइलवर असा शेरा लिहून ठेवला[१०] की, ज्यायोगे त्यांच्या नंतर त्या पदावर येणाराही त्या बिलाला स्वीकृती देणार नाही. त्या कायद्यावरील सार्वजनिक टीकेची धार वाढत गेली आणि साहजिकच त्यांच्यानंतर आलेल्या श्री. वेंकटरामन यांनीही त्यावर सही केली नाही, उलट त्यावर आपली नाराजी स्पष्टपणे लिहून त्यांनी ते विधेयक पंतप्रधानांकडे (व्ही.पी. सिंग यांचेकडे) जानेवारी, १९९०मध्ये परत पाठवून दिले. ते विधेयक परत एकदा राज्यसभेच्या पटलावर मंजुरीसाठी ठेवण्यात आले. ते आजतागायत तिथेच 'अनिर्णित' म्हणून पडून आहे. एवढ्या वर्षांनंतर बहुधा त्याला एका 'महान संसदीय अवशेषा'चे स्वरूप आलेले असेल![११]

देशाचा नेता त्याला प्राप्त झालेल्या अधिकारांचा उपयोग जराशा शहाणपणाने, समयसूचकतेने जनहितासाठी यशस्वीपणे कसा करून घेऊ शकतो हेच या उदाहरणावरून

दिसते. कधी वेगवान कृती करून तर कधी या उदाहरणातल्याप्रमाणे कृती न करण्याने, निर्णय न घेण्याने, मुद्दा अनिर्णित अवस्थेत ठेवण्याने, लोकांना, योग्य कारणांमुळे, न आवडलेले एखादे विधेयक राष्ट्रपतींना कायद्यात रुपांतर होण्यापासून वाचवता येते. संविधानातील या अर्थपूर्ण 'मौना'ची तरतूद वापरून ग्यानीजींनी 'कृतिशून्यता' सद्हेतूने वापरल्याने त्यांच्यावर कोणीही 'संसदेचा अवमान केला' असा आरोप केला नाही की कोणी त्यांना काढून टाकण्याची मागणी केली नाही. त्यामागील त्यांचा 'लोककल्याणा'चा उद्देश सर्वांच्याच लक्षात आला होता.

ब्रिटिश राज्यघटना ही लिखित स्वरूपात उपलब्ध नाही, पण त्यातील अलिखित नियम असा आहे, जो सर्वमान्य आहे की, ब्रिटिश राज्यसत्ता (राजा अथवा राणी) महत्त्वाच्या, अपवादात्मक घटनांच्या बाबतीत हस्तक्षेप करू शकते आणि तसे जर झाले तर त्यांचे म्हणणे हा अंतिम निर्णय समजला जातो. इंग्लंडच्या घटनेचा इतिहासकार वॉल्टर बॅजेट याने असे म्हटले आहे, 'विचारपूर्वक कृतिहीनता' हेच संविधानिक नेत्याच्या शहाणपणाचे, सूज्ञपणाचे सर्वांत मोठे लक्षण असते!'[१२] ग्यानीजींना या वेस्टमिन्स्टर पद्धतीबद्दल कदाचित काही माहिती नसेल, पण त्यांच्यात राजकारणात आवश्यक असणारा व्यवहारी शहाणपणा भरपूर होता. त्यांनी हे ओळखले होते की, जनता त्यांच्या मागे आहे, त्यांच्या 'कृती न करण्याच्या कृती'ला लोकमताचा पाठिंबा आहे, लोकांना तो कायदा यायला नकोच आहे, म्हणूनच त्यांनी विलंबाची क्लृप्ती वापरली आणि (मंजुरी अडवून) तो कुप्रसिद्ध 'पोस्ट ऑफिस' अधिनियम अमलात येऊ दिला नाही. शेवटी, राजकारणात यशाइतके यशस्वी दुसरे काहीच नसते, नाही का?

टीपा :

१. कलम क्रमांक ८० : 'कौन्सिल ऑफ स्टेट्स'ची रचना – (१) (अ) - (कौन्सिल आफ स्टेट्समध्ये) अ) उपकलम ३ प्रमाणे राष्ट्रपतींनी नेमणूक केलेले १२ सदस्य असतील.
   उपकलम ३- उपकलम (१) (अ)प्रमाणे नेमणूक केलेल्या सदस्यांत साहित्य, विज्ञान, कला आणि समाजसेवा या क्षेत्रांतील विशेष ज्ञान प्राप्त किंवा विस्तृत अनुभव गाठीशी असलेल्या व्यक्ती असतील.
२. देवेगौडा यांच्याविषयी मला आणि बाप्सीलाही विशेष जिव्हाळा आणि आदर होता. ते कर्नाटकचे मुख्यमंत्री असताना कावेरी नदीच्या पाण्याबाबतच्या आंतरराज्य विवादात कर्नाटक राज्याचा मी मुख्य सल्लागार होतो. त्या काळात आमचे छान संबंध जुळले होते. ते स्वभावाने फार प्रेमळ आहेत. उदाहरणार्थ – एकदा

कर्नाटक राज्याच्या एका (वासुदेवन नावाच्या) अत्यंत प्रामाणिक आयएएस अधिकाऱ्याला न्यायमूर्ती के.रामस्वामी आणि न्यायमूर्ती हंसारिया यांच्या खंडपीठाचा अवमान केल्याच्या माझ्या मते चुकीच्या आरोपाखाली सहा महिने तुरुंगवासाची शिक्षा फर्मावण्यात आली होती. देवेगौडा यांना जेव्हा वस्तुस्थिती कळली. तेव्हा त्यांना प्रकर्षाने असे वाटले की, त्यांच्या राज्याच्या एका उमद्या अधिकाऱ्याला त्याच्यावर अन्याय होण्यापासून वाचवलेच पाहिजे. ते लगोलग विमानाने दिल्लीला आले, माझ्याशी बोलले. तीन दिवस ते बंगलोर–दिल्ली करीत होते. राष्ट्रपती अशा बाबतीत त्यांचा क्षमेचा अधिकार वापरू शकतील का, हे त्यांना जाणून घ्यायचे होते. दुर्दैवाने राष्ट्रपतींच्या सचिवांना काही देवेगौडा यांचे म्हणणे पटले नाही. राष्ट्रपतींनी सर्वोच्च न्यायालयाच्या निर्णयाविरुद्ध जावे हे त्यांना मान्य झाले नाही. देवेगौडा यांच्या इतक्या प्रामाणिक प्रयत्नानंतरही वासुदेवन् यांना सहा महिन्यांचा तुरुंगवास भोगावाच लागला. माझे खूप विचारांती बनवलेले मत असे होते की, ती न्यायाची घोर थट्टा होती. कुणाचा तरी 'अहं' दुखावला गेल्याचा सूड म्हणून वासुदेवन या निरपराध्याला बळी जावे लागले होते!

३. राष्ट्रपतींकडून नेमणूक झालेला, नावनिर्देशित सदस्य हा कोणत्याही पक्षाचा सभासद नसल्याने त्याला पक्षाच्या सभागृहात उपस्थित राहून एखाद्या प्रश्नावर मत नोंदवण्याचा अनिवार्य आदेश लागू होत नाही. तो कुठल्याही पक्षाशी संलग्न नसतो, पूर्णपणे 'स्वतंत्र' असा सदस्य असतो.

४. 'केंद्रीय दक्षता आयोग अधिनियम २००३'च्या २६ सी, या विभागानुसार 'केंद्रीय गुप्तहेर खात्या'ची स्थापना या ॲक्टप्रमाणे – दिल्ली स्पेशल पोलीस एस्टॅब्लिशमेंट ॲक्ट – करण्यात आली होती. दुरुस्ती करून ६ए हा विभाग त्यात समाविष्ट करण्यात आला होता. ६ए हा विभाग असा होता :

६अ (१) – 'भ्रष्टाचार प्रतिबंध अधिनियम १९८८'चे उल्लंघन करणारे जे गुन्हे घडले असतील त्यांची चौकशी अथवा तपास केंद्र सरकारची पूर्वपरवानगी घेतल्याखेरीज 'दिल्ली स्पेशल पोलीस एस्टॅब्लिशमेंट' करणार नाही. अ – जर ते गुन्हे केंद्र सरकारच्या संयुक्त सचिव आणि त्यावरील श्रेणीच्या आधिकाऱ्यांनी केले असतील तर....

५. हा उल्लेख लोकसभा सेक्रेट्रिएट, नवी दिल्ली, २०००मध्ये छापलेल्या संसदीय समितीच्या 'केंद्रीय दक्षता आयोग अधिनियम १९९९' विषयीच्या अहवालाच्या ४१व्या परिच्छेदात, पृष्ठ १६वर आलेला आहे.

६. 'अन्य गोष्टींबरोबरच विनित नरेन या केसच्या सर्वोच्च न्यायालयाच्या निकालातील आदेशांचे उल्लंघन झाले आहे' असा आक्षेप घेऊन या 'सिंगल डायरेक्टिव्ह'ला सर्वोच्च न्यायालयात आव्हान देण्यात आले होते.

७. राज्यसभेतील 'केंद्रीय दक्षता आयोग अधिनियमा'वर ७ ऑगस्ट, २००३ रोजी चर्चा झाली.

८. पूर्वोक्त
९. एखादे विधेयक सर्वसाधारणपणे अथवा विशेषत्वाने राष्ट्रपतींना पुनर्विचारासाठी मंत्रिमंडळाकडे पाठवावे लागले, तर मंत्रिमंडळाच्या पुनर्विचारानंतर परत सादर झालेले विधेयक राष्ट्रपती मंजूर करतील.
१०. 'मेमॉयर्स ऑफ ग्यानी झैलसिंग : द सेव्हंथ प्रेसिडेंट ऑफ इंडिया'– 'भारताचे सातवे राष्ट्राध्यक्ष – ग्यानी झैलसिंग यांच्या आठवणी' – १९९७, हर आनंद पब्लिकेशन प्रायव्हेट लिमिटेड, न्यू दिल्ली, पृष्ठ २७९.
११. 'वर्किंग ए डेमोक्रॅटिक कॉन्स्टिट्युशन' (१९९९), ग्रॅनव्हिल ऑस्टिन, ऑक्सफर्ड युनिव्हर्सिटी प्रेस, पृष्ठ ५१३, ५१४.
१२. रॉडने ब्रेंझी याने असे सुचविले आहे की, राजाने (देशाच्या संविधानिक प्रमुखाने) जर असाधारण परिस्थितीत कायदे करण्याच्या कारवाईत हस्तक्षेप केला, तर ते कायद्याला धरून आहे. उदाहरणार्थ – संविधानाच्या लोकशाही तत्त्वाचाच घात करणारा एखादा ठराव जर सरकारने मांडला, तर राजाला त्याला हरकत घेता येईल. – 'कॉन्स्टिट्युशनल प्रॅक्टिस' (१९९४), दुसरी आवृत्ती, पृष्ठ १८९-१९२.

◆

प्रकरण १८

अखेरचा टप्पा

माझ्या प्रदीर्घ, सुखासमाधानाच्या, रसपूर्ण अशा जीवनात माझ्या मनाला एकच गोष्ट सलत आली आहे, ती म्हणजे आपल्या समाजात फोफावणारी असहिष्णुता! खरे तर जगातील अनेकविध धर्मातील सर्वांत सहिष्णु, सर्वसमावेशक धर्म म्हणून आपल्या हिंदु धर्माची शतकानुशतके प्रशंसा होत आली आहे, परंतु आता त्या सहिष्णुतेला दृष्ट लागल्यासारखी वाटते, ती संपुष्टात येत चालली आहे असे अनुभवास येते. आपल्या समाजात धर्म, जाती, पक्ष यातील ताणतणाव वाढत आहेत. टोकाची, आग्रही भूमिका घेणारे काही पिसाट लोक त्याला खतपाणी घालत आहेत. आमच्या भारत देशात सर्व धर्म गुण्यागोविंदाने नांदतात. आपापल्या धर्मांच्या देवतांना, दैवतांना लोक त्यांच्या धर्मप्रमाणे पुजतात, त्यांच्या वेगवेगळ्या पद्धतीच्या प्रार्थना आणि दर अठरा कोसांवर बदलणाऱ्या

अगणित भाषांचा 'सुरेल गलका' फक्त याच देशात ऐकायला मिळतो – असे अभिमानाचे उद्गार आता मुखातून बाहेर पडत नाहीत! विविधतेतील एकतेला तडा जातो आहे, मनांचा 'स्वरमेळ' कुठेतरी बेसूर होतो आहे!

२००५मध्ये मी राज्यसभेतून निवृत्त झालो तेव्हापासून आजपर्यंत गोष्टी मोठ्या झपाट्याने बदलत आहेत. 'कांगा ॲन्ड पालखीवाला ऑन इन्कमटॅक्स' या पुस्तकाच्या एन. एम. त्रिपाठी यांनी १९८२ साली प्रकाशित केलेल्या पहिल्या आवृत्तीला[१] सर जमशेटजी कांगा यांनी खूप आधीच म्हणजे सप्टेंबर, १९५०मध्ये प्रस्तावना लिहिली होती. खरे तर ते पुस्तक एकट्या पालखीवालांनीच लिहिलेले होते, त्या प्रस्तावनेत कांगा म्हणतात :

> कोणत्याही शर्यतीतील खेळाडू अंतिम रेषेपर्यंत पोहोचतात तेव्हा त्या रेषेच्या अलीकडे कधीही वेग कमी करीत नाहीत, त्या रेषेवर कधीच थांबत नाहीत. रेषेपलीकडे जाऊन, पूर्णपणे थांबण्याआधी वेग हळूहळू कमी-कमी होत जाण्याचाही एक टप्पा असतो. त्या टप्प्यावर मित्रांचे, सुहृदांचे, हितचिंतकांचे कानावर पडणारे कौतुकाचे शब्द ऐकत-ऐकत, 'केली पूर्ण शर्यत!' अशा स्वसमाधानात ते चाल दुडकी करतात, पण त्याच वेळी त्यांना या सत्याची जाणीव होते की, शर्यत संपली असली तरी धावणे संपलेले नाही, ऊर्जा आटत नाही तोवर काम संपत नाही! या टप्प्याच्या शेवटी त्यांचे पळणे थांबेल, ते काही काळ स्थिर उभेही राहतील, पण ते तिथे विसावू शकणार नाहीत. जिवंत असेपर्यंत विसावा नाही! कारण 'थांबला तो संपला.' जीवन म्हणजेच सतत धावणे, काम करणे. सतत वाहात राहणे हेच, तर जीवन आहे!![२]

माझ्या आयुष्याच्या अशा दुडक्या चालीच्या अखेरच्या टप्प्यात मी फारच भाग्यशाली ठरलो आहे. जानेवारी, २००७मध्ये मला राष्ट्रपतींनी 'पद्म विभूषण' या पदवीने सन्मानित केले. माझ्या हातून घडलेल्या 'सार्वजनिक क्षेत्रातील असाधारण, यशस्वी कार्या'चा तो गौरव होता! त्या घोषणेने मी अर्थातच खूप आनंदित झालो. राज्यसभेतून निवृत्त होताना हृदयस्पर्शी निरोप समारंभ, सहकारी मित्रांची प्रशंसापर भाषणे होऊ शकली नव्हती, त्या सगळ्याची कसर या बहुमानाने भरून निघाली

फली नरीमन यांना 'पद्मविभूषण पुरस्कार' देताना राष्ट्रपती ए.पी.जे. अब्दुल कलाम

असा मी मनाशी विचार केला. ही अत्यानंदाची वार्ता माझ्या कानावर पडत असतानाच त्या आनंदाला एक गालबोट कसे लागले तेही ऐकण्यासारखे आहे, आणि ते गालबोटही कुणाकडून? भारताचे उपराष्ट्रपती बी. एस. शेखावत यांच्याकडून! त्याचे असे झाले – पद्मविभूषण पदाची घोषणा झाल्याच्या दुसऱ्याच दिवशी उपराष्ट्रपती प्रत्यक्ष भेटून माझे अभिनंदन करण्यासाठी आमच्या घरी आले. राज्यसभेतील काळात उपराष्ट्रपती (राज्यसभेचे अध्यक्ष या नात्याने) माझ्याशी खूप चांगले वागले होते, आमचे परस्पर संबंध उत्तम होते; त्यांच्या खास शैलीदार हिंदीत त्यांचे इंग्रजी भाषेवर चांगले प्रभुत्व असूनही ते जास्त करून राष्ट्रभाषेत म्हणजे हिंदीतच बोलायचे. ते मला म्हणाले, 'आपण या सन्मानाला पूर्णपणे लायक व्यक्ती आहात, पण अलीकडे हे पद्म पुरस्कार कसे वाटले जात आहेत पाहा – अहो, माझ्या आणि राष्ट्रपतींच्या डॉक्टरांनासुद्धा 'प्रजासत्ताकदिनाचा पुरस्कार दिला!!' त्यांचा हे सांगण्याचा उद्देश असा होता की, या बक्षीस योजनेच्या निवडपद्धतीतील वैयक्तिक निवडीचा भाग काढून टाकून ते काम एका स्वतंत्र समितीकडे सोपवले पाहिजे आणि त्या समितीने केवळ प्रसिद्धीच्या झोतात, लोकांच्या सतत समोर असणाऱ्याच व्यक्ती न निवडता, लहान-लहान गावात, दुर्गम प्रदेशात राहून, निरलसपणे थोर सामाजिक कार्य करणारे प्रसिद्धीपराङ्मुख असे निष्ठावान कार्यकर्ते

शोधून काढून त्यांच्या महान देशकार्याचा पद्मपुरस्कारांनी सन्मान करून ते लोक, त्यांचे कार्य, त्यांचे आदर्श जनतेसमोर आणले पाहिजेत, शासनाने भरभरून कौतुक करून त्यांचा उत्साह द्विगुणित केला पाहिजे, पण तरीही त्यांच्या शेऱ्याने मला जरा हलवलेच! परिणाम असा झाला की, मी पदवीदान समारंभाला गेलो आणि इतर मानकऱ्यांसमवेत[३] सन्मान स्वीकारण्यासाठी उभा राहिलो आणि ते पदक माझ्या गळ्यात घातले गेले तेव्हा मला सारखे उपराष्ट्रपतींचे शब्द आठवत होते आणि मनात अशी शंका येत होती की, आपण या सन्मानास खरेच पात्र आहोत की नाही? त्या विचाराने मी अस्वस्थ आणि ओशाळवाणा होऊन अधिकाधिक नम्र दिसण्याचा प्रयत्न करीत होतो.

***

आज मी वयोवृद्ध झालो आहे, पण मी म्हातारा झालेलो नाही! मला माझे प्रेमळ कुटुंबीय, माझी कामे करणारा माझा निष्ठावान सेवकवर्ग यांखेरीज जर कुठल्या गोष्टी उत्साहात जगायला प्रवृत्त करीत असतील; तर त्या आहेत, एक – एखादी अवघड, आव्हानात्मक, मेंदूला चालना देणारी केस हाती घेऊन ती लढवण्यातील धुंदी आणि ती जिंकण्याची उमेद, त्या यशाची नशा. (शर्यत संपली असली तरी धावणे संपत नाही, ऊर्जा आटत नाही, तोवर काम संपत नाही!!) आणि दुसरी – माझ्या सर्व (तरुण आणि वृद्ध) व्यावसायिक मित्रांचे निरतिशय प्रेम! त्यांच्या सहवासाची संजीवनी मला जिवंत ठेवते, जगायची इच्छा पालवत ठेवते. सर्वोच्च न्यायालयाच्या समोरच्या रस्त्यावरील एका इमारतीतील एक ऑफिस मला सरन्यायाधीशांनी वापरासाठी दिले होते. मी काही महिने तिथे बसत होतो, पण त्यानंतर मी ते परत करून टाकले, कारण कुणीतरी आपल्याकडे एखादी केस घेऊन येईल याची वाट पाहात एकट्यानेच त्या खोलीत बसणे, मला अशक्य झाले. वयाच्या ऐंशीव्या वर्षी एक तर सर जमशेटजी कांगा यांच्यासारखे कोर्टात जाऊन श्रवणभक्ती करावी, कानावर पडेल त्यातून काही नवीन शिकावे किंवा मग वकील, न्यायाधीश, तरुण आणि वृद्ध मित्रांसमवेत आरामात, मनसोक्त गप्पा माराव्या.

आता या वयात व्यावसायिक जीवनात काहीतरी सनसनाटी घडेल, अशी कोणी अपेक्षा धरत नाही आणि तशी ती धरूही नये, कोणी उज्ज्वल वगैरे भविष्याची स्वप्ने रंगवत नाही आणि तशी ती रंगवूही नयेत. मला पन्नास वर्षांपूर्वी मुंबईत घडलेला एक प्रसंग आठवतो. न्यायमूर्ती एन. एच. कोयाजी हे उच्च न्यायालयाच्या न्यायाधीशपदावरून नुकतेच २४ नोव्हेंबर, १९५७ रोजी निवृत्त झाले होते. एक दिवस ज्येष्ठ वकील श्री. जहांगीर वकील (त्यांचे आडनाव

‘वकील’ होते.) सर जमशेटजींच्या चेंबरमध्ये आले होते. कोयाजी न्यायाधीशपदी असेपर्यंत जमशेटजी कांगा हे जवळ-जवळ रोज वादी नाहीतर प्रतिवादीचे वकीलपत्र घेऊन त्यांच्या कोर्टात हजेरी लावायचेच. कोयाजी निवृत्त झाल्याने कांगांना फारच चुकल्याचुकल्यासारखे होत होते, जणू ते ‘अनाथ’ झाले होते! जहांगीर वकील त्या दिवशी कांगा यांच्याजवळ गेले आणि म्हणाले, ‘जमशेटजी, अप्रु फ्युचर सू?’– ‘जमशेटजी, आता कसे होणार रे आपले भविष्यात?’– तो प्रश्न ऐकताच कांगा ताडकन खुर्चीतून उठले आणि वकिलांना रागारागाने म्हणाले, ‘भविष्य? भविष्य? जहांगीर, तारी उमर सू?– ‘जहांगीर, अरे वय काय तुझं?’– भोवताली बसलेल्या आम्हा तरुण वकिलांकडे पाहात जहांगीर वकील जराशा ओशाळल्या स्वरात म्हणाले, ‘ब्याऐंशी!’ (८२). कांगांनी त्यांना फटकारले, ‘एक पग गोर मा ने तु फ्युचर नी सू बात करेच?’– ‘मग? आता एक पाऊल कबरीत पडलंय तुझं आणि भविष्याच्या गोष्टी करतोयस?’– नव्वद वर्षांच्या चिरतरुण कांगांनी ब्याऐंशी वर्षांच्या म्हाताऱ्या वकिलांना दिलेल्या त्या कानपिचक्या मी कधीही विसरणार नाही!!

काही महिन्यांपूर्वी मी न्यूयॉर्क येथे एका आंतरराष्ट्रीय परिषदेत व्याख्यान दिले. त्या प्रसंगी माझी ओळख करून देताना माझा एक मित्र (डोळ्यात चेष्टेची चमक आणि जीभ गालात ठेवून.) शेवटी म्हणाला, ‘या सर्व गोष्टींबरोबरच श्री. नरीमन हे बार असोसिएशन ऑफ इंडियाचे अध्यक्षही आहेत, मला वाटते ड्यूक ऑफ नॉर्मंडीने (इसवी सन १०६६मध्ये) इंग्लंड जिंकून घेतले तेव्हापासून ते त्या पदावर आहेतच!’ एवढ्या म्हातारपणी मी सर्व सार्वजनिक कार्यातून, पदांवरून (आणि वकिलीतूनही) निवृत्त होऊन घरी बसावे असेच, मला वाटते, त्याला त्या खोचक उपमेतून सुचवायचे होते. मी तसे करीन की नाही, कधी करीन, मला माहीत नाही! कदाचित करीनही! पण आत्ता या घटकेला विचाराल, तर परलोकाच्या प्रवासाला जातानाही मला ही सगळी माझी सध्याची बिरुदे अंगावरच वागवायची इच्छा आहे.

माझ्या मनाला सतत ग्रासणाऱ्या एका काळजीच्या गोष्टीचाही उल्लेख मला करायलाच हवा.

माझ्या प्रदीर्घ, सुखासमाधानाच्या, रसपूर्ण अशा जीवनात माझ्या मनाला एकच गोष्ट सलत आली आहे, ती म्हणजे आपल्या समाजात फोफावणारी असहिष्णुता! खरे तर जगातील अनेकविध धर्मांतील सर्वांत सहिष्णू, सर्वसमावेशक धर्म म्हणून आपल्या हिंदू धर्माची शतकानुशतके प्रशंसा होत आली आहे, परंतु गेल्या काही वर्षांत देशात एक चिंताजनक बदल घडत असलेला पाहण्याचा दुर्दैवी, दुर्धर प्रसंग माझ्यावर आलेला आहे. अलीकडे त्या धार्मिक सहिष्णुतेला दृष्ट लागल्यासारखी

वाटते, ती संपुष्टात येत चालली आहे, असे अनुभवास येते. आपल्या समाजात धर्म, जाती, पक्ष यातील ताण-तणाव वाढत आहेत, टोकाची, आग्रही भूमिका घेणारे काही पिसाट लोक त्याला खत-पाणी घालत आहेत. आमच्या भारत देशात सर्व धर्म गुण्यागोविंदाने नांदतात, आपापल्या धर्मांच्या देवतांना, दैवतांना लोक त्यांच्या धर्माप्रमाणे पुजतात[४], त्यांच्या वेगवेगळ्या पद्धतीच्या प्रार्थना आणि दर अठरा कोसांवर बदलणाऱ्या अगणित भाषांचा 'सुरेल गलका' फक्त याच देशात ऐकायला मिळतो – असे अभिमानाचे उद्‌गार आता मुखातून बाहेर पडत नाहीत! 'विविधतेतील एकते'ला तडा जातो आहे, मनांचा स्वरमेळ कुठेतरी बेसूर होत चालला आहे!

हिंदुत्वनिष्ठेचे रूप बदलते आहे का? इच्छा अशी आहे की, ते बदलू नये, पण काळजी याच गोष्टीची आहे की ते निश्चितच बदलते आहे आणि ती मनाला घेरणारी भीती आता उघडपणे बोलून दाखवण्याची वेळ आलेली आहे. मूळचा धर्मनिरपेक्ष सर्वधर्मसमभाव जपणारा, त्याविषयीचा अभिमान मिरवणारा भारत आणि आता धर्माभिमानाने पिसाटत चाललेला, इतर धर्मांबाबत कटू आणि कडवी वृत्ती जोपासण्यास प्रारंभ केलेला हिंदुस्थान यांच्यातील फरकाचा विचार करताना मला नेहमी अमेरिकेचे राजदूत जॉर्ज कीनन यांनी लोकशाहीची डायनॉसॉरशी केलेल्या तुलनात्मक रूपकाची[५] आठवण होते :

> मला खूप वेळा असे वाटते की, या बाबतीत लोकशाही ही अतिप्राचीन काळच्या अवाढव्य शरीराच्या पण टाचणीएवढ्या मेंदूच्या प्राण्यासारखीच नसते का? तो प्राणी आपले अक्राळ-विक्राळ राक्षसी शरीर घेऊन अगदी आरामात चिखलात लोळत पडलेला असतो, त्याच्या आजूबाजूच्या परिसराकडे, परिस्थितीकडे त्याचे अजिबात लक्ष नसते. त्याची शांती, त्याची सुस्ती कशानेही भंग होत नाही. त्याचा तोटा होईल, त्याला त्रास होईल, असे जर काही त्याच्या भोवताली घडत असेल, तर त्याला जागे करायला, त्या बदलाची, संकटाची जाणीव करून द्यायला त्याची लांब, जाड शेपूट जोरात पिरगाळावी लागते, पण एकदा का त्याला तो धोका कळला की, मग तो कसलाही अन्य विचार न करता, त्वेषाने, जोमाने, आंधळेपणानेच त्याच्यावर असा तुटून पडतो की, तो त्याच्या शत्रूचा तर नायनाट करतोच, प्रतिस्पर्ध्याला नेस्तनाबूत तर करतोच, पण त्याचबरोबर स्वत:चे निवासस्थान देखील नष्ट करतो, त्याचा पार चक्काचूर करून टाकतो.

आपल्या देशात आपण अशा डायनॉसॉरला आपलेच घर उद्ध्वस्त करू देता

कामा नये. ज्यांचा जन्मदिवस दर वर्षी नोव्हेंबर महिन्यात आपण थाटामाटात, समारंभपूर्वक साजरा करतो त्या आपल्या आदरणीय, प्रिय देशभक्त नेत्याने आपल्या मातृभूमीबद्दल काय उद्‌गार काढले आहेत ते आठवा. त्याने या देशातील अठरापगड जातींच्या, धर्मांच्या लोकांना, जगातील सर्वांत मोठ्या लोकशाहीला पृथ्वीवरील अन्य सूक्ष्म जिवांना विशालकाय डायनॉसॉर जसा क:पदार्थ मानतो, तुच्छ लेखतो तसे कधीच मानले नाही. १९४४ साली त्यांच्यावर लादलेल्या एकांतवासात, म्हणजे तुरुंगांच्या गजाआड (इंग्रजांच्या विरुद्ध लढा दिल्याच्या आरोपाखालची नववी शिक्षा भोगताना.) जवाहरलाल नेहरूंनी भारताच्या 'विविधतेतील एकते'विषयी असे लिहिले आहे :

> आपल्या देशातील वैविध्य फार ठळक आहे, अगदी स्पष्ट आहे आणि त्यामुळे ते कोणालाही सहजपणे प्रत्ययास येते. ते येथील रहिवाशांच्या बाह्य दर्शनात आहे, रंगात, शरीराच्या ठेवणीत आहे तसेच ते वागण्या-बोलण्यात, रीतीरिवाजात, सवयीतही आहे. वायव्येकडचा पठाण आणि दक्षिणेकडचा तमिळ यांच्यात वरवर पाहणाऱ्याला जराही साम्य दिसणार नाही; त्यांची मुळे वेगळ्या मातीतली, त्यांचे वंशही निराळे. काही धागे कुठेतरी समान असतील कदाचित पण तफावत फार मोठी. चेहरा, चण, पोशाख, अन्न आणि भाषा – सगळेच भिन्न. पठाण आणि तमिळ ही अगदी दोन टोके आहेत, बाकीचे प्रांतवासीय त्यामध्ये कुठेतरी बसून जातात, पण असे असले तरी त्या सर्वांच्यात एक समानता आहे. ती आहे त्यांचे 'भारतीयत्व!' ही गोष्ट थक्क करणारी आहे की, या विशाल देशात बंगाली, मराठा, गुजराथी, तमिळ, कानडी, मल्याळी, पंजाबी, काश्मिरी, रजपूत, आंध्र, ओरिसा, आसाम या प्रांतांचे रहिवासी आणि देशाच्या मध्यभागात निवास करणारे अगणित हिंदीभाषिक हे सर्व जण गेली शतकानुशतकें आपापल्या खास वैशिष्ट्यांची जपणूक करून आहेत, त्यांचा निगुतीने सांभाळ करून आहेत, परंतु देशाचा इतिहास सांगतो, इथली परंपरा दर्शविते की, त्यांचे गुण आणि अवगुण मात्र बरेचसे सारखे आहेत. त्यांच्यातील समान 'भारतीयत्व' उठून दिसणारे, प्रकर्षाने लक्षात येणारे आहे. त्यांना लाभलेला राष्ट्रीय वारसा, त्यांच्यात भिनलेली जीवन तत्त्वे, त्यांची मानसिकता यात काहीही विभिन्नता नाही, काहीही फरक नाही, कोणतीही तफावत नाही.
>
> हा वारसा चैतन्यमय आहे, त्यात जिवंतपणा आहे आणि ते चैतन्य, तो जिवंतपणा देशवासीयांच्या जीवनशैलीतून, आयुष्याकडे

पाहण्याच्या त्यांच्या काहीशा आध्यात्मिक, चिंतनशील दृष्टिकोनातून प्रकट होतो. पुराणकालीन भारत हा देश प्राचीन चीनसारखाच 'संपूर्ण जग' होता. त्याची स्वत:ची अशी बहुपैलू संस्कृती होती, संपन्न, सुसंस्कृत समाज होता, त्याची जडण-घडण परिपूर्ण होती. परकीय संस्कृतींची आक्रमणे होत राहिली, त्यांचा येथील आचार-विचारांवर बरा वाईट परिणाम घडत राहिला, पण सरतेशेवटी त्या सर्वांना या महान संस्कृतीने आपल्यात सामावून घेतले, त्या त्यात विलीन होऊन गेल्या. त्या निराळ्या उरल्याच नाहीत. साखर पाण्यात विरघळते तशा, परंतु काही विघातक प्रवृत्तींनी त्या 'एकजीव मिलापा'तील घटक बाजूला करून तो 'विविध घटकांचा समन्वय' असल्याची मोहक शब्दांची कल्पना, पण वास्तविक एक फुटीर भावना आपल्या एकसंध समाजात पसरवली. भारतात संस्कृतीचा उदय झाला तेव्हापासूनच सर्व भारतीयांच्या मनात 'एकात्मते'चे सुंदर स्वप्न जागे झाले होते; ते त्यांचे आपले स्वप्न होते, बाहेरच्या कोणी 'स्वप्नांच्या सौदागरा'ने त्यांना ते विकलेले नव्हते, त्यात उसन्या श्रद्धा नव्हत्या, उपरे आदर्श नव्हते. त्याला तत्त्वज्ञानाची खोली होती, अन्य बाह्य श्रद्धा, निष्ठा, परंपरा, रीतीरिवाज यांना सहजतेने सामावून आपलेसे करण्याची विशालता होती, त्यांचा आदर करून त्यांच्या जोपासनेला उत्तेजन देण्याची सहिष्णुता होती.

आधुनिक काळात निर्माण झालेली, समृद्ध झालेली 'राष्ट्र', 'देश' ही संकल्पना प्राचीन युगात, अगदी मध्ययुगातही अस्तित्वात नव्हती, त्या वेळी जमीन मालक आणि कष्टकरी हे नाते, समान धर्म, वंश, जुळत्या जीवनपद्धती यांची सामाईक बंधने यांना समाजव्यवस्थेत जास्त महत्त्व होते, तरीही माझ्या मते इतिहास हेच दाखवतो की, भारतात राहणारे भारताच्या कोणत्याही भागाला, प्रदेशाला 'आपले घर' समजून राहू शकत होते आणि त्यांना त्यांचा देश सोडून अन्य कोठेही राहणे पसंत नव्हते, तेथे त्यांना ते 'परके', 'अनोळखी' असल्याची जाणीव टोचत होती. त्यातल्यात्यात ज्या थोड्या देशांनी भारताच्या संस्कृतीचा, धर्मांचा, निदान अंशत: स्वीकार केलेला होता त्या देशात ते थोडेबहुत रुळायचे, पण जे परकीय त्यांचे निराळे धर्म घेऊन या देशात आले, मग ते ख्रिश्चन असोत, पारशी नाहीतर मुसलमान असोत, आणि येथे स्थायिक झाले ते सगळे काही पिढ्यांतच 'भारतीय'च बनून गेले, इतकेच काय पण काही भारतीयांनी

त्या बाह्य धर्मांचा, श्रद्धांचा स्वीकार केला, पण तरीही त्यांनीही त्यांचे 'भारतीयत्व' गमावले नाही. हे 'भारतीयत्व' त्यांच्यात असे काही भिनलेले असते की, ते दोन्ही प्रकारचे 'भारतीय' जेव्हा त्यांच्या त्यांच्या धर्मांची अधिष्ठाने असणाऱ्या मूळच्या, 'त्यांच्या'असलेल्या देशात जातात तेव्हा तिथेही ते 'भारतीय'च गणले जातात आणि त्यामुळे 'सधर्मीय' असूनसुद्धा ते 'स्वकीय' नाही, तर 'परकीय'च मानले जातात.[६]

आपल्या देशातील वैविध्य आणि त्यातील एकता, समानता या विषयीच्या पंडित जवाहरलाल नेहरू यांच्या या विचारांशी हिंदू, शिख आणि ख्रिश्चन, मुस्लीम किंवा बुद्धधर्मीयसुद्धा सहमत होतील.

पण शेपटी पिरगळल्यावर पिसाटल्यासारखे तुटून पडणारे आणि आपलेच घर मोडून टाकणारे अविचारी डायनॉसॉर आपल्या देशात, समाजात वाढू लागले आहेत. त्यांची ही जोमदार पैदास भीतिदायक, चिंताजनक आहे. एका धर्माच्या समुदायातील डायनॉसॉरची अंडी अलगदपणे बाकीच्या धर्मातही उबू लागली आहेत. शास्त्रज्ञांच्या म्हणण्याप्रमाणे एका प्रचंड उल्कापाताने पृथ्वीवरील डायनॉसॉर या भयंकर प्राण्यांचा समूळ वंशसंहार घडवला. मी असे समजतो की, तो उल्कापात म्हणजे ईश्वराच्या कोपाचा परिणाम असावा.

मी या देशातील एका अल्पसंख्याक जमातीचा सदस्य आहे. अगदीच गौण आणि अत्यल्प अशा समाजाचा घटक. संविधानाने (ती लिहिली जात असताना) आमच्या पारशी जमातीपुढे आणि भारतातील अँग्लो इंडियन लोकांपुढे, निदान पहिली दहा वर्षे दोन्ही जमातींच्या खास प्रतिनिधींसाठी संसदेत एकेक जागा राखून ठेवण्याचा प्रस्ताव ठेवला होता, परंतु तो आम्ही स्वीकारला नाही. त्यावेळच्या संसदेत पारशी जमातीचे प्रतिनिधित्व करणाऱ्या सर होमी मोदी यांनी आम्हा सर्वांतर्फे असे सांगितले होते की, पारशी समाज या देशातील मुख्य प्रवाहातच सामील होणे, त्यातील अविभाज्य भाग बनणेच पसंत करेल. आम्ही तेच केले आणि त्याबद्दल आम्हाला जराही पश्चात्ताप झालेला नाही. जसे, माझ्या आईचे पूर्वज (मूळचे कालिकतचे बर्जोर्जी) दोनशे वर्षांपूर्वी ब्रह्मदेशात गेले, तिथेच रुजले, वाढले, फोफावले तसेच आम्हीही येथे येऊन राहिलो, फुलली, फळलो आणि या देशाचेच होऊन गेलो आहोत.

येथे आम्हाला कधीही बहुसंख्याकांकडून त्रास झाला नाही, त्यांचे वर्चस्व आम्हाला कधीच 'सहन' करावे लागले नाही. या देशात बहुसंख्याक आणि अल्पसंख्याक दोघेही या देशाचेच अविभाज्य घटक बनून गुण्यागोविंदाने नांदतात असेच संस्कार माझ्यावर झाले आहेत आणि माझा स्वानुभवही तेच सिद्ध करतो आहे.

धर्मनिरपेक्ष भारतात मी माझे जीवन सुखात व्यतीत केले, येथेच माझी भरभराट झाली. ईश्वरेच्छेने याच धर्मनिरपेक्ष राष्ट्रात मला समाधानाचे मरणही येवो!

टीपा :

१. त्यानंतर त्याच्या नऊ आवृत्त्या निघाल्या आहेत.
२. 'जस्टिस ऑलिव्हर वेंडेल होम्स : लॉ ॲन्ड द इनर सेल्फ'या पुस्तकातील ४६४ पानावर हे वाक्य आहे. जी. एडवर्ड व्हाइट, ऑक्सफर्ड युनिव्हर्सिटी प्रेस, यु.एस.ए. (१९९५).
३. त्या मानकऱ्यांत खुशवंतसिंग (साहित्य आणि शिक्षण), प्राध्यापक-डॉक्टर बालु शंकरन (वैद्यकशास्त्र), एन. एन. व्होरा (नागरी सेवा), नरेश चंद्र (नागरी सेवा), निवृत्त न्यायाधीश पी. एन. भगवती (सार्वजनिक कार्य), डॉक्टर राजा येसुदास (सार्वजनिक कार्य), सुदर्शन एरिनाकल चंडी जॉर्ज (विज्ञान आणि अभियांत्रिकी), आणि डॉक्टर व्ही. कृष्णमूर्ती (नागरी सेवा) यांचा समावेश होता.
४. हे विचार ए. एम. रोझेंथल ('इंटरनॅशनल हेराल्ड ट्रिब्युन' या नियतकालिकाचे दीर्घकालीन संपादक) यांनी त्यांच्या 'ऑन माय माइंड – द वर्ल्ड ऑफ इंडिया' – 'माझ्या मनातील भारत नावाचे जग' या लेखात मांडले होते, त्यातील आणखी काही मन हेलावून टाकणारा भाग :

> भारताचे मत म्हणजे संपूर्ण जगाचेच मत!
>
> भारत म्हणजे कोट्यवधी लोकांचे विशाल जग! अनेक भाषांत, निरनिराळ्या बोलींत, सुरेल वाद्यवृंदासारखे संभाषण करणाऱ्या, वेगवेगळ्या देव-देवतांची पूजा करणाऱ्या लोकांचे अवाढव्य, खंडप्राय जग! काही वर्षांपूर्वीपर्यंत परस्परांतील लढाया आणि परकीय योद्ध्यांनी या भूमीवर आक्रमणे करून येथे लढलेल्या अगणित युद्धांमुळे, जेत्यांनी गाजवलेल्या जुलमी सत्तांमुळे, व्यापाराच्या, नफ्याच्या उद्देशाने आलेल्या व्यापाऱ्यांनी केलेल्या लुटींमुळे, धर्मांधांनी धर्मप्रसाराच्या नावाखाली केलेल्या रक्तपातामुळे शेकडो लहान-लहान, टीचभर राज्यांत विभागले गेलेले हे जग! यात लाखो विद्वान, सुशिक्षित, पांढरपेशेही आहेत, तसेच कोट्यवधी अशिक्षित शेतकरी, कामकरीही आहेत. त्याच्या एका दिशेला गगनचुंबी पर्वतराजींच्या रांगा आहेत, त्याखाली विस्तीर्ण अशी सपाट भूमी पसरलेली आहे आणि दुसऱ्या टोकाला अमर्याद सागर गरजतो आहे!

५. 'मेमॉयर्स : १९२५-१९५०' (१९६७), जॉर्ज कीनन, पँथीन पब्लिशर्स.

६. 'द डिस्कव्हरी ऑफ इंडिया' : जवाहरलाल नेहरू, पृष्ठ ५५ ते ५७ सिग्नेट प्रेस, कोलकाता, (१९६४). या ग्रंथाने मलाच नव्हे, तर आमच्या सगळ्या पिढीलाच भारावून टाकले होते. त्याने आम्हा विद्यार्थ्यांच्या मनात या महान देशाबद्दलचे अतीव प्रेम आणि देशकार्याची स्फूर्ती जागवली. राज्यसभेत असताना आणि इतर वेळीही मी त्या-त्या वेळच्या शिक्षणमंत्र्यांकडे आग्रह धरला होता की, हा ग्रंथ शाळा-कॉलेजांत पाठ्यपुस्तक म्हणून नेमला जावा, परंतु कोणीही माझी ती सूचना मनावर घेतली नाही, तिच्याकडे दुर्लक्षच केले.

◆

वुई, दि नेशन

वाया गेलेली वर्षे

नानी पालखीवाला

अनुवाद

वि. स. वाळिंबे

'निद्रिस्त महाशक्ती' असे ली कुआन यू यांनी भारताचे वर्णन केले होते. समाजवादाची नशा ओसरल्यामुळे, सुदैवाने भारत दीर्घ निद्रेतून हळूहळू जागा होत आहे. त्यामुळे लवकरच तो आंतरराष्ट्रीय पटावर आपले न्याय्य स्थान संपादन करील, असा विश्वास वाटतो.

भारताचे दुखणे काय आहे, त्याच्यापाशी केवढी उदंड क्षमता आहे, त्याला केवढा वैभवशली वारसा लाभलेला आहे, इतिहास आणि निसर्ग या दोन्ही बाबतींत तो किती समृद्ध आहे, याचे अत्यंत मार्मिक विवेचन या पुस्तकात करण्यात आले आहे.

भारताच्या उदात्त राज्यघटनेपासून, या देशाला वेळोवेळी भेडसावत गेलेल्या मानवनिर्मित समस्यांपर्यंत अनेक विषयांचा वेध लेखकाने आपल्या अजोड बुद्धिमत्तेच्या बळावर अचूक रीतीने घेतला आहे.

पालखीवाला यांनी केवळ समस्यांचेच सूचन केले आहे असे नाही; आपल्या वैशिष्ट्यपूर्ण व्यासंगाच्या आणि विविध क्षेत्रांतील सखोल अनुभवाच्या आधारे त्यांच्या सोडवणुकीची दिशाही सांगितली आहे.

जो देश इतिहास विसरतो, त्याच्या नशिबी त्या इतिहासाची पुनरावृत्ती अनुभवण्याची वेळ येते, असे सर्वच विचारवंत मानतात.

त्या दृष्टीनेच पालखीवाला यांनी गेल्या दहा वर्षांच्या वाटचालीसंबंधी या ग्रंथात मागोवा घेतला आहे.

थोडक्यात सांगायचे, तर सर्व व्यक्तींना सर्व प्रसंगी उपयुक्त ठरावे, असे हे पुस्तक आहे.